தமிழகத்தில் நாடோடிகள்
சங்ககாலம் முதல் சமகாலம் வரை

தமிழகத்தில் நாடோடிகள்

சங்ககாலம் முதல் சமகாலம் வரை

விரிவாக்கப்பட்ட புதிய பதிப்பு

பதிப்பாசிரியர்

பக்தவத்சல பாரதி

மானிடவியல் துறை

புதுச்சேரி மொழியியல் பண்பாட்டு ஆராய்ச்சி நிறுவனம்

புதுச்சேரி

அடையாளம்

முதல் பதிப்பு 2003
விரிவாக்கப்பட்ட புதிய பதிப்பு 2017
© பக்தவத்சல பாரதி
வெளியீடு: அடையாளம், 1205/1 கருப்பூர் சாலை, புத்தாநத்தம் 621310, திருச்சி மாவட்டம், இந்தியா, தொலைபேசி: 04332 273444
நூல் வடிவம்: த பாபிரஸ், அச்சாக்கம்: அடையாளம் பிரஸ், இந்தியா
ISBN 978 81 7720 270 0
விலை: ₹ 380

Tamizhakathil Naatotikal in Tamil is about Nomads in Tamilnadu by Bakthavathsala Bharathi, Published by Adaiyaalam, 1205/1 Karupur Road, Puthanatham 621310, Thiruchirappalli District, Tamilnadu, India, email: info@adaiyaalam.net

தமிழக
நாட்டார் வழக்காற்றியல்
கல்விப் புலத்தை
முன்னடத்திச் சென்ற
பேராசிரியர் தே. லூர்து அவர்களுக்கு

பொருளடக்கம்

முன்னுரை ix

1 நாடோடிகள்-நாடோடியம் ❋ பக்தவத்சல பாரதி 1

ஆதியில் நாடோடிகள்

2 சங்ககால நாடோடிகள் ❋ தி. சி. சத்தியம் 44

சமகால நாடோடிகள்

3 பூம்பூம் மாட்டுக்காரர் ❋ ஆ. தனஞ்செயன் 82

4 மண்டிகர் ❋ அ. கா. பெருமாள் 109

5 பதானியர் ❋ வே. குருமூர்த்தி 123

6 நாழிமணிக்காரர் ❋ ஒ. முத்தையா 141

7 ஜங்கம பண்டாரம் ❋ சோ. சேகர் 164

8 குடுகுடுப்பை நாயக்கர் ❋ பக்தவத்சல பாரதி 180

9 குறவர் ❋ மணி கோ. பன்னீர்செல்வம் 209

10 நரிக்குறவர் ❋ கரசூர் பத்மபாரதி 231

11 வேட்டைக்காரர் ❋ த. நடராஜன் 254

12 சாட்டையடிக்காரர் ❋ இ. முத்தையா 281

13 சாதிப்பிள்ளை ❋ ச. விஷ்ணுதாசன் 292

14 லம்பாடி ❋ தி. கோவிந்தன் 318

15 பண்டாரம் ❋ இரத்தின. புகழேந்தி 335

16 ஜோகி ❋ தி. அங்காளம்மாள் 344

17 குளுவர் ❋ குளோரியா வீ. தாஸ் 353

18	இடையர் ✻ மகரந்தன்	365
19	பக்கீர் ✻ அ. வசந்தா	378
20	கும்பார் ✻ துரை. அங்குசாமி	391
21	தொட்டிய நாயக்கர் ✻ த. லிங்கராஜ்	403
22	நாடோடிகளின் கூட்டுவாழ்க்கை ✻ பெ. சுப்பிரமணியன்	423
	கட்டுரையாளர்கள்	435

முன்னுரை

இந்தியத் துணைக்கண்டத்தின் பண்பாட்டு உருவாக்கத்தில் நாடோடியமானது புதிய கற்காலத்திற்கு (neolithic) முன்னரே தோன்றிவிட்டது. வேட்டையாடி உணவு சேகரித்தல் எனும் முறை யானது தொடக்கத்தில் நாடோடித் தன்மை கொண்டதாக இருந்தது. புதிய கற்காலத்தில் தோன்றிய கால்நடை வளர்த்தலுங்கூட நாடோடியமாகவே பரிணமித்தது.

அதன் பின்னர் திணைப் பண்பாடுகள் பல கட்டங்களாகப் படிமலர்ச்சியடைந்து கடைசியாகப் பெருமரபுகளாக/ நாகரிகங் களாக உருப்பெற்றன. ஆதியில் தோன்றி வளர்ந்து பல நூறு ஆண்டு களாகியும் பண்டைய கால ஆயர் நாடோடியம் இன்றும் தொடர்ந்து கொண்டிருக்கிறது. ஆனால் வேட்டையாடி உணவு சேகரித்தல் பெருமளவு அதன் நாடோடித் தன்மையை இழந்து விட்டது. இந்தியாவைப் பொறுத்தவரை கேரளத்தின் சோளநாயக்கன்களிடம் (சோலை நாயக்கர்) நாடோடித்தன்மை இன்றும் காணப்படுகின்றது. இந்தியப் பழங்குடிகளிலேயே சோளநாயக்கன் மட்டும்தான் வேட்டையாடி உணவு சேகரிக்கும் பழங்குடியாகவும், நாடோடிப் பழங்குடியாகவும் உள்ளனர். வடஇந்தியப் பிர்ஹார் பழங்குடியினர் வேட்டை நாடோடியத்திலிருந்து பெரிதும் மாறிவிட்டனர். இன்று தமிழ்ச் சூழலில் நரிக்குறவர்கள் ஓரளவு இத்தன்மையைப் பிரதிபலிக்கின்றனர்.

இந்தியத் துணைக் கண்டத்தின் நீண்ட நெடிய அறுபடாத பண்பாட்டுப் படிமலர்ச்சியின் வெவ்வேறு கட்டங்களில் ஆயர் நாடோடியமானது அதன் தொடர்ச்சியையும் நிலைபேற்றையும் தக்க வைத்துக்கொண்டு வந்தாலும் தமிழ்ச் சூழலில் சங்க காலத்திலேயே ஆயர் வாழ்வு சாரா நாடோடியம் பல நிலைகளில் வெவ்வேறு வடிவில் பரிணமித்தது. பாணர், பொருநர், விறலியர், பாடினியர், கூத்தர், துடியர், கோடியர், வயிரியர், கண்ணுளர்,

கிணைவர், சென்னியர், இயவர், குறுங்கூளியர், நகைவர், அகவுநர் போன்றோர் இதன் பன்முகத் தன்மையுடன் தொழிற்பட்டவர்கள் என்பதைச்சங்கப் பனுவல்கள் சுட்டிக் காட்டுகின்றன.

இன்று ஆயர் வாழ்வு சாரா நாடோடிகள் தமிழகம் முதல், இத்துணைக் கண்டம் ஊடாக, தெற்காசியப் பகுதி முழுவதும் நீக்கமற பரவிக் காணப்படுகின்றனர். இவர்கள் ஆயர் நாடோடி களைவிட எண்ணிக்கையில் பல மடங்கு மிகுந்து காணப்படு கின்றனர். இதற்குக் காரணம் இத்துணைக் கண்டத்தின் பண்பாட்டு உருவாக்கத்தின் ஒவ்வொரு கட்டத்திலும் இவர்கள் மேன் மேலும் தகவமைந்து பல்கிப் பெருகினார்கள்.

சங்ககாலத்திற்குப்பின் இடைக்காலத்தில் மன்னர்களின் புகழ்பாடி ஒற்றறிந்த நிலை தொடங்கி, காலனிய ஆட்சிக் காலத்தில் படைக் கலன்களை ஏற்றிச் செல்லும் சரக்கு நாடோடிகள் முதல், பொருட்களை விற்கும் வணிக நாடோடிகள் ஊடாக, சாதிப் புகழ் பாடுதல், குறி சொல்லுதல், நிகழ்த்துக் கலைகள் செய்தல், புழங்கு பொருள்கள் செய்து விற்றல், யாசகம் செய்தல் வரை நாடோடிகள் ஒவ்வொரு வகையினத்திலும் பல நிலைகளில் பன்மைத் தன்மை பெற்றனர். இன்று தமிழகத்தில் 30க்கும் மேற்பட்ட நாடோடிச் சமூகத்தினர் ஓரிரண்டு முதன்மைத் தொழிலையும் இரண்டுக்கும் மேற்பட்ட துணைத் தொழில்களையும் செய்து வாழ்ந்து வருகின்றனர்.

***

நாடோடிகளுக்குப் பெருமளவு ஆதரவுச் சமூகமாக விளங்கும் கிராமச் சமூகம் தொடர்ந்து சாதியக் கட்டுமான அசை வியக்கத்தையே கொண்டிருக்கிறது. இந்தத் துணைக் கண்டத்தில் உருவான சாதியச் சமூக அமைப்பின் பழைய வடிவங்கள் அதன் தளத்திலேயே புதிய வடிவங்களாக உருமாறிக்கொண்டிருக்கின்றன. அது சாதியத்தின் தத்துவ அமைப்புகளையும், சமய நம்பிக்கை களையும் இன்னும் ஆதாரமாகக் கொண்டிருக்கிறது. இந்த அசைவியக்கத்தின் நுட்பமான அடித்தளத்தை இங்கு இனங்காண்பது தேவையாகிறது.

இந்திய நாகரிகம் சாதிய நாகரிகத்தால் கட்டப்பட்டிருக்கிறது. அது ஒருபுறமிருந்தாலும், சாதியத்திற்கு முந்தைய பழங்குடிச் சமூக அமைப்பியல்பைத் தன்னுள் உள்வாங்கிக்கொண்டும் அதே

நேரத்தில் பழங்குடிகளைச் சுயேச்சையாக இயங்க வைத்தும் வருகின்றது. பழங்குடி முறையை உட்கிரகித்துக்கொண்ட இம்முறையானது நாடோடிச் சமூக முறையை உட்கிரகிக்கத் தொடங்கிய போது ஆயர் நாடோடியத்தை ஒருபுறம் தொடரச் செய்தது. மறுபுறம் ஆயர்சாரா நாடோடியத்தை உருவாக்கி அதனை வெவ்வேறு வகைகளில் பன்முகத் தன்மையாக்கிவிட்டது. சமூக மாற்றத்தினூடே ஆயர் சாரா நாடோடியத்தின் நிலைபேறு தொடர்ந்து வந்துகொண்டிருக்கிறது. இப்போது இது உலகமயத்தின் சவால்களைச் சந்திக்க நேரிட்டுள்ளது.

உலகமயத்தின் வேகத்தால் நீர்ப்பாசன வேளாண்மையை (hydraulic civilization) மையமிட்டு உருவான இந்திய நாகரிகம் பெரும் சவால்களைச் சந்திக்கிறது. இன்று வேளாண் குடிகள், கிராமியச் சமூகங்கள் பற்றிய ஆய்வுகள் விளிம்புக்குத் தள்ளப்பட்டு வருகின்றன. இச்சூழலில் வேளாண் குடிகளை ஆதரவுச் சமூக மாகக் கொண்டு வாழும் நாடோடிகளின் நிலை விளிம்புக்கு விளிம்பாக அதிவிளிம்புக்குத் தள்ளப்பட்டுள்ளது என்றே கொள்ள வேண்டும்.

கார்ல் மார்க்ஸ் இந்தியச் சமூகத்தைத் 'தேக்கநிலைச் சமூகம்' என வரையறுத்துப் பேசினார். இந்த நிலை போக, கடந்த ஐந்து பத்தாண்டுக் காலமாகப் பின் காலனியச் சூழலில் சமூக, பண்பாட்டு, பொருளாதார அசைவியக்கங்களுக்கு இந்தியச் சமூகம் பெரிதும் ஆட்பட்டுள்ளது. விரும்பியும் விரும்பாமலும் மாற்றத்தின் பிடியில் இது சிக்கித் தவித்துக்கொண்டிருக்கிறது. ஒவ்வொரு கட்டத்திலும் இச்சமூகம் ஒரு கனவைத் தொழிற்படுத்திக்கொண்டு வந்துள்ளது. 1947க்கு முன் விடுதலை இந்தியா என்ற கனவு. அதன்பின் 'நவீன இந்தியா' என்ற கனவு. இன்று உலகமயத்தின் அசுர கிடுக்கிப் பிடியில் தனக்கான இடம் எது என்னும் கேள்விக்கு விடைகாண இயலாமல் 'மீண்டும் விடுதலை' கிடைக்குமா என்ற கனவு. இக்கனவுகளைப் பற்றி யோசிக்கும் நிலையில் பெருந்திரள் சமூகங்களும், மயங்கிய நிலையில் விளிம்புச் சமூகங்களும், ஏதுமறியா நிலையில் அதிவிளிம்புச் சமூகங்களும் உள்ளன.

***

மாற்றத்தின் காலத்தில் நிகழ்ந்துகொண்டிருக்கும் (உடைந்து நொறுங்கிக்கொண்டிருக்கும் சூழல் என்றுகூடச் சொல்லலாம்)

சூழலில் இந்தியச் சமூகத்தின் அமைப்பொழுங்கில் நாடோடிகள் பற்றிய பதிவுகளோ புரிதலோ மேற்கொள்ளப்படா நிலை உள்ளது. மரபான கிராமியச் சமூகத்தில் நிலையான குடிகளாக வாழ்ந்து வரும் பல சமூகத்தாரையும் ஒருங்கிணைத்து அவர்களுக்கிடையே மிதவைச் சமூகத்தாராக, இணைப்புச் சமூகத்தாராக (adjunct society) நாடோடிகள் பங்காற்றி வருகின்றனர். இவர்களின் புரிதலின்றி நிலையானச் சமூகங்களை அறிவது முழுமை பெறாது. இந்த நிலையில் கிராமியச் சமூகங்களைப் பற்றிய ஆய்வில் நாடோடிச் சமூகங்களைப் பற்றிய புரிதல் இன்றியமையாததாகிறது.

இந்தத் துணைக் கண்டத்தின் நாகரிக அசைவியக்கம் பிந்தைக் காலனியச் சூழலுக்கு ஆட்பட்டுக் கொண்டிருக்கிறது. இந்த வேளையில் உலகமயமாக்கலின் அவதாரத்தில் ஆதரவுச் சமூகத்தை அண்டி வாழும் நாடோடிச் சமூகங்கள் இந்த அடுத்தகட்ட நாகரிகப் பெயர்வில் தங்களைத் தக்கவைத்துக்கொள்ள முனையும் அடையாளச் சிக்கல்கள் பலவாகும். நவீன கல்வி பெறுதல், மரபான குலத்தொழில்களை விட்டுவிடுதல் என்ற ஒற்றைவழி வாய்ப் பானது நெருக்கடியை அதிகரித்துள்ளது. இந்நிலையில் நாடோடிகள் காலங்காலமாகக் கொண்டிருந்த நிலைபேற்றினை அறிவதும் சமூக மாற்றத்தின் விளைவுகளை மதிப்பிடுவதும் நம் பண்பாட்டு மரபினைப் புரிந்துகொள்ள உதவும் என்பதில் ஐயமில்லை.

நிலையான ஆதரவுச் சமூகங்களுக்கிடையில் இடம்விட்டு இடம் செல்லும் நாடோடிச் சமூகமானது வெவ்வேறு பங்கு பணியாற்றும் மிதவைச் சமூகமாக, இணைப்புச் சமூகமாக இயங்கி வருகின்றது. பலகாலம் தொடர்ந்து அசைவியக்கம் பெற்றுவரும் இந்நிலை யானது இன்றைய நுகர்வுப் பண்பாட்டு முறைக்கும் ஊற்றுக் கண்ணாக உள்ளது. நவீன புழங்கு பொருள்கள் அனைத்தையும் வீடுகளுக்கே கொண்டுசென்று விற்கும் இன்றைய விரைவு நுகர்வு முறை என்பது பழைய நாடோடியத்தை உட்கிரகித்துக் கொண்டதன் தொடர்ச்சியே ஆகும்.

காலங்காலமாக வண்டிகளிலும் நடந்து சென்றும் நிலையான சமூகத்தாருக்கு வேண்டிய பொருள்களை நாடோடிகள் விற்று வந்தனர். இந்நிலையில் உற்பத்திக்கும் நுகர்வுக்கும் இணைப்பு நிலை வழங்குவது மிதவை நிலையாகிய நாடோடியம் என்பது தெளிவாகும். ஆக நாடோடியம் ஒவ்வொரு காலகட்டத்திலும் வெவ்வேறு நிலைகளில் தகவமைந்து பரிணமித்து வருகின்றது.

ஆதியில் தொடங்கி நவீனம் வரை நிலைபேறு கொண்டுள்ள நாடோடியம் குறித்த புரிதலானது தமிழ்ச் சமூக ஆய்வுகளில் முன்னெடுத்து ஆராயப்பட வேண்டிய ஒன்றாகும். இடம்விட்டு இடம் சென்று பிழைக்கும் கூலித் தொழிலாளிகள், நாடு விட்டு நாடு சென்று வாழும் நவீன காலத்தவர்கள், கண்டம்விட்டு கண்டம் சென்று சிதறிப் புலம்பெயர்ந்து மீண்டும் மீண்டும் தாயகம் வந்து செல்லுவோர் ஆகிய அனைவரின் வாழ்வு முறையும் நாடோடியத்தின் நவீன நீட்சியேயாகும். தொழிலகக் குழுவினர் தொடர்ந்து பணி காரணமாக இடம் மாறிக்கொண்டேயிருப்பதும் இத்தன்மையுடையதே. இந்த நவீன நாடோடியத்தில் எழும் சிக்கல்களைப் புரிந்துகொள்வதற்கும் அவற்றைத் தீர்த்துக் கொள்வதற்கும் பழைய நாடோடியத்தின் முறை வழி காட்டலாம்.

இக்கருத்தியல் பின்புலத்துடன் *தமிழகத்தில் நாடோடிகள்: சங்க காலம் முதல் சமகாலம் வரை* என்னும் பொருளில் ஓர் இன வரைவியல் தொகுப்பு முயற்சி மேற்கொள்ளப்பட்டுள்ளது. குடுகுடுப்பை நாயக்கர்களைப் பற்றி முனைவர் பட்டத்திற்கு நான் ஆய்வு செய்த காலத்திலேயே (1990கள்) இவ்வாறான எண்ணம் தோன்றியது. என்றாலும் இப்போதுதான் அது நிறைவேறியுள்ளது.

இத்தொகுப்பில் இடம்பெற்றுள்ள நாடோடிச் சமூகங்கள் குறித்த இனவரைவியல் எவ்வாறு அமைய வேண்டுமென்ற என்னுடைய எதிர்பார்ப்பைக் கட்டுரை எழுதக் கேட்டுக்கொண்ட அறிஞர்கள் அனைவரிடமும் பகிர்ந்துகொண்டேன். அவர்கள் மிகச் சிறப்பான முறையில் தங்களின் ஆக்கங்களை ஒழுங்கமைத்து வழங்கியிருக்கிள்றனர்.

கிளிஃபோர்டு கீர்ட்ஸ் கூறியது போன்று அடர்த்தியான வர்ணனை முறையில் கட்டுரைகள் அமைந்துள்ளன. ஒவ்வொரு அறிஞரும் ஏற்கனவே அவர் ஆய்வு செய்துள்ள சமூகம் குறித்து எழுதுமாறு கேட்டதாலும், மேலும் கட்டுரைகள் ஒத்த முறையில் அமைய வேண்டுமென்ற கருத்து பகிர்ந்துகொள்ளப்பட்டதாலும், அனைத்துக் கட்டுரைகளும் செறிவுடனும் ஒத்த சீர்மையுடனும் வடிவம் பெற்றுள்ளன. மிகச்சில கட்டுரைகள் அளவில் சிறியனவாக இருந்தாலும் அவை அடிப்படையான இனவரைவியல் தரவுகளைக் கொண்டுள்ளன.

இந்நிலையில் மிகச்சிறந்த வரைவுகளை அளித்துள்ள அனைத்து அறிஞர்களுக்கும் என் வணக்கத்தையும் நன்றியையும் தெரிவித்துக் கொள்கிறேன். இவ்வறிஞர்களின் இனவரைவியல் பயனை வாசகர் ஒவ்வொருவரும் அனுபவிக்க முடியும் என நம்புகிறேன்.

இத்தொகுப்பில் இடம்பெறுவதற்குரிய நாடோடிச் சமூகங் களைத் தேர்ந்தெடுப்பதில் மிகுந்த கவனம் தேவைப்பட்டது. நாடோடிகளாகப் பெரிதும் அறியப்பட்ட சமூகங்களை இனங் காண்பதிலும் அச்சமூகத்தைப் பற்றி ஆராய்ந்து எழுத ஆய்வாளரை இனங்காண்பதிலும் சிக்கல் எழவில்லை. இத்துறையில் முனைப் புடன் ஈடுபட்டுவரும் ஆய்வாளர்கள் அனைவருமே புலமைத்துவ நிலையில் என்னோடு நெருக்கமானவர்களே. அனைவரிடமும் இத்தொகுப்புக்கான நோக்கத்தையும் கட்டுரை அமைய வேண்டிய அமைப்பு நிரலையும் பகிர்ந்துகொண்டேன். மிகவும் அன்புடன் இசைந்தார்கள். ஆனால் குறைவாக அறியப்படும் நாடோடிச் சமூகத்தாரை இனங்காண முடிந்தாலும் அச்சமூகத்தைப் பற்றிய இனவரைவியலை எழுதுவதற்கான ஆய்வாளர்கள் கிடைக்கப் பெறவில்லை.

இந்நிலையில் பின்வரும் நாடோடிகளை இத்தொகுப்பில் சேர்க்க இயலவில்லை. வட இந்தியாவிலிருந்து தமிழகத்திற்கு வந்து கண்ணாடிப் பொருள்களைச் செய்து விற்கும் ஈரானியர்கள், ஆந்திரத்திலிருந்து வந்து மூலிகை மருத்துவம் பார்க்கும் நாடோடி யினர், கத்திகளுக்குச் சாணை பிடிப்போர், பொம்மைகள் விற்போர், வட இந்தியாவிலிருந்து இங்கு வந்து குச்சிமிட்டாய் விற்போர், பாம்புபிடரான் நாயக்கர் (பாமுலுவார்), முஸ்லிம் பாம்பாட்டி (பட்டாணி ராவுத்தர்), குரங்காட்டும் நாயக்கர் (காட்டிவார்), கழைக்கூத்து நாயக்கர் (கெடலுவார்), சீப்புக்கார நாயக்கர் (தொம்பரவார்), தாசரிவாரு, கோயிலில் பிச்சையெடுக்கும் ஆண்டிகள், கழுதைப் பால் விற்பவர்கள், சுடுகாடு சித்தர், ஒவ்வொரு சாதிக்குமான குடிப்பிள்ளைகள், தமிழகத்தின் ஆந்திர எல்லைப்புறத்தில் காணப்படும் நாடோடிகள் போன்ற சமூகங்களை இத்தொகுப்பில் சேர்க்க இயலவில்லை.

இவர்களில் சில நாடோடிகளுக்கு இணையாக விளங்கும் சமூகங்கள் குறித்த இனவரைவியல் இத்தொகுப்பில் இடம் பெறுவது அவ்வகை நாடோடியத்தை அறிய உதவும் என எண்ணுகிறேன். எடுத்துக்காட்டாக, கழைக் கூத்து நாயக்கர்களான

தெலுங்குத் தொம்பரருக்குப் பதில் பதானியர்கள் சேர்க்கப் பட்டுள்ளனர். ஈயம் பூசும் நாயக்கருக்குப் பதில் சாதிப்பிள்ளைகள் இடம் பெற்றுள்ளனர். ஒவ்வொரு சாதிக்குமான குடிப்பிள்ளை களில் வன்னியர்களின் குடிப்பிள்ளையான சாதிப்பிள்ளைகள் குறித்து இத்தொகுப்பில் விரிவான கட்டுரை இடம் பெற்றுள்ளது. குறவர்களில் எண்ணற்ற அகமணக் கிளைகள் இருப்பினும் அவை குறித்துத் தனித் தனியாகக் கட்டுரைகள் சேர்க்கவில்லை. எனினும் குறவர்கள் குறித்து விரிவான கட்டுரை இடம்பெற்றுள்ளது.

சில சமூகங்கள் நாடோடி வாழ்வைக் கைவிட்டு நிரந்தரமாக வாழும் நிலைக்கு வந்துவிட்டனர். பண்டாரம், லம்பாடி, வேட்டைக்காரர் போன்றவர்கள் ஓரிடம் தங்கி வாழ முற்பட்டு உள்ளனர். என்றாலும் இவர்கள் காலங்காலமாக நாடோடி வாழ்வைக் கொண்டிருந்ததால் அவர்களின் வாழ்க்கை முறை பதியப்படவேண்டும் என்னும் நோக்கில் இத்தொகுப்பில் சேர்க்கப் பட்டுள்ளது.

ஜோகி, குளுவர் இருவரும் ஒத்த தன்மையையுடையவர்களாகக் காணப்படுகின்றனர். இருப்பினும் வட்டார வேறுபாடுகளையும் அச்சமூகங்களின் தோற்றத் தொன்மம், சமூக உட்பிரிவுகள், செய்யும் தொழிலில் காணப்படும் சிறிய வேறுபாடுகள் ஆகியவற்றைக் கணக்கில் கொண்டு இத்தொகுப்பில் தனித்தனி கட்டுரைகளாகச் சேர்க்கப்பட்டுள்ளன. இருகட்டுரைகளும் அடுத்தடுத்து வைக்கப் பட்டிருப்பதால் ஒற்றுமை வேற்றுமைகளை ஒப்பீட்டு அளவில் அறிய இயலும்.

தமிழகத்தில் சில சமூகங்கள் நாடோடித் தன்மையைப் புதிதாக ஏற்று வருகின்றன. தமிழகத்தில் பழங்குடியினராக அங்கீகரிக்கப் பட்டுள்ள காட்டுநாயக்கர்கள், குறிப்பாக, திருவண்ணாமலை, விழுப்புரம், வேலூர் மாவட்டங்களில் பல குடும்பத்தார், அலுமினியச் சாமான்கள், வளையல்கள் விற்கும் பொருட்டு குடும்பத்துடன் வெளியூர்களில் சுற்றுகின்றனர். அவ்வப்போது சொந்த கிராமங்களுக்கு வந்து திரும்புகின்றனர். இந்நிலையில் இவர்களின் வாழ்வு நாடோடியத்தை நோக்கிச் சென்று கொண்டிருக் கிறது. இவர்களையும் நாடோடிகளாக இனங் காண்பதில் தவறில்லை.

***

நினைவலைகள்

மானிடவியலைத் தமிழில் எழுதுவதற்கு ஊக்கப்படுத்தியவர் தஞ்சைத் தமிழ்ப் பல்கலைக்கழகத்தின் முதல் துணைவேந்தர் முதுமுனைவர் வ.அய். சுப்பிரமணியம் அவர்கள். வாழ்வியற் களஞ்சியத்தில் என்னைப் பணியிலமர்த்தி முதல் சீர்தூக்கும் கூட்டத்தின் போது தமிழில் மானிடவியலை எழுதுமாறு வலியுறுத்தினார். அவரது அறிவுரை பசுமரத்து ஆணிபோல் என் மனதில் நின்றது. இந்நூல் வெளியாகும் சூழலில் அவரது வழிகாட்டுதலை எண்ணி மகிழ்கிறேன்.

ஆய்வுத்துறையில் கட்டுப்பாட்டுடனும் அர்ப்பணிப்புடனும் அயராமலும் தானே ஒரு முன்மாதிரியாகப் பணியாற்றி நிறுவனத்தை முன்னெடுத்துச் சென்ற எமது நிறுவனத்தின் முன்னாள் இயக்குநர் முனைவர் இரா. கோதண்டராமன் அவர்களுக்கு நன்றி கூறுவது என் கடமை.

இத்தொகுப்பு 2003இல் உருவானது. அப்போது பாளையங் கோட்டை தூய சவேரியார் கல்லூரி நாட்டார் வழக்காற்றியல் துறைத் தலைவர் முனைவர் ஆ. தனஞ்செயன் அவர்கள் என்னை ஊக்கப்படுத்தினார். மற்ற கட்டுரையாளர்களும் என்னை ஊக்கப் படுத்தினர். தமிழ்ப் பல்கலைக்கழக நாட்டுப்புறவியல் பேராசிரியர் ஆ. இராமநாதன் அவர்கள் பக்கீர் கட்டுரையைத் தம் ஆய்வாளர் வழி எழுதச் செய்து அதனைப் படித்துப் பரிந்துரை செய்தார். அவ்வாறே, மதுரை காமராசர் பல்கலைக்கழக நாட்டுப்புறவியல் துறைப் பேராசிரியர் இ. முத்தையா அவர்கள் மிகுந்த பணிபளுவுக் கிடையில் என் வேண்டுகோளை ஏற்று கட்டுரை எழுதியதுடன், தன் ஆய்வாளரையும் கட்டுரை எழுதக் கேட்டுக் கொண்டார். இவர்கள் அனைவருக்கும் இத்தருணத்தில் நன்றிகூறி மகிழ்கிறேன். காந்தி கிராம கிராமியப் பல்கலைக்கழகத் தமிழியல் பேராசிரியர் ஒ. முத்தையா அவர்கள் ஜங்கம பண்டாரம் கட்டுரை கிடைக்க உதவினார். அவருக்கு மனமார்ந்த நன்றியைத் தெரிவித்துக் கொள்கிறேன்.

இந்தத் தொகுப்புப் பணியை 2003இல் தொடங்கியவுடன் இதனைச் சிறப்புடன் வெளியிட விருப்பம் தெரிவித்தவர் ‘வல்லினம்’ சிறப்பாசிரியர் மகரந்தன். அவருக்கு என் மனமார்ந்த நன்றியை உரித்தாக்குகிறேன்.

இந்நூலுக்குத் தேவைப்பட்ட சில படங்களைக் கொடுத்துதவியவர் தண்டரையில் இயங்கி வரும் இருளர் பழங்குடிப் பெண்கள் நல அமைப்பின் (ITWWS) திட்ட இயக்குநர் கே. கிருஷ்ணன் அவர்கள். இந்நூலுக்குத் தேவைப்பட்ட ஒளிப்படங்கள் பலவற்றை எடுத்து உதவியவர் கடலூர் தூயவளனார் கல்லூரி விலங்கியல்துறைப் பேராசிரியர் முனைவர் இரா.கண்ணன் அவர்கள். தன் சொந்த வண்டியிலேயே களப்பணிக்கு வந்து படங்கள் எடுத்துதவினார்.

இத்தொகுப்புத் திட்டத்திற்குப் பலர் கட்டுரைகள் எழுதியிருந் தாலும் பெரும்பாலான சமூகங்களைப் பற்றிய இனவரைவியல் பரிச்சயம் ஏற்படுத்திக்கொள்ள தொடர்ச்சியான களப்பணியை மேற்கொண்டேன். இப்பணியிலும் நூலாக்கப் பணியிலும் எனக்கு வலதுகரமாக இருந்து பல வகையிலும் உதவியவர் ச. விஷ்ணுதாசன் அவர்கள்.

ராஜஸ்தான் குயவர்களிடம் (கும்பார்) களப்பணி மேற்கொள்ள உதவியர் சலீமா இப்ராஹீம். எம் ஃபில் ஆய்வாளரான இவர் கும்பார்களிடம் இந்தியில் உரையாடி, எங்களுக்குத் தமிழில் மொழி பெயர்த்து உதவினார். மேலும், களப்பணியில் எண்ணற்ற தகவலாளிகள் தன்னலம் பாராது எங்களுக்கு உதவினர். இவர்கள் அனைவருக்கும் இத்தருணத்தில் உளமார்ந்த நன்றியைத் தெரிவித்துக்கொள்கிறேன். இந்நூலுக்கான படங்களை ஒழுங்கு படுத்தும் பணியை எமது நிறுவனத்தின் கணினிப் பொறியாளர் சௌ. சதீஷ்பாபு ஏற்றுக்கொண்டார். அவருக்கு நன்றிகள்.

இந்நூலைச் செம்மையாக வெளியிட உதவியவர்கள் அடையாளம் பதிப்புக் குழுவினர். அவர்களுக்கு நன்றி பாராட்டுகிறேன். என் பணிகளைத் தொய்வின்றி செய்வதற்கு எல்லா வகையிலும் துணை நிற்கும் என் துணைவியாருக்கும் மகள் ப. வைஷ்ணவிக்கும் நன்றி சொல்வது மரபு கருதியன்று; உளமார்ந்த நிலையில்.

பக்தவத்சலபாரதி

தமிழகத்தில் நாடோடிகள்
சங்ககாலம் முதல் சமகாலம் வரை

1

நாடோடிகள்-நாடோடியம்

பக்தவத்சல பாரதி

தமிழ்ச் சமூகம், பண்பாடு பற்றிய புரிதலில் நாடோடிகள் – நாடோடியம் குறித்த கருத்தாடல் மிகுந்த கவனத்திற்குரியது. உயர்கல்விக்கான பாடத்திட்டத்தில் இடம்பெறச் செய்து கற்பிக்கும் நிலையிலும் சரி, ஆய்வுக் களமாகத் தேர்வு செய்து ஆராயும் நிலையிலும் சரி இரண்டிலுமே இதுவரை மிகுந்த கவனம் செலுத்தாத நிலையே இருந்துவருகிறது. இந்நிலையில் முதற்கட்டமாகச் செய்யவேண்டிய தொகுப்புப் பணியையும் அதனையடுத்துப் புலமை நெறிப்பட்ட அணுகுமுறைகளையும் ஆய்வுகளையும் வளர்த்தெடுக்க வேண்டியுள்ளன.

சங்ககாலம் தொட்டே தமிழ்ச் சமூகத்தின் சமூகப் பண்பாட்டு உருவாக்கத்தில் நாடோடியினர் ஒருங்கிணைவு பெற்று வந்துள்ளனர். சங்க இலக்கியப் பனுவல்கள் இதனை நுட்பமாகவே பதிவு செய்துள்ளன. சங்க காலத்திற்குப் பின்னரும் தமிழ்ச் சமூக அசைவியக்கத்தில் இவர்கள் ஒரு பகுதியினராக இயங்கிவந்து உள்ளனர். சங்கம் மருவிய, இடைக்கால இலக்கியங்களில்கூட இவர்களைப் பற்றிய பதிவுகள் தொடர்ந்துள்ளன. கடந்த ஒரு நூற்றாண்டு இலக்கியங்களில் இவர்களைப் பற்றிய பதிவுகள் குறிப்பிடும்படியாக இல்லை. நவீன இலக்கியப் பாடுபொருள் களிலும் இந்நிலையே தொடர்கிறது. எனினும், தமிழகத்தின் சமூகப் பண்பாட்டு அசைவியக்கத்தில் சங்ககாலம்தொட்டு இன்றுவரை நாடோடியம் ஒரு பகுதியாகத் தொடர்ந்து இருந்துவருகிறது. இவ்வியலில் சமகாலத் தமிழகத்தின் நாடோடிகள், நாடோடியம் குறித்த சில அடிப்படையான முன்வரைவுகளும், அணுகுமுறை களும், ஆய்வுகளுக்கான களங்களும் விவாதிக்கப் பெறுகின்றன.

நாடோடியம்

இன்று மானுடச் சமூகத்தில் பல்வேறுபட்ட 'சமூக அமைப்புகள்' உள்ளன. இவையாவும் வேட்டையாடி உணவு சேகரிக்கும் ஆதிநிலையிலிருந்து படிமலர்ச்சி பெற்றவை. ஒவ்வொரு படிமலர்ச்சிக் கட்டத்திலும் உருவாக்கம் பெற்ற தொழில்நுட்பத் தகவமைப்பு மாற்றத்தால் மனித சமூகம் இன்று உலகின் எல்லாச் சூழ்நிலைகளிலும் வாழும் நிலையை ஏற்படுத்திக்கொண்டுள்ளது. ஒவ்வொரு வாழிடச் சூழலுக்கேற்ற நிலையில் வெவ்வேறு சமூக அமைப்புகள் உருவாக்கம் பெற்றுள்ளன. இவற்றில் நாடோடிச் சமூக முறையும் ஒன்றாகும்.

அடிப்படையில் நாடோடி வாழ்வானது தொழிற் சமூக முறைக்கு முந்தைய (pre-industrial) ஒன்றாகும். புதிய கற்காலத்திலேயே அது தோன்றிவிட்டது. எனினும், தொழிற்புரட்சிக்குப் பிறகு தொழிற் பெருக்கமும் தொழிற் சமூகங்களும் ஏற்பட்டதால் நகரமயமாக்கம், தொழில்மயமாக்கம், மேற்கத்தியமயமாக்கம், நவீனமயமாக்கம் ஆகியவற்றின் அசைவியக்கம் உலகந்தழுவி விரைந்து செயல்படுகிறது.இன்றைய நிலையில் நவீனத்துவத்தை நோக்கி எண்ணற்ற சமூகங்கள் விரைந்து நகர்ந்து கொண்டிருக்கின்றன. இந்நிலையிலும் உலக அளவில் எண்ணற்ற நாடோடிச் சமூகத்தினர் இன்றும் தொடர்ந்து காணப்படுகின்றனர். யுரேசிய ஸ்டெப்பிப் பகுதிகள், காக்கசஸ் பகுதிகள், ஆப்பிரிக்க நாடுகள், அரபு நாடுகள், ஐரோப்பா, இந்தியத் துணைக்கண்டம், இலங்கை, தென்கிழக்காசியா போன்ற பகுதிகளில் மிகப்பரவலாகக் காணப்படுகின்றனர்.

மானுடப் பண்பாட்டுப் படிமலர்ச்சியில் நாடோடியமானது புதிய கற்கால கட்டத்திலேயே (கி.மு. 9000-6000) தோன்றிவிட்டது என அறிந்தோம். ஆனால் அது ஆயர் நாடோடியமாகும். அதனால் தான் பலகாலம் வரை, ஏன் இன்றுங்கூட நாடோடியம் என்றாலே அது ஆயர் வாழ்வு என்றே கருதப்படுகிறது. இவ்வாறான பொதுக் கருத்து இருப்பினும், நாடோடியமானது 'ஆயர் நாடோடியம்' என ஒரு வகையாகவும் 'ஆயர்வாழ்வு சாரா நாடோடியம்' என மறுவகையாகவும் இருநிலையில் வகைப்படுத்த வேண்டியுள்ளது.

தமிழகத்தில் சங்க காலத்திலேயே (கி.மு-3 முதல் கி.பி-1 வரை) பாணர், பாடினி, கூத்தர், பொருநர், விறலியர், துடியர், கோடியர், கண்ணுளர், சென்னியர், கிணைவர், குறுங்கூளியர், நகைவர்,

அகவலன், இயவர், வயிரியர், அகவுநர், கட்டுவிச்சியர் போன்ற பல ஆயர்வாழ்வு சாரா நாடோடிகள் இருந்துள்ளனர். இவர்களுக்கு மாறாக ஆயர், கோவலர், இடையர், அண்டர், குடவர், பூழியர் போன்ற ஆயர் நாடோடிகளும் நிலைபேறு கொண்டிருந்தனர்.

சங்க இலக்கியச் சான்றுகள் இவ்வாறிருக்க வேதகாலத்தின் பிந்தைய கட்டத்தில் (கி. மு. 1000-700) நாடோடி வணிகர்கள், கைவினைஞர்கள், கலைஞர்கள், நிகழ்த்துநர்கள், வருவதுரைப் போர், நடனக்காரர்கள், பாம்பாட்டிகள் போன்றோர் இருந்ததை ரிக் வேதம் குறிப்பிடுகிறது (மிஸ்ரா 1992: 233). இத்தரவுகள்வழி நாடோடிகளின் தோற்றமும் வரலாறும் மிகவும் தொன்மை யானவை என்பதை அறிய முடிகிறது.

மிகவும் தொன்மையான நாடோடிகளில் ஆயர்கள் முதன்மை யான இடத்தைப் பெற்றிருந்தனர். அதனாலேயே இன்று உலகப் பெருஞ் சமயங்களிலும்கூட அதன் தாக்கம் வெகுவாக வேரூன்றி விட்டது. ஏசுநாதர் தம்மை ஒரு நல்ல 'ஆயன்' என்று சொல்லிக் கொண்டார். கிருஷ்ண பகவானும் ஆயர்களில் தலைசிறந்தவர். சிறுவயதிலேயே கால்நடைகளை மேய்த்தவர் முகமது நபியும் ஆடுகளை நேசித்தவர்தான். சோதிடத்தில் மேஷத்திற்கு (ஆடு) மிக முக்கிய இடம் அளிக்கப்படுகிறது. 12 ராசிகளில் அதுவே முதலில் வருகிறது. ரிக் வேத காலத்தில் ஆசிரமங்களில் வெள்ளாடு களும் செம்மறியாடுகளும் இருந்தன.

சங்க காலத்தில் வாழ்ந்த 'இடையன்' என்னும் ஆயர் குழுவினரின் பெயர்ச்சொல் அக்காலத்தியச் சூழலை மீட்டுருவாக்கம் செய்ய இடமளிக்கிறது. தொடக்கத்தில் குறிஞ்சிக்கும் முல்லைக்கும் இடையில், பின்னர் மற்ற திணைகளுக்கு இடைப்பட்ட நிலத்தில் ஆயர் வாழ்வு மேற்கொண்டதால் இடையன் எனப்பட்டனர் என ஊகிக்க இடமுண்டு என்பார் தர்ஸ்டன் (1909, தொகுதி 2). ஆனால் இடையன் என்னும் சொல் யாடு-ஆடு என்னும் மீட்டுருவாக்கத்தைச் சார்ந்தது என்பதால் சங்ககால இடையர்கள் ஆட்டினத்தை வளர்த்து வாழ்ந்தவர்கள் என்பதாகப் பொருள்கொள்ளலாம். திராவிடப் பகுதிக்குரிய கர்நாடகப் பகுதியில் 'குரி' என்றால் ஆடு, அறிவு என்ற இருபொருள்கள் உண்டு. இங்கு அறிவைப் பரப்புபவரும் ஆடு மேய்ப்பவரும் 'குருபா' என்று வழங்கப்படுகின்றனர். அறிவின் உருவகமாகவும், புதிய தத்துவத்தின் மூலமாகவும் ஆடு கருதப் படுகிறது (சஷி 1990:16). இதன்வழி சங்ககாலத்தில் ஆட்டினத்தை

வளர்த்ததால் ஆயர் நாடோடியம் செழிப்புற்றிருந்தது எனக்கொள்ள இடமிருக்கிறது.

விவசாயிகள், வணிகர்கள் ஆகிய இரு பிரிவினருக்கும் இடையே ஒரு தொடர்க் கண்ணியாக இடையர்கள் இருந்ததால் இவர்களுக்கு இடையர் என்ற பெயர் ஏற்பட்டது என்று பூஜ்யர் போப் தஞ்சாவூர் பற்றிய தகவல் கையேட்டில் குறிப்பிட்டிருக்கிறார் (மேலது:36). இவர்கள் கோனார் அல்லது கோன் (அரசன்) என்ற பட்டப் பெயரைச் சேர்த்துக்கொள்வதும் சிலர் பிள்ளை, கரையாளர் போன்ற பட்டங்களைக் கொண்டிருந்ததையும் 1891ஆம் ஆண்டு குடித்தொகை மதிப்பீட்டில் (census) ஸ்டுவர்ட் குறிப்பிடுகிறார் (1891: 289).

இந்தியப் பகுதியில் பன்னெடுங்காலமாகவே ஒரு தொலைதூர நாடோடிய முறை இருந்துவந்துள்ளது. நடு ஆசியப் பகுதியின் மேற்புலப் பனிப் பகுதிகளிலிருந்து பொவிண்டா (Powindah) என்று அழைக்கப்படும் பதான் பழங்குடியினர் ஆப்கானிஸ்தானம் வழியாகப் பஞ்சாப் உள்ளிட்ட வடபுலத்திற்கு ஆண்டு தோறும் வந்து தங்கி வணிகம், மேய்ச்சல் போன்ற தொழில்களில் ஈடுபட்டு மீண்டும் திரும்புவது வழக்கமாயிருந்தது (பட்டாச்சார்யா 1998: 49). இவர்கள் இந்தியாவிற்குள் வரும்போது கால்நடைகள், படைக் கலன்கள் வணிகப் பொருள்கள் போன்றவற்றைக் கொண்டு வந்த துடன் தங்கள் குடும்பத்தார் (ஆண், பெண் குழந்தைகள் உட்பட) அனைவருடனும் வந்து தங்கினர். 1877-78 ஆண்டுகளில் 78,000 பொவிண்டாக்கள் ஆப்கன் கணவாய் வழியாக இந்தியாவிற்குள் வந்துள்ளனர் (மேலது: 51). இவ்வாறாகப் பெரும் எண்ணிக்கையில் தொலை தூரப் பயணம் செய்து இந்தியாவின் பல பகுதிகளிலும் பரவி இவர்கள் நாடோடி வாழ்க்கையை மேற்கொண்டனர்.

இவர்கள் ஒரு வழியிலேயே தங்கள் புலப்பெயர்வினையும் நகர்வு முறைகளையும் கொண்டிருந்தனர். பலுச்சிஸ்தான் ஆயர் களான பலுசிகள் (பிராகூய் மொழியில் 'பலுசி' என்றால் 'நாடோடி' என்று பொருள்) கால்நடை மேய்ப்பதற்குப் பருவகாலத்திற்கேற்ப இடம்விட்டு இடம் மாறிக்கொண்டே இருப்பர். இவர்கள் இடம் பெயர்ந்து சென்ற வழிகள்தாம் பின்னாளில் வணிகப் பெருவழி களாக உருவாயின.

தென்னிந்தியாவில் புதிய கற்கால மக்கள், குறிப்பாக, தக்காணத்து ஆயர்கள் கி.மு. 4000 ஆண்டில் கால்நடை மேய்ச்சலுக்காகச் சென்ற வழிகள் பின்னாளில் பெருவழிகளாக உருவாயின. தமிழகத்தின் ஆயர்

குடிகளிடமும்கூட பெருவழி பற்றிய செய்திகள் உள்ளன. அகநானூறு பாடல்கள் (14, 64, 74) கால்நடை மேய்த்தவர்களின் புலப்பெயர்வுகள் பின்னாளில் பெருவழிகளாக மாறின என்பதை உறுதி செய்கின்றன.

சங்க காலத்திற்குப் பிந்தைய தமிழ்ச்சூழலில் நிலைபேறு கொண்டுவந்துள்ள ஆயர் நாடோடியத்தைப் பார்க்கும் போது இது உபரியை மையமிடாத, பிழைப்பதற்கு மட்டும் ஆதாரத்தை ஈட்டுகின்ற (subsistence) வாழ்க்கை முறையாக ஒரு நிலையிலும், கலப்புப் பொருளாதார - உற்பத்திப் பொருளாதார முறையாக மறுநிலையிலும் பரிணமித்து வந்திருக்கிறது. பல நூற்றாண்டுகளாக ஆயர் வாழ்வை மேற்கொண்டு வரும் நீலகிரித் தொதுவர்களின் வாழ்க்கை, முழுக்க முழுக்கக் கால்நடைகளைச் சார்ந்தது. இவர்கள் பிழைப்பாதாரத்திற்கு மட்டுமான ஆயர் வாழ்க்கையை மேற்கொண்டுவந்துள்ளனர். எனினும், இவர்கள் எந்தக் கட்டத்திலும் நாடோடியினராகப் பரிணமிக்கவில்லை. ஓரிடத்தில் வாழும் ஆயர் குடிகளாகவே வாழ்கின்றனர். மேலும் இவர்கள் மிகச் சிறிய சமூகமாகவும், பழங்குடிச் சமூகமாகவும் இருந்துவருதால் இவர்கள் சமகால மைய நீரோட்டத் தமிழ்ச் சமூகத்தின் அசைவியக்கத்திற்குள் பெரிதும் இடம் பெறாதவர்களாகவே உள்ளனர். சாதியச்சமூகத்தோடு இயைபு பெறாதவர்களாகவும் உள்ளனர்.

இடையர்கள் மட்டுமே தமிழ்ச் சமூகத்தின் ஆயர் வாழ்வுக்குரியவர்களாக உள்ளனர். இவர்களின் ஆயர் வாழ்வு முழுக்க முழுக்கப் பிழைப்பாதாரத்தைச் சார்ந்தது (subsistence) என்று கூறிவிட இயலாது. முதன்மைத் தொழில், துணைத் தொழில் இவற்றோடு ஒன்றுக்கும் மேற்பட்ட பிற தொழில்களில் ஈடுபடும் கலப்புப் பொருளாதாரத்தைக் கொண்டவர்கள் இவர்கள். அது போலவே இவர்களின் வாழ்க்கைமுறை அரை நாடோடியம் அல்லது அதற்கும் கீழாகக் கால் நாடோடியம் என்று கூறுமளவிற்கு அதன் தன்மையைக் குறைத்துக்கொண்ட நிலையிலேயே உள்ளது. ஓரிடம் தங்கி வேளாண்மையில் ஈடுபடுவதே இதற்குக் காரணமாகும். எனினும் இடையர்களில் சில பிரிவினர்கள் இன்றும் ஆடுகளை மேய்த்து வாழும் அரை நாடோடி வாழ்க்கை முறையைக் கொண்டுள்ளனர் (காண்க: இடையர் கட்டுரை).

வட இந்தியாவில் ஆயர் குடிகள் வெவ்வேறு வட்டாரங்களில் வெவ்வேறு பெயர்களுடன் காணப்படுகின்றனர். இமாசலப் பிரதேசத்தில் கதி, மலுண்டிகள் பெருமளவில் உள்ளனர். சம்பா,

காங்க்ரா மாவட்டங்களில் இவர்கள் அரைகுறை நாடோடிகள். சோட்டா நாக்பூர், மேற்கு வங்கம், பீகார், அசாம் பகுதிகளில், தங்கர், ஓரௌன் தங்கர் பரவிக் காணப்படுகின்றனர். வட இந்தியாவின் பிற பகுதிகளில் கதி, பால், தங்கர், பகேல், கதரியா (கரேரி), குவாலா அஹீர், பாலி, போஹோல், ரபாரி பாரவாட் தாக்கால், மேஷ்பாலக், குஜார், பஞ்ஜாரா போன்ற ஆயர் குடிகள் பரவலாகக் காணப்படுகின்றனர். இவர்கள் வெவ்வேறு சமூகத் தகுதிகளோடும் ஆசாரங்களோடும் வாழ்கின்றனர். இமாசலப் பிரதேச மலுண்டிகள் பல நாள்கள் குளிப்பதில்லை. ஆனால் தென்னிந்திய ஆயர் குடியான குருபர்கள் பூசாரிகளாக இருப்பது மட்டுமன்றி குளிக்காமல் தண்ணீர்கூட குடிப்பதில்லை. மேலும் வட இந்திய பகேல் எனப்படும் சோளங்கி குடியினர் அரச வம்சத்தின் ஒரு கிளையாவர். தென்னிந்திய ஆயர் குடிகளிடம் கோன் எனக்கூடிய கோனார் பட்டம் குறுநில ஆட்சிக்குத் தலைமையேற்ற பட்டமாக வழங்கப்பட்டுள்ளது. ஆனால் பல ஆயர்குடியினர் தாழ்ந்த சமூக நிலையிலேயே காணப்பட்டனர்.

உலக அளவில் பார்க்கும் போது உண்மையில் ஆயர் நாடோடிய மானது ஒன்றும் விளையாத, வறண்ட நிலப் பகுதிகளிலும் ஓரளவு வறண்ட நிலப்பகுதிகளிலும் தோன்றி வளர்ந்து நிலைபெற்று வந்திருக்கிறது. இதுவே ஆயர் வாழ்வுக்கான தனித்த, மிகவும் பொருத்தமான தகவமைப்புச் சூழலாக உள்ளது. வறண்ட நிலங் களில் கால்நடைகளின் அடர்த்தி குறைவாக இருக்கும் சூழல் கிடைக்கிறது. வறண்ட நிலங்கள் பொதுவாகப் பல ஆயிரம் ஏக்கர்கள் விரிந்த பெரும்பரப்பாக இருக்கும். இப்பெரும்பரப்பில் கால்நடைகள் அடர்த்தி குறைந்து காணப்படும். இதனால் கால்நடை களுக்கான வாழ்வாதாரம் அதிகபட்ச அளவினைக் கொண்டிருக்கும். விளையாத, வறண்ட நிலப்பகுதிகளுக்கு மாறாக, ஈரநிலப் பகுதிகளில் வேளாண்மையுடன் துணைத் தொழிலாகக் கால்நடை களை ஓரிடத்தில் வளர்க்கும் முறையில் கால்நடைகளின் அடர்த்தி அதிக மாக இருக்கும். இத்தகு முறையில் மேய்ச்சலுடன் ஓரிடத்தில் தீனி கிடைப்பதால் கால்நடைகள் அதிக அளவு வாழ்வாதாரத்தைப் பெறுகின்றன.

ஆதலின் ஆயர் நாடோடியம் என்பது உலகளவில் வறண்ட நிலப்பகுதிகளுக்குரியதாகவே காணப்படுகிறது. வட ஆப்பிரிக்கா முதல் நடு ஆசியா முழுவதும் ஆயர்வாழ்வு பரவியுள்ளது.

கலைமான்களை வளர்க்கும் ஆயர்வாழ்வு (reinder pastoralism) நார்வே முதல் சைபீரியா வரையுள்ள ஆர்க்டிக் பகுதிக்குரியதாக உள்ளது. தென்கிழக்கு ஐரோப்பாவில் ஆட்டினங்களை வளர்க்கும் ஆயர்வாழ்வு வளர்ந்தோங்கியிருக்கிறது. பிற ஐரோப்பியப் பகுதிகளில் வேளாண்குடியினர் மாட்டினங்களை வளர்க்கும் முறையிலான வாழ்வைக் கொண்டுள்ளனர்.

இந்நிலைகளோடு பொருத்திப் பார்க்கும்போது தமிழ்ச் சூழலில் நாடோடியம் என்பது ஆயர் வாழ்வைக் காட்டிலும் ஆயர்வாழ்வு சாராததாகவே பெரிதும் பரிணமித்துள்ளது. ஆயர் நாடோடிகள் இங்கு மிகக் குறைவு என்றே கூறவேண்டும். நீலகிரி மலைத் தொடரில் வாழும் தொதுவர்கள் நாடோடியினர் இல்லை என்பதும், தமிழகத்தில் இடையர், யாதவர் எனக்கூடிய சமூகத்தார் விவசாயத் துடன் கூடிய கால்நடை வளர்த்தலையே கொண்டுள்ளனர் என்பதும் இடையர்களில் சில பிரிவினர் (வறண்ட பகுதியில் வாழ்வோர்) மட்டும் நாடோடியத்தைக்கொண்டுள்ளனர் என்பதும் கவனத்தில் கொள்ள வேண்டியவையாகும்.

நாடோடியம் என்றாலே ஆயர் வாழ்க்கை முறைதான் என்ற ஒரு கருத்து மிகத் தொடக்கத்தில் நிலவியது. இக்கருத்தானது பல பண்பாடுகளைப் பற்றிய இனவரைவியல் விவரங்கள் கிடைத்த பின்பு மாறியது. இவ்வகை விவரங்கள் மூலம் நாடோடியம் என்பது ஆயர் வாழ்வு சார்ந்த நாடோடியமாகவும் (pastoral nomadism) வேட்டையாடுதலும் உணவு சேகரித்தலும் சார்ந்த நாடோடிய மாகவும் இரண்டு நிலைகளில் காணப்பட்டதை அறிய முடிந்தது. நாடோடிய வாழ்க்கைமுறையில் இவ்விரண்டு வகைகளே முதன்மை யானவை என்றும், மற்றவை உதிரி வகைகளாகவே கருத இயலும் என்கிற ஒரு கருத்தும் உள்ளது. எனினும் நாடோடி வேளாண்மை ஒரு முக்கிய வகையாகவே கருத வேண்டுமென் கிறார் கிரேடர் (1959: 499).

கிரேடரின் கருத்துக்கு வலு சேர்க்கும் தரவுகள் உள்ளன. தென்மேற்கு ஆசியாவிலும் வட ஆப்பிரிக்காவிலும் சில அரை நாடோடிகள் சுற்றித் திரியும் காலங்களுக்கு இடைப்பட்ட நேரத்தில் குறுகிய காலப் பயிர்களை விளைவிக்கின்றனர். இதனையே நாடோடி வேளாண்மை என்கின்றார் கிரேடர். எனினும் நாடோ டியத்தில் இது ஒரு முக்கியமான வகையாகப் பின்னாளில் பரிணமிக்கவில்லை என்றே கூறவேண்டும்.

தெற்காசியாவில் குறிப்பாக இந்தியாவில் ஆயர் வாழ்வு சாரா நாடோடியம் பின்னாளில் தோற்றம் பெற்றது. தெற்காசியச் சூழலைக் கருத்தில்கொண்ட ஹெய்டன் போன்ற அறிஞர்கள் ஆயர் வாழ்வு சாராத, வேட்டையாடி உணவு சேகரித்தல் சாராத நாடோடிய வகையொன்று இச்சூழலில் தோற்றம் பெற்று வளர்ச்சி யடைந்ததைக் காட்டுகிறார் (ஹெய்டன் 1979: 297). இவ்வகை நாடோடிகள் கிராமம், நகரம் ஆகிய இடங்களில் வாழக்கூடிய மக்களின் சமூக, பொருளாதார, கலை சார்ந்த தேவைகளை நிறைவு செய்கின்றனர். இதனால் இவர்களைச் 'சேவை நாடோடிகள்' (service nomads) என்பார் ஹெய்டன் (மேலது: 297).

இந்தியத் துணைக் கண்டத்தில் வேட்டை நாடோடியம் முதலிலும், ஆயர் நாடோடியம் அதன் பின்னரும், பிற ஆயர் வாழ்வுசாரா நாடோடியம் அதற்குப் பின்னரும் தோன்றியது. தமிழகத்தில் ஆயர் நாடோடியம், ஆயர்வாழ்வு சாரா நாடோடியம் இரண்டுமே சங்க இலக்கியப் பதிவுகளிலிருந்து கிடைக்கின்றன. இந்தியத் துணைக் கண்டத்தைப் பொறுத்தவரை இமயமலை, அதன் தாழ்நிலப் பகுதிகளில் ஆயர் நாடோடிகளும் (pastoral nomads) போட்டியா போன்ற சரக்கு ஏற்றிச் செல்லும் வணிக நாடோடிகளும் உள்ளனர். இந்தியாவின் மற்ற பகுதிகளில் ஆயர் வாழ்வு சாராத நாடோடிகள் (non-pastoral nomads or peripatetics) அதிகம் உள்ளனர். ஆயர் நாடோடிகளுக்குக் கால்நடைகளும் மேய்ச்சல் நிலமும் வாழ்வாதாரம் என்றால், ஆயர் வாழ்வு சாராத நாடோடிகளுக்கு அவரவர் ஏற்றுக்கொண்டுள்ள தொழிலுக்கு ஆதரவு தரக்கூடிய கிராம, நகர மக்கள் அடங்கிய ஆதரவுச் சமூகம் (symbiotic community) ஆதாரமாகும். இந்தியச் சூழலில் நாடோடிகளின் இருப்பையும் பரப்பையும் நோக்கும்போது ஆயர்வாழ்வு சார்ந்த நாடோடியம் மிகக் குறைந்த சமூகங்களில் காணப்படுகிறது. ஆயர்வாழ்வு சாராத நாடோடியமே பரந்துவிரிந்து காணப்படுகிறது. இவ்வகைச் சமூகங்களே எண்ணிக்கையில் மிகுதியாக உள்ளன. ஏறக்குறைய ஒவ்வொரு சிறிய வட்டாரத்திலும் 30-40 சமூகங்கள் காணப் படுகின்றன.

தமிழகத்தில் சங்ககாலத்தில் ஆயர், ஆயர் வாழ்வுசாரா நாடோடிகள் குறிப்பிட்ட எண்ணிக்கையில் மட்டுமே காணப் பட்டனர். இவர்கள் அனைவரும் தமிழ்ச் சமூகத்தவராகக் காணப் பட்டனர். இன்று சமகாலத் தமிழகத்தில் புலம்பெயர்ந்து வந்துள்ள

ஆயர் வாழ்வுசாரா நாடோடிகளே அதிக எண்ணிக்கையில் உள்ளனர். இவர்களனைவரும் தமிழகத்திற்கு வந்து சேர்ந்தமைக் கான காரணம் தென்னிந்திய அரசுகளின் வீழ்ச்சிகளும் வடஇந்தியா தொடங்கி தென்னிந்தியா வரையிலான இஸ்லாமியப் படை யெடுப்புகளுமே முதன்மையானதாகும். மேலும் தமிழகத்தைப் பொறுத்தவரை விஜயநகர முகமதிய, மராட்டிய, ஆங்கிலேய அரசுகளின் விரிவாக்கத்தினால் பல்வேறு பிரிவினர்கள் புலம் பெயர்ந்து தமிழகத்தில் குடியேறினார்கள். 13-15 ஆம் நூற்றாண்டுகள் தொடங்கி 18 ஆம் நூற்றாண்டு வரை இப்புலப் பெயர்வுகள் நடந்தன.

மேற்கூறிய வரலாற்று நிகழ்வுகளை நோக்கும்போது, ஆயர் நாடோடியத்தை வாழிடத்தின் சுற்றுச் சூழல் அறுதியிட, ஆயர் வாழ்வு சாரா நாடோடியத்தை வரலாற்றுச் சூழல்களே நிர்ண யித்துள்ளன என்பது புலனாகிறது. புலம்பெயர்ந்து வந்துள்ள பல நாடோடியினரின் இடப்பெயர்வுக் கதைகள் இதை உறுதிப் படுத்துகின்றன (பக்தவத்சல பாரதி 2003). இஸ்லாமிய மன்னர்களின் கொடுமை களிலிருந்து காத்துக்கொள்வதற்காக இரவோடு இரவாகத் தெற்கு நோக்கிப் புலம்பெயர்ந்து வந்த நாடோடிகள் தமிழகத்தில் தங்க முற்பட்டனர். இதனையடுத்துப் பெரும்பாலான நாடோடிகள் இங்குக்காலங்காலமாக இருந்து வரும் தமிழ்ச்சாதியச்சமூகத்தோடு தங்களை இயைபுபடுத்திக் கொண்டனர். பெரும்பாலான நாடோடிகள் தீண்டத்தகாத சாதிகளை ஆதரவுச் சமூகமாக ஏற்கவில்லை. அவர்களை ஆதரவுச் சமூகமாக எற்றுக் கொண்டால் தீண்டத்தக்க சாதிகள் தங்களைத் தூய்மையற்றவர்கள் என எண்ணி விடுவார்கள் என்று கருதினர். ஆதரவு தரும் வசதி வாய்ப்பு தீண்டத் தக்க சாதிகளிடம் மிகுதியாக இருந்ததால் அடித்தள மக்களை இவர்கள் அணுகியதில்லை. எனினும் தீண்டத்தகாதவர்களை ஆதரவுச் சமூகமாக சில குடிப்பிள்ளைகள் (மால மாஸ்தி, மாதிக மாஸ்தி, ஜங்கம், தாசரி போன்றவர்கள்) ஏற்றுக்கொண்டனர்.

இந்நிலையில் தமிழ்ச் சூழலில் ஆயர் வாழ்வுசாராத நாடோடிகள் பல்வேறு வகையில் வாழ்க்கை நடத்தத் தொடங்கினர். அவர்களின் முதன்மையான செயல்பாடுகளுக்கு ஏற்ப அவர்கள் பல வகைகளில் அடையாளப்படுத்தப்பட்டனர். இடம்விட்டு இடம் சென்று கொண்டிருப்போர் (peripatetics), ஆயர்வாழ்வுச ாரா நாடோடிகள் (non-pastoral nomads), தாங்கள் சுற்றும் பகுதிகளில் உள்ள ஆதரவுச்

சமூகத்தாரை அண்டி வாழும் நாடோடிகள் (symbiotic nomads), அலைந்து திரிபவர் (wanderers/itinerants), குறிப்பிட்ட பங்கு பணிகளைச்செய்யக்கூடிய சேவை நாடோடிகள், வணிக நாடோடிகள் (commercial nomads/trader nomads), உணவுப்பயிர் விளைவிக்காத நாடோடிகள் (non-food producing nomads) எனப் பல்வேறு வகைகளில் அடையாளப்படுத்தப்பட்டனர்.

இந்நிலையில் நாடோடிகளைப் பொதுநிலையில் பின்வரும் மூன்று வகையினங்களாகப் பாகுபடுத்தலாம்:

1. வேட்டையாடி உணவு சேகரிக்கும் நாடோடிகள்
2. ஆயர் நாடோடிகள்
3. ஆயர் வாழ்வுசாரா நாடோடிகள்

இந்தியாவில் மேற்கூறிய அடையாளங்களுடன் வாழக்கூடிய நாடோடிகளின் எண்ணிக்கை அதிகமாகும். 1967இல் மேற்கொள்ளப்பட்ட சிறிய அளவிலான மதிப்பாய்வு இந்தியாவில் ஒரு குறிப்பிட்ட இடத்தில் 88 நாடோடிச் சமூகத்தார் காணப்படுகின்றனர் எனவும், இதே அளவுள்ள இடத்தில் பாகிஸ்தானில் 14 குழுக்கள் உள்ளனர் என்றும் கூறுகிறது (மிஸ்ரா 1992). இன்னொரு மதிப்பாய்வானது வடகன்னடம் முழுவதும் 172 நாடோடிக் குழுக்கள் காணப்பட்டன என்றும், வட இந்தியக் கிராமம் ஒன்றில் 40 குழுக்கள் இருந்தன என்றும், அதே நேரத்தில் தென்னிந்தியக் கிராமம் ஒன்றில் 23 குழுக்களே சுற்றின என்றும் கூறுகிறது (மேலது: 234). இந்திய நாடோடிகள் சங்கம் (Nomadic Association of India) 1967இல் மேற்கொண்ட ஒரு உத்தேச கணக்கின்படி இந்தியாவில் 6 மில்லியன் நாடோடிகள் இருப்பதாக மதிப்பிட்டது. இந்தியாவில் நாடோடிகளின் எண்ணிக்கையை மிகச் சரியாக மதிப்பிடுவதற்கான முயற்சி இதுவரை மேற்கொள்ளப்படவில்லை (மேலது: 234).

எண்ணற்ற நாடோடிகள் அந்தந்த மொழிவாரி மாநிலப் பகுதிகளில் காணப்பட சில நாடோடிகள் பரந்த பகுதிகளில் வாழ்கின்றனர். இந்தியா முழுவதும் பல இடங்களிலும் சுற்றும் நாடோடிகளாக பைராகி, பாவாஜி, புடுபுடுக்க, சாதுக்கள் போன்றவர்கள் காணப்படுகின்றனர். இவர்கள் ஹிந்தி, மராட்டி உள்ளிட்ட பல வட இந்திய மொழிகளைத் தெரிந்துவைத்துள்ளதால் வடநாடு முழுவதும் சுற்றுவதுடன் கர்நாடகம், ஆந்திரம் வரையிலும் இவ்விரு மாநிலத்தின் தமிழக எல்லைகளிலும் சுற்றுகின்றனர்.

காலனிய ஆட்சிக் காலத்தில் நாடோடிகள் மிகச் சுதந்திரமாக அலைந்து திரியும் போக்கினை ஆட்சியாளர்கள் கட்டுப்படுத்தினர். 1871இல் இயற்றப்பட்ட குற்றவாளிப் பழங்குடிகள் சட்டமானது (The Criminal Tribes Act of 1871) அலைந்து திரியும் நாடோடியினரின் நடமாட்டத்தைக் கட்டுப்படுத்தும் அதிகாரத்தைக் கொடுத்தது. மேலும் இச்சட்டத்தின் வழி ஆங்கில நிர்வாகம் சுற்றித்திரியும் (wandering) முறையைக் குற்றம் என்றும், வழக்கமாக இடம்விட்டு இடம் செல்லுவோரை (habitual wanderers) ஓரிடத்தில் தங்குமாறும் இச்சட்டத்தின் வழி அறிவுறுத்தியது. குறிப்பிட்ட காரணகாரியத்திற் காகச் செல்ல விரும்பும் நாடோடிகள் நிர்வாகத்திடம் அனுமதி பெற்றுத் திரும்பவேண்டும் என்று அறிவுறுத்தியதுடன், இவ்வாறு செல்வோர் நேர்மையான முறையில் நடந்துகொள்கிறார்களா என்றும் கண்காணிக்கப்பட்டது.

1903ஆம் ஆண்டு பஞ்சாப் இராணுவப் போக்குவரத்துச்சட்டத்தின் படி (Punjab Transport Act, 1903) பொதிகளைச் சுமக்கும் கால்நடைகளின் நடமாட்டத்தைக் கட்டுப்படுத்திக் கண்காணிக்கும் நடவடிக்கையையும் காலனிய அரசு மேற்கொண்டது. இது நேரடி யாக நாடோடிகளின் வாழ்வைக் கட்டுப்படுத்துவதாக அமைந்தது. மேலும் குற்றவாளிப் பழங்குடிகள் சட்டம் (Criminal Tribes Acts, Act 3 of 1911 & Act 6 of 1924) நாடோடிகளின் வாழ்க்கை முறையையும் வெகுவாகக் கட்டுப்படுத்த இயற்றப்பட்டதாகும். சாதுக்கள் என்று இனங்காணப்பட்ட சன்னியாசிகளை இச்சட்டம் கட்டுப்படுத்தவில்லை.

இந்தியாவில் நாடோடியம்

இந்தியச் சமூகம், பண்பாடு இவற்றின் அமைப்பையும் அசை வியக்கத்தையும் ஆராய்ந்த மேலை ஆய்வாளர்கள் குறிப்பிட்ட சில கருத்தாக்கங்களின் ஊடாகவே தங்கள் விவாதங்களைப் பெரிதும் முன்னெடுத்துச் சென்றுள்ளனர். இக்கருத்தாக்கங்களில் பண்பாடு/ நாகரிகம், சம்ஸ்கிருதம்/சம்ஸ்கிருதமல்லாதது, ஆரியம்/திராவிடம், தனிமரபு/பொதுமரபு (சிறுமரபு/பெருமரபு), பழங்குடி/உழுகுடி, ஊரகம்/நகரம் போன்றவை முதன்மையானவை எனக் குறிப்பிடலாம்.

இந்தியாவின் அடிப்படையான சமூகப் பண்பாட்டு அசை வியக்கத்தைப் புரிந்துகொள்வதில் மானிடவியலர்கள் கிராமம்,

சாதி இவ்விரண்டின் புரிதலையே பெரிதும் மையப்படுத்தினர். இந்தியா கிராமங்களில் வாழ்கிறது என்ற பொதுக் கருத்தையே இவர்கள் தங்களுடைய புலமை நெறிக்கான அடித்தளமாகக் கொண்டனர். இதனடிப்படையில் இந்தியச் சமூகத்தை, இந்தியப் பண்பாட்டை சாதியச் சமூகமாகவும், சாதியப் பண்பாடாகவும் காணவேண்டும் என்பதை அடிப்படைக் கருத்துநிலையாக இவர்கள் முன்வைத்தனர்.

இன்று இந்தியத் துணைக் கண்டத்தின் வாழ்தளப் பரப்பில் ஏறக்குறைய நான்காயிரம் நகரங்களும் ஆறு லட்சம் கிராமங்களும் உள்ளன (சரஸ்வதி 2001:15). காலங்காலமாகவே இந்தியச் சமூகத்தின் சமூக வாழ்வு என்பது கிராம வாழ்வை மையமிடுவ தாகும். நகரிய வாழ்வுமுறையிலும் பெரும்பான்மையோர் தத்தம் கிராமப் பண்பாட்டைக் கைவிட முடியாதவராக இருப்பதால் நகரத்தில் கிராமத்தின் பண்புகள் ஊடுருவியதாகவே காணப் படுகின்றன. பல தலைமுறைகளாக மாநகரங்களில் வாழும் குறைந்த எண்ணிக்கையினர் மட்டுமே கிராமியச் சாயலைக் கொண்டிருப் பதில்லை. ஆதலின் இந்தியச் சமூகத்தைப் பற்றிய ஆய்வென்பதும் புரிதலென்பதும் கிராமிய வாழ்வைப் பற்றியதாகவே இந்நாள் வரை விரிந்து வந்திருக்கிறது என்பதை மானிடவியலர்கள் முதன்மையான முன்மொழிவாகக் கொண்டனர்.

இந்தியா கிராமங்களில் வாழ்கிறது என்பது போலவே இந்தியாவில் மக்களினத்தவர்கள் பன்னெடும் நூற்றாண்டுகள் சாதிகளாகவே நிலை பெற்று வந்திருப்பதால் இந்தியச் சமூகத்தைச் சாதியச் சமூகமாக அணுகவேண்டுமென்பது மற்றுமொரு அடிப் படையான முதன்மையான முன்மொழிவாகக்கொண்டனர். இதனாலேயே இந்தியப் பண்பாட்டை ஆராய முற்பட்ட தொடக்கக் கால மானிடவியலர்கள் இந்தியப் பண்பாட்டை கிராமியப் பண்பாடாக அணுக வேண்டியதாகவும் சாதியப் பண்பாடாகக் காண வேண்டியதாகவும் உள்ளன என உணர்ந்தனர். இவர்களின் இந்நிலைப்பாடு இந்தியத் துணைக்கண்டத்தில் கிராமியப் பரப்பும் சாதிய வாழ்வும் பரந்து, விரிந்து, ஆழப்பட்டது என்பதை முக்கியத் துவப்படுத்துகின்றது.

தமிழகக் கிராமங்களைப் பொறுத்தவரையில் பெரும்பாலான கிராமங்கள் 'பல சாதிக் கிராமங்கள்' ஆகும். மிகக்குறைவான கிராமங்கள் ஒரு சாதிக் கிராமங்களாக உள்ளன. முதல்வகைக்

கிராமங்கள் நெருக்கமான கிராமங்களாகவும் (nucleated villages), பிந்தைய வகையானது நெருக்கமற்ற (non-nucleated) கிராமங் களாகவும் உள்ளன. வீடுகள் விளைநிலங்களினூடே ஆங்காங்குச் சிதறலாகக் காணப்படும் நிலை நெருக்கமற்ற வகையில் அடங்கும். கேரளத்தில் பெருவாரியான முறையும் இதுவே.

தொடக்க காலம் முதலே (1779 களிலிருந்து) ஆங்கிலேய நிர்வாக அதிகாரிகள் எழுதிய இனவரைவியல் (ethnography) ஆவணங்கள் உள்ளிட்ட பல நிர்வாக ஆவணங்கள் அனைத்திலும் இந்தியக் கிராமங்கள் 'குட்டிக் குடியாட்சிகள்' (little republics) என்றே வர்ணிக்கப்பட்டன. அவை தற்சார்புடையவை (self-reliant), தன்னிறைவு பெற்றவை (self - sufficient) என்றும் வரையறை செய்யப்பட்டன. சில அடிப்படையான காரணங்களை முன் வைத்தே அவர்கள் இவ்வாறு அனுமானித்தனர்.

கிராமங்களில் ஒவ்வொரு சாதியாரும் குடிஊழிய முறையோடு (jajmani system) பரஸ்பரம் தொழிற்பட்டு வாழ்ந்து வந்ததால் உற்பத்தி, நுகர்வு, பஞ்சாயத்து, நீதி, நிர்வாகம், சமயம், வழிபாடு போன்ற எல்லா வகையிலும் கிராமங்கள் தன்னிறைவு கொண்டவை யாக, தற்சார்பு பெற்றவையாக உள்ளன என்று முடிவு செய்தனர். ஆங்கிலேய நிர்வாகத்திற்கு உதவும் இனவரைவியல் அணுகு முறையில் கிராமம் பற்றிய புரிதல் இதுவென்று கொள்ளலாம்.

இந்த அணுகுமுறை 1900 வரை பெருமளவு மாற்றமடையாமல் தொடர்ந்தது எனலாம். 1900களுக்குப்பின் குறிப்பாக 1920இல் முதல் மானிடவியல் துறை கல்கத்தா பல்கலைக்கழகத்தில் தொடங்கப் பட்டது முதற்கொண்டு முறையான ஆய்வுகள் கால்கொண்டன. விடுதலைக்குப் பிந்தைய இந்தியாவில் மேலும் விரிவான களப் பணி மூலம் ஆய்வுகள் மேற்கொள்ளப்பட்டன. அமெரிக்க மானிட வியலின் தாக்கமும் பெருகியது. இதன்பின் ஒவ்வொரு கிராமமும் அதனளவில் தன்னிறைவு பெற்றதல்ல; தற்சார்பு கொண்டதல்ல என்னும் உண்மை முன்னிலை பெற்றது. அது போலவே, ஒரு கிராமத்திற்குள் உள்ள சாதிகளுக்கிடையில் காணப்படும் மரபு வழிப்பட்ட குடி ஊழியத் தொழிலுறவுகளும் பிற செயல்பாடுகளும் அக்கிராமத்தின் முழுமையான தற்சார்பை எட்ட உதவவில்லை என்பதும் அந்த ஆய்வுகள் வழி உறுதிசெய்யப்பட்டது. திருமணத்தில் பெண்ணைக் கொண்டு கொடுக்கும் போதும் விளைபொருள்களைப் பரிமாறிக் கொள்ளும்போதும், விற்பனை செய்யும் போதும்,

இன்னபிற வகையான பரிமாற்ற நுகர்தலின் போதும் அண்டைக் கிராமத்தாருடன் தொடர்பு கொள்வது அவசியமாகிறது. ஆக அண்டைக் கிராமங்கள் உள்ளடக்கிய ஒரு சிறு வட்டாரம் என்னும் அளவில்தான் தன்னிறைவு, தற்சார்பு ஏற்படுகிறது என முன்மொழியப்பட்டது.

இந்தியாவில் அண்டைய கிராமங்கள் அடங்கிய சிறு வட்டாரம் என்னும் பரப்பே தன்னிறைவு பெற்றது என வலியுறுத்தப் பெற்ற வேளையில், அந்தந்த வட்டாரங்களில் சுற்றித் திரியும் நாடோடிகளின் தொழிலுறவுகளும் கிராமங்களின் தற்சார்பிற்கு உறுதுணையாகின்றன என்ற சிந்தனைப் போக்கும் விவாதிக்கப் பெற்றது. ஒவ்வொரு வட்டாரத்திலும் குறிப்பிட்ட சில நாடோடிச் சமூகத்தினர் கிராமச் சமூகத்தாருக்குக் குறிப்பிட்ட சில பங்கு பணிகளை ஆற்றுகின்றனர் என்பதால், இந்தியக் கிராமங்களின் தன்னிறைவு என்பது 'கிராமத்திற்குள் உள்ள சாதிகளுக்கிடையில் தொழிலுறவு, அண்டைக் கிராமங்களுக்கிடையில் ஒரு சிறு வட்டாரம் என்னும் பரப்பில் அமையும் பரஸ்பர சார்புநிலை, இந்த வட்டாரத்திற்குள் சுற்றித் திரியும் நாடோடிகளின் தொழிலுறவு ஆகியவற்றாலேயே முழுமை பெறுகிறது என்பது நிறுவப் பெற்றது. கிராமத்திற்கான தன்னிறைவினை ஏற்படுத்துவதில் சுற்று வட்டாரத்தில் நடக்கும் திருவிழாக்களும், மக்கள் யாத்திரை செல்வதுகூட துணை புரிகின்றன என்பதும் வலியுறுத்தப் பெற்றது.

மேலும், பரந்து விரிந்த இந்தியப் பகுதியில் மொழி, இன, பண்பாட்டு வேறுபாடுகளுக்கிடையில் இப்பகுதிக்கான பண்பாட்டு, அசைவியக்கமானது பண்பாடு/நாகரிகம், தனிமரபு/பொதுமரபு (சிறுமரபு/பெருமரபு), பழங்குடி/உழுகுடி, ஊரகம்/நகரம் போன்ற எதிரிணைகளுக்கிடையில் நிகழும் ஊடாட்டம் என்பதாகவே பெரிதும் அறியப்பட்டுள்ளது. இந்த ஒவ்வொரு எதிரிணை யிலும் உள்ள இத்துருவங்களை இணைத்து இவற்றிற்கிடையே ஊடாட்டத்தையும், பரஸ்பர தொடர்பையும், தொடர்சியான உறவையும் ஏற்படுத்துபவர்கள் நாடோடிகள்.

இந்நிலையில் 'ஒன்றைப்பற்றி அறிய மற்றொன்றை அறிய வேண்டும்' என்னும் தொடரியல் பொருண்மை போன்று பெருஞ் சமூகமாக விளங்கும் ஆதரவுச் சமூகத்தின் அசைவியக்கத்தை விளங்கிக்கொள்ள அவர்களை அண்டிவாழும் நாடோடிகள் உள்ளிட்ட பிற சிறு சமூகங்களின் இணைவையும் அறியவேண்டும்.

நாடோடிகளைப் பற்றி அறிய வேண்டுமாயின் அவர்களுக்கு ஆதரவு தரும் சமூகத்தாரின் இணையையும் அறிய வேண்டியது அவசியமாகிறது. இவ்வகையான எதிரிணைவுகளின் இணைவுப் போக்கினை அறிவதில் ஒன்றோடு மற்றொன்றையும் இணைத்து அறிவது அவசியம் என்பது வலியுறுத்தப்பெற்றது.

இந்தியத் துணைக்கண்டத்தில் ஒவ்வொரு வட்டாரத்திலும் நாடோடிகள் ஏராளமான தொழில்களைச் செய்து பிழைக்கின்றனர். இந்த வட்டாரங்களில் வாழும் நாடோடிகள் அவர்களுக்கென்ற சுற்றித்திரியும் பகுதிகளைக்கொண்டுள்ளனர். இப்பகுதிகள் குக்கிராமம் முதல் மாநகரம் வரை பரவியிருக்கின்றன. இந்நிலையில் இந்திய வாழ்தளப் பரப்பின் நுண்ணியல் களமாக (microcosmic) விளங்கும் கிராமங்களில் சுற்றுதல் தொடங்கி இந்திய நாகரிகத்தின் பருநிலைக் களமாக (macrocosmic) விளங்கும் நகரங்கள், மாநகரங் களில் சுற்றுதல்வரை இவர்களின் அசைவியக்கம் காணப் படுகிறது. இந்த அசைவியக்கம் இவ்விரு துருவங்களையும் இணைக்கிறது. மேலும் இவ்விரு துருவங்களுக்கிடையில் ஒரு தொடர்ச்சியான ஊடாட்டத்தையும் ஒரு நிரந்தரத் தொடர்பையும் உருவாக்குகிறது.

மேற்கூறிய, அசைவியக்கத்தின் தன்மையை நுட்பமாக அணுகும் போது நாடோடிகள் இந்தியாவில் திணைப் பண்பாடுகளின் உயிர்க்களங்களாக விளங்கும் கிராமங்களை ஒரு நிலையிலும், திணைப் பண்பாடுகளின் கூட்டு வளர்ச்சியால் உருவெடுத்துள்ள நாகரிகத்தின் உயிர்க்களங்களாக விளங்கும் நகரங்களை மறுநிலையிலும் இணைக்கின்றனர். இவ்விரண்டு துருவங்களுக்கு இடையில் தொடர்ச்சியும், பரஸ்பர ஊடாட்டமும், பரிவர்த்தனை யும் ஏற்படுத்துகின்றனர். இதனால் ஒன்று மற்றொன்றில் மறு பதிப் பாகி அமையும் கூடுதல் பரிமாணமும் ஏற்படுகிறது.

இதனை ஆஸ்கார் லூவி (1955:171) குறிப்பிடும் போது இந்தியக் கிராமங்களில் 'கிராம வயப்பட்ட மாநகரத்தன்மை' (rural- cosmo-politanism) காணப்படுகின்றது என்பார். இதற்குச் சாதிகளின் பிணைப்பும், மக்களின் உறவின்முறை பிணைப்பும் (kinship) கிராமத்திற்கு வரக்கூடிய நாடோடிகளின் பிணைப்பும் காரணமா கின்றன என்பார் லூவி. இதற்கு மாறாக, மில்டன் சிங்கர் (1955) குறிப்பிடும்போது மாநகரங்களில் 'மாநகரவயப்பட்ட கிராமத் தன்மை' (cosmopolitan ruralism) காணப்படுகிறது என்பார். ஆக

இங்கு இரண்டு தன்மைகள் ஒன்றையொன்று பாதித்துக் கொள்கின்றன. ஒன்றின் தன்மை மற்றொன்றில் பதியப்படுதல் என்னும் இந்நிகழ்விற்கு இவ்விரு தளங்களையும் ஒன்றிணைக்கின்ற நாடோடிகள் ஒரு காரணமாக விளங்குகின்றனர்.

இந்தியாவில் கிராமம் தொடங்கி மாநகரம்வரை பண்பாட்டுத் தொடர்ச்சி ஒரு சங்கிலித் தொடராக இடைவினை புரிதலும் மாநகரம் தொடங்கி கிராமம்வரை மறுதிசையில் ஒரு தொடர்ச்சியான இடைவினை புரிதலும் என்கிற போக்கில் பரஸ்பரம் இருவழித் தொடர்ச்சி (continuum) நிகழ்ந்துகொண்டே உள்ளது. இவ்வகையான தொடர்ச்சியில் எண்ணற்ற நாடோடிச் சமூகத்தவர்கள் குறிப்பிடத் தகுந்த பங்கு பணிகளைக் கொண்டு உள்ளனர் என்பதால் இவர்கள் 'ஊர்சுற்றும் வல்லுநர்கள்' (travelling specialists) என்பார் மில்டன் சிங்கர் (1955: 31).

இதனை இன்னொரு வகையில் விளக்கங் காணலாம். தமிழ்ப் பண்பாட்டுப் பரப்பில் நுண்ணியல் களமாக விளங்கும் தனி மரபுகளை (சிறுமரபு) ஒரு துருவமாகவும், பல தனிமரபுகளின் சேர்மமாகப் பரிணமித்துள்ள கூட்டு அல்லது பொதுமரபினை (பெருமரபு) மறுதுருவமாகவும் கொண்ட தமிழ்ச் சமூக அசைவியக்கத்தில் ஊர்சுற்றும் வல்லுநர்கள் எனப் பெயர் பெற்றுள்ள இந்நாடோடிகள் தனிமரபின் சூழலில் 'தனிமரபுவயப்பட்ட பொது மரபு' ஏற்படவும், பொதுமரபின் சூழலில் 'பொது மரபு வயப்பட்ட தனிமரபு' வெளிப்படவும் பங்காற்றிவந்துள்ளனர் எனலாம்.

நாடோடிகளின் பங்கு பணிகள் பலவாறாகக் காணப்படுகின்றன என்பதால் மேற்கூறிய இருவழித் தொடர்ச்சி விரிந்து நிற்கிறது. வருவதுரைத்தல், பூம்பூம் மாடுகளைக்கொண்டு நிகழ்த்துதல், பாம்பாட்டி வித்தை, மோடி வித்தை, குரங்காட்டம் காட்டுதல், கைரேகை சொல்லுதல், ஜாம கோடங்கியாகச் சென்று இரவில் குறிசொல்லுதல், பகலில் சுவடிகள்கொண்டு வருவதுரைத்தல், ஈயம் பூசுதல், கழைக் கூத்தாட்டம் ஆடுதல், வீணை வாசித்துப் பாடுதல், முருகர், அனுமார், கிருஷ்ணர், சன்யாசி போன்ற பகல்வேஷம் போட்டு வீதிகளில் ஆடுதல், நாட்டு மருத்துவம் பார்த்தல், தோஷம் தீர்த்தல், சாட்டையடித்து யாசித்தல், கதைப்பாடல் பாடுதல், கூடை முறம் கட்டி விற்றல், ஊசி, பாசி, மணி விற்றல், சாமிப் பாட்டுப் பாடி யாசித்தல், பொம்மைகள் செய்து விற்பனை செய்தல், தோற்பாவைக் கூத்து காட்டுதல் போன்ற இன்னும் பல்வேறு

வகையான தொழிலுறவுகளால் நாடோடிகள் ஆதரவுச் சமூகத்தாரை அண்டி வாழுகின்றனர்.

மேற்கூறிய பல்வேறு பங்கு பணிகளால் நாடோடிகள் கிராமம் முதல் மாநகரம் வரை தொடர்புகொள்கின்றனர். இதனால் இவ்விரு முனைகளையும் இணைத்து இவற்றிற்கிடையில் பரஸ்பரம் உறவாடுகின்றனர். இவ்வகையான ஊடாட்டத்தால் இவ்விரு துருவங்களுக்கிடையில் பண்பாட்டுத் தொடர்ச்சி பல நிலைகளில் அமைகின்றது. இத் தன்மையை அறிஞர்கள் பலவாறு கருத்தாக்கம் செய்துள்ளனர். நாடோடிகள் பண்பாட்டு ஊடகமாகச் (cultural media) செயல்படுகின்றனர் என்கிறார் சிங்கர் (மேலது). இவர்கள் பண்பாட்டுத் தொடர்பாளர்களாக (cultural communicants) இருக்கிறார்கள் என ஐராவதி கார்வேயும் மிஸ்ராவும் (கார்வே 1961; மிஸ்ரா 1970) கூறுவர். இன்னொரு கோணத்தில் அணுகியபோது இவர்கள் சமயம் சார்ந்த கருத்துகளைப் பரப்புபவர்கள் (religious instructors) என்று ராகவன் (1956), மல்ஹோத்ரா (1982) போன்றவர்கள் கூறுவர். ஒவ்வொரு வட்டாரத்திலும் காணக்கூடிய நாடோடிகளின் வாழ்க்கைமுறை யைத் தரவுகளாகக்கொண்டு அறியப்பட்டதன் அடிப்படையிலேயே சிங்கர், லூவி தொடங்கி மல்ஹோத்ரா வரையிலான கருத்துகள் அமைந்துள்ளன. தமிழ்ச் சூழலில் இதன் தன்மை மேலும் சில பரிமாணங்களோடு வெளிப்படுவது அறியப்பட்டது (பக்தவத்சல பாரதி 1994).

தமிழ்ச் சூழலில் நாடோடிகள் பல்வேறு வகையான ஆதரவுச் சமூகங்களுக்கிடையில் பண்பாட்டுப் பாலம் அமைப்போராக, பன்மைச் சமூகங்களிடையே ஒத்திசைவுடன் செயல்படுவோராக, பன்மைப் பண்பாட்டைப் பரப்புவோராக இயங்குகின்றனர் (மேலது :11). நாடோடிகளின் தன்மைகள் குறித்து விளக்கப்பட்ட மேற்கூறிய கருத்துகளின் தொடர்ச்சியாக இக்கருத்து அமைகிறது.

தமிழகத்தில் நாடோடிகள்

இந்தியச் சூழலில் நாடோடியத்தின் இருப்பையும் பரப்பையும் அறிந்துகொண்ட நிலையிலும் இந்தியாவில் கிராமிய, நகரியப் பண்பாடுகளுக்கிடையில் பெருவாரியாகக் காணப்படும் ஆயர் வாழ்வுசாரா நாடோடிகள் எவ்வாறு ஊர்சுற்றும் வல்லுநர்களாகச் செயல்பட்டுச் சாதிய, கிராமிய, நகரிய வாழ்வு கொண்ட அந்தந்த வட்டாரத்தின் தன்னிறைவிற்குத் துணை போகின்றனர் என்பதை

அறிந்துகொண்ட நிலையிலும் இவ்வியலின் மேற்பகுதி நாடோ டியத்தின் அடிப்படை அசைவியக்கத்தை முன்வைத்துள்ளது. இனி, இப்பகுதியில் தமிழகத்தில் முதன்மையான நாடோடிப் பிரிவினர்களின் சமகாலப் போக்குகளைச் சுருக்கமாகக் காண்போம். இப்போக்குகளை அறிந்துகொண்டு இறுதிப் பகுதியில் பிற கருத்தினங்களைப் பகுத்தாயலாம்.

தமிழகத்தில் நாடோடிகள் இருநிலைகளில் காணப்படுகின்றனர். தன்னியல்பான எவ்வகையான கட்டுப்பாடுமற்ற 'சுயேச்சை நாடோடிகள்' ஒரு பிரிவினர். இவர்களுக்கென்று எந்தக் கட்டுப் பாடும் இல்லாமல் எங்கும் எந்த வகையான சாதியினரையும் அணுகித் தங்களுக்கான வருவாயை ஈட்டிக்கொள்ளலாம். மறுவகையினர் 'குடிப்பிள்ளைகள்' எனப்படுபவர்கள். சில குறிப்பிட்ட நாடோடிப் பிரிவினர் அவரவருக்கென்று ஒரு குறிப்பிட்ட சாதியினரைத் தங்கள் ஆதரவாளர்களாக, காப்பாளர் களாக, ஆண்டைகளாக, எஜமானர்களாக ஏற்றுக்கொண்டு அவர் களிடம் ஆண்டுதோறும் சென்று அவர்களுக்குரிய வசூலையும் மரியாதையையும் பெறும் உரிமையைக் கொண்டுள்ளனர்.

வேறு சில கூறுகளை முன்வைத்தும் தமிழக நாடோடிகளைப் பாகுபடுத்தலாம். தமிழ் மண்ணிற்குரியவர்களைப் 'பூர்வீக நாடோடிகள்' எனவும், பிற மாநிலங்களிலிருந்து இங்கு வந்து குடியமர்ந்துள்ளவர்களைப் 'புலம்பெயர்ந்த நாடோடிகள்' எனவும், மொழியை அடிப்படையாக வைத்து 'மொழிவாரி நாடோடிகள்' எனவும் பாகுபடுத்தலாம்.

இவ்வாறான நிலையில் மேற்கூறிய வகைப்பாட்டில் இடம் பெறக்கூடிய முதன்மையான நாடோடிப் பிரிவினர்களின் சுருக்க மான இனவரைவியலைக் கணக்கில் கொள்வோம். பக்கஎல்லையின் விரிவஞ்சி இனவரைவியல் விளக்கங்கள் இவ்வியலின் கருத்துப் போக்கிற்கேற்ப விரித்தும் சுருக்கியும் கொடுக்கப்பட்டுள்ளன.

சுயேச்சை நாடோடிகள்

நாட்டார் கலைகளை வாழ்வாதாரமாகக்கொண்டுள்ள சுயேச்சை நாடோடிகளில் பூம்பூம் மாட்டுக்காரரும் ஒருவர். தமிழகத்தின் வட மாவட்டங்களில் பெருமாள் மாட்டுக்காரன் என்றும், தென் மாவட்டங்களில் அழகர் மாட்டுக்காரன் என்றும் அழைக்கப்படும் தெலுங்கர்களாகிய இவர்கள் பூவிடையர் போன்ற வேறு சில

பெயர்களையும் கொண்டுள்ளனர். இவர்கள் பசு அல்லது காளை ஒன்றையும் இளங்கன்று ஒன்றையும் அலங்கரித்து, உறுமி கொண்டு, 'பூம்பூம்' என இசையெழுப்பி ராமாயணக் கதையை நிகழ்த்துகின்றனர். இராமர் - சீதை கதை இவர்களுடைய நிகழ்த்து தலில் முதன்மையிடம் பெற்றிருந்தாலும் நல்லதங்காள் கதை, தேசிங்கு ராஜன் கதை, சிறுதொண்டர் கதை, கிருஷ்ண விலாசம், வள்ளி முருகன் திருமணம் போன்ற கதைப் பாடல்களையும் பூம்பூம் மாடு கொண்டு இசைத்து நிகழ்த்துகின்றனர்.

இவர்களின் தொழில் முறையில் நிகழ்த்துதல், மொழிதல், எடுத்துரைத்தல் ஆகிய மூன்று கூறுகளையும் பயன்படுத்துகின்றனர். பூம்பூம் மாடு நிகழ்த்துமுறை, பொய்க்கால் குதிரையாட்டம், ரவணா மேளம், முகவீணை (நாதஸ்வரம்) வாசிப்பில் திரைப்படப் பாடல்களை இசைத்தல் ஆகியவையும் முக்கிய இடம்பெறுகின்றன. இராம காவியத்தின் நிகழ்த்துதலை முதன்மையாகக் கொண்டு இருந்தாலும் அந்தந்த வட்டாரத்தில் மக்களிடம் புகழ்பெற்று விளங்கும் நாட்டார் காப்பியங்களைக் கதையாகவும் கதைப் பாடலாகவும் நிகழ்த்துகின்றனர்.

தமிழ் மண்ணில் குடியமர்ந்து வாழும் பூம்பூம் மாட்டுக்காரர்கள் மட்டுமே இராம காவியத்தையும் பிற வட்டார நாட்டார் காவியங் களையும் சாமி மாடுகளைக் கொண்டு நிகழ்த்துகிறார்கள் என்று முடிவுக்கு வந்துவிடக் கூடாது. ஆயர் வாழ்வுசாரா நாடோடிகளிடம் இது பரவலாகக் காணக்கூடியதாக உள்ளது. ஆந்திரத்தில் கங்கி ரெட்டிகளும் (கங்கெத்துகள்), மராட்டிய நந்திவாலாக்களும் (நந்தி = மாடு) வட இந்தியாவின் பல பகுதிகளிலும் இன்னும் பிற பகுதி களிலும் அந்தந்த வட்டார நாடோடிகளும் மாடுகளைக் கொண்டு இராம காவியம் நிகழ்த்தி வாழ்க்கை நடத்துகின்றனர்.

இராம காவியத்தை முதன்மைப்படுத்தி வாழும் பிற நாடோடிச் சமூகத்தினரும் உள்ளனர். தமிழகத்தில் தோற்பாவைக் கூத்து நடத்தும் மராட்டிய நாடோடி மண்டிகர் தங்களை அயோத்தியின் மக்கள் என்று கூறிக்கொள்வார்கள். இராமனோடு தங்களைத் தொடர்புபடுத்திக் கூறும் தோற்றத் தொன்மத்தைக் (origin myth) கொண்டுள்ளார்கள். இராமனை மறக்க முடியாததால் இராமாயணக் கதையைத் தங்கள் கலை நிகழ்ச்சியில் நிகழ்த்துகிறோம் என்பார்கள்.

தமிழகத்தில் ஒன்பது கம்பளங்களின் தொகுப்பாக விளங்கும் கம்பளத்து நாயக்கர்களில் ஒரு கம்பளத்தார் குடுகுடுப்பை

நாயக்கர்கள். இவர்கள் நாடோடி வாழ்க்கை நடத்துபவர்கள். ஜாம கோடங்கி, குடுகுடுப்பைக்காரர், காட்டுநாயக்கர் எனப் பல பெயரில் வழங்கப்படும் இவர்கள் நடு இரவில் குடுகுடுப்பை அடித்துக் குறி சொல்லியும், பகலில் கைரேகை பார்த்தும், ஓலைச் சுவடி கொண்டு வருவதுரைத்தும், தோஷம் தீர்க்கும் சடங்கு செய்தும், பகல்வேடக் கலையில் ஈடுபட்டும், பழைய துணிகளை இனாமாகப் பெற்று சந்தையில் / கிராமங்களில் விற்றும், மீன் பிடித்தும், வேட்டை யாடியும், யாசகம் செய்தும் வாழ்கின்றனர். தை மாதம் அறுவடை முடிந்தவுடன் இரவில் குடுகுடுப்பை அடித்து மறுநாள் அந்தக் கிராமத்தாரிடம் நெல் (நெல் இல்லாதபோது பிற தானியங்கள்) வாங்கும் உரிமை ஒவ்வொரு குடும்பத்திற்கும் உண்டு. ஒவ்வொரு குடும்பமும் அறுவடை நேரத்தில் குடுகுடுப்பை அடித்து நெல் வாங்கும் உரிமைக் கிராமங்களைக்கொண்டுள்ளது. இந்த உரிமை மரபு வழிவழியாக வருவதாகும். இந்த உரிமைக் கிராமங்களில் மற்ற குடும்பத்தார் செல்ல அனுமதியில்லை. இக்கட்டான சூழலில் உரிமைக் கிராமங்களை அடமானம் வைக்கவும் இனி உரிமைக் கிராமங்கள் வேண்டாம் என்னும் சூழலில் மற்றவருக்கு விற்கும் முறையும் இவர்களிடம் உண்டு (பக்தவத்சல பாரதி 1994).

குடுகுடுப்பைக்காரர்கள் மேற்கூறிய அறுவடையல்லாத காலத்தில் பகல்வேஷம் போடுவதைத் தம் ஜீவனத்துக்கான தகவமைப்பாகக்கொண்டுள்ளனர். முருகன், கிருஷ்ணன், ஆஞ்ச நேயர், இராமர் போன்ற தெய்வங்களாக வேஷம் போட்டுக் கொண்டு வீடுவீடாகச் சென்று, சாமிப் பாட்டுப் பாடி, தெய்வப் பெயருடன் அருள்வாக்குரைத்தல், மங்கள வாக்குடன் வாழ்த்துதல், பொதுவான நிலையில் வருவதுரைத்தல், நலம், வளம் உண்டா கட்டும் என்னும் நல்வாக்குரைத்தல் எனப் பலவாறாகக் கூறி யாசகம் கேட்பார்கள்.

குடுகுடுப்பைக்காரர்களின் நாடோடி வாழ்வில் பகல்வேஷம் குறிப்பிடத்தகுந்த தகவமைப்பாக உள்ளது. இரவில் குறிசொல்லுதல், பகலில் சுவடி வழி வருவதுரைத்தல், கைரேகை பார்த்தல் போன்ற வற்றால் வருவாய் காண முடியாத போது தெய்வங்களின் உருவமாகி பகல்வேஷம் நிகழ்த்துகின்றனர். சமய உணர்வினை முன்வைத்துப் பெரும்பான்மை மக்களின் கருணை உணர்வையும் ஈகை உணர்வையும் தூண்டி தானியங்கள், பணம், உணவு வகைகள் பெறுகின்றனர். இந்நிலையில் வருவதுரைத்தல் என்னும்

தொழிலுக்குள் மாறுபட்ட பொருளாதாரத் தகவமைப்புகளைக் கொண்ட கலப்புப் பொருளாதார முறை இவர்களிடம் காணப் படுகிறது. பகல்வேஷம் என்பது சாப்பாட்டுக்கு வழியில்லாமல் போகக்கூடிய இக்கட்டான காலகட்டத்தில் அதனை எதிர் கொள்ளும் ஒரு மாற்று வாய்ப்பாக அமைந்துள்ளது. இந்நிலையில் பகல்வேஷக் கலை என்பதை வெறும் நிகழ்த்துதலாக அணுக முடியாது. நாடோடிப் பொருளியல் அணுகுமுறையில் நோக்கினால் அந்தந்த வட்டாரத்தின் ஆதரவுச் சமூகங்களின் கலை நுகர்வு, ஆண்டின் பருவகாலச் சூழல்களை மையமிட்ட தகவமைப்பு என்னும் பரிணாமமும் இதிலடங்கி உள்ளதை அறியலாம் (மேலது: 256).

குடுகுடுப்பைக்காரருக்குப் பகல்வேஷக் கலையானது ஒரு துணைத் தொழிலாக இருக்க, ஜங்கம பண்டாரம் என்னும் தெலுங்கு நாடோடியினருக்கு இதுவே முதன்மைத் தொழிலாகும். இவர்கள் தமிழகத்தின் வடமாவட்டங்கள், புதுவை உள்ளிட்ட பகுதிகளில் பரவலாகச் சுற்றுபவர்கள். இவர்களும் இராமர், ஆஞ்சநேயர், கிருஷ்ணர் வேடங்களையே பெரிதும் ஏற்கின்றனர். சிறிய ஆர்மோனியம் இசைத்துக்கொண்டும் கஞ்சிரா, ஜால்ரா, மிருதங்கம், கட்டை அடித்துக்கொண்டும் 3,4 பேர் கொண்ட சிறு குழுவாகச் சென்று இந்நிகழ்த்துதல்வழி யாசகம் பெறுகின்றனர். நகர்ப் புறங்களில் குடியிருப்புப் பகுதிகளைக் காட்டிலும் கடைவீதிகளில் பகல்வேஷக் கலையின் மூலம் கூடுதல் வருவாய் ஈட்டுகின்றனர்.

ஜங்கம பண்டாரங்கள் தமிழகத்தில் நாயக்கர்கள் ஆட்சியின் போது பகல் வேடக் கலைஞர்களாக வேடங்கள் புனைந்து கதை சொல்பவர்களைப் போல் கிராமங்களுக்கும் நகரங்களுக்கும் சென்று அரசர்களைப் பற்றி மக்கள் என்ன நினைக்கிறார்கள் என்பதை அறிய பணிக்கப்பட்டனர். இதற்காகத் தஞ்சை வல்லம் பகுதியில் மானியங்கள் இவர்களுக்கு ஒதுக்கப்பட்டன.

மேற்கூறிய நாடோடிகளுக்கடுத்து தமிழகத்தில் உள்ள நாடோடி களில் அடுத்து குறிப்பிட வேண்டியவர்கள் கழைக்கூத்தாடிகள் ஆவர். பொதுவாக இவர்கள் 'தொம்பர்' எனக் கூறப்பட்டாலும் 'ஆரிய தொம்பர்', 'ரெட்டித் தொம்பர்' என இருவகைப்படுவார்கள். ஆரிய தொம்பர் மராட்டி பேசுபவர்கள் என்பதால் இவர்கள் 'மராட்டிய தொம்பர்' என்றும் கூறப்படுவர். இவர்கள் பதனியர், தொம்பாரா, தோம், தோம்ராஸ் எனப் பலவாறாக அழைக்கப்படுகின்றனர். ரெட்டித் தொம்பர்கள் தெலுங்கு பேசுபவர்கள்.

இவ்விரு பிரிவினரும் கிராமம் முதல் நகரம் வரை சென்று தெரு முனைகளிலும் கடைத்தெருக்களிலும் வித்தை காட்டிப் பிழைக் கின்றனர். உயரமான இரு கம்பங்கள் நட்டு அவற்றின் உச்சியில் நின்று சாகசங்கள் செய்வதும், கம்பங்களுக்கிடையில் கயிறு கட்டி அந்தரத்தில் நடப்பதும், குட்டிக்கரணம் போடுவதும், எரியும் வளையத் திற்குள் பாயுதலும் போன்ற பல வித்தைகளைச் செய்கின்றனர். கழைக்கூத்தாட்டத் தொழிலில் குழந்தைகள் சாகச வித்தைகளைச் செய்து காட்டுவார்கள் என்பதாலும் பெண்கள் மேளமடித்து மக்களை ஈர்ப்பவர்கள் என்பதாலும் இச்சமூகத்தில் குழந்தைத் தொழிலாளி, பெண் தொழிலாளி என்பவை புதுமையானவை அல்ல.

பெல்லாரி மாவட்டத்தைச் சேர்ந்த லம்பாடிகள் முதன் முதல் வடக்கேயிருந்து தெற்கே முகலாயப் படையினருக்கு உணவுப் பொருள்களைத் தங்கள் எருதுகளின் மேல் ஏற்றிவந்தனர். தக்காணத்தில் கலங்கள் செல்லும் ஆறுகளோ வண்டிகள் செல்லும் சாலைகளோ இல்லாத இடத்தில் பஞ்ஜாரிகள் முகலாயர்களுக்குப் பொதி சுமந்தனர். இதன் பின்னர் வணிக நாடோடிகளாக வாழத் தலைப்பட்டனர். இன்று நாடோடி வாழ்க்கையைப் பெருமளவு குறைத்துக்கொண்டு விவசாயத்திலும் பிற தொழில்களிலும் ஈடுபடுகின்றனர்.

பேண்டர்கள் மேல்சாதிக்காரர்களிடம் யாசித்தலை முதன்மைத் தொழிலாகக்கொண்டுள்ளனர். வீட்டில் தெலுங்கிலும் வெளியில் தமிழிலும் பேசும் இவர்கள் தமிழக வடமாவட்டங்களில் குறிப்பாக ஆந்திரத்தின் எல்லையோரப் பகுதிகளில் பரவலாகக் காணப்படு கின்றனர். இசைக்கருவிகளின் துணைகொண்டு இறைவனைப் புகழ்ந்து பாடுதல் இவர்களின் யாசித்தலுக்குத் துணையாக இருந்து வந்துள்ளது. இன்று இளைய தலைமுறையினர் இத்தொழிலில் ஆர்வம் செலுத்துவதில்லை.

உப்பு விற்கும் தொழிலை முதன்மையாகக் கொண்டிருந்தவர்கள் தெலுங்கு மொழி பேசும் பண்டி (தமிழில் வண்டி). இவர்கள் ஆந்திரம் தமிழகம் எல்லையில் வாழ்ந்துவந்த காலத்தில் மொழிவாரி மாநிலம் பிரிக்கப்பட்டபோது தமிழகப் பகுதியில் வாழ்ந்த தெலுங்குச் சாதியராக இங்கேயே தொடர்ந்து வாழத்தலைப் பட்டனர். வணிக நாடோடியாக வாழ்ந்த இவர்கள் இன்று புதுரக உப்புகளாலும் கடைகளின் பெருக்கத்தாலும் தங்கள் தொழிலைப் படிப்படியாகக் குறைத்துக்கொண்டனர்.

நாழிமணிக்காரர் என்னும் கண்ட ஜங்கம் சமூகத்தினர், தேனி, மதுரை, திண்டுக்கல் ஒட்டிய பல தென்மாவட்டங்களில் பரவி வாழ்கின்றனர். இவர்கள் வீட்டில் தெலுங்கையும் வெளியில் தமிழையும் பேசுபவர்கள். முன்பெல்லாம் தூய சைவர்களாக இருந்து இவர்கள் வீரசைவ மரபுகளைப் பின்பற்றி, பூசகர் சமூகத்தவராகவும் இருந்துள்ளனர். ஜங்கம், வீரசைவர், தம்பிரான், சிவாச்சாரியார், வீரசைவப் பண்டாரம், ஆண்டி போன்ற பல பெயர்களில் அவர்கள் அடையாளப்படுத்தப்படுகின்றனர். ஆனால் உண்மையில் இவ்வாறான பெயர்களில் வேறு சாதிப்பிரிவினர்கள் உள்ளனர். அவர்களோடு இவர்களை இணைத்துக் கொள்ளும் முயற்சியாகவே இதனைக் கருதுதல் வேண்டும். கால ஓட்டத்தில் சைவர்களான இவர்கள் அசைவத்தையும் தொழிலில் மாற்றங் களையும் ஏற்றுக்கொண்டுள்ளனர். கண்ட ஜங்கம் எனக்கூடிய நாழிமணிக்காரர் (ஒரு நாழி நெல்லை வாங்கும் மணியைக்கொண்டு செல்பவர்கள்) இன்று தமிழகத்தின் தென்மாவட்டங்களில் நெல்பாட்டுப் பாடியும் சிவனைப் புகழ்ந்து பாடியும் யாசகம் செய்து பிழைக்கின்றனர்.

ஜங்கம் என்னும் பொதுப் பெயரின் கீழ் வரும் உப்பு ஜங்கம் பிரிவினர் நெசவுத் தொழிலில் ஈடுபட்டுள்ளனர். கைத்தறிவழி சேலைகள், துண்டுகள், போர்வைகள், லுங்கிகள், பிற துணி வகைகளை நெய்து வாழும் சமூகத்தவராக மாறியுள்ளனர். வேளாண்மையிலும் ஈடுபட்டுவருகின்றனர்.

ஜோகிகள் (Jogi) பன்றி வளர்த்து யாசகம் செய்யும் தெலுங்கு நாடோடிகள். பார்வதியின் மார்பகத்தைப் பற்றி அவர்களின் முன்னோர்களில் ஒருவர் தவறுதலாகப் பேசியதால் சபிக்கப்பட்டு இந்நிலைக்கு ஆளானோம் எனக் கூறும் இவர்கள் யாசகம் செய்யும் தொழிலுடன் இன்று பன்றி வளர்த்தும் கூலி வேலை செய்தும் வேட்டையாடியும் துப்புரவுப் பணி செய்தும் பிழைக்கின்றனர். கல்வியறிவு மிகக் குறைவாக உள்ள நாடோடிகளில் இவர்களும் ஒருவராக உள்ளனர்.

தெலுங்குப் பாம்பாட்டிகள் பாமுலா (Pamula) எனப்படு கின்றனர். பாம்பாட்டி எனப்படுவதற்கான சொல்லிது. இவர்கள் பாம்பு வித்தை காட்டி யாசகம் செய்துவந்தனர். விலங்குகள் வதைத் தடுப்புச் சட்டத்தினால் இத்தொழிலை வெகுவாகக் குறைத்துக் கொண்டனர். கூலித் தொழிலும் பன்றி வளர்த்தலும் இப்போதைய

தொழில்களாக உள்ளன. இவர்களிடமும் கல்வியறிவு மிகக் குறைவாக உள்ளதால் சமூகமாற்றம் வெகுவாக ஏற்படவில்லை.

பிச்சுகுண்டா எனப்படுவோர் தெலுங்கு நாடோடிகளாவர். இவர்களும் குடிப்பிள்ளைகள் போன்றே நாயக்கர்களிடம், கொண்ட ரெட்டிகளிடம் யாசகம் செய்பவர்கள்தான். இவர்கள் சென்னை, சேலம், திருச்சி, செங்கல்பட்டு உள்ளிட்ட பல மாவட்டங்களில் பரவிக் காணப்படுகின்றனர்.

தாசரிகள் ஆந்திரத்திலும் தமிழகத்தின் பல மாவட்டங்களிலும் பரவிக் காணப்படுகின்றனர். வாழ்க்கையில் ஏற்பட்ட பெரும் துயரிலிருந்து விடுபடுவதற்காக தெய்வத்திற்கு நேர்ந்துவிடப் பட்டவர்களே தாசரிகள் (தாசன்=அடிமை). பெரும்பாலும் திருப்பதி பெருமாளுக்கு நேர்ந்து விடப்படுபவர்கள் அதிகம். திருப்பதியிலும், பிற கோயில்களிலும் இருக்கும் குருக்கள் முத்திரையிட்டு தாசரி களாக அங்கீகரிக்கப்படுகின்றனர். பின்னர் தெய்வத்தின் பெயரால் இரந்துண்ணும் வாழ்க்கையை மேற்கொள்கின்றனர். இவர்கள் பெரும்பாலும் வைணவர்கள்; ஒரு சாதியினர் இல்லை. பல சாதி யினரும் வேண்டுதலை நிறைவேற்றும் பொருட்டுக் கோயிலில் விடப்பட்டவர்கள் என்பதால் பல சாதியினராக உள்ளனர்.

ஒருவன் தாசரியாகும் போது அவனுடைய மூத்த மகனும் அதே தொழிலைச் செய்ய வேண்டும்; மற்ற பிள்ளைகள் வேறு தொழில் களில் ஈடுபடலாம் என்ற மரபுண்டு. தாசரிகள் காலையில் ஹரி கீர்த்தனைகள், பிற பக்திப் பாடல்கள் பாடி வீடு தோறும் பிச்சை கேட்டுச் செல்வர். தப்பை, சேகண்டி, சங்கு போன்றவை இவர்கள் பயன்படுத்தும் இசைக் கருவிகளாகும். சிலர் பூசாரிகளாகப் பணி செய்கின்றனர். சமூக மாற்றத்தின் தாக்கம் ஒருபுறம் காணப் படினும் இன்றும் தாசரிகளாக வாழ்பவர்கள் உள்ளனர்.

யாசகம் கேட்கும் நாடோடிகளில் குளுவரும் அடங்குவர். நெல்லை, தூத்துக்குடி, மதுரை, ராமநாதபுரம், குமரி மாவட்டங் களில் வாழும் தெலுங்கு நாடோடிகளே குளுவர். பொதுமக்கள் இவர்களை ஜோகி, குறவன்களோடு ஒப்பிட்டுக் காண்பர். யாசகத் துடன் பன்றி வளர்த்தலையும் மேற்கொண்டிருந்தனர். இப்போது இளைய தலைமுறையினர் இத்தொழிலை விரும்புவதில்லை. விவசாயக் கூலிகளாக, பிற வேலைகள் செய்பவர்களாக மாறி வருகின்றனர்.

யோகேஸ்வரன் என்று சொல்லக்கூடிய பூ பண்டாரம், புலவர், பூசாரிப் பண்டாரத்தார் தமிழகத்தின் பல பகுதிகளில் அரை நாடோடிகளாக இருந்துவந்துள்ளனர். கேரளத்தின் மலபார் பகுதிகளில் இவர்கள் யோகி குருக்கள் (காளி கோயில் பூசாரிகள்) எனவும் கூறப்பட்டனர். இவர்களில் ஒரு பிரிவினர் யாசகம் செய்து பிழைத்ததால் ஜங்கம், ஆண்டி (தமிழகத்தில் ஏற்கனவே உள்ள இரவலர்களின் பெயர்கள் இவை) எனப்பட்டனர். ஆனால் இன்று கல்யாண மண்டபங்களில் மணமேடை அமைத்தல், கோயில்களில் பூ கட்டுதல் போன்ற பணிகளில் ஈடுபட்டு இப்போது ஓரிடத்தில் நிரந்தரமாக வாழ்ந்துவருகின்றனர். நாடோடிகளின் சமூக மாற்றத்தில் இவர்களின் நிலை சற்று மாறுபட்டதாக, மேம்பட்டதாக உள்ளது. நிலையான வாழ்விற்கு மாறிவிட்டனர்.

மராட்டிய ஜோசியர்களின் சில பிரிவினர் ஏதாவதொரு இசைக் கருவியுடன், பெரும்பாலும் வீணையின் துணையுடன் கிராம, நகர்ப்புறங்களில் வருவதுரைக்கும் தொழிலைச் செய்கின்றனர். தென்மாவட்டங்களில் இவர்கள் கணிகர் என்னும் மராட்டியச் சமூகத்தவராக இனங்காணப்படுகின்றனர். தென் மாவட்டங்களில் தங்களை 'ராவ்' என அழைத்துக்கொண்டிருந்த இவர்கள் இப்போது இவ்வாறு அடையாளப்படுத்திக் கொள்வதில்லை. ஆனால் வட மாவட்டங்களில் 'ராவ்' என்னும் பட்டம் இன்றும் காணப்படுகிறது. சவான் ராவ், வாஸ்டர் ராவ், தொரக்கர் ராவ், பாங்கோத் ராவ் ஆகிய பிரிவினராகக் காணப்படுகின்றனர். இவர்கள் ஒற்றைக் கம்பி வீணையுடன் தொழில் செய்வதால் வீணை ஜோசியர்கள் எனப்படுவர். இவர்கள் தங்களை ஆரிய ஜோஷி என்றும் கூறிக்கொள்வர். தென் மாவட்டங்களில் இவர்கள் கணிகர் எனப்படுவர். கணிகர்களிடம் 12 உட்பிரிவுகள் உள்ளன. இப்பிரிவுகளில் ஒருவரான மண்டிகர் மட்டுமே தோல்பாவைக் கூத்து நிகழ்த்த, மற்ற 11 பிரிவினரும் சோதிடம் கூறி வாழ்க்கை நடத்துகின்றனர்.

சாட்டையடிக்காரர் (உறுமுலுவார்) எனப்படுபவர்கள் சாட்டை அடித்துக்கொண்டு யாசகம் செய்பவர்கள். உறுமிக்கார நாயக்கன் எனக் கிராமப் பகுதிகளில் அழைக்கப்படும் தெலுங்கு பேசும் இச்சமூகத்தாரின் பெண்கள் தலையின் மீது ஒரு கூடையை வைத்துக்கொண்டு தோளில் தொங்கிக்கொண்டிருக்கும் உறுமி மேளத்தை அடிப்பார்கள். ஆண்கள் தங்கள் கையில் உள்ள சவுக்கு போன்றுள்ள சாட்டையை வைத்துக்கொண்டு கால்களில் சலங்கை

களைக் கட்டிக்கொண்டு பெண்கள் இசைக்கும் உறுமி மேளத்திற்கு ஏற்ப ஆட்டம் ஆடிக்கொண்டே சாட்டையால் தங்கள் உடம்பில் மாறி மாறி இரத்தம் வரும்வரை அடித்துக்கொள் வார்கள். பின்னர் கூடியிருக்கும் மக்களிடம் யாசகம் கேட்பர். பலர் கிராமங்களில் சிறு குடிசைகளைக் கட்டிக் கொண்டிருந்தாலும் தொழிலின் பொருட்டு ஊர்ஊராகச் சுற்றுகின்றனர்.

சவரி கட்டுலுவாரு எனப்படும் தெலுங்குச் சமூகத்தார் மனிதர்களின் தலைமயிரைக்கொண்டு சவரிமுடி செய்து விற்பவர்கள். மாடுகளுக்குப் பயன்படும் கம்பளிக் கயிற்றையும் தயார் செய்கின்றனர். தமிழகத்தில் பரவலாகப் பல்வேறு ஊர்களில் நிரந்தரமாகத் தங்கியிருந்தாலும் அரை நாடோடியினராக ஊர்சுற்றிப் பிழைத்து வருகின்றனர். தங்கள் இருப்பிடங்களில் பன்றி வளர்த்தும் சிறுவிலங்குகளை வேட்டையாடியும், தவிர்க்கவியலாச் சூழலில் பிச்சை எடுத்தும் வாழ்கின்றனர்.

காட்டிவார் என்னும் தெலுங்கு பேசும் நாடோடிகள் குரங்குகளுக்கு வித்தைகள் கற்றுக்கொடுத்து மக்களிடம் ஆடச் செய்து பிச்சை எடுத்துவருபவர்கள். இப்பொழுது இந்நிலை மாறி சீப்பு அறுக்கும் தொழிலையும் கொம்பினாலான மயில், கிளி, மரம், பக்தி பீடம் போன்ற அலங்காரப் பொருள்கள் செய்யும் தொழிலையும் செய்கின்றனர். பெண்கள் பிச்சை எடுத்தும் தம் வீடுகளில் பன்றி வளர்த்தும் குடும்பம் நடத்துகின்றனர். நாடோடிகளாக வாழ்ந்த இவர்கள் அரை நாடோடியினராக, சிலர் ஓரிடம் தங்கி வாழ்பவர்களாக உள்ளனர்.

கெடலுவர் என்பவர்கள் பிச்சையெடுத்தும் கழையேறி சர்க்கஸ் வித்தைகள் செய்து காட்டி அதில் வரும் வருவாயைக்கொண்டு குடும்பம் நடத்துகின்றனர். ஆண், பெண், குழந்தைகள் ஊர் ஊராகச் சென்று இத்தொழிலைச் செய்கின்றனர்.

ராஜஸ்தான் குயவர்களாகிய கும்பார்கள் ராஜஸ்தானிலிருந்து தமிழகம் உள்ளிட்ட பிற மாநிலங்களுக்குச் சென்று பொம்மைகள் செய்து அவற்றை விற்றுப் பிழைப்பு நடத்துகின்றனர். ஈரானியர் எனக்கூடிய வட இந்திய நாடோடிகள் (இவர்கள் தங்களை ஈரானிலிருந்து வந்தவர்கள் என்கின்றனர்) கண்ணாடியால் பொருள்களைத் தயாரித்து விற்றுப் பிழைப்பதற்காகத் தமிழகத்தின் பல நகரங்களுக்கும் செல்கின்றனர். பின்னர் ஆண்டின் இறுதியில் பூர்வீகம் சென்று இரண்டு மாதங்கள் தங்கியபின் மீண்டும் நாடோடி

வாழ்வைத் தொடங்குகின்றனர். இதே போன்று கூர்கா, நேப்பாளியர் உள்ளிட்ட பல வணிகக் குழுவினர் வீதிகளிலும், சந்தைகளிலும் கடைத்தெருக்களிலும் சுற்றித் திரிந்து கம்பளியாடைகளை விற்றுத் தொழில் நடத்துகின்றனர்.

தமிழகத்தில் எண்ணற்ற நாடோடிகள் உள்ளனர். இவர்களில் இந்தத் துணைக்கண்டத்தின் பிற மாநிலங்களிலிருந்து தமிழகத் திற்குப் புலம்பெயர்ந்து இங்குக் குடியேறி வாழும் நாடோடியினரே மிகுதியாக உள்ளனர். தமிழகத்தையே பூர்வீகமாகக் கொண்டுள்ள நாடோடிகள் குறவர், ஆண்டி, பண்டாரம், இடையர் போன்றோர் முதன்மையாக உள்ளனர். இடையர்கள் முழுமையாக நாடோடி வாழ்வில் ஈடுபடுவதில்லை.

குறவர்களில் பின்வரும் பெரும் பிரிவினர்கள் உள்ளனர். ஆத்தூர் கீழ்நாட்டுக் குறவர், ஆத்தூர் மேல்நாட்டுக்குறவர், தொப்பக் குறவர், கந்தர்வக் கோட்டைக் குறவர், கூடைக் குறவர், பொன்னைக் குறவர் ஆகியோர் முக்கியமானவர்கள். இவர்களின் உட்பிரிவுகள் மேலும் விரிவானவை (காண்க: இத்தொகுப்பிலுள்ள குறவர் கட்டுரை). குறவர்களின் ஆதித் தொழில் திருடுதல் என்று பல இடங்களில் ஆங்கிலேய நிர்வாக இனவரைவியல் குறிப்புகளில் இடம் பெற்று இருந்தாலும் (தர்ஸ்டன் 1909, தொகுதி 3) கூடை முறம் கட்டுதல், மூங்கில் ஈச்சம் கழிகளைக்கொண்டு பிற புழங்கு பொருள்கள் செய்தல், பன்றி, பூனை வளர்த்தல், மூலிகை மருத்துவம், கை மருத்துவம் போன்ற பல தொழில்களைச் செய்து வருகின்றனர்.

பாணர்கள் ஆதியில் நாடோடிகளாக இருந்தாலும் இன்று பல்வேறுதகவமைப்புகளைக்கொண்டுள்ளனர். மதுரை வட்டாரத்தில் தையல்காரர்களாகவும், கோயில் திருவிழாக்களில் கொட்டகை அமைத்தல், துணி அலங்காரம் செய்தல், சாமி குடைகள் செய்தல் போன்ற பல்வேறு வேலைகளைச் செய்கின்றனர். தூத்துக்குடி மாவட்டத்தில் குலசேகரன் பட்டினத்தில் தசரா திருவிழாவில் முகமூடி செய்து விற்கும் தொழிலிலிருந்து விவசாயக் கூலி வேலை ஊடாக பிற புதிய வேலைகளை ஏற்றுக்கொண்டவர்களாகக் காணப்படுகின்றனர்.

ஆண்டிகள் தமிழ்நாட்டில் பிற சாதிகளிடம் இரந்து வாழும் பிச்சைக்காரர்களாக உள்ளனர். இவர்கள் பண்டாரங்களைவிடத் தாழ்ந்தவர்கள். ஒரு பிராமணனுக்கோ, ஒரு துறவிக்கோ இரத்தல்

எப்போதும் வெட்கப்படத் தேவையில்லாதது என்பது அங்கீகரிக்கப் பட்டதாகும். இந்தியாவில் சமயமும் அறச்செயலும் ஒன்றோடு ஒன்று பின்னிப் பிணைந்துள்ளதால் கோயில்களிலும் சத்திரங் களிலும் யாசித்து வாழும் ஆண்டிகளின் மனப்பான்மையும் அவ்வாறே உள்ளது. 'அறம் செய்து வாழ்' என்பது முதுமொழியாக உள்ளதால் ஈகைசெய்தல் புண்ணியச் செயலாகவே கருதப்படுகிறது. ஈகையும் இரத்தலும் இரண்டுமே பெருமைக்குரியவை என்று மக்கள் கருதுகின்றனர். இதனைப் பயன்படுத்தி ஆண்டிகள் பிழைக் கின்றனர்.

உண்மையில் ஆண்டிகள் ஒரு சாதிக்குரியவர் அல்லர். தமிழகத்தில் பண்டாரங்கள் பொதுவாக வேளாளர் சாதியைச் சேர்ந்தவர்கள். ஆனால் ஆண்டிகள் சூத்திரர்களின் எல்லாப் பிரிவுகளிலிருந்தும் உருவானார்கள். இதனால் பின்னாளில் இவர்கள் ஒரு சாதியாகவே கருதும் பொதுக் கருத்து உருவானது. இதன் தொடர்ச்சியாகவே ஆண்டிப் பண்டாரம் என்று ஆண்டிகளையும் பண்டாரங்களையும் வேறுபாடு பாராட்டாமல் இணைத்தே கூறுமளவிற்கு வழக்கு உருவானது.

எனினும் ஆண்டிகளிடையே சாதி, மொழி, வட்டார அடிப்படை யில் முடவாண்டி (கொங்கு வேளாளர்களிடம் இரந்து வாழும் சாதிப்பிள்ளை), ஜங்கம் ஆண்டி, ஜோகி ஆண்டி (தெலுங்குச் சாதியினர்) போன்ற பிரிவுகள் உள்ளன. தென்னிந்தியப் பகுதிகளில் பஞ்சத்தாண்டி, பரம்பரையாண்டி என இரு பிரிவினர் உள்ளனர். முன்னவர் பஞ்சகாலத்தில் பிச்சையெடுத்தலை மேற்கொள்வார்கள். பிந்தையவர் பரம்பரை பரம்பரையாக அவ்வழிப்பட்டவர். ஒரு நூற்றாண்டுக்கு முன்னர் ஆண்டிகள் 105 பிரிவுகளாக இருந்ததைப் பதிவு செய்துள்ளனர் (மேலது). மேற்கூறிய சில பெயர்களுடன் கோவணாண்டி, லிங்கதாரி, உப்பாண்டி போன்ற பெயர்களும் பதிவாகியுள்ளன.

பொதுவாக ஆண்டிகள் சைவ நெறிப்பட்டவர்கள். இவர்கள் தினந்தோறும் காலை வேளையில் நெற்றியில் பக்தி மணக்க பட்டை தரித்து சேமக்கலம் எனப்படும் சேகண்டியை அடித்துக்கொண்டு சில வேளைகளில் சங்கையும் முழங்கிக்கொண்டு இசைப்பாடல் களையும் பக்திப் பாடல்களையும் பாடி யாசகம் செய்வார்கள். சிலர் சிறு கோயில்களில் திருவிழாக்களின்போது பலிச் சடங்கு களைக் கவனிக்கும் பொறுப்பையும் ஏற்று வந்துள்ளனர்.

கேப்மாறிகள் பேருந்து நிலையம், ரயில் நிலையம், பிற பொது இடங்களில் மக்களிடம் பணம் திருடுபவர்களாகவும் சாலைகளில் நடக்கும் போது நகை, பணம் திருடுபவர்களாகவும் நாடோடி வாழ்க்கை நடத்துகின்றனர். திருவிழாக்களில் புகுந்து பெண்களிடம் நகைகளைப் பறிப்பவர்களாகவும் உள்ளனர்.

குடிப்பிள்ளைகள்

தமிழகத்தில் சில குறிப்பிட்ட சாதிகள் ஒரு பிரிவினரைத் தங்களின் பிள்ளைகள் என்னும் உரிமை கொடுத்து ஆதரவு தருகின்றனர். இப்பிரிவினர்கள் ஏழ்மை நிலையினர். இந்நிலையைச் சேர்ந்த வகுப்பாராக இருக்கும் இவர்கள் தங்களின் மேல்நிலை பிரிவினரைக் காப்பாளராக (patrons), ஆண்டைகளாக ஏற்றுக்கொண்டு அவர்களிடம் ஆண்டுதோறும் குறிப்பிட்ட காலத்தில் சென்று பணம், பொருள், தானியங்கள், ஆடைகள் ஆகியவற்றைப் பெறும் உரிமையைக்கொண்டுள்ளனர். முக்கியமான குடிப்பிள்ளைகள் அட்டவணையில் கொடுக்கப்பட்டுள்ளன.

வன்னியர்களின் குடிப்பிள்ளைகள் 'சாதிப்பிள்ளை' என்று கூறப்படுவார்கள். நோக்கர், ஒண்டிப்புலி, முரப்பதாரி என்னும் பெயர்களும் இவர்களுக்குண்டு. காஞ்சிபுரம், செங்கல்பட்டு, செய்யூர், வந்தவாசி, வேதாரண்யம் ஆகிய வட்டாரங்களில் நோக்கர் எனப் படுவார்கள். மற்ற இடங்களில் சாதிப்பிள்ளை எனப்படுவர். சாதிப்பிள்ளைகள் ஒரு சிறு குழுவாக, பெரும்பாலும் ஒரு குடும்பமாக வன்னியர் கிராமங்களுக்கு ஆண்டுதோறும் செல்கின்றனர். கிராமங்களுக்குச் செல்லும் போது சிங்கக் கொடியையும் மறுபுறம் வன்னியர்களின் தோற்றத்தைக் குறிக்கும் குலக் கொடியையும், வீதிகளில் ஏந்திச்செல்கின்றனர். இவ்வாறு செல்லும்போது வாங்கா என்னும் உலோக கருவியால் இசைத்துக்கொண்டும், பித்தளையிலான வீரவெண்டையத்தைச் சுழற்றி ஒலி எழுப்பியும் செல்வதால் சாதிப்பிள்ளைகள் தங்கள் வீட்டை நோக்கி வருகின்றனர் என வன்னியர்கள் அறிந்து கொள்கின்றனர்.

சாதிப் பிள்ளைகள் வன்னியர்களின் குலத் தோற்றத்தையும், சாதிப் புராணப் பெருமைகளையும் பாடிச் செல்வார்கள்; கதையாகவும் சொல்வர். ஒவ்வொரு வன்னியர் வீட்டிலிருந்தும் பணம், பொருள், தானியங்கள், துணிமணிகள் ஆகியவற்றை தானமாகப் பெற்றுக் கொள்வார்கள். வன்னியர்களின் திருமணம், இறப்பு போன்ற

சாதி	குடிப்பிள்ளைகள்
1. வன்னியர்	சாதிப்பிள்ளை / நோக்கர்
2. கொங்கு வேளாளர்	முடவாண்டி
3. கோமாட்டி	மைலாரி
4. பேரிச்செட்டி	வீரமுஷ்டி
5. கைக்கோளர்	நட்டுக்கட்டாத நாயன்மார் (பொன்னம்பலத்தார்)
6. பத்மசாலே	இனகமுக்கு பட்ராசு / கோணப்பிள்ள வாண்டலு
7. பிராமணர்கள்	பீதாம்பர ஐயர்
8. ரெட்டி	பட்ராசு
9. முதலியார்	கக்கிலவன்
10. யாதவர்	எடக்கூத்தாடி
11. சக்கிலி	பொம்ம நாயுடு
12. பறையர்	பறைத் தொம்பன்
13. மாதிகர்	மாதிகமாஸ்தி (ஜங்கம்)
14. மாலா	மாலமாஸ்தி
15. இஸ்லாமியர்	பக்கீர்

நிகழ்ச்சிகளிலும், பிற விழாக்களிலும் உரிமையுடன் பங்குபெற்று அவர்களுக்குரிய மரியாதையைப் பெற்றுச் செல்வார்கள். ஒவ்வொரு சாதிப்பிள்ளை குடும்பத்திற்கென்று சுற்றும் வட்டாரமும் ஆண்டுக் கொருமுறை வசூல் செய்யும் கிராமங்களும் பரம்பரை உரிமையாக உள்ளன. இவற்றை அவர்கள் இக்கட்டான குடும்பச் சூழல் ஏற்படும் போது மற்ற குடும்பத்தாரிடம் அடமானம் வைக்கலாம். இனித் தேவையில்லை என்று முடிவு செய்தால் விற்கவும் செய்யலாம்.

ஒவ்வோர் ஆண்டும் உரிமைக் கிராமங்களில் வசூலை முடித்த பிறகு அடுத்தடுத்த பருவங்களில் உரிமைக் கிராமங்களிலும், உரிமை அல்லாத கிராமங்களிலும் பித்தளைப் பாத்திரங்களுக்கு ஈயம் பூசுகின்றனர்; உலோகப் பாத்திரங்களைச் செப்பனிடுகின்றனர். பிற நாள்களில் விவசாயக் கூலித் தொழிலிலும் ஈடுபடுகின்றனர். இந்நிலையில் இவர்களின் இப்போதைய வாழ்க்கைமுறை அரை நாடோடி வாழ்வாகவே காணப்படுகிறது. தங்களுக்கென்று

நிலையான வீடுகளைக்கொண்டுள்ளனர். மிகச்சிலர் ஓரளவு வசதி படைத்தவர்களாகவும் உள்ளனர். ஐந்து ஏக்கர் நிலம் வைத்திருப்பவர்களும் உண்டு. நிலம் இருந்தாலும் இவர்கள் நிலத்தைக் குத்தகைக்கு விட்டுவிட்டு ஊர்வசூலுக்குச் செல்கின்றனர். காலங்காலமாகச் செய்துவரும் இத்தொழிலை விடுத்துப் பிற தொழில்களிலும் ஈடுபடுகின்றனர். கல்வியிலும் பிற வேலைவாய்ப்பிலும் முன்னேறிக்கொண்டுள்ளனர்.

கைக்கோளர்களின் சாதிப்பிள்ளை 'நட்டுக்கட்டாத நாயன்மார்' அல்லது 'நடாத நாயன்மார்' என்று கூறப்படுவார்கள். பிற்காலத்தில் 'பொன்னம்பலத்தார்' என்ற பெயரும் இவர்களுக்கு ஏற்பட்டுள்ளது. நடாத நாயன்மார் என்பதன் பொருள் இவர்கள் வித்தைகளைக் காட்டும் 72 கணுக்கள் கொண்ட மூங்கில் கம்பத்தைத் தரையில் குழிதோண்டி நடாமல் கோயில் கோபுரம் அல்லது பிற தூண்களில் சேர்த்துக் கட்டுவார்கள். குழிதோண்டி நடாததால் நட்டுக்கட்டாத நாயன்மார் எனப் பெயர் பெற்றனர்.

மூங்கில் கம்பத்தின் 72 கணுக்களும் கைக்கோளர்களின் 72 நாடுகளின் பிரிவுகளைச் சுட்டுகின்றன. மேல்நாட்டில் 44 நாடுகளையும் கீழ்நாட்டில் 28 நாடுகளையும் இவை குறிக்கின்றன.

ஒவ்வொரு ஊருக்கும் சென்றவுடன் காமாட்சியம்மனை வழிபட்டுவிட்டுச் சாதிப்புகழ் பாடுவது இவர்களின் முக்கிய நிகழ்வாக அமைகிறது. ஊர் வசூலின் போது வித்தை காட்டுதல் மூலம் மக்களை மகிழ்விக்கின்றனர். மூங்கில் கம்பத்தில் ஏறிப் பலவகை வித்தைகளைச் செய்வார்கள். குழந்தையை மூங்கில் கம்பத்தின் உச்சியில் கிடைநிலையில் படுக்க வைத்துக் கீழே விழாமல் சிறிது நேரம் வித்தைகாட்டி இறுதியில் கம்பத்தைச் சாய்த்து கீழே விழும் குழந்தையை எவ்வித ஆபத்துமில்லாமல் கைகளால் ஏந்திக்கொள்வார்கள். ஊர்ஊராகச் சென்று வசூலிக்கும் உரிமையுள்ள இவர்களுக்குக் கைக்கோளர்கள் தறி ஒன்றுக்கு ரூ. 5-10 எனக் கணக்கிட்டுப் பணம், பொருள் கொடுப்பார்கள். ஆதிகாலத்தில் கைக்கோளர்களின் சாதிப் பஞ்சாயத்தோடு தொடர்புடையவர்களாய் இந்த நட்டுக்கட்டாத நாயன்மார்கள் பணியாற்றியுள்ளனர். இப்போது இம்முறை மறைந்துவிட்டது. கைக்கோளர்களைவிடச் சற்று தாழ்ந்தவர்களாகக் கருதப்படும் இவர்களோடு கைக்கோளர்கள் மணஉறவு வைத்துக்கொள்வதில்லை.

ஒவ்வொரு சாதிக்குமான குடிப்பிள்ளைகளின் தொழில் முறையில் சில வேறுபாடுகள் காணப்பட்டாலும் அடிப்படையில் புரவலர் - இரவலர் நிலையிலான ஆதரவு தருவோர் - ஆதரவு கேட்போர் உறவே காணப்படுகிறது. கொங்கு வேளாளர்களின் உடல் ஊனமுற்ற குழந்தைகள் கொல்லப்படாமல் அவர்களைப் பேணிக் காத்து வளர்க்கும் பொறுப்பை முடவாண்டிகள் (பேச்சு வழக்கில் மொடவாண்டிகள்) ஏற்று வந்துள்ளனர். கி.பி. 1744இல் எழுதப்பட்ட முடவாண்டிப் பட்டயம் இதனைக் கூறும் ஆவணமாக உள்ளது (தர்ஸ்டன் 1909).

பேரிச் செட்டிகளின் குடிப்பிள்ளைகளான வீரமுஷ்டிகளும், கைக்கோளர்களின் குடிப்பிள்ளைகளான பொன்னம்பலத்தாரும், கோமட்டிகளின் குடிப்பிள்ளைகளான மைலாரிகளும், பத்ம சாலேக்களுக்கு இனகமுக்கு பட்ராசு, கோணப்பிள்ளி வாண்டுலு, கூனப்பிள்ளை ஆகிய பிரிவினர்களும், மாதிகா, மாலா ஆகியோரின் குடிப்பிள்ளைகள் முறையே மாதிக மாஸ்தி, மாலமாஸ்திகளும் இஸ்லாமியரைச் சார்ந்து வாழும் பக்கீர்களும் அடிப்படையில் தங்கள் ஆண்டை மக்களைச் சார்ந்தே வாழ்கின்றனர். இந்துக்களின் குடிப்பிள்ளைகள் தங்கள் ஆதரவுச் சாதியின் தோற்றப் பெருமை, வரலாற்றில் பெற்ற பெருமைகள் போன்றவற்றைப் புகழ்ந்து பாடி ஆதரவு பெறுகின்றனர்.

பெரும்பாலான குடிப்பிள்ளைகள் தாங்கள் சார்ந்து வாழக் கூடிய சாதிகளின் பெருமைகளைப் பாடுவதை முக்கியமான தாகக் கொண்டுள்ளனர். இவ்வாறான மரபு திராவிடப் பகுதியில் பரவலாகக் காணப்படுகிறது. கர்நாடகத்தில் ஹெலவ (முடவன் என்பது பொருள்) எனப்படுவோர் பெல்லாரி, மைசூர் மாவட்டங் களில் ஊர்களின் வரலாற்றினைப் பேணிக்காத்து வருகின்றனர். தங்கள் கால்களைக் கம்பளியால் சுற்றி மறைத்தபடி எருதுகளின் மீது அமர்ந்து ஊர்ஊராகப் பயணம் செய்வார்கள். வீடுவீடாகச் சென்று ஒவ்வொரு குடும்பத்தாரின் வரலாற்றையும் அந்தக் குடும்பங்களைச் சார்ந்தோர் போரில் உயிர்துறந்த வீரர்களின் பெயர் களையும் அவர்கள் தொடர்பான வரலாறுகளையும் கூறுவார்கள் (தர்ஸ்டன் 1909).

கால ஓட்டத்தில் இச்சமூகத்தாரிடம் ஏற்பட்டு வரும் சமூக மாற்றத்தால் இன்று நிலைமை மாறி வருகிறது. ஆந்திர நாட்டில் இவர்கள் 'சாதி கீர்த்தலு' (சாதிப் புகழ்பாடுவோர்) என்று

கூறப்படுவார்கள். பொது வழக்கில் 'பட்ராசுக்கள்' எனப்படுவார்கள். பூணூல் அணியும் இவர்கள் குலப் புகழ்பாடும் தொழிலைச் செய்கின்றனர். ஆந்திர நாட்டின் சத்திரியர்கள், பெருந்தலைவர்கள் ஆகியோரின் புகழ் பாடுவோராகவும் உள்ளனர். இக்காலத்தில் உள்ள தலைவர்களின் தொண்டர்களோடு சேர்ந்துகொண்டும் நாட்டுப்புற, நாடோடிப் பாடல்கள் பாடிப் பொதுமக்களை மகிழ்வித்தும் ஓரிடத்தில் நிலையாக வாழாமல் சுற்றித் திரியும் வகுப்பாராக உள்ளனர். ஆந்திரத்தில் பல சாதியினருக்குத் தனித் தனியான குடிப்பிள்ளைகளும் உள்ளனர்.

பக்கீர்கள் இஸ்லாமியர்களின் குடிப்பிள்ளைகள். தஞ்சை, நாகப்பட்டினம், சேலம் உள்ளிட்ட பல மாவட்டங்களில் பரவலாகவும் பிற இடங்களில் ஆங்காங்கும் காணப்படுகின்றனர். இவர்கள் இஸ்லாமியர்களிடம் பணம், தானியம், உணவு பெறுகின்றனர். சிலர் இந்துக்களிடம் பணமும் பொருளும் பெறுகின்றனர். இஸ்லாமியர்களிடம் யாசகம் செய்பவர்களாகவே பெரிதும் அறியப்படுபவர்கள். கல்வியறிவு இவர்களிடம் மிகக் குறைவாகவே உள்ளது (காண்க: பக்கீர், இத்தொகுப்பில் உள்ள தனிக்கட்டுரை).

தமிழகத்தில் நாடோடியத்தின் பொதுமைத் தன்மைகள்

தமிழ்ச் சூழலில் காணக்கூடிய நாடோடிச் சமூகங்களின் எண்ணிக்கை 20க்கும் அதிகமாக இருப்பதைக் காணமுடிகிறது. இன்று தமிழகத்தில் வாழக்கூடிய நாடோடிகள் மொழி அளவிலும், சமூக அளவிலும், சமய அளவிலும் பலதரப்பட்டவர்களாக உள்ளனர். தெலுங்கு, மராத்தி, வாக்ரிபோலி, கார்போலி, உருது, மார்வாடி, கன்னடம், மலையாளம், இந்தி, தமிழ் போன்ற மொழிகளைப் பேசுபவர்களாக உள்ளனர். இது போன்றே சமூக ரீதியாகவும், சமய ரீதியாகவும் இவர்கள் வேறுபட்டுக் காணப்படுகின்றனர்.

எனினும் இந்துச் சமூகம் என்னும் கட்டுமானத்திற்குள் நின்று கொண்டு அதன் பன்மைத் தன்மையை விரிவுபடுத்தி நிற்பவர்களாக இவர்கள் உள்ளனர். சாதி வருண அடையாளத்தோடு இணைத்துக் கொள்ளும் பாங்கு ஒரு நிலையிலும் ஓரளவு தனித்த சுயாட்சிச் (autonomous) சமூகமாக மற்றொரு நிலையிலும் அடையாளப் படுகின்றனர். மாதிக மாஸ்தி, மாலமாஸ்தி, தாசரி போன்றவர்கள் அடித்தளச் சாதிகளைத் தங்களின் முதன்மை ஆதரவுச் சமூக மாகக்கொண்டுள்ளனர்.

சாதிப்பிள்ளை, பொன்னம்பலத்தார், மைலாரி, வீரமுஷ்டி, முடவாண்டி, சினேரிகாடு போன்ற குடிப்பிள்ளைகள் தத்தம் சாதியினரை (தீண்டத்தக்க சாதிகள்) ஆதரவுச் சமூகமாகக் கொண்டு உள்ளனர். குடிப்பிள்ளைகளாக இல்லாத பல நாடோடியினர் அடித்தளச் சாதியினரிடம் சென்று தொழில் செய்வதைத் தவிர்க் கின்றனர். பக்கீர் போன்றவர்கள் இஸ்லாமியச் சமூகத்தாரிடம் மட்டுமே அண்டி வாழ்பவர்களாக உள்ளனர். மிதவைச் சமூகங் களாக உள்ள இவர்கள் ஆதரவுச் சமூகத்தாருடன் அண்டி வாழ வேண்டிய நிலையில் சாதியச் சமூகத்தின் தன்மையோடு இயைபு படுத்திக்கொள்ள வேண்டியுள்ளது. சுற்றுச் சூழலோடு மட்டும் இயைபு பெறும் ஆயர் நாடோடிகளுக்கு இத்தகைய தன்மை ஏற்படாது என்பதால் அவர்கள் மேலும் சுயேச்சைத் தன்மை யுடன் இயங்க முடியும். தமிழ்ச் சூழலில் முழுமையான ஆயர் நாடோடிகள் அதிகமில்லை என்பதால் அதன் எதார்த்தத்தை அறிய வாய்ப்பில்லை.

மேற்கூறிய நிலையிலான பிழைப்பாதார தகவமைப்பைக் கொண்டுள்ள இந்நாடோடியினர் அவரவர் வாழும் நிலப்பகுதியின் பொதுப் பண்புகளையும் அவரவருக்கேயுரிய தனித்தன்மை களையும் இணைத்துக்கொண்டவர்களாகக் காணப்படுகின்றனர். இன்று பெரும்பாலான நாடோடிகள் தங்கள் சொந்த வீடுகளை நிலையாக ஒரு கிராமத்தில் அமைத்துக்கொண்டு ஆண்டில் பெரும்பகுதி சுற்றித் திரிகின்றனர். இச்சொந்த கிராமத்தில் (home village) அமையும் வீடுகள் அந்த வட்டாரத்தின் தன்மையைப் பிரதிபலிப்பவையாக அமைகின்றன. அவர்களின் பல புழங்கு பொருள்களும்கூட வட்டாரத் தன்மையிலேயே அமைகின்றன. உடைகள், அணிகலன்கள், உணவுப் பழக்கங்களிலுங்கூட வட்டாரத் தன்மையின் தாக்கம் மிகுதியாகக் காணப்படுகின்றது. வட்டாரத் தன்மைக்கு வயப்படுதலால் மட்டுமே பிழைப்பாதாரத்தை ஒழுங்குபடுத்தும் 'மிகையும் பற்றாக்குறையும்' (abundance and scarcity) வினைபுரிதலில் தன்னிறைவை நோக்கிய முயற்சி வெற்றி பெறும்.

மேலும் பொருளீட்டுவதற்காக இவர்கள் சுற்றித்திரியும் வட்டாரம் சமூகங்களுக்கிடையிலும் ஒரு சமூகத்திற்குள்ளேயும் அவரவர் அளவில் வரையறுத்துக் கொள்ளப்பட்டதாக அமைகிறது. ஒவ்வொரு குடும்பமும் எந்தெந்த கிராமங்களில் சுற்றலாம் என்ற திட்டமிடலும்

வரையறையுங்கூட 'மிகை ↔ பற்றாக்குறை' வினைபுரிதலில் ஏற்படுத்திக்கொள்ளும் ஒரு தகவமைப்புத் தன்வயமாக்கமாகும். ஓர் ஆண்டின் அறுவடைக் காலங்களில் சுற்றும் உரிமைக் கிராமங்கள் அந்தந்தக் குடும்பத்தாருக்குடையவை என வரையறை செய்து கொண்டதென்பது நாடோடிப் பொருளாதாரத்தின் குறைந்தபட்ச உள்ளார்ந்த தற்காப்பாகும். இந்த உரிமைக் கிராமங்களை இக்கட்டான கட்டத்தில் அடமானம் வைக்கவும் இனி எப்போதும் தேவையில்லை என முடிவு செய்யும்போது விற்கவும் உரிமை கொள்ளும் போக்கு நாடோடியப் பொருளாதாரத்தில் உடைமையின் தோற்றம் மெல்ல மெல்ல மேலெழுகிறது எனலாம்.

நாடோடிகளின் வாழ்வாதாரம் பல தன்மைகளைத் தன்னுள் கொண்டுள்ளது. ஒவ்வொரு சமூகத்தாரும் தாங்கள் சுற்றும் வட்டாரத்தில் தொடர்ந்து சுற்றுபவராக, ஆதரவுச் சமூகத்தாருடன் தொடர்ந்து உறவு பெறுபவராக, பரஸ்பர உறவினை வளர்த்துக் கொள்பவராக உள்ளனர். அதற்கேற்ப சுற்றித்திரியும் பாதையும் பொருளீட்டும் வட்டாரமும் ஒரு சுழற்சித் தளத்தில் ஒவ்வோர் ஆண்டும் அதே பாதையில் சுற்றும்போக்கைக் (cyclical and repetitive) கொண்டதாக உள்ளன. இதன்வழி ஆதரவுச் சமூகத்தாரிடம் தங்களின் தொழில், கலை அல்லது பொருள்களைக் கொடுத்து அவர்களின் ஆதரவினைப் பெறும் நிலையில் ஒரு பரஸ்பர உறவும் நம்பகத்தன்மையும் ஒருங்கிணைவும் ஏற்பட ஏதுவாகிறது.

தமிழ்ச் சூழலில் பெரும்பாலான நாடோடிகளின் பொருளீட்டும் உத்தியில் அறுவடைக் காலங்களில் அவரவர் உரிமைக் கிராமங்களில் சுற்றுவது கட்டாயமாகிறது. வேளாண் குடியினரும் கிராமங்களில் வாழும் பிற சேவைச் சாதியினரும் தங்களை நம்பிவரும் நாடோடியினருக்குப் பணம், பொருள், தானியங்கள், உணவு, பழைய துணிமணிகள் போன்றவற்றைக் கொடுத்து ஆதரிக்கின்றனர். அறுவடைக் காலத்திற்குப் பின் உரிமைக் கிராமங்களை விடுத்து வெளி வட்டாரங்களில் சுற்றித் திரிந்து புளி, மிளகாய், கொத்தமல்லி, வேர்க்கடலை, பருப்பு வகைகள் போன்றவற்றை ஈட்டுகின்றனர். இதன்வழி இவர்கள் ஓரளவு தன்னிறைவை அடைகின்றனர். அதாவது அறுவடைக் காலத்தில் பெரும்பாலும் நெல், கேழ்வரகு, சோளம், கம்பு போன்ற ஓராண்டுக்குரிய தானிய ஆதாரத்தை ஈட்டிக்கொள்கின்றனர். அடுத்த பருவத்தில் பிற இன்றியமையாத மளிகைப் பொருள்களை ஈட்டுவதில் கவனம் செலுத்துகின்றனர்.

கோடையில் சொந்தக் கிராமங்களுக்குத் திரும்பி 2-3 மாதங்கள் தங்கி குழந்தைகளுக்கு மொட்டையடித்தல், காதணி விழா, பூப்புச் சடங்கு நடத்துதல், திருமணம் செய்தல் போன்ற குடும்ப விழாக் களையும், சமூகத்தார் அனைவரும் கூடி இனதெய்வத்திற்குத் திருவிழாவையும் நடத்துகின்றனர். மேலும் அந்த ஆண்டில் தீர்க்கப்படாத வழக்குகளைப் பஞ்சாயத்து நடத்தித் தீர்வு காணுதல் பெரு நிகழ்வாகப் பல நாள்கள் நடக்கும். இவ்வாறு கோடையில் 2-3 மாதங்கள் தங்கியிருக்கும் போது தாங்கள் ஈட்டிய பொருளும் பணமும் தீர்ந்து போக நகைகளை அடமானம் வைத்தும் கடன் வாங்கியும் பொழுதைக் கழிப்பர். பொருளும் பணமும் செலவா னாலும் கோடையில் அவர்கள் சமூகத் தேவைகள் நிறைவு செய்யப் படுகின்றன. இவ்வாறான தன்மை கொண்ட வாழ்வைக் கொண்டு இருப்பதால் தங்கள் வாழ்வை 'நாடாறு மாதம் காடாறு மாதம்' என்பார்கள்.

நாடோடிகளின் பொருளாதாரத் தகவமைப்பு, அவர்களின் கூட்டுத்தன்மையடைய தொழிற் தேர்வைச்சார்ந்ததாகும். ஒவ்வொரு சமூகத்தாரும் பல தொழில்கள் செய்பவர்களாக உள்ளனர். இதில் ஓரிரு முதன்மைத் தொழில்களும், சில துணைத் தொழில்களும் அடங்கும். இதன்வழி அமையும் கலப்பு / கூட்டுப் பொருளதார முறை (complex economy) அந்தந்தச் சமூகத்தின் வாழ்வாதாரத்திற்கு இன்றியமையாததாகிறது. இக்கூட்டுத் தன்மையிலான பொருளாதார முறையானது பருவகாலத்திற்கு ஏற்ப வாழ்வாதாரத்தை ஈட்டிக் கொள்ளவும், குடும்பத்தின் அளவைப் பொறுத்து ஏற்படக்கூடிய அடிப்படை உணவாதாரத்தை ஈட்டவும், சுற்றித் திரியும் வட்டாரங் களின் சுற்றுச்சூழல், பொருளாதார மாறுபாடுகளுக்கு ஏற்ப தகவமைத்துக் கொள்ளவும் உதவியாக அமைகிறது எனலாம். இன்னொரு வகையில் சொல்வதானால் இம்மாறுபாடுகளின் பிரதிபலிப்பாக இக்கூட்டுத் தன்மை காணப்படுகிறது என்றும் கூறலாம்.

நாடோடிகள் இந்தியச் சூழலில் காலங்காலமாக நிலைபேறு கொண்டிருப்பதற்கு ஒரு முக்கிய காரணமுண்டு. நிலையாக ஓரிடத்தில் வாழும் கிராமச் சமூகங்கள் உள்ளிட்ட எல்லா கூட்டுச் சமூகங்களிலும் (complex societies) அவற்றின் தொழிலுறவு முறையிலும் உற்பத்தி - பகிர்வு - நுகர்வு உறவிலும் சில நிறைவு பெறாத தன்மைகளைக் கொண்டுள்ளன. இந்தியச்சூழலில் கிராமியப்

பொருளாதாரத்தில் இந்தத் தன்னிறைவு பெறாத நிலையில் காணப்படக்கூடிய இடைவெளிகள் நிரந்தரமானதாகவும், சுற்றித் திரியும், சேவை செய்யும் நாடோடிகளின் பங்கு பணிகளை நாடி நிற்பதாகவும் உள்ளன. இவை குறவர்களின் கூடை, முறம் போன்ற புழங்கு பொருள்களின் தேவை முதல் பல நாடோடிகளின் குறி கூறுதல், தோஷம் தீர்த்தல், பல வகையான வருவதுரைத்தல் ஊடாக, பாம்பாட்டி வித்தை, கழைக்கூத்தாட்டம், பூம்மாட்டு வித்தை, பிற பொழுதுபோக்குக் கலைகள் வரை எண்ணற்ற வடிவங்களிலும் வகைமைகளிலும் காணப்படுகின்றன. நிலையாக வாழ்ந்துவரும் கூட்டுச் சமூகங்களின் 'உற்பத்தி-பகிர்வு-நுகர்வு' அசைவியக்கத்தின் சங்கிலித் தொடரில் நாடோடிகள் தங்களை ஆங்காங்கு இணைத்துக்கொள்பவர்களாக, தங்களின் பங்கு இன்றியமையாததாக இருக்கும் நிலையில் அவர்களின் நிலை பேற்றினைத் தேவையானதாக்கியுள்ளனர். இது காலங்காலமாகத் தொடர்ந்து வருகிறது.

தென்னிந்தியப் பகுதியில் நாடோடிகளின் நடமாட்டத்தைப் பதிவு செய்த மிஸ்ரா (1970) ஒவ்வொரு வட்டாரத்திலும் எல்லாப் பருவ காலத்திலும் குறைந்த அளவு நாற்பது நாடோடி இனத்தவர்களாவது சுற்றுகின்றனர் என்றும், இவர்களுள் மூன்றில் ஒரு பகுதியினராவது நாட்டார் மருத்துவத்தில் ஈடுபட்டுப் பிழைக்கின்றனர் என்றும் கண்டறிந்தார். மிஸ்ராவின் கருத்து தமிழகச் சூழலுக்கும் பொருந்துவதாக உள்ளது. திருச்சி மாவட்டத்தில் 1990 கோடைப் பருவத்தின் போது இந்நூலாசிரியர் கணக்கிட்ட 30 இனத்தவர்களுள் 11 இனத்தவர்கள் நாட்டார் மருத்துவத்தை முதன்மைத் தொழிலாகக் கொண்டிருந்தனர் (பக்தவத்சல பாரதி 1997).

இந்திய ஊரகப் பகுதிகளில் நாடோடி இனத்தவர்கள் தவிர கிராமங்களில் ஆயுர்வேத, ஹோமியோபதி, சித்த மருத்துவர்கள், எலும்புமுறிவு சரிசெய்வோர், மூலிகை மருந்து கொடுப்போர், பாட்டி வைத்தியம் செய்வோர், மந்திரிக்கும் பூசாரிகள், மருத்துவச்சிகள் என இன்னும் பல வகையான நாட்டார் மருத்துவம் செய்வோர் உள்ளனர். இவ்வாறு பலதரப்பட்ட மருத்துவமுறைகள் ஒரு பண்பாட்டுச்சூழலில் இருக்குமேயானால் அதனை 'மருத்துவப் பன்மை நிலை' (medical pluralism) என்று மருத்துவ மானிட வியலர்கள் சொல்வார்கள்.

மருத்துவப் பன்மை நிலையில் நோயால் பாதிக்கப்பட்டோரும் அவர்களைக் குணப்படுத்தும் பொறுப்பிலுள்ள குடும்பத்தினரும் உறவினர்களும் நண்பர்களும் மருத்துவம் செய்யும் நபர்களும் இனம், மொழி, பண்பாடு, பொருளாதார நிலை போன்ற பல கூறுகளால் பிரிக்கப்பட்டவர்கள். இவர்கள் மேற்கூறிய மருத்துவர் களை அவரவர் விருப்பத்திற்கேற்பத் தேர்ந்தெடுப்பார்கள். அதோடு ஒரே நோய்க்கு ஒன்றுக்கும் மேற்பட்ட மருத்துவமுறைகளை நாடும் நிலையும் உருவாகும். இப்பண்புகளே மருத்துவப்பன்மை நிலைக்கு அடித்தளமாக அமைகிறது.

இந்தியாவைப் பொறுத்தவரை மனநோய் மருத்துவத்தின் பணியினைப் பெரிதும் செய்பவை ஜாதகங்களும் பலவகை யான ஜோசியங்களும் மந்திரம் சார்ந்த சடங்கியல் மருத்துவங்களும் ஆகும். நடைமுறை வாழ்வில் குடும்பத்தில் தோன்றும் பிரச்சினைகள், விவசாயத்திலும் தொழில்களிலும் ஏற்படும் நஷ்டம், எதிர்பாராத நீண்ட நாள்களுக்கு நோய்வாய்ப்படல், திருமணம் கூடாமல் நீண்ட நாள்களுக்குத் தள்ளிப்போதல், தொட்ட தெல்லாம் நஷ்டத்தில் முடிதல், மிகக் கடுமையான வயிற்றுவலி, காய்ச்சல், மயக்கம் போன்ற உடற்கோளாறுகள் ஏற்படுதல் அல்லது இவை போன்ற பிற கோளாறுகள் வரும்போது ஜாதகக்காரர் களையும் குடுகுடுப்பைக்காரர்கள் போன்ற பிற நாடோடிகளையும் மக்கள் அணுகுகின்றனர். மருத்துவம் தவிர கைவினைப் பொருள்கள் தொடங்கி கலை நிகழ்வுகள், குறிகூறுதல் வரை பிற வகைகளிலும் நாடோடிகள் பன்மைநிலையை உருவாக்குகின்றனர்.

நவீனம், சமூக மாற்றம், நாடோடியம்

நாடோடியம் என்பது காலங் காலமாக நாடோடிகளாக வாழ்ந்து வரக் கூடிய பழமைச் சமூகங்களுக்கேயுரியது என்றும் அவர்களே இதனைப் பின்பற்றி வருகின்றனர் என்றும் கூறக்கூடிய ஒரு பரவலான கருத்து உள்ளது. இது பொதுப் புத்தியைச் சார்ந்ததாகும். இவ்வாறான கருத்து நிகழ்காலத் தொழிற் சமூகத்தின் பல்வேறு பட்ட அசைவியக்கத்தை நுட்பமுடன் அணுகாத போக்கினைச் சுட்டுகிறது எனலாம். தொழிற்சமூகங்களும் நவீனத்தை மையப் படுத்திய இன்றைய நகர வாழ்வும் முழுமையாக ஓரிடத்தில் தங்கி வாழும் வாழ்க்கைக்குரியது என்பது மேற்கூறிய பொதுப்புத்தி சார்ந்த கருத்தாகும்.

கடந்த கால் நூற்றாண்டுக்கால வாழ்வு முறையைக் (பின்னை நவீனத்துவத்திற்குரிய காலம்) கவனிக்கும் போது உலகத்தின் எண்ணற்ற மக்களினத்தவர்கள் இடம்விட்டு இடம் மாறிக் கொண்டும், புலம்பெயர்ந்தும், மீண்டும் பூர்வீகம் வருவதும் போன்ற பல நிலைகளில் இடமாற்றத்திற்குட்பட்டு வாழும் நிலைக்குத் தள்ளப்பட்டுள்ளனர். புதிய புதிய இடங்களுக்குச்சிதறிப் புலம் பெயர்தல் (diaspora) இக்கால கட்டத்தின் (நவீன) வாழ்வின் தன்மையாக உள்ளது. பழமைச் சமூகங்களின் நாடோடியத்தில் நாடோடிகள் அனைவரும் இடம்விட்டு இடம் நகரும் முறை காணப்பட தொழிற் சமூக அமைப்பில் இது தனி மனிதர், குடும்பம், தொழிலகக் குழு, வணிகக் குழு போன்ற இன்னும் பிற வகை மாதிரிகளாக உருமாற்றம் பெறுகின்றன.

விலங்காண்டி → காட்டாண்டி → நாகரிகம் என்னும் வரிசையில் பரிணமித்து வந்துள்ள மனித வாழ்வில் நாடோடியம் என்பது தொடக்க கட்டங்களுக்குரியது என்று எண்ண முடியாது. பின்னை நவீனத்துவத் தன்மைகளைக்கொண்ட இன்றைய சூழலில் உலகமே ஒரு கிராமமாகச் சுருங்கிவிட்டது. இத்தொடர்பு யுகத்தில் நாடோடிய வாழ்க்கைமுறை மாறி மானிடப் பரிணாமத்தின் உச்சியில் 'நிலையான வாழிடம்' பலருக்கும் கிடைத்துள்ளது. இருப்பினும் நாடோடியத்தின் தன்மையான 'தொடர்ந்து இடம் மாறிக் கொண்டேயிருத்தல்' என்னும் போக்கு தொடர்கிறது. இது சமூகப் பரிணாமத்தில் எஞ்சிய கூறாக (survival) அடுத்த கட்டங்களில் தொடர்கிறது என்று எடுத்துக்கொள்ளலாம்.

இந்நிலையில் இன்றைய நவீன தொழிற்சமூக அமைப்பில் இன்றைய போக்கு 'பூர்வீகம் ↔ புலம்பெயர்ந்தகம்' என்னும் அமைப்பு முறையில் அசைவியக்கம் பெற்றுள்ளது. குடும்பம், வாழிடம்கூட தொழிற் சமூக அமைப்பில் தொடர்ச்சியான மாற்றத் துடன் நிலைபேறு கொள்ள வேண்டியுள்ளதால் அவை நிரந்தரமற்ற குடும்பம் / நிரந்தமற்ற வாழிடம் (unstable family / unstable residence) என்னும் வகையினமாகப் பரிணமித்துவருகிறது. தொழிற் சமூகங் களின் உற்பத்தி உறவுகளும் உற்பத்தியும் நிலையானதாக இருந்தாலும் தொழிலாளிகளின் வாழிடம், உறைவிடம் நிலை யானவையல்ல. இதற்கேயுரிய 'புதிய வாழிடங்கள்' (neo-localities) முறையானது நாடோடி அடிப்படையிலான அமைப் பியல்பையே வெளிப்படுத்துகிறது.

அரசின் பெருந்திட்டங்கள், குறிப்பாகக் கனிமச் சுரங்கங்கள், ஏவுகணைத் தளம் அமைத்தல், அணைக்கட்டுகள் கட்டுதல், நீர்மின் திட்டங்கள் ஏற்படுத்துதல், பெரும் தொழிற்பேட்டைகள் அமைத்தல் ஆகியவற்றால் அந்தந்த இடத்தில் பூர்வீகப் பண்பாட்டைக் கொண்டிருந்தவர்கள் புதிய இடத்தில் சிதறலாகக் குடியமர்த்தப் படுகின்றனர். இதனல் பூர்வீகப் பண்பாட்டினை இழக்க நேரிடுகிறது. அவர்களின் புதிய வாழிடம் நிலையற்றதாக இருப்பது போன்றே அவர்களின் பாரம்பரியத் தன்மையுடைய பண்பாடும் நிலை யற்றதாகி விடுகிறது. நர்மதை அணைக்கட்டுத் திட்டம் முதல் பல பெருந்திட்டங்கள் இதனை உறுதிபடுத்துகின்றன.

இவ்வாறு நவீனத்தின் பெயரால் பழமைச் சமூகங்கள் புலம் பெயர்தல் மூலம் அடையாளமிழத்தல் ஒருபுறமும், தொழிற் சமூகத்தினர் உன்னதத்தைத் தேடும் போக்கில் நவீன பிழைப்பை மேற்கொள்ளும் பொருட்டு நாடுவிட்டு நாடு செல்வது கண்டம் விட்டு கண்டம் செல்வது மறுபுறமும் அதிகரித்து வருகிறது.

20ஆம் நூற்றாண்டில் நாடோடிய வாழ்க்கை முறை வெகுவாக மாற்றத்தின் பிடியில் சிக்கியுள்ளது. நவீன வேளாண்முறை பரவி வருவதாலும் தொழில்மயமாக்கம், நகரமயமாக்கம் பரவி வருவதாலும் மைய, மாநில அரசுகள் நாடோடிகளை ஓரிடம் நிலையாகத் தங்கி வாழும் முறையை ஊக்குவித்து வருவதாலும் நவீன கல்வியின் பயனால் குலத்தொழிலை விடுத்துப் பிற தொழில்களில் ஈடுபடுவதாலும் நாடோடிகள் பலநிலைகளில் மாறத் தொடங்கியுள்ளனர்.

இந்த வகையில் உலகந் தழுவிய நிலையில் பல்லாயிரக்கணக் கான நாடோடிகள் காலங்காலமாகச் சுற்றித் திரிந்த வாழ்க்கையி லிருந்து விடுபட்டு வருகின்றனர். நவீனத்துவத்தின் பிடியால் இவர்கள் நவீன கல்வி, அரசு ஒதுக்கும் வீடுகள் / சலுகைகள், புதிய தொழில்கள், மாற்று வாழ்க்கைமுறை என்னும் போக்கில் ஓரிடம் தங்கி வாழும் (sedentarization) முறையை ஏற்றுக்கொண்டு வருகின்றனர். ஆனால் மற்றொரு நிலையில் தமிழகம் உள்ளிட்ட எண்ணற்ற பகுதிகளில் கிராமங்களில் நிலையாக வாழ்ந்துவந்த அடித்தள மக்கள் நகரங்களை நோக்கியும் புதிய பகுதிகளுக்குப் பருவகால அடிப்படையில் கூலித் தொழிலாளர்களாய்ப் புலம் பெயர்ந்தும் வேலைக்குச் சென்று மீண்டும் பூர்வீகத்திற்கு வரும் ‘நாடோடி’ நிலை பெருகிவருகிறது. தொழிற் சமூகத்தின்

பெருக்கத்தாலும் அதனையொட்டிய நகரவயமாக்கத்தாலும் காணக்கூடிய சமகாலச் 'சமூகப் பெயர்வு' (social mobility) பழைய நாடோடியத்தின் விரிவாக்கமாகப் பார்ப்பதில் சில மீள்பார்வை தேவைப்படினும் அது சில போக்குகளில் ஒத்துப்போகவில்லை. எனினும்கூட சில அடிப்படையான ஒத்திசைவுப் போக்குகளைக் காட்டுகின்றன.

பழமைச் சமூகத்திற்குரியதும், தொழிற்சமூகத்திற்கு முந்தையது மான (pre-industrial) சமூக முறையைக்கொண்ட நாடோடிகளின் வாழ்க்கைமுறையில் பின்வரும் கூறுகள் முதன்மையானவை: இடம் விட்டு இடம் நகரும் முறையானது ஒரு கால ஓட்டத்துடன் கூடிய மீண்டும் மீண்டும் அதே சுற்றுமுறையில் சென்று பிழைக்கக்கூடிய ஒரு சுழற்சித்தன்மை (cyclical) இருக்கும். முன்கூட்டியே சுற்றும் பகுதியை மதிப்பிடக்கூடிய (predictable) தன்மை இருக்கும். பொருளீட்டும் இடத்தை ஒரு ஒழுங்குபடுத்தி மாற்றக்கூடியதும் (shifts of location), சுற்றும் இடத்திற்குரிய குழுவின் அளவைத் தீர்மானித்துக் கொள்கிற போக்குகளும் நாடோடி வாழ்வில் முதன்மையானவை. மேற்கூறிய இவை அனைத்தும் தொழிற் சமூகத்தின் நவீன நாடோடியத்திலும் காணக்கூடியதாகவே உள்ளன.

பழமைச் சமூகத்தின் சில நவீனத் தேடலிலும் கூட இத்தன்மை வெளிப்படுகிறது. சோழ மண்டல மீனவர்களின் தொழில்நுட்ப முறையும் வாழ்வு முறையும் பழமைச் சமூகத்திற்குரியவையாக உள்ளன. எனினும் பெரிய விசைப்படகுகள் வருகைக்குப்பின் 10-15 நாள்கள் ஆழ்கடலிலேயே தங்கி மீன்பிடிக்கும் முறையில் இரண்டு குழுக்கள் மாறி மாறிப் பணியாற்றுவதும், ஜகதாப்பட்டினம் சென்று பல மாதங்கள் தொடர்ந்து தங்கிப் படகுகளில் கூலிகளாக வேலை செய்வதும், மீண்டும் சொந்த இடத்திற்கு வந்து மீண்டும் கிளம்பி விடுதலும் நாடோடியத்தின் நவீன கூறுகளாகும்; அதன் மாறுபட்ட தொடர்ச்சியாகும். மேற்கு வங்க மீனவர்கள் பருவகாலத்தின் சூழலுக்கேற்ப வெவ்வேறு இடங்களில் கூடாரம் அமைத்துத் தங்கி இறுதியில் சொந்த இடத்திற்குத் திரும்பக்கூடிய முறையும் மேற்கூறிய போக்கோடு இணைத்துப் பார்க்கக் கூடியதாகும்.

பழமைச் சமூகங்களில் இன்று 'நவீன நாடோடியம்' ஏற்பட் டாலும் சரி, தொடர்பு யுகமாகிய இன்றைய தொழிற் சமூகத்தில் புதிய நாடோடியம் ஏற்பட்டாலும் சரி, பூர்வகுடிகளின் பாரம்பரிய மான 'நாடோடியம்' சில முன்வரைவுகளை, மாதிரிகளை இக்காலச்

சுழலுக்கு வழங்கக்கூடியதாக உள்ளது. 'நேற்றைய வாழ்வு இன்றைய வரலாறு; கடந்த காலத்திய அனுபவம் இக்காலத்திய அறிவு' என்னும் அணுகுமுறையில் நோக்கினால் பழமைச் சமூகங் களின் நாடோடி வாழ்க்கை முறையானது பெருகிவரும் தொடர்பு யுகத்தின் தொழிற் சமூகத்தின் நவீன நாடோடியப் போக்கில் எழக் கூடிய சிக்கலுக்கு வழிகாண உதவலாம். அயல் நாடுகளில் புலம் பெயர்ந்து சென்று புதிய இடத்தில் ஏற்படுத்திக் கொள்ள வேண்டிய ஒன்றியத் திறகும் வழிகாட்டலாம்.

மேற்கூறிய போக்குகளை கவனிக்கும்போது பாரம்பரிய நாடோடிகள் குறித்தும், அடித்தள மக்களிடம் எழுகின்ற நவீன நாடோடியம் குறித்தும், பெருஞ்சமூகத்தாரிடம் எழக்கூடிய கண்டம் விட்டுக் கண்டம் செல்லும் நவீன நாடோடியம் குறித்தும் ஆராய்வ தென்பது வருங்காலத்தில் நம்முடைய தேவைகளுக்கான களங் களாக அமையும்.

உசாத்துணை

சஷி, எஸ். எஸ். 1990. *இந்தியாவின் ஆயர் சமுதாயம்.* சென்னை: இன்ஸ்டிடியூட் ஆஃப் சவுத் இண்டியன் ஸ்டடீஸ்.

பக்தவத்சல பாரதி. 2003. நாட்டார் வாழ்வில் நாடோடிகள் மருத்துவம். *தன்னனானே* (தஞ்சை நாட்டுப்புறவியல் 214 -25).

__. 2015. *பாணர் இனவரைவியல்.* புத்தாநத்தம்: அடையாளம்.

ராமராஜூ, பி. (தமிழில் செந்தீ நடராசன்). 2006. *ஆந்திர நாட்டார் வழக்காற்றியல்.* சென்னை: இளங்கோ நூலகம்.

Bharathi, Bhakthavatsala S. 1992. Nomadism and Indigenous Civilization: Some Conceptual Problems. *PILC Journal of Dravidic Studies 2: 73-86.*

— . 1994. *Study of a Nomadic Community in Tamil Nadu: Kambalattu Nayakkar.* Doctoral Dissertation, University of Mysore, Mysore.

__.1998. Ritual Healing: Metamedical Discourse and Discursive Practices of a South Indian Nomadic Subcaste. *South Indian Folklorist 2:* 23-43.

Bhattacharya, Neeladri. 1998. Pastoralists in a Colonial World. In David Arnold and Ramachandra Guha (eds.) *Nature, Culture, Imperialism : Essays on the Environmental History of South Asia.* Delhi: Oxford University Press.

Fuchs, Stephen. 1981. *At the Bottom of Indian Society: The Harijan and other Low Castes.* Delhi: Munshiram Manoharlal Publishers Pvt. Ltd. (Chapter 3: Semi-Nomadic Castes, Chapter 4: Artists and Magicians).

Hayden, Robert M. 1979. The Cultural Ecology of Service Nomads. *Eastern Anthropologist 32,* 4: 297-309.

Karve, Irawati. 1961. *Hindu Society: An Interpretation*. Poona: Deccan College.

Krader, Lawrence. 1959. The Ecology of Pastoral Nomadism. International Social Science Journal No.11.

Lewis, Oscar. 1955. Peasant Culture in India and Mexico: A Comparative Analysis. In Mckim Marriott (ed.) *Village India* (special volume). *The American Anthropologist,* Vol. 57, No.3, Part 2, Memoir No.83, pp. 145-170.

Malhotra, K.C. *et al.* 1982. Communicants of Greater Tradition: The Nomadic Nandiwallas of Maharashtra. In P.K. Misra and K.C. Malhotra (eds.) *Nomads in India, pp. 195-201.* Calcutta: Anthropological Survey of India.

Marriott, Mckim. 1995. Little Communities in an Indigenous Civilization. In Mckim Marriott (ed.) *Village India* (special volume) *The American Anthropologist,* Vol. 57, No. 3, Part 2, Memoir No.83, pp. 171-222.

Misra, P.K. 1970. Study of Nomads. In S.C. Sinha (ed.) *Research Programmes in Cultural Anthropology and Allied Disciplines,* pp. 151-197. Calcutta: Anthropological Survey of India.

___.1977. *The Nomadic Gadulia Lohar of Eastern Rajasthan.* Calcutta: Anthropological Survey of India.

___.1992. Peripatetics. In *Encyclopedia of World Cultures, South Asia,* Vol. III, pp. 233-36. Boston: G.K. Hall & Company.

Misra, P.K. *et al.* 1971. *Nomads in the Mysore City.* Calcutta: Anthropological Survey of India.

Raghavan, V. 1956. Variety and Integration in the Pattern of Indian Civilization. *Far Eastern Quarterly Vol.* XV, No. 4.

Randhawa, T.S. 1996. *The Last Wanderers: Nomads and Gypsies of India.* Ahamadabad: Mapin Publications.

Rao, Aparna. (ed.) 1987. *The Other Nomads.* Cologne/Viennai: Bohlau Verlag.\

___.2003. Movements of Peoples: Nomads in India. In Veena Das (ed.), *The Oxford India Companion to Sociology and Social Anthropology.* Delhi: Oxford University Press, Vol. 1, pp. 219-61.

Saraswati, Baidyanath. 2001. *Village India: Identification and Enhancement of Cultural Heritage.* New Delhi: UNESCO & Indira Gandhi National Centre for the Arts.

Singer, Milton. 1955. The Cultural Pattern of Indian Civilization. *Far Eastern Quarterly* Vol. XV, No. 4.

Stuart, H.A. 1893. *Census of India 1891 (vol. XIII): Madras Report.* Madras: Government Press.

Thurston, Edgar & Kadamki Rangachari. 1909. *Castes and Tribes of Southern India* (7 vols.). Madras: Government Press.

Weissleder, Wolfgang. 1978. *The Nomadic Alternative.* The Hague: Mouton.

2

சங்ககால நாடோடிகள்

தி.சி. சத்தியம்

வடவேங்கடம் தென்குமரிக்கு உட்பட்ட நிலப்பரப்பில் ஏறக்குறைய கி.மு. 300 முதல் கி.பி. 200 வரையிலான காலப்பகுதியில் பல்வேறு குடி, ஊர், தொழில் சார்ந்த பல்வேறு புலவர்களால் இசைக்கப்பட்ட தனிப்பாடல்கள், தொல்லிலக்கிய மரபுகளின் அடிப்படையில் வகை தொகை செய்யப்பட்டு 'எட்டுத்தொகை', 'பத்துப்பாட்டு' என்ற இரு தொகை நூல்களாக உருவாக்கப்பட்டு நிலைபெற்றுள்ளன. தொன்மைத் தமிழ்மொழி, இலக்கியம், சமூகம் பற்றிய வரலாறு களை வரைவு செய்வதற்கு உரிய கருப்பொருள்களைச் சுமந்து கொண்டிருக்கும் இலக்கியக் களஞ்சியங்கள் இவை.

நயத்தக்க நாகரிகம், போற்றத்தக்க பண்பாடு, நாடு புரக்கும் அரசியல், நலம் காக்கும் அறவியல், செம்மாந்த வாழ்வியல், செவ்வியல் கலை இலக்கியங்கள் என வளர்ச்சி பெற்ற சமூகத் திற்குரிய விழுமியங்களோடு காட்சிபடுத்தப்படும் சங்க காலத்தில் நாடோடி வாழ்வியலுக்கான சூழல் இருந்திருக்குமா?

முடியுடைய மூவேந்தர்கள், இனம் காத்த குறுநில மன்னர்கள், நிலம் வளைத்த நிலக்கிழார்கள், புலம் செழித்த புலவர்கள், கலை வளர்த்த கலைஞர்கள் மொத்தத்தில் மன்னன் உயிர்த்தே மலர்தலை உலகம் என வாழ்ந்த மக்கள், இவர்களில் நாடோடிகளை அடையாளம் காண முடியுமா? வளமையையும் வலிமையையும் வரையறுக்கும் வாழ்வியலுக்குகந்த சமூக அமைப்பை வடிவமைத்து இயங்கிய சங்க கால வாழ்க்கைப் போக்குகளில் தொன்மை நாடோடி வாழ்வியல் தொடர்ந்திருக்க வாய்ப்புண்டா?

எந்தப் புதுமையும் பழமையை முற்றாக அழித்துக்கொண்டு பிறப்பதில்லை. எந்த வளர்ச்சியும் தொடக்கத்தைத் தொலைத்து

விட்டு வாழ்வதில்லை. மனித குலத் தொடக்க கால நாடோடி வாழ்வியல், ஊர், நகர், நாடு என உருவாகிய நாகரிகக் காலத்திலும் தொடர்ந்திருக்க வாய்ப்புண்டு எனத் தேடுவதில் முரணில்லை. இத்தகைய எதிர்நிலை ஆய்வுகளின் மூலம் நிழல் மூலங்களின் மெய்நிறங்கள் தெரிய வரலாம்.

சங்ககாலச் சமூக அமைப்பில் நாடோடிகள்

சங்க காலச் சமூகம், ஏறக்குறைய கி.மு. 300 முதல் கி.பி. 200 வரையிலான காலகட்டத்தில், பல நிலை வளர்ச்சிகளால் வேறுபட்ட பல சமூக அமைப்புகளுடன் விளங்கியது. பேரரசு வளர்த்த பெருவேந்தர் மையச் சமூகம், குறுநில மன்னர்கள் அரவணைப்பால் கட்டிக் காக்கப்பட்ட இனச் சமூகம், நிலக்கிழார்களின் அதிகார எல்லைக்குட்பட்ட வேளாண் சமூகம், சீறூர்த்தலைவர்களைச் சார்ந்த சிறுசமூகம், பழைய இனக்குழு வாழ்க்கையின் எச்சங்களுடன், சமூக மாற்ற இயங்கியலுக்குப் பெரிதும் ஆட்படாமல், வெளியே இயங்கிய தொல்திணை மாந்தர் சமூகம் (குறிஞ்சி, முல்லை, மருதம், நெய்தல், பாலை நிலம் சார்ந்த தொல்குடியினர்)

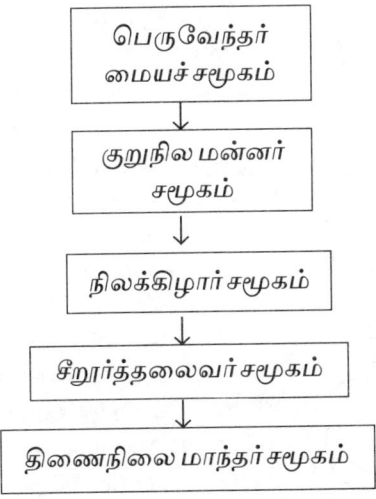

சங்ககாலச் சமூக அமைப்புகள்

என, பல நிலை சமூக அமைப்புகளைக் கொண்டிருந்தது சங்க காலச் சமூகம். தனியான ஆட்சி அமைப்புகளோடு இச்சமூகங்கள்

இயங்கினாலும், பிற சமூக ஆட்சியின் தாக்கங்களுக்கும் ஆளாயின. குறிப்பாகப் பெரு வேந்தர்களின் ஆட்சிப் பரவலில், இச்சமூக அமைப்புகள் மாறுதல்களைச் சந்தித்தன.

இச்சமூக அமைப்புகள் ஒவ்வொன்றும் தத்தமக்குரிய இயங்கியலை வரைவு செய்துகொண்டு இயங்கினாலும் அரசியல், தொழில், புலமை, கலை தொடர்பான ஊடாட்டங்கள் இவற்றுக்கு இடையே நிலவின. இந்த இயக்கத்தில் நாடோடி இயக்கமும் நிலவிற்றா? இந்த ஐவகைச் சமூக அமைப்புகளுடனும் தங்கு தடையின்றி இயங்கியவர்களாக இருவகையினர் விளங்குகின்றனர். ஒருவகையினர் புலவர்கள், மற்றொரு வகையினர் கலைஞர்கள். இவ்விருவகையினருள் புலவர்கள் ஒவ்வொரு சமூக அமைப்பிலிருந்தும் முகிழ்த்துள்ளனர். ஆனால், கலைஞர்களோ அடிநிலைச் சமூக அமைப்பான திணைநிலைச் சமூகத்திலிருந்து மட்டுமே உருப்பெற்றுள்ளனர்.

சங்ககாலச் சமூகத்தில் ஆட்சியாளர்களுடன் நெருங்கிய தொடர்பு உள்ளவர்களாகவும், அரசியலில் பங்கு பெற்றவர்களாகவும் மன்னனுக்கும் மக்களுக்கும் இடையில் பாலமாகச் செயல் பட்டவர்களாகவும் புலவர்கள் விளங்கினார்கள். எனவே ஆட்சி எல்லையின் வீச்சுக்கு உட்பட்டும் சிலபோது வீச்சுக்கு அப்பாலும் இவர்கள் இயக்கம் இருந்திருக்கிறது. தாம் தோன்றிய சமூக அமைப்புடனும், இலக்கியம் என்ற எல்லை கடந்த படைப்பாக்கத் திறத்தால் தம் சமூக அமைப்பிற்கு வெளியே உள்ள பிற சமூக அமைப்புகளுடனும் புலவர்கள் கலந்து இயங்கியிருக்கிறார்கள். இவ்வாறு எல்லை கடந்த இயக்கத்திற்கு உரியவராகப் புலவர்கள் இருந்தாலும், ஊர், நகர், நாடு, மலை, காடு எனப் பயணித்தாலும், இவர்களை நாடோடிகளாக அடையாளம் காண முடியவில்லை. காரணம் அவர்களுக்குக் குடும்ப அமைப்பும், நிலையான குடும்ப

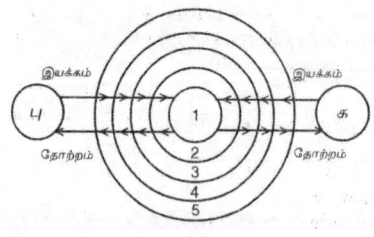

பு. புலவர்கள்
க. கலைஞர்கள்
1. பெருவேந்தர் மையச் சமூகம்
2. குறுநில மன்னர் சமூகம்
3. நிலக்கிழார் சமூகம்
4. சீறூர்த் தலைவர் சமூகம்
5. திணைநிலை மாந்தர் சமூகம்

வாழ்க்கையும் இருந்தன. பொருள் அரசியல் காரணமாகவோ புலமை ஊக்கத்தாலோ அவர்கள் அலைந்து திரிந்தாலும் தம் குடும்பத்துடன் வந்து சேர்ந்து வாழ்ந்துள்ளனர். எனவே, நாடு கடந்தாலும் புலவர்களை நாடோடிகளாகக் கருதுவதற்கில்லை. அடுத்த அலையும் கூட்டமான கலைஞர்களை ஊன்றிக் கவனித்தால், அவர்கள் வாழ்வியலை நாடோடி வாழ்வியலாக அறிய முடிகிறது. நாடோடிக் கலைஞர்களாக, பாணர், பாடினியர், விறலியர், கூத்தர், பொருநர், அகவுநர் போன்ற கலைஞர்களைச் சங்க இலக்கியங் களில் சந்திக்க நேருகிறது.

நிலவுடமை ஆதிக்க விரிவில், சீறூர்த் தலைவர்கள் முதல் பேரரசு வேந்தர்கள் வரையிலான பல மைய வளர்ச்சிச் சூழல்களில் சிக்கிய சங்ககாலச் சமூக அமைப்புகள் பொருளாதார மேடு பள்ளங்களில் பிளவுண்டு கிடந்தன. ஆறு கிடந்தன்ன அகனெடுந்தெரு ஒருபுறம், ஆற்று வெள்ளத்தில் சிதைந்த ஏழ்மைக் கலைஞர் குடில்கள் ஒருபுறம், கோழியை விரட்ட கொடுங்காற் கனங்குழை எறிந்த செல்வச் செருக்கு ஒருபுறம், கோழி மேயும் குப்பை மேட்டில் வளர்ந்த கீரையை உப்பின்றிச் சமைத்துண்ட கொடுமை வறுமை ஒருபுறம், அரசன் வீரத்தை முழங்கும் முரசுக்குப் பொலிவான கட்டில் ஒருபுறம், இத்தகைய பொருளாதார முரண்பாடுகளில், வளமைக்கும் வறுமைக்கும் இடையில் கயிற்றுப் பாலம் கட்டும் முயற்சியாக சங்க கால ஆதிக்கச் சமூகம் 'கொடை' என்ற புகழ்ப் பண்பியலைச் சமைத்துக்கொண்டது. ஆள்வோரின் வீரத்திற்கு இணையாக அவர்களின் ஈகை ஈரமும் நிறுத்தப்பட்டது. இந்த ஈரத்தில் தம் ஒட்டிய வயிற்றின் பசிச் சூட்டைத் தணித்துக்கொள்ள தவித்து அலைந்தது கலைக் கூட்டம். இக்கலைஞர்களின் நாடோடிக் காலடித் தடங்கள், திணை நிலைச் சமூகம் முதல் பேரரசு சமூகம் வரை பதிந்திருக்கக் காணலாம்.

சங்ககாலக் கலைஞர்கள் நாடோடிகள்தாமா?

'நாடோடி' என்ற சொல், இன்றைய வழக்கில், சமூகப் பண்பாட்டுப் பொருள் தளத்தில், நிலைத்த கட்டமைப்புடைய சமூக இயக்கத் திற்குள் வராத, சமூகச் செல்வாக்கைப் பெறாத மரபு வலையிலிருந்து வெளிவராத, எங்கும் வேர் ஊன்றாமல் சுற்றத்துடன் அலையும் குழுவினரைக் குறிப்பதாகிறது. சங்க காலக் கலைஞர்கள் இத்தகையோரா? இலக்கியக் கோட்பாடுகளை மட்டுமன்றி

வாழ்வியல் கோட்பாடு களையும் வரையும் தொல்காப்பியம் இக்கலைஞர்களை எப்படிக் காட்டுகிறது?

> கூத்தரும் பாணரும் பொருநரும் விறலியும்
> ஆற்றிடைக் காட்சி உறழத் தோன்றி
> பெற்ற பெருவளம் பெறாஅர்க்கு அறிவுறீஇ
> சென்று பயன்எதிரச் சொன்ன பக்கமும் (தொல்.புற. 30)

இப்படி வறுமையை விரட்டும் பொருளை நாடி அலைவோராகக் காட்டுகிறது. இலக்கியப் பாடுபொருளில் இந்நிகழ்வு ஆற்றுப்படை என்னும் துறையாகும். மன்னன் புகழைப்பாடும் பாடாண்திணைப் பாடல்களுக்கு உரிய ஒரு துறையாக இந்த ஆற்றுப்படைத்துறை அமைகிறது. மன்னரின் மாண்புரைக்கப் புலமை படைத்துக் கொண்ட இலக்கிய உத்தியாக மட்டும் இதைக் கருதுவதற்கில்லை.

அன்றைய சமூகத்தில் கலைஞரின் யதார்த்த வாழ்வியல், இலக்கிய உத்தியாகச் சாதுரியமாகப் பயன்படுத்திக்கொள்ளப் பட்டிருக்கிறது. அகஇலக்கியத் துறைகளிலும் கலைஞர்கள் பயன் படுத்தப்பட்டுள்ளனர். தலைவன், தலைவி, பரத்தை ஆகியோருக்கு இடையே தூது செல்லும் வாயில்கள் பட்டியலில் கலைஞர்களுக்கு இடம் உண்டு.

> தோழி தாயே பார்ப்பான் பாங்கன்
> பாணன் பாட்டி இளையர் விருந்தினர்
> கூத்தர் விறலியர் அறிவர் கண்டோர்
> யாத்த சிறப்பின் வாயில்கள் என்ப (தொல். கற்பியல். 52)

இவ்வாயில்களில் மிக நீண்ட தொலைவு பயணம் செய்து செய்தி உரைப்பற்கு உரியவராக, கூத்தரும் பாணரும் குறிக்கப்படுகின்றனர்.

> நிலம்பெயர்ந்து உரைத்தல் அவள் நிலை உரைத்தல்
> கூத்தர்க்கும் பாணர்க்கும் யாத்தவை உரிய (தொல். கற்பியல். 28)

ஏன், பிற வாயில்களைவிட கூத்தரும் பாணரும் நிலம்பெயர்ந்து உரைக்கும் வாயில்களாகத் தேர்ந்தெடுக்கப்பட்டனர்? ஊர்ஊராக, நாடு நாடாக அலையும் வாழ்வினர் ஆகையால், வழியறிவும் பயணிக்கும் திறமும் இவர்க்கு மிகுதி என்பதால், கலைஞரின் நாடோடி வாழ்க்கை போக்கே, தலைவன் தலைவியரின் அக வாழ்க்கையில் வாயிலாகும் வாய்ப்பைப் பெற்றுத் தருகிறது. இவ்விருவகைச் சூழல்களிலும் (புறம், அகம்) கலைஞர்களின் இயக்கத்தைச் சங்கப்பாடல்களும் சித்திரிக்கின்றன.

பயணிப்பதாலேயே கலைஞர்களை நாடோடிகள் என்று கூறலாகுமா? 'பழுமரம் தேரும் பறவை போல' புலவர்களும் தான் அலைந்து திரிந்தனர். அவர்களும் நாடோடிகளா? புலவர்களும் பரிசில் நாடி அலைந்தவர்கள்தாம். ஆனால், அவர்கள் குடும்பம், சுற்றத்துடன் வாழ்க்கை நாடி அலையவில்லை. ஆனால் கலைஞர்கள் தம் சுற்றத்துடன் பயணித்துள்ளனர். பயணிக்கும் கலைஞர்களைச் சித்திரிக்கும் பாடல்கள் அவர்களைச் சுற்றத்துடன்தான் காட்டு கின்றன. 'சுற்றம் ஒக்கல்' என்ற அடைமொழியுடன்தான் கலைஞர் தலைவன் பெரிதும் சுட்டப்படுகிறான்.

'பெரும்புல் லென்ற இரும்பேர் ஒக்கலை' (புறம். 69)

'கல்லென் சுற்றமொடு கால்கிளர்ந்து திரிதரும்
புல்லென் யாக்கைப் புலவுவாய்ப் பாண' (பெரும். 21 - 22)

புலவர்களின் குடும்பம், சுற்றம் ஏதேனும் ஓர் ஊரில் வாழ புலவர்கள் மட்டும் அலைந்து திரிந்து பரிசில் பெற்றுப் பின்தன் குடும்பம் சுற்றத்துடன் சேர்ந்து வாழ்ந்துள்ளனர். ஆனால் கலைஞர்களோ சுற்றம் சூழ அலைந்து வாழும் வாழ்வினராக இருந்திருக்கின்றனர்.

சிறாஅர் துடியர் பாடுவன் மகாஅர்
தூவெள்ளறுவை மாயோற் குறுகி
இரும்புட் பூசலோம்புமின் (புறம். 291)

போர்க்களத்தில் பெண்கள், சிறுவர்கள் உள்ளிட்ட கலைஞர் கூட்டம் கூடியிருந்தமையை இப்பாடல் காட்டுகிறது. பத்துப்பாட்டு ஆற்றுப்படை இலக்கியங்கள், ஆண்களும், பெண்களும் அடங்கிய பெருஞ்சுற்றத்தினராக, கலைஞர்கள் பயணம் செய்தமையை விரியப் பேசுகின்றன. எனவே, நிலைத்து ஓரிடத்தில் வாழாமல், இடம்பெயரும் நாடோடி வாழ்க்கையினராகக் கலைஞர்கள் விளங்கியிருப்பது தெளிவாகிறது.

> இனக்குழு மக்களிடையே தொழில் பிரிவாகத் தோன்றிய இக்கலைஞர்கள், நிலப்பிரபுத்துவத் தோற்ற காலத்தில் இனக்குழு மக்களின் தலைவர்களிடமும், புதிதாகத் தோன்றி வளர்ச்சி பெற்ற மன்னர்களிடமும் பிழைப்பு நாடிச் சென்றனர்... இவர்கள் நாட்டுக் கலைஞர்கள்; நாடோடிக் கலைஞர்கள்கூட (கா. சுப்பிரமணியன் 1982: 99).

என்று சங்க காலச் சமுதாயத்தைச் சமூகவியல் பார்வையில் திறனாயும் கா. சுப்பிரமணியன் சங்க காலக் கலைஞர்களை நாடோடிக் கலைஞர்களாகவே அடையாளம் காணுகின்றார்.

நா. வானமாமலை, கார்த்திகேசு சிவத்தம்பி போன்ற சமூக வரலாற்றியல் அறிஞர்களும், தமிழண்ணல் போன்ற இலக்கியத் திறனாய்வாளர்களும் சங்க காலக் கலைஞர்களின் வாழ்வியலை நாடோடி வாழ்வியலாகவே விளக்கம் செய்கின்றனர்.

சங்க இலக்கியங்களில் நாடோடி இலக்கிய இயல்புகள்

இயல் இலக்கியத்தின் தாய், கூத்தும் பாட்டுமாகிய சுவையே! தொன்மைச் சமூகத்தை இணைக்கும், செயலில் ஊக்கும், வழி நடத்தும் ஆற்றல் வாய்ந்த தொடர்பு ஊடகமாகத் தோற்றம் பெற்ற கலை வடிவம், கூத்தும் பாட்டும் கலந்த கலை வடிவமே. சமூக வளர்ச்சியில் தோன்றிய வேலைப்பிரிவுகளினால், தனிப் பிரிவினராக மாறிய கலைஞர்களால் இசைக்கருவிகளுடன், தொழில் நுணுக்கத் துடன் மூதுரை போன்ற பாடல் பண்புகளுடன், இந்தக் கூத்துக் கலை வளர்ச்சி அடைய ஆரம்பித்தது. பாணர், பாடினியர், கூத்தர், விறலியர் என கலைஞர்களுக்குள் தனித் திறமையாளர்கள் உருவாயினர். பாணர், பாடினியரின் இசைப் பாடல்களிலிருந்து இசைக்கூறு குறைந்த ஆனால் ஓசை நயம் சார்ந்த இயல்பான வடிவங்களில் இலக்கியக் கலையும் தோற்றம் கொண்டது. பாணர் பாடினியர் என்னும் கலைக் குழுவிலிருந்து இயல்பாடல்களைப் புனையும் புலவர்கள் தோன்றினர்.

நாகரிகம் வளர்ச்சியுறத் தொடங்கிய காலத்தில் பல்வேறு நாடுகளிலும் முதன்முதல் பாணரும் பாடினியரும் இலக்கிய வளர்ச்சிக்கு மூலகாரணமாக இருந்துள்ளனர். அவர்கள் மாவீரர் களின் புகழை ஊர்ப் பொதுமன்றங்களிலும், திருவிழா நடை பெற்ற இடங்களிலும் மன்னர்களின் அவைகளிலும் இசையோடு பாடி கேட்போரை மகிழ்வித்தனர். அவர்களுடைய பாடல் களில் மூதுரைகளும், பழமொழிகளும், அருளுரைகளும், அறிவுரைகளும் இலைமறை காய்போல் இங்கும் அங்குமாக இடம்பெற்றிருந்தன. இவ்வாறு இலக்கியம் அரும்பத் தொடங்கிய காலத்தைப் *பாணர் பாடினியர் காலம்* என்று அழைக்கலாம். (க.த. திருநாவுக்கரசு 1977: 1200). உலகில் எம்மொழி இலக்கியத் தோற்றத்திற்கும் வாய்மொழி நாடோடிக் கலைகளே களங்கள் என்பது, கலை இலக்கியத் திறனாய்வாளர் களால் தெளிவுபடுத்தப்பட்ட செய்தியாகும்.

சங்க இலக்கியங்களாகிய எட்டுத்தொகை, பத்துப்பாட்டு

பாடல்களும், நாடோடிக் கலைஞர்களின் கலைகளில் வேர் ஊன்றிச் செழித்து வளர்ந்தவையே. இப்பாடல்களின் பாடுபொருள், வடிவம், உத்தி ஆகியனவற்றில் நாடோடிக் கலை இயல்புகள் இழைந்துள்ளன. சங்க காலப் புலவர்களும் நாடோடிக் கலைஞர்களுடன் மிக நெருக்கமானவர்களாகவும், அவர்கள்பால் அன்பும் அக்கறையும் கொண்டவர்களாகவும், அவர்களுடன் சேர்ந்து பயணித்தவர்களாகவும் விளங்கியுள்ளனர். எனவேதான் நாடோடிக் கலைஞர்களை இலக்கிய உத்திகளாக மட்டுமின்றி உள்ளார்ந்த உணர்வுப் பிணைப்போடு தம் இலக்கியங்களில் வாழ வைத்துள்ளனர்.

பாணர் ஆற்றுப்படை, கூத்தர் ஆற்றுப்படை, விறலியர் ஆற்றுப்படை போன்ற இலக்கியத்துறைகள் மன்னர்களைப் புகழப் பயன்படுத்தப்பட்டாலும், இத்துறைப் பாடல்களில், கலைஞர்களைப் புலவர்கள் விளிக்கும் மொழிகளில் கசியும் பாசம், அவர்கள் வறுமையைப் பற்றிப் பேசும் போது துடிக்கும் உணர்வு, வழி கூறும் மொழிகளில் வழியும் அக்கறை போன்றவற்றால் கலைஞர்கள் வாழ்வியலோடு புலவர்கள் நெருக்கமானவர்கள் என்பது தெள்ளத் தெளிவாகிறது. சங்க இலக்கியங்களில் புலவர்களைப் புலவர்கள் ஆற்றுப்படுத்தும் பாடல்கள் மிகச் சிலவாக, புலவர்கள் கலைஞர்களை ஆற்றுப்படுத்தும் பாடல்களே மிகப்பலவாக உள்ளன. புலவர்கள், தம்மைக் கலைஞர்களாகக் கற்பித்துக்கொண்டு கலைஞர் கூற்றாகவும் பல பாடல்களைப் பாடியுள்ளனர்.

எட்டுத்தொகை நூல்களில் புறநானூற்றிலும் பதிற்றுப்பத்திலும் கலைஞரைப் புலவர்கள் ஆற்றுப்படுத்தும் பாடல்கள் உள்ளன. புறநானூற்றில் ஆற்றுப்படுத்தப்படும் கலைஞர்களாகப் பாணனும் விறலியும் காட்சியளிக்கின்றனர். பதிற்றுப்பத்தில் பாணனை விட விறலியே மிகுதியாக ஆற்றுப்படுத்தப்படுகிறாள். பத்துப்பாட்டுத் தொகையில் நான்கு இலக்கியங்கள் - சிறுபாணாற்றுப்படை, பெரும்பாணாற்றுப்படை, பொருநராற்றுப்படை, கூத்தராற்றுப்படை - கலைஞரை ஆற்றுப்படுத்தும் தனிப்பேரிலக்கிய வகையாக வளர்ச்சி பெற்றுள்ளன. பதிற்றுப்பத்திலும் புறநானூற்றிலும் காணப்படும் விறலியாற்றுப்படை பத்துப்பாட்டில் இடம் பெறவில்லை. உடைமைச் சமூகத்துடன் வளர்ந்த ஆணாதிக்கப் போக்கால் கலைஞர்கள் உலகிலும், பெண்கள் தனித்து இயங்குவது குறைந்திருக்க வேண்டும். எனவே இலக்கியத்துறையிலும் விறலியாற்றுப்படை தவிர்க்கப்பட்டிருக்கிறது.

விரிவாக அமைந்த பத்துப்பாட்டு ஆற்றுப்படை இலக்கியங்களில் கலைஞர்களின் வாழ்க்கைப் போக்கு விரிவாகப் பேசப்படுகின்றது. கலைஞர்களின் வறிய தோற்றம், இசைக் கருவிகளின் அமைப்பு, செல்லும் நீண்ட வழி, வழியில் எளிய மக்களின் வாழிடம், விருந்தோம்பும் பண்பு, செல்வம் கொழிக்கும் மன்னர் அரண்மனை, அவர்கள் இரவலரைப் புரக்கும் மாண்பு போன்றவற்றை அருந்தமிழில் இலக்கியக் காட்சிகளாக விரிக்கின்றன இந்த ஆற்றுப்படை இலக்கியங்கள். மொத்தத்தில் மாறிவரும் சமூக அமைப்பில், கலைஞர், மக்கள், ஆள்வோர் ஆகிய மூன்று தளங்களுக்கும் இடையில் பாதை போடும் பணியை இவ்வாற்றுப்படை இலக்கியங்கள் செம்மையாகச் செய்கின்றன.

எட்டுத்தொகையில் பரிபாடல் என்னும் இலக்கியம் நாடோடிக் கலையுடன் தொடர்புடைய இலக்கியமாக விளங்குகிறது. நாடோடிக்கலைஞர்கள் இசைத்த பாடல்களின் வளர்ச்சி வடிவமாக, இசையுடன் பாடுதற்குரியதாகவும் பரிபாடல் விளங்குகிறது.

நாடக வழக்கிலும், உலகியல் வழக்கிலும் புலப்படுத்தப்படும் அகவாழ்வியலை இலக்கியமாக்க உகந்த பாவடிவம் கலியும், பரிபாடலும் என்கிறார் தொல்காப்பியர் (தொல்காப்பியம், அகத்திணையியல் 56). கூத்துக் கலைஞர்கள் நாடகப்பாங்குடன் காட்சிப்படுத்திய காதல் வாழ்க்கை, இசை தழுவிய பரிபாடல் யாப்பில் அக இலக்கியமாக வளர்ச்சி பெற்றமையை இத்தொல்காப்பிய விதிவழி ஊகிக்கலாம்.

கிடைத்துள்ள பரிபாடல்களில் அகப்பாடல்களைவிட புறப்பாடல்களே மிகுதியாக உள்ளன. இப்புறப்பாடல்களின் பாடுபொருளும் கடவுளரையும் இயற்கையையும் பற்றியதாக மாற்றம் பெற்றுள்ளன. திணை நிலைத் தெய்வங்களாக விளங்கிய சேயோன் (குறிஞ்சி), மாயோன் (முல்லை) 'செவ்வேள்' ஆகவும், 'திருமால்' ஆகவும் பெருந்தெய்வமாகக் கோயில் கொண்ட சமயச் சூழலில் இசைக் கலைஞர்கள் அத்தெய்வங்களைப் போற்றிப் பரவிய பாடல்கள் பரிபாடல் தொகுப்பில் உள்ளன. நகர் மைய நாகரிகம் உருவாகிய சூழலில், நகர் மைய பரிபாடல்கள் தோன்றின. பத்துப்பாட்டின் நகர் மைய இலக்கியங்களுக்கு (மதுரைக்காஞ்சி, பட்டினப்பாலை) முன்னோடியாக, மதுரையை அணிசெய்யும் வையையும், அம்மக்கள் வாழ்வியலையும் பாடுபொருளாகக் கொண்டு பரிபாடல்கள் இசைக்கப்பட்டுள்ளன. அக்கால மக்களின்

அகவாழ்விலும் கடவுளை வணங்கும் சமய வாழ்விலும் கலைஞர்கள் தம் கலைகளால், அவர்கள் உணர்விற்குத் துணை செய்தமையைப் பரிபாடல் பாடல்கள் காட்சிப்படுத்தியுள்ளன. கடவுளைப் போற்றிப் பாடுதல், இயற்கை வளத்துய்ப்பை விரித்துப் பாடுதல் போன்ற பரிபாடலின் புதிய இலக்கிய வழிகள், நாடோடிக் கலைஞர்களின் பழைய பயண அனுபவங்களினால் பிறந்தவையே.

நாடோடிக் கலைக்களத்தில் தோன்றிய இலக்கியக் கலை, கலைஞர்களோடும் கலைகளோடும் கரம்கோத்து வளர்ச்சி பெற்றமையைச் சங்க இலக்கியப் பாடல்கள் தெளிவாகப் பதிவு செய்துள்ளன.

சங்க இலக்கியங்களில் நாடோடிக் கலைஞர்களின் வாழ்வியல்

கலை என்னும் மொழியால், ஊர், நாடு என்னும் எல்லைகளைக் கடந்து உலவி வந்த நாடோடிக் கலைஞர்களின் வாழ்வியலை நாடோடிக் கலை மரபில் கிளை விட்டுப் பூத்துக்குலுங்கும் சங்க இலக்கியங்கள் வழி காண்போம். பாணர், பாடினியர், பொருநர், கூத்தர், விறலியர், அகவுநர் போன்ற கலைஞர்களைச் சங்க இலக்கியங்கள் நமக்கு அறிமுகம் செய்கின்றன.

பாணர் வாழ்வியல்

'பண்' என்ற சொல்லின் அடியாகப் பிறந்தது 'பாணர்' என்ற சொல். 'பண்' என்ற சொல், பெயர்ச்சொல் நிலையில் 'இசை' என்று பொருள்படும். வினைச்சொல் நிலையில் 'இசைவி' என்று பொருள் தரும். மக்களை ஒருங்கு இசைவிக்கும் கலையாகப் பிறந்தது பண். பண்ணை இசைத்தோர் பாணர். பண்ணொடு இயல்வனவே ஏனைக் கலைஞர்களின் கலைகளும். தனித்திறன்மிக்க கலைஞர் களாகப் பெயர் பெற்ற கூத்தர், பொருநர், விறலியர் போன்றோரும் பாணர் குலத்தோரே.

பாணர்களில் இசைப்பாணர், யாழ்ப்பாணர், மண்டைப் பாணர் என மூவகையினர் இருந்ததாக தொல்காப்பியப் பொருளாதிகார (நூ.எண் 91) உரையில் நச்சினார்க்கினியர் குறித்துள்ளார். வாய்ப் பாடல் பாடியோர் இசைப்பாணர், யாழ் மீட்டியோர் யாழ்ப்பாணர், 'மண்டை' என்னும் உண்கலம் உடையவர் மண்டைப்பாணர் என்று விளக்கமும் தருகிறார். இசைக் கலையோடும் இரந்துண்ணல் கலத்தோடும் பாணர்கள் அடையாளப்படுத்தப்பட்டுள்ளமை,

கலைப்பாணர் வாழ்வில் வறுமையின் அடர்த்தியை வரைந்து காட்டுகின்றது.

இவன் யார்? கையில் யாழ், மெய்யில் பசி, அரையில் வேர்வையில் நனைந்த கிழிந்த ஆடை, அவனைச் சுற்றிப் பெரியதோர் கூட்டம், பல இடங்களிலும் சுற்றி அலைந்து சோழ நாட்டிற்கு வந்துள்ளனர். அவர்களிடம் பரிவுடன் பேசுபவர் யார்? ஆலந்தூர் கிழார் என்ன சொல்லுகிறார்?

கிள்ளி வளவற் படர்குவை யாயின்
நெடுங்கடை நிற்றலு மிலையே கடும்பகல்
தேர்வீ சிருக்கை யார நோக்கி
நீயவற் கண்ட பின்றைப் பூவின்
ஆடும்வண் டிமிராத் தாமரை
ஆடா யாதல் அதனினும் இலையே (புறம். 69)

என்று, சோழன் குளமுற்றத்துத் துஞ்சிய கிள்ளிவளவன் பால் சென்று, பரிசில் பெறுமாறு அறிவுறுத்துகிறார். இப்படி நாடு நாடாக, ஊர்ஊராகத் தம்மை ஆதரிப்போரை நாடி அலையும் பாணர் கூட்டத்தைப் பல சங்கப்பாடல்களில் சந்திக்கலாம்.

உடும்புரித் தன்ன என்பெழு மருங்கில்
கடும்பின் கடும்பசி களையுநர்க் காணாது
சில்செவித் தாகிய கேள்வி நொந்து நொந்து (புறம். 68)

வறுமையுடன் கவலையும் சேர்ந்து உருக்குலைத்த பாணன் ஒருவனைக் கண்டு கோவூர்கிழார் ஈங்கெவன் செய்தியோ பாண? எனப் பரிவுடன் வினவி ஆற்றுப்படுத்துகிறார் சோழன் நலங் கிள்ளியிடம்.

வன்பரணர் என்னும் புலவர் 'ஓரி' என்னும் குறுநில மன்னனைக் காண காட்டு வழியில் வந்துகொண்டிருக்கிறார். வழியில் பாணர் கூட்டத்தைச் சந்திக்கிறார். அவர்களில் ஒருவராகக் கலந்து பேசுகிறார். விறலியே நீயும் என்னுடன் பாடலில் கலந்துகொள்! கலைஞர்களே! உங்கள் முழவிற்கு மார்ச்சனையிடுங்கள்! பண்ணை நிறுத்துங்கள். பெரு வங்கியத்தை இசைப்பீர்! சல்லரியை வாசிப்பீர்; சிறுபறையை முழக்குவீர். இப்படி கலைஞர்களுடன் சேர்ந்து பாடி மகிழ்கிறார் அவர். பாடலின் பொருள் ஓரியைப் புகழ்வது. இந்த இசைக் கச்சேரியைக் கேட்டுக்கொண்டு அங்கே வருகிறான் ஓரி. வேட்டைக் கோலத்தில் வந்த அவனை அடையாளம் தெரிய

வில்லை இக்கலைஞர்களுக்கு. ஓரியோ, கலைஞர் கூட்டத்திற்குத் தன்னை யார் என்று காட்டிக் கொள்ளாமல் தான் வேட்டையாடிய மானின் தசையையும் மதுவையும், மலையிற் கிடைத்த பொன்னையும் பரிசிலாகத் தருகிறான். இத்தகைய நெகிழ்ச்சியான காட்சியை வன்பரணரின் புறநானூற்றுப் பாடல் (152) அருமையாகச் சித்திரிக்கிறது. ஓரி போன்ற குறுநில மன்னர்கள், பெருவேந்தர்களைவிட உண்மை அன்புடன் கலைஞர்களை ஆதரித்தனர். குறுநில மன்னரின் அன்பியலை வருணிக்கும் இப்பாடல் வழி கலைஞர் கூட்டத்துடன் புலவர்கள் நெருங்கிப் பழகிய பாங்கினையும் அறிய முடிகிறது.

குறுநில மன்னர்களை விடவும் சீறூர்த்தலைவர்கள், கலைஞர்களைப் பெரிதும் ஆதரித்துள்ளனர். பல புறப்பாடல்கள் சீறூர்த் தலைவருக்கும் கலைஞருக்கும் இருந்த தோழமையை விளக்கம் செய்கின்றன. இவர்கள் தாம் வறுமையுற்ற காலத்தும் கலைஞரைப் புரக்கும் தம் கடமையில் பின்னிடவில்லை. சான்றாக... இதோ சாத்தூர் கிழான் கோமான்....!

நிரப்பாது கொடுக்கும் செல்வமு மிலனே
இல்லென மறுக்கும் சிறுமையு மிலனே
....
ஈர்ந்தை யோனே பாண்பசிப் பகைஞன்
இன்மை தீர வேண்டின் எம்மொடு
நீயும் வம்மோ முதுவா யிரவல
யாந்தன் னிரங்குங் காலைத் தானெம்
உண்ணா மருங்குல் காட்டித் தன்னூர்க்
கருங்கைக் கொல்லனை யிரக்கும்
திருந்திலை நெடுவேல் வடித்திசின் எனவே (புறம். 180)

தன்னை நாடி வந்த கலைஞர்களைக் கண்டதும் கொல்லனிடம் சென்று உண்ணாமல் ஒட்டின தன் வயிற்றைக் காட்டி, வேல் வடித்துக் கொடுக்கும்படி இரக்கின்றான். இத்தலைவன் தன் வீரத்திற்கு விலையாகப் பொருள் பெற்று கலைஞர்களின் பசியைப் போக்க வேண்டும் என்பது இவன் முனைப்பு. கலைஞரின் பசி தீர்க்கும் இவன் செயல் வீரம் 'பாண்பசிப் பகைஞன்' என்ற புகழ்ப் பெயரை இவனுக்கு ஈட்டித் தருகிறது. இவனைப் போலவே சிறுகுடிகிழான் பண்ணனும் 'பசிப்பிணி மருத்துவன்' (புறம்: 173) எனப் போற்றப்படுகிறான்.

கலைஞர்களைப் புரக்கும் நன்மனத்தினராகப் பெரிதும் குறுநில மன்னர்களும், சீறூர்த் தலைவர்களும் விளங்கினர். இத்தகையோர் மறைவு கலைஞர் கூட்டத்தைப் பெரிதும் பாதித்தது. அவர்கள் மறைவிற்கிரங்கிப் புலவர்கள் பாடும் கையறுநிலைப் பாடல்களில் கலைஞர் துயரும் கண்ணீர் மொழிகளால் வரையப்படுகிறது.

இளையோர் சூடார் வளையோர் கொய்யார்
நல்லியாழ் மருப்பின் மெல்ல வாங்கிப்
பாணன் சூடான் பாடினி அணியாள்
ஆண்மை தோன்ற ஆடவர்க் கடந்த
வல்வேற் சாத்தன் மாய்ந்த பின்றை
முல்லையும் பூத்தியோ ஒல்லையூர் நாட்டே   (புறம். 242)

ஒல்லையூர் கிழான் மகன் பெருஞ்சாத்தன் மாய பூவும் சூடாமல் யாழும் மீட்டாமல் பாடினியும் பாணனும் வாடி வதங்கிக் கிடந்த தோற்றம் பூத்த முல்லைப் பூவோடு புலம்பும் புலவர் மொழியில் வரையப்படுகிறது. இதே போல் பிறிதோர் பாடல் பாடியோர் யார், பாடப்பட்டோர் யார் தெரியவில்லை. முழுப்பாடலும் கிடைக்க வில்லை; கிடைத்த வரிகளில் சிக்கிய சித்திரம்

பாணர் சென்னியும் வண்டுசென் றூதா
விறலியர் முன்கையுந் தொடியிற் பொலியா   (புறம். 244)

வள்ளல் ஒருவரின் மறைவால் பொலிவிழந்து நிற்கும் கலைஞரின் தோற்றம் இது. கையறு நிலைப் பாடல்களின் இத்தகைய வருணனை களை வெறும் இலக்கிய உத்தி என்று ஒதுக்கிவிட முடியாது. துயரத்தின் கணத்தில் உள்ளத்தின் வெடிப்பில் பீறிடும் உணர்ச்சி மொழிகளில் யதார்த்த உண்மை உறைந்திருக்கவே செய்யும். இதை உறுதிப்படுத்துகிறது தலைவன் ஒருவன் மறைவுக்காக இளம் பொன்வாணிகனார் என்னும் புலவர் புலம்பும் மொழி...

கறவை தந்து பகைவ ரோட்டிய
நெடுந்தகை கழிந்தமை யறியாது
இன்றும் வருங்கொல் பாணரது கடும்பே   (புறம். 264)

தலைவன் மறைவைவிட, இவரைப் பெரிதும் பாதிப்பது, தலைவன் மறைந்தமை அறியாமல் வரும் பாணர் கூட்டம் திகைத்துப் போகுமே என்பதுதான். அணுக்கத் தோழமையுடன் ஆதரிக்கும் தலைவர்களும் குறுநில மன்னர்களும் கலைஞர்களின் வாழ்க்கைப் பாதையில் முக்கிய மையங்களாக விளங்கினார்கள். இவர்களேயன்றி, இவர்கள் துணைவியரும் கலைஞரின் பசிபோக்கும் பண்புடையவராக

வாழ்ந்தனர். தம் கணவர், இல்லில் இல்லாத போதும், இவர்கள், கலைஞரையும் இரவலரையும் விருந்தோம்பினர்.

... மனையோள்
பாண ரார்த்தவும் பரிசில ரோம்பவும்
ஊணொலி யரவமொடு கைதூ வாளே (புறம். 334)

இனக்குழு வாழ்க்கையின் பண்புப் பரிணாமம் கலைஞர்களைப் புரக்கும் கடப்பாடாக, இந்த எளிய மக்களிடத்தே நிறைந்திருக் கிறது. பெருவேந்தர்கள், தம் புகழுக்காகவும் கலையின்பத்திற் காகவும் கலைஞர்களை ஆதரித்தனர். இவர்களைப் போல், அவர்கள் வாழ்க்கையில் அக்கறை கொள்ளவில்லை.

பத்துப்பாட்டு ஆற்றுப்படை இலக்கியங்களும் கலைஞர்களைப் பெரிதும் குறுநில மன்னர்கள் புரந்த பான்மையையே விரிவாகப் பேசுகின்றன. நான்கு ஆற்றுப்படைகளில் மூன்று ஆற்றுப்படைகள் குறுநில மன்னர்களிடத்தே கலைஞர்களை ஆற்றுப்படுத்துகின்றன. பொருநர் ஆற்றுப்படை மட்டுமே சோழன் கரிகால் வளவன் என்னும் பெருவேந்தனிடம் ஆற்றுப்படுத்துகிறது. மேலும் சிறுபாணாற்றுப்படை சிறப்பிக்கும் பேகன், பாரி, காரி, ஆய், அதிகன், நள்ளி, ஓரி ஆகிய வள்ளல்களும் குறுநில மன்னர்களே. பெருவேந்தர்கள் கலைஞர்களை ஆதரிப்பதைத் தம் கடமைகளுள் ஒன்றாக எண்ணிச் செயல்பட, குறுநில மன்னர்களும், சீறூர்த் தலைவர்களும் தம் வாழ்வின் பகுதியாகவே உணர்ந்து வாழ்ந்தனர்.

போர்க்களம் சென்று மறம் பாடி வீர உணர்வைத் தூண்டிய கலைஞர்கள் வேந்தர்களின் போர் வெறியைத் தணிக்கும் வடிகால்களாகவும் விளங்கியுள்ளனர். போர் வேட்கை மிகுந்து நாளும் போர்ச் செயலில் ஈடுபட்டிருந்த வேந்தனிடம் கூகைக் கோழியார் கூறுகிறார்...

வாடா மாலை பாடினி அணியப்
பாணன் சென்னிக் கேணி பூவா
எரிமருள் தாமரைப் பெருமலர் தயங்க
மையிடை யிரும்போத்துச் செந்தீச் சேர்த்திக்
காயங் கனிந்த கண்ணகன் கொழுங்குறை
நறவுண் செவ்வாய் நாத்திறம் பெயர்ப்ப
உண்டுந் தின்று மிரப்போர்க் கீந்தும்
மகிழ்கம் வம்மோ மறப்போ ரோயே (புறம். 364)

பாணர் பாடினியர்க்குப் பொன் அணிகலன்கள் அணியத் தந்து, அவர்களுடன் கூடி கள்ளருந்தி, நல்ல கொழுவிய இறைச்சி உண்டு, இரப்போர்க்கு ஈந்து மகிழ்ந்திருப்போம் என்று மன்னனை அழைக்கிறார் புலவர். பாணர் போன்ற கலைஞர்களுடன் கூடிக் களித்த உண்டாட்டு நிகழ்ச்சிகள், மன்னரின் போர் வெறியைத் தணிக்கப் பயன்பட்டிருக்கின்றன.

அக இலக்கியங்கள் வழி அக்காலத் தமிழரின் அக வாழ்வியல் சூழலில் பாணர் இயக்கம் பற்றிய பல செய்திகளை அறிய முடிகிறது. தலைவனின் ஊடலைத் தணிக்கும் வாயிலாகப் பாணர்கள் பயன்படுத்தப்பட்டிருக்கின்றனர். மருதத் திணைப் பாடல்கள் பலவற்றில் இத்தகைய சூழலில் பாணரைச் சந்திக்க முடிகிறது. பெரிதும் தலைவியின் சின மொழிகளுக்கு உள்ளாகின்றவர் களாகவும் பாணர்கள் காட்சி தருகின்றனர். தலைவன் பொருள் தேடவோ, வேறுவினை காரணமாகவோ வேற்று நிலங்களுக்குப் பிரிந்து சென்றிருக்கும் சூழலில், தலைவி தலைவனுக்கிடையில் தூதுவராகப் பாணர்கள் செயலாற்றி உள்ளனர். முல்லை, நெய்தல் திணைப் பாடல்கள் இத்தகைய சூழல்களில் பாணர்களைச் சித்திரிக் கின்றன. ஐங்குறுநூற்றில் முல்லை, நெய்தல் திணைப் பகுப்புகளில் பாணன் பத்து, பாணர் குரைத்த பத்து என்ற தலைப்புகளின் கீழ்ப் பத்துப் பத்துப் பாடல்கள் அமைந்துள்ளன.

பரத்தமை காரணமாகத் தலைவன் விடுத்த வாயிலாக வந்த பாணர்கள்தலைவி, தோழியரின் ஏச்சுகளுக்கு ஆளாகியிருக்கின்றனர்.

அன்னாய் இவன்ஓர் இளமா ணாக்கன்
தன்னூர் மன்றத்து என்னன் கொல்லோ
இரந்தூண் நிரம்பா மேனியொடு
விருந்தின் ஊரும் பெருஞ் செம்மலனே (குறுந். 33)

'பேச்சுத்திறம் இல்லா இளமாணாக்கனாகிய இவன் ஊர் மன்றத்தில் என்ன செய்வான்?' என்று தலைவி தோழியிடம் ஏளனமாகக் கூறுகிறாள். இரந்தூண் நிரம்பா மேனி என்று பாணனைக் கேலி செய்தாலும், தலைவன் மீதுள்ள சினம் தணிந்ததால் பாணனுக்கு அன்றைய விருந்தில் தலைமையிடம் கொடுக்கிறாள்.

மருத நிலத்தில் பாணர்கள் ஆற்றங்கரையில் வசித்துவந்தனர். அவர்கள் வாழிடம் 'பாண்சேரி' எனப்பட்டது. அப்பாணர்கள் ஆற்றில் மீன்பிடித்து, தம் அகன்ற 'மண்டை' என்னும் கலனில் எடுத்து வருவர். தம் உணவிற்குப் போக எஞ்சியதை, பிற மக்களிடம்

கொடுத்துப் பண்டமாற்றாக நெல் போன்ற தானியங்களைப் பெறுவர். ‘பாணர் பசுமீன் சொரிந்த மண்டை’ எனக் குறுந்தொகை *(169)* குறிக்கிறது.

வலைவல் பாண்மகள் வாலெயிற்று மடமகள்
வராஅல் சொரிந்த வட்டியுள் மனையோள்
யாண்டுகழி, வெண்ணெல் நிறைக்கும் ஊர *(ஐங். 48)*

பாணனும் பாண்மகளும் சேர்ந்து தாம் பிடித்த வரால் மீனைக் கொணர்ந்து, தலைவிக்குக் கொடுத்துவிட்டு அவ்வட்டில் நிறைய வெண்ணெல்லைப் பெற்றுச் செல்வதாக இப்பாடல் கூறுகிறது. புறப்பாடலிலும் பாணர்கள் மீன் பிடித்து வாழும் செய்தி குறிப்பிடப் பட்டுள்ளது

....சிறுசின்
மீன்சீவும் பாண்சேரி *(புறம். 348)*

பரத்தையருக்கும் பாணர் வாழ்வியலுக்கும் நெருங்கிய தொடர்பு இருந்திருக்கிறது. தலைவனுக்குப் பரத்தையருடன் நட்பு ஏற்படப் பாணர்கள் துணைபுரிந்திருக்கின்றனர். எனவே தலைவியரின் பெருங்கோபத்துக்கு ஆளாகியிருக்கின்றனர்.

கண்டிகு மல்லமோ கொண்க நின்கேளே!
உறாஅ வறுமுலை மடாஅ
உண்ணாப் பாவையை ஊட்டுவோளே *(ஐங். 128)*

இப்பாடலில், பரத்தையர் குலச் சிறுமியைப் பாணனின் உறவினளாகச் சுட்டுகிறாள் தலைவி. பரத்தையர் வீதியில் யாழ்மீட்டித் திரியும் பாணனையும் அவனுக்கு ஆசைவலை வீசும் பரத்தையரையும் சித்திரிக்கிறது பின்வரும் நற்றிணைப் பாடல்,

கண்டனென் மகிழ்ந! கண்டெவன் செய்கோ?
பாணன் கையது பண்புடைச் சீறியாழ்
யாணர் வண்டின் இம்மென இமிரும்
ஏர்தரு தெருவின் எதிர்ச்சி நோக்கிநின்
மார்பு தலைக் கொண்ட மாண் இழை மகளிர் *(நற். 30)*

கலைக்கும் கணிகையர் குலத்தவருக்கும் தொடர்பு இருப்பது தொடரும் வரலாறுதான். பாண் சமூகப் பெண்கள் பரத்தையராக வாழும் நிலைக்கு ஆளாகியிருக்கலாம். எனவேதான், பரத்தையருடன் திரிபவராகவும் பரத்தையர் தூதாகவும் பாணர்கள் செயல் பட்டிருக்கின்றனர்.

தலைவன் தலைவி அகவாழ்வில் தலைவன் தூதாக மட்டுமின்றி, தலைவியின் தூதராகவும் பாணர்கள் செயல்புரிந்திருக்கின்றனர்.

காண்மதி பாணநீ உரைத்தற் குரியை
துறைகெழு கொண்கன் பிரிந்தென
இறைகேழ் எல்வளை நீங்கிய நிலையே! (ஐங். 140)

'பாணனே தலைமகன் இருக்கும் இடத்தைத் தேடிச் சென்று உரைக்கும் உரிமையை நீ உடையாய் தலைவன் பிரிந்தால் வளையல்கள் நெகிழும் எம் மெலிவைக் காண்பாயாக என்கிறாள் தலைவி. தலைவன் தலைவி அக வாழ்வில் பாணர்கள் எத்துணை உரிமையாகச் செயல்பட்டிருக்கின்றனர் என்பதனை இதன்வழி அறிய முடிகிறது.

மருதத்திணை வாழ்வில் மட்டுமின்றி முல்லைத்திணை வாழ்விலும் பாணர்கள் தூதுப்பணி புரிந்திருக்கிறார்கள். தலைவன் சென்ற நாட்டிற்குச் செல்லும் பாணனை அழைத்து, தன் துயரைத் தெரிவிக்கும்படி வேண்டுகிறாள் முல்லைத் தலைவி ஒருத்தி.

பலர்புகழ் சிறப்பின்நும் குருசில் உள்ளிச்
செலவுநீ நயந்தனை யாயின் மன்ற
இன்னா அரும்படர் எம்வயின் செய்த
பொய்வலாளர் போலக்
கைவல்பாண எம்மற வாதிமே (ஐங். 473)

தலைவன் பிரிவால் வாடிய தலைவியைக் கண்டு மனம் பொறாத பாணன் ஒருவன் 'தலைவன் சென்றிருக்கும் சேணிடம் சென்று தலைவனை அழைத்து வருகிறேன்' என்று தானே முன்வந்து கனிவுடன் கூறுகிறான்.

மையறு சுடர்நுதல் விளங்கக் கறுத்தோர்
செய்யரண் சிதைத்த செருமிகு தானையொடு
கதம்பரி நெடுந்தேர் அதர்படக் கடை இச்
சென்றவர்த் தருகுவல் என்னும்
நன்றால் அம்ம பாணனது அறிவே (ஐங். 474)

தான் கூறாமலே போர் காரணமாகத் தேரேறி நெடுந்தொலைவு சென்றிருக்கும் தலைவனைக் கண்டு பேச பயணிக்கும் பாணனின் அன்புசால் அறிவைப் போற்றுகிறாள் தலைவி.

பிரிந்துறையும் தலை மகனிடத்து தலைவியின் தூதாய் வந்த பாணனிடம் அவள் சொல்லிய திறம் கூறு' என்று ஆவலுடன்

கேட்கிறான் ஓர் தலைவன் (ஐங்குறுநூறு 478). தகவல் தொடர்பு வசதிகள் அற்ற அக்காலத்தே அன்பு நெஞ்சங்களின் அன்புச் செய்திகளைச் சுமந்துகொண்டு நெடுந்தொலைவு சென்று சேர்க்கும் தொடர்பாளர்களாகப் பாணர்கள் பணியாற்றி இருக்கிறார்கள்.

யாம்வெங் காதலி நோய் மிகச் சாஅய்ச்
சொல்லியது உரைமதி நீயே
முல்லை நல்யாழ்ப் பாண மற்றெமக்கே (ஐங். 478)

பாணன் மருதத்திணையில் 'பொய்யுரைப்பாண' என இகழப் பட்டான். முல்லைத் திணையிலோ 'முல்லை நல் யாழ்ப்பாண' எனப் போற்றப்படுகிறான். பாணர் தம் செயலுக்கேற்ப அகச் சூழலில் இகழ்ச்சிக்கும் புகழ்ச்சிக்கும் ஆளாகிறார்கள்.

தலைவன், தன் அக வாழ்வு அனுபவங்களை, நெருங்கிய நண்பனிடம் பகிர்ந்து கொள்வதைப் போல, பாணனுடன் பேசி மகிழும் காட்சிச் சித்திரங்களையும் அகப்பாடல்களில் காண முடிகின்றது. பரத்தமை ஒழுக்கத்தால் ஊடிய தலைவியின் உடல் தணிக்க, தெருவில் விளையாடிக் கொண்டிருந்த தன் புதல்வனைத் தூக்கியணைத்துக் கொஞ்சியவாறு உள்ளே சென்று தலைவியை நெருங்கிய போது 'யார் நீ' என்று அவள் சினந்தாளாம். இந்த நிகழ்ச்சியைப் பாணனிடம் கூறி நகையாடுகிறான் நற்றிணைத் தலைவன் (250). தன் குலம் விளங்க, ஆண் குழந்தையைப் பெற்றெடுத்து, மரபான சடங்குகள் முடிந்து அயர்ச்சியுடன் பகலில் தூங்கிக்கொண்டிருக்கும் தன் மனைவியை நெருங்கி, 'இப்படித் துயில்கிறாயே, இளம்பெண் பருவம் கடந்து முதியவள் ஆகி விட்டாயோ?' என நகையாடி தான் அருகே செல்ல, நாணத்துடன் முகம் புதைத்து தன் மனைவி சிரித்த நிகழ்ச்சியை, 'வாராய்பாண நகுகம்' என்று பாணனிடம் சொல்லி மகிழ்கிறான் பிறிதோர் தலைவன் (நற். 370).

குடும்பமே தொலைக்காட்சிக்கு முன்பு ஒன்றாக அமர்ந்து நிகழ்ச்சிகளைக் கண்டு இரசிப்பதை ஒத்த ஒரு காட்சியை ஐங்குறு நூற்றுப் பாடல் ஒன்று விரிக்கிறது. மாலை நேரம் வீட்டின் முற்றத்தில் விரித்த கட்டில். தலைவியும் தலைவனும் அதில் அருகருகே அமர்ந்திருக்கிறார்கள். அவர்கள் பிள்ளைச் செல்வமோ, தலைவனின் மார்பில் ஏறி விளையாடுகிறது. அன்பு ததும்பும் இச்சூழலில் பாணன் அவர்கள் முன்னால் தன் யாழை நீட்டி இனிமை ததும்ப வாசித்துக்கொண்டிருக்கிறான். இல்லத்தவர் அன்பும் பாணனின்

இன்னிசையும் கலந்த இந்த அழகிய காட்சியைக் கண்டு செவிலித் தாய் மகிழ்கிறாள்.

மாலை முன்றில் குறுங்கால் கட்டில்
மனையோன் துணைவி ஆகப் புதல்வன்
மார்பின் ஊரும் மகிழ் நகை இன்பப்
பொழுதிற்கு ஒத்தன்று மன்னே
மென்பிணித் தம்ம பாணனது யாழே (ஐங். 410)

புறச்சூழலில் போர்க்கள வீரத்திற்கும், மன்னரின் கொடைப் புகழிற்கும், விழாக் காலங்களில் மக்களின் மகிழ்விற்கும் துணை நின்ற பாணரின் கலை, அகச்சூழலில் இல்லறத்தாரின் இனிய பிணைப்பிற்குப் பின்னணியாகியிருக்கிறது.

புற இலக்கியங்கள், வறுமையுடன் அலைந்து திரியும் பாணர் களைப் படம்பிடிக்கின்றன. அக இலக்கியங்கள், தலைவி - தலைவன் பரத்தையர் இவர்களுக்கிடையில் உறவாகவும் ஊறாக வும் ஊடாடும் பாணர்களைச் சித்திரிக்கின்றன.

பொருநர் வாழ்வியல்

'பொருதல்' என்ற சொல் 'ஒத்திருத்தல்', 'போர் புரிதல்' என்னும் இரு எதிர்நிலைப் பொருள்களைக் குறிக்கும் சொல். இச்சொல்லின் அடியாகப் பிறந்த 'பொருநர்' என்ற சொல் பிறரைப் போல் வேடம் புனைந்து, அதற்கிசைய இசையுடன் பாடி ஆடும் கலைஞர்களைக் குறிக்க வழங்கப்பட்டது. இக்கலைஞர்கள் தடாரி, கிணை போன்ற தோற்கருவிகளை முழக்கிப் பாடினர். இவர்களுள், ஏர்க்களம் பாடுநர், போர்க்களம் பாடுநர், பரணி பாடுநர் என 2 பிரிவினை உண்டு. கிணை கொட்டிப் பாடுதலால் இவர்களுக்குக் கிணைப் பொருநர் என்னும் பெயரும் உண்டு. பொருநர்கள் தம்மைப் 'பொராஅப் பொருநர்' (புறம். 386) என்று கூறிக்கொண்டனர்.

கிணைப் பொருநர் கூற்றாகப் புறநானூற்றில் முப்பது பாடல்கள் உள்ளன. பத்துப்பாட்டில், பொருநராற்றுப்படை பொருநர் இலக்கியமாகக் காட்சி அளிக்கிறது. சங்க இலக்கியங்களில் பாணர்களைப் போல், பொருநர் மிகுதியாக இடம் பெறவில்லை. அகத்துறை வாயில்களாக, பாணன், பாடினி, கூத்தர், விறலியர் ஆகிய கலைஞர்களைக் குறிப்பிடும் தொல்காப்பியம், பொருநரை வாயிலாகக் கூறவில்லை.

சங்க காலச் சமூகத்தில் பொருநர்களும் வறுமையில் வாடினர். பாணர்களைவிட இவர்கள் வறுமையால் துன்புற்றனர். இதோ ஒரு பொருநனின் வறிய சித்திரம்.

அகன்றலை வையத்துப் புரவலர்க் காணாது
மரந்தலைச் சேர்ந்து பட்டினி வைகிப்
போதவி ழலரி நாரிற் றொடுத்துத்
தயங்கிரும் பித்தை பொலியச் சூடிப்
பறையொடு தகைத்த கலப்பையென முரவுவாய்
ஆடுறு குழிசி பாடின்று தூக்கி (புறம். 371)

பாண்டியன் நெடுஞ்செழியன் பாசறை நோக்கி நடக்கின்றான் ஓர் பொருநன். இசைக்கருவிகளுடன், சமைத்துண்ணும் கலங்களையும் தோளிற்சுமந்து, மனத்தில் கவலையைச் சுமந்து போர்க்களம் சேர்ந்து, தடாரிப்பறை முழக்கிப் பரிசில் வேண்டும் இவன் அவலம், கல்லாடனாரால் இவ்வாறு கசிந்துருகப் பாடப்பட்டுள்ளது. தன் அவல வாழ்க்கையை எண்ணி எண்ணி நோகும் கலைஞனைச் சந்திக்கலாம் உறையூர் ஏணிச்சேரி முடமோசியார் பாடலில் (புறம். 375). கால்கள் தளர்ந்து தரை வெடித்துப் பாழ்ப்பட்ட ஊர் மன்றம் அவன் உறங்கும் இடம். விடிந்ததும், ஒவ்வொரு நாள் ஓர் உழவன் வீட்டின் முன்னால் - இந்நிலை மாறாதா? அவன் கேள்விக்கு விடையாக, ஆய் அண்டிரன் என்ற வள்ளலை நிறுத்துகிறார் புலவர். வள்ளலின் பரிசு, வாழ்க்கை முழுதும் தொடருமா? இந்தக் கேள்விக்கு விடை? ...தொடரும் வறுமையுடன் தொடர்வது தேடலும்தான்.

கிணைப் பொருநர்கள், வாழ்க்கை நாடி, சேய்மை நாடுகளுக்கும் சென்றிருக்கின்றனர் (புறம் .377). தேடலின் நீட்சியிது.

ஆளும் மன்னர்களோடு தம்மைத் தொடர்புபடுத்திக் கொண்டால் தம் அலைச்சல் வாழ்க்கை மாறும் என நம்பிய சில பொருநர்கள். 'வில்லியாதன் கிணையேம் பெரும் (புறம் . 379) 'நலங்கிள்ளி நசைப் பொருநரேம்' (புறம். 382) 'கரும்பனூரான் கிணையேம் பெரும' (புறம். 384) என்ற தம்மை மன்னர்க்கு உரிமை உடையவர்களாக அடையாளப்படுத்திக்கொண்டனர். அவ்வம் மன்னர்களை மட்டுமே பாடுவோம் என உறுதிபூண்டனர்.

தண்சோழ நாட்டுப் பொருநன்
அலங்குளை யணியிவுளி
நலங்கிள்ளி நசைப் பொருநரேம்

பிறர்பாடிப் பெறல் வேண்டேம்
அவற்பாடுது மவன்றாள் வாழிய (புறம். 382)

பிறிதோர் பொருநன் வஞ்சினமே மொழிகிறான்: 'சிறுகுடிகிழன் பண்ணனை நாடோறும் நான் பாடேன். ஆயின் அவன் என் பெரிய சுற்றத்திற்கு அருள் செய்யாதொழிவானாக (புறம்: 388) என்கிறான். தம் நாடோடி வாழ்க்கைக்குத் தீர்வு வராதா என்ற ஏக்கத்தில் இப்படிச் செயல்பட்டனர் சில பொருநர்.

பொருநரில் சிலர், விடியலில் இசை பாடி மன்னரைத் துயில் எழுப்பும் பணியை மேற்கொண்டனர். மன்னர் பாசறையிடத்தும் துயில் எழுப்பி உள்ளனர்.

இரவுப் புறங்கண்ட காலைத் தோன்றி
எஃகிரு ளகற்று மேமப் பாசறை
வைகறை யரவங் கேளியர் பலகோட்
செய்தார் மார்ப எழுமதி துயிலெனத்
தெண்கண் மாக்கிணைத் தெளிர்ப்ப வொற்றி
நெடுங்கடைத் தோன்றி யோனே (புறம். 397)

மன்னன் துயில் நீங்கினால் இவர்கள் வாழ்க்கை இருள் நீங்கும் என்பது நம்பிக்கை!

புறநானூற்றுப் பாடல்கள் காட்டும் பொருநர்கள் மிகுந்த வறுமையில் வாடுபவர்களாகவும், ஆதரிக்கும் வள்ளல்கள் இல்லாத சூழலில் உழவர் சமூகத்தைச் சார்ந்து இரந்து உண்பவ ராகவும் இருந்தனர். தம் நாடோடி வாழ்விற்குத் தீர்வு காண ஏதேனும் ஒரு மன்னருடன் தம்மைத் தொடர்பு படுத்திக்கொண்டு கலைப்பணி புரிபவராகவும் காட்சி அளிக்கின்றனர். பொருநர் கூற்றாக முப்பது புறப்பாடல்கள் அமைந்திருப்பது புலவர்களுக்கு இவர்களோடு இருந்த தொடர்பையும் அக்கறையையும் பறை சாற்றுகிறது.

பேரரசு வளர்ச்சி கால கட்ட இலக்கியத் தொகையாகிய பத்துப் பாட்டில் இடம்பெறும் பொருநர்கள், விழாக் காலத்தில் கிடைக்கும் பெரு விருந்தையும் விரும்பாமல் வேற்றுப்புலம் செல்லவிழைந்து பயணம் செய்கின்றனர்.

அறாஅ யாணர் அகன்றலைப் பேர் ஊர்
சாறுகழி வழிநாள் சோறுநசை உறாது
வேறுபுலம் முன்னிய விரகு அறி பொருந (பொரு. 1-3)

இவர்களின் நாடோடி வாழ்வியல் பண்பு இங்கு விளக்கமாகிறது. 'விரகு அறி பொருந' என்று பொருநர் தலைவன் சுட்டப்படுகிறான். அறிவு நுட்பம் வாய்ந்தவன் என்பது பொருள். விழாச் சோறையும் விரும்பாது பயணம் மேற்கொண்டமை முட்டாள்தனமான முடிவன்று; அவர்கள் வாழ்வியலோடு இசைந்த முடிவு என்ற ஆழ் பொருளை இவ்விளி சுட்டி நிற்கிறது.

நுட்பமான யாழ்க்கருவியின் அமைப்பும் அவ்யாழைப் பொருநன் வாசிக்கும் திறமும் பொருநராற்றுப்படையில் விரிவாகப் பேசப் படுகிறது. தடாரிப் பறையையும் கிணையையும் கொட்டிக் கொண்டிருந்த பொருநர்கள், யாழிசையிலும் வல்லவர்களாக வளர்ச்சி பெற்றிருக்கின்றனர்.

முரசு முழங்கு தானை மூவரும் கூடி
அரசவை இருந்த தோற்றம் போலப்
பாடல் பற்றிய பயனுடை எழாஅல்
கோடியர் தலைவ... *(அடி. 54-57)*

என, பொருநராற்றுப்படை பொருநனின் இசைத் திறனைப் போற்றுகிறது. மூவேந்தர்கள் ஒருங்கிருந்த அற்புதத் தோற்றம் போல் பொருநன் மீட்டிய யாழிசைப் பொலிந்ததாம். வேந்தரொடு கலைஞரின் கலைத்திறன் ஒப்பிடப்படுவதன் நோக்கம் சமூக மதிப்பில் கலைஞர்க்கிருந்த இடத்தை மன்னர்க்கு உணர்த்தலும், மன்னன்பால் ஈடுபாட்டை கலைஞர் இதயத்தில் விதைத்தலும் ஆகும். மொத்தத்தில் கலைகளையும் கலைஞரையும் புறக்கணித்து சமூகமோ, அரசோ சீர்மையுடன் இயங்கமுடியாது என்ற பொருண்மை இவ்வுவமையின் உள்ளீடாகிறது.

எட்டுத்தொகை கால கட்டத்தினும் பத்துப்பாட்டு கால கட்டத்தில், சமூக அளவிலும் அரசியல் தளத்திலும் கலையின் பயன் கலைஞரின் தேவை பெரிதும் உணரப்பட்டிருக்கிறது; உணர்த்தப்பட்டிருக்கிறது.

கூத்தர் வாழ்வியல்

கதை தழுவிய பாடல்களுக்கு ஆடுபவர்கள் கூத்தர்கள். இவர்கள், கோடியர், வயிரியர், கண்ணுளர் எனப் பல பெயர்களில் சங்க இலக்கியங்களில் குறிக்கப்படுகின்றனர்.

'இரும்பேர் ஒக்கல் கோடியர்' *(அகம். 301)*

'வயிரியர் கண்ணுளர்க் கோம்பாது வீசி'   (பதிற்று. 20)
'கலம் பெறு கண்ணுளர் ஒக்கல் தலைவ'   (மலைபடு. 50)

தொல்காப்பியம், புறச்சூழலில் ஆற்றுப்படைத் துறைக்கு உரிய வராகவும் அகச்சூழலில் வாயிலாகச் செயற்படுதற்கு உரியவராகவும் கூத்தரைக் குறித்துள்ளது. விழாக்காலங்களில், ஊர்ப்பொது மன்றங்களில் கூத்தர்கள் ஆடிய செய்திகளைச் சங்க இலக்கியங்கள் பேசுகின்றன. பத்துப்பாட்டில் 'மலைபடுகடாம்' என்று பெயர் பெற்ற கூத்தர் ஆற்றுப்படை இலக்கியம் கூத்தர்களை முன்னிறுத்தி விரிவான செய்திகளைத் தருகிறது.

ஊரின் சிறப்பைக் குறிக்க, கூத்தும் விழவும் மலிந்த ஊர் என்றுரைப்பது சங்க இலக்கிய வழக்கு. 'ஆடு இயல் விழவின் அழுங்கல் மூதூர்' (நற்றிணை 90) கூத்தர்கள் எங்கு விழா நடந்தாலும் அங்கே சென்று தம் கலைத்திறனால் மக்களை மகிழ்விப்பர். கூத்தர்கள் ஊர்ஊராக நாடு நாடாக அலைந்து திரிந்துள்ளனர்.

சுரம் செல் கோடியர் கதுமென இசைக்கும்
நரம்பொடு கொள்ளும் அத்தத்து ஆங்கண்   (நற். 212)

பாலை நிலம் வழியே, யாழ் இசைத்துக்கொண்டு செல்லும் கூத்தர் சித்திரம் இது. வேற்று நாடுகளுக்கும் கூத்தர்கள் பெயர்ந்து செல்வதால் அவர்களைப் புலம் பெயர் வயிரியர் (நற்றிணை: 100) என்கின்றது நற்றிணை. வட நாட்டுக் கூத்தர்களும் தமிழ்நாட்டிற்கு வந்து கலை நிகழ்ச்சிகள் நடத்தியுள்ளனர்.

'.... ஆரியர்
கயிறாடு பறையின் கால்பொரக் கலங்கி'   (குறுந். 7)

இந்த ஆரியக் கூத்தர்கள், கயிற்றின் மீது கழைக் கூத்தாடுபவர்கள்.

கூத்தர்கள் தம் வரவைத் தெரிவிக்க ஊர் மன்றத்திற்குச் சென்று இசைக் கருவிகளை இசைப்பர். பின்னர் மாளிகைத் தெருக்கள் தோறும் சென்று பாடி ஆடுவர்.

வயிரிய மாக்கள் பண்ணமைத் தெழீஇ
மன்ற நண்ணி மறுகுறுசிற யாடும்   (பதிற்று. 29)

நிலம் வறண்ட வறட்சிக் காலங்களில், இவர்கள் நெடுந்தொலைவு பயணித்து, தம் வருகையை மன்றத்தில் அறிவித்து, தெருக்களில் பாடி ஆடுவர்.

..... பெருவறங் கூர்ந்து

நிலம் பைதற்ற புலங்கெழு காலையும்
வாங்குபு தகைத்த கலப்பையர் ஆங்கண்
மன்றம் போந்து மறுகு சிறையாடும்
வயிரிய மாக்கள்..... (பதிற்று. 23)

'வாங்குபு தகைத்த கலப்பையர்'..என்ற வருணனை இவர்கள் நாடோடி வாழ்வியல்பை விளக்குகிறது.

மன்னர்கள் போரில் வெற்றி பெற்ற பிறகு, வீரர்களுக்கும் கலைஞர்களுக்கும் விருந்து தந்து பரிசளிப்பர். அத்தகைய விருந்தின் போது, கூத்தர்களின் பெரிய சுற்றம் மகிழும் வண்ணம் எண்ணற்ற குதிரைகளைச் செங்குட்டுவன் பரிசளித்தமையைப் பதிற்றுப்பத்து வியந்துரைக்கிறது.

கோடியர் பெருங்கிளை வாழ ஆடு இயல்
உளையவிர் கலிமாப் பொழிந்தவை எண்ணின்
......
வெண்டலைக் குரூஉப் பிசிருடையத்
தண்பலவரூஉம் புணரியில் பலவே (பதிற்று. 42)

போரின் வெற்றிக்குக் கூத்தர்களின் கலை நிகழ்ச்சிகளும் காரணம். மற்றும் மன்னன் வெற்றியைக் கலை வடிவில் மக்கள் மனதில் பதியச் செய்பவர்கள் இக்கலைஞர்கள். எனவே, வெற்றி விழாவில் இப்படி வேந்தர்கள் கலைஞர்களைச் சிறப்பித்துள்ளனர்.

இனக்குழு வாழ்க்கையில் வேட்டையின் வெற்றிக்குப் பின்னும் திணைநிலைச் சமூகத்தில் பொது நிகழ்ச்சிகளின் போதும் கலைஞர் களோடு தலைவர்களும் சேர்ந்து ஆடியிருக்கின்றனர். அரசு விரிவில் அந்தஸ்து உயர, பார்வையாளர்களாகவும் பரிசளித்து கலைஞரைப் பயன்படுத்திக் கொள்பவர்களாகவும் தலைவர்கள் மாறிவிட்டார்கள். இந்த மாற்றத்தை வேந்தன் பக்கம் நின்று மதிப்பீடு செய்கிறது. பதிற்றுப்பத்துப் பாடல் ஒன்று,

விழவு வீற்றிருந்த வியலுள் ஆங்கண்
கோடியர் முழவின் முன்னர் ஆடல்
வல்லான் அல்லன் வாழ்கஅவன் கண்ணி
....
வீந்துகு போர்க்களத்து ஆடுங்கோவே! (பதிற்று. 56)

பெரிய ஊரின், சிறப்பான விழாவில் கூத்தர் இசைக்கும் முழ வோசைக்கு ஏற்ப அவர்களுடன் சேர்ந்தாடுவதில் வல்லவன்

இல்லை ஆடுகோட் பாட்டுச் சேரலாதன். ஆனால் பகைவரை வென்று போர்க்களத்தில் ஆடுவதில் வல்லவன் என மன்னனைப் போற்றுகிறார் காக்கை பாடினியார் நச்செள்ளையார். இவரே கலைஞர் குலத்தைச் சேர்ந்த விறலியாவார். தம்மையொத்த கலைஞர் நிகழ்ச்சியில் ஆடாமல் தலைவர்கள் விலகும் மாற்றத்தை, சமூக மாற்றத்திற்குரிய இயல்பாக உள்வாங்கிக்கொண்டுள்ளார் இவர்.

சங்க இலக்கியமாகிய பரிபாடலில் ஓர் காட்சி! மதுரையை அணி செய்யும் வையையில் புதுவெள்ளம் கரைபுரண்டு ஓடுகிறது. மக்கள் மனதில் மகிழ்ச்சி வெள்ளம் பெருக்கெடுக்க, கலை வெள்ளமும் உடன் கலக்கிறது.

> குழல் அளந்து நிற்ப முழவெழூந் தார்ப்ப
> மன்மகளிர் சென்னியர் ஆடல் தொடங்க
>
> *(பரிபாடல் 7, அடி 79-80)*

இங்குக் கூத்தர்களுடன், மன்மகளிர் மன்னனிடம் தலைக்கோல் பட்டம் பெற்ற வேத்தியல் கலை மகளிரும் சேர்ந்து ஆடிய செய்தியை இப்பாடல் வரிகள் குறிக்கின்றன. நாடோடிக் கலைஞரிடமிருந்து பிரிந்த வேத்தியல் கலைஞர்கள், அவ்வப்போது கலைநிகழ்ச்சிகளில் இணைந்து சந்தித்துக்கொண்டனர். மன்னர் போற்றிய வேத்தியல் கலையும், மக்கள் இரசித்த பொதுவியல் கலையும் ஆற்றங்கரையில் இணைந்து கலை விருந்தாகியுள்ளது. நாட்டுப்புறக் கலையும் செவ்வியல் கலையும் தாயும் சேயுமாகத் தழுவிக்கொண்டுள்ளது.

நகர் இலக்கியமாகிய மதுரைக் காஞ்சி, மதுரை நகரத் தெருக் களின் ஆரவாரத்திற்குக் கூறும் உவமை வழி, கூத்துக் கலையின் வளர்ச்சி பற்றிய செய்தி கிடைக்கிறது.

> கொடும்பறைக் கோடியர் கடும்புடன் வாழ்த்தும்
> தண்கடல் நாடன் ஒண்பூங் கோதை
> பெருநாள் இருக்கை விழுமியோர் குழீஇ
> விழைவு கொள் கம்பலை கடுப்ப.... *(அடி 523-26)*

கூத்தரின் சுற்றம் ஒரு சேர வாழ்த்தும் சேர மன்னனின் நாளோலக்க அவையில், கலையை நன்கு கற்றவர்கள் கூடி விவாதம் செய்யும் செய்தி உவமையாகப் பதிவு செய்யப்பட்டிருக்கிறது. அரண்மனைக் கலை அறிஞர்களின் ஆய்விற்குச் செயல் விளக்கமாகக் கூத்தர்கள் குழுமி இருந்தனர் போலும்! பாண்டி நாட்டு மதுரையின்

பொலிவிற்குச் சேர நாட்டுக் கலை ஆராய்ச்சி உவமையாகிறது. கலைஞருக்கும், கலைகளுக்கும் இடையே நாடுகள் எல்லைகள் ஆக முடியாது என்பதனை இது உணர்த்துகிறது.

பிறிதோர் நகர் இலக்கியமாகிய பட்டினப்பாலை கூறும் செய்தி...

அருவிலை நறும்பூத் தூஉய் தெருவில்
முதுவாய்க் கோடியர் முழவொடு புணர்ந்த
திரி புரி நரம்பின் தீந்தொடை ஓர்க்கும்
பெருவிழாக் கழிந்த பேஎம்முதிர் மன்றத்துச்
சிறுபூ நெருஞ்சியொடு அறுகை பம்பி
அழல்வாய் ஓரி அஞ்சுவரக் கதிர்ப்பவும்
அழுகுரற் கூகையொடு ஆண்டலை விளிப்பவும்
களங்கொள் கூளியொடு கதுப்பு இகுத் தசைஇ
பிணம்தின் யாக்கைப் பேய்மகள் துவன்றவும் (அடி 252-260)

நறுமணப் பூக்களைச் சிதறி, கூத்தர்கள் இன்னிசையுடன் பாடி ஆடிய ஊர்ப் பொது மன்றங்கள் இப்போது நரிகள் ஊளையிடுகின்ற, கூகைகள் குழறுகிற, பிணந்தின்னும் பேய்கள் கூத்தாடுகின்ற இடமாக மாறிப் போய்விட்ட பகைப்புலச் சித்திரம் இது. பேரரசு வேட்கைப் போர்களால் விளைநிலங்களும், நீர்நிலைகளும் மட்டும் பாழ்படவில்லை. கலைஞர்கள் கலை நிகழ்த்தும் ஊர் மன்றங்களும் பாழ்பட்டன. நாடோடிக் கலைஞர்களின் கலைக் களங்களாக விளங்கிய மன்றங்களின் சிதைவு கலைஞர்கள் வாழ்க்கையை எந்த அளவிற்குப் பாதித்திருக்கும்! இதற்கு வேந்தர்கள்தான் பொறுப் பேற்க வேண்டும். வாழ்வாதாரங்களை இழந்து திரியும் கலைஞர் களைப் புரப்பது, வேந்தன் கடமைகளில் முக்கியமானது எனப் புலவர்கள் அறிவுறுத்துகின்றனர். ஆற்றுப்படை இலக்கியங்கள் கலைஞரை மன்னர்பால் ஆற்றுப்படுத்தும் வடிவில் அமைந்தாலும், அவற்றின் உள்நோக்கம் கலைஞரை நோக்கி வேந்தன் சிந்தனையை ஆற்றுப்படுத்துவதாகும்.

பத்துப்பாட்டில் கூத்தர்களை ஆற்றுப்படுத்தும் கூத்தாற்றுப்படை அக்காலச் சமூகத்தில் கூத்தரின் இயக்கம் குறித்த பல செய்திகளை இலக்கியம் ஆக்கியுள்ளது. கூத்துக் கலைஞர்கள் சுமந்துவரும் பல்வேறு இசைக் கருவிகளைப் பற்றிய நுணுக்கமான வருணனை, புலவரின் இசையறிவையும், கலைஞர் சமூகத்தோடு அவர்க்கிருந்த நெருக்கத்தையும் புலப்படுத்துகிறது. எனவேதான், நன்னனைச் சார்ந்து தான் வாழ்வு பெற்றதைப் போல், அக்கலைஞரும் பெற

ஆற்றுப்படுத்துகிறார். செல்லும் வழி உரைப்பதோடு வழியில் எதிர்ப்படும் சமூகத்தினரிடம் சொல்லும் மொழியையும் அவர் களுக்குக் கற்பிக்கிறார். வழியில், நீங்கள் சந்திக்கும் மக்களிடம் நாங்கள் நன்னனின் கலைஞர்கள் என்று கூறுங்கள். அவ்வளவில் அம்மக்கள் உங்களைக் கேளிராகக் கருதி நீங்கள் கேளாமலே உங்களுக்கு வேண்டியதைத் தந்து உதவுவார்கள் என்கிறார். இப்படி ஐவகை திணைநிலைச் சமூகத்தினரையும் கடந்து கலைஞர்கள் செல்ல வேண்டிய பாங்கினை விரிவாக உரைக்கிறார். பகைப்புலம் வழியாகப் படரும் போதும் நன்னனை நாடிச் செல்லுகிறோம் என்றால் அவர்கள் உமக்குத் தீங்கிழையார். நன்னனின் ஊரைப் போல அவ்வூர்களில் நீங்கள் தங்கிச் செல்லலாம் என்று அறிவுறுத்து கிறார் பரிவோடு.

ஓம்பா வள்ளற் படர்ந்திருக்கும் எனினே
மேம்பட வெறுத்த அவன் தொல்திணை மூதூர்
அங்ஙனம் அற்றே நம்ம னோர்க்கே
அசைவுழி அசைஇ அஞ்சாது கழிமின் (அடி 400-403)

இம்மொழிகளில் 'நம்மனோர்' என்ற சொல்லாட்சி, கலைஞர் கூட்டத்துடன் தம்மையும் ஒருவராகப் புலவர்கள் ஐக்கியப்படுத்திக் கொண்டிருந்தமையைப் புலப்படுத்துகிறது. நன்னன் ஊர் 'தொல் திணை மூதூர்' என்ற சொல்லாட்சி, சொல்லும் செய்தி 'தொன்மை திணை சமூகப் பண்பியல் மாறாத ஊர்' என்பதாகும். தொல் சமூகத்தில் கலையும் கலைஞரும் பெற்றிருந்த உயர்மதிப்பு இப்போதும் தொடரும் என்பதைக் குறிப்பால் உணர்த்துகிறது இச்சொல்லாட்சி. நன்னன் குறுநில மன்னன் ஆகையால், அவன் ஊர் தொல் திணை வாழ்வியல் பண்புடன் விளங்குகிறது. ஆனால், பெருவேந்தர்களின் நகரங்களோ, இப்பண்பிலிருந்து நகர்ந்து விட்டன. நகர வாழ் மக்களுக்காக நாடோடிக் கலையும் வேத்தியல் கலையாக உருமாறியது. கூத்தர்களில் சிலரை, வேத்தியல் கலைஞராக நகர் சமூகம் உள்வாங்கிக்கொண்டது.

கலைமகளிர் வாழ்வியல்

சங்க காலக் கலையுலக மகளிராக பாடினியர், விறலியர், ஆடுகள மகளிர், அகவன் மகளிர் போன்றோரைச் சங்க இலக்கியங்களில் காணலாம். பாணர் குலத்தில் பாடிய பெண்பாலார் பாடினியர்; உணர்ச்சிகளை ஆடல்வழி அழகாகப் புலப்படுத்திய பெண்கள்

விறலியர்; விழாக்களங்களில் ஆடிய மகளிர். ஆடுகள மகளிர் அகவிக் கட்டுரைத்த மகளிர் அகவன் மகளிர் கலைமகளிர், பாணர் குலத்தைச் சார்ந்தோரே; கூத்தர், பொருநர் போன்று தனித்தனிக் கலைத் துறைகளில் தேர்ச்சி பெற்று தனிப் பெயர் பெற்றனர்.

பாடினியர், விறலியர் போன்றோர் பெரிதும் கலைஞர் கூட்டத் துடன் இயங்கியவராக இலக்கியங்களில் சித்திரிக்கப்பட்டுள்ளனர். சில பாடல்கள், இவர்கள் தனியே இயங்கியமையையும் காட்டுகிறது. விறலியர் சிலர் புலவராகவும், சிறந்த அரசியல் அறிஞராகவும் விளங்கியிருக்கின்றனர். ஔவையார், காக்கை பாடினி நச்செள்ளையார் போன்றோரை சான்றாகக் காணலாம்.

புற இலக்கியங்களில் பல பாடல்கள், பாடினியரும், விறலியரும் பாணர்களுடன் சென்று, வள்ளல்களைக் கண்டு பாடி ஆடி பரிசில் பெற்ற செய்திகளைக் குறிக்கின்றன. இக்கலை மகளிர் தனியே சென்றும் மன்னனைப் பாடி பரிசில் பெற்றுள்ளனர்.

விசிபிணிக் கொண்ட மண்சுனை முழவிற்
பாடினி பாடும் வஞ்சிக்கு
நாடல் சான்ற மைந்தினோய் நினக்கே (புறம். 15)

பாண்டியன் பல்யாகசாலை முதுகுடுமிப் பெருவழுதியின் வஞ்சிச் செலவைப் பாடிப் பரிசில் பெறுகிறாள் ஓர் பாடினி.

விறலியாற்றுப் படைத் துறைப் பாடல்கள் பெரிதும் தனித் திருக்கும் விறலியையே ஆற்றுப்படுத்துகின்றன.

'செல்லா மோதில் சில்வளை விறலி' (பதிற்று. 57)

'சில்வளை விறலி செல்குவை ஆயின்' (பதிற்று.78)

ஆற்றுப்படுத்தப்படும் விறலி, இப்படி ஒருமையிலேயே விளிக்கப் படுகிறாள். விறலியைக் குறிக்கும்போது 'சில்வளை விறலி' என்று குறிக்கும் போக்கே பரவலாகக் காணப்படுகிறது. பெண்களில் பேதைப் பருவத்தினர் மிகுதியான வளையல்களையும் இளமைப் பருவத்தினர் சிலவாகிய வளையல் களையும் அணிதல் மரபு. அழகும் இளமையும் மிக்க சில்வளை விறலியர் தனித்தும் இயங்கி யிருகின்றனர்.

மெல்லியல் விறலிநீ நல்லிசை செவியிற்
கேட்பி னல்லது காணபறியலையே
காண்டல் வேண்டினை யாயின் மாண்டநின்
விரைவளர் கூந்தல் வரைவளி யுளரக்

கலவ மஞ்ஞையிற் காண்வர வியலி
மாரி யன்ன வண்கைத்
தேர்வே ளாயைக் காணிய சென்மே (புறம். 133)

இப்புறப்பாடல், தோகை மயிலைப் போல், தன் அழகிய கூந்தல் மலைக்காற்றில் அசைந்தாட மலைப்பகுதியில் நடந்து செல்லும் இளம்பெண் விறலியைப் படம் பிடிக்கிறது. 'கூந்தலில் காற்று வீச' எனும் வருணனை காதல் உணர்வின் குறியீடாகப் பயன்படுத்தப் பட்டுள்ளது. அழகிய விறலியர், பிறரின் காம நோக்கிற்கு ஆளாகி இருக்கின்றனர். கலைமகளிர் கணிகையராக்கப் பட்டிருக்கின்றனர். பரத்தையர்க்கும் விறலியர்க்கும் தொடர்பிருந்தமையை அக இலக்கியங்களும் பேசுகின்றன. பாணரைப் போல விறலியரும் தலைவன் தலைவியரிடையே தூது சென்றுள்ளனர். கற்பு வாழ்வில் ஊடல் தீர்க்கும் வாயிலாகத் தொல்காப்பியம் விறலியையும் குறிக்கிறது.

விறலியர், தலைவனுக்குப் பரத்தையரை அறிமுகம் செய்ப வராகவும் செயல்பட்டிருக்கின்றனர்.

வாளை பிறழும் ஊரற்கு நாளை
மகட் கொடை எதிர்ந்த மடம் கெழு பெண்டே
....
களிறு பெறுவல்சிப் பாணன் கையதை
வள் உயிர்த் தண்ணுமை போல
உள் யாதும் இல்லாது ஓர் போர்வைஅம் சொல்லே (நற். 310)

இப்பாடலில், தினமும் ஒரு பரத்தையைத் தலைவனுக்கு அறிமுகம் செய்பவளாகக் குற்றம் சாட்டப்படுகிறாள் விறலி. அவள் மொழி, பாணன் கையில் இருக்கும் தண்ணுமை போல உள்ளீடற்ற அலங்கார மொழி என்று ஏளனம் செய்யப்படுகிறது.

விழாக்களம் பொலிய அழகிய தழையாடையுடுத்தி விறலி வந்து நிற்கிறாள். விரைந்து வாருங்கள் நம் கொழுநரைக் காப்போம். விறலியின் வலிமை கூடி விடுமானால் நாம் பலராக இருந்தும் பயனில்லை என மருதத்திணை தலைவியர் விறலியர்க்கு எதிராகச் செயல்படுவதைப் பிறிதோர் நற்றிணைப் பாடல் (170) காட்டுகிறது. ஒளிவீசும் பற்களையும் அமிழ்தம் போன்ற சொற்களைப் பேசும் சிவந்த வாயையும், அசைகின்ற மெல்லிய நடையையும் உடைய விறலியரின் பாடல்களைக் கேட்டுக்கொண்டு, நீண்ட நேரம் அவர் களுடன் நீ கழிப்பதால் உன்னைச் சிற்றின்பத் துறையில் எளியன்

போலும் என உன்னை உணராதவர்கள் நினைத்துவிடக்கூடும். (பதிற்றுப்பத்து 51) என்று ஆடு கோட்பாட்டுச் சேரலாதனுக்குக் குறிப்பாக அறிவுறுத்துகிறார் காக்கைபாடினியார் நச்செள்ளையார். வேந்தர்களும் காம விழைவுடன் விறலியர்பால் பழகி உள்ளனர் என்பது இதனால் தெரிகிறது. கலையுலக மகளிரின் இல்வாழ்க்கை குறித்து இலக்கியங்கள் பேசவில்லை. பாணனும் பாடினியும் எனச் சேர்த்துக் குறிக்கப்படுவதால், அவர்கள் கணவன் மனைவியர் என ஊகிக்கலாம். மற்றபடி அவர்கள் குடும்பம், பிள்ளைகள் போன்ற செய்திகள் இலக்கியங்களில் இடம்பெறவில்லை. மாறாக, கலைமகளிரின் தோற்றம் இன்பத்துறை நோக்கில் வருணிக்கப் படுகின்றது.

வீங்கிறைத் தடை இய அமைமருள் பணைத்தோள்
ஏந்தெழில் மழைக்கண் வனைந்து வரல் இளமுலை
பூந்துகில் அல்குல் தேம்பாய் கூந்தல்
மின்னிழை விறலியர் நின்மறம் பாட   (பதிற்று. 54)

மறம் பாடும் விறலியையும் அகச்சுவையோடு வரைகிறது இப்பாடல். பத்துப்பாட்டு, ஆற்றுப்படை நூல்களிலும் தலை முதல் பாதம் வரை கலைமகளிரின் அழகு வருணிக்கப்படுகிறது. கலை மட்டுமன்றி கலைமகளிரும் இரசிக்கப்பட்டனர். கலை மகளிர் வாழ்வியலில் சமூகத்தின் வன்முறை இது. தவிர்க்க முடியாத வாழ்வியல் சூழலில் கலைமகளிர் சுமக்க நேர்ந்த சிக்கல் இது.

புற இலக்கியங்களில் போர்க்களம் சென்று பாடுகின்ற, அரசியல் தூது செல்கின்ற கலைமகளிரைக் காண முடிகின்றது.

உரவுக் களிற்றுப் புலாஅம் பாசறை
நிலவின் அன்னவெள் வேல்பாடினி
முழவில் போக்கிய வெண்கை
விழவின் அன்னநின் கலிமகி ழானே   (பதிற்று. 61)

புலால் நாற்றம் வீசும் போர்க்களப் பாசறையில் மறம் பாடும் பாடினியை இங்குக் காண்கிறோம். அதியமானுக்காகத் தொண்டை மானிடம் ஔவை தூது சென்றமை, பள்ளிப் பாடங்களிலும் பெருமையுடன் எடுத்துவைக்கப்படும் செய்தியாகும். அதியனின் அரசியல் வாழ்வில் ஔவைக்கும் ஆடு கோட்பாட்டுச் சேரலாத னிடம் காக்கை பாடினியார் நச்செள்ளையார்க்கும் இருந்த செல்வாக்கு சங்க இலக்கியங்களில் வரலாறாகியுள்ளது. விறலியர் ஒரு புறம் பரத்தையராகச் சமூக நிலையில் தாழ்வுற்றாலும், ஒரு

புறம் சிறந்த புலவராகவும், அரசியல் ஞானியாகவும் உயர்வு பெற்று இருக்கின்றனர்.

'ஆடுகளமகளிர்' என்ற பெயரால் சில பாடல்கள், கலை மகளிரைச் சுட்டுகின்றன.

மள்ளர் குழீஇய விழவி னானும்
மகளிர் தழீஇய துணங்கை யானும்
யாண்டும் காணேன் மாண்தக் கோனை
யானும் ஓர் ஆடுகள மகளே என்கைக்
கோடுஈர் இலங்கு வளை நெகிழ்த்த
பீடு கெழு குரிசிலும் ஓர் ஆடுகள மகனே (குறுந் . 31)

ஆதிமந்தியின் இந்த அகப்பாடல், தன்மைக் கூற்றில் ஓர் ஆடுகள மகளை அறிமுகப்படுத்துகிறது. ஆடுகளங்களில் இருபாலாரும் ஆடியிருக்கின்றனர். ஆண்மகன் ஆடுகளமகன், பெண் மகள் ஆடுகள மகள் எனக் குறிக்கப்பட்டனர். இவர்கள் ஆடல், கூத்தர் விறலியர் போன்றோரின் ஆடல்களிலிருந்து வேறுபட்டு விளங்கியது என்பதை நற்றிணைப் பாடல் ஒன்றின் மூலம் அறியலாம்.

கழைபாடு இரங்க பல்லியம் கறங்க
ஆடுமகள் நடந்த கொடும் புரி நோன் கயிற்று (நற்.95)

புல்லாங்குழல் ஒருபுறம் ஒலிக்க மற்றொரு புறம் பல இசைக் கருவிகள் முழங்க, முறுக்கிய புரிகளால் ஆன வலிமையான கயிற்றில் ஆடுமகள் ஆடும் விநோதக் காட்சியிது. இப்படி தனித் திறம்வாய்ந்த கழைக்கூத்து போன்ற ஆடல்களை ஆடுகள மகளிர் ஆடியுள்ளனர். வயிற்றுப் பிழைப்புக்காகக் கயிற்றில் ஆடும் கலைக் கூட்டம் இது.

அகவிப் பாடும் அகவலர் என்னும் பாண் மரபுக் கலைஞரில், பெண்பாலார் அகவன் மகளிர் எனப்பட்டனர். ஆண்கள், மன்னனின் வெற்றிச் சிறப்பை மன்றுகளிலும் மறுகுகளிலும் அகவிப் பாடுவர்.

மன்றம் படர்ந்து மறுகு சிறைப்புக்குக்
கண்டி நுண்கோல் கொண்டு களம் வாழ்த்தும்
அகவலன்... (பதிற்று. 43)

பெண்களும் இவர்களைப் போல் தலைவனின் ஊர், குன்றச்சிறப்பு களை வீதிகளில் அகவிப் பாடுவர்.

அகவன் மகளே! அகவன் மகளே!
மனவுக் கோப்பன்ன நன்னெடுங் கூந்தல்

> அகவன் மகளே! பாடுக பாட்டே!
> இன்னும் பாடுக பாட்டே அவர்
> நன்னெடுங் குன்றம் பாடிய பாட்டே   (குறுந். 23)

அகவன் மகளிர் கட்டினும் கழங்கினும் குறிசொல்லும் திறத்தவ ராகவும் விளங்கினர்.

> குன்ற நாடன் பிரிவிற் சென்று
> நன்னுதல் பரந்த பசலைகண்டு அன்னை
> செம்முது பெண்டிரொடு நெல்முன் நீறிஇக்
> கட்டிற் கேட்கும் ஆயின்....   (நற். 288)

இந்த நற்றிணைப் பாடல் வயது முதிர்ந்த அகவன் மகள் கட்டுரைக்கும் விதத்தைக் கூறுகிறது. தலைவியின் காம நோய் அறியத் தாயர் அகவன் மகளிரை அழைத்துக் கட்டுப் பார்க்கும் வழக்கத்தை,

> கட்டினும் கழங்கினும் வெறியென இருவரும்
> ஒட்டிய திறத்தால் செய்திக் கண்ணும்   (தொல். களவியல். 25)

எனத் தொல்காப்பியமும் குறிப்பிடுகிறது. பிற்காலக் குறவஞ்சி இலக்கியங்களில் குன்றின் புகழ்பாடி குறிசொல்லும் குறத்தியரை இந்த அகவன் மகளிரின் மரபுத் தொடர்ச்சியினர் எனலாம். அகவிப் பாடும் குரல் வளமும் கட்டுரைக்கும் திறமும் கொண்ட அகவன் மகளிர், தொன்மை மந்திரச் சடங்கின் நீட்சிக் கலைஞராக, சங்க கால திணை நிலைச் சமூகத்தில் பயன்பட்டனர். இந்த அகவற் கலைஞரின் பாடல் முறையே, சங்க அகவற்பாவிற்கு வடிவமைத்துக் கொடுத்தது.

சங்க இலக்கியங்களில் கலைமகளிராக வலம் வரும் பாடினியர், விறலியர், ஆடுகள மகளிர், அகவன் மகளிர் போன்றோர் தத்தம் கலைத்திறனையே தம் வாழ்க்கைக்கு ஆதாரமாகக் கொண்டு இருந்தனர். அக்கால இல்வாழ் மகளிரைப் போன்ற வாழ்க்கை முறை இவர்களுக்கில்லை. நிலவுடைமையோடு ஆணாதிக்கமும் வளர்ச்சி பெறத் தொடங்கிய அக்காலத்தில் இந்தக் கலை மகளிர் பிற மகளிரை விட உரிமையோடு உலவி வந்தாலும் ஆணாதிக்கச் சமூக இயங்கியலின் விளைவுகளை அனுபவிக்கத் தான் செய்தார்கள்.

நிலைத்த வாழ்வை நோக்கி

தொடர்ந்த போர்களால், நிலைகுலைந்த அரசுகளும் மாறும்

ஆட்சிகளும் என நிலையற்ற தன்மையுடன் சமச்சீரற்ற வளர்ச்சிக்கு உரியதாய் விளங்கிய சங்க காலச் சமூகத்தில், பண்டை வாழ்வியல் மரபுகளைச் சுமந்துகொண்டு அலைந்து திரிந்த நாடோடிக் கலைஞர்களின் வாழ்வியல் மிகுந்த நெருக்கடிக்கு உள்ளாகியது. தொன்மை வாழ்வியலிலிருந்து பெரிதும் மாறாத திணை நிலைச் சமூகம் ஒருபுறம், அரசு விரிவில், செல்வம் கொழிக்கும் நகரியச் சமூகம் ஒருபுறம் என இருவகைச் சமூகங்களுக்கு இடையே அலைந்து திரியும் நிலைக்குத் தள்ளப்பட்டனர். கலைஞர்கள் பேரரசுகள் தம்மை நிலைப்படுத்திக்கொள்ள முயன்ற சங்ககாலப் பிற்பகுதியில் கலைஞர்களிடையேயும் நிலை வாழ்வுக்கான முயற்சிகள் தோன்றின. சில கலைஞர்கள், வளர்ச்சி மாற்றங் களுடன் புதிய சமூகத்தால் உள்வாங்கப்பட்டார்கள். சில கலைஞர்கள் திணை நிலை மக்கள் சமூகத்துடன் தங்கிவிட்டனர். சங்க இலக்கியங்களில் கலைஞர்களின் இத்தகைய இருநிலை இயங்கியலுக்கான சுவடுகளையும் காணமுடிகின்றது.

எட்டுத்தொகை இலக்கியங்களில் காலத்தால் பிறப்பட்டதாகக் கருதப்படும் பரிபாடல் அக்காலச் சமூகத்தின் சமய வளர்ச்சியோடு தம்மைத் தொடர்புபடுத்திக்கொண்டு நிலைத்த வாழ்வை நாடும் கலைஞர்களைக் காட்டுகிறது. குறிஞ்சி நிலத் திணைத் தெய்வமான சேயோன் இக்காலத்தே செவ்வேள் என்னும் பெருந்தெய்வமாக உயர்கிறான். அவனுக்கான கோயில்கள் குன்றுகளில் சமைக்கப் படுகின்றன. அதேபோல், முல்லைநிலக் கடவுளான மாயோனும் திருமால் என்னும் பெருந்தெய்வமாகக் கோயில் கொள்கிறான். கலைஞர்கள் தம் சுற்றத்தினருடன் இக்கோயில்களைச் சார்ந்து வாழ விழைகின்றனர்; முனைகின்றனர்.

செவ்வேள் குடிகொண்ட திருப்பரங்குன்றத்தின் தோற்றம்- பரிபாடல் வழி...

> ஒருதிறம் பாணர் யாழின் தீங்குரல் எழ
> ஒருதிறம் யாணர் வண்டின் இமிர்இசை எழ
> ஒருதிறம் கண்ஆர் குழலின் கரைபு எழ
> ஒருதிறம் பண்சேர் தும்பி பரந்து இசை ஊத
> ஒருதிறம் மண்ஆர் முழவின் இசை எழ
> ஒருதிறம் அண்ணல் நெடுவரை அருவிநீர் ததும்ப
> ஒருதிறம் பாடல் நல் விறலியர் ஒல்குபு நுடங்க
> ஒருதிறம் வாடை உளர்வயின் பூங்கொடி நுடங்க

ஒருதிறம் பாடினி முரலும் பாலைஅம் குரலின்
நீடுகிளர் கிழமை நிறைகுறை தோன்ற
ஒருதிறம் ஆடுசீர் மஞ்ஞை அரிக்குரல் தோன்ற (அடி 11-19)

இப்படி திருப்பரங்குன்றத்தில் இயற்கையும் கலைஞர் கலையும் கலந்திருத்தலைச் செவ்வேள் பற்றிய பரிபாடல் (17) விவரிக்கிறது.

இப்பாடலின் இறுதியில்,

அணி நெடும் குன்றம் பாடுதும் தொழுதும்
அவை யாமும் எம் சுற்றமும் பரவுதும்
ஏமவைகல் பெறுகயாம் எனவே (அடி 51-53)

என முருகனிடத்து வேண்டுகோள் விடுக்கப்படுகிறது. இந்த வேண்டுகோள் இயல் புலவரின் வேண்டுகோள் அல்ல. இசைக் கலைஞரின் வேண்டுகோளே. சுற்றத்துடன் கடவுளைப் பாடிப் பரவுதல் கலைஞரின் இயல்பாகும். தம் பயணத்தின் போது வழியில் கடவுளைப் பாடிப் பரவுதல் கலைஞர் மரபாகும். செவ்வேளைப் பரவும் பிறிதோர் பரிபாடலின் முடிவுப் பகுதி, பரவுவோர் கலைஞரே என்பதைத் தெளிவாகக் காட்டுகிறது.

புரிஉறு நரம்பும் இயலும் புணர்ந்து
சுருதியும் பூவும் சுடரும் கூடி
எரி உருகு அகிலொடு ஆரமும் கமழும்
செருவேல் தானைச் செல்வ நின் அடி உறை
உரிதினின் உறைபதிச் சேர்ந்தாங்குப்
பிரியாது இருக்க எம்சுற்றமொடு உடனே (பரி. 18 அடி 51-56)

வேதமுறைப்படி உமக்கு (செவ்வேள்) இயற்றப்படும் பூசையின் போது எங்கள் யாழிசையும் பாடலும் கலந்தொலிக்க உம் அடிக்கீழ் எம் சுற்றத்துடன் நாங்கள் உம்மைப் பிரியாது வாழ்தல் வேண்டு கிறோம் எனக் கலைஞர்கள் வேண்டுகின்றனர். வேதப் பண்பாடும் தமிழ்ப் பண்பாடும் கலந்த சமய நிலையில் உருவாக்கப்பட்ட பெருந்தெய்வமாகிய செவ்வேளின் கோயில் சார்ந்த சமய வாழ்வில் தமக்கும் இடம் தேடிக்கொள்கிறார்கள் கலைஞர்கள். வைதீகக் கோயில்கள் பெருகிய பக்தி இயக்கக் காலத்திலும், அரசின் அங்கமாக பெருங்கோயில்கள் விளங்கிய சோழப் பேரரசர் காலத்தும் கோயில்களோடு கலைஞர்கள் வாழ்க்கை பிணைக்கப் பட்டதை வரலாறு கூறும். இவ்வரலாற்றைத் தொடங்கி வைத்தவர்களாகப் பரிபாடல் கலைஞர்களை அடையாளம் காணலாம்.

மதுரை நகர்ப்புறத்தே கலைஞர்கள் வாழ்ந்த சேரி இருந்தமையைப் பரிபாடல் கூறுகிறது. வையையின் புதுவெள்ளம் அவர்கள் வாழ்ந்த சேரியை மூழ்கடித்திருக்கிறது. அதைப் பற்றியெல்லாம் பெரிதும் பாதிப்படையாமல், மக்கள் மகிழ்ந்து கொண்டாடும் நீர் விழாவில் பாணர்கள் தம் இசை வெள்ளத்தில் மக்களைத் திக்கு முக்காடச் செய்திருக்கின்றனர் (பரிபாடல்7, வரி *31-32; 76-80*). மதுரையில் பாணருக்கும் கூத்தருக்கும் வறிய புலவர்களுக்கும் பொன்னை வாரி வழங்கும் பாண்டிய மன்னன் அருள்போல், வையையாறு வளம் கொழிக்கட்டும் என்று வையை நீர் விழாவில் கலைஞர்கள் ஏத்திப் பரவுகின்றனர்.

இலம்படு புலவர் ஏற்ற கைஞெமரப்
பொலம் சொரி வழுதியின் புனல் இறை பரப்பிச்
செய்யில் பொலம் பரப்பும் செய்வினை ஓயற்க
வருந்தாது வரும்புனல் விருந்து அயர்கூடல்
அருங்கறை அறைஇசை வயிரியர் உரிமை
ஒருங்கு அமர் ஆயமொடு ஏத்தினர் தொழவே

(பரி.10, அடி. 126-131)

பரிபாடல் காலகட்டத்தில் கோயில் சார்ந்த ஊர்களிலும் மதுரை போன்ற நகரங்களிலும் கலைஞர்கள் நிலைத்து வாழ முற்பட்டமை இவற்றால் தெளிவாகிறது.

அரண்மனை சார்ந்தும் கலைஞர்கள் வாழ்ந்திருக்கின்றனர். இரவுப் போதில் ஒளிரும் விளக்கொளியில் துணங்கைக் கூத்து ஆடும் மங்கையர்க்குக் கூத்தின்கண் முதற்கை தந்து அவர்களுடன் மன்னன் ஆடுகிறான். அதனால் மன்னனின் மனைவி ஊடுகிறாள் (பதிற்றுப்பத்து. 52). இரவு நேரத்தில் மன்னனுடன் ஆடும் இவர்கள் அரண்மனை சார்ந்த ஆடல் மகளிராதல் வேண்டும். இத்தகையோர் 'மன்மகளிர்', 'சாயினத்தார்' எனக் குறிக்கப்பட்டனர். பாட்டாலும் கூத்தாலும் மொழியாலும் மன்னனுக்கு மகிழ்ச்சி ஊட்டும் மென்மையான மகளிர் சாயினத்தார் ஆவர். சேரமன்னன் சாயினத்தாரோடு இனி திருந்த காட்சியைப் பதிற்றுப்பத்துப் பாடல் (60) விவரிக்கிறது. இத்தகைய கலைஞர்கள் மாறிவரும் சமூகத்திற்கு ஏற்ப வேத்தியல் கலைஞர்களாக வளர்ச்சி பெற்றனர். சங்கம் மருவிய காலத்து இலக்கியமான சிலப்பதிகாரத்தில் வேத்தியல் கலை, கலைஞர்கள் பற்றிய விரிவான செய்திகள் இடம் பெற்றுள்ளமை, சங்ககால நாடோடிக் கலைஞர்களில் ஒரு சாரார் வேத்தியல் கலைஞராக வளர்ந் தமைக்குச் சான்றாகிறது.

திணை மக்களைச் சார்ந்து வாழ்ந்த கலைஞர்கள், நாட்டுப்புறக் கலை வளர்த்து வாழ்ந்தனர். அகவன் மகளிர், வெறியாடிய வேலன் போன்று சடங்கொடு தொடர்புடைய கலைஞர்கள் பின்னாளில், சிறு தெய்வ வழிபாட்டுக் கலைஞர்கள் ஆயினர். இணைப் பொருநர் போன்றவர்கள் உழவர் சமூகத்தைச் சார்ந்து வாழ்ந்தனர். வேட்டைச் சமூகத்துடன் சார்ந்து திணை முழக்கி, துடி கொட்டிய கலைஞர்கள் அக்காலத்தேயே இழிசினர் என்று குறிக்கப்பட்டனர். பின்னாளில், தீண்டத்தகாத தலித் கலைஞர்களாக, மேட்டிமைச் சமூகத்தால் ஒதுக்கப்பட்டனர். மருதம், நெய்தல், முல்லை போன்ற திணை நில மக்களின் இல்லற வாழ்க்கைச் சூழலில், வாயில்களாக, தூதராக, விழாக் காலங்களில் கலையின்பம் அளிப்பவராக நிலை பெற்றனர் சில கலைஞர்கள். பெண் கலைஞர்களில் சிலர் பரத்தையராகவும் பரத்தையர் சமூகத்தோடு தொடர்புடையவராகவும் மாறினர். வேத்தியல் கலைப் பெண்களும் செல்வந்தரின் கணிகையராக நேர்ந்தது.

சங்க காலத்தே நாடோடிக் கலைஞர்களாக விளங்கிய பாணர் குல மரபினரான பல்வேறு கலைஞர்களும், சமூக மாற்றங்களால் நாளடைவில் நிலை வாழ்க்கை நோக்கி நகர்ந்தனர். ஆதிக்க மேலாண்மைச் சமூகத்தோடு தம் வாழ்க்கையை நகர்த்திச் செல்ல எத்தகைய மாறுதல்களுக்கெல்லாம் கலைஞர்கள் ஆளாயினர் என்பதை, சங்க இலக்கியங்களைச் சமூகவியல் கண்ணோட்டத் தோடு புரிந்துகொள்ளும் போது தெளிவாக அறிய முடிகிறது.

சமூக இயங்கியலும் கலைஞரின் நாடோடி இயல்பும்

சங்ககால நாடோடிக் கலைஞரின் வாழ்வியலை சமூக இயங்கியல் அடிப்படையில் நோக்கும்போது இவர்கள் நாடோடி வாழ்வியலுக்கு வறுமை மட்டும் காரணமாக அமையவில்லை. பல்வேறு சமூக அமைப்பினர்க்கும் கலை ஊடகமாக இவர்கள் தேவைப்பட்டதும் காரணமாகியிருக்கிறது என்பது தெளிவாகிறது.

சங்ககாலச் சமூகத்தில் பெரும் உந்து சக்திகளாக விளங்கிய வீர உணர்வும், காதல் உணர்வும் கலைஞர்களின் கலையால் எழுச்சியும் பொலிவும் பெற்றன. திணை நிலைச் சமூகம் முதல் பேரரசு சமூகம் வரை இவ்வுணர்வுகளுக்கு ஊக்கமும் ஆக்கமும் புரிய கலைஞர்கள் பயணித்திருக்கின்றனர். மேலும், ஆட்சியாளர்களின் புகழ்பரப்பும் விளம்பரக் கலைஞர்களாகவும் இவர்கள் இயங்கியுள்ளனர்.

விளிம்பு நிலை மாந்தர் மன இயல்வரை இவர்களின் கலை அலை வீசியுள்ளது.

காதல், வீரத்தை அடுத்து பக்தி உணர்வு எழுச்சி பெறத் தொடங்கிய சங்க கால இறுதியில், அவ்வுணர்வையும் அணி செய்தது கலைஞரின் கலை; பக்தியாளர்களோடு இவர்கள் பயணமும் தொடர்ந்தது இவ்வாறு சமூக இயக்கத்தின் உந்துசக்தி நீரோட்டத்தோடு தம்மையும் இணைத்துக்கொண்டு, அதற்கிசைந்த நாடோடி வாழ்வினராக கலைஞர்கள் விளங்கியிருக்கின்றனர்.

சங்க கால இறுதியில் நிலைத்த வாழ்விற்கான மாற்றங்களைச் சில கலைஞர்கள் ஏற்றுக்கொண்டாலும், அக்கலைஞரின் உளவியலில் நாடோடித் தன்மை கலந்தே இருந்தது. 'யாதும் ஊரே யாவரும் கேளிர்', 'எத்திசைச் செலினும் அத்திசைச் சோறே' இத்தகைய நாடோடி உணர்வு எக்காலக் கலைஞர்க்கும் குருதியுடன் கலந்து இருக்கும்.

மனிதர்கள் பாதுகாப்பு நோக்கில் எத்தனை எல்லைகளையும் வரையறைகளையும் வகுத்துக்கொண்டு வாழ்ந்தாலும் மனித மனம் எல்லை கடந்து விரியும் இயல்பினது. இத்தகைய விரிவில் மலரக்கூடியது கலை, இலக்கியங்கள். இலக்கியத்திற்கும் மொழி என்ற இடையீடு உண்டு. எத்தகைய எல்லைகளையும் கடந்து, மனித மனத்தைத் தொட்டு உறவாடக்கூடிய ஆற்றல் கலைஞர்களுக்கே உண்டு. எல்லைகள் கடக்கும் கலைகளைப் படைக்கும் கலைஞர்களும் எல்லை இறந்தவர்கள்தாம். சமூக வளர்ச்சிப் போக்கில், வர்க்கப்படி நிலைகளில், சாதிய அடுக்குகளில், பொருளாதார மேடு பள்ளங்களில் மனித இனம் பிரிந்து கிடந்தாலும், அப்பிரிவினைகளின் ஊடு உணர்விழைகளைப் பின்னி இசைவிப்பது கலை. கலைஞர்களும் எந்நாட்டினராயினும் தம் படைப்புகளைப் போலவே எல்லை இல்லாதவர்கள். எங்கும் வரவேற்கப் படுபவர்கள். நாடோடி உளவியலும், வாழ்வியலும் என்றும் எங்கும் கலைஞரின் இயல்பாகும்; இசைவாகும்.

உசாத்துணை

அறிவுநம்பி, அ. 1989. *தமிழகத்தில் தெருக்கூத்து.* காரைக்குடி: அமுதன் நூலகம்.

குணசேகரன், கே.ஏ. 1993. *நாட்டுப்புற நிகழ்கலைகள்: ஒரு பார்வை.* சென்னை :

நியூ செஞ்சுரி புக் ஹவுஸ்.

சங்க இலக்கியங்கள்: எட்டுத்தொகை, பத்துப்பாட்டு - மூலம். சென்னை: வர்த்தமானன் பதிப்பகம்.

சிவத்தம்பி, கா. 1994. *தமிழ்ச் சமூகமும் பண்பாட்டின் மீள் கண்டுபிடிப்பும்*. சென்னை: நியூ செஞ்சுரி புக் ஹவுஸ்.

சுப்பிரமணியம், கா. 1982. *சங்ககாலச் சமுதாயம்*. சென்னை: நியூ செஞ்சுரி புக் ஹவுஸ்.

சுப்பிரமணியம், புத்தனேரி ரா. 1977. *பாட்டும் கூத்தும்*. மதுரை: மதுரைப் பல்கலைக்கழகம்.

திருநாவுக்கரசு, க. த. 1977. *திருக்குறள் நீதி இலக்கியம்*. சென்னை: சென்னைப் பல்கலைக்கழகம்.

பக்தவத்சல பாரதி. 2003. *பண்பாட்டு மானிடவியல்* (மூன்றாம் பதிப்பு). சிதம்பரம், மெய்யப்பன் பதிப்பகம்.

___.2015. *பாணர் இனவரைவியல்*. புத்தாநத்தம்: அடையாளம்.

வானமாமலை, நா. 1990. *தமிழர் பண்பாடும் தத்துவமும்* (மூன்றாம் அச்சு). சென்னை: நியூ செஞ்சுரி புக் ஹவுஸ்.

ஜான் சாமுவேல், ஜி. 1984. *கலையும் கலைக் கோட்பாடுகளும்*. சென்னை: விஜய் பிரின்ட் சர்வீஸ்.

ஸ்டீபன், ஞா (தொகுப்பாசிரியர்). 1999. *பண்பாட்டு வேர்களைத் தேடி*. பாளையங்கோட்டை: நாட்டார் வழக்காற்றியல் ஆய்வு மையம்.

3

பூம்பூம் மாட்டுக்காரர்

ஆ. தனஞ்செயன்

தமிழ்நாட்டின் வட மாவட்டங்களில் வாழும் பெரும்பான்மை யான நகரங்களில், கிராமங்களில் ஊர்ஊராகச் சுற்றித் தமக்குத் தெரிந்த கலைகளை நிகழ்த்திக் காட்டி, காசாகவோ சோறு அல்லது தானியங்களாகவோ யாசகம் பெற்றுப் பசியாற்றிக்கொள்ளும் நாடோடிச் சமூகத்தைச் சேர்ந்தவர்கள் பூம்பூம் மாட்டுக்காரர்கள்.

இன அடையாளம்

இவர்கள் 'பூவிடையர்' என்றும் கூறப்படுவர். அதாவது பூக்கட்டும் இடையர் என்று பொருள். இவ்வினத்தைச் சேர்ந்த மக்களைக் குறிப்பிடும் வகையில் 'பூமாட்டுக்காரர்,' 'பூம்பூம் மாட்டுக்காரர், 'பெருமாள் மாட்டுக்காரர்' என்று ஏனைய மக்கள் வழங்குகின்றனர். தென்மாவட்டங்களில் இவர்கள் 'அழகர் மாட்டுக்காரர்' எனப் படுகின்றனர். ஆனால், இந்நாடோடி மக்களின் பெயரைப் பற்றி வினவிய போது தாங்கள் 'ஆட்டிடையர், மாட்டிடையர், பொன்னிடையர், சாம்பார் இடையர், வன்னியரிடையர் போன்று பூவிடையர் சாதி என்றே கூறினர். அதாவது, தங்களைப் 'பூக்கட்டும் இடையர்கள்' என்று கூறிக்கொள்கின்றனர். இதற்குச் சான்று அளிக்கும் வகையில் அவர்களிடம் பழமரபுக் கதைகள் வழங்கு கின்றன.

இடையர்

இப்போது தமிழ்நாட்டில் கோனார், யாதவர் என்றழைக்கப்படும் சமூகத்தார் பண்டைத் தமிழ் இலக்கியங்களில், முல்லை நிலத்தில்

வாழ்ந்தவர்கள் என்று கூறப்படும் குழுவினரின் வழித் தோன்றல்கள் எனப்படுகின்றனர். இலக்கிய வழக்கில் அவர்கள் 'ஆயர்', 'இடையர்' எனப்பட்டனர். 'இடையர்' என்னும் சாதி வழக்கு, இன்றைய தமிழக மக்களிடமும் பரவலாகக் காணப் படுவதே.

இடையர் என்பவர்கள், 'சந்திரன், வைசியக் கன்னிகையைப் புணரப் பிறந்த இனத்தைச் சேர்ந்தவர்கள்' என்று அருணகிரிப் புராணம் இயம்புகிறது. அருணகிரிப் புராணம் கூறும் இனத் தோற்றக் கதையின் அடிப்படையில், இவ்விடையர்களின் அங்கங் களாக 'மலை-கோவர்த்தனம், நதி-யமுனை, நாடு - நந்த மண்டலம், நகரம்-கோகுலம், கொடி-கருடன், வாத்தியம் - முரசம், மாலை-முல்லை, வாகனம்-யானை, குதிரை' ஆகியவை கூறப் பட்டுள்ளன. இடையர்களைக் 'கோவைசியர்' என்று சூடாமணி நிகண்டு கூறுகிறது. தமிழ்நாட்டில் ஆடு, மாடு மேய்ப்பவர்களாக மேய்ச்சல் நில வாழ்க்கையினராக விளங்கி வந்திருக்கும் இவர் களுக்குத் 'தேவர்' என்ற பட்டப் பெயரும் இருந்தது. இவர்களில் சிலர் சைவம் எனக்கூறும் அபிதான சிந்தாமணி, எட்கர் தர்ஸ்டனின் தென்னிந்தியச் சாதிகளும் பழங்குடிகளும் என்ற நூல் வரிசையை ஆதாரமாகக்கொண்டு இடையர்களின்பல்வேறு வகைப்பாட்டையும் இயம்புகிறது *(1994: 150-151)*.

இடையர்கள் வகைகள்

கால்கட்டி, பாசி, பெண்டுக்கு மேக்கி, சங்குகட்டி, சாம்பன், புதுக்க நாட்டார், பெருந்தாலி, சிறுதாலி, பஞ்சரங்கட்டி, மணியக்காரன், சோழியன், ஆணைக்கொம்பு, பெருமாள் மாட்டுக்காரன், பூ இடையன், புது நாட்டிடையன், போண்டன், கோனார் என்று 'இடையர்' பல வகையான உட்சாதிப் பிரிவுகளைக் கொண்டுள்ள பெருஞ்சாதித் தொகுப்பாகக் குறிப்பிடப்படுகிறது. இத்தகைய சாதிப் பிரிவுகளுள் ஒன்றாகத் தெலுங்கைத் தாய்மொழியாகக் கொண்ட பூவிடையர் அல்லது 'பெருமாள் மாட்டுக்காரர்' சாதியும் இடம்பெற்றுள்ளமை குழப்பத்தை ஏற்படுத்துகிறது. ஏனெனில் தமிழைத் தாய்மொழியாகக்கொண்ட மேய்ச்சல் மற்றும் வேளாண்மைத் தொழில்களை மரபாகச் செய்துவரும் இடையர் களோடு தெலுங்கு பேசும் நாடோடிச் சமூகமான பூம்பூம் மாட்டுக்காரர்களையும் தர்ஸ்டன் இணைத்திருப்பது சிக்கலானது.

பூவிடையர் - பெயர்க்காரணம்

ஒரு காலத்தில் பூவிடையர்கள் பூத்தொடுக்கும் தொழிலைச் செய்து வந்தனர். இப்போது அத்தொழிலைச் செய்பவர்களாகத் தெரிய வில்லை. பூக்கட்டும் தொழிலில் ஈடுபட்டு வந்த முன்னோர் பற்றிய ஒரு பழங்கதை பூவிடையரிடம் இன்றும் உலவுகிறது. கதையின் சாராம்சம் வருமாறு:

> எங்களுடைய முன்னோர் அயோத்தியை ஆண்ட ராமனுக்கும் அவரது குலத்தைச் சேர்ந்தவர்களுக்கும் மலர் தொடுத்துக் கொடுத்து அவர்களுக்கு அடிமைகளைப் போல் சேவை புரிந்து வந்தனர். ராமனுக்கு மலர் மாலைகளைத் தொடுத்துக் கொடுத்து அவருக்குப் பணிவிடை செய்வதுதான் எங்களுடைய முக்கிய கடமையாக இருந்தது.

பூவிடையரின் தொடக்கக் கால வாழ்க்கையைப் பற்றி இப்படித் தான் அவர்கள் குறிப்பிடுகின்றனர். மேலும் சில தலைமுறைகளுக்கு முன்புவரை, பூவிடையர்கள் பூக்கட்டி விற்கும் வியாபாரத்தில் ஈடுபட்டிருந்தனர் என்றும் அச்சமூகத்தைச் சேர்ந்த தகவலாளிகள் தெரிவிக்கின்றனர். தற்போது அவர்கள் பூ வியாபாரம் செய்யவில்லை. தம்முடைய குலத்தொழிலை முற்றிலுமாகக் கைவிட்டதற்கான காரணங்கள் எவையும் அவர்களிடமிருந்து கிடைக்கவில்லை.

பூவிடையர்கள், பூக்காரர்கள்?

இவ்வாறு 'பூத்தொடுத்து விற்கும் தொழிலைச் செய்தவர்கள்தாம் தங்கள் முன்னோர்' என்று பழமரபுச் செய்தியை ஆதாரங்காட்டிப் 'பூவிடையர்' என்னும் தம் சமூகப் பெயருக்கு பூம்பூம் மாட்டுக் காரர்கள் சுயவிளக்கம் கொடுத்த போதிலும் 'அபிதான சிந்தாமணி' நூல் 'பூவிடையர்' என்னும் சொல்லுக்கு வேறு வகையில் விளக்கம் தருகிறது.

பூ+இடையர் = பூவிடையர்: அதாவது பூ என்ற பூமியின் இடை யிலுள்ளோர், குறிஞ்சி என்பது மலை அம்ச மேடான பகுதியாகும். மருதம் என்பது சமவெளி; நெய்தல் என்பது கடலை ஒட்டிய பள்ளமான நிலப்பகுதி. இப்படி நில அமைப்பில் மலைப்பாங்கான சரிவு நிலவாசிகள்தாம் பூவிடையர். இவர்கள் பற்றிய ஆதி விளக்கம் அறிய பாகவதக்கதையில் (பாகவத புராணம்) இடம்பெறும் 'குன்றெடுத்த மாயவன் சரிதை'யைக் காணுமாறு கூறும் அபிதான

கிராமங்களில் பூம்பூம் மாட்டுக் கலைஞர்

சிந்தாமணி, அவர்களின் ஆதித் தாய்மொழி தெலுங்கு என்று குறிப்பிடுகிறது.

எனவே, அபிதான சிந்தாமணி அளிக்கும் விளக்கத்தின்படி, தமிழ் நிலப்பாகுபாடுகள் ஐந்தனுள் இடைப்பட்ட பூ அல்லது நிலமாகிய முல்லை நிலப் பகுதியில் வாழ்ந்தவர்கள் பூவிடையர் என்று பொருள்கொள்ள வேண்டியுள்ளது. சொல்லாய்வு நோக்கில், பூமியின் இடையிலுள்ளோர் ('பூ+இடையர்') என்று சாதிப் பெயருக்குப் பொருள்கொண்ட போதும், அந்தக் குறிப்பிட்ட மக்களிடையே 'முன்னொரு காலத்தில் அயோத்தியை ஆண்ட ராமனுக்கும் அவனது குலத்தினருக்கும் தமது முன்னோர் பூக்கட்டிக் கொடுத்துச் சேவை செய்து வந்தமை' பற்றி வழங்கும் பழமரபுக் கதையையும் அவ்வளவு எளிதில் புறக்கணித்துவிட முடியாது. அதே வேளையில் இப்போது பூவிடையரிடம் பூக்கட்டும் தொழில் காணப்படவில்லை என்பதும் கவனத்திற் கொள்ளப்பட வேண்டிய ஒன்றாகும். தங்கள் இனத்தையே அடையாளங் காட்டக்கூடியதான ஒரு தொழிலை அவ்வளவு எளிதில் எந்த ஓர் இனமும் முற்றிலுமாகக் கைவிட்டு விடுதல் என்பது சாத்தியமானதா? அவ்வாறு கைவிட்டது என்றே கொண்டாலும் அவ்வினம் பூக்கட்டும் தொழிலைக் கைவிட்டதற்கான காரணம் என்ன? எப்போது கைவிட்டது? என்பன

போன்ற கேள்விகள் எழுவதும் இயல்பேயாகும். இக்கேள்விகளுக் குரிய விடை ஏதும் கிடைக்கவில்லை.

பூம்பூம் மாட்டுக்காரர்

பூவிடையர் எனப்படும் இவ்வின மக்களைக் குறித்து 'பூம்பூம் மாட்டுக்காரர்' 'புரூம் புரூம் மாட்டுக்காரர்' 'பூமாட்டுக்காரர்,' 'பெருமாள் மாட்டுக்காரர்' என்னும் அடைமொழியோடு கூடிய பெயர்கள் வழக்கில் உள்ளன. பெரும்பாலும் அவர்கள் யாசகம் பெறுவதற்காகச் செல்லும் பகுதிகளில் வாழும் மக்களாலேயே இப்பெயர்கள் வழங்கப்பட்டவை எனலாம். பூவிடையர்களும் தங்களைப் பிறரிடம் அறிமுகப்படுத்திக்கொள்ளும்போது, பூமாட்டுக்காரன், பூம்பூம் மாட்டுக்காரர் அல்லது, பெருமாள் மாட்டுக்காரர் என்று சொல்லிக்கொள்வதையும் கவனிக்க முடியும்.

தஞ்சாவூர், நாகப்பட்டினம், கடலூர் முதலிய மாவட்டங்களில் இம்மக்களுக்குப் பூம்பூம் மாட்டுக்காரர் என்னும் பெயரே வழங்கி வருகிறது. பெருமாள் மாட்டுக்காரர் என்னும் பெயரையும் வழக்கில் காண முடிகிறது. இவ்விரண்டு வகையான பெயர்களும் மக்கள் வழக்கில் இடம் பெறுவதற்குக் காரணம் இருக்கிறது.

'பூம்பூம் மாட்டுக்காரர்' என்பதில் உள்ள 'பூம்பூம்' என்னும் முன்னொட்டு அடைமொழி ஒலிக்குறிப்புத் தொடர் (onomatopoeia) ஆகும். அதாவது, பூவியடையர்கள் யாசகம் பெற வரும்போது, தம்முடன் காளை அல்லது கறவை மறந்த பசு மாட்டை அலங்காரத் துடன் ஓட்டி வருவர். அப்போது, அவர்கள் தம் தோளில் மாட்டி யிருக்கும் தோற்கருவியான உருமி மேளத்தைச் சிறு குச்சியால் உரசித் தேய்த்து ஒலி எழுப்புவர். அவ்வொலியானது, 'பூம்பூம்' (புரூம் புரூம்எனவும்) என்பது போல கேட்கும். இந்த ஓசை பற்றியே உருமி என்னும் அத்தோற் கருவியை பூம்பூம் மேளம் என்பர். அந்தத் தோற்கருவி இசையையும், அவர்கள் ஓட்டி வரும் மாட்டையும் இணைத்துத் தஞ்சாவூர், நாகை மாவட்டப் பகுதிகளில் வாழும் மக்கள் இப்பூவிடையர்களைப் 'பூம்பூம் மாட்டுக்காரர்கள்' என்றே அழைத்து வந்திருக்கின்றனர்.

இராமனின் சாபமும் நாடோடி வாழ்க்கையும்

பூவிடையர்கள் நாடோடிகளாக ஊர்ஊராகத் திரிந்து யாசகம் பெற்று அதாவது பிச்சை எடுத்து இரந்து வாழும் வாழ்க்கையை

பூம்பூம் மாட்டின் அணிகலன்கள்

மேற்கொண்டிருப்பவர்கள். ஆனால், பூவிடையர்களைப் பொறுத்த வரையில் இந்நாடோடி வாழ்க்கை என்பது இடைக் காலத்தில் தம் முன்னோர்களிடம் சந்தர்ப்பவசத்தால் திணிக்கப்பட்டது என்றே நம்புகின்றனர். மரபாகவே தங்கள் முன்னோர்கள் நிலபுலன்களோடு விவசாயிகளாக நிறைவானதொரு நிலைத்த வாழ்க்கை நடத்திய வர்கள் என்றே கூறுகின்றனர். பூர்வீகத் தொழிலான வேளாண்மை யையும் நிலைத்த வாழ்க்கையையும் கைவிட்டுவிட்டு இரவலர் வாழ்க்கையை மேற்கொள்ள வேண்டிய கட்டாயம், யாசகன் வடிவில் வந்த இராமனின் சாபம் காரணமாகவே தங்கள் முன்னோர் களுக்கு நேர்ந்துவிட்டது என்பதே பூவிடையரின் வாதமாகும். இதற்கு ஆதாரமாகப் பூவிடையர்களிடம் பின்வரும் ஒரு கதை வழக்கிலுள்ளது.

ஒருநாள், இராமன் யாசகனைப் போல் வேடம் பூண்டு, பூவிடையர்கள் வாழ்ந்த பகுதிக்கு வந்தான். நிலபுலன்களோடு வசதியாக வாழ்ந்த அவர்களிடம் தனக்குப் பசியாக இருக்கிறது என்றுகூறி தர்மம் செய்யுமாறு கேட்டான். ஆனால், பூவிடையர்கள் உறுதியாக தர்மம் செய்யாமல் மறுத்துவிட்டனர். யாசகனோ நின்ற இடத்தைவிட்டு அசையவில்லை. மிகவும் கெஞ்சினான். பூவிடையர் களுடைய நிலத்தில் விளையும் தானியங்களிலிருந்து ஒரு பகுதியைத்

தனக்குக் கொடுத்து, தனது வறுமையைப் போக்குமாறு யாசகன் மன்றாடினான். யாசகனுடைய பிடியில் இருந்துவிடுபடுவதற்காக ஒருவகை தந்திரத்தோடு விளைச்சலில் பாதிப் பகுதியைத் தருவதாகப் பூவிடையர்கள் யாசகனிடம் வாக்களித்தனர். 'சரி நாங்கள் இந்த வருசம் செய்யும் வேளாண்மையில், ஒனக்கு மேல் மாசல் (மகசூல்) வேணுமா? கீழ் மாசல் வேணுமா? எது வேணும்? சொல்...' என்று யாசகனிடம் பூவிடையர்கள் கேட்டனர். அதற்கு அந்த யாசகன், 'மேல் மாசல் வேணும்' என்று பதில் அளித்தான். அவ்வாண்டிலோ பூவிடையர்கள் தந்திரமாக நிலக்கடலையைப் பயிர் செய்தனர். அறுவடைக் காலத்தில் பூவிடையர்கள் முன்னர் யாசகன் தோன்றினான். பூவிடையர்கள் உள்ளுக்குள் தங்கள் திறமையை மெச்சியவாறு சிரித்துக்கொண்டே, 'இந்தா நீ கேட்ட மேல் மாசல்' என்றவாறு யாசகனிடம் நிலக்கடலையின் தழைகளை அள்ளிக் கொடுத்தனர். ஏமாற்றப்பட்ட யாசகன் வருத்தத்துடன் தழைகளை அள்ளிக்கொண்டு சென்றுவிட்டான். நிலக்கடலை அனைத்தையும் பூவிடையர் எடுத்துக்கொண்டனர். யாசகன் அவ் விடத்தைவிட்டுச் செல்லும்முன், அவனிடம், 'வரும் வருசத்திலே ஒனக்கு மேல் மாசல் வேணுமா, கீழ் மாசல் வேணுமா?' என்று கேட்க, 'வரும் ஆண்டிலாவது புத்திசாலித் தனமாகக் கீழ்மகசூலைப் பெற்றுவிடவேண்டும்' என்று எண்ணிய யாசகன், தனக்குக் கீழ் மாசல் வேண்டும் என்று பூவிடையர்களிடம் தெரிவித்தான். ஆனால் மறு ஆண்டிலோ பூவிடையர்கள் தம் நிலத்தில் நெல் பயிரிட்டனர். அறுவடைக் காலத்தில் வந்து நின்ற யாசகனிடம் அவன் கீழ் மகசூலைக் கேட்டதற்காக, தாம் தந்திரத்தின் மூலம் யாசகனை ஏமாற்றிய மகிழ்ச்சியோடு அவனிடம் கீழ் மகசூலான வைக்கோலைத் திரட்டிக் கொடுத்தனர். நெல்லை மட்டும் பூவிடையர்கள் எடுத்துக் கொண்டனர்.

இதுபோல், ஒவ்வொரு ஆண்டும் பூவிடையர்கள் யாசகனை ஏமாற்றினர். இதனால் கோபமுற்ற யாசகன் தன்னுடைய உண்மையான வடிவத்தைக் காட்டி ஒரு யாசகனை ஏமாற்றியதற்காக அவர்களுக்கு இராமன் சாபம் கொடுத்தான். பூவிடையர்களிடம் சுரைக்குடுக்கை ஒன்றைக் கொடுத்து, பசிபட்டினியோடு நீங்கள் இரந்து வாழ்வீர்களாகுக! இந்தச் சுரைக்குடுக்கையைப் பாத்திரமாகக்கொண்டு கோவிந்தா, ராமா என்று என் நாமத்தைச் சொல்லியவாறு ஊர்ஊராகத் திரிந்து இரந்து வாழும் வாழ்க்கையை அடைவீர்களாக' என்று சாபம் கொடுத்து மறைந்தான் இராமன்.

பூம்பூம்மாட்டுக் கலைஞர்கள்

அன்று முதல் பூவிடையர்கள் தம்முடைய நிலமிழந்து நிரந்தர வாழ்க்கை இழந்து, சுரைக்குடுக்கையோடு ஊர்ஊராகத் திரிந்து யாசகம் பெற்றுப் பிழைத்து வருகின்றனர்.

ஆகவே, நாடோடிகளாகத் திரிந்து இரந்து வாழ வேண்டிய தங்கள் அவலமான வாழ்க்கை, தம் முன்னார் காலத்தில் விதிக்கப்பட்ட சாபத்தின் விளைவே என்று கருதும் பூவிடையரின் நம்பிக்கையை வெளிப்படுத்துவதாக மேற்கண்ட பழங்கதை அமைகிறது.

இப்போது, பூவிடையர்களுக்குச் சொந்த நிலம் கிடையாது. இம்மக்களில் யாரும் கூலிகளாக வேளாண்மைத் தொழிலில் ஈடுபடுவதும்கூட கிடையாது என்பதும் குறிப்பிடத்தக்கது. பூவிடையர் சாபம் பெற்ற கதையில் சுரைக்குடுக்கை அவர்களுடைய பிச்சைப் பாத்திரமாகக் குறிப்பிடப்படுகிறது. 1990கள் வரையில் சுரைக்குடுக்கையைப் பூவிடையர்கள் பயன்படுத்தி வந்ததைக் கவனிக்க முடிந்தது. இப்போது அதன் இடத்தில் அலுமினியம், எவர்சில்வர் பாத்திரங்கள் வந்து புகுந்துள்ளன.

பூவிடையரின் இரவலர் வாழ்க்கைகுக் காரணமான நிகழ்ச்சியை விளக்கும் இன்னொரு கதையும்கூட இருக்கிறது. வேங்கடாசலபதியின் கட்டளைப்படியே தங்களுடைய மூதாதையர் ‘பெருமாள்

மாட்டைக்கொண்டு நாடோடிகளாக இரந்து வாழும் நிலைக்குத் தள்ளப்பட்டனர்' என்பது பற்றிய ஒரு பழங்கதையே அது.

முன்பு திருப்பதியில் உள்ள வேங்கடாசலபதிக் கோயிலுக்கு வரும் காணிக்கைகளில் பிறழ்வுப் படைப்புகளான இரட்டை வால் பசுமாடுகள், ஐந்து கால்களை உடைய எருதுகள், நான்கு கொம்புகளை உடைய கன்றுக்குட்டிகள் போன்றவை இடம் பெற்றிருந்தன. அக்காலத்தில் கோயிலுக்கு மலர் தொடுத்துக் கொடுக்கும் தொழிலைச் செய்து பூக்காரர்களாக விளங்கிவந்த பூவிடையர்கள், இயற்கையின் வினோதப் பிறப்புக்களான இரட்டைவால் பசுமாடுகள் முதலியவற்றை மேய்க்க வேண்டும் என்று பணிக்கப்பட்டார்கள். ஆனால் நல்ல பசுமாடுகளை மேய்ப்பது என்பதனை ஒரு கௌரவமாகக் கருதிய பூவிடையர்கள், இயற்கையின் பிறழ்வுப் படைப்புகளை ஓட்டிச் சென்று மேய்த்து, அவற்றைக் காத்துப் பேணுவது என்பதைத் தங்கள் தலையில் விடிந்த பாவச்செயல் என்றே கருதலாயினர். எனவே, தங்களுடைய இந்தப் பாவத்திற்குக் கழுவாய் தேடி வேங்கடாசலபதியை வேண்டினர். இவர்களுடைய குறையைக் கேட்க வேங்கடாசலபதி பிரசன்னம் புரிந்தார். பூவிடையர் குறையைக் கேட்ட அவர், 'பெருமாள் மாடு' என்று பின்னால் தன் பெயரைக்கொண்டே அழைக்கப்பட்ட காளை மாட்டை அவர்களிடம் ஒப்படைத்து விட்டுப் பின்வருமாறு கூறினார்:

'பக்தர்களே, உங்கள் குழந்தைகளை எப்படிக் கண்ணுங் கருத்துமாகப் பராமரிப்பீர்களோ, அதைப் போல், இந்தக் காளை மாட்டைப் பராமரித்து வரவேண்டும். இந்தக் காளையை நாள்தோறும் வீட்டுக்கு வீடு கொண்டு சென்று, பிச்சை எடுத்து வந்தால் உங்கள் பாவம் நீங்கும்' என்று வேங்கடாசலபதி பாவ விமோசனத்திற்கு உபாயம்கூறி மறைந்தார். அன்று முதற்கொண்டு தங்கள் பாவத்தைப் போக்கிக்கொள்வதற்காகப் பூவிடையர்கள் பெருமாள் மாட்டுடன் பிச்சை எடுத்து வாழ்ந்துகொண்டிருக் கிறார்கள் (தர்ஸ்டன் & ரங்காச்சாரி 1909, தொகுதி II: 262-63).

பூவிடையர்களின் நிகழ்காலத்திய நாடோடி வாழ்க்கையை நியாயப்படுத்திக்கொள்வதற்கு உதவும் மூலாதாரங்களாக இக்கதைகள் அவர்களாலேயே நினைவுகூறப்படுகின்றன. பூம்பூம் மாட்டுக்காரர்களிடம் வழங்கும் மேற்கண்ட இரண்டு கதைகள் மற்றும் அயோத்தியில் இராமனுடைய அரண்மனையில் பூக்காரச்

நிகழ்த்துக்கலை செய்யும் கலைஞர்கள்

சேவகர்களாகப் பணியாற்றியது பற்றிய கதை ஆகியவற்றை வழக்காறுகள் பொதுவாக ஆற்றக்கூடிய செயற்பாடுகளை மனத்தில் கொண்டு அணுகவேண்டும்.

பொதுவாக இரண்டு கதைகளும் பூம்பூம் மாட்டுக்காரர்களின் நிகழ்காலத்திய நாடோடி வாழ்க்கைக்கான காரண விளக்கத்தை அளிக்கின்றன. கதைகளின் இந்தத் தன்மை காரணமாகவே அவை காரண விளக்கக் கதைகளாக (explanatory or etiological narratives) இனம் காட்டப்படும் தகுதியைப் பெறுகின்றன.

ஒரே இடத்தில் நிரந்தரமாக வீடுகள் அமைத்து விவசாயம், தொழில், வணிகம் ஆகியவற்றின் மூலம் நிரந்தர வருவாயுடன் வசதியாக வாழக்கூடிய மக்களிடையே, இவ்வசதி வாய்ப்புகள் எவையுமில்லாமல் நாடோடிகளாக வலம் வந்து யாசகம் பெற்றுப் பிழைப்பவர்கள். இருவகை மக்களுக்கும் இடையே பெரிய ஏற்ற இறக்கநிலை நிலவுகிறது. முன்னோர்களின் காலத்தில் பூவிடையர்கள் நிலவுடைமையாளர்களாகவும் திருப்பதியிலும் அயோத்தியிலும் பூக்காரர்களாகவும் விளங்கியவர்கள் எனக் கூறுவதன் மூலம், மேற்கண்ட சமனற்றநிலை மனரீதியாகச் சமன்படுத்தப்படுகிறது. எனவே, இக்காரண விளக்கக் கதைகள் மறைமுகமாக இச்செயற்பாட்டைப் புரியக்கூடியவையாக விளங்குகின்றன.

இரண்டு கதைகளிலும் அறுதியிட்டுக்கூறமுடியாத ஒருகாலத்தில் தங்கள் முன்னோரின் வாழ்க்கையில் முறையே இராமன், வெங்கடாசலபதி ஆகிய கடவுளர்கள் நுழைந்து விதித்த சாபம், சாபவிமோசன உபாயம் ஆகியவை விளக்கப்படுகின்றன.

இந்த இரண்டு கதைகளிலும் இருவகைக் காலங்கள் இடம் பெறுகின்றன. அவை புராணக்காலமும் முன்னோர் தொடர்புடைய வரலாற்றுக் காலமும் ஆகும். இவை முக்கியமானவை. அதாவது பூம்பூம் மாட்டுக்காரர்களுடைய முன்னோரின் யதார்த்த வெளி மற்றும் காலத்திற்குள் புராணக்காலம் பிரவேசிக்கிறது. இவ்விரண்டுக் காலங்களின் சங்கமிப்பில்தான் அந்தத் திருப்பம் சம்பவிக்கிறது. முன்னோர்களின் வரலாற்றுக் காலத்தில், பூவிடையர்கள் வேளாண்மைத் தொழில் செய்து வாழ்ந்த நிலவுடைமையாளர் களாகவும், புத்திசாலிகளாகவும், தந்திர உபாயமிக்கவர்களாகவும், ஏமாற்றுப் பண்புடையவர்களாகவும், தர்மசிந்தை அற்றவர் களாகவும் நிறுத்தப்படுகின்றனர். அதிசயங்களின் காலத்திற்குரிய புராணமாந்தர்கள் உருமாற்றத்தின் மூலம் யாசகராகத் தோன்றிச் சாமானிய மக்களைச் சோதிப்பவர் களாகவும் சாபமிடுதல் என்னும் மந்திர உச்சாடனம் மூலம் அச்சாமானியர்களுடைய வாழ்க்கை முறையை தலை கீழாக்கித் தலைவிதியையே மாற்றியமைக்கக் கூடியவர்களாகவும், அத்தலை கீழ் முறையை நேர்ப்படுத்தும் வண்ணம் சாப விமோசனம் வழங்குபவர்களாகவும் திகழ்கின்றனர்.

இவ்வாறு, அதி அற்புத ஆற்றல் படைத்த கடவுளர் அல்லது புராண மாந்தர்களும் அவர்களுக்கு இணையான ஆற்றல் அற்ற, பூவிடையருடைய முன்னோர்களும் எதிரெதிராகப் பார்க்க நேர்ந்த அந்தச் சந்திப்பு, இருவேறு காலங்களின் சங்கமமாகும். புதிர்மையும் மயக்க நிலையும் நிறைந்த அக்காலச் சங்கமம் இன்றும் தொடர்கிறது என்னும் பூவிடையர்களின் நம்பிக்கையின் அடையாள மாக இக்கதைகளும் அவர்தம் வாழ்க்கை முறையும் திகழ்கின்றன. இக்கால மயக்கத்தில் (fusion) சிக்குண்டவர்களாக மயங்கிக் கிடக்கும் மனப்பாங்கினை, அவர்களுடைய சாபம் படிந்த வாழ்க்கையை, அவர்கள் அப்படியே எதிர்ப்பின்றி, வெல்லும் முயற்சியின்றி ஏற்றுக் கொண்டு செல்லும் யதார்த்த போக்கிலிருந்து அறிந்துகொள்ள இயலும். கடவுளை ஏமாற்றிய முன்னோர் மீது இராமன் விதித்த சாபம் என்பது தலைமுறை தலைமுறையாகத் தொடர்ந்து வரும் தொடர்வினை அல்லது தலைவிதி என்று ஏற்றுக்கொண்டவர்கள்

அவர்கள். இன்னொரு பக்கம் சாபம் என்னும் தண்டனைக் காலத்திலிருந்து மீட்சி அடைவதற்காக, பெருமாள் மாட்டை ஓட்டிக் கொண்டு அவர்கள் எப்போதோ தொடர்ந்த சாப விமோசனப் பயணம், காலம் மற்றும் வெளியின் எல்லை ஏதுமின்றித் தொடர்ந்து போய்க் கொண்டிருக்கிறது. புராண மாந்தர்களின் காலம், பூம்பூம் மாட்டுக்காரர்களின் முன்னோரின் வாழ்காலம் என்னும் இரண்டு காலங்களின் சந்திப்பு மயக்கத்திலிருந்து பூம்பூம் மாட்டுக்காரர்கள் விடுபடும் போதுதான் அவர்கள் சாபவிமோசனம் அடைவார்கள்.

தாய்மொழியும் பூர்வீகமும்

பூவிடையர்கள் தெலுங்கு மொழியைத் தம் தாய்மொழியாகக் கொண்டவர்கள். பிற மக்களோடு தொடர்பு கொள்ளும் போது தமிழையும், தம் இன மக்களோடு கொள்ளும் ஊடாட்டங்களின் போதெல்லாம் தெலுங்கையும் பயன்படுத்துகின்றனர். தமிழ் நாட்டில் வாழும் தமிழைத் தாய்மொழியாகக் கொண்டிராத, ஏறக்குறைய அனைத்துச் சமூகத்தாரும் மேற்குறிப்பிட்டது போன்ற இரு மொழித் தொடர்பு முறையையே கடைப் பிடிக்கின்றனர்.

பூவிடையரின் பூர்வீகம்

பாரம்பரியமாகத் தாங்கள் தமிழகத்தைச் சேர்ந்தவர்கள் என்று பூவிடையர்கள் உறுதியாகக் கூறுகின்றனர். பல தலைமுறைகளைப் பூவிடையர் இனம் தமிழகத்தில் கழித்ததன் விளைவாக, இந்த இனமக்கள் தம் தாயகமாகத் தமிழகத்தையே கருதுமளவிற்கு வந்திருக்கலாம். ஆனால் தெலுங்கைத் தம் தாய்மொழியாகக் கொண்டிருக்கும் பூவிடையர் ஆந்திரப் பிரதேசத்தில் இருந்து தமிழகத்திற்குப் புலம் பெயர்ந்தவர்களாகவே இருத்தல் வேண்டும். பூவிடையரிடையே வழங்கும் தம் இனவரலாறு பற்றி இயம்பும் பூர்வீகக் கதையிலேயே தங்கள் முன்னோர் ராமனுக்கும் அவனுடைய வம்சத்தினருக்கும் பூக்கட்டிக் கொடுத்துச் சேவகம் செய்த பரம்பரையினர் என்றும் அவ்வாறே, திருப்பதியில் தங்கள் முன்னோர் பூக்காரர்களாக இருந்தவர்கள் என்றும் பூவிடையர் குறித்துக் கூறப்பட்டிருப்பதால், இவர்கள் தமிழகம் தவிர்த்த வேறொரு மண்ணைத் தாயகமாகக் கொண்டவர்கள் என்பது வெளிப்படையான உண்மை. பூம்பூம் மாட்டுக்காரர்கள் இந்தி மொழியைப் பேச அறியாதவர்கள் ஆகையால், வடமாநிலங்களைச் சேர்ந்தவர்களாக இருக்கமுடியாது. அங்ஙனமாயின், தெலுங்கைத்

தாய்மொழியாகக் கொண்டிருக்கும் இப்பூவிடை யர்கள் தம்முடைய நாடோடி வாழ்க்கை முறையின் நீட்சியாக நாயக்கர் ஆட்சிக் காலத்தின் போது ஆந்திராவிலிருந்தே குடியேறியவர்களாக இருக்கலாம். இவர்களைப் போன்ற நாடோடிகள் ஆந்திராவில் காணப்படுகின்றனர் என்பதும் இதனை உறுதிப்படுத்துகிறது. ஆந்திராவில் இவர்களுக்கு 'கங்கேத்தலு' என்று பெயர். 'எத்து' என்றால் காளை மாடு என்று பொருள். கங்கையின் காளை மாட்டைக் கொண்டிருப்பவன் என்பது 'கங்கேத்தலு' என்னும் சொல்லின் பொருள். தமிழகத்தில் பெருமாள் மாட்டுக்காரன் என்னும் பொருளில் வழங்கும் வழக்கிற்கு ஒப்பானது இது. ஆனால் இவர்கள் தமிழகத்தில் பரவிய காரணம், காலம், சமூக, அரசியல் பின்னணிகள் ஆகியன ஆய்வுக்குரியவை.

பூவிடையர்கள் ஊர்ஊராகத் திரிந்து பாடல், இசை, நடனம், முதலிய கலைகளை நிகழ்த்திக் காட்டி யாசகம் பெற்று வயிறு பிழைக்கும் நாடோடிகளாக வாழ்ந்தாலும் இவர்கள் சில ஊர்களில் நிலைத்த குடிகளாக வீடுகள் அமைத்துக் கொண்டிருக்கின்றனர். சில காலம் மட்டுமே தத்தமது ஊர்களில் தங்கியுள்ள இப்பூவிடையர்கள் தம் வீட்டுக்குக் காவலாக ஓரிரு குடும்ப உறுப்பினர்களை இருக்கச் செய்துவிட்டு, நாடோடிகளாக வெளியில் கிளம்பி விடுகின்றனர். 'காடாறு மாதம் நாடாறு மாதம்' என்னும் பழமொழி பூம்பூம் மாட்டுக்காரர்கள் போன்ற நாடோடி மக்களின் வாழ்க்கை முறைக்குப் பொருந்தக்கூடியது.

பூவிடையர் வாழிடங்கள்

தமிழ்நாட்டில் தஞ்சாவூர், தென்னார்க்காடு, வடஆர்க்காடு, செங்கல்பட்டு ஆகிய மாவட்டங்களிலும், புதுவை ஒன்றியத்திலும் ஆந்திராவிலும் பூவிடையர்கள் காணப்படுகின்றனர். 1980களின் இடையில் தஞ்சாவூர், தென்னார்க்காடு மாவட்டங்களில் பூவிடையர்கள் நிரந்தரமாகத் தங்கியிருக்கும் இடங்களாகப் பின்வரும் ஊர்களை அச்சமூக மக்கள் குறிப்பிட்டனர். பிறைக் கோட்டிற்குள் அந்தந்த ஊர்களில் உள்ள குடும்பங்களின் எண்ணிக்கை கொடுக்கப்பட்டுள்ளது.

தஞ்சாவூர் மாவட்டத்தில் நிலப்பட்டி (20 குடும்பங்கள்), புறக்குடி (15 குடும்பங்கள்), கச்சனம் (20 குடும்பங்கள்), திருவாஞ்சியம் (20 குடும்பங்கள்), பட்டுக்கோட்டை (4 குடும்பங்கள்), சீர்காழி

அருகேயுள்ள எருக்கூர் *(20 குடும்பங்கள்)* ஆகிய ஊர்களில் ஏறக்குறைய 80 குடும்பங்கள் உள்ளன. தென்னார்க்காடு மாவட்டத்தில் கடலூர், திருச்சி மாவட்டம் கலியபெருமாள் கோயில் முதலிய ஊர்களிலும் பரவலாகக் காணப்படுகின்றனர். தென்னார்க்காடு மாவட்டத்தில் உள்ள குறிஞ்சிப்பாடி அடுத்த குள்ளஞ்சாவடி *(20 குடும்பங்கள்)*, நெய்வேலிக்கு அண்மையில் இருக்கும் சேப்ளாநத்தம் *(20 குடும்பங்கள்)*, சிதம்பரம் அருகே உள்ள அம்மாப்பேட்டை *(6 குடும்பங்கள்)*, புவனகிரி அடுத்த பண்ணைப்பட்டு *(2 குடும்பங்கள்)*, வேங்ககுப்பம் *(6 குடும்பங்கள்)*, காட்டு மன்னார்குடி *(15 குடும்பங்கள்)*, சாபலாத்தி *(10 குடும்பங்கள்)*, மதுதூர் *(10 குடும்பங்கள்)* ஆகிய ஊர்களில் சுமார் நூறு குடும்பங்கள் வாழ்ந்து வருகின்றன. இது சுமார் பதினைந்து ஆண்டுகளுக்கு முந்தைய நிலை. அண்மையில் (2003) மேற்கொண்ட களப் பணியில் கிடைத்த குடும்பங்கள் பற்றிய எண்ணிக்கை விவரம் கட்டுரையின் பின்னிணைப்பில் கொடுக்கப்பட்டுள்ளது *(அட்டவணை-1)*.

தொழில்

மேற்குறிப்பிட்ட ஊர்களில் பூவிடையர்கள் நிலையாகக் குடிசை களை அமைத்திருந்தாலும், மாதத்தில் சில நாள்கள் மட்டுமே அவற்றில் தங்குவர். பெரும்பாலான நாள்கள் சொந்த ஊரைவிட்டு வெகுதொலைவில் உள்ள ஊர்களில் 'யாசக வாழ்க்கை'யைத் தேடிச் சென்றுவிடுகின்றனர். செல்லும் ஊர்களில் மையமாக அமைந்த ஓர் ஊரைத் தேர்ந்தெடுத்து அங்கிருக்கும் மைதானம், தோப்பு, பாழடைந்த கட்டிடங்கள், கோயில்கள், சத்திரங்கள் போன்ற இடங்களில் தங்குகின்றனர். பின்னர், அங்கிருந்தவாறே அண்மையிலிருக்கும் ஊர்களுக்குச் சென்று தொழில் செய்து திரும்புகின்றனர்.

பொதுவாகக் காலையில் யாசகம் கேட்டு வீடுவீடாகச் செல்லும் இப்பூவிடையர்கள், நண்பகலில் தாம் தங்கியிருக்கும் இருப் பிடத்தை நாடித் திரும்பிவிடுகின்றனர். பெரும்பாலும் தனி ஒரு பூவிடையராக எங்கும் செல்வதில்லை. ஒரு குறிப்பிட்ட ஊர்களில் முகாம் இருக்கும் போது நான்கைந்து பேர்கள் அடங்கிய ஒரு குழுவாகவே வருகின்றனர். அனேகமாக அவர்கள் நெருங்கிய உறவினர்களாகவே இருக்கின்றனர். காவிரிப் பூம்பட்டினம் - சாயாவனம் சிவன் கோயிலுக்குச் சொந்தமான தோப்பில் தங்கிய

பூவிடையர் குழு ஒன்று பெருமாள் (60) என்ற முதியவர், 5 சிறுவர்கள், கைக்குழந்தையுடன் கூடிய இரண்டு பெண்கள், 6 ஆண்கள், 70 வயதுக்கு மேற்பட்ட ஒரு முதியவர் அவருடைய மனைவி ஆகிய 16 பேர்களைக் கொண்டிருந்தது.

இவர்கள் அனைவரும் உறவுமுறை அடிப்படையில் ஒரு பெரும் குடும்பமாக விளங்கிய போதிலும் அது ஐந்து தனிக்குடும்பங்களின் கூட்டாகவே இருந்தது. அவர்கள் தனித்தனியே சமைத்து உண்டனர். ஊர்ஊராகச் சுற்றி வருதல், நிரந்தரமான தங்குமிடம் இல்லாமை, இருந்தாலும் தங்க முடியாமை, புறம்போக்கு நிலத்தில் அமைத்துக்கொள்ளும் சிறிய குடிசை அல்லது பாழடைந்த கோயில் மண்டபம், சத்திரம், தோப்பு, வெட்டவெளிக் கூடாரம் இவற்றில் நடத்தும் குடும்ப வாழ்க்கை, பசியோடு ஒருவேளை உணவுக்காக வீடுவீடாகச் சென்று யாசகம் பெறுவதற்குத் தோளில் மாட்டிய சுரைக்குடுக்கை அல்லது அலுமினியப் பாத்திரம், நாமம் தீட்டப்பட்ட நெற்றி, யாசகம் கேட்கும் போது பெருமாள், இராமன் போன்ற வைணவக் கடவுளர்களின் பெயர்களைச் சொல்லிப் பாட்டிசைக்கும் வழக்கம். பெருமாள் மாட்டை ஓட்டிச் சென்று வேடிக்கைக் காட்டி உடுக்கத் துணி கேட்டல், அரிசி முதலிய தானியங்கள் பெற்று ஒரு வேளை மட்டும் அடுப்பு மூட்டி உலை வைத்துச் சோறு பொங்கிப் பசியாற்றிக் கொள்ளுதல் ஆகியவை யாவும் பூம்பூம் மாட்டுக்காரர்களின் வாழ்க்கை முறையாகும்.

இத்தகைய நிரந்தரமற்ற, இடம் பெயரும் தன்மையுடைய நாடோடி வாழ்க்கையை ஆண்டாண்டுக் காலமாக நடத்திக் கொண்டிருக்கும் பூம்பூம் மாட்டுக்காரர்கள், வேளாண்மை முதலிய தொழில்களில் ஈடுபட்டு ஓரளவு நிரந்தர வருவாயைப் பெற்று வசதியாக வாழ்ந்துகொண்டிருக்கும் நிலைக்குடி மக்களின் மத்தியில் வளைய வருபவர்கள்.

உணவுப் பழக்கங்கள்

பூவிடையர்கள் மாமிச உணவு உண்ணும் வழக்கத்தினர். யாசகம் பெறும் தொழிலைத் தவிர்த்து ஆண்கள் உணவுத் தேவைக்காக ஓய்வு நேரத்தில் சிறு வேட்டையிலும் ஈடுபடுகின்றனர். இதன் மூலம் உணவுக்காக விலை கொடுத்து மீன் மற்றும் இறைச்சிப் பொருள் களை வாங்குவதிலிருந்து விடுபடுகின்றனர். பூவிடையர்கள் நீர் நிலைகளில் தூண்டில் போட்டு மீன்பிடிப்பது வழக்கம். மீன்

அவர்களுக்குப் பிடித்தமான உணவு. அதைப் போலவே அணில் கறி, பூவிடையர்களின் முக்கிய உணவாகும். மரங்களில் இருக்கும் அணில்களை விரட்டி தரையில் வலைவிரித்து அவற்றை வளைத்துப் பிடிப்பது இவர்களுடைய அணில் பிடிப்பு முறையாகும். அணிலைத் தவிர, கீரிப்பிள்ளை, காட்டுப்பூனை ஆகியவற்றின் இறைச்சியையும் இவர்கள் விரும்பி உண்கின்றனர். இவர்கள் நரியை வேட்டையாடுவதில்லை. அதன் இறைச்சியையும் தின்னு வதில்லை.

தானியங்களில் அரிசி, கம்பு, கேழ்வரகு, சோளம் முதலிய வற்றைத் தம் உணவுக்குப் பயன்படுத்துகின்றனர். இவற்றில் அவர்கள் உணவுக்குப் பயன்படுத்திக் கொள்ளும் அரிசியை, வீடுதோறும் சென்று யாசகமாகச் சேகரித்துக்கொள்கின்றனர். பெரும்பாலும் ஒருவேளைச் சமையல்தான். மதியம் அல்லது மாலைச் சோறு குழம்பு சமையல் செய்து குழுவாகச் சேர்ந்து உட்கொள்ளுகின்றனர். காலைப்பொழுதில் பெண்கள் வீடுதோறும் பழைய சோற்றை இரந்து பெற்றுத் தம் குழந்தைகளுக்குக் கொடுத்துத் தாமும் பசியாறிக்கொள்வது வழக்கம்.

குடிப்பழக்கம்

மது அருந்தும் பழக்கம் என்பது பூவிடையர்களுக்கு அன்றாட நிகழ்ச்சியாகும். யாசகத் தொழில் முடிந்து, மாலையில் தத்தம் தற்காலிக வசிப்பிடம் திரும்பியதும் பெரும்பாலும் ஆண்கள் ஊரின் ஒதுக்குப்புறங்களில் கள்ளச் சாராயம் விற்கும் இடத்தை நாடிச் சென்று விடுவர். சாராயம் குடித்துக் களிப்பதும் தங்களுக்குள் சண்டைச் சச்சரவுகள் செய்துகொள்வதும் அவர்களுடைய அன்றாட மாலைநேரக் 'கேளிக்கை நிகழ்ச்சிகள்.' சாராயம் தவிர பனங் கள், தென்னங் கள், பழரசம் போன்ற மதுவகைகளையும் பூவிடையர் விரும்பி அருந்துகின்றனர். ஆனால், மதுவகைகளை அருந்துவதிலும் கொள்கை ஒன்றைக் கடைப்பிடிக்கின்றனர். 'இரத்தல்' தொழிலுக்குச் செல்லும்போது குடிக்கக் கூடாது என்பதே அக்கொள்கை.

திருமணம்

பெரியோர்கள் பார்த்து நிச்சயிக்கும் திருமண முறையே பூவிடையர் களிடம் நிலவுகிறது. பருவமடைந்த ஆணும் பெண்ணும் சந்தித்துக் காதல் கொண்டதன் அடிப்படையிலும் திருமணங்கள் பெரியோரால்

அங்கீகரிக்கப்பட்டு நடத்தப்படுகின்றன. ஏற்பாட்டுத் திருமணத் திற்கு முன்பு 'பெண் பார்த்தல்', 'மாப்பிள்ளை பார்த்தல்' முதலிய நிகழ்ச்சிகள் இடம் பெறுவதுண்டு. திருமணத்திற்கு முதல் நாள் இரவு 'பரிசம் போடுதல்' பெண் வீட்டில் நிகழும். அப்போது. பெண் வீட்டாரிடம் ரூ. 10/- முதல் ரூ. 50/- வரையில் பணத்தைச் சீராகக் கொடுத்துவிட்டு மணமகன் இல்லத்தினர் அலங்கரிக்கப் பட்ட பெண்ணை ஊர்வலமாக அழைத்துவருவர். திருமணத் தன்று மணப் பெண்ணுக்குக் கூறைப் புடவை மற்றும் பட்டடை (தண்டை), கொலுசு, மூக்குத்தி, தோடு முதலிய ஆபரணங்களும் அணிவிக்கப்படுகின்றன. மாப்பிள்ளை புதுவேட்டி, சட்டை துண்டு முதலியவற்றை உடுத்திக்கொள்வதோடு தன் காதில் கடுக்கனையும் அணிந்து கொள்கிறார். திருமணச் சடங்கை 'அய்யர்' என்று அழைக்கப்படும் பண்டாரமே நடத்தித் தருகிறார். பண்டாரம் தாலியை எடுத்துக் கொடுக்க, மணமகன் தாலி கட்டுகிறார். திருமணச் சடங்கு என்று கூறும்போது சம்ஸ்கிருத மந்திரங்களோ, தீ வலம் போன்ற சடங்குகளோ இடம்பெறும் வைதீக மரபு வழிப்பட்ட சடங்கு இவர்களுடைய திருமணத்தில் இடம் பெறுவதில்லை. மாறாக சடங்குகள் என்றில்லாமல் எளிமையாக நிறைவேற்றப்படுகிறது பூவிடையர் திருமணம். மாமன் முறையுடையவர் மணப் பெண்ணுக்கு மோதிரம் அணிவித்தலும் உண்டு. பூவிடையரின் திருமணம் ஒரு ஜோடிக் கானது என்றமை யாமல் நான்கு அல்லது ஐந்து ஜோடிகளுக் காகச் சேர்த்து நடத்தப்படும் கூட்டுத் திருமணமாகவே அமைந்து விடுகிறது.

இவர்களுடைய திருமணத்தில், பூவிடையர் சமூகத்தைச் சேர்ந்த உறவினர்களே அழைக்கப்படுகிறார்கள். திருமண விருந்தினர் களுக்கு காலை இட்லி, காபி உணவாகக் கொடுக்கப்படும். வடை, பாயசத்துடன் மதிய உணவு பரிமாறப்படுகிறது. திருமணச்சடங்கில் இவ்வாறு சைவ உணவளித்து விருந்தினர்களை உபசரிக்கின்றனர். திருமண விருந்தில் மாமிச உணவு இடம் பெறுவதில்லை. திருமணம் முடிந்து ஐந்து நாள்கள் கழித்து 'பந்தல் பிரித்தல்' என்னும் சடங்கு நடத்தப்படுகிறது. விமரிசையாக நடத்தப்படும் இப்பந்தல் பிரித்தல் சடங்கின் போது அளிக்கப்படும் விருந்தில் ஆட்டுக்கறி, மீன் ஆகியவை இடம் பெறுகின்றன. இச்சமயத்தில் ஆண், பெண் இருவருமே கள் அல்லது சாராயம் அருந்துகின்றனர்.

பூவிடையர் சமூகத்தில் விவாகரத்தும் மறுமணமும் பரவலாகக் காணப்படும் வழக்கம். தீவிரமான காரணங்களின் அடிப்படையில் மனைவிக்கு அவளுடைய துணைவனைப் பிடிக்கவில்லை என்றாலோ, கணவனுக்கு மனைவியைப் பிடிக்கவில்லை என்றாலோ, கணவன் மனைவி இருவருக்கும் இடையே கடுமையான பிரச்சினைகள் எழுந்தாலோ அது விவாகரத்தில் போய் முடிந்துவிடுகிறது. விவாகரத்து செய்துகொள்வது என்று தீர்மானித்தவுடன் அச்சமூகத்தைச் சேர்ந்த பெரியோர் முன்னிலையில் பஞ்சாயத்துக் கூட்டப்படுகிறது. இருவரும் பிரிந்து போவதற்கான காரணங்களைக் கேட்டறிந்து பஞ்சாயத்தார் சபை அவர்கள் இருவரும் சேர்ந்து வாழ்வதற்காகச் சில கால அவகாசம் கொடுக்கும். பின் கூடி வாழும் சூழல் ஏற்படவில்லை என்றால் விவாகரத்து செய்துகொள்வது பற்றிய முடிவை அறிவிக்கிறது. விவாகரத்தில் மனைவி தன்னுடைய தாலியைக் கழட்டிக் கணவனின் கையில் கொடுத்துவிடுவாள். இவ்வாறு தாலியைக் கழட்டிக் கொடுத்தல் என்பதே விவாகரத்தின் அடையாளமாகும்.

இவ்வாறு விவாகரத்து செய்துகொண்டவர்கள் மறுமணம் செய்து கொள்ளலாம். இச்சமூகத்தில் விதவை மறுமணமும் உண்டு. ஆனால் ஒரு பெண் அதிக எண்ணிக்கையில் குழந்தைகளைப் பெற்றவளாக இருப்பாளேயானால் தனது கணவன் மறைவிற்குப் பிறகு அவள் மறுமணம் செய்து கொள்வதை விரும்புவதில்லை.

பூவிடையர்கள் தங்கள் சமூகத்திற்குள்ளேதான் திருமண உறவை மேற்கொள்கிறார்கள். வேற்றுச் சமூகத்தாருடன் கலப்புத் திருமணம் என்பது இவர்களுடைய நடைமுறையில் இல்லாத ஒன்று. கலப்புத் திருமணம் நடைபெறாமல் இருப்பதற்காகப் பூவிடையர்கள் மிகவும் கட்டுப்பாட்டைக் கடைப்பிடிக்கின்றனர்.

திருமண வகை என்று எடுத்துக்கொண்டால் ஒருதார மணமே பூவிடையரிடம் பரவலாக வழக்கத்திலிருந்து வருகிறது. ஆனால், ஒருவன் ஒன்றுக்கு மேற்பட்ட பெண்களை மணந்துகொள்ளும் உரிமையை அங்கீகரிக்கும் பலமனைவி மணத்தையும் (polygyny) இந்தச் சமூகத்தின் விதிமுறைகள் அனுமதிக்கின்றன. ஆனால் ஆண்களைப்போல், திருமண விஷயத்தில் பெண்களுக்கு அவ்வளவு சுதந்திரம் கிடையாது. எனவே பூவிடையர் சமூகத்தில் பல ஆண்களைக் கணவனாகக்கொண்ட பல கணவர்முறை (polyandry) வழக்கத்தில் இல்லை.

குடும்பம்

தங்கள் வயிற்றுப்பாட்டுக்காக ஒரு இடத்தை விட்டு மற்றொரு இடத்திற்குக் கூட்டம் கூட்டமாகவே செல்லும் நாடோடிகளாக இருப்பினும், கூட்டுக்குடும்பம் என்னும் அமைப்பினைப் பூவிடையர்களிடம் காண முடியவில்லை. திருமணம் முடிந்தவுடன் ஒருவன் தன் தாய்-தந்தையர் குடும்பத்தைவிட்டு நீங்கி தனிக் குடும்பம் அமைத்துக்கொண்டு வாழ்க்கையைத் தொடங்குவது பூவிடையார் நடைமுறை. கணவன்-மனைவி, மக்கள் என்ற தனிக்குடும்பம் என்னும் அமைப்பு மூலம் ஒருவன் தன் தந்தையின் குடும்பத்திலிருந்து பிரிந்து சென்றாலும், பூவிடையரின் கூட்டு வாழ்க்கை என்னும் இயல்பான அமைப்பிலிருந்து விலகிச் சென்று விடுவதில்லை. இடம்விட்டு இடம் பெயர்ந்து செல்லும் இவர்களுடைய இரவலர் வாழ்க்கையின் சுவடுகள் எங்கிலும், கூட்டம் கூட்டமாகவே பயணம் செய்து கூட்டம் கூட்டமாக மரத்தடி வாழ்க்கை நடத்தியிருப்பதையே நோக்க முடிகிறது.

பூவிடையர் குடும்பத்தில் ஆண் அல்லது கணவனே முதன்மை இடம் வகிக்கிறான். பெண்இரண்டாம் இடத்திற்கு உரியவளாகவே வைக்கப்பட்டிருக்கிறாள்.

பெண்கள் நிலை

பூவிடையர் பெண்கள் ஆண்களுக்குக் கட்டுப்பட்டவர்களே. அவர்கள் தன்னிச்சையாக இயங்கவியலாது. கணவன் - மனைவி பிரச்சினைகள் ஏற்பட்டு அவர்களுக்கு இடையிலான சமூக உறவு சிதிலமடையும் போது, பெண் மணவுறவை முறித்துக்கொள்ள விரும்பினால், அதற்குரிய உரிமைகள் அவளுக்குத் தாராளமாக அனுமதிக்கப்படுகின்றன. ஆயினும் பூவிடையர் பெண், தன் மனதுக்குப் பிடித்த ஒருவனை மணாளனாகத் தேர்ந்தெடுத்துக் கொள்ள விரும்புவாளேயானால். அதற்கு அவளுடைய சமூக விதிகள் இடமளிப்பதில்லை. பொதுவாகக் குடும்பத்தில் மூத்தோர் விருப்பத்திற்கேற்பவே இவ்வினப் பெண்கள் நடந்துகொள் கின்றனர். குடும்பத்தின் அன்றாட நடவடிக்கைகளில் ஆணுக்கு நிகரான பொறுப்புகள் அவளுக்கும் உண்டு.

ஆண்களைப் போலவே பெண்களும் வீட்டுக்கு வீடு சென்று யாசகம் பெறுகின்றனர். அப்போது அவர்கள் தாலாட்டு போன்ற தமிழ்நாட்டுப்புறப் பாடல்களையே பாடுகின்றனர். இது தவிர,

இப்பெண்கள் ஒரே ஒரு கைத்தொழிலைத் தெரிந்து வைத்துள்ளனர். அதாவது 'சுருக்குப்பை' என்னும் சிறு துணிப்பைகள் தைப்பதுதான் அக் கைத்தொழில். சுருக்குப் பைகளை கிராம மக்களிடம் எடுத்துச் சென்று 25 காசு அல்லது 50 காசு என்ற விலையில் விற்கின்றனர். இக்கைத்தொழில் தவிர, அந்தப் பெண்களுக்கு வேறு தொழில்கள் தெரியாது. கிராமத்துப் பெண்கள் வெற்றிலைப் பாக்கு வைத்துக் கொள்ளவும், நாணயங்களை முடிந்து பாதுகாக்கவும் இந்தச் சுருக்குப் பைகளைப் பயன்படுத்துகின்றனர். சுருக்குப்பை தைப்பதற்குத் தேவையான துணிகள் நகரப்பகுதிகளில் உள்ள தையல்கடைக்காரர்கள் தைக்கும்போது வெட்டி எறிந்த துண்டுத் துணிகளே ஆகும். அவற்றைச் சேரித்துச் சுருக்குப் பைகள் தயாரிக் கின்றனர். சுருக்குப்பை விற்பனை மூலம் கணிசமான வருவாயை அவர்கள் பெற்றுவிடுவதில்லை. ஒவ்வொரு வீட்டிலும் பாட்டுப் பாடியோ இரந்து நின்றோ அரிசி முதலிய தானியங்களையும் பழைய சோறு ஆகியவற்றையும் பெற்றுத் தம் பங்குக்கு அவரவர் குடும்பத்திற்குரிய உணவுத் தேவையின் ஒரு பகுதியை நிறைவு செய்கின்றனர்.

யாசகத் தொழிலுக்குச் செல்லும்போது, தோளில் மாட்டி யிருக்கும் சுரைக்குடுக்கையில் 'நீராகாரம்' அல்லது பழைய சோற்றைப் பெற்றுக்கொள்கின்றனர். பிச்சைப் பாத்திரமாகச் சுரைக்குடுக்கையைப் பூவிடையர்கள் பயன்படுத்துவதற்கும் யாசகன் வடிவில் வந்து இராமன் பூவிடையர்களுக்கு எதிராக விடுத்த சாபம் தொடர்பான கதைக்கும் உள்ள தொடர்பை இங்கு நினைவுகூர்தல் அவசியம். மற்றொரு தோளில் மாட்டியுள்ள சிறு தூளி போன்ற பையில் அரிசி முதலிய தானியங்களைப் பெற்றுக் கொள்கின்றனர்.

வாழ்க்கை வட்டச் சடங்குகள்

வாழ்க்கைச்சுழற்சியில் பிறப்பு, பருவமடைதல், திருமணம், இறப்பு ஆகியவை உலகம் முழுமைக்கும் பொதுவாகக் காணப்படுகின்ற நான்கு அடிப்படையான திருப்பு முனைகளாகும். பூவிடையர் களிடம் காணப்படும் இவ்வகையான வாழ்க்கை வட்ட சடங்குகளில் சிலவற்றைப் பற்றி மட்டுமே தகவல்கள் கிடைத்தன. பிறப்பை ஒட்டி, இறுகலான சடங்குத் தன்மைகள் காணப்படவில்லை. குழந்தை பிறந்த பிறகு, தாயும் குழந்தையும் ஒன்பது நாள்கள்

வீட்டில் தனி இடத்தில் வைக்கப்படுகின்றனர். இதனை 'ஒன்பது நாள் தீட்டு' என்று குறிப்பிடுகின்றனர். பத்தாவது நாளில் குழந்தைக்குப் பெயர் சூட்டுவிழா நடத்துகின்றனர்.

அடுத்தது பூப்புச் சடங்கு வாழ்க்கை வட்டத்தின் இரண்டாவது திருப்புமுனை இது. ஒரு தனியனின் உடலமைப்பில் ஏற்படும் அடிப்படை மாற்றத்தை வெளிப்படுத்துவதே பூப்பு.

பெண் பூப்படைதலைச் சடங்குகள் மூலம் வெளிப்படுத்துவது பல சமூகங்கள் கடைப்பிடித்து வரும் வழக்கமாகும். பூவிடையர் சமூகத்திலும் பூப்புச் சடங்கு நடத்தப்படுகிறது. பூப்படைந்த பெண்ணை தனிக்கூரை வீட்டில் இருக்கச் செய்து, அவ்வீட்டின் கூரை மீது வேப்பந்தழைகளைப் போட்டு வைப்பது வழக்கம். ஒன்பது நாள்கள் வரையில் இவ்வீட்டில் அப்பெண் வைத்துப் பாதுகாக்கப்படுகின்றாள். அதன் பின்னர், தலைக்குத் தண்ணீர் விட்டு அவளை வீட்டிற்கு அழைத்துக்கொள்வார்கள். இந்தச் சடங்கின் போது தாய்மாமன் சீர்வரிசை செய்தல் என்பது முக்கியமானது.

சொத்தும் பொருளாதார நடவடிக்கைகளும்

பூர்வீக வாழ்க்கையில், தங்கள் முன்னோர் வேளாண்மைத் தொழிலை மேற்கொண்டவர்களாகவும் நிலவுரிமையாளர்களாகவும் விளங்கினர் என்பது பற்றி விவரிக்கும் பழங்கதைகள் இன்றைய பூவிடையர் வழக்கில் நிலவுகின்றன. ஆனால், இன்றைய பூவிடையர்களின் யதார்த்த வாழ்க்கையை நோக்கும் போது, அவர்களிடம் சொந்த நிலமோ குத்தகை நிலமோ காணப்படவில்லை என்பது வெளிப் படையாகும். மேலும் வேளாண்மைத் தொழிலிலும் இவர்கள் கூலிகளாகக்கூட ஈடுபடுபவர்கள் அல்லர். குறிப்பிட்ட காலகட்டங் களில் நாடோடி வாழ்க்கையை மேற்கொண்டவர்களாக விளங்கி னாலும், நிரந்தரமாக அவர்கள் வசிப்பதற்குத் தேர்ந்தெடுத்துக் கொண்ட வாழிடங்கள் கிராமப் புறம்போக்கு நிலங்களாகவே உள்ளன. கடலூர், திருவண்ணாமலை, வேலூர், காஞ்சிபுரம், செங்கல்பட்டு மாவட்டங்கள், பாண்டிச்சேரி ஒன்றியப் பகுதியில் இவர்கள் குடியிருக்கும் இடங்கள் ஊர்ப்பொது நிலங்கள், கோயிலுக்குச் சொந்தமான தோப்புகள், சத்திரங்கள் போன்றவை யாகும். எனவே, இவை அனைத்தையும் கவனத்திற் கொள்ளும் போது பூவிடையர்கள் சமூகத்தினர் அடிப்படையில் நிலமற்ற மக்களாகவே காணப்படுகின்றனர் என்று கூறிவிடலாம்.

இரத்தல் என்பதே இவர்களுடைய முக்கிய தொழில். இந்தத் தொழிலுக்கு உதவும் கலைகளாக 'பூம்பூம்' மாடு வேடிக்கைக் காட்டல், 'பொய்க்கால்' குதிரை ஆட்டம், ரவணா மேளம் இசைத்துக் கதைப்பாடல் பாடுதல் ஆகியவை விளங்குகின்றன.

பூவிடையர்களின் வருவாயில் கணிசமான பங்கினைப் பெற்றுத் தரும் பூம்பூம் மாடு (பெருமாள் மாடு) அவர்களுடைய அசையும் சொத்துக்களில் முக்கியமானது. இம்மக்களின் வளர்ப்புப் பிராணியான இக்காளை மாடு பூவிடையர்க்கும் பெருமாள் மாட்டுக்கும் இடையே நிலவும் புராணவியல் தொடர்பை நினைவூட்டும் அடையாளமாகும். பொதுவாக இக்காளைமாடு திருச்சி மாவட்டம் அரியலூர் கலியபெருமாள் கோயில் நிர்வாகத்திலிருந்து ஏலம் விடப்படும் போது விலை கொடுத்து வாங்கப்படுகிறது.

பூவிடையர்களின் வருவாய்க்கு உதவும் கலைச்சாதனங்களான புரூம்புரூம் மேளம் (பூம்பூம் மேளம் அல்லது உருமி மேளம்) வீரமுல்லாரி, ரவணா மேளம் முதலிய தோற்கருவிகளும், நாயனம் முதலிய காற்றுக் கருவியும், தேசிங்கு ராஜன் கதைப்பாடல் முதல் கிருஷ்ணவிலாசம் வரையிலான கதைப்பாடல்களும் அவர்களுடைய வாழ்க்கைக்கு ஆதாரமான சொத்துக்களாகும்.

பெண்களைப் பொறுத்தவரையில் அவர்களுக்கு வருவாய் அளிக்கும் தொழில் 'சுருக்குப்பை' தைத்தலே. பூத்தொடுத்தல் தொழிலைச் செய்து வந்தவர்கள் என்று நம் முன்னோரைப் பற்றிய பழங்கதை இவர்களிடம் காணப்பட்டாலும், பூத்தொடுத்தல் தொழிலை இக்காலத்தில் இவர்களிடம் காணமுடியவில்லை.

சமூகக் கட்டுப்பாடு

கடலூர், தஞ்சாவூர் மாவட்டங்களில் காணப்படும் பூவிடையர்களின் தலைமை நிலையமாக குறிஞ்சிப்பாடி விளங்குகிறது. வசதியாகத் தங்குவதற்குரிய சத்திரங்கள் நிறைந்த இங்கு கணிசமான பூவிடையர்கள் வசித்து வருகின்றனர். இங்கு இவர்களுக்கென்றே ஒரு சங்கம் உண்டு. பதிவு செய்யப்படாத இச்சங்கம், கிராம நாட்டாண்மை அல்லது பஞ்சாயத்து அமைப்பைப் போன்றது. பூவிடையர்கள் மட்டுமே அங்கம் வகிக்கும் இச்சங்கத்தில் தலைவர், செயலாளர் ஆகிய பொறுப்புகள் உண்டு. இச்சங்கம் மாதத்தில் ஒருமுறை குறிஞ்சிப்பாடி முருகன் கோயிலில் கூடுகிறது. ஒவ்வொரு மாதமும் 28ஆம் தேதியில் சங்கம் கூடி பல அலுவல்களை

மேற்கொள்கிறது. தொழில் நிமித்தம் வெவ்வேறு ஊர்களுக்குச் சென்றிருக்கும் அனைவரும் ஒவ்வொரு மாதமும் 28ஆம் தேதி குறிஞ்சிப்பாடிக்குத் திரும்புதல் என்பது கட்டாயமாகும்.

சங்கப் பணிகள்

பூவிடையரின் சமூகப் பிரச்சினைகள் பற்றி ஆராய்ந்து அவற்றிற்குத் தீர்வு காண்பது சங்கத்தின் முக்கிய கடமையாகும். குடும்பச் சிக்கல்கள், தனிமனிதச் சண்டைகள், கொடுக்கல் வாங்கலில் ஏற்படும் தகராறுகள் ஆகியவற்றை இச்சங்கம் கேட்டறிந்து தீர்ப்பு வழங்குகிறது. விவாகரத்து முதலியவற்றையும் இச்சங்கமே முன்னின்று செயல்படுத்துகிறது.

பிரச்சினைகளுக்குக் காரணமானவர்கள் அல்லது குற்றவாளிகளுக்குத் தண்டனைகள் என்பது பெரும்பாலும் அபராதம் விதிப்பதாக உள்ளது. குற்றமிழைத்தவர்கள் அபராதத்தைச் சங்கத்திற்குச் செலுத்தவேண்டும்.

சமயம்

நாடோடி வாழ்க்கையினராகப் பூவிடையர்கள் விளங்கினாலும் வைணவ சமயக் கோட்பாட்டினராகவே காணப்படுகின்றனர். இவர்களுடைய இனத்தோற்றம் பற்றிய பழங்கதையில் வேங்கடேசப்பெருமாள், கலியபெருமாள், இராமன் ஆகிய கடவுளர்கள் பிரதானமானவர்களாகப் பேசப்படுகின்றனர்.

வேங்கடேசப்பெருமாள்தான் பூவிடையர் பாவ விமோசனம் பெறும் வகையில் பெருமாள் மாட்டைக் கொடுத்து இரவலர் வாழ்க்கையை மேற்கொள்ளச் செய்தவர் என்று ஒரு பழங்கதையும் இராமனின் சாபம் காரணமாகவே இரவலர் வாழ்க்கையை மேற்கொள்ள வேண்டியதாயிற்று என்று மற்றொரு பழங்கதையும் விவரிக்கின்றன. வேங்கடேசப் பெருமாளுக்கோ இராமனுக்கோ பூத்தொடுத்துக் கொடுத்துச் சேவை செய்தவர்களென இரண்டு கதைகளும் இயம்புகின்றன. இக்கதைகளின் பின்னணியில் பூவிடையர்களோடு விஷ்ணு தொடர்புப்படுத்துவது மிகவும் தெளிவான செய்தி. 'கலியபெருமாள் கோயிலுக்குத் தானம் போடுங்க சாமி' என்று அடிக்கடி அவதார நாயகனான திருமாலின் வெவ்வேறு பெயர்களைக் கூறுகின்றனர். மேலும் பூம்பூம் மாட்டுக்காரனின் ஒப்பனையில், திருமாலின் பாதங்களைக் குறிக்கும்

அட்டவணை 1

தகவலாளிகள் கூறிய தகவல்களின் அடிப்படையில் தயாரிக்கப் பட்ட அட்டவணை (புள்ளிவிவரங்கள் முழுமையானவை அல்ல)

வ. எண்	ஊர்	குடும்பங்கள்	வட்டம்	மாவட்டம்
1	வெங்கட்டாகுப்பம்	57	சிதம்பரம்	கடலூர்
2	குள்ளஞ்சாவடி	30	சிதம்பரம்	கடலூர்
3	அம்மாப்பேட்டை	10	சிதம்பரம்	கடலூர்
4	பெண்ணாடம்	15	விருதாச்சலம்	கடலூர்
5	பாலூர்	1		கடலூர்
6	வடவாடி	7	விருதாச்சலம்	கடலூர்
7	சர்க்கரை ஆலைப்பகுதி	35	திருக்கோயிலூர்	கடலூர்
8	தேனூர்	10	திருக்கோயிலூர்	கடலூர்
9	கூட்டுரோடு	25	திருக்கோயிலூர்	கடலூர்
10	பகண்டை	40	திருக்கோயிலூர்	கடலூர்
11	இந்திரா நகர்	10	நெய்வேலி	கடலூர்
12	கோட்டை	25	உளுந்தூர்ப் பேட்டை	விழுப்புரம்
13	காட்ராம்பாக்கம்	60	திண்டிவனம்	விழுப்புரம்
14	ஆலங்குப்பம்	30	திண்டிவனம்	விழுப்புரம்
15	பேட்டை	10	திண்டிவனம்	விழுப்புரம்
16	அரசூர்	15	வந்தவாசி	திருவண்ணாமலை
17	பெரும்பாக்கம்	50	வந்தவாசி	திருவண்ணாமலை
18	மோர்ணம்	50	வந்தவாசி	நாகப்பட்டினம்
19	எருக்கூர்ரயிலடி	25	சீர்காழி	நாகப்பட்டினம்
20	பஸ்ஸ்டாண்டு, நாகப்பட்டினம்	35	நாகை	நாகப்பட்டினம்
21	புறக்குடி	40	நாகை	நாகப்பட்டினம்
22	நீலப்பாடி	40	திருவாரூர்	திருவாரூர்
23	கச்சனம்	50	திருவாரூர்	தஞ்சாவூர்
24	தஞ்சாவூர்	25	தஞ்சாவூர்	தஞ்சாவூர்
25	நாகமங்கலம்	60	திருச்சி	திருச்சி
26	திருவானைக்காவல்	100	திருச்சி	திருச்சி
27	இந்திரா நகர்	30	திருச்சி	திருச்சி
28	ஜெயங்கொண்டம்	25	ஜெயங்கொண்டம்	பெரம்பலூர்
29	வண்ணாங்குளம்	20	புதுச்சேரி	புதுச்சேரி

வகையில் இரு பாதங்கள் இணைந்த நாமத்தை நெற்றியில் இட்டுக்கொள்வதும் முக்கியமாக இடம்பெறுகிறது. இவை மட்டுமல்லாது பூவிடையர்கள் பாடும் கதைப் பாடல்களில் கிருஷ்ணன் வரலாற்றை இயம்பும் கிருஷ்ண விலாசமும் இடம் பெற்றிருப்பதை நோக்க முடிந்தது. எனவே இவை போன்ற சான்றுகளை ஆதாரமாகக்கொண்டு பூவிடையரின் வழிபடு தெய்வமாக மகாவிஷ்ணு அல்லது திருமாள் விளங்குகிறார் எனலாம்.

பூவிடையர் வழிபடும் தெய்வங்களில் கலியபெருமாள், அய்யனார், காளி, மாரியம்மன் ஆகியவை இடம் பெறுகின்றன. பூ, பழங்கள், வெற்றிலை முதலியவற்றைப் படையல் பொருள்களாக வைத்து மேற்கண்ட தெய்வங்களை வழிபடுவது வழக்கம். விழாக் காலங்களின் போது மலையனூர் காளிக்கு ஆடு கோழிகளைப் பலியிட்டு வணங்குவதும் இவர்களுடைய வழிபாட்டு மரபுகளில் ஒன்றாகும்.

சமூக மாற்றம்

பூவிடையர்கள் நூற்றுக்கு நூறு கல்வியறிவற்றவர்களே. பள்ளியும் கல்லூரியும் இவர்களைப் பொறுத்த வரையில் மிகவும் எட்டாத தொலைவில் இருப்பவையாகும். இவர்களுடைய குழந்தைகள் பள்ளிக்கூடங்களில் நுழைந்ததுகூட இல்லை. ஐந்து வயது முதற் கொண்டே இக்குழந்தைகள் பொய்க்கால் குதிரை ஆட்டம், ரவணா மேளம் வாசித்தல் முதலிய தொழிற்கல்வி அளிக்கப்படுகின்றனர். இவ்வாறு இவர்களுடைய நாடோடி வாழ்க்கைமுறை இன்றைய கல்விமுறையை அணுகவிடாமல் செய்துவிடுகிறது.

இவர்களுடைய சமூகத்தில் படித்தவர் என்று ஒரே ஒரு நபரை இவர்கள் குறிப்பிடுகின்றனர். பள்ளி இறுதி வகுப்பு வரையில் படித்த அந்நபர் பாண்டிச்சேரி பஞ்சாலையில் பணியாற்றுவதாகத் தகவலாளிகள் கூறுகின்றனர்.

அரசின் முதியோர் கல்வித்திட்டம், வீடு கட்டிக் கொடுக்கும் திட்டம், சுயவேலைவாய்ப்பு, ஒருங்கிணைந்த ஊரக வளர்ச்சித் திட்டம் போன்றவை இம்மக்களுக்கு என்னவென்றே தெரியாத திட்டங்களாகும். இத்திட்டங்கள் இம்மக்களிடம் சென்றடைய வேண்டும் என்று ஆளும் வர்க்கத்தினர் முயற்சி எடுத்துக்கொண்ட தாகவும் தகவல்கள் இல்லை.

அண்மைக்காலம் வரையில் குடும்பக்கட்டுப்பாடு செய்து கொள்ளாமல் இருந்தனர். குழந்தை பெற்றுக்கொள்வதில் வரையறை வைத்துக்கொள்ளாதிருந்த இப்பூவிடையர்கள் இப்போது குடும்பக் கட்டுப்பாடு செய்துகொள்கின்றனர்.

அண்மையில் மேற்கொண்ட களப்பணியின் போது ஓரிரு ஊர்களில் அரசு கட்டிக் கொடுத்த தொகுப்பு வீடுகளில் சில குடும்பங்கள் வாழ்கின்றன. இவ்வாறு சொந்த வீடுகளை உடைய பூவிடையர் களுக்கு மட்டும் ரேஷன் கார்டுகள் கொடுக்கப்பட்டிருக்கின்றன.

தகவல் தொடர்புச் சாதனங்கள் இவர்களிடம் தாக்கத்தை ஏற்படுத்தியுள்ளன. தம் இரவலர் வாழ்க்கையை நடத்திச் செல்ல இவர்களுக்கு உதவுபவை இவர்களுடைய மரபான ‘பொய்க்கால் குதிரை ஆட்டம்’, ‘பூம்பூம்மாடு வித்தைக்காட்டல்’, ‘கதைப்பாடல் பாடுதல்’ முதலிய நிகழ்த்துக்கலைகளே. இம்மரபான கலைகளை நிகழ்த்துவோராக விளங்கினாலும் இன்றைய திரைப்பட ஊடகம் இவர்களை மிகவும் ஆக்கிரமித்திருப்பதையும் கவனிக்க முடிகிறது.

தமிழ்த் திரைப்பட நடிகர்களில் இப்பூவிடையர்களை மிகவும் வசீகரித்தவர் மறைந்த நடிகர் எம்.ஜி. இராமச்சந்திரன்தான். தற்போதைய இளைஞர்களுக்கு இன்றைய முன்னணி நடிகர்களிடம் ஈர்ப்பு உண்டு. திரைப்படம் பார்ப்பதில் இவர்கள் காட்டும் ஆர்வம் அவர்களுடைய நிகழ்த்துக் கலைகளிலும் இன்று பிரதிபலிக்கிறது.

ரவணாமேளம், நாயனம் வாசிப்பில் முழுவதும் இடம் பெறுவன தமிழ் சினிமாப் பாடல்களே. இந்தத் திரைப்படம் ஏற்படுத்திய தாக்கம் கணிசமானது. இளைஞர்களுக்குத் கதைப்பாடல்கள் பாடவே தெரியாது. திரையிசைப் பாடல்கள் தாம் பாடுகிறார்கள்.

திரைப்படம் பார்ப்பது தவிர, வடக்கத்தி நாடகங்களும், தெருக் கூத்துக்களும் இவர்கள் விரும்பிப் பார்க்கும் கலை வடிவங்களாகும்.

அரசியல் கட்சிகள், கட்சித் தலைவர்கள் கருத்துகள் பற்றிய பிரக்ஞையை இவர்களிடம் காணமுடியவில்லை. எனினும் கடந்த காலத்தில் எம்.ஜி.ஆர் என்ற பிரம்மாண்டமும் அவரது அரசியலும் சிலரிடம் பாதிப்பேற்படுத்தியிருந்தன. சமீப காலத்தில் பூவிடையரில் சிலருடைய பெயர்கள் வாக்காளர் பட்டியலில் இடம் பெற்றுள்ளன. இதன்மூலம் இவர்கள் ‘குடிமக்கள்’ என்னும் தகுதியைப் பெற்று உள்ளனர். பெரும்பாலும் பூவிடையர்கள் அரசியல் இயக்கச் சார்புக்கு அப்பாற்பட்டவர்களே.

உசாத்துணை

சிங்காரவேலு முதலியார், ஆ. *1994. அபிதான சிந்தாமணி.* புது டெல்லி: ஏசியன் எஜுகேஷனல் சர்வீஸஸ்.

தனஞ்செயன். ஆ, *1988 பூவிடையர் வாழ்வியல்.* தூய சவேரியர் கல்லூரி தமிழ்த்துறையின் வியாழன் வட்டக் கருத்தரங்கில் (15.11.1988இல்) படிக்கப்பட்ட அச்சிடப்படாத கட்டுரை.

___. *1989 பூவிடையர் நிகழ்த்துக்கலைகள்.* தஞ்சாவூர் தமிழ்ப் பல்கலைக் கழக நாட்டுப்புறவியல்துறை நடத்திய நாட்டார் நிகழ்த்துக்கலைகள் கருத்தரங்கில் 18,19-2-1989இல் படிக்கப்பட்ட அச்சிடப்படாத கட்டுரை.

Dhananjeyan, A. 2003 - 2005. *An Ethnographic Study on the Performing Art Forms of Nomadic Communities with Special Reference to Bhoom Bhoom Maattukkaarar in Tamilnadu* (Project Report). New Delhi: Sankeet Natak Academy.

Haviland, William A. 1978. *Anthropology.* New York: Holt, Rinehart and Winston.

Kluckhohn, Clyde. 1970. *Mirror for Man. A Survey of Human Behaviour and Social Attitudes.*Greenwich: Fawcett Publication.

Pramanik, S.K. 1993. *Fishermen Community of Coastal Villages in West Bengal.* New Delhi: Rawat Publications.

Thurston, Edgar & Kadamki Rangachari. 1909. *Castes and Tribes of Southern India* (Vol. II). Madras: Government Press.

4

மண்டிகர்

அ.கா. பெருமாள்

தமிழகத்தின் தென் மாவட்டங்களில் வாழ்கின்ற கணிகர் என்னும் மராட்டிய சமூகத்தின் ஒரு பிரிவினரான மண்டிகர் இன்றும் தாங்கள் குடியிருக்கும் இடத்தைவிட்டு வேறு இடத்திற்குச் செல்வதில் தயக்கம் காட்டாதவராய் உள்ளனர். இவர்கள் தொடர்ந்து இடம் விட்டு இடம் சென்று தோல்பாவைக் கூத்து நடத்துபவர்களாய் இருக்கின்றனர்.

தமிழகத்தில் தென் மாவட்டங்களில் குறிப்பாக மதுரை, திருநெல்வேலி, கன்னியாகுமரி ஆகிய மாவட்டங்களில் பெருமளவு வாழ்கின்ற கணிகர் தங்களை 'ராவ்' என்று அழைத்துக்கொள்ளும் வழக்கம் இருந்தது. இப்போது இது வழக்கில் இல்லை. சோதிடம் கூறியே வாழ்க்கை நடத்தும் இவர்களைத் தென் மாவட்ட மக்கள் 'ராப்பாட்டாளி' என அழைக்கின்றனர்.

கணிகர் எனப் பொதுவாக இவர்கள் கூறப்பட்டாலும் இவர்கள் கோந்தளா, சவான், சஸான், டொர்கர், பாங்கோத், பாங்கா, புத்ரீகர், மண்டிகர், முத்ரீகர், வாக்டுகர், வாடுகர், வாவுடுகர் என்னும் 12 பிரிவுகளை உடையவர்கள். இப்பிரிவுகளைத் தவிர தேளிராஜா, அம்பிளியா, கோண்டு, மெகார், அடகா ஆகிய பிரிவுகளும் உள்ளன.

கணிகரின் இந்தப் பிரிவுகளில் மண்டிகரைத் தவிர பிற 11 பிரிவினரும் சோதிடம் கூறியே வாழ்க்கை நடத்துகின்றனர். இவர்கள் தங்களின் முக்கிய இடமாக மதுரையைக்கொண்டுள்ளனர் என்றாலும் தமிழகத்தின் பெரும்பாலான இடங்களில் நாடோடிகளாகச் சென்று தங்கள் தொழிலைச் செய்கின்றனர். மண்டிகர் மட்டும் தோல்பாவைக் கூத்துக் கலையை நிகழ்த்துகின்றனர்.

இனப்பரப்பு

மண்டிகர் தமிழகத்தின் தென்மாவட்டங்களில் பெருமளவில் வாழ்கின்றனர். இவர்களில் பெரும்பாலோர் கோவில்பட்டி நரிக்குளம் காலனியை அடுத்தும், நாகர்கோவிலை அடுத்துள்ள திருமலாபுரத்திலும் வாழ்கின்றனர். இவர்களின் சாதிச் சங்கத் தலைவர்களும் உறுப்பினர்களும் இப்பகுதிகளில் உள்ளனர். அதோடு இவர்களின் பஞ்சாயத்து நிகழ்வுகளும் இப்பகுதி களிலேயே அதிகம் நிகழ்கின்றன. எனவே இவ்விடங்களே இக்கட்டுரைக்கான தரவுக்களமாகக் கொள்ளப்பட்டன.

தோற்றத் தொன்மம்

மண்டிகரின் தோற்றம் குறித்த கதைகள் இராமாயணத்தோடு தொடர்புடையன. இவர்கள் அயோத்தி குடிமக்கள் என்றும், இராமன் காட்டிற்குச் சென்ற பின்பு இவர்களை அடையாளம் கண்டு பாராட்டாததால் மனம் வெறுத்து நாடோடிகளாகி விட்டார்கள் என்றும் கூறுகின்றனர். இராமனை மறக்க முடியாத தால் இராமாயணக் கதையைத் தங்கள் கலை நிகழ்ச்சியில் நிகழ்த்து கின்றார்கள். இது பற்றிய மண்டிகரின் வாய்வழி வழக்கு வருமாறு:

இராமன் சீதையுடன் வனவாசம் சென்ற போது அயோத்தி மக்களும் உடன் சென்றனர். இராமன் அவர்களிடம் அயோத்திக்குத் திரும்புமாறு வேண்டினான். சிலர் அவன் பேச்சை மதிக்காமல் அவனுடன் சென்றனர். அப்படிச் சென்றவர்கள் கங்கைக் கரையில் தங்கினர். அவர்கள் 14 ஆண்டுகள் காய்கனியும் மாமிசத்தையும் தின்று காலம் கழித்தனர்.

அயோத்திவாசிகள் கொடிய காட்டில் வாழ்ந்ததால் ஆதிவாசி களைப் போல் ஆகிவிட்டனர். இராமன் இலங்கையிலிருந்து திரும்பிய போது அந்த மனிதர்கள் இராமனைப் பார்த்தனர். இராமனுக்கு அவர்களை அடையாளம் தெரியவில்லை. அதனால் அவர்கள் மனம் உடைந்துவிட்டனர். இனி அயோத்திக்குப் போகக் கூடாது என்று தீர்மானித்தனர். எனினும் அவர்கள் இராம பக்தர் களாக இருந்தனர். அந்தக் கூட்டத்தில் இருந்த சிலர் இராம நாமத்தைப் பஜனையாகப் பாடிக்கொண்டு நாடோடிகளாய் அலைந்தனர். அவர்களே 'இராமக் குளுவர்' ஆவர். இவர்கள் பின்னர் மண்டிகர் எனப்பட்டனர்.

மண்டிகர் கலைக்குழுவினர்

புலப்பெயர்வு

மண்டிகர் இனம் அடங்கிய கணிகர் மகாராஷ்டிர மாநிலத்தைச் சார்ந்தவர் என்று கூறுகின்றனர். கி.பி. 18ஆம் நூற்றாண்டின் ஆரம்பத்தில் கணிகர்கள் மகாராஷ்டிரப் பகுதியில் பணத்திற்காகப் போர் செய்யும் கூலி வீரர்களாக இருந்தனர். மராட்டிய அரசர்கள் இவர்களிடம் கண்டிப்புடன் இருந்தனர். இதே காலகட்டத்தில் இஸ்லாமிய அரசர்கள் கூலி வீரர்களை இஸ்லாமியர்களாக மாற்றித் தன் பக்கம் சேர்ப்பதில் ஆர்வம் காட்டினர். இதிலிருந்து விடுபட கணிகர்கள் மகாராஷ்டிரத்திலிருந்து தமிழ்நாட்டிற்கு வந்தனர் என்பது மரபு வழியான செய்தி.

கணிகர்களின் குடிப்பெயர்ச்சி 17ஆம் நூற்றாண்டின் இறுதியிலோ 18ஆம் நூற்றாண்டின் ஆரம்பத்திலோ நடந்திருக்கலாம். தஞ்சை மாவட்டத்தில் 1676 முதல் 1855 வரை மராட்டியர்களின் ஆட்சி நடந்தது. இக்காலத்தில் மராட்டியப் பிரிவினருடன் கணிகரும் வந்திருக்கலாம். மராட்டிய அரசனான ஷாஜி காலத்தில் (1684-1712) தஞ்சை மாவட்டத்தில் மராட்டியக் கலைகளின் செல்வாக்குப் பெருகியது. இவர் காலத்தில் வைணவம் தொடர்பான கலைகள் செல்வாக்கடைந்தன. இக்காலக்கட்டத்தில் தோல்பாவைக் கூத்து நிகழ்த்திய மண்டிகர் குடிபெயர்ந்தனர் எனக் கொள்ளலாம். தஞ்சை அரசனான இரண்டாம் சரபோஜிக்குப் (1798-1833) பின்னர்

வந்த மராட்டிய அரசர்கள் இக்கலைக்கு மதிப்பு கொடுக்கவில்லை. அதோடு முந்திய கால அரசர்கள் இக்கலைஞர் களுக்குக் கொடுத்த மான்யத்தை ஆங்கிலேயர்கள் அபகரித்துக் கொண்டனர். மேலும் மராட்டியக் கலைஞர்களின் நிலங்களைக் குத்தகைக்கு எடுத்திருந்த கள்ளர் சாதியினரிடமிருந்து கலைஞர்களுக்கு வருமானமும் கிடைக்கவில்லை. இந்தப் பாதிப்பு தோல் பாவைக் கூத்துக் கலைஞர்களான மண்டிகருக்கும் உண்டு. இந்த நிலையில்தான் மண்டிகர் தென்தமிழ் மாவட்டங்களுக்குக் குடிபெயர்ந்தனர்.

மண்டிகர் தென்தமிழகத்தில் குடிபெயர்ந்ததற்குப் பல காரணங்கள் உண்டு. மண்டிகரின் தோல்பாவைக்கூத்துக் கலை இராமாயணத்தை அடிப்படையாகக் கொண்டது. வடதமிழகத்தில் மகாபாரதத் தெருக்கூத்து பிரசித்திப் பெற்று இருந்தது. எனவே இவர்கள் அங்கே செல்ல விரும்பாமல் இருந்திருக்கலாம். தென்தமிழகத்தில் வைணவச் சார்புடைய யாதவர், நாயுடு, நாயக்கர் ஆகிய பிராமணர் அல்லாத சாதியினர் இக்கலையை ஆதரிக்கவும் முன்வந்தனர்.

திருவிதாங்கூர் அரசர்களின் சுவாதித் திருநாள் காலத்தில் (1813-1846) தஞ்சை மாவட்டக் கலைஞர்கள் பலர் தென் திருவிதாங் கூருக்குக் குடிபெயர்ந்தனர். இது பெரும்பாலும் தஞ்சை அரசரான சிவாஜிராவ் (1833-1855) காலத்தில் நடந்திருக்க வேண்டும். இதைத் தோல்பாவைக் கூத்துக் கலைஞர் சாமிராவ் (1830-1900) கூறியதைக் கோபாலராவ் வழி கேட்டதைப் பரமசிவராவ் நினைவுகூர்கிறார்.

இவர்கள் தஞ்சையிலிருந்து குடிபெயர்ந்து மதுரை, திருநெல் வேலி மாவட்டங்களில் குடியேறினர். திருவிதாங்கூருக்கு வந்தவர்கள் குமரி மாவட்டத்தில் குடியேறினர்.

இன அடையாளக் கூறுகள்

மண்டிகரின் தாய்மொழி மராட்டியாகும். இவர்கள் பிறரிடம் தமிழில் பேசுகின்றனர். தமிழ் பேசுவதற்கு இவர்களுக்கு எந்தவிதத் தயக்கமும் இல்லை. ஆனால் பிற தமிழர்களோடு இருக்கும் போது தங்கள் சமூகத்தவருடன் மராட்டியில்தான் பேசுகின்றனர். மண்டிகப் பெண்களில் சிலர் அரைகுறையாக இந்தி பேசுகின்றனர்.

மண்டிகர் ஆண் எப்போதும் மீசையுடனே இருக்கவேண்டும் என்பது மரபு. மீசையில்லாத மண்டிகளைப் பொண்டுகச் செட்டி (கையாலாகாதவன்) என ஏளனம் செய்கின்றனர். தமிழக நாடோடி

தோற்பாவை பொம்மை

இனங்களில் அரசின் கவனத்தைப் பெரிதும் பெறாதவர் இம்மண்டிகர். இவர்கள் BC, MBC, SC, Denotified ஆகிய பிரிவுகளில் இடம் பெறு கின்றனர். மாவட்டத்திற்கு மாவட்டம் இந்த வரையறை மாறுபடு கிறது. இவர்களைப் பற்றிய சரியான தகவல்கள் சேகரித்து முறைப் படுத்தினால் நல்லது. இந்திய விடுதலைக்குப் பிறகு இதுவரை யிலும் வாக்குச் சாவடிக்குச் செல்லாத குடும்பங்கள் சமூகத்தில் உள்ளன. மக்கள் கணக்கெடுப்பு அறிக்கையில் இவர்களைப் பற்றிய குறிப்புகள் காணப்படவில்லை.

சமூகப் பிரிவுகள்

மண்டிகர் இனம் தந்தை வழி அடிப்படையிலானது. மண்டிகர் ஆண், கணிகரின் 11 பிரிவுகளில் ஒருவரை மணந்து கொள்ளலாம். இவர்களுக்குப் பிறக்கும் குழந்தை மண்டிகராகவே கருதப்படுகிறது. ஆனால் மண்டிகரின் பெண் கணிகரின் வேறொரு பிரிவு ஆணை மணந்தாலும் அதில் பிறக்கும் குழந்தை அந்தப் பிரிவைச் சார்ந்த தாகவே கணக்கிடப்படும். இவர்களிடம் தொழில், வட்டாரம், வழிபாடு போன்றவற்றின் அடிப்படையில் வேறுபாடுகள் கிடையா.

தொழில்

கணிகரின் பிற 11 பிரிவுகளிலிருந்து மண்டிகரைப் பிரித்துக் காட்டுவது

அவர்களுக்கே உரிய தோல்பாவைக்கலையாகும். மண்டிகர் மட்டுமே இக்கலையை நிகழ்த்தலாம் என்னும் வாய்மொழி மரபு உள்ளது. மண்டிகரைத் தவிர பிறர் இக்கலையை நடத்தினால் அவரை மண்டிகர்ச்சு பிந்தாச்சு (மண்டிகருக்குப் பிறந்தவன்) என்னும் வழக்கு இன்றும் உள்ளது. கணிகரின் பிற பிரிவினர் 'பால்காபாக்கா' என்னும் சடங்கைச் செய்த பின்னர் இக்கூத்தை நடத்தலாம்.

தோல்பாவைக் கூத்து கூட்டுக் குடும்பக்கலை. தோலில் வரையப் பட்ட வண்ணப்படங்களை விளக்கின் ஒளி ஊடுருவும் திரைச் சீலையில் பொருத்தி கதைப்போக்கிற்கு ஏற்ப உரையாடி, பாடி, ஆட்டிக் காட்டுவது இதன் செயல்முறை. ஒரு குடும்பத்தின் தலைவர் குழுவின் தலைவராகவும் இருப்பார். இவரே நிகழ்ச்சி நடத்துபவர். ஒரு குழுவில் 5 முதல் 9 பேர்கள் வரை இருப்பர். இது குடும்பத்தின் எண்ணிக்கையைப் பொறுத்தது. தோல்பாவைக் குழுவில் பாவை யாட்டி, கரப்பெட்டி, இசைப்பவர், மிருதங்கம் அடிப்பவர், அனுமதிச் சீட்டு வழங்குபவர், அவருக்குக் காவலாக இருப்பவர், அறிவிப்பாளர், விளம்பரம் செய்பவர், பாவையாட்டிக்குத் துணையாகக் கூத்தரங்கில் இருப்பவர் ஆகியோர் அடங்குவர்.

குழுத்தலைவரான பாவையாட்டி குழுவை நிர்வாகம் செய்தல், பாவையாட்டுதல், கதை உரையாடலைப் பேசி, பாடி நிகழ்ச்சி நடத்துதல், தோலில் படம் வரைதல் போன்ற பலவற்றைச் செய் கின்றனர். பெண், பாவையாட்டி நிகழ்ச்சி நடத்தும் வழக்கம் இல்லை. பெண்கள் இசைக்கருவிகளை இசைத்தல், பக்கப்பாட்டு பாடுதல் போன்ற வேலைகளைச் செய்கின்றனர். வயதான ஆண் மிருதங்கம் அடிப்பார். சிறுவர் சிறுமியர் டிக்கட் வாங்காமல் வரும் பார்வையாளர்களை விரட்டுவர்.

தமிழகத்தின் தென் மாவட்டங்களில் மட்டுமே மிகப் பரவலாகத் தோல்பாவைக் கூத்துக்கலை நிகழ்கிறது. இக்கலைஞர்கள் கலை நிகழ்ச்சி நடத்த வேண்டிய ஊர்களைத் தங்களுக்குள் பேசித் தீர்மானித்துக் கொள்ளுகின்றனர். இதைத் தங்களின் பஞ்சாயத்துக் கூட்டங்களில் வாய்மொழியாகப் பேசிக்கொள்ளுகின்றனர். நிகழ்ச்சி நடத்தும் எல்லை பற்றிப் பஞ்சாயத்து பரிசீலிக்கும். குறிப்பிட்ட எல்லையில் நிகழ்ச்சி நடத்தியவர்கள் அதை மாற்ற விரும்புவதில்லை. இது 1970 வரை நடைமுறையிலிருந்தது.

மதுரை மண்டிகர்கள் மதுரைக்கு வடபகுதி, கிழக்குப் பகுதி, மேற்கில் ராமநாதபுரம் பகுதி ஆகிய இடங்களை விரும்பினர்.

பாரம்பரிய தோற்பாவைப் படங்கள்

கன்னியாகுமரி மாவட்டம், திருநெல்வேலி மாவட்டம் ஆகிய இரண்டும் சில குழுக்களின் எல்லைகளாகும். திருநெல்வேலி மாவட்டம் வடபகுதியும், தூத்துக்குடி மாவட்டமும் சில குழுக்களின் எல்லைகள். எல்லை வகுத்துக்கொண்ட இடங்களில் இவர்கள் தங்கள் நாடோடி வாழ்க்கையை நடத்தினர்.

ஓர் இடத்திலிருந்து வேறொரு இடத்துக்குக் குடிபெயர்ந்து செல்லும் போது கூத்து நடத்துவதற்குரிய உபகரணங்களையும் சொந்தப் பொருள்களையும் தலைச்சுமட்டில் எடுத்துச்சென்ற நிலை 1940 வரை இருந்தது. சிலர் மாட்டு வண்டியில் சென்றனர். தலைச் சுமட்டில் உபகரணங்களை எடுத்துக்கொண்டு நடந்தே சென்ற குழுக்களின் எல்லைப் பரப்பு குறுகியதாக இருந்தது. இதனால் இவர்களின் குடிபெயரும் அனுபவம், வண்டியில் குடிபெயர்ந்து கலைநிகழ்த்தியவர்களைவிட வேறுபட்டு இருந்தது. இது இவர்களின் கலையையும் கட்டுப்படுத்தியது.

ஒரு காலத்தில் இக்கலை இலவசமாக நடத்தப்பட்டது. கலை நிகழ்த்துவதற்குரிய உபகரணங்களையும் கலைஞர்களின் சாப்பாட்டுப் பொறுப்பையும் ஊர்க்காரர்களே ஏற்றுக் கொண்டிருந்த காலத்தில் இவர்களின் நிலை வேறாக இருந்தது. நிகழ்ச்சி நடத்த ஊர்க்காரர்களே கூலி பேசி அழைத்த போது கலைஞர்களின்

மண்டிகர் ❖ 115

வாழ்க்கை மாறியது. கலைஞர்களைப் பாணாங்கடை (முன்பணம்) கொடுத்து அழைத்த காலம் போய், நிகழ்ச்சிக்கு டிக்கெட் வசூலித்த நிலை இவர்களைப் பெரிதும் பாதித்தது. இவர்களின் நாடோடி வாழ்க்கை இக்காலத்தில் சுருங்க ஆரம்பித்தது.

ஐம்பது ஆண்டுகளுக்கு முன்பு மண்டிகர் பெண்கள் பச்சைக் குத்தும் தொழிலைச் செய்துவந்தனர். மண்டிகரால் கடினமாக உடலுழைப்பு செய்ய முடியாது. அதற்குரிய மன உறுதியும், உடல் வலுவும் அவர்களிடம் இல்லை. அவர்களில் பலர் தோல்பாவைக் கூத்துக் கலையை நிகழ்த்தவில்லை. தென் தமிழகத்தில் குறிப்பிட்ட கலைக்குழுக்கள் மட்டுமே செயல்படுகின்றன.

மண்டிகர் ஆண்கள் பலூன், பிளாஸ்டிக் பொருள்களை விற்பனை செய்வதும், பெண்கள் ஒப்பனைச் சாதனங்களை விற்பதும் ஆகிய தொழில்களைப் பரவலாகச் செய்கின்றனர். சினிமாப் பாட்டிற்குத் தக்க மேடையில் நடனம் ஆடுகின்ற பாட்டும் ஆட்டமும் நிகழ்ச்சி இப்போது சாதாரணமாக நிகழ்ந்து வருகிறது. இதில் வருமானமும் அதிகம் கிடைக்கிறது. இக்கலையை நிகழ்த்த இப்போதும் இவர்கள் குடிபெயர்ந்து செல்லுகிறார்கள். இவர்களில் பலர் ஒரு குழுவாகச் செயல்படுகின்றனர். சொந்தமாக ஒப்பனைப் பொருள்களை வைத்திருக்கின்றனர். ஒரு மண்டிகர் சிறு வியாபாரத்திலோ ஆட்டமும் பாட்டும் நிகழ்ச்சியிலோ ரூ.100 முதல் 120 வரை சம்பாதிக்கிறான். இவர்களின் எளிமையான வாழ்விற்குக் கிடைக்கும் பணம் போதும் என்றாலும் இதில் ஏறக்குறைய 30 விழுக்காடு பணத்தைக் குடித்தே தீர்த்து விடுகின்றனர்.

திருமணம்

மண்டிகர் இனத்தில் பிறந்த எல்லோரும் சகோதர சகோதரி களாகக் கருதப்படுகிறார்கள். அதனால் மண்டிகர், கணிகரின் பிற பிரிவினரோடு மணவுறவு வைத்துக்கொள்ளுகின்றனர். இந்த வழக்கத்தை மீறுகின்றவனை ஏடா மண்டிபுக்கர் (பைத்தியக்கார மண்டிகனே) எனப் பழித்து அபராதத் தண்டனை கொடுக்கின்றனர். மண்டிகரின் திருமணத்தில் அத்தை மகளையோ, மாமன் மகளையோ, அக்கா மகளையோ மணம் செய்யவேண்டும் என்ற நிர்பந்தம் இல்லை. உடன்பிறந்த சகோதரி தவிர்த்து பிற உறவுமுறைகளில் மணம் செய்கின்றனர். தாயின் உடன்பிறந்த தங்கை (சித்தி), ஒன்றுவிட்ட தங்கை, அப்பாவின் உடன்பிறந்த தங்கை போன்ற

உறவுகளுடன் மணஉறவு கொள்ளுவது வழக்கில் உள்ளது. 'கூத்தாடிக்கு முறையும் இல்லை கொழுக்கட்டைக்குத் தலையும் இல்லை' என்பது இவர்களது பழமொழி. இத்தகாத மணஉறவை மண்டிகர் பஞ்சாயத்து கண்டித்தாலும் அபாராத தொகை கட்டினால் அது அவர்களால் ஏற்றுக்கொள்ளப்படுகிறது.

மண்டிகரிடம் திருமணத்திற்குச் சீதனம் கொடுக்கும் வழக்கம் கிடையாது. பெண் பருவமடையுமுன்பே மாப்பிள்ளையை நிச்சயப் படுத்தும் வழக்கம் உள்ளது. பழங்காலத்தில் குழந்தைத் திருமணம் இருந்தது. இன்று 16-17 வயதில் பெண்ணுக்குத் திருமணம் செய்ய வேண்டும் என்பதில் மிக்க கவனத்துடன் உள்ளனர். சாதாரணமாக இவர்களின் திருமணம் மூன்று நாள்கள் நடக்கிறது. இதில் பெரும் பாலான செலவு மாப்பிள்ளை வீட்டாரைச் சார்ந்தது. திருமணம் முடிந்த மூன்றாம் நாள்தான் 'சேர்பெருவத்தாலா' என்னும் வீட்டோடு சேர்த்தல் (முதல் இரவு) நடைபெறும்.

மண்டிகர் ஆண் வேறு சாதிப் பெண்ணைத் திருமணம் செய்தால் அப்பெண்ணுக்கு ஒருவித சடங்கு செய்து அவளைத் தங்கள் சாதியில் சேர்த்துக்கொள்ளுவார்கள். அந்தப் பெண் தண்ணீர் ஓடும் வாய்க் காலில் நிற்கவேண்டும். மண்டிகரல்லாத கணிகரில் மூத்தவர் ஒருவர் தீயில் வாட்டிய தங்க ஊசியை வாய்க்காலில் நிற்கும் அந்தப் பெண்ணின் நாக்கில் வைத்து எடுப்பார் பின்பு அந்தப் பெண் தன் கழுத்தில் கிடக்கும் மாலையை முன்பக்கம் பார்த்துக்கொண்டே கழற்றி பின்புறம் எறியவேண்டும். இதன்பிறகு அவள் எல்லோராலும் மண்டிகப் பெண்ணாக ஏற்றுக்கொள்ளப்படுவாள்.

இன்று மண்டிக ஆண் நாடார், தேவர், ஆச்சாரி, யாதவர் போன்ற சாதிப் பெண்களை மணம் செய்தால் அதற்குப் பெரிய தடையில்லை. பஞ்சாயத்தில் அபராதம் கட்டினால் போதும். ஆனால் தலித் பெண்ணை அவர்கள் மணந்துகொள்வதில் தடை உள்ளது. தலித் பெண்ணை மணம் செய்துகொண்ட மண்டிகளை சாதி விலக்கு செய்வது வழக்கில் உள்ளது.

மண்டிகரிடம் விதவை மறுமணமும் விவாகரத்தும் சாதாரணமாக நிகழ்கிறது. மண்டிகரின் விவாகரத்து மிக எளிமையானது. பஞ்சாயத்தில் விவாகரத்துக்குரிய கணவனும் மனைவியும் அமர வேண்டும். பஞ்சாயத்துத் தலைவர் அவர்களிடம் விவாகரத்துக்கு விருப்பம் உள்ளதா என்பார். அவர்களுடைய பதிலைக் கேட்டதும்

மண்டிகர் ❋ 117

அவர் ஒரு ஊசியில் நூலைக் கோத்து முடிச்சு போட்டு அதை அறுத்து விடுவார். ஊசியை உடைப்பார். உடனே விவாகரத்துக் கிடைக்கும். விவாகரத்தான கணவனும் மனைவியும் வேறு மணம் செய்து கொள்ளலாம்.

பஞ்சாயத்து முறை

மண்டிகரின் பஞ்சாயத்து முறையில் சில விஷயங்களில் வரையறை கிடையாது. குறிப்பாக அது எந்த இடத்திலும் நடக்கலாம். இவர்களது பஞ்சாயத்துக் கூடியதும் தலைவர் முதலில் தேர்ந் தெடுக்கப்படுவார். அவர் நாவுதார் (நியாயஸ்தர்) என அழைக்கப் படுவார். வயதில் மூத்தவரோ வாய்ச் சாமர்த்தியம் உடையவரோ தலைவராக இருப்பார். இவர் தலைப்பாகை கட்டியிருப்பார். மண்டிகரின் பஞ்சாயத்து அவர்களின் எந்தப் பிரச்சினைகளுக் காகவும் கூடலாம்.

கணவன் மனைவி உறவுச் சிக்கல், விவாகரத்து, தகாத உறவு, பணம் கொடுக்கல் வாங்கல் பிரச்சினை, தொழில் நடத்துகின்ற இடப் பிரச்சினை, மண்டிகர் அல்லாத கணிகரின் வீட்டில் உண்பது தொடர்பான தீட்டை விசாரிப்பது, மண்டிகர் சடங்குகளைக் கணிகர் அல்லாத சாதியினர் செய்ததால் வரும் தீட்டை விசாரிப்பது ஆகியன பொதுவான காரணங்களாகும்.

பொதுவாக மண்டிகர்கள் பணம் கொடுக்கல் வாங்கலில் நாணய மாக நடந்துகொள்கின்றனர். பணம் கொடுத்த மண்டிகன், பணம் வாங்கிய மண்டிகனைப் பஞ்சாயத்தில் வைத்து சில நடைமுறைகள் வழி எச்சரிப்பது உண்டு. ஒரு செருப்பு, துடப்பம் ஆகிய இரண்டையும் கையில் எடுத்துச் செருப்பில் கொஞ்சம் தண்ணீரை விட்டு உன் அப்பன் பேரால் இதைச் செய்கிறேன் என்று பணம் கொடுத்தவன் வாங்கியவனைப் பார்த்துக் கூறுவான் அல்லது பணம் கொடுத்தவன் வாங்கியவனிடம் உன் அப்பன் பேரைச் சொல்லி பன்றியின் காதை அறுப்பேன் என்று கூறுவான். பொதுவாக உன் அப்பன் பேரைச் சொல்லி நாயின் காதை அறுப்பேன் (பாப்பாச்ச நால் போலும் குக்ராச்சதான்) என்று கூறும் வழக்கம் உள்ளது. இவ்வாறு சொன்னால் பணம் வாங்கியவன் வட்டியோடு அதைத் திருப்பிக் கொடுத்துவிடுவான். அதன் பிறகும் அவன் பணத்தைத் திருப்பிக் கொடுக்கவில்லை என்றால் அவனைப் 'பாடுகா' (ஒதுக்கப்பட்டவன்) என்று கூறி சாதிவிலக்குச் (சாதிப்பிரஷ்டம்) செய்வர்.

வண்ணமிகு தோற்பாவை

முற்காலங்களில் தவறு செய்தவனைத் தரையில் ஒரு வட்டம் வரைந்து அதில் 20 நாழிகை நேரம் (8 மணி நேரம்) நிற்க வைப்பது உண்டு அல்லது குற்றவாளியின் மீசையை எடுக்கும்படி பஞ்சாயத்து முடிவு செய்யும். இவை இரண்டும் கொடிய தண்டனையாகக் கருதப்பட்டது.

பொதுவாக மண்டிகன் தன் சாதி வழக்கத்தை எப்படி வேண்டுமானாலும் மீறலாம். அதற்குரிய சடங்குகள் செய்யாமலிருக்கலாம்.

மண்டிகர் ❈ 119

ஆனால் பஞ்சாயத்தில் குஷால் தண்டு (சந்தோஷ அபராதம்) கட்டினால் மட்டும் போதும். முன்னால் இது 12 ரூபாயாக இருந்தது. இப்போதைய நிலை வேறு. குற்றங்களின் தரம், பஞ்சாயத்தில் இருக்கின்றவர்களின் எண்ணிக்கை, அன்றைய மனநிலை, குற்றவாளியின் வசதி ஆகியவற்றைப் பொறுத்து அபராதம் இருக்கும். இந்த அபராதத் தொகை சாராயமாக மாறிவிடும்.

சமயம்

மண்டிகரின் குடியிருப்புகளில் தனிப்பட்ட தெய்வங்களுக்கென்று வழிபாடு, கோயில்கள் கிடையா. அண்மைக் காலத்தில் (1960க்குப் பிறகு என்று கூறலாம்) தூத்துக்குடி மாவட்டத்தில் உள்ள குலசேகரப் பட்டனம் முத்தாரம்மன் கோயிலுடன் இவர்களுக்குத் தொடர்பு ஏற்பட்டிருக்கிறது. இங்கு நடக்கும் நவராத்திரி விழாவில் நேர்ச்சைக் காகவும் பக்திக்காவும் பல்வேறு வேடங்கள் தரித்து ஆடும் வழக்கம் உள்ளது. மண்டிகரிடம் இவ்வழக்கம் புதிதாக ஏற்பட்டுள்ளது. தமிழகத்திலுள்ள மண்டிகர் எல்லோரையும் குலசேகரப்பட்டனம் நவராத்திரி விழாவில் சந்திக்கலாம்.

சமூக மாற்றம்

மண்டிகரின் தோற்பாவைக் கூத்துக் கலையின் நலிவு இவர்களிடம் மாற்றத்தைக்கொண்டு வந்துவிட்டது. இதைப் பின்வருமாறு வரையறை செய்யலாம்:

கலை நிகழ்த்துவதற்குரிய உபகரணங்களும் கலைஞர்களின் வாழ்வுக்குரிய வசதிகளும் இலவசமாகக் கிடைத்த காலத்தில் மண்டிகரின் நிலை, மண்டிகக் கலைஞர்கள் தங்களின் கலையை நிகழ்த்த டிக்கட் வசூலித்த காலத்தில் இவர்களின் வாழ்வு நிலை.

தொலைக்காட்சி, கேபிள் தொலைக்காட்சி வருகைக்குப் பிறகு தங்களின் கலைநிகழ்ச்சிகளை நிறுத்திவிட்டு வேறு சில வியாபாரத் திற்கும் ஆட்டமும் பாட்டமும் நிகழ்த்துவதற்குச் சென்றமை காலத்தின் கட்டாயம் எனலாம்.

இக்காலகட்டங்களில் இவர்களின் நாடோடி வாழ்க்கையும் பாதிக்கப்பட்டது. கூத்தை இலவசமாகக் காட்டிய காலத்தில் இவர்களின் நாடோடி வாழ்க்கை முழுமையாக இருந்தது. சாதிக் கட்டுப்பாடும் அழுத்தமாக வலுவாக இருந்தது. குற்றம்செய்த

மண்டிகனுக்குத் தண்டனை அபராதமாக இருக்கவில்லை. டிக்கட் வசூலித்த காலங்களின் நிலை வேறு. இக்காலங்களில் மண்டிகர் பெண்கள் பகல் நேரங்களில் யாசகத்திற்கும், சிறு வியாபாரத்திற்கும் செல்ல ஆரம்பித்தனர். இவர்களிடம் தாங்கள் இராமன் கதையை நடத்தும் கலைஞர்கள் என்ற இறுமாப்பு போய் வயிற்றுப் பிழைப்புக் காக நடத்தவது என்ற உணர்வு உருவானது. இக்காலங்களில் இவர் களிடம் குடி பெருக ஆரம்பித்தது. அதனால் பஞ்சாயத்தில் அபராதத் தண்டனையும் அதிகரித்தது. கூத்து நடத்தும் நிகழ்வுகள் முழுமை யாக நின்று ஆட்டமும் பாட்டும் சிறு வியாபாரமும் என்பவை இவர்களுக்கு வருமானத்தைக் கொடுக்க ஆரம்பித்த பின்னர் இவர்கள் பெருமளவில் நாடோடி வாழ்க்கையை முடித்துக் கொண்டனர். இவர்களின் பஞ்சாயத்தும் அபராதத்தை அதிகரித்தது. குடியும் பெருக ஆரம்பித்தது.

இன்று இவர்களிடம் படித்தவர்கள் எண்ணிக்கை மிகமிகக் குறைவு. இவர்களின் உணவுப் பழக்க வழக்கங்களிலும் பிறரிடம் தொடர்புகொள்ளும் நிலையிலும் பெரிய மாற்றங்கள் ஏற்பட வில்லை.

மண்டிகர் தோல்பாவைக் கூத்துக் கலைக்குழுக்கள்

மதுரை மாவட்டம்:	துரைராஜ் முருகராவ்,
கோவில்பட்டி:	ஜி. ஆறுமுகம், எஸ். பரமசிவம், ஏ. லட்சுமணன், ஏ. ராஜி
திருநெல்வேலி மாவட்டம்:	ராஜேஷ், ராமச்சந்திரன், முத்துராஜா
குமரி மாவட்டம்:	கலைமாமணி, G. பரமசிவராவ், ஜி. ராஜீ, ராமசாமி, பூபதி

மண்டிகர் வழக்குச் சொற்கள்

எகினிச்சால்	- குடும்பத்தைத் தனியே ஆக்குதல்
கான்கால்தாலா	- நிச்சயதாம்பூலம்
குஷால்தண்டு	- சந்தோச அபராதம்
சட்டுவி	- பிறப்புச் சடங்கு / சடங்கு
சேர்பெருவத்தாலா	- முதலிரவு
தண்டு	- அபராதம்
நாவ் நாங்தார்	- பஞ்சாயத்து

பாடுகா	- தீட்டுடையவன்
மோளா	- தீட்டு
மோளாதாளா	- தட்சனை அபராதம்
ஜாத்தாலா	- குடிப்பெயர்ச்சி

தோல்பாவைக் கூத்து தொடர்பான சொற்கள்

அந்தர்	- கூத்தரங்கு
இட்லாலா	- கிழிந்துபோன தோற்பாவை
காய்திலாலா	- நிறம் கொடுத்தல்
சேனா	- திரைச்சீலை
துந்தனம்	- இசைக்கருவி
தேல்	- எண்ணெய்
பாவள	- தோல்படம்
மனுக்கள்	- பார்வையாளர்
ஹேல்தாலா	- குழுத்தலைவர்

உசாத்துணை

பெருமாள், அ.கா. 1997. *கோவில் சார்ந்த நாட்டார் கலைகள்*. நாகர்கோவில்: வருண் பதிப்பகம்.

___.2002. *தென்னிந்தியாவில் தோல்பாவைக் கூத்து*. சென்னை: தன்னனானே.

ராமசாமி, மு. 1983. *தோல்பாவைக் கூத்து*. மதுரை: மதுரை பல்கலைக் கழகம்.

Baliga, B.S. 1957. *Tanjore District Hand Book*. Madras: Government Press.

Bushanam, Naga. 1985. *Tolu Bommulatu*. New Delhi: Sangeeth Natak Academy.

Hemingway, F.R. 1915. *Tanjor District Gazetter*. Madras: Government Press.

Krishna, S.S. 1988. *Karnataka Puppetry*. Udipi: Regional Resources Centre for Folk Performing Arts.

Rajayyan, K.A. 1969. *History of British Dipolomacy in Tanjore*. Mysore.

Thurston, Edgar & K. Rangachari. 1987(1909). *Castes and Tribes of Southern India*. New Delhi: Asian Educational Services.

Venkatasamy Rao, T. 1915. *Tanjore District Manual*. Madras: Government Press.

5

பதானியர்

வே. குருமூர்த்தி

பதானியர் என்றழைக்கப்படும் கழைக்கூத்தாடிகள் தொம்பாரா, தொம்பர், கம்பம் கூத்தாடி எனப் பலவாறாகத் தமிழகத்தில் அழைக்கப்படுகின்றனர். மேல்நாட்டு அறிஞர் ஃபிரட்ரிக் எஸ். முல்லாலி அவர்களின் கூற்றுப்படி தொம்பர் இரு பிரிவுகளாகப் பிரிகின்றனர். அதாவது ஒரு பிரிவு 'ரெட்டித் தொம்பர்' ஆந்திராவி லிருந்து வந்தவர்கள் எனவும், மற்றொரு பிரிவு 'ஆரிய தொம்பர்' எனவும் பிரிகின்றனர். ஆரிய தொம்பர் பிரிவுக்கு 'மராட்டிய தொம்பர்' எனவும் மற்றொரு பெயர் உண்டு. மராட்டியத்திலிருந்து வந்தவர்கள் என்பதால் இவர்களுக்கு இப்பெயர் ஏற்பட்டது. இவர்கள் கழைக் கூத்தாட்டத்தின் போது அடிக்கும் மேளச் சத்தம் 'டொம் டொம்' எனக் கேட்பதால் இவர்களுக்கு 'டொம் டொம் தொம்பர்' என்ற பெயரும் வழங்கப்படுகிறது. (பூம்பூம் மாட்டுக் காரர் என்பதும் இவ்வகையில் ஏற்பட்டதாகும்). இக்கழைக் கூத்தாடிகள் வட இந்தியாவில் 'தோம்' எனவும் மேற்கு வங்காளத்தில் 'மோத்ராஸ்' எனவும் அழைக்கப்படுகிறார்கள்.

மேலும் மைசூர் குடித்தொகை அறிக்கை (1901) தொம்பர்கள் எனப்படுவர் வித்தைகாட்டுதல், கர்ணம் போடுதல், கோமாளி வித்தை செய்தல், பாம்பாட்டி வித்தைகாட்டுதல் ஆகிய செயல்களில் ஈடுபடுகின்றனர் எனக் கூறுகிறது. மேலும், இவர்கள் ஓர் இடத்தி லிருந்து மற்றொரு இடத்திற்குச் சென்று வித்தை காட்டி நாடோடி வாழ்க்கையை நடத்துவதாகவும் இவ்வறிக்கை கூறுகிறது. அன்றைய மாகாணக் குடித்தொகையானது தொம்பன் கழைக் கூத்தாடி எனப்படுபவர் 'கம்பம் கூத்தாடி' எனவும் 'ஆரியக்கூத்தாடி' எனவும் பொருள் கொள்ளலாம் என்று கூறுகிறது.

தஞ்சாவூர் மாவட்ட விவரக்குறிப்பு நூலில் உள்ள விவரப்படி கூத்தாடி எனப்படுபவர் இடம்விட்டு இடம் சென்று வித்தைக் காட்டுபவர் எனவும், நடனக் கலைஞர்கள் எனவும், அபிநயம் புரியும் கூத்தாடிகள் எனவும், பொம்மைகள் வைத்து வித்தை காட்டுபவர்கள் எனவும் கூறுகிறது. மேலும் இவர்கள் சமூக நிலை மிகவும் தாழ்ந்த வறிய நிலையில் இருப்பதாகவும் தன்னுடைய பிழைப்பை, தொழிலை தெருமுனைகளிலும் கடைத் தெருக்களிலும் நடத்தி வருபவர்களாகக் கூறுகிறது.

புலப்பெயர்வு

பதானியர்களின் முகத்தோற்றம், உடலமைப்பு போன்றவை வடநாட்டினரை ஒத்திருப்பதாலும் இக்கழைக்கூத்துக் கலை தமிழ்ச் சாதிகளிடம் இன்று இல்லையென்பதாலும் இம்மக்கள் வட நாட்டிலிருந்து குடிபெயர்ந்து இருக்கக்கூடும் என ஆய்வாளர்கள் கருதுகின்றார்கள். மேலும் இம்மக்கள் தமிழகத்தில் முதன்முதலில் தஞ்சை மாவட்டத்தில் குடியமர்ந்ததால் சௌராஷ்டிர மன்னர்கள் காலத்தில் தமிழ்நாட்டிற்கு வந்திருக்கக்கூடும் என ஆய்வாளர்கள் கருதுகின்றார்கள். இவர்கள் மொழியில் மராத்தியும் குஜராத்தியும் கலந்து இருப்பதால் இப்பதானியர்கள் இந்தியாவின் மேற்குப் பகுதியிலிருந்து தமிழகத்திற்கு வந்திருக்கக்கூடும் எனவும் கருது கிறார்கள். இவர்களுடைய உணவுப்பழக்கம், உடை, இறை வழிபாடு போன்றவை வடநாட்டு முறையைச் சார்ந்திருப்பதால் இவர்கள் தென்னகத்தினர் இல்லை என்று அறுதியிட்டுக் கூறு கிறார்கள்.

மொழி

பதானியர் மக்கள் பேசும் மொழி 'பதானியா' என்று அழைக்கப் படுகிறது. இம்மொழி பேச்சு வழக்கத்தில் மட்டுமே உண்டு. இதற்கு எழுத்துவடிவம் கிடையாது. இது மராட்டி, குஜராத்தி, ஹிந்தி கலந்த ஒரு கலப்பு மொழியாகக் கருதப்படுகிறது.

குடியிருப்பு

பதானியர் தமிழகத்தில் 9 இடங்களைத் தேர்ந்தெடுத்து வருடத்திற்கு ஒருமுறை அந்த இடத்தில் கூடி அவர்களுடைய இறைவழிபாடு திருமணச் சடங்கு, நீத்தார் நினைவுச் சடங்கு, வழக்குகள்,

நகரச் சூழலில் பதானியர்

பஞ்சாயத்து முதலியவற்றைச் செய்து முடிக்கின்றனர். தமிழகத்தில் மொத்தம் 325 குடும்பங்களையும் சுமார் 2000 மக்கள் தொகையும் கொண்ட மிகச் சிறிய சமுதாயமாகத் திகழ்கிறது. தமிழகத்தில் பரவலாகப் பல மாவட்டங்களில் இவர்கள் தங்களது குடியிருப்பு களைக்கொண்டுள்ளனர். அவை வருமாறு:

1. காளி சரனாங்கூர் என்னும் சிறிய கிராமம் இப்போது நாகை மாவட்டம் மயிலாடுதுறைக்கு அருகில் உள்ளது. இவர்கள் வாழும் பகுதி அபிராமித் தோப்பு என்றழைக்கப்படுகிறது. இங்கு சுமார் 42 குடும்பங்கள் வசித்துவருகின்றன. இக்குடி யிருப்பைச் சார்ந்த மக்கள் வருடம் தோறும் ஆனி மாதத்தில்

முதல் தேதியன்று இறைவழிபாடு தொடங்கி ஏறக்குறைய 20 முதல் 25 நாள்கள் வரை இங்குத் தங்கியிருப்பார்கள்.

2. புதுப்பட்டு என்னும் ஊர் மதுராந்தகத்திற்கு அருகில் (செங்கல் பட்டு மாவட்டம்) உள்ளது. இக்குடியிருப்பைச் சார்ந்த 12 குடும்பங்கள் வருடம் தோறும் ஆனி மாதம் இங்குக் கூடு கிறார்கள்.

3. அரியலூருக்கு அருகில் உள்ள அழகிரிபாளையம் என்னும் சிறு கிராமத்தில் 23 பதானியர் குடும்பத்தினர் வருடம்தோறும் ஆனிமாதம் கூடுகின்றனர்.

4. சென்னைக்கு அருகில் உள்ள தாம்பரம் ரயில் நிலையத் திலிருந்து கிழக்கே சுமார் 20 கி. மீ. தொலைவில் உள்ளது மேடவாக்கம் என்னும் ஊர். இவ்வூரிலிருந்து தெற்கே 15 கி. மீ. தொலைவில் அமைந்துள்ளது கழைக்கூத்து நகர். இங்கு 24 குடும்பங்கள் இருக்கின்றன. இவர்கள் ஆண்டுதோறும் தை மாதம் தவறாது கூடுகின்றனர். சில நேரங்களில் ஆடி மாதமும் கூடுகின்றனர்.

5. காரைக்குடி மாவட்டத்தில் 2 குடியிருப்புகள் பதானியர் களுக்கு உறைவிடம் தருகின்றன. அதில் ஒன்று கானாடு காத்தான் என்னும் ஊர். இது காரைக்குடியிலிருந்து 7 கி.மீ தொலைவில் அமைந்துள்ளது. இங்கு 18 குடும்பத்தினர் வருடந்தோறும் தை மாதம் கூடுகின்றனர்.

6. காரைக்குடி மாவட்டத்திலுள்ள மற்றொன்று பழவாக்குடி என்னும் ஊர். இது காரைக்குடியிலிருந்து 21 கி.மீ. தூரத்தில் அமைந்துள்ளது. இங்கு 15 குடும்பங்கள் வருடந்தோறும் தை மாதம் கூடுகின்றனர்.

7. முட்டாம்பட்டி என்னும் ஊர் புதுக்கோட்டை மாவட்டத்தில் அமைந்துள்ளது. இங்கு 21 குடும்பத்தினர் மார்கழி மாதம் 15ஆம் தேதி முதல் தை மாதம் 15ஆம் தேதிவரை கூடுகின்றனர்.

8. பதானியர்களின் மற்றொரு முக்கிய குடியிருப்பானது கங்கையம்மன் குடியிருப்பாகும். இது மானாமதுரையிலிருந்து சிவகங்கைக்குச் செல்லும் வழியில் அமைந்துள்ளது. இங்கு 47 குடும்பத்தினர் ஆண்டு தோறும் தை மாதம் பிற்பகுதியில் கூடுகிறார்கள்.

9. மற்ற குடியிருப்புகளான கரட்டுப்பாளையம் எம்.ஜி.ஆர் நகர், சூரியக்காடு போன்றவை கோபிசெட்டிப்பாளையத்திற்கு அருகில் சுமார் பன்னிரெண்டு கி.மீ. தொலைவில் அமைந்துள்ளன. கரட்டுப்பாளையம் எம்.ஜி.ஆர் நகர் பகுதியில் 27 குடும்பங்கள் உள்ளன.

10. சூரியக்காடு என்னும் குடியிருப்பில் 31 குடும்பங்களும் வருடம்தோறும் தை மாதம் பிற்பகுதியில் கூடுகின்றன.

11. மேலும் குந்தானிபாளையம் நத்தமேடு என்னும் குடியிருப்பு கரூர் நகரிலிருந்து 9 கி.மீ. தொலைவில் அமைந்துள்ளது. இங்கு 49 குடும்பங்கள் தை, மாசி ஆகிய மாதங்களில் கூடுகின்றன.

12. பாப்பான்குளம் என்னும் ஊர் நெல்லை மாவட்டத்தில் அம்பை வட்டத்தில் அமைந்துள்ளது. இங்கு 16 குடும்பங்கள் தை மாதம் மட்டும் கூடுகின்றன.

மேற்சொன்ன இந்த 12 குடியிருப்புகளில் மிகவும் பழமையான குடியிருப்பு காவி என்றழைக்கப்படும் - காளி சரனாங்கூர், அபிராமித் தோப்பு குடியிருப்பாகும். இங்கு 100 வருடங்களுக்கும் மேலாக வருடம் தோறும் இந்த பதானியா மக்கள் கூடுகின்றனர். இரண்டாவதாக, மேடவாக்கம் கழைக்கூத்து நகர் குடியிருப்பு ஆகும். இந்த இரண்டு குடியிருப்பிலிருந்துதான் அனைத்துக் குடியிருப்புகளையும் ஏற்படுத்தியதாகப் பதானியா முதியவர் ஒருவர் கூறினார்.

உறைவிடம்

பதானியர் தொழிலுக்காகப் பல ஊர்களுக்கும் செல்வதால் அவர்களின் உறைவிடம் தற்காலிகமானது. பொதுவாகப் போகும் இடங்களில் கூடாரங்களை அமைத்து அதில் வசிப்பார்கள். பெரும்பாலான குடும்பங்கள் கூடாரங்களைச் சாக்குப்பை, உறைப்பை, தார்பாலின் போன்றவற்றால் அமைத்துக் கொள்கிறார்கள். சிறிது வசதிபடைத்தவர்கள் தகரத்தினால் சுவர்களை அடைத்து அதன் மீது தகரக்கூரைகளைப் போட்டு கூடாரங்களை அமைக்கின்றார்கள். மிகக் குறைந்த குடும்பங்கள் குடியிருப்பில் மண்சுவர் வைத்துத் தென்னங்கீற்று விழல் போன்றவற்றைப் பயன்படுத்தி மேற்கூரை அமைத்துக்கொள்கிறார்கள். தனது பரம்பரைத் தொழிலைவிட்டு வேறொரு தொழிலை மேற்கொள்ளுபவர்கள் தான் செங்கல் சுவர்,

ஓட்டு வீடு பயன்படுத்துகிறார்கள். இந்த முறையில் அமைந்த வீடுகள் சென்னை மேடவாக்கத்தில் உள்ள குடியிருப்பில் 5-6 வீடுகள் இருக்கின்றன.

உடை, உடைமைகள், அணிகலன்கள்

பொதுவாக, இவர்கள் தொழிலுக்குச் செல்லும்போது அரைக்கால் சட்டை அணிவது வழக்கம். இந்த அரைக்கால் சட்டை பழைய துணியை எடுத்து இவர்களே கைத்தையல் போட்டு தயாரிப்பார்கள். அதேபோல் பெண்களும் பாவாடை, சட்டை முதலியவைகளைப் பழைய துணியால் தாங்களே தயாரித்துக் கொள்வார்கள். சக்கோஜி என்று அழைக்கப்படும் 93 வயது பெரியவர் ஆய்வாளரிடம் பேசும் பொழுது 'எங்களைப் பார்த்துத்தான் உங்களைப் போன்றவர்கள் கால்சட்டை அணிய கற்றுக்கொண்டு இருக்கிறீர்கள்' என்றார். எங்கள் தொழில் வசதிக்காகப் பலநூறு ஆண்டுகளாக நாங்கள்தான் கால் சட்டையைக் கண்டுபிடித்தோம் என்று கூறினார். பதானியர் பெண்கள் மற்ற இனப் பெண்களைப் போல் அனைத்து வகையான உடைகளையும் அணிகிறார்கள். மிகவும் வயதான ஆண்கள் தலையில் தலைப்பாகைக் கட்டி அதில் பாசி மணியினால் செய்த 'குஞ்சலம்' போன்றவற்றைச் சூட்டிக் கொள்கிறார்கள்.

இவர்கள் மெத்தை தலையணை என்று தனியாக எதுவும் கடைக்குச் சென்று பெறுவதில்லை. பழைய துணிகளை வைத்து ஒன்றையொன்றை இணைத்துத் தைத்துப் போர்வையாகப் பயன் படுத்துகிறார்கள். இதற்குக் 'குங்குடி' என்று பெயர். மேலும் பழைய துணிகளை வைத்து சதுரமான தலையணை செய்துகொள்கிறார்கள். இதற்குக் 'கோதிரி' என்று பெயர்.

அனைத்து வகையான அலுமினிய பாத்திரங்களையும் பயன் படுத்துகிறார்கள். மஞ்சள் கயிற்றில் கோர்க்கப்பட்ட கருப்புமணி மாலை இவர்களது மிக முக்கிய அணிகலன். வெள்ளி மோதிரம் போன்றவற்றையும் அணிகின்றார்கள்.

சமூக உட்பிரிவுகள்

பதானியர் சமூகம் பின்வரும் நான்கு உட்பிரிவுகளைக்கொண்டு உள்ளது: 1. அவுதா பெருவாரியா 2. தணு ஹணஹத்தி 3. காரோபார் 4. தாப்பா நரியோ.

கூடாரத்தில் இளைப்பாறும் பதானியர்

தாப்பா நரியோ என்னும் பிரிவைச் சேர்ந்தவர்கள்தான் மற்ற மூன்று பிரிவுகளுக்குக் குருமார்களாக இருந்து செயல்படுவர். அதாவது, திருமணச்சடங்கு புரிவது, இறைவழிபாடு செய்வது, முக்கிய ஆலோசனைகள் கூறுவது இவர்கள்தாம். தாப்பா நரியோ பிரிவில் உள்ளவர்களுக்கு மற்ற மூன்று பிரிவுகளில் உள்ள வயதில் மூத்தவர் சடங்குகளைச் செய்வார்.

மேலும் தணுஹணஹத்தி என்னும் பிரிவில் உள்ள ஒருவர் அதே பிரிவில் உள்ள ஒரு பெண்ணைத் திருமணம் செய்ய முடியாது. மற்ற பிரிவுகளில்தான் பெண் எடுக்க வேண்டும். அதே போன்று மற்ற பிரிவுகளைச் சேர்ந்தவர்கள் அந்தந்தப் பிரிவில் திருமணம் செய்து கொள்ள முடியாது. காரணம், அந்தப் பிரிவில் உள்ள அனைவரும் சகோதர சகோதரிகள் ஆவார்கள். ஆக ஒவ்வொரு பிரிவும் புறமணப் பிரிவாக (exogamous group) அமைகிறது. எனினும் பதானியர் நபர் ஒருவர் பதானியச் சமூகத்திற்குள் மட்டுமே திருமணம் செய்ய வேண்டுமென்ற கட்டாயம் இருப்பதால் பதானியர் சமூகம் இந்துச் சாதிகளைப் போன்று ஒரு அகமணச் (endogamous) சமூகமாகச் செயல்படுகிறது.

திருமணம்

பதானியர்கள் ஜோதிடம் பார்ப்பதில்லை. ஜாதகம் என்று எதுவும் இல்லை. முகூர்த்த நாள் என்று எதுவும் பார்ப்பதில்லை. மனப் பொருத்தத்துடன் பெற்றோர், இனப்பெரியவர்கள் ஒப்புதலுடன் நடக்கிறது. இத்திருமணம் மாலைவேளையில் தொடங்குகிறது. மணமகன் குல வழக்கப்படி அலங்கரிக்கப்படுகிறார். தலையில் தலைப்பாகை, மேற்துண்டு, அரைக்கால் சட்டை போன்றவற்றை அணிவித்துப் பூமாலை, வெள்ளியினால் செய்த காதணி போன்ற வற்றை அணிவித்து மேளதாளத்துடன் மணமகன் வீட்டிலிருந்து அவர்கள் குடிசைக் கோவில் முன் அமர்த்தப்படுகிறார்.

அப்போது அங்குக் குழுமியிருக்கும் அனைவருக்கும் ஒரு வெற்றிலை ஒரு பாக்கு அளிக்கப்படுகிறது. பிறகு மணமகன் மீண்டும் ஊர்வலமாக மணமகனின் தந்தைக்கு அருகில் அமர்த்தப் படுகிறார். ஓரிரு நிமிடம் கழித்து மணமகன், மணமகளின் தந்தையின் காலில் விழுந்து ஆசீர்வாதம் பெறுகிறார். அப்போது அங்குக் குழுமியிருக்கும் அனைவருக்கும் இரண்டு வெற்றிலை இரண்டு பாக்கு கொடுக்கப்படுகின்றன. அத்துடன் இந்த இரவு நிகழ்ச்சி முடிவுபெறுகிறது. அன்று இரவு எந்த விருந்து உணவும் யாருக்கும் அளிப்பதில்லை.

மறுநாள் காலை, மணப்பெண் சிவப்புநிற ஆடையில் நன்றாக அலங்கரிக்கப்பட்டு மணமகனின் அருகில் அமர்த்தப்படுகிறார். பொதுவாக இந்தத் திருமணச் சடங்கிற்குத் தாப்பா நரியோ என்னும் பிரிவில் உள்ள வயதானவர் தாலியை எடுத்து மண மகனிடம் கொடுப்பார். பிறகு அந்த மணமகன் நீண்ட பெரிய துணியால் மணமக்களை மூடி மறைப்பார். மஞ்சள் கயிற்றில் கருப்புமணி களைக் கோர்த்த தாலியை மணமகன் மணமகளுக்குக் கட்டுவார். அன்று அனைத்துச் செலவுகளும் மணமக்களின் தந்தை ஏற்பார். திருமணம் நடந்து முடிந்தவுடன் விருந்து, மதுபானங்கள் போன்ற வற்றை ஆண் பெண் இருபாலரும், சிறியவர் முதல் பெரியவர்வரை அனைவரும் உண்டு மகிழ்வர். பொதுவாக, தாய்வழிமுறை திருமணங்களை இவர்கள் ஆதரிக்கின்றனர். காதல் திருமணங்களையும் பெரியவர் ஒப்புதலுடன் ஏற்றுக் கொள் கிறார்கள். 'ஓடிப்போதல்' என்ற பழக்கம் இவர்களிடம் இல்லை.

கருதமாயி முறை

பதானியர்களிடம் காணப்படும் ஒரு சிறப்பு என்னவென்றால் அவர்கள் பின்பற்றும் 'கருதமாயி முறை' (மருமக்கள் தாயமுறை) ஆகும். திருமணத்திற்குப் பிறகு கணவன் மனைவியின் வீட்டோடு இருக்கவேண்டும். ஒரு பதானியர் குடும்பத்தில் ஒருவருக்கு ஐந்து பெண்கள் இருந்தால் அப்பெண்களின் தந்தை ஆண்டியாக இருந்தாலும் அரசனாக மாறிவிடுவார். காரணம் ஐந்து மருமகன்களும் மாமனார் வீட்டில் இருப்பதால் வருமானம் உயர்கிறது. பொதுவாக, இந்த முறை மற்ற இந்துச் சமூகங்களில் காணப்படுவது இல்லை. இந்தக் கருதமாயி முறை பதானியர்களின் அனைத்துக் குடும்பங்களிலும் பின்பற்றப்படுகிறது.

தொழில்

தமிழகத்தில் கழைக்கூத்துத் தொழிலைச் செய்பவர்கள் இரண்டு வகையான தொம்பர் பிரிவைச் சார்ந்தவர்கள். ஒன்று தெலுங்கு பேசும் தொம்பர் சக்கிலி இனத்தைச் சார்ந்தவர்கள். இவர்களைப் பற்றிய குறிப்புகள் மிகுதியாகப் பலராலும் எழுதப்பட்டுள்ளன. நஞ்சுண்டைய்யா, எல்.கே. அனந்த கிருஷ்ணய்யர் எழுதிய *மைசூர் மாகாணத்தின் சாதிகளும் பழங்குடிகளும்* (The Mysore Tribes and Castes) தொகுதி 3இல் குறிப்பிட்டுள்ளார். எட்கர் தர்ஸ்டன் எழுதிய *தென்னிந்தியச் சாதிகளும் பழங்குடிகளும்* நூல்வரிசையில் விரிவாகக் குறிப்பிட்டுள்ளார். இந்தத் தெலுங்கு பேசும் தொம்பர்களுக்கு ரெட்டி தொம்பர் என்ற பெயரும் உண்டு. மற்றொரு வகையான ஆரிய தொம்பர் எனப்படுபவர்களும் இக்கழைக்கூத்துத் தொழிலைச் செய்து வருகிறார்கள்.

ஆரிய தொம்பர்கள் தங்களைப் 'பதானியர்' என்று அழைத்துக் கொள்கிறார்கள். இவர்கள் பொதுவாக 30 அடி உயர கம்பத்தை நட்டு அதன் உச்சியில் நின்று வித்தை காட்டுவார்கள். இருபுறமும் கம்பத்தை நட்டு அதனிடையே நீளமான கம்பியைக் கட்டி அதன் மீது நடப்பார்கள். அந்தரத்தில் குட்டிக்கரணம் போடுவார்கள். ஒரு பெரிய வளையத்தில் தீ பற்ற வைத்து அதில் புகுந்து வெளியே வருவார்கள். இவை போன்ற பிற வித்தைகளையும் காட்டுவார்கள். ஒரு நாளைக்கு நான்கு அல்லது ஐந்து முறை கடைத்தெரு பேருந்து நிலையம் முன்பாக முச்சந்தியில் வித்தை காட்டுவார்கள். இரவில் கழைக்கூத்துத் தொழில் செய்வது கிடையாது. இவர்கள் வித்தை காட்டி

முடித்த பிறகு பார்த்து ரசிக்கின்ற மக்களிடம் பணம், உணவுப் பொருள்கள், பழைய துணிகள் முதலியவற்றைக் கேட்டுப் பெறுவர்.

இவர்களது தொழிலில் குழந்தைகள் முக்கியத்துவம் பெறுகின்றனர். குழந்தைகளை வைத்துப் பல வகையான வித்தைகளைக் காட்டுவார்கள். எடுத்துக்காட்டாக, ஒரு சிறிய கம்பி வழியே வரச்செய்வார்கள். குழந்தைகளைக் கம்பிமீது நடக்க வைப்பார்கள். அப்பொழுது பெண்கள் மேளம் அடித்து மக்களின் கவனத்தை ஈர்ப்பார்கள். இவர்கள் தொழிலில் மேளத்தின் சத்தமானது டொம்டொம் என்று கேட்பதால் டொம் டொம் தொம்பர் என்ற பெயரும் இவர்களுக்கு வழங்கலாயிற்று. வித்தைக் காட்டி முடித்தவுடன் குழந்தைகள் தட்டையேந்தி காசுகளை வசூல் செய்வார்கள். ஆக, குழந்தைத் தொழிலாளர்கள் என்பதும் பெண் தொழிலாளர்கள் என்பதும் இவர்கள் தொழிலில் புதுமையல்ல. இவர்களின் துணைத் தொழில்கள் கிராமப்புறங்களில் உள்ள ஆறுகள், குளங்களில் மீன் பிடிப்பதும், கீரிப்பிள்ளை, அணில், பறவை இனங்களை வேட்டையாடுவதும் ஆகும். இவ்விரு பாலாரும் இல்லையெனில் இவர்களின் தொழிலுமில்லை. குழந்தைகளும் பெண்களும் கூட்டத்தை ஈர்ப்பவர்களாக உள்ளனர்.

சடங்குகள்: பிறப்பு

பிறப்புச்சடங்கு என்று ஏதும் இவர்கள் பின்பற்றுவதில்லை. கடந்த 20 முதல் 30 ஆண்டுகளாக மற்ற இனமக்களைப் பார்த்து குழந்தை பிறந்த ஐந்தாவது நாள் ‘பெயர்சூட்டு விழா’ என்று சிறிய அளவில் அவர்களின் உறவினர்களோடு நடத்தப்படுகிறது. காரணம் இவர்கள் தொழிலுக்காக ஆங்காங்கே பிரிந்து சென்றுவிடுவதால் பிறப்புச் சடங்கு என்று ஏதும் பின்பற்றப் படுவதில்லை. எனினும், குலத்தொழிலை விட்டு மற்ற தொழிலைப் பின்பற்றுபவர்கள் ஒரே இடத்தில் இருப்பதால் பிறப்புச் சடங்கு பூப்புச் சடங்கு போன்றவற்றை மற்ற குடிமக்களைப் பார்த்து இவர்களும் பின்பற்றுகிறார்கள்.

பூப்பு

இம்மக்கள் பூப்புச் சடங்கிற்கு அதிக முக்கியத்துவம் கொடுப்பதில்லை. தாய்மாமன் உறவில் புத்தாடைகளும் உணவுப் பண்டங்களும் பூப்படைந்து மூன்றாவது நாளில் கொடுப்பார்கள்.

சிறுமியின் கழைக்கூத்து

தாய்மான் அருகில் இருந்தால் இது போன்ற சீர்வரிசை செய்யப் படும். அவ்வாறு இல்லையென்றால் வருடத்தில் ஒருமுறை கூடும் இடத்தில் சீர்வரிசையைக் கொடுத்துப் பெண்ணை கௌரவிப்பார்.

இறப்பு

பதானியர்கள் இறப்புச் சடங்கிற்கு மிகுந்த முக்கியத்துவம் கொடுக்கிறார்கள். இறந்த உடலை வீடு அல்லது கூடாரத்தின் நடுவில் கிடத்துவார்கள். அப்போது இறந்த உடலின் தலை வடக்கு புறமும், கால்கள் தெற்குபுறமும் அமையுமாறு கிடத்துவார்கள். இறந்தவர், தணுஹனத்தி பிரிவைச் சார்ந்தவராக இருந்தால் அதே பிரிவைச் சார்ந்த உறவினர்தான் இறந்த உடலை முதலில் தொட வேண்டும். பிறகு ஒரு வெள்ளைத் துணியால் அந்த உடலைப் போத்தி மூடுவார். 'பாய்டி' என்ற சிறிய கடப்பாறை (1 அடி நீளம்) எடுத்து இறந்த உடலின் தலைக்கு அருகில் வைப்பார்.

இந்த பூத உடலை அதே பிரிவைச் சார்ந்த ஒருவர் தனியாக தோளில் போட்டுக்கொண்டு மயானத்திற்கு எடுத்துச் செல்வார். எடுத்துச் சென்ற நபர் அந்த 'பாய்டி' என்ற சிறிய கடப்பாறை வைத்து சவக்குழி தோண்டுவார். பிறகு அக்குழியில் இறந்த

உடலை வைத்து அடக்கம் செய்வார். உறவினர்கள், ஆண்கள், பெண்கள் அனைவரும் இடுகாட்டிற்கு வருவார்கள்.

அடக்கம் செய்த பிறகு யாரும் குளிப்பதில்லை. துணிகளைத் துவைப்பதில்லை. கை, கால், முகத்தைக் கழுவிக்கொண்டு வீட்டிற்கு வந்துவிடுவார்கள். பிறகு இறந்தவர் வீட்டில் அடுப்பைப் பற்ற வைத்து சமையல் செய்ய ஆரம்பித்த பிறகுதான் மற்றவர்கள் வீட்டில் அடுப்பைப் பற்றவைப்பார்கள்.

தொழிலுக்காக மற்ற இடங்களுக்குச் செல்லும்போது யாராவது இறந்தால் அதே பிரிவைச் சார்ந்தவர்களை அணுகுவது கடினம். மேலும் சிறிய கடப்பாறை வைத்துக் குழி வெட்டுவது உடனடி யாகச் செய்யமுடியாது. அதனால் இறந்தவரை மற்ற இனமக்கள் துணைக்கொண்டு மண்வெட்டி, பிற கருவிகள் துணைகொண்டு குழிவெட்டி அடக்கம் செய்வார்கள். இவ்வாறு செய்வதனால் அவர்கள் குலக்கட்டுப்பாட்டை மீறியதாகக் கருதி சவக்குழி வெட்டுவதற்கு மண்வெட்டி பயன்படுத்துவது ஒரு குற்றம் எனவும், இறந்த உடலை மற்ற இனமக்கள் தொட்டது இரண்டாவது குற்றம் எனவும் கருதி வருடத்திற்கு ஒருமுறை கூடும் இடத்தில் சமய வழிபாட்டின் பொழுது அபராதம் கட்டிவிடுவார்கள்.

நீத்தார் நினைவுச் சடங்கு

அடக்கம் செய்த மூன்றாவது நாள் ஒரு மண்பானை நிறைய நீர் கொண்டுவந்து அடக்கம் செய்த இடத்தில் வைப்பார்கள். இறந்தவருடைய பேரன் அல்லது திருமணமாகாத ஒருவர் தலையை மொட்டை அடித்துக்கொண்டு நீர் நிறைந்த பானையைச் சுமந்து வந்து அடக்கம் செய்த இடத்தில் அதனை வைப்பார். இதனையடுத்து அருகிலுள்ள இடத்தில் உணவு சமைப்பார்கள். ஒரு ஆட்டை வெட்டி, தலை, கால்கள் பகுதியில் உள்ள இறைச்சியைத் தனியாகச் சமைத்து இறந்தவர்களின் நெருங்கிய உறவினர்களில் ஆண்கள் மட்டும் சாப்பிடுவார்கள். மற்ற இறைச்சியைப் பிறகு சமைத்து அனைவருக்கும் கொடுப்பார்கள்.

இச்சடங்கு பொதுவாக, அடக்கம் செய்த மூன்றாவது நாள் செய்வார்கள். அவ்வாறு அன்று செய்யவில்லையென்றால் ஒரு ஆண்டுக்குப் பிறகோ வசதி வாய்ப்பு கிடைக்கும்போதோ செய்வார்கள். பத்தாவது நாள் சடங்கு, பதினாறாவது நாள் சடங்கு என்று எதுவும் இவர்கள் செய்வதில்லை.

மேலும் இறந்தவர்களுக்கு விண்ணுலகத்தில் நீர் கிடைக்காது என்ற நம்பிக்கையால் பதானியர் இரண்டு வகையான சடங்குகளைச் செய்கிறார்கள். தாப்பா நரியோ என்ற பிரிவைச் சார்ந்த 'குரு' அந்தஸ்தில் உள்ள ஒருவர் அவர்களுடைய குடிசைக்கோயில் முன் அடுப்பைப் பற்ற வைத்துப் புதுப் பானையை அதன்மீது வைத்து அதில் நீர் ஊற்றுவார். பிறகு அந்த நீரில் வேப்பிலை சிறிய அளவில் போடுவார். கொதிக்கின்ற வேப்பிலை நீரைக் கோயில் முன் கீழே கொட்டுவார். அவ்வாறு கொட்டப்படும் நீர் விண்ணுலகத்தில் உள்ளவர்களுக்குக் கிடைப்பதாக நம்புகின்றார்கள். அடுத்ததாக, மறுநாள் காலையில் பொழுது விடிவதற்கு முன் இறந்தவர்களின் உறவினர்களில் ஏழு ஆண்களைக் கைகளில் நீரை ஊற்றச் சொல்வார்கள். அந்த எழுவரும் அந்த நீரைப் பருகி விழுங்காமல் வாயில் நீரை வைத்துச் சில மணித்துளிக்குப் பிறகு கீழே உமிழ்வார்கள். இவ்வாறு உமிழப்படும் நீர் இறந்தவர்களுக்குக் கிடைப்பதாக நம்புகிறார்கள்.

பஞ்சாயத்து

வருடம்தோறும் கூடும் இடத்தில் ஒரு நாளில் அவர்களின் இனத் தலைவரைத் தேர்ந்தெடுப்பார்கள். தேர்தல் எதுவும் கிடையாது. விவரம் அறிந்தவர், வயதில் மூத்தவர் தலைவராக ஏகமனதாகத் தேர்ந்தெடுக்கப்படுகிறார். பிறகு அவர்கள் வழக்குகள், சண்டை சச்சரவுகள் முதலியவற்றுக்குத் தீர்வு காண்கின்றனர். இனத் தலைவரின் தீர்ப்பு இறுதியானது என்பதில் பதானியர்களுக்கு அசைக்கமுடியாத நம்பிக்கை உள்ளது. இந்தப் பஞ்சாயத்தின் போதுதான் மணவிலக்கு, விதவை மறுமணம் போன்றவற்றுக்கு அனுமதி அளிக்கப்படுகிறது. மணவிலக்கிற்கு என்றும் விதவைத் திருமணத்திற்கு என்றும் சடங்குகள் ஏதும் இல்லை. இந்த இனத் தலைவருக்கு உதவியாக ஆலோசனை கூற இவர்களின் இனக் குரு பேருதவி புரிகிறார்.

உணவுப் பழக்கம்

ஆடு, கோழி இவற்றோடு காட்டுப்பூனை, கீரிப்பிள்ளை, ஆமை, அணில் ஆகியவற்றையும் அனைத்து வகையான மீன்களையும் விரும்பிச் சாப்பிடுவார்கள். தொழிலுக்குச் செல்லும்போது தெருக்களில் செல்லும்போது தெருக்களில் கிடைக்கும் உணவைக்

கேட்டுப் பெறுவார்கள். மேலும் பழைய சாதம், கள், சாராயம் போன்றவற்றைத் தினமும் உண்பார்கள்.

இறைவழிபாடு

இவர்கள் தமக்கென்று தனித்தெய்வத்தை வழிபடுகின்றனர். இவர்களிடம் ஆண் தெய்வ வழிபாடு இல்லை. இவர்கள் அனைவரும் பெண் தெய்வங்களையே வழிபடுகின்றனர். சட்டுவாயி, ஆயி, மாதா, கரோபாரி போன்ற தாய்த் தெய்வங்களை வழிபடுகின்றனர். இறைவழிபாடு செய்யும் முதல் நாள் மாலையில் குடிசைக் கோவிலைச் சுற்றி நான்கு பக்கங்களிலும் கம்பத்தை நட்டு, பின் அந்த நான்கு கம்பங்களையும் கயிற்றால் கட்டி வேலி போன்று அமைப்பார்கள். பிறகு அவர்களுடைய இன குருவான ‘போபோ’ என்னும் பெரியவர் பசுவின் பால் அல்லது கள்ளைப் பூமியில் ஊற்றி, பன்னிரெண்டு காசுகளைக் காணிக்கைத் தொகையாகப் பூமியில் வைப்பார். இதனால் அவர்கள் இன மக்களின் பாவம் போனதாக எண்ணுகிறார்கள். பிறகு ஒவ்வொரு குடிசை அல்லது கூடாரத்தின் முன் நடப்பட்டுள்ள பழைய சிவப்பு நிறக் கொடியை அகற்றி புதிய சிவப்பு நிறக் கொடியை (பாரோ) ஏற்றுவார்கள்.

இந்தக் கொடியேற்று விழாவிற்குப் ‘பாரோநிஷாந்த்’ என்று பெயர். ‘போபோ’ என்னும் பெரியவர் கோவிலின் உள்ளே சென்று ‘கண்டு’ என்னும் கூடையில் சிவப்புத் துணியால் சுற்றப்பட்டுள்ள ‘மாதா’ என்னும் கடவுள் சிலையை வெளியே கொண்டுவருவார். அப்போது ஐந்து வெவ்வேறு வகையான நாதயிசைகள் எழுப்பப் படும். அவர்கள் இனப்பெரியவர்கள் உடனே புளிய மரப்பட்டை களை ஓரிடத்தில் பற்றவைத்து அதில் சாம்பிராணி போடுவார்கள். இந்தச் சாம்பிராணி புகை அந்த இரவு முழுவதும் தொடர்ச்சியாகப் புகைந்துகொண்டே இருக்க வேண்டும். பிறகு ‘போபோ’ என்ற இனகுரு அந்தக் கடவுள் சிலையை மரப்பலகையின் மீது வைத்துப் பாலினாலும் நீரினாலும் அபிஷேகம் செய்வார். அந்த நேரத்தில் நாத ஒலிகளுக்கு இடையே ஆடு கோழி போன்றவை பலி கொடுக்கப்படும். பலி கொடுத்தவுடன் அந்த ‘போபோ’ என்ற பெரியவர் மீது ‘சாமி’ வரும். அந்தச் சாமி ஆட்டத்தின் போது வேகமாகக் குறி சொல்லுவார். அதனைக் கேட்க மக்கள் மிகுந்த ஆவலுடன் இருப்பார்கள். அதன் பிறகு சில முக்கிய பெரியவர்கள் மூன்று கற்களை முக்கோண வடிவில் வைத்து அடுப்பு தயார்

செய்வார்கள். இவ்வாறு, ஐந்து அடுப்புகளை வைத்து அதன்மீது தோசைக் கல்லை வைப்பார்கள். பிறகு, அரிசி மாவினால் தோசை சுடுவார்கள். இதனை 'ரொட்டி' என்று சொல்லுகிறார்கள். இந்த ரொட்டிகளைத் தனியே எடுத்து வைத்துவிட்டு ஆட்டு மாமிசத்தைச் சிறுசிறு துண்டுகளாக நறுக்குவார்கள். இதற்கு 'சிக்' என்று பெயர். இந்த ரொட்டியையும் சிக்கையும் இறைவனுக்குப் படைப்பார்கள். படைத்த உணவுப் பண்டங்களை அனைவருக்கும் பகிர்ந்து அளிப்பார்கள். அன்று இரவு முழுவதும் கண்விழித்து ஆடிப்பாடி மகிழ்வார்கள்.

மறுநாள் காலையில் அவர்கள் இனகுரு மரப்பலகையின் மீது இருக்கும் சிலையை எடுத்துச் சிவப்புத் துணியால் சுற்றி 'கண்டு' என்னும் கூடையில் வைத்துப் பன்னிரண்டு காசுகள் காணிக்கையாக வைத்து சிலையைக் கோவிலின் உள்ளே வைத்துவிடுவார். அப்பொழுது மேளம் நாதம் முதலியவை இசைக்கப்படும். கோவிலைச் சுற்றியிருக்கும் கயிறுவேலிக்குள்ளே விலங்குகள், மனிதர்கள் அனுமதிக்கப்படுவதில்லை. மீறி நுழைபவர்கள் அபராதம் செலுத்தவேண்டும். ஒவ்வொரு குடிசை, கூடாரம் முன்பு ஏற்றப்பட்ட கொடி அடுத்த வருடம் வரை அப்படியே இருக்கும். இவ்வாறாக அவர்களுடைய இறை வழிபாடு மிகுந்த பக்தியுடனும் பொறுப்புடனும் செய்யப்படுகிறது.

பெண்களின் நிலை

பதானியர்கள் பெண்களுக்கு அதிக முக்கியத்துவம் கொடுக் கிறார்கள். பெண்கள் சிறு குழந்தைகளைத் தங்கள் தொழிலுக்குப் பயிற்றுவிப்பது முக்கிய பணியாகும். குழந்தைகளின் கை, கால் களில் எண்ணெய் தடவி வளைப்பது, கர்ணம் போடச் சொல்லித் தருவது, கம்பி மீது நடக்கப் பயிற்றுவிப்பது அனைத்தும் பெண்கள் தான். இவர்கள் தொழிலில் அனைத்து வகையான உதவிகளையும் சரிசமமாகச் செய்வது பெண்கள்தான். பெண்களை இழிவு படுத்துவதோ மனம் புண்படும்படி நடத்தப்படுவதோ இல்லை. பெண்களை இவர்கள் ஒரு சொத்தாக நினைக்கின்றார்கள்.

சமூக மாற்றம்

ஆண்களுக்கு இடப்பட்ட அக்காலப் பெயர்களான சக்கோஜி, பாபுஜி போன்ற பெயர்கள் மாற்றப்பட்டு இப்போது செல்வம், ரவி,

பெருமாள் போன்ற பெயர்கள் வைக்கப்படுகின்றன. அதேபோல் பெண்களுக்கும் சக்கி, சக்குபாய், குசாயி போன்ற பழைய பெயர்கள் மாற்றப்பட்டு சாந்தி, சாவித்திரி, பானு போன்ற புதிய பெயர்கள் இடப்படுகின்றன.

இப்போது இவர்களின் உணவுப்பழக்கங்கள் மாறிவருகின்றன. டீ, காபி கடையில் சென்று காலைச் சிற்றுண்டியும் பிற உணவுகளும் சாப்பிடுகின்றார்கள். ஆண்கள் இப்போது அனைத்து வகையான உடைகளும், பெண்கள், சுடிதார் போன்ற நவீன ஆடைகளும் அணி கிறார்கள். அணிகலன்களில் பிளாஸ்டிக் பொருள்கள், பாசிமணி மாலை போன்றவையும் இடம்பெறுகின்றன.

இளைஞர்கள் இப்போது அனைத்து இந்துக் கோவில்களுக்கும் சென்று வழிபடத் தொடங்கிவிட்டனர்.

கழைக்கூத்துத் தொழிலில் பல மாற்றங்கள் செய்து கொண்டே இருக்கிறார்கள். கழைக்கூத்துகளுடன் சினிமா பாடல் இசைக்க இவ்வினத்தின் இளைஞர்களான ஆண், பெண் இருவரும் நடனம் புரிகிறார்கள். அப்பாட்டிற்கு ஏற்ப உடைகளை மாற்றி நடனம் புரிகிறார்கள். இவர்களில் சில குடும்பங்கள் பெரிய கூடாரம் அமைத்து அதைச்சுற்றி தற்காலிக வேலி அமைத்துச் சிறிய அளவு சர்க்கஸ் போன்ற அமைப்பை உருவாக்குகிறாகள். காட்சியைப் பார்க்க வருபவர்களிடம் சீட்டு (டிக்கட்) கொடுத்துக் கட்டணம் வசூலிக்கிறார்கள். சிலர் இந்தத் தொழிலை விடுத்துக் கூலி வேலை செய்தல், சிறு வணிகம் செய்தல் போன்றவை மூலம் பொருள் ஈட்டுகிறார்கள்.

கருதமாயி முறை (தாய்வழி முறை) இப்போது மாறத் தொடங்கி விட்டது. காரணம் கூட்டுக்குடும்பங்கள் குலைந்து தனிக் குடும்பங்கள் அமையத் தொடங்கியதால் கருதமாயி முறையில் மாற்றங்கள் வரத் தொடங்கிவிட்டன. இப்பொழுது வணிகம் புரியும் பதானியர்கள் தொலைத்தொடர்பு சாதனங்களைப் பயன் படுத்தத் தொடங்கிவிட்டார்கள். காளி என்னும் குடியிருப்பில் ஒருவர் வீட்டில் தொலைபேசி வசதியுள்ளது. சென்னை மேடவாக்கம் குடியிருப்பில் அவர்கள் இனத் தலைவரான பாபுஜி வீட்டிலும் தொலைபேசி வசதியுள்ளது.

பிழைப்புக்காக இடம்விட்டு இடம் செல்லும்போது தங்கள் உடைமைகளை எடுத்துச் செல்ல மாட்டு வண்டிகளையும், கை

வண்டிகளையும் பயன்படுத்திய பதானியர்கள், இப்பொழுது இரண்டு சக்கரவாகனம் (மோட்டார் சைக்கிள்) வாடகை லாரி போன்றவற்றைப் பயன்படுத்துகிறார்கள்.

பதானியர்கள் நோய்நொடி என்று துன்பப்படுவது கிடையாது எனவும் அவ்வாறு வரும்பொழுது நாட்டுவைத்தியம், கை, கால், முறிவு ஏற்பட்டால் பச்சை இலை மருந்து செய்து வந்ததாகவும், இப்போது அந்த நிலை முற்றிலும் மாறி ஆங்கில மருத்துவத்தை நாடுகின்றனர். மகப்பேறு காலங்களில் மருத்துவமனைக்குச் செல்வது முதல் வயதானவர்கள் சிகிச்சை பெற உடனடியாக மருத்துவமனைக்குச் செல்வது வரை ஆங்கில மருத்துவத்தையே நாடுகின்றனர்.

பிறப்புச் சடங்குகள் மற்ற இனங்களில் உள்ளதைப்போல் வசதி படைத்தவர்கள் கடையில் இனிப்புகள் வாங்கி அனைவருக்கும் கொடுத்துப் பெயரிடுவார்கள்.

இறப்புச் சடங்குகளில் இப்போது வெகுவான மாற்றங்கள் வந்து விட்டன. வருடத்திற்கு ஒருமுறை கூடும் காலங்களில் எவரேனும் இறந்துவிட்டால் பழைய சடங்குகளை அவ்வாறே செய்வதாகவும் பிழைப்புக்காக வெளியிடங்கள் செல்லும்போது எவரேனும் இறந்துவிட்டால் அங்கு கிடைக்கின்ற வசதிகளை வைத்து மற்ற இன மக்களின் துணைகொண்டு அடக்கம் செய்துவிட்டு, இறை வழிபாட்டின் போது தண்டத்தொகையைக் கட்டிவிடுவதாகக் கூறுகிறார்கள்.

குழந்தைகள் முதல் பெரியவர் வரை கழைக்கூத்துத் தொழிலில் ஈடுபவடுவதால் கல்வி என்பது கானல் நீராக இருக்கிறது. ஆனால் கடந்த 10 ஆண்டுகளில் கழைக்கூத்து தொழிலைக் கைவிட்ட குடும்பங்களின் குழந்தைகள் கல்விச் சாலைக்குச் செல்லத் துவங்கிவிட்டனர். இச்சமூகத்தில் மூவர் பட்டப்படிப்பு வரை படித்துள்ளார்கள் என்பது குறிப்பிடத்தக்கது.

இன்னும் பலர் கடினமான உடற்பயிற்சி, மூச்சுப் பயிற்சி போன்ற வற்றைச் செய்து வியக்கத்தக்க முறையில் அபாயகரமான இக்கழைக் கூத்துக் கலையைச் செய்து வருகிறார்கள். நவீன ஊடகங்களான தொலைக்காட்சி, வீடியோ, சிடி, கேபிள் தொலைக்காட்சி போன்ற வற்றால் பொதுமக்கள் ஈர்க்கப்பட்டு அதிகநேரம் செலவிடு கிறார்கள் என்பதால், இவர்கள் தெருவில் வித்தை காட்டும்போது

அதிகம் மக்கள் பார்த்து ரசிக்க முற்படுவதில்லை. இதனால் இவர்கள் வருமானம் குறைந்து தொழில் நலியத்தொடங்கியுள்ளது. அதனால் பதானியர் தங்கள் பாரம்பரிய கலைத்தொழிலைத் துறந்து விட்டு மற்ற தொழிலின் மூலம் பிழைக்கத் தொடங்கியுள்ளனர். அரசாங்கத்தின் நேரடி கவனம் இவர்களின் மீது விழாததன் காரணமாக இக்கலையைத் தூக்கி நிமிர்த்த யாரும் இல்லை. பெண்களுக்கு முதலிடம் கொடுத்துத் தனக்குரிய பண்பாட்டைக் காத்து வந்த பதானியர்கள் இப்போது மற்ற சமூகத்தினரைப் பார்த்துத் தங்களை மாற்றிக் கொள்ள முற்படுகிறார்கள். ஓரிடத்தில் நிலையாக வாழும் முறையும் ஏற்பட்டு வருகிறது.

உசாத்துணை

சண்முகம், சிவ. 1994. *தொண்டை மண்டல சதகம்.* சென்னை: விசாலாட்சி பதிப்பகம்.

Crooke, W. 1974. *Tribes and Castes of North-Western India.* New Delhi: Cosmo Publications.

Mullaly, Fredrick, S. 1892. *Notes on Criminal Classes of the Madras Presidency.* Madras.

Nanjundayya, H.V. & L.K. Anantha Krishna Iyer. 1930. *The Mysore Tribes and Castes (*Vol. III). Mysore: Mysore University Press.

Thurston, Edgar & K. Rangachari. 1909. *Castes and Tribes of Southern India* (Vol. II). Madras: Government Press.

6

நாழிமணிக்காரர்

(கண்ட ஜங்கம்)

ஓ. முத்தையா

ஜங்கம் என்ற சமூகத்தாரின் உட்பிரிவினரே கண்ட ஜங்கம். 'கண்ட' என்னும் தெலுங்குச் சொல்லுக்கு 'மணி' என்பது பொருளாகும். கையில் வெண்கல மணியை எடுத்துக்கொண்டு சிவனைப் புகழ்ந்தும் நெல்லுப்பாட்டுப் பாடியும் பிழைக்கும் நாடோடிகளே கண்ட ஜங்கம். இவர்கள் குறித்த இனவரலாற்றுச் செய்திகள், அவர்களின் நாடோடி வாழ்க்கை, சமூக மாற்றம் ஆகியவற்றைக் களப்பணிவழி அறிந்து விளக்குவதாக இக்கட்டுரை அமைகிறது. கண்ட ஜங்கத்தார் மணியடித்துக்கொண்டு பட்டிகளில் (கிராமம்) சிவனைப் புகழ்ந்து பாடியும் நெல்லுப்பாட்டுப் பாடியும் யாசிக்கின்றனர். மக்கள் போடும் நெல்லை மணியின் வாயை நிமிர்த்தி மணியிலேயே பிடித்துக்கொள்வார்கள். இம்மணி ஒரு நாழி நெல் கொள்ளும். ஆதலால் இவர்களை ஆதரவுச் சமூகத்தார் 'நாழிமணிக்காரர்' என்பர்.

கண்ட ஜங்கம்

'கண்ட ஜங்கம்' என்பதை வரையறுப்பதற்கு முன்பாக 'ஜங்கம்' என்ற சொல் குறித்து விளக்குவது இங்கு அவசியமாகும். ஜங்கம் என்னும் வடசொல் 'இடம்பெயரக்கூடிய, நகர்ந்து செல்லக்கூடிய, நாடோடித்தன்மையுடைய' ஆகிய பொருளை உணர்த்துவதாக உள்ளது. இதுவே பின்னாளில் ஜங்கம் என்று ஒரு குறிப்பிட்ட சமூகத்தைக் குறிக்கும் சொல்லாகவும் நிலைபேறடைந்துள்ளது. இதன் வளர்ச்சியாகவே ஜங்கம் என்பது 'ஜியங்கமர், ஜங்காலு, ஜங்கம லிங்காயதர், கண்ட ஜங்கம், ஜங்கம ஆண்டி, ஜங்கமப் பண்டாரம்' எனப் பல உட்பிரிவுகளாகக் கிளைபரப்பி வந்துள்ளது. இன்றைய நிலையில் ஜங்கம் என்பது வரன்முறையின்றி, தெலுங்கு,

கன்னடம், தமிழ்பேசும் அனைத்து லிங்காயத சமயத்தினரையும் குறிக்கும் பொதுப் பெயராகப் பயன்படுத்தப்பட்டு வருகின்றது. 1897 ஆம் ஆண்டு மக்கள் தொகைக் கணக்கெடுப்பு அறிக்கை ஜங்கம் பற்றிக் கூறுவதாவது ஜங்கமலிங்காயதர் என்பதே இச்சாதியின் முழுப்பெயர். இதன் பொருள் லிங்கத்தை வழிபடக்கூடிய நாடோடிகள் என்பதாகும். இச்சாதியின் உட்பிரிவாகப் பதியப் பட்டுள்ளவற்றுள் கண்டாயதர், கண்ட ஜங்கம் (கையில் மணி வைத்திருப்போர்), ஸ்தாவரர் (நிலையாக வாழும் தன்மையோர்) என்ற இருபிரிவினரே எண்ணிக்கையில் மிகுதியானவர்கள். கண்டாயதர் அவ்வாறு அழைப்படுவதற்குக் காரணம் அவர்கள் எப்பொழுதும் தங்களுடன் ஒரு வெண்கல மணியினை எடுத்துச் செல்வதாலேயே ஆகும்.

கண்ட, கண்டா என்ற தெலுங்குச் சொற்கள் மணியைக் குறிப்பவையாகும். கையில் மணி பிடித்து அதனை ஒலிக்கச் செய்து ஊர்ஊராகச் சென்று லிங்காயத சமயம் பரப்பும் ஜங்கமப் பிரிவினராக கண்டாயதர் இருந்து வந்துள்ளனர். தெலுங்கு மொழி பேசும் கண்டாயதராகிய கண்ட ஜங்கமரே தமிழகத்தில் நாழிமணிக்காரர் (வழக்குச் சொல்) என்ற பெயரில் அழைக்கப்படுகின்றனர்.

தரவுக்களம்

திண்டுக்கல் மாவட்டம் தரவுக்களமாக அமைகிறது. இங்குக் கம்பிளியம்பட்டி, ஆண்டியபட்டி, பொம்மையநாதபுரம், மாங்கரை, மாங்கரை நடுப்பட்டி, சத்திரப்பட்டி, வல்லக்குண்டாபுரம், கொட்டாம்பட்டி, ஈச்சாம்பட்டி, எரியோடு, புங்காம்பட்டி ஆகிய ஊர்களில் நாழிமணிக்காரர்கள் குறைந்த எண்ணிக்கையில் (ஏறக் குறைய 700 குடும்பங்கள்) வாழ்ந்து வருகின்றனர். இதில் கம்பிளியம்பட்டி ஆண்டியபட்டி (125 குடும்பங்கள்) மாங்கரை நடுப்பட்டி (100 குடும்பங்கள்) ஆகிய இரு ஊர்களில் மட்டுமே இவர்கள் அதிக அளவில் உள்ளனர். இந்த இரு ஊர்களில் மட்டுமே தரவுகள் சேகரிக்கப்பட்டுள்ளன. கம்பிளியம்பட்டி, ஆண்டியபட்டி ஆகிய ஊர்களில் ஆய்வு செய்து *மணியாட்டிக்காரர்கள்: ஒரு சமூக வரலாறு* (2000) என்னும் தலைப்பில் நூலாக மா. கருணாகரன் வெளியிட்டுள்ளார். தமிழ்நாடு, ஜங்கம் சமூக நலச்சங்கம் 1995 ஆம் ஆண்டு மதுரையில் நடத்திய மாநாட்டில் மாநாட்டு மலர் ஒன்று வெளியிட்டுள்ளது. இவ்விரு நூல்களும் ஆய்விற்குத் துணையாக எடுத்தாளப்பட்டுள்ளன.

இன வரலாறு

தெலுங்கு பேசும் ஜங்கம் சமூகத்தார் தமிழகம் முழுவதும் பரவி உள்ளனர். எனினும் நாழிமணிக்காரர்கள் தென்மாவட்டப் பகுதி களில் குறிப்பாக புதுக்கோட்டை, திண்டுக்கல், மதுரை, தூத்துக்குடி, திருநெல்வேலி மாவட்டங்களில் பரவலாகக் காணப் படுகின்றனர். இவர்கள் வாழும் ஊர்கள் குக்கிராமங்களாகவும் தமிழல்லாத பிறமொழி பேசும் மக்கள் வாழுமிடங்களாகவும் உள்ளன. இதனாலேயே நாழி மணிக்காரர்கள் வாழும் ஊர்கள் அருகிலுள்ள பெரிய ஊர்களோடு இணைத்தே அடையாளப் படுத்தப்படுகின்றன. புலம்பெயர்ந்த சூழலில் பாதுகாப்புக் கருதியும் தங்களின் தனித்த அடையாளங்களைப் பாதுகாக்கவும் தமிழல்லாத பிறமொழி பேசும் மக்களோடு இணைந்து வாழத் தலைப்பட்டிருக்கலாம்.

வெண்கல மணியைக் கையில் வைத்து ஒலித்தவாறு சைவக் கடவுளரைப் போற்றிப் பாடல்களைப் பாடிக்கொண்டு இரவலர் களாகத் திரியும் கண்ட ஜங்கம் பேச்சுவழக்கில் ஆண்டி, பண்டாரம், மணியாட்டி, மணியாட்டிக்காரர், நாழிமணிக்காரர் என்றவாறு அழைக்கப்பட்டும் சைவசமயம் சார்ந்த இரவலர்களாகக் கருதப் பட்டும் வருகின்றனர். இவர்கள் பெயருக்குப் பின்னால் ஆண்டி, பண்டாரம் என்று சேர்த்துக்கொள்ளும் வழக்கம் உள்ளது. நாழி மணிக்காரர்களைக் குறிப்பிடும் ஆண்டி பண்டாரம் ஆகிய சொற்கள் குறித்து இங்கு விளக்குவது அவசியமானதாகும்.

ஆண்டி என்ற பின்னொட்டு ஜங்கமருக்கு மட்டும் உரியதன்று. அது சமயப்போர்வையில் இரவல்தொழிலை மேற்கொண்டுவரும் அனைவரையும் குறிக்கத் தமிழில் வழங்கப்பட்டுவரும் பொதுச் சொல்லாகும். ஆண்டிகள் பல்வேறு சாதிகளிலிருந்தோ, தொழில் அடிப்படையிலோ (ஜோகி ஆண்டி, பூவாண்டி, இலையாண்டி, கோவிலாண்டி) தோன்றியவர்கள். அதைப்போலவே பண்டாரம் என்ற சொல்லும் தமிழகப் பிள்ளைச் சாதியிலிருந்து தோன்றிய உட்பிரிவினரையும் கோவிலில் பூசைசெய்யும் பண்டாரங்களையும் குறிப்பதாகும். இம்முறையிலேயே சமயப் போர்வையில் மணி யாட்டிக்கொண்டு இரவலராகவும் பூசை செய்வோராகவும் தமிழகப் பகுதியில் திரிந்த நாழிமணிக்காரர்களும் ஆண்டிப் பண்டாரம் என்னும் பெயர்களில் அழைக்கப்பட்டிருத்தல் வேண்டும். இவர்கள் சிவவேடம் தரித்து மணியடித்துப் பாட்டுப் பாடி நெல்வாங்கும் போது இவர்கள் மணியில் நெல் கொட்டுவார்கள். இந்த மணி

ஒரு நாழி நெல் பிடிக்குமென்பதால் நாழிமணி வாங்குபவர்கள் என்னும் பொருளில் 'நாழிமணிக்காரர்' என்னும் பெயர் ஏற்பட்டது.

அடைக்கலமாகப் புதிய பண்பாட்டுச் சூழலில் வாழ்ந்துவந்த நாழிமணிக்காரர்கள் ஆண்டி, பண்டாரம் ஆகிய பின்னொட்டுகளை இயல்பாகவே ஏற்றுக்கொண்டு தம் தொழில் சார்ந்த சமூகத்தாரோடு ஐக்கியமாகித் தங்களின் வாழ்க்கையைத் தக்கவைத்துக்கொண்டு வந்துள்ளனர் என்பதையே ஆண்டி, பண்டாரம் ஆகிய சொற்கள் உணர்த்துகின்றன.

சாதித் சான்றிதழ்களில் கன்னடியர், ஆண்டிப்பண்டாரம், ஜங்கம் என்றும் கன்னடியப் பண்டாரம் என்றும் குறிப்பிடுவதாகக் கூறுகின்றனர். தமிழக அரசின் சாதிப்பட்டியலில் கன்னடியர் பிற்பட்டோர் வகுப்பைச் சேர்ந்தோர் பட்டியலிலும் (எண்: 50) ஆண்டிப்பண்டாரம் (எண்: 2), ஜங்கம் (எண்: 11) ஆகியவை மிகவும் பிற்பட்டோர் வகுப்பைச் சேர்ந்தோர் பட்டியலிலும் இடம் பெற்றுள்ளன. இங்குக் குறிப்பிடப்பட்டுள்ள கன்னடியர் என்ற சாதிப் பிரிவு இனஉயர்வு கருதியே இவர்களால் பதியப்பட்டு வந்துள்ளதை அறியமுடிகிறது. ஏனெனில் கன்னடியர்களுக்கும் இவர்களுக்கும் எவ்விதக் கொடுக்கல் வாங்கலும் இல்லை. மேலும் இருபிரிவினர் பேசும் மொழியும் வெவ்வேறாக உள்ளது. இவர்கள் இன்றைய நிலையில் ஜங்கம் என்று சாதிச் சான்றிதழ் பெறும் போக்கு மிகுந்து காணப்படுகிறது. புராண இதிகாச மாந்தர்களைப் போல் வேடமிட்டு ஊர் ஊர்ராகச் சென்று பாடி இரவல் தொழில் செய்யும் பகல் வேடக்காரர்களும் தங்களை ஜங்கம பண்டாரம் என்றே பதிவுசெய்து வருகின்றனர்.

நாழிமணிக்காரர்கள் பிற தெலுங்கு பேசும் இரவலர்களான பாமுலுவாலு (பாம்புவித்தை காட்டி இரவல் பெறுவோர்), தாதர், தாசரி (நாமமிட்டு தப்பு, சேகண்டி அடித்துப் பாடி இரவல் பெறுவோர்), பகல்வேடக்காரர், பூவாண்டி, குடுகுடுப்பைக்காரர் ஆகியோரிடமிருந்து அனைத்து நிலைகளிலும் மாறுபட்டோராகக் காணப்படுவதையும் பிற தெலுங்கு பேசும் சமூகத்தாரோடு எவ்வித உறவுமின்றி இருப்பதையும் அறியமுடிகிறது. மேற்கூறிய கருத்து களின்வழி ஆண்டி, பண்டாரம் என்ற பின்னொட்டுகள் நாழி மணிக்காரர்கள் தமிழகம் வந்த சூழலில் அவர்களுக்குச் சூட்டப் பட்டவை என்பதையும் வீரசைவம் வளர்ந்தோங்கிய கன்னடப் பகுதியிலிருந்து வந்தவர்கள் என்பதைக் காட்டவும் சமூக உயர்வு

கையில் மணியுடன் நாழிமணிக்காரர்

கருதியும் தங்களைக் கன்னடியர், ஜங்கம் என்று குறிப்பிட்டு வருவதையும் உணரமுடிகிறது.

நாழிமணிக்காரர்கள் தங்களின் இனத்தோற்றம், தொழில் குறித்த தொன்மக் கதைகளை இன்றும் வழக்கில் கொண்டுள்ளனர். தோற்றம் பற்றிக் கூறுகையில் 'லிங்கத்திற்குப் பூசை செய்வதற்காகக் காமதேனு வயிற்றில் பிறந்தவர்கள்' என்றும் தேவலோகத்திலிருந்து பூமிக்கு அனுப்பப்பட்டவர்கள் என்றும் பூசைசெய்யும் பணியை இன்றும் தொடர்ந்து செய்துவருவதாகவும் குறிப்பிடுகின்றனர்.

மற்றொரு கதையில் சிவனுக்கு உதவியாயிருந்த துவாரபாலகன் கைலாசத்தின் வடபகுதியிலுள்ள ஆகாய கங்கையில் வாழும் கௌரி என்ற சங்கின் கர்ப்பத்தில் சுயசங்கமனாகப் பிறந்தான் என்றும் சுயசங்கமன் சிவனை வணங்கி நின்றபொழுது சிவன் தன்னையே பிராண லிங்கமாக்கி சங்கமன் கையில் தந்தும் தன்மேனியில் அணிந்திருந்த அனைத்தையும் கொடுத்தும் கலியுகம் நாலு லட்சத்து

முப்பதாயிரம் ஆண்டுகள் பிராண லிங்கத்தைத் தாங்கியிருக்குமாறு கட்டளையிட்டார் என்றும் அந்தச் சுயசங்கமர் வழிவந்தோரே தாங்கள் என்றும் கூறுகின்றனர் (கருணாகரன் 2000: 44). 'சங்கிலிருந்து பிறந்ததால் சங்குமர் என்பதாகி சங்கமர், ஜங்கமர், ஜங்கம் என்றாகி விட்டதாகவும் கூறப்படுகிறது (செல்லப்பாண்டியன் 1995: 70).

மேற்கூறப்பட்ட தொன்மங்கள் உண்மையானவையா? ஏற்றுக் கொள்ளத்தக்கவைதானா? என்பதைவிட நாழிமணிக்காரர்கள் வேடந்தரித்துத் திரிபவர்கள் என்ற புரிதல்களை இத்தொன்மங்கள் உணர்த்துகின்றன என்பதை மறுப்பதற்கில்லை.

இன்றளவும் இவர்கள் சைவக்கோவில்களில் பூசாரிகளாக இருந்து வருவதும், சிவனடியாரைப் போல வேடமிட்டு சமய இரவலர்களாகத் திரிவதும் மேற்கூறிய கருத்துகளோடு ஒத்துப் போவதைக் காணலாம்.

நாழிமணிக்காரர்கள் தெலுங்கைத் தாய்மொழியாகக் கொண்டவர் களாதலால் இவர்கள் ஆந்திரத்திலிருந்து புலம்பெயர்ந்து வந்ததற் கான காரணம் ஏதேனும் இருத்தல் வேண்டும். இவர்களின் வாய் மொழிக் கதையின் வழி முஸ்லிம்களுக்குப் பெண்தர மறுத்ததால் ஆந்திரத்தின் பெல்லாரிப் பகுதியிலிருந்து விரட்டப்பட்டதாக அறியப்படுகிறது.

இதேபோன்ற கதையைத் தமிழகம் வந்து குடியேறியுள்ள தெலுங்கு, கன்னடம் பேசும் இனத்தார்களும் சிற்சில மாற்றங் களுடன் எடுத்துரைக்கின்றனர். விசாரித்தபோது 'பெல்லாரியில் இருந்து வந்தவகன்னு எங்க பெரியாளுக சொல்லிக்கிடுவாக; இந்தக் கதையெல்லாம் எங்களுக்குத் தெரியாது' என்று கூறினர்.

சமயப் பற்றுள்ளவர்களாக, சமயம் சார்ந்த நாடோடிகளாகத் திரிந்ததால் இஸ்லாமியர் ஆட்சிக்காலத்தில் விரட்டியடிக்கப் பட்டிருத்தல் வேண்டும். அதனைத் தொடர்ந்து அடைக்கலம் தேடி நாயக்கர் ஆட்சி நடைபெற்ற தமிழகப் பகுதிகளில் வந்து தஞ்சம் புகுந்திருக்கவேண்டும். காலமாற்றத்தில் நிலையான வாழ்க்கை யைத் தமிழ் மண்ணிலேயே தொடங்கியிருக்க வேண்டும் என்றெல்லாம் இவர்களது புலப்பெயர்வு குறித்து அனுமானிக்க இடமுள்ளது.

நாழிமணிக்காரர்கள் பேச்சு வழக்கு ஏனைய தெலுங்கு பேசும் சமூகத்தாரிடமிருந்து மாறுபட்டுக் காணப்படுவதாகக் குறிப்பிடு

தெலுங்கு	பதருபாசலு	தமிழ்
மாதியவாரு	கீனாச்சி	சக்கிலியர்
மாலவாரு	நாகீனாச்சி	பறையர்
தொங்கவாரு	மிடுச	கள்ளர்
கெவுடு	சுஞ்ச	கவுடர்
ரூகா	கச்சிகா	பணம்
ப்ராமவாரு	தேட்டமாயி	பிராமணர்
ஆவு	படுசம்	மாடு
குக்க	கயக	நாய்
பல்ல	பீகு	கிராமங்களுக்குச் செல்லுதல் (பட்டிக்குப் போதல்)

கின்றனர். தெலுங்கைத் தாய்மொழியாகக் கொண்டிருந்தாலும் வெளியிலும் பிற தெலுங்கு பேசும் சமூகத்தாரிடமும் தமிழிலேயே பேசுகின்றனர். தெலுங்கு பேசும் ஏனையமக்கள் இவர்களை இழிந்தோராகக் கருதியதே இதற்குக் காரணம் எனலாம். மணியாட்டித் தொழிலின் நிமித்தமாக வெளியூர்களுக்குச் செல்லும் பொழுது தங்களுக்குள் சில குறிப்பு மொழிகளைப் பயன்படுத்திக் கொள்கின்றனர். இதனைப் பதருபாசலு என்று குறிப்பிடுகின்றனர்.

தமிழ் தெலுங்கு பேசும் மக்களுக்குப் புரியாத வகையில் தேவைக்கேற்ப பதரு பாஷையைப் பேசிக்கொள்கின்றனர். தொழிலுக்குச் செல்லும் நிலையில் தங்களைத் தெலுங்கு பேசுவோராகக் காட்டிக்கொள்வதில்லை. கருமையான பம்பைத் தலைமுடி, அடர்ந்த தாடி, சப்பை மூக்கு, நெடிய உயரம், நெற்றியில் எப்போதும் திருநீறு பூசி மேல்சட்டையின்றி ஒரு துண்டை மட்டும் தோளில் போட்டுக்கொண்டு ஊர்களில் காணப்படுகின்றனர். திருமணமான பெண்கள் நூல்கொத்தில் வட்டக்காசு கோர்க்கப்பட்ட தாலியை அணிந்தவர்களாகக் காணப்படுகின்றனர். குழந்தைகள் பெற்றுக்கொள்வதில் கட்டுப்பாடு ஏதும் இல்லை. இவர்கள் நீண்ட ஆயுள் உடையோராகக் காணப்படுவது குறிப்பிடத் தக்கதாகும்.

சமூகப் பிரிவுகள்

தொடக்கத்தில் ஓரிடத்தில் நில்லாமல் அலைந்து திரிந்து வாழ்க்கை நடத்தியிருந்தாலும் இப்பொழுது நிலைத்த வாழிடத்தைக்கொண்டு நாடோடிகளாக விளங்கும் நாழிமணிக்காரர்களிடம் பல்வேறு குலப்பிரிவுகள் காணப்படுகின்றன. இப்பிரிவுகளே இவர்களது கொடுக்கல் வாங்கல் குறித்த உறவுமுறைகளை ஒருங்கிணைக்கும் பணியை மேற்கொள்கின்றன. மணியாட்டிக்காரர்களிடையே 24 உட்பிரிவுகள் காணப்படுவதாகக் கூறப்படுகிறது. அவை: 1. பெப்பலாண்டி, 2. கணுகுராண்டி, 3. முருகுகனாண்டி, 4. சத்தியாருவால், 5. உத்திராட்சவால், 6. முகூர்த்தவால், 7. மிடுகாவால், 8. பசுவலிட்டிவால், 9. திருமலவால், 10. மந்தலவால், 11 சத்தியத்துவால், 12. பச்சியத்துவால் 13. சித்தாமரைவால், 14. கக்கலவால், 15. பெத்தேட்டிவால் 16. புலிகித்தவால். 17. எல்லிட்டிவால், 18. சப்பட்டவால், 19. படுசம்வால், 20. கொல்லகட்டிவால், 27. கொழிவிளிவால், 22. கொண்டீர்வால் 23. போனகிரிவால், 24. சிக்னவால் என்பன வாகும் (மேலது: 20).

களப்பணியில் (ஆண்டியபட்டியில்) சேகரித்த குலப் பிரிவுகள்

1.கணுகுராண்டி, 2. திருமலாண்டி, 3. முருகலாண்டி, 4. பிடுகுராண்டி, 5. பச்சிகாண்டி, 6. உத்ராச்சாண்டி, 7. மங்களாண்டி, 8. சிகனாண்டி, 9. புலிகுத்தியாண்டி, 10. சக்லாண்டி, 11. ராகிபிட்டாண்டி, 12. பெத்தட்டியாண்டி, 13. மந்தட்டி யாண்டி, 14. கொண்டிகிராண்டி, 15. போனுகிராண்டி, 16. பச்சிகித்தாண்டி.

நடுப்பட்டியில் சேகரித்த குலப் பிரிவுகள்

1. கணமுடிவாரு 2. மசிவாரு, 3. கனகிருவாரு, 4. கம்பரவாரு, 5. வைராக்கியம்வாரு, 6. எடசேரிவாரு, 7. கொல்லவாரு, 8. சக்கையாவாரு, 9. மசக்காளிவாரு.

ஜங்கமரைப் பற்றிய பட்டயம் ஒன்றில் இவர்கள் பல்வேறு கோத்திரங்களாக உள்ள செய்தி காணப்படுகிறது. அவை: 1. நீலபண்டாரி கோத்திரம், 2. பாலகோத்திரம், 3. கூத்தாடி கோத்திரம், 4. மடமிக்கார கோத்திரம் 5. பாலக்கரை கம்பிளி கோத்திரம், 6. குடைக்கார வெப்புல கோத்திரம், 7. மாடகோத்திரம், 8. வைராக்கிய கோத்திரம், 9. நறுவன சுகந்தமா கோத்திரம் ஆகியவை குறிப்பிடப்பட்டுள்ளன.

தானியம் பெற்றபின் விபூதி வழங்குதல்

கோத்திரப் பெயர்களில் வைராக்கியவாரு என்பது மட்டுமே இன்று வழக்கில் உள்ளது. பண்டாரிகோத்திரம் என்பது இன்றைய நிலையில் ஜங்கம் சாதியைச் சேர்ந்த ஏவலாளரைக் குறிப்பிடும் பெயராக உள்ளது.

பெயர், ஊர், தொழில் என்ற அடிப்படையில் குலப்பிரிவுகள் அமைந்திருப்பதையும் புதிய பிரிவுகள் தோற்றம் பெற்று வருவதையும் காணமுடிகிறது. பெயர்களில் பின்னொட்டுகளாக இடம்பெறும் வால் (வாள்ளூ), ஆண்டி, வாரு ஆகியவை காலத்திற்கு ஏற்ப மாறிவரும் நிலையை அறியமுடிகிறது. இப்பொழுது ஆண்டி என்ற பின்னொட்டை குலப்பிரிவின் பின்னால் சேர்த்துக் கொள்வது தவிர்க்கப்பட்டுவருகின்றது.

தொழில்

நாழிமணிக்காரர்கள் இடம்விட்டு இடம் செல்லக்கூடிய நாடோடித் தன்மையுடையவர்கள் என்பதால் ஓரிடத்தில் நிலையாகத் தங்கி

தொழில் செய்ய வாய்ப்பு குறைவு. சமயம் பரப்பும் இரவலர்களாக இருந்து மணியடித்துப் பாடி ஊர் ஊராய்த் திரிந்து இரவல் தொழில் செய்து இடம்பெயர்ந்து வந்துள்ளதை இவர்களது நடைமுறை வாழ்க்கை உணர்த்துகிறது. நாழிமணிக்காரர் குறித்த வரலாற்றுச் சான்றுகள் கிடைக்கப்பெறவில்லை. கி.பி. 12ஆம் நூற்றாண்டில் தோன்றிய கலிங்கத்துப்பரணியில்

சேனைமடி களங்கண்டேம் திகைத்து நின்றேம்
தெலுங்கரேம் என்றுசில கலிங்கர் தங்கள்
ஆனைமணி யினைத்தாளம் பிடித்துக் கும்பிட்டு
அடிப்பாணர் எனப்பிழைத்தோர் அநேகர் அங்கே   (பாடல். 469)

என்ற பாடலடிகள் இடம்பெற்றுள்ளன.

சோழ மன்னனால் போர்க்களத்தில் தோற்கடிக்கப்பட்டுத் தப்பி யோடிய கலிங்க வீரர்களில் சிலர் மணியினைத் தாளமாக அடித்த வாறு தங்களைத் தெலுங்குப் பாணர் எனக் கூறித் தப்பித்ததாகக் குறிக்கப்பட்டுள்ளது. இதன்வழி மணியடித்துத் தொழில் செய்யும் பாணர் அக்காலத்தில் இருந்துள்ளனர் என்பதையும் அத்தெலுங்குப் பாணரின் வழிவந்தோராக நாழிமணிக்காரர்கள் இருந்திருத்தல் கூடும் (கருணாகரன் 2000: 23).

மணியாட்டி இரவல் தொழிலை மேற்கொண்டு வருவதற்கான காரணங்கள் குறித்த தொன்மங்கள் இவர்களிடையே இருந்து வருகின்றன.

முதல் தொன்மத்தில் ஆதிகாலத்தில் ஒருநாள் உலகத்திலுள்ள மக்களெல்லாம் தனித்தனிக் கூட்டமாகப் பிரிந்து சிவனிடம் போய்த் தங்களுக்கு வேண்டிய தொழிலைத் தரும்படி கேட்டதாகவும் சிவனும் அவர்களுக்கு வேண்டிய தொழிலைத் தந்து ஆசீர்வதித்த தாகவும் இறுதியில் தனித்து நின்ற ஒரு கூட்டத்தாரைப் பார்த்து 'உங்களுக்கு என்ன தொழில் வேண்டும்' என்று சிவன் கேட்ட தாகவும் 'நாங்கள் இந்த உலகத்தை ஆளவேண்டும்' என்று கூறிய தாகவும் இறைவன் அவர்களைத் தன் பிள்ளைகளாக நினைத்துத் தான் உடுத்தியிருந்த ஆடைகளையும் தலையில் சூடியிருந்த சூரியசந்திரரையும் கையில் இருந்த மணியையும் கொடுத்து, 'இதை நீங்கள் அணிந்து உலக மக்கள் தரும் நெல்லைக் கப்பமாகப் பெறுவீர்கள்' என்று சொன்னதாகவும் அதன்படியே சிவவேடம் தரித்து மணியடித்து வீடுவீடாகச் சென்று நெல் பெறுவதாகவும் கூறப்பட்டுள்ளது (செல்லப்பாண்டியன் 1995).

மற்றொரு தொன்மத்தின்படி 'சிவனை சனிபகவான் ஏழரை ஆண்டுகள் பிடித்துக்கொண்டதாகவும் அந்தக் காலகட்டத்தில் சிவன் ஆண்டியாக அலைந்து பிச்சையெடுத்துத் திரிந்ததாகவும் ஏழரை ஆண்டுகள் முடிந்த நிலையில் தான் வைத்திருந்த மணியையும் உடுத்தியிருந்த ஆடையையும் தங்கள் இனத்தாருக்கு வழங்கிய தாகவும் அவர்கள் வழிவந்தவரே மணியாட்டிக்காரர் ஆகும் (மேலது : 43).

முதல் தொன்மம் சிவனிடம் மணியாட்டித் தொழிலை வேண்டிப் பெற்றதாகவும் இரண்டாவது தொன்மம் சிவனே மணியாட்டித் தொழிலை மேற்கொள்ளுமாறு கூறியதாகவும் அமைந்துள்ளது. தொன்மங்களில் கூறப்பட்டுள்ளபடியே இன்றும் சிவவேடம் தரித்து மணியாட்டி ஊர்ஊராகச் சென்று இரவல் தொழில் செய்யும் நிலையைக் காணமுடிகிறது.

நாழிமணிக்காரரிடம் எடுத்த நேர்காணல் இங்குத் தரப்படுகிறது.

நேர்காணல்

☞ அய்யா ஒங்க பேரு ஊரெல்லாஞ் சொல்லுங்க?

ஏம் பேரு சின்னையா. கம்பிளியம்பட்டிக்கி வடக்க இருக்க ஆண்டியபட்டிதேன் என்னோட ஊரு.

☞ நீங்க என்ன தொழில் செய்றீங்க?

மணியடிக்கிறதுதேன் எங்க தொழில். ஏதோ ஒரு பக்கம் போயி மணியடிச்சுப் பாட்டுப்பாடுனா நெல்லு போடுவாங்க.

☞ இந்தத் தொழில் எப்பயிருந்து செஞ்சிக்கிட்டு வர்றைங்க?

இது ஆதிகாலப் பழக்கம்ங்க. எங்கப்பா அவங்கப்பா எல்லாரும் இதே தொழிலகத்தேஞ் செஞ்சுக்கிட்டிருந்தாங்க. அதையே நாங்களும் இப்ப செஞ்சுக்கிட்டு வர்றோம்.

☞ மணியடிக்கப் போற தொழில நீங்க எப்படிச் சொல்லுவீங்க?

'பட்டிக்கிப்போயேதி' அதாவது ஊர்களுக்குப் போறதுன்னு நாங்க சொல்லுவோம்.

☞ மணியடிக்கிற தொழிலுக்குப் போகும்போது எந்த மாதிரிப் போவைங்க?

பக்கத்து ஊருகளுக்கெல்லாம் நாங்க போகமாட்டோம்.

ரொம்ப தூரத்துக்குப் போயிருவோம். அப்பிடிப்போனா சிவவேடந்தரிச்சு அதாவது காவிநிறத் தலைப்பாகைய கட்டிக்கிருவோம் (அது சிவனோட கிரீடம்). அதில வெங்கலத்தில் சூரியன் சந்திரன் பொறிச்சு மேல மயிலிறகச் சொருகி தலையில் கட்டிக்கிருவோம். மடிப்புவச்சுத்தச்ச நீளமான வெள்ளை அங்கி போட்டுக்கிருவோம். நெத்தியில் விபூதி பூசிப் போட்டு வலதுகையில் மணியப் பிடிச்சிக்கிரு வோம். கழுத்துல பையி ஒன்னத் தொங்கவிட்டுக்கிருவோம். அப்பிடிப்போயி வீடுக முன்னால நின்று 'அரகரா அரகரா' ன்னு பாட்டுப்பாடி, மணியடிப்போம். அப்பிடிப்பாடி மணியடிச்சா 'மணியாட்டிச்சாமியாரு வந்திருக்காரு'ன்னு சொல்லி நெல்லு கொண்டுவந்து போடுவாங்க.

☞ பட்டிக்கிப் போகும்போது நீங்கமட்டுந் தனியாப் போவைங் களா? இல்ல பலபேரு சேர்ந்து போவைங்களா?

ஊரைவிட்டுக் கௌம்பும் போது மூணுபேரு நாலுபேருன்னு சேந்துதேம் போவோம். பட்டியில போயி ஆளுக்கொரு பக்கமாப் பிரிஞ்சுக்கிருவோம்.

☞ வருசமெல்லாம் பட்டிக்கிப் போவைங்களா? இல்ல அதுக்கின்னு ஒரு காலம் இருக்கா?

அதாவது பெரும்பாலும் தை மாசந்தேம் போவோம். அப்பதேன் வயலு வேலையெல்லாம் முடிஞ்சு ஆளு கெல்லாம் வீட்ல இருப்பாங்க. அந்த நேரம் போனாத்தேன் நெல்லு கிடைக்கும். அப்படிப்போனா திரும்பி வர்றதுக்கு ஒரு ரெண்டு மூணு மாசமாவது ஆகும்.

☞ வீடுகள்ல மட்டும் பாட்டுப்பாடி நெல்லு வாங்குவைங்களா? இல்ல நெல்லடிக்கிற களத்துக்கே போயி நெல்லு வாங்கு வைங்களா?

இல்லைங்க. நாங்க களத்துக்குப் போகமாட்டோம். வீடுகள்ல மட்டுந்தேம் போயிப்பாடி நெல்லு வாங்குவோம். வேறெதை யும் வாங்கமாட்டோம். சோசியம் பாக்குற வள்ளுவருதேன் களத்தில போயி களத்துப் பாட்டுப்பாடி நெல்லு வாங்குவாங்க. நாங்க அங்கையெல்லாம் போக மாட்டோம்.

☞ பட்டிக்குப்போயி நெல்லு வாங்கும்போது அவங்க ஒங்கள எப்பிடியெல்லாங் கூப்பிட்றாங்க?

அதாவது சிலபேரு மணியாட்டிக்காரம்பாங்க. சிலபேரு மணியாட்டிச் சாமியாரும்பாங்க. சிலபேரு நாழிமணிக் காரம்பாங்க. ஒவ்வொருத்தரும் ஒவ்வொரு விதமாகச் சொல்லிக்கிருவாங்க.

☞ மணியடிச்சுக்கிட்டு நீங்க போறதுனால மணியாட்டிக் காரங்கன்னு சொல்றாங்க. அது ஏன் நாழிமணிக்காரங்கன்னு சொல்றாங்க?

அது வந்து நாங்க கையில வச்சிருக்க வெங்கலமணி ரொம்பப் பெருசுங்க. ஒரு நாலஞ்சி கிலோ இருக்கும். அந்த மணியத்தேன் ஆட்டிக்கிட்டே பாட்டுப் பாடுவோம். அப்பிடிப் பாடும்போது வீட்ல இருக்கவங்க நெல்லு கொண்டுவந்து போடுவாங்க. அப்படிப் போடும்போது அந்த நெல் எங்க மணியிலதேங்க வாங்குவோம். அதாவது மணியோட வாய்ப்பக்கத்த நிமித்திப் பிடிச்சுக்கிருவோம். அந்த மணி நெறையா நெல்லு போடு வாங்க. அந்த மணி ஒரு நாழிநெல்லு, அதாவது ஒரு படியளவு நெல்லுப் பிடிக்கும். நாங்க வச்சிருக்க மணி ஒரு நாழி அளவு நெல்லுப் பிடிக்கிறதுனால எங்கள நாழிமணிக்காரங்கன்னு சொல்லிக்கிருவாங்க.

☞ இந்தமணி எப்படி ஒங்க இனத்தாருக்குக் கெடச்சது?

இது ஈஸ்வரனோடதுங்க. அவருதேன் எங்களுக்கு இதக் குடுத்தாரு. எங்காளுக வீடுகள்ள இந்த மணி தவறாம இருக்கும். பட்டிக்கிப் போகும்போது இந்த மணி இல்லாம எங்காளுக போகமாட்டாங்க.

☞ பட்டியில என்னா மாதிரிப் பாட்டுப் பாடுவீங்க?

அதாவது பட்டியில போயி நெல்லப்பத்தித்தேங்க பாடுவோம். மொதல்ல சிவன், முருகன், காமாட்சி இவங்களப் பத்திப் பாடுவோம். அப்புறம் நெல்லுவகை சொல்லிப் பாடுவோம். கடைசியா நெல்லுப் போடுறவங்கள வாழ்த்திப் பாடுவோம். (பட்டி பாட்லு - நெல்லுப்பாடல் கட்டுரையின் இறுதியில் தொகுத்தளிக்கப்பட்டுள்ளது.)

☞ ஒவ்வொரு வீட்டு முன்னாடியும் நின்னு இந்தப் பாட்டுக்களப் பாடுவைங்களா?

இல்லைங்க. அவங்க நெல்லு கொண்டுவந்து போடுற

வரைக்கும் பாடுவம். நெல்லு போட்டுட்டாங்கன்னா அரோ கரா போட்டு விபூதியக் குடுத்துட்டு அடுத்த வீட்டுக்குப் போயிருவோம்.

☞ மாசக்கணக்கா வெளியூரு போறைங்க. எங்க தங்குவைங்க?

நாங்க தங்கவா எடமில்ல. விநாயகர் கோயிலு, ஊர்ச்சாவடி, மடம், சத்தரம் இப்டி ஏதாவதொரு எடத்தில தங்கிக்கிருவாம். வருசமெல்லாம் போற ஊருகதான. எங்களுக்கு செரம மெல்லாந் தெரியாது.

☞ பட்டிகளுக்குப் போகும்போது மக்கள் ஒங்களை எப்பிடிப் பாக்குறாங்க? மதிக்கிறாங்க?

மக்கள் எங்கள சிவனடியார்களாத்தேம் பாக்குறாங்க. நாங்க வீட்டு முன்னாடி போயி நின்னு மணியடிச்சாச்சின்னா எங்கள வெறுங்கையோட அனுப்ப மாட்டாங்க. சிலபேரு எங்க கால்ல விழுந்து விபூதி வாங்கிட்டுப் போவாங்க. அந்த மாதிரி மரியாதையா நடந்துக்கிருவாங்க.

☞ இப்பவுந் தொடர்ந்து பட்டிக்கிப் போறைங்களா? அதுல ஏதாவது மாற்றம் இருக்குதா?

இப்பெல்லாம் பட்டிக்கி அதிகமாப் போறதில்லைங்க. பட்டிக்கிப் போறத எங்காளுக எகழ்ச்சியா நெனச்சு வேறவேற தொழில் பார்க்கப் போயிர்றாங்க. காலம் மாறிக்கிட்டு வருதில்ல.

மேற்கண்ட நேர்காணல் நாழிமணிக்காரர்களின் தொழில்முறை யினையும் அதனை மேற்கொள்வதற்கான காரணங்களையும் மாறிவரும் போக்கினையும் தெளிவுபடுத்துகிறது. பட்டிப்பாட்டில் முனிவர் இட்ட கட்டளையால் இத்தொழிலில் ஈடுபட்டுவருவ தாகக் கூறப்படுகிறது. மணியாட்டித் தொழில் எந்தளவிற்குச் சடங்கியல் நிகழ்வாக இருந்திருக்கின்றது என்பதைத் தகவலாளி ஒருவரின் கீழ்க்காணும் கூற்று உணர்த்துகிறது. ‘அந்தக் காலத்துல பட்டிக்கிப் போறவங்களெல்லாம் ஒன்னாச்சேர்ந்து மணியெல்லாங் கொண்டு போயி வெனாயங்கோயில்ல வச்ச பூசை செஞ்சு போவாங்க. எல்லாருமாச் சேந்து அவகள வழியனுப்பிவிடுவாக. அதேமாதிரி பட்டிக்கிப்போயி நெல்லெல்லாம் வாங்கி வண்டியில நெல்லு மூட்டைகள் ஏத்தி ஊருக்குக் கொண்டாருவாக. அப்டிக் கொண்டாரபோது பொம்பளையாளுகெல்லாம் போயி

ஊருக்கு வெளிய நின்னு அவகளுக்கு ஆலாத்தி எடுத்து மங்களப் பாட்டுப் பாடுவாக. அப்பறந்தேன் எல்லாரும் ஊருக்குள்ள வருவாக' என்று கூறினார்.

மணியாட்டிக்காரர்கள் தங்கள் குலத்தொழிலுக்கு ஆதாரமாக வைத்துள்ள செம்புப் பட்டயத்தில் ஆண்டியபட்டியில் வாழும் நாழிமணிக்காரர்களில் சிலர் குறிப்பிட்ட பகுதிகளுக்குச் சென்று தானியம் வசூலிக்கும் உரிமை பெற்றவர்கள் எனக் குறிப்பிடப் பட்டுள்ளது. இந்த உரிமையை இவர்கள் கும்பகோணம் சாரங்க தேசிக சுவாமிகள் என்பவருக்குக் காணிக்கை கொடுத்துப் பெற்றதாகவும் கூறப்பட்டுள்ளது (செல்லப்பாண்டியன் 1995: 30). இந்த உரிமை இப்பொழுது நடைமுறையில் இல்லை. இதுகுறித்து ஆராய்ந்தால் நாழிமணிக்காரர்களின் புலப்பெயர்வு குறித்த புதிய செய்திகள் புலப்பட வாய்ப்புள்ளது.

பட்டிப்பட்டு அமைப்பும் உள்ளடக்கமும்

நாழிமணிக்காரர்கள் நன்கு பாடத் தெரிந்தவர்களாக உள்ளனர். பட்டிக்குச் சென்று மணியாட்டிக்கொண்டே பாடலைப் பாடி இரவல் பெறுவோராகவே உள்ளனர். குறிப்பிட்ட வீட்டின் முன் நின்றவுடன் அரகரா அரகரா என்று சொல்லி மணியை ஒலிக்கச் செய்து பின்னரே பாடத் தொடங்குகின்றனர். தெய்வ வணக்கம், நெல்லுவகை, நாழியின் சிறப்பு, வாழ்த்துரை என்ற அடிப் படையில் பாடலைப் பாடுகின்றனர்.

தெய்வ வணக்கப் பகுதியில் முருகனைப் பற்றியே அதிகம் சிறப்பித்துப் பாடப்படுகின்றது. அடுத்த நிலையில் நெல்லு வகைகள் இடம்பெறுகின்றன. சுமார் இருபதிற்கும் மேற்பட்ட நெல்வகைகள் நிரல்படுத்திக் கூறப்படுகின்றன (இவற்றில் பல நெல்வகைகள் இன்று வழக்கில் இல்லை). பாடுவோரின் நினைவுத் திறனைப் பொறுத்து நெல்வகைகள் மிகுத்துக் கூறப் படுகின்றன.

நெல்லைப் பற்றிப் பாடுவதற்கும் நெல்லை மட்டுமே இரவலாகப் பெறுவதற்கும் காரணக்கதை ஒன்று வழக்கில் உள்ளது. நாழிமணிக்காரரே ஈஸ்வரனிடமிருந்து நெல்லைப் பெற்று வந்து பள்ளரிடம் (தேவேந்திரகுல வேளாளர்) கொடுத்து விதைக்கச் சொன்னதாகவும் நெல் அவர்களிடம் தங்காமல் மீண்டும் ஈஸ்வரனிடம் சென்றுவிட்டதாகவும் மறுபடியும்

ஈஸ்வரனிடம் சென்று நெல்லை வாங்கி அதற்கு மூக்குக்குத்திக் கொண்டுவந்து கொடுத்து விதைக்கச் சொன்னதாக அந்தக் கதையில் கூறப்படுகிறது. எனவே நெல்லிற்குத் தாங்கள்தான் உரிமை யானவர்கள் என்றும் அதனால்தான் ஊர்ஊராகச் சென்று நெல் வாங்குவதாகவும் கூறப்படுகிறது. தேவேந்திரகுல முதல்வன் தேவலோகம் சென்று நெற்பயிரைக் கொண்டுவந்து பூமியில் பயிர் செய்ததாக தேவேந்திர குலத்தார் தொன்மம் கூறுகிறது. இவ்விரு சமூகங்களின் தொன்மங்கள் வெவ்வேறு பொருண்மை கொண்டவை. தொன்மங்கள் எவ்வாறு இருப்பினும் நாழிமணிக்காரர்களுக்கும் நெல்லிற்கும் ஒருவிதத் தொடர்புள்ளது என்பதை அறியமுடிகிறது.

திருமணமுறை

புலம்பெயர்ந்து வந்து புதிய மொழி, பண்பாட்டுச் சூழலில் வாழ்ந்துவரும் நாழிமணிக்காரர்கள் அகமணக்குழுவினராக இருந்து தங்கள் இனத்தாரிடையே இணக்கத்தை வளர்த்தும் பாதுகாத்தும் வருவதைக் காணமுடிகின்றது. குலத்தொழில் நிமித்தமாக ஆண்கள் பலநேரங்களில் வெளியூர் சென்றுவிடுவதால் தனித்துவிடப்படும் பெண்கள் குழந்தைகள் பாதுகாப்பு கருதி நெருங்கிய உறவிலேயே திருமண உறவை வைத்துக் கொள்ளும் மணமுறையைக்கொண்டு உள்ளனர். சகோதரியின் மகளை முதல் நிலையிலும் அத்தை மகள், மாமன் மகள்களை இரண்டாம் மூன்றாம் நிலைகளிலும் குலப் பிரிவுகளின்படி உறவுமுறை பார்த்துத் தெளிந்து பின்னரே மணம் செய்யும் போக்கு காணப் படுகிறது.

அகமணச் சமூகத்தாராக உள்ள இவர்கள் குல உட்பிரிவுகளின் அடிப்படையிலேயே திருமண உறவுமுறைகளைக் கட்டமைத்துக் கொள்கின்றனர். தாய்மாமன் மகள், அத்தை மகள், அக்காள் மகள் ஆகிய நெருங்கிய உறவுக்குள் மணம்முடிக்கும் ‘முறைமணம்’ இவர்களிடம் காணப்படுகிறது.

தொலைதூரம் சென்று பெண்பார்த்து மணம் முடிக்காமல் உள்ளூரிலோ அருகிலுள்ள ஊர்களிலோ பெண்பார்த்து மணம் முடிக்கின்றனர்.

நாழிமணிக்காரர்களின் பெரியதனக்காரரான பெத்தையா (பெரிய அய்யா) என்பவரை முன்னிலைப்படுத்தியே தெரட்டி

(பூப்புச் சடங்கு), பரிசம் வேசேதி (திருமண உறுதிப்பாடு), பெண்டிலி (திருமணம்) ஆகிய வாழ்க்கைவட்டச் சடங்குகளை நிகழ்த்துகின்றனர். பெண்பார்த்து உறுதிசெய்யும் நிலையில் பெண்ணிற்குப் பத்தரை ரூபாய் பரிசப்பணம், பரிசச் சேலை, பூ இவை பெத்தையா விடம் கொடுக்கப்படுகின்றன. அந்நிலையில் அவர் 'அய்யா கணமுடிவாரு பிட்டத்த மசிவாரிக்கி பெண்டிலி சேசாதானிக்கி ஒச்சண்டேரையா. மீரு ஏட்டி செப்பேரையா? (கணமுடிவாரு குலத்தைச் சேர்ந்த பெண்டிண மசிவாரு குலத்துப் பையனுக்குப் பெண்கேட்டு வந்துள்ளனர். நீங்கள் என்ன சொல்கிறீர்கள்' என்று பெண்வீட்டாரிடம் கேட்க, பெண்வீட்டார் சார்பில் ஒருவர் எழுந்து 'அய்யா கணமுடிவாரு பிட்டத்த மசி வாருக்கு இச்சேதானிக்கு மனமங்க சம்மதமய்யா' (எங்களுக்கு மனப்பூர்வ மான சம்மதம்) என்று பதிலுரைக்கின்றார். பெண் உறுதி செய்யப்பட்ட பின்னர் சபையில் உள்ளோரைக்குலப்பெயர் சொல்லி அழைத்து வெற்றிலைபாக்குக் கொடுக்கின்றனர்.

திருமணம் மணமகன் வீட்டிலேயே நடைபெறுகிறது. பெண்டிலி சாங்கியங்களைப் (திருமணச் சடங்குகள்) பெத்தையா முன்னின்று நடத்துகிறார். பொட்டுகட்டேதி (தாலி கட்டுதல்) நடைபெறும் பொழுது பெத்தையா சபையோரைப் பார்த்து, 'அய்யா ஆகாசவாணி பூமாதேவிங்க பொதுவுக் கணமுடிவாரு பிட்டத்த மசிவாரு பெண்டிலி சேசேதானிக்கி பதிமனிசி சரணாத்தையா?' (இந்தத் திருமணத்தில் உங்களுக்கெல்லாம் சம்மதமா?) என்று கேட்க சபையினர் ஒருமித்த குரலில் 'குருபாதங்கதி' குருவே துணை என்று பதிலுரைக்கின்றனர். பதினாறு அல்லது இருபத்தியோரு நூல்களைச் சேர்த்து மஞ்சள் தடவி அதில் வட்டக்காசினைக் (தங்கக்காசு) கோர்த்துத் தாலியாகக் கட்டுகின்றனர்.

நாழிமணிக்காரர்களிடம் வரதட்சணைப் பழக்கமோ பெரிய அளவில் சீர்கொடுக்கும் வழக்கமோ இல்லை. பொருளாதார வசதியின்மையே உறவில் நெருக்கத்தையும் பிணைப்பையும் இவர்களிடையே ஏற்படுத்தி வருவதை அறிய முடிகிறது.

பலதார முறையும் மறுமணம் செய்துகொள்வதும் இவர்களின் வழக்கத்தில் உள்ளன. மணவீட்டார் திருமணத்தை முன்னிட்டு சாதிக்குப் 'பெண்டிலி காசு' (திருமண வரி) செலுத்தும் வழக்கம் உள்ளது. மணமகன் வீட்டார் ஐம்பது ரூபாயும் மணமகள் வீட்டார் இருபத்தைந்து ரூபாயும் செலுத்தவேண்டும். திருமணக் கட்டுப்

பாடுகளை மீறுவோர் மீது சாதிச்சபையைக் கூட்டி நடவடிக்கை எடுத்துத் தண்டத்தொகை பெறும் வழக்கம் காணப்படுகிறது. திருமணம் தொடர்பாக தனித்துவமான பலவேறு சாங்கியங்கள் இவர்களால் நடத்தப்படுகின்றன.

பஞ்சாயத்து

நாழிமணிக்காரர்களைப் பொறுத்தவரையில் தங்கள் சமூகத்திற் கென்று சில பெரியோர்களைக் காலங்காலமாகக் கொண்டுள்ளனர். இவர்களில் கீழ்க்காணும் நால்வர் குறிப்பிடத்தக்கவர்களாக உள்ளனர்.

1. தலைவர். இவர் ஊர்ப் பொதுச் செயல்பாடுகளில் சாதியின் சார்பாகக் கலந்துகொள்பவர். இவருக்குப் பரம்பரை உரிமை கிடையாது. தேவைக்கேற்ப மாற்றப்படுவார்.

2. பெத்தையா. சாதியின் அனைத்துச் செயல்பாடுகளிலும் முன்னிலை வகிப்பவர். நால்வரில் இவருக்கே முதல் மரியாதையும் முக்கியத்துவமும் அளிக்கப்படுகிறது. இதுவும் பரம்பரையாக வரும் உரிமை கிடையாது.

3. பூசாரி. இவர் குலதெய்வக் கோவில் பூசாரி. கங்கையம்மன் (நடுப்பட்டி), முனீஸ்வரன் (ஆண்டியப்பட்டி) எந்த ஊரில் எந்தத் தெய்வம் குலதெய்வமாகக் கருதப்படுகிறதோ அந்தக் கோவில் பூசாரியாக இருப்பவர். வழிபாட்டில் இவருக்கு முக்கியத்துவம் அளிக்கப்படுகிறது.

சாதி தொடர்பான நிகழ்வுகள் நடைபெறும் சூழல்களில் ஒவ்வொருவரும் ஒவ்வொருவிதமான முக்கியத்துவம் பெறுவதைக் காணமுடிகிறது.

தனித்த நிலையிலும் குறுகிய எண்ணிக்கையிலும் தாழ்வு மனப் பான்மையோடும் வாழும் இவர்களிடம் கட்டுப்பாடுகளும் தண்டனை முறைகளும் இருக்கவே செய்கின்றன. எவ்வளவு பெரியகுற்றம் செய்தாலும் அதற்கேற்ற தண்டனைகள் கொடுத்து சாதிக்குள் இணைத்துக்கொள்ளும் போக்கை இவர்களிடம் காணமுடிகிறது.

சாதிக்கூட்டம் போட்டுக் கலந்துபேசி முடிவெடுக்கும் பண்பு இன்றளவும் மாறாது காணப்படுகிறது. தங்கள் சமூகத்தைச்

சேர்ந்த ஆணோ பெண்ணோ பிற சமூகத்தாரோடு திருமண உறவு வைத்துக்கொண்டால் மட்டுமே வரி வாங்காமல் அவர்களை விலக்கிவைக்கும் வழக்கம் காணப்படுகிறது. மற்ற குற்றங்களுக்கு மன்னிப்பும் தண்டத் தொகையும் பெறப்படுகிறது.

ஐம்பது ஆண்டுகளுக்கு முன்னால் குறிப்பிட்ட சில தவறு களுக்காக இந்தச் சமூகத்தில் கொடுக்கப்பட்ட தண்டனைகள் களத்தில் நினைவுகூரப்பட்டன. அடுத்தவனுடைய மனைவியை ஒருவன் கூட்டிச் சென்று தன்னோடு இணைத்துக்கொண்டாலோ திருமணம் செய்துகொண்டாலோ சாதிச்சபையைக் கூட்டி அவனுடைய நாக்கில் துட்டால் (காசு) குடுபோடும் வழக்கம் இருந்ததாகவும் அதேபோல் ஒருபெண் நடந்துகொண்டால் மண் நிறைந்த கூடையை அவனின் தலையில் வைத்துப் பண்டாரி அந்தப் பெண்ணை பிரம்பால் அடித்துக்கொண்டே வர ஏழுமுறை ஊரைச் சுற்றிவர வேண்டும் என்ற தண்டனை இருந்தது என்றும் கூறப்பட்டது.

தவறான தொழில்களிலோ செயல்களிலோ இவர்கள் ஈடுபடுவது மிகமிகக் குறைவு. ஆள்பலம் பணபலம் குறைந்த இவர்கள் பிற சமூகத்தாரிடம் பணிந்தும் இணங்கியும் நல்லுறவோடும் பழகித் தங்களின் சமூக உறவை வளர்த்து வருவது குறிப்பிடத்தக்கதாகும்.

சமயம்

நாழிமணிக்காரர்களின் பூர்வீகம் பற்றிய கதைகளும் தொழில் சார்ந்த கதைகளும் பிற கதைகளும் சைவ சமயக் கடவுளாகிய சிவனையே மையமாகக்கொண்டு புனையப்பட்டுள்ளன. நாங்கள் வீர சைவ மரபைச் சார்ந்தவர்கள் என்று கூறிக்கொள்ளும் வழக்கமும் இவர்களிடம் காணப்படுகிறது. நாழிமணிக்காரர்களை ஆண்டி, பண்டாரம், ஜங்கம் என்று பிற சமூகத்தார் கூறுவதும் இவர்கள் சைவ சமயம் சார்ந்தவர்கள் என்பதை உறுதிப்படுத்துகிறது.

நாழிமணிக்காரர்கள் தொழிலுக்குச் செல்லும் நிலையில் சிவவேடம் தரிப்பதும் மணி ஏந்திச் செல்வதும் மக்கள் சிவடினயார் களாகக் கருதி வணங்குவதும் அறியத்தக்கவையாகும். முனீஸ்வரன், விநாயகர், முருகன் கோயில்களில் இவர்களே பூசாரிகளாக இருந்து வருகின்றனர். பழனிமுருகன் கோவிலுக்குத் தைப்பூசம், பங்குனி உத்திரம் போன்ற விசேசக் காலங்களின் போது காவடி எடுத்துப் பாதயாத்திரையாகச் செல்லும் வழக்கம் நடைமுறையில் உள்ளது.

பட்டிக்குச் சென்று நெல்லுப் பாட்டுப் பாடும்போது அரகரா என்று தொடங்குவதும் சைவக் கடவுளரைப் பற்றிய பாடல்களைப் பாடுவதும் தலைப்பாகைகளில் சூரிய சந்திரச் சின்னங்களைப் பொருத்தியிருப்பதும் முனீஸ்வரன் வழிபாட்டில் புலிவேட்டை ஆடுவதும் இவர்கள் சைவசமயம் சார்ந்தவர்கள் என்பதை உறுதிப் படுத்துகின்றன.

முனிஸ்வரன் (ஆண்டியபட்டி), கெங்கையம்மன் (நடுப்பட்டி) ஆகிய தெய்வங்களைத் தங்கள் இனத்தெய்வமாகக் கொண்டு ஆண்டிற்கொரு முறை சித்திரை மாதத்தில் விழா எடுத்து வழிபாடு செய்கின்றனர். ஆண்டியபட்டி முனீஸ்வரன் வழிபாட்டில் இடம் பெறும் பாரி வேட்டையும் எறிசோறுவிடும் சடங்கும் குறிப்பிடத் தக்கவையாகும். புலி வேட்டை ஆடுவது போன்றும் வேட்டை யாடிப் புலியைக் கொல்வது போன்றும் பாவனையாக நிகழ்த்திக் காட்டப்படுவதையே பாரி வேட்டையாகக் கருதுகின்றனர்.

பல ஆண்டுகளுக்கு முன்பு ஊருக்குள் புலி நுழைந்து அட்டகாசம் செய்ததாகவும் அப்புலியை நாழிமணிக்காரர்கள் விரட்டியடித்துக் கொன்றுவிட்டதாகவும் அந்நிகழ்வையே முனீஸ்வரன் வழிபாட்டின் போது செய்துகாட்டுவதாகவும் கூறுகின்றனர்.

முனீஸ்வரன் வழிபாட்டில் எறிசோறுவிடும் சடங்கு நள்ளிரவில் நடத்தப்படுகிறது. முனீஸ்வரனுக்காகப் படைக்கப்பட்ட குருதிச் சோற்றை நள்ளிரவில் ஊரைச் சுற்றியுள்ள குறிப்பிட்ட எல்லைப் பகுதிகளில் எறிந்துவிட்டு வருகின்றனர். ஊருக்குள் தீய ஆவிகள் நுழைந்துவிடாமல் இருக்க எறிசோறு சடங்கு செய்யப்படுவதாகக் கூறுகின்றனர்.

சிறுதெய்வம், பெருந்தெய்வம் கலந்த ஒன்றாக நாழிமணிக் காரர்களின் சமயநெறி காணப்படுகிறது. இன்றைய நிலையில் தங்களை வீரசைவ மரபுவழி வந்தவர்கள் என்று கூறிக்கொள்ளும் போக்கு காணப்படுகிறது.

சமூக மாற்றம்

நாழிமணிக்காரர்கள் மணியாட்டிக்கொண்டு இரவலர்களாகச் செல்லும் தொழில்நிலை இன்று மாறிக்கொண்டு வருகின்றது. பல்வேறு தொழில்களில் ஈடுபட்டுத் தங்களின் சமூகநிலையை உயர்த்தி வருவதைக் காணமுடிகிறது.

ஊர்ஊராகச் சென்று வளையல் விற்பது, திருவிழா நடை பெறும் ஊர்களுக்குக் குடும்பத்தோடு சென்று அழகுசாதனக் கடைகள் போடுவது, திருப்பூர், ஈரோடு போன்ற ஊர்களுக்குச் சென்று பனியன் தொழிலில் ஈடுபடுவது என்றவாறு தங்களின் பொருளாதார மேம்பாட்டிற்காக இன்றும் சொந்த ஊர்களை விட்டு அலைந்து திரியும் நிலையே காணப்படுகிறது. என்ன தொழில் செய்தாலும் முன்னேற்றமில்லை என்றும் ஈஸ்வரன் எங்களுக்குக் கொடுத்தது அருள்வாக்குத்தான் பொருள்வாக்கு இல்லை என்றும் சலித்துக்கொள்கின்றனர். நிலைத்த தொழிலோ வருமானமோ சொத்தோ இன்றி அன்றாடம் உழைத்துப் பிழைக்கும் வறுமை நிலையிலும் அறியாமையிலுமே காலங் கழித்து வருகின்றனர்.

நாழிமணிக்காரர் வாழ்க்கை நிலையில் புறவய மாற்றங்களை (தொழில், கல்வி, வேலைவாய்ப்பு) வெளிப்படையாகக் காண முடிகிறது. ஆனால் அகவய நிலையில் (பண்பாட்டு நடத்தைகள்) கலப்பற்ற தனித்த நிலையே ஓங்கிக் காணப்படுகிறது. குடும்பம் குடும்பமாகநகர்தல் குடும்பத்தில் உள்ள ஆண்கள் மட்டும் இரவலர் களாக நகர்தல், பாரம்பரியமான நடைமுறைகளைப் பாதுகாக்கும் வகையில் குறிப்பிட்ட காலங்களில் மட்டும் இரவலர்களாக ஊர்தோறும் அலைதல் என்ற நாடோடித் தன்மைகளில் இவர்கள் இரண்டாம் நிலை நாடோடிகளாகவே (அரை நாடோடிகள்) இருந்து வந்திருக்கின்றனர். நிலையான வாழ்க்கை முறையைக்கொண்டு இருந்தாலும் பொருளாதாரத் தற்சாற்பிற்காக ஊரைவிட்டுச் சென்று உழைத்துப் பொருள்தேடும் நிலையே இன்றும் இவர் களிடம் காணப்படுகிறது.

இளைஞர் அமைப்புகள் தோன்றி சமயப் போர்வையில் இரவல ராகப் பட்டிகளுக்குச் சென்று மணியடிக்கும் தொழிலை இழிவாகக் கருதி மறுத்தும் செல்வோரைத் தடுத்தும் வருகின்றன. மணியாட்டித் தொழில் மேற்கொண்டதற்கான அடையாளங்களைக்கூட தெரிவிக்க மறுக்கும் நிலையும் காணப்படுகிறது. ஆண்டி, பண்டாரம் என்ற அடையாளங்களைத் துறந்து ஜங்கம் என்ற பொது இனமாக ஒன்றிணைவதற்கான முயற்சிகளும் மேற்கொள்ளப்பட்டு வருகின்றன. தெலுங்கு மொழி சார்ந்த அமைப்புகளில் தங்களை ஈடுபடுத்திக்கொள்ளாமல் சமயம் சார்ந்த அமைப்பின் வழியிலேயே (வீரசைவ ஜங்கம் சமூகநலச் சங்கம்) தங்களது சமூக உயர்வையும் பாதுகாப்பையும் பெற விரும்பிச் செயல்படுகின்றனர். உள்ளாட்சி

அமைப்புகளில் அங்கத்தினர்களாகவும் தலைவர்களாகவும் அரசியல் ஈடுபாடுடையோராகவும் இருந்து சமூகத்தின் பொருளாதார முன்னேற்றத்திற்கு அடித்தளமிட்டு வருகின்றனர்.

நாழிமணிக்காரர்கள் சமூக அங்கீகாரம், பொருளாதார தற்சார்பு, கல்வி, வேலைவாய்ப்பு இவற்றைப் பெறும் முயற்சிகளில் தங்களின் புறவய அடையாளங்களை மறுத்து தீவிர முனைப்போடு பயணப்பட்டுவருகின்றனர் என்பதை உணர முடிகிறது.

பட்டி பாட்லு

(கிராமங்களில் பாடும் நெல்லுப் பாட்டு)

அரகர முருகா சண்முக வேலா
குழந்தை முருகா நடந்துவருவாய்
மெய்யான மெய்ப்பொருளே மெய்விளங்கும் சண்முகா
சண்முக வடிவேலா சர்வலோக நாயகனே

பட்டிபெருகிடவே பால்பானை பொங்கிடவே
ஏழைக்குடில்தனிலே இன்பம் அளிப்பாரு
எங்களையும் காப்பாரு உங்களையும் காப்பாரு
ஏழைக்குடில்தனிலே பாலகனாய் இருப்பாரு

அரியநெல்லு பெரியநெல்லு ஆனக்குருவ நெல்லுமிளகி
சிறுமுளகி நெல்லுவ நாழி பெருமுளகி நெல்லுல நாழி
குப்பிச்சம்பா டப்பிச்சம்பா டோரிச்சம்பா நெல்லுல நாழி
சின்னச்சம்பா சீக்கிச்சம்பா சின்னமனூரு சீரகச்சம்பா

வண்ணச்சம்பா சன்னச்சம்பா சோழவந்தான் டொப்பிச்சம்பா
ஆங்குருவ நெல்லுமிளகி ஆடுதொடை நெல்லுல நாழி

ஐஆர் இருபது நெல்லுல நாழி ஐஆர் எட்டு நெல்லுல நாழி
ஒண்டிச்சம்பா நெல்லுல நாழி உய்யக்குண்டான் நெல்லுல நாழி

நீலவர்ண நெல்லுல நாழி நேரிச்சம்பா நெல்லுல நாழி
அன்னச்சம்பா சன்னச்சம்பா வரிக்குருவ நெல்லுல நாழி

அத்தனையும் நெல்லம்மா பைநெறையப் போடம்மா
பட்டிபெருக வேணும் பால்பானை பொங்கவேணும்

குருசக்தி ஒருநாளும் வையகம் பிறந்தநாளில்
முனிவரிட்ட கட்டளையாம் மூவரிட்ட நீதியம்மா
மணிமகுறப் போடவேணும் குடிவளர வாழ்த்தவேணும்

வாழ்த்தறது எங்க பலம் வரந்தருவார் சொக்கநாதர்

ஓட்டநாழி தேடாதம்மா ஒடஞ்ச நாழி தேடாதம்மா
பாட்டநாழி தேடாதம்மா பழைய நாழி தேடாதம்மா
மூணுபூணு கட்டுன நாழி மூதாக்கள் ஆண்ட நாழி
நாலுபூணு கட்டுன நாழி நாதாக்கள் ஆண்ட நாழி

அஞ்சுபூணு கட்டுன நாழி ஐவர்பாண்டவர் ஆண்ட நாழி
அகண்ட நாழி கையெடுத்து அளக்கும் படியெடுத்து
மேல்முடைய மெல்லெறக்கி அடிமூடைய பிடிச்செறக்கி
படியளந்து போடவேணும் பாட்டம்பேரு சொல்லவேணும்

வாசப்படி கல்லுலயும் வழுக்கி நீ விழுந்துறாத
கூரையில மோதிடாம குனிஞ்சுவந்து போடம்மா
மணிமகுறப் போடவேணும் குடிவளர வாழ்த்தவேணும்
பட்டி பெருகவேணும் பால்பான பொங்கவேணும்

வாழ்த்துறது எங்கபலம் வரந்தருவார் சொக்கநாதர்
சொக்கநாதர் அருளாலே சொகுசுவளம் பெற்றுவாழ்வாய்
மீனாட்சி அருளாலே மிக்கவளம் பெற்றுவாழ்வாய்
காமாட்சி அருளாலே கனத்தவளம் பெற்று வாழ்வாய்

உசாத்துணை

கருணாகரன், மா. 2000. *மணியாட்டிக்காரர்கள்: ஒரு சமூக வரலாறு*. காரைக்குடி : ழ வெளியீட்டகம்.

சேகர், சோ. 1991. *பகல்வேடம் : ஒரு நடமாடும் நிகழ்கலை*. மதுரை : அரசு பதிப்பகம்.

செல்லப்பாண்டியன், ப. (தொகுப்பாசிரியர்) 1995. *தமிழ்நாடு ஜங்கம் சமூக நலச்சங்கம் மாநாட்டு மலர்* (மாநில மாநாடு சிறப்புமலர்). மதுரை.

தர்ஸ்டன், எட்கர் மற்றும் கே. ரங்காச்சாரி (தமிழாக்கம் க. ரத்னம்) 1987 (1909). *தென்னிந்தியக் குலங்களும் குடிகளும்* (தொகுதி I-II). தஞ்சாவூர்: தமிழ்ப் பல்கலைக்கழகம்.

7

ஜங்கம பண்டாரம்

சோ. சேகர்

பகல்வேடக் கலையைக்கொண்டு ஊர்ஊராகச் சுற்றிவாழும் தெலுங்கு நாடோடியினரே ஜங்கம பண்டாரம். நாயக்கர் காலத்தில் தமிழகத்திற்கு வந்தவர்கள் என்று பகல்வேடக் கலைஞர்கள் கூறிக்கொள்கிறார்கள். தமிழகத்தில் பகல்வேடத்தின் வரலாற்றை நாயக்க மன்னர்களின் தமிழக வருகையிலிருந்து காணலாம்.

பகல்வேடம் என்னும் கலை ஆந்திராவில் தோற்றம் பெற்று, பின்பு தமிழகத்திற்கு வந்திருக்கிறது. இக்கலைவடிவம் 13ஆம் நூற்றாண்டிற்கு முன்பே தோன்றியதற்கான சான்றுகள் தெலுங்கு இலக்கியங்களில் குறிப்பாகக் கிடைக்கின்றன. தமிழகத்தில் நாயக்க மன்னர்களின் ஆட்சிக் காலத்தில் பகல்வேடம் தோற்றம் பெற்றுள்ளது. இக்கலைஞர்களை நாயக்க மன்னர்கள் ஒற்று வேலைகளுக்காகப் பயன்படுத்தியுள்ளதாகவும் அதற்காக அவர்களுக்கு வல்லம் பகுதியில் மானியங்கள் வழங்கப்பட்ட தாகவும் தெரிகிறது. நாயக்கர்களின் ஆட்சி மறைந்த பின்னர் அரசியல் காரணங்களினால் வல்லம் பகுதியிலிருந்து இடம் பெயர்ந்து திண்டிவனம் பகுதியில் பரவியுள்ளனர் தற்போது தமிழகத்தில் 25க்கும் மேற்பட்ட குழுவினர் இக்கலையோடு தொடர்புகொண்டு நடத்தி வருகின்றனர். ஆந்திராவிலிருந்து சில குழுக்கள் ஆண்டு தோறும் தமிழகத்தின் பல பகுதிகளில் சுற்றித் திரிந்து இந்தக் கலையை நிகழ்த்திச் செல்கின்றனர்.

பகல்வேடமிடும் கலைஞர்களின் சாதி அதிகாரபூர்வமாக (அதாவது வேலை, படிப்பு முதலியவற்றில்) 'ஜங்கம்' எனப் பதிவு செய்யப்படுகிறது. ஆனால் சமுதாய மதிப்பிற்காக தாங்கள்

வாழ்கின்ற இடங்களுக்கேற்பத் தங்கள் சாதியினரைக் குல்லுக் கவர நாயுடு, பலிங்க நாயுடு, லிங்காயத்து நாயுடு எனக் கூறிக் கொள்கின்றனர்.

வாழும் பகுதி

பகல் வேடக்காரர்கள் தமிழ்நாட்டில் தென்னாற்காடு மாவட்டத்தில் பலகாலமாக வாழ்கின்றனர். இப்போது பிற மாவட்டங்களிலும் பரவியுள்ளனர். தென்னற்காடு மாவட்டத்தில் திண்டிவனத்திற்கும் விழுப்புரத்திற்கும் இடையில் தென்களவாய் என்னும் ஊருக்கு அருகிலுள்ள மதுரவையிரம் பேட்டையில் பத்துக் குடும்பங்கள் வாழ்கின்றன. இக்கிராமத்திலிருந்து ஒருமைல் தொலைவிலுள்ள வேங்கை என்னும் கிராமத்தில் பத்துக் குடும்பங்கள் வாழ்கின்றன. அதனைச் சுற்றியுள்ள ஆண்டார்குப்பம், தர்க்காஸ், ஓமந்தூர் ஆகிய கிராமங்களில் சில குடும்பங்கள் பகல்வேடக் கலையில் ஈடுபட்டு உள்ளன. இவை போக ஆந்திர மாநிலத்திலிருந்து அவ்வப்போது பல குழுக்கள் தமிழகத்திற்கு வந்து முகாமிட்டு இக்கலையை நிகழ்த்துவதும் நடைமுறையிலுண்டு.

மொழி

பகல்வேடம் நடத்துவோர், தெலுங்கு மொழி பேசுபவர்கள். ஆனால் பகல்வேட நிகழ்ச்சியின் போது தமிழிலேயே பாட்டுப் பாடி கதை சொல்கின்றனர். தமிழ்நாட்டிற்கு வந்து போய்க்கொண்டு இருக்கின்ற ஆந்திர மாநில பகல்வேடக் கலைஞர்கள் தெலுங்கு மொழியிலேயே நிகழ்ச்சியை நடத்துகின்றனர். தெலுங்குப் பாடல்களைப் பாடி கதை சொல்லும் போக்கும் உள்ளது.

பகல்வேடக் கலையின் தோற்றமும் மாற்றமும்

ஆந்திரப் பகுதியில் இசை, நாடகம் ஆகியவற்றோடு இணைந்த நாடகமாகவும் மூன்று அல்லது நான்கு மணி நேரம் நடக்கக்கூடிய தன்மையோடு இருந்த பகடிவேஷலு தமிழகத்திற்கு வந்தபின் பல மாற்றங்களுக்கு இலக்காகி இன்று வீதிகளில் நிகழ்த்தப்படும் கலையாக உருப்பெற்றிருக்கிறது எனலாம். ஒரு கதையின் ஒரு கூறினை மட்டுமே வீதிகளில் கடைகள் தோறும், வீடுகள் தோறும் சென்று நடித்துக்காட்டி, பாடிச் செல்லும் முறையிலேயே பகல் வேடம் இன்று உள்ளது.

ஒரு நீண்ட கதையின் ஒரு கூறினை ஓரிடத்திலும் அடுத்த கூறினை அடுத்த இடத்திலும் சொல்லி கதை முழுவதையும் நிகழ்த்தி விடுகின்ற தன்மையை இப்போதுள்ள பகல்வேடத்தில் காண முடியவில்லை. தொடக்கத்தில் முழுக்கதையையும் நடித்துக் காட்டும் வடிவத்தில் இருந்த பகல்வேடம் இன்று ஒரு துண்டுப் பகுதியை மட்டுமே நடித்துக் காட்டிச் செல்லும் குறுகிய வடிவத்தைக் கொண்டதாக மாறியுள்ளது. பகல் வேடக் கலைஞர்களுக்குப் 'பல வேடக்காரர்' என்ற பெயரும் உண்டு. இவர்கள் நாயக்கர்கள் காலத்தில் வேறு வேறு வேடங்களைப் புனைந்து கதை சொல்பவர்களைப் போல, கிராமங்களுக்கும் நகரங்களுக்கும் சென்று அவர்களைப் பற்றி மக்கள் என்ன நினைக்கிறார்கள் என்பதை அறிந்துவருவர். இவ்வாறு அறிந்து கொள்ளும் பொருட்டு ஒற்றர் வேலை செய்வதற்காகவே அரசர்கள் தங்களை ஆந்திரப் பகுதியிலிருந்து இங்கு இடம்பெறச் செய்து குடி அமர்த்தினார்கள் என்றும் கூறுகின்றனர்.

ஒற்றறிவது மட்டுமல்லாமல் மன்னர்களின் பெருமையைப் புகழ்ந்து பாடி அவர்கள்மீது பொதுமக்களுக்கு மதிப்பையும் மரியாதையையும் ஏற்படுத்தவும் இவர்கள் முனைந்திருக்கக்கூடும். இப்படி அரசர்களின் நலனில் மிகுந்த அக்கறைகொண்ட பகல் வேடக் கலைஞர்களுக்கு நாயக்க மன்னர்கள் மானியங்கள் அளித்து ஆதரித்திருப்பதில் வியப்பொன்றுமில்லை.

பகல் நேரங்களில் மக்கள் மத்தியில் மன்னரின் அருமை பெருமைகளைப் பறைசாற்றவும் மக்கள் கருத்தறியவும் வேடம் புனைந்து சென்றிருக்கின்றனர். சிவராத்திரி போன்ற புனித இரவு களுக்கென அமைந்த கலையானது பல காரணங்களால் பகல் வேடமாக உருப்பெற்றிருக்கிறது.

நாயக்க மன்னர்களின் ஆட்சிச்சரிவோடு புதிதாக வந்த மராட்டிய மன்னர்களின் ஆதரவின்மையால் தங்களின் மானியப் பகுதியான வல்லம் பகுதியிலிருந்து தென்னாற்காடு மாவட்டம் திண்டிவனம் பகுதியில் குடியேறி வாழ்ந்து வருகின்றனர் எனக் கூறுகின்றனர்.

பகல்வேடம்

பகல்வேடக் கலைஞர்கள் தமிழ்நாட்டில் எந்தெந்த ஊர்களில் யார் சுற்ற வேண்டும் எனப் பிரித்துக்கொண்டுள்ளனர். இப்பிரிவு பரம்பரை பரம்பரையாக இருந்துவருகிறது. ஆண்டுக்கு ஒரு

கிருட்டிணர் வேடத்தில் யாசிக்கும் கலைஞர்

தடவை தங்களுக்கென்று ஒதுக்கப்பட்ட பகுதியில் உள்ள ஒவ்வொரு ஊரிலும் ஒரு ஊருக்கு இத்தனை நாள்கள் எனத் தங்கி இக்கலையில் ஈடுபடுகின்றனர். இக்குழுவினர் தங்களுக்கென்று ஒதுக்கப்படாத பகுதிகளுக்குச் செல்வதில்லை. இக்கலைஞர்கள்

தமிழ்நாட்டில் பல்வேறு பகுதிகளுக்குச் சென்று பகல் வேட நிகழ்ச்சியை நிகழ்த்தி வருகின்றனர் என்பது கள ஆய்வின் மூலம் கிடைக்கப்பெற்றது. தஞ்சை, திருச்சி, சேலம், அண்ணா, திருநெல்வேலி, கோயம்புத்தூர், ஈரோடு, இராமநாதபுரம், மதுரை, விருதுநகர், செங்கல்பட்டு போன்ற பல்வேறு பகுதி களிலுள்ள பல ஊர்களில் இப்பகல் வேடக்கலை நிகழ்ச்சி ஆண்டு தோறும் நடத்தப்பட்டு வருகிறது.

பகலில் முற்பகல் பத்து மணியளவில் வேடமிட்டுக்கொண்டு நிகழ்ச்சியை நடத்த இருப்பிடத்தை விட்டு கிளம்பிச் செல்வர். செல்லும் வழியில் எங்குக் கோயில்களைக் கண்டாலும் கும்பிட்டுச் செல்வது இவர்கள் வழக்கம். எல்லா இடங்களிலும் நிகழ்ச்சியை நடத்துவதில்லை. ஒவ்வொரு வருடமும் தவறாமல் செல்லும் ஒரு சில குறிப்பிட்ட வீடுகளிலும் கடைத்தெருக்களிலும் தங்கள் வேடங்களுக்கேற்ப உரையாடலும் இடையிடையே பாட்டும் கலந்து கதை சொல்லப்படும். இவர்கள் ஓரிடத்தில் செலவிடும் நேரம் அவ்விடத்து மக்கள் காட்டும் ஆர்வத்தைப் பொறுத்தது. காலையில் என்ன வேடம் போடப்படுகிறதோ அதே வேடத் திற்குரிய நிகழ்ச்சி மாலை ஐந்து மணி வரை நடைபெறும். மதிய நேரங்களில் உணவு விடுதிகளிலேயே சாப்பிட்டுக்கொள்வர். இடையில் எக்காரணத்தைக் கொண்டும் வேடத்தை மாற்றுவதோ கதையை மாற்றிச் சொல்வதோ கிடையாது. சிறிய ஊராக இருந்தால் ஐந்திலிருந்து பத்து நாள்களும் பெரிய ஊராக இருந்தால் இருபதிலிருந்து முப்பது நாள்களும் தங்கி இப்பகல்வேடக் கலைநிகழ்ச்சியை நடத்துவர்.

பகல்வேடக்கலை வாரத்தில் ஞாயிறு மட்டும் நடத்தப் பெறுவ தில்லை. இதன் காரணம் எந்த நம்பிக்கையுமோ, சடங்கு முறையுமோ இல்லை. ஞாயிறுகளில் பெரும்பாலும் இவர்கள்கலை நிகழ்த்துகின்ற இடமாகிய கடைகள் விடுமுறையாக இருக்கும். மேலும் இக்கலை தொடர்ந்து தினந்தோறும் நடத்தப்படுவதால் வாரத்தில் ஒரு நாள் ஓய்வும் தேவைப்படுகிறது என்று பகல்வேடக் கலைஞர்கள் கூறுகின்றனர். தோற்பாவை நிழற்கூத்துக் கலைஞர் களும் ஞாயிறு அன்று கூத்து நிகழ்த்து வதில்லை. இதன் காரணம் ஞாயிற்றுக் கிழமையில் நாய் படாத பாடுபடவேண்டும் என்ற நம்பிக்கையில் ஊர்விட்டு ஊர்சென்று கூத்து நடத்துவது கிடையாது என்கின்றனர்.

ஒரு முகாம் என்பது ஒரு வாரத்திலிருந்து ஒரு மாதம்வரை அமையலாம். பெரும்பாலும் சாவடி சத்திரங்களிலும் சில ஊர்களில் நாட்டாண்மைக்காரர் வீடுகளிலும் தங்குவர். ஆந்திரக் கலைஞர்கள் தனியாக 'கூடாரம்' அமைத்துக்கொள்கின்றனர். ஒரு குழு என்பது இரண்டு அல்லது மூன்று பேர்களைக் கொண்டதாக விளங்குகிறது. ஆந்திரக்குழுவில் 5 பேர் இடம் பெறுகின்றனர். ஒவ்வொரு குழுவினரும் தங்களுக்கென்று ஒதுக்கப்பட்ட பகுதிகளில் நிகழ்ச்சியை நிகழ்த்திவருகின்றனர். இக்கலையில் எளிய முறையில் செய்யப்படும் ஒப்பனைகூட பாத்திரத்தின் முழுத்தோற்றத்தையும் கொண்டுவந்துவிடுகிறது. நிகழ்ச்சி முடிந்த கடைசி நாளன்று வசூல் செய்கின்றனர். வசூல் செய்த பணத்தைக் குறித்து வைப்பதற்கென்று தனியாக நோட்டு போடப்பட்டுள்ளது. அந்நோட்டில் பணம் கொடுப்பவர்களிடம் கையெழுத்து வாங்கிக்கொள்கின்றனர்.

பகல்வேடத்தின் கதைகளைப் புராண இதிகாசக் கதைகள் பொதுக் கதைகள், இனச் சார்புக் கதைகள் எனப் பிரிக்கலாம். இக்கதைகள் பாடுபொருளை அடிப்படையாகக் கொண்டே பிரிக்கப்படுகின்றன. புராண இதிகாசக் கதைகளை மட்டுமே நடத்தி வந்த நிலைமாறி பொதுக் கதைகளும் நிகழ்த்தப்பட்டு வருகின்றன. இக்கதைகளில் சில இல்லற வாழ்க்கை நெறிகளை எடுத்துக் கூறுவனவாகவும் மன்னர்களின் மடமைத்தனத்தைக் கூறுவதாகவும் உள்ளன. இனச்சார்புக் கதைகளாக இப்போது இரண்டு கதைகள் காணப்படுகின்றன. ஒன்று 'ராவுத்தர்' கதை, மற்றொன்று 'தொட்டி வேஷம்'. இவ்விரண்டு கதைகளும் கதைகளுக்குத் தொடர்புடைய சமூகத்தார் அதிகம் வாழுமிடங்களில் முதல் வேடமாகப் போடப் படுகிறது. இன்றைய நிலையில் தங்கள் வருமானம் குறையாமல் இருப்பதற்காக மக்களின் சுவைக்கேற்ப 'குறவன் குறத்தி' கதை நிகழ்த்தப்பட்டு வருகிறது.

பகல் வேடத்தைக் கற்றுக்கொள்வதற்குப் பயிற்சிப் பள்ளிகள் கிடையாது. ஆர்வம் மட்டுமே தகுதியாகும். பத்து வயதிலிருந்தே இக்கலையில் உடனிருந்து நன்கு பழகிக்கொள்வர். இவ்வாறு தொடர்ந்து செல்வதன் மூலம் பாடல்கள் மனனம் ஆகிவிடுகின்றன. வேடம் புனைந்தவுடன் பாத்திரமாகவே மாறிவிடுகிறார்கள். தலைமைப் பாத்திரமே கதையை ஆரம்பிக்கிறது. துணைப் பாத்திரங்கள் சில வினாக்களைத் தொடுத்து கதையை வளர்க் கின்றன. இக்கலையில் கஞ்சிரா, ஜால்ரா, ஹார்மோனியம்,

மிருதங்கம், கட்டை போன்ற இசைக்கருவிகள் பயன்படுத்தப் படுகின்றன. இவ்விசைக்கருவிகள் பகல்வேட நிகழ்ச்சிக்கு மேலும் வலுவூட்டுகின்றன. பாடல் பல்லவி, அனுபல்லவி, சரணம் போன்ற அமைப்பில் பாடப்படுகின்றன. ஒலிபெருக்கி எதையும் பயன் படுத்தாத காரணத்தால் கலைஞர்கள் உரத்த குரலிலேயே பாடுவர்.

கடைவீதிகள், வீடு முகப்புகள், நாற்சந்தி போன்றவை ஆடப் படும் இடங்களாகும். அப்பகுதியில் குழுமும் மக்கள் பார்வை யாளர்களாவர். பார்வையாளர்கள் பகல்வேட நிகழ்ச்சியை விரும்பிப் பார்க்கின்றனர். பாத்திரங்களைத் தெய்வத்தின் உருவமாக நினைத்துக் கும்பிடும் பழக்கமும் உண்டு. கேலி, கிண்டல், பேச்சுக்களைப் பேசும் பார்வையாளர்களும் உண்டு. ஆனால் கலைஞர்கள் அவற்றைப் பொருட்படுத்துவதில்லை. ஒரு வாரம் தொடர்ந்து நிகழ்ச்சியை நடத்தும் பகல்வேடக் கலைஞர்களுக்குத் தங்களால் முடிந்த உதவி செய்ய வேண்டும் என்ற எண்ணம் பார்வையாளர் களுக்கும் உண்டு.

பெண்கள் நிலை

பகல்வேடக் கலைஞர்கள் தொழிலுக்கு வெளியூர் சென்றுவிடும் போதெல்லாம் பெண்களே குடும்பப் பொறுப்பைக் கவனித்துக் கொள்கின்றனர். பெரும்பாலும் நல்ல உழைப்பாளிகளாகவே விளங்குகின்றனர். கல்வியறிவு பெற்றவர்கள் மிகமிகக் குறைவாக உள்ளனர். பெண்களைப் பகல்வேடக் கலையில் எந்த வகையிலும் பயன்படுத்துவதில்லை. வெளியூர் செல்லும்போதுகூட ஆண்கள் பெண்களை அழைத்துச்செல்லும் வழக்கமில்லை. ஆனால் ஆந்திரப் பகல்வேடக் கலைஞர்கள் பெண்களை உடன் அழைத்து வருகின்றனர். இதன் காரணம் ஆந்திரக் கலைஞர்களுக்குப் பகல்வேடம் ஒன்றே தொழில். மேலும் நீண்டதூரம் பயணம் செய்ய வேண்டியுள்ளது. இதனால் பெண்களை உடன் கூட்டிவருகின்றனர். ஆனால் தமிழகக் கலைஞர்கள் விவசாயத்தையும் கவனிக்க வேண்டியுள்ளது. அப்பொறுப்புகளில் சிலவற்றைப் பெண்களிடம் ஒப்படைக்கின்றனர். அதனால் பெண்களைத் தங்களோடு அழைத்து வருவதில்லை.

ஒப்பனை

வீட்டிலிருந்து பகல்வேடத் தொழிலுக்குச் செல்லும்போது

அனுமன் வேடத்தில் யாசிக்கும் கலைஞர்

இக்கலைஞர்கள் தேவையான உடை, ஒப்பனைப் பொருள்கள், அணிகள் ஆகியவற்றை மொத்தமாக எடுத்துச் செல்கின்றனர்.

ஒவ்வொரு நாளும் காலை பத்து மணியிலிருந்து மாலை ஐந்து மணிவரை பகல்வேட நிகழ்ச்சியில் பங்கு பெறுகின்றனர். காலையில் எட்டு மணி அளவில் வேடம் புனைவதற்கு ஆயத்தமாகி விடுவார்கள். அதற்குள் காலை உணவையெல்லாம் முடித்துக் கொண்டு அனைவரும் ஓரிடத்தில் கூட்டமாக உட்காருகின்றனர். உட்காரும் இடத்தில் ஒப்பனைப் பொருள்கள் அனைத்தையும் முன்கூட்டியே எடுத்து வைத்துக்கொள்வர். பிறகு எல்லா ஒப்பனைப் பொருள்களையும் பரப்பி வைத்துக்கொண்டு சிவனை வணங்கிய பிறகு வேடமிடத் தொடங்குவர். வேடம் புனையும் போது ஒருவருக்கொருவர் உதவி செய்து கொள்கிறார்கள். ஒப்பனை செய்வதற்கு இரண்டு மணி நேரம் எடுத்துக் கொள்வர். காலை எட்டு மணிக்கு வேடம் போடுவதற்கு ஆரம்பித்து பத்து மணியளவில் முடிக்கின்றனர். ஒப்பனை முடிந்தவுடன் கதாபாத்திரமாக மாறி விடுகிறார்கள். தன் உருவையழித்துக் கதைப் பாத்திரமாக ஒப்பனை செய்து கொண்டிருக்கும் போதே அப்பாத்திரத்தின் பாடல் களைக் கூத்தர்கள் மனத்தில் கூறி ஒத்திகை பார்த்துக்கொள்வர். ஒப்பனை முடிவடையும் போது கூத்தாடுபவர் கதை மாந்தராக மனத்தளவிலும் மாறிவிடுவார் என்று கூறுகின்றனர்.

பல வகையான வண்ணப் பொடிகளை ஒப்பனைக்குப் பயன் படுத்துகின்றனர். மஞ்சள், நீலம், சிவப்பு, வெள்ளை, பொன்நிறம், ஐரோ பென்சில், தேங்காய் எண்ணெய், தண்ணீர் போன்றவற்றையும் ஒப்பனைக்குப் பயன்படுத்துகின்றனர்.

இக்கலையில் பெண்களை ஈடுபடுத்துவதில்லை. பெண்களின் வேடத்தை ஆண்கள் போடும் போது டோப்பா முடியைப் பயன் படுத்துகின்றனர். தெய்வத்தோடு தொடர்புடைய வேடங்களைப் போடும் போது பெண்களை ஈடுபடுத்தக் கூடாது என்பது மரபு. அந்த மரபுப்படி நாங்களும் பகல்வேடத்தில் பெண்களை ஈடுபடுத்துவதில்லை என்று ஒரு கலைஞர் கூறினார். தாடி, மீசை போன்றவற்றை ஒப்பனைக்குப் பயன்படுத்தும் போது பசை கொண்டு ஒட்டுகின்றனர்.

வேடங்களுக்கு தகுந்தாற்போல் உடம்பில் வண்ணம் பூசப்படும். கிருஷ்ணனின் உடம்பு நீலநிறமாக இருக்கவேண்டும் என்பதால்

கிருஷ்ணன் வேடம் போடுபவரின் உடம்பு முழுவதும் நீலவண்ணம் பூசப்படுகிறது.

கதைகளும் பாத்திரமும்

வேடப்புனைவுடன், வீடு அல்லது கடைமுகப்பில் வந்து நின்று கொண்டு இறைவணக்கம் பாடி நிகழ்ச்சியைத் தொடங்குவர். இறைவணக்கத்தின் பின்பு பாத்திரங்கள் தம்மைத்தாமே அறிமுகப் படுத்திக் கொள்கின்றன. பெரும்பான்மையான கதையை ஒரு பக்கபலமாக மற்றொரு பாத்திரம் அமைகிறது. கதை கூறும் போக்கில் ஒரு கலைஞரே பேரிடம் வகிப்பதால் இது தனிமனிதத் திறமை வெளிப்பாடாகவே படுகிறது என்று கூறுவர். பாரத இராமாயணக் கதைகளே இவர்களுடைய கதைகளுக்கு மூலக் கருவூலமாகும். இவை தவிர பொது கதைகள் சிலவும், இனம் சார்ந்த கதைகள் சிலவும் உள்ளன.

கலைஞர்கள் வேடம் புனைந்தவுடன் பாத்திரத்தோடு ஒன்றி விடும் தன்மையைக் காணமுடிகிறது. ஒப்பனையைச் செம்மை யாகச் செய்வதால் குறிப்பிட்ட பாத்திரங்கள் பற்றிய அனைத்துக் கூறுகளும் பொருந்தி வருவதாக அமையும். வேடம் புனையுமுன் இருந்த தன்மைகள் அடியோடு மாறுதலடைவதை உடனிருப்போர் உணரலாம். வேடம் தரித்தவுடன் பாத்திரத்திற்கேற்ற நடையும் மிடுக்கும், சிறு சிறு அசைவுகளும் நளினமும் பார்வையாளர் களைக் கவர்ந்து இழுக்கும். அர்த்தநாரீஸ்வரர் வேடம் பூண்டுள்ள கலைஞர் சிவனாகக் காட்சியளிக்கும் பொழுது கம்பீரத்தையும் சக்தியாகக் காட்சியளிக்கும் போது நளினத்தையும் காட்டுவார்.

பகல்வேடத்தில் வரும் பாத்திரங்களைத் தலைமைப்பாத்திரம் துணைப் பாத்திரங்கள் என இரண்டாகப் பிரிக்கலாம். இசைக் கருவிகளை இப்பாத்திரங்களே இசைத்துகொள்வர். தலைமைப் பாத்திரம் ஜால்ராவையும், துணைப் பாத்திரங்கள் கஞ்சிராவையும் வைத்திருப்பது வழக்கம். தலைமைப் பாத்திரம் இக்கலையில் உயிர்நாடி. நிகழ்ச்சியின் தொடக்கத்தில் தலைமைப் பாத்திரம் ஏற்று நடிப்பவரே கதையை ஆரம்பிப்பார். கடவுள் வாழ்க்கை 'கணபதி வருவாய்...' பக்தர் போற்றும் 'பக்தா சலனே' 'தேவி உனது திருப்பாதமே கதியென' போன்ற பாடல்களைத் தலைமை வேடம் ஏற்பவரே பாடுவார். கலையாத கல்வியும் குறையாத வயதும் ஓர் கபடுவராத நட்பும்' என்ற அபிராமி அந்தாதிப் பாடலையும்

'கல்லாப் பிழையும் கருதாப் பிழையும்' என்ற பாடலையும் பாடுவதைக் கள ஆய்வில் காண முடிந்தது. எல்லாக் குழுவிற்கும் பொதுவான இறைவணக்கப் பாடல்கள் என்பது கிடையாது. ஒவ்வொரு குழுவிலும் இது வேறுபடலாம். எனவே தங்கள் விருப்பத்திற்கேற்ப ஏதாவது இறைவணக்கப் பாடல் பாடுவர்.

பகல்வேடக் கதையை நடத்திச் செல்லுவது துணைப் பாத்திரங்கள் ஆகும். தலைமைப் பாத்திரம் கடவுள் வாழ்த்துச் சொல்லி ஆரம்பித்தவுடன் துணைப்பாத்திரம் கதையை வளர்ப்பதற்கு ஆயத்தமாகிவிடுகிறது. அப்போது 'ம்ம்' கொட்டியும், 'ஆமாம்' சொல்லியும் 'ஓஹோ' சொல்லியும், 'அப்படியா' என்று இடையிடையே சொல்லியும் அவ்வப்போது கதையைத் தொடர்வதற்கு ஏதுவான சிறுசிறு கேள்விகளைக் கேட்டும், கதை சொல்லும் பாத்திரம் சொல்லிய கடைசி வாக்கியத்தின் இறுதியில் உள்ள இரண்டொரு வார்த்தைகளைச் சொல்லியும் கதையைத் தொடர்ந்து சொல்ல வழிவகுக்கிறது. ராவுத்தர் கதையின்போது துணைப் பாத்திரமே கேள்விக் கணைகளைத் தொடுத்துக் கதையை வளர்க்கிறது. உடனே தலைமைப்பாத்திரம் தான் யார், எதற்கு இங்கு வந்துள்ளேன் என்பதைச் சொல்ல ஆரம்பித்துவிடுகிறது.

வேடம் தரித்து வந்துள்ளவர்கள் தாங்கள் ஏற்றிருக்கும் வேடத்திற்குரிய பேச்சுக்களைப் பேசுவதுடன் வேட மேற்று வராத பாத்திரங்களுக்குரிய பேச்சுக்களையும் பேசிக் கதையை வளர்த்துச் செல்லும் போக்கைக் காணமுடிகிறது. இராம-லட்சுமணர் என்னும் கதை நிகழ்ச்சியில் கம்பர் வேடம் ஒருவரும் லஷ்மணர் வேடம் மற்றொருவரும் பூண்டிருந்தனர்.

இசை

பகல்வேடத்தில் பாடல்கள் இசையுடன் பாடப்படும். அவ்வாறு பாடல் வரும் போதெல்லாம் இக்கலைஞர்கள் ஜால்ரா இசைப்பர். பெரும்பாலும் அனைத்துக் குழுக்களிலும் துணைப்பாத்திரங்கள் ஏற்பவர்கள் கஞ்சிரா என்னும் இசைக் கருவியை இசைப்பர். கஞ்சிராவை இடது கையால் பிடித்துக்கொள்கின்றனர். வலது உள்ளங் கையாலும் விரல்களாலும் அடித்து வாசிக்கின்றனர். அவ்வப்போது கஞ்சிராவின் தோற்பகுதியில் தண்ணீரைத் தடவிக் கொண்டு தேவையான இசைலயத்தை அமைத்துக் கொள்வர்.

வாசிக்கும் பொழுது முன்விரல்களால் ஓரத்தை அழுத்துவதன் மூலம் ஒலி வேறுபாடு கிடைக்கிறது. சல்லரி என்றழைக்கப்பட்டு வந்த பழைய கைப்பறையே இன்று கஞ்சிரா என்னும் பெயருடன் விளங்குகிறது என்று ஆர்.ஆளவந்தார் குறிப்பிடுகிறார். ஆந்திரக் கலைஞர்கள் அதிகமான இசைக்கருவிகளை இசைக்கின்றனர். அவை ஹார்மோனியம், கஞ்சிரா, மிருதங்கம், ஜால்ரா, கட்டை போன்றன. இவ்விசைக்கருவிகள் பகல்வேட நிகழ்ச்சிக்கு மேன் மேலும் வலுவூட்டுகின்றன. இதன்மூலம் பார்வையாளர்களைத் தம் பக்கம் திருப்பிவிடுகிறார்கள்.

பாடல்கள்

நீண்ட கதைப் போக்கில் ஒவ்வொரு நிகழ்ச்சி முடிகிற இடத்தில் எல்லாம் பாடல்கள் பாடுகின்றனர். சில சமயம் ஓய்வு வேண்டும் சமயத்திலும் பாட்டு வருகிறது. இக்கலைஞர்கள் உரத்த குரலிலேயே பாடுகின்றனர். ஒலிபெருக்கியைப் பயன்படுத்தாத காரணத்தால் இவ்வாறு உரத்துப் பாடவேண்டிய கட்டாயமாகிறது. பல்லவி, அனுபல்லவி, சரணம் ஆகியவற்றுடன் பாடல்களைப் பாடுவர். ஸ்ரீநாரதர் வேடமிட்டவர் பாடும் பாடல் கீழ்வருமாறு அமையக் காணலாம்:

பல்லவி:   நீயே துணை தேவாதி தேவா
                   நீயே துணை தேவாதி தேவா
                   நீயே துணை தேவா

அனுபல்லவி:   தாமோதரா தாரக நாமா
                   தாமோதரா ஆராதரப் பொருளே
                   ஆட்கொள்வாய் தேவா

சரணம்:   பக்தர்கள் துதி செய்யும் பரந்தாமா
                   எனைப் பாதுகாத்து அருள்வாய்
                   உன் துணை நீயே துணை தாமோதரா

பொருளாதார நிலை

பகல்வேடமிடுதல் பரம்பரைத் தொழிலாய் இருந்தபோதிலும் பொருளாதாரச் சூழல் காரணமாக இக்கலைஞர்கள் இன்று விவசாயத்திலும் ஈடுபடுகின்றனர். பகல்வேடமிடும் காலங்களில் ஒரு முகாமிற்குச் செல்லும்போது தங்களுடைய சொந்தச் செவிலேயே செல்கின்றனர்.

ஒரு வேடத்தை இரண்டு நாள் போடுவர். அவ்வாறு இரண்டு அல்லது மூன்று வேடங்களை இரண்டு இரண்டு நாள்கள் என்ற முறையில் ஒரு வாரத்திற்குக் குறையாமல் நிகழ்ச்சிகளை நடத்துகின்றனர். நிகழ்ச்சி முடிந்த பின்பு ஒருவர் அனுமார் வேடம் பூண்டுகொண்டு வர, மற்றவர்களும் வசூலுக்கு உடன் செல்வர். செல்லும்போது இடையிடையே சில பாட்டுக்கள் பாடி பணம் வசூலிப்பர். ஒருமுகாமில் குறைந்தது ஆயிரம் ரூபாய்வரை செலவாகும். இரண்டாயிரம் ரூபாய் வருமானம் வரும். சில சமயம் அதைவிடக் குறைவாகவும் கிடைக்கும். மொத்தத்தில் இவ்வளவு தான் கிடைக்கும் என்று உறுதியாகக் கூறமுடியாது.

நிகழ்ச்சியில் கிடைக்கும் வருமானத்தைக் கலைஞர்கள் சமமாகப் பங்கிட்டுக்கொள்கின்றனர். மொத்தத்தில் பகல்வேடக் கலைஞர்கள் பொருளாதார நிலையில் பின்தங்கியே உள்ளனர். இவர்களின் வீடுகள் நாணல், விழல் ஆகியவற்றால் வேய்ந்த நிலையிலேயே உள்ளன. இவர்களுடைய விவசாய நிலங்களிலும் போதிய வருமானம் கிடையாது.

பொருளாதாரச் சிக்கலினால் இவர்களின் கல்வியும் பாதிக்கப் பட்டுள்ளது. பெரும்பாலும் ஐந்தாம் வகுப்புக்கு மேல் படித்த வர்களை இக்கலைஞர்கள் மத்தியில் காணமுடியவில்லை. ஒரு சில வசதியுள்ள குடும்பங்களில் சிலர் மட்டும் படித்து அரசாங்க வேலையில் உள்ளனர்.

சமயம்

இன்று பகல்வேடமிட்டு ஆடும் எல்லாக் கலைஞர்களும் சைவ சமயத்தின் ஒரு பிரிவான வீரசைவத்தைச் சார்ந்தவர்களாக இருக்கின்றனர். திண்டிவனத்தை அடுத்துள்ள பகல்வேடக் கலைஞர்களும், வீர சைவத்தைச் சேர்ந்தவர்களே. ஆந்திரப் பகல் வேடக் கலைஞர்களும் தங்களை வீரசைவர்கள் என்றே கூறிக் கொள்கின்றனர்.

வீரசைவர்களில் ‘ஜங்கமர்’ என்ற ஒரு பிரிவும் உண்டு. ‘சரணர்’ என்ற ஒரு பிரிவும் உண்டு. ஜங்கமர்கள் எப்பொழுதும் கூட்டத்தவர் களாகவே இருப்பர். சரணர்கள் தனித்தவர்களாகவே இருப்பர். ஜங்கமர்கள் அவதார புருஷர்களைப் போன்றவர். அல்லமாப் பிரபுத்தேவர், பசவேசர் போன்றவர்கள் ஜங்கமர்கள், கடவுளால் அமைக்கப்பெற்ற சில குறிப்பிட்ட பணிகளை நிறைவேற்று

வதற்காக வந்தவர்கள். பகல்வேடக் கலைஞர்கள் இக்கலையைக் கடவுளின் அவதாரக்கலை என்றே கூறுவர்.

தமிழகத்தில் மட்டுமின்றி உலகெங்கும் கலைகள் தெய்வத்துடன் இணைத்துச் சொல்லப்படுவது பொதுவான ஒன்றாகும். பகல் வேடம் என்னும் நாட்டுப்புறக் கலையும் சிவனுடைய அவதாரத்தைக் கூறும் கலையாகவே தோன்றி வளர்ச்சி பெற்றதாகக் கூறுவர்.

வீரசைவ மரபில் வந்தவர்களான பகல்வேடக் கலைஞர்கள் சிவபெருமானையே தங்கள் முழுமுதற் கடவுளாகக்கொண்டு உள்ளனர். இவர்களின் குலதெய்வம் வீரபத்திர சுவாமியாகும். இதுவும் சிவனின் பல உருவங்களில் ஒன்றாகக் கருதப்படுகிறது. வீரபத்திரரை வழிபட்ட பின்பே எந்த ஒரு காரியத்தையும் தொடங்கு கின்றனர். திருமணம், பூப்பெய்தல், குழந்தைப் பிறப்பு, பெயரிடல் முதலிய அனைத்துச்சடங்கு முறைகளிலும் வீரபத்திரரை வணங்கிய பிறகே நிகழ்ச்சி தொடங்கப் பெறுகிறது என்பது கள ஆய்வின் மூலம் அறியப் பெற்றது. மேலும் மாரியம்மன், காட்டேறி, முனீஸ்வரன், கங்கை அம்மன் போன்ற சிறு தெய்வங்களையும் இவர்கள் வழிபடுகின்றனர்.

கோவிலும் விழாக்களும்

திண்டிவனம் வட்டாரத்தில் அமைந்துள்ள ஆண்டார்குப்பம் என்னும் கிராமத்தில் பகல்வேடக் கலைஞர்களின் குலதெய்வமான வீரபத்திரருக்குக் கோவில் உள்ளது. மேலும் நாமகிரிப் பேட்டையில் மற்றொரு கோவிலிலும் கல்லினால் ஆன வீரபத்திரர் சிலைகள் அமைக்கப்பட்டுள்ளன. இவ்விரண்டு கோவில்களிலும் ஆண்டு தோறும் சித்ரா பௌர்ணமியின் போது இரண்டு நாள்கள் விழா விமரிசையாக நடைபெறுகிறது. இவ்விழாக்களில் நாடகம் போன்ற வேறு கலை நிகழ்ச்சிகள் நடைபெறும். ஆனால் பகல் வேடம் நடைபெறுவதில்லை.

மேலும் இக்கோவிலுக்கென அவ்வினத்திற்குள்ளேயே பூசாரி களைத் தேர்ந்தெடுத்துக்கொள்கின்றனர். அவ்வாறு தேர்ந்தெடுக்கப் பட்ட பூசாரிகளே பரம்பரையாகப் பூசை செய்து வருகின்றனர். அவ்வாறு பூசை செய்பவர் இறந்துவிட்டால் அவருடைய மூத்த மகன் அப்பொறுப்பை ஏற்றுச் செய்வார். ஆண்மகன் இல்லாத போது அக்குடும்பத்தின் பங்காளிகளில் ஒருவர் தேர்ந்தெடுக்கப் படுவார்.

கோவிலின் வருமானத்திற்கு ஒவ்வொரு குடும்பத்திலும் வரி வசூலிக்கப்படும். தெய்வங்களுக்கு விழா எடுக்கும்போது இவர்கள் குறவன் குறத்தி போன்ற வேடங்களை அணிந்துகொண்டு வீடுவீடாகச் சென்று பணம் வசூலிப்பார்கள். இவ்வாறு செல்லும் போது வேடம் அணிந்தவர்கள் தமது வீட்டுக்கும் சென்று வசூல் செய்வதுண்டு.

சமூக மாற்றம்

பகல்வேடத்தைப் பரம்பரைத் தொழிலாகக் கருதிவரும் கலைஞர்கள் விவசாயத்திலும் ஈடுபடுகின்றனர். ஆறுமாதம் விவசாயத் தொழில் செய்வர். எஞ்சிய ஆறு மாதங்களில் பகல்வேடத் தொழிலை நடத்துவர். ஆனால் ஆந்திரக் கலைஞர்கள் பகல்வேடம் ஒன்றையே முழுமுதற் தொழிலாகக் கொண்டுள்ளனர்.

முழு நேரத் தொழிலாக இருந்துவந்த பகல்வேடம் இப்பொழுது பகுதி நேரக் கலையாக மாறிவிட்டது. பகல் வேடத்தைத் தங்களின் பரம்பரைத் தொழிலாகக் கொண்டிருந்த கலைஞர்கள் அந்நிலை மாறி இன்று சிறுசிறு விவசாயிகளாகவும், விவசாயக் கூலிகளாகவும் மாறியுள்ளனர். இப்போது தமிழகத்தில் 25க்கும் மேற்பட்ட குழுக்கள் இக்கலையோடு தொடர்புகொண்டு நடத்திவருகின்றன. ஆந்திராவி லிருந்து சில குழுக்கள் ஆண்டுதோறும் தமிழகத்தின் பல பகுதி களுக்கு வந்து இக்கலையை நிகழ்த்திச் செல்கின்றன.

இக்கலைவடிவம் தங்களின் வாழ்க்கைத் தேவையை முழுமை யாகப் பூர்த்தி செய்யவில்லை என்றும், மக்களிடம் தொடர்ந்த ஆதரவு இல்லை என்றும் கூறுகின்றனர். ஆனாலும், சிலர் மட்டும் தங்கள் பரம்பரைக் கலைத்தொடர்பைத் துண்டித்துக் கொள்ளாமல் ஈடுபட்டு வருகின்றனர்.

பொருளாதார நிலையில் மிகவும் பின்தங்கியே உள்ளனர். கல்வியறிவும் குறைவாகவேயுள்ளது. ஆண்கள் பகல்வேடத் தொழிலுக்குச் செல்லும்போது பெண்கள் விவசாயத்தைக் கவனித்துக்கொள்கின்றனர். இவர்களுக்கும் கல்வியறிவு மிகக் குறைவாகவே உள்ளது. கலையில் இவர்கள் கலந்துகொள்வ தில்லை. வெளியூர்களுக்கு ஆண்களுடன் செல்லும் பழக்கமும் இல்லை. மிகச்சிலர் படித்து அரசு வேலைகளிலும் தனியார் வேலை களிலும் உள்ளனர். தொடக்கக் கல்வியில் காட்டும் ஆர்வம் அதற்குமேல் வளருவதில்லை.

உசாத்துணை

சேகர், சோ. *1991.* பகல்வேடம்: ஒரு நடமாடும் நிகழ்கலை வடிவம். மதுரை: அரசு பதிப்பகம்.

பக்தவத்சல பாரதி. *2015.* பாணர் இனவரைவியல். புத்தாநத்தம்: அடையாளம்.

8

குடுகுடுப்பை நாயக்கர்

பக்தவத்சல பாரதி

ஆந்திரத்தின் வடபுலத்தில் முகலாய மன்னர்களின் கொடுமை தாங்காமல் தமிழகத்திற்குப் புலம்பெயர்ந்து வாழத் தலைப்பட்ட ஒன்பது கம்பளத்தாரில் ஒருவரே குடுகுடுப்பை நாயக்கர். நடு இரவில் குடுகுடுப்பை அடித்துக் குறிசொல்லியும் பகற் பொழுதில் கைரேகை பார்த்தும், சுவடி கொண்டு வருவதுரைத்தும், பகல் வேடமிட்டும், தோஷம் தீர்த்தல் சடங்கு நடத்தியும், வேட்டை யாடியும், மீன்பிடித்தும், பழைய துணிகளைச் சேகரித்து அவற்றை விற்றும், யாசித்தும் வாழக்கூடிய நாடோடியினரே குடுகுடுப்பை நாயக்கர்கள்.

சமூகப் பெயர்

கம்பளத்து நாயக்கர்கள் என அழைக்கப்படும் ஒரு பெரும் தெலுங்குச் சாதியில் உள்ள ஒன்பது கம்பளங்களில் ஒருவரே குடுகுடுப்பை நாயக்கர்கள். 'கம்பளங்கள் ஒன்பது', 'தொட்டியம் பதினெட்டு' என்பது நாடறிந்த உண்மையானாலும் அவை எவை என்பதில் கருத்து மாறுபாடுகள் உள்ளன. இக்கட்டுரைக்கான தரவுக் களமாக விளங்கும் திருச்சி மாவட்டத்தில் மணப்பாறை வட்டாரத்தில் உள்ள சமுத்திரம் கிராம குடுகுடுப்பை நாயக்கர்கள் கூற்றுப்படி ஒன்பது கம்பளங்கள் வருமாறு: 1. ஏக்ரவார், 2. தோக்லவார், 3. கொல்லவார், 4. சில்லவார், 5. கம்மவார், 6. பாலவார், 7. தூளவார், 8. எர்ரிவார், 9. நித்ரவார். இந்த 9 கம்பளங்களில் இறுதியில் கூறப்பட்ட நித்ரவாரே (நித்ர=தூக்கம்) குடுகுடுப்பை நாயக்கர்கள். இவர்கள் புலம்பெயர்ந்து வந்தபோது

ஆற்றங்கரையில் தூங்கிவிட்டதால் இரவில் விழித்துக்கொண்டு குடுகுடுப்பை அடிக்கும் தொழிலைச் செய் எனச் சிவனால் சபிக்கப்பட்டவர்கள் என்ற தொன்மத்தைக் கூறுகின்றனர்.

குடுகுடுப்பை நாயக்கர்கள் தொட்டிய நாயக்கன், காட்டுத் தொட்டியன், ஜாமகோடங்கி, கோடங்கி நாயக்கர், குடுகுடுப்பை நாயக்கர், குடுகுடுப்பைத் தொட்டியன், கம்பளத்தான் எனப் பலவாறு பல இடங்களில் அழைக்கப்படுகின்றனர். ஆனால் குடுகுடுப்பை நாயக்கர்கள் தங்களைக் காட்டுநாயக்கர்கள் என்றே அழைத்துக்கொள்கின்றனர். இப்பெயரிலேயே சங்கம் அமைத்துப் பல கோரிக்கைகளை அரசிடம் முன்வைத்து வருகின்றனர்.

முதன்முதலில் 26.8.1976இல் திருச்சி மாவட்ட ஆட்சித் தலைவரைச் சமுத்திரத்திற்கு அழைத்தபோது காட்டுநாயக்கர் சமூகத்தார் என்றே அழைப்பிதழில் அச்சிட்டுக்கொண்டனர். இன்று வேறுசில சமூகங்களும்கூட காட்டுநாயக்கர் என்று தங்களை அழைத்துக்கொள்கின்றனர். தமிழகத்தில் பன்றி வளர்த்து வாழும் ஜோகிகள்கூட காட்டுநாயக்கர் என்றே தங்கள் குடியிருப்புகளில் சங்கத்தின் பலகையை நட்டுவைத்து அரசிடம் கோரிக்கைளை முன்வைக்கின்றனர். காஞ்சிபுரம், செங்கல்பட்டு வட்டாரங்களில் வாழும் பூம்பூம் மாட்டுக்காரர்களும் தங்களைக் காட்டுநாயக்கர்கள் என்கின்றனர். காட்டுநாயக்கர் என்னும் பெயரில் தமிழக, கேரளப் பகுதிகளில் வாழும் பூர்வீகப் பழங்குடியினர் உள்ளனர். இவர்களுக்கும் புலம்பெயர்ந்து வந்துள்ள இவர்களுக்கும் எவ்வகையான தொடர்பும் இல்லை. இம்மண்ணுக்குரிய ஒரு தொல் பழங்குடிப் பெயரை வேறு சில புலம்பெயர்ந்த சமூகத்தாரும் சூடிக்கொள்வது பூர்வகுடியோடு தங்களை இணைத்துக்கொள்ளும் ஓர் இனத் தழுவல் முயற்சியாகும்.

குடுகுடுப்பை நாயக்கர்கள் பல்வேறு கட்டங்களில் பல வகையான பெயர்களால் அழைக்கப்பட்டுள்ளனர். 1901 ஆம் ஆண்டு குடிமதிப்பில் பிரான்சிஸ் குறிப்பிடும்போது 'தஞ்சைமாவட்டத்தில் தொட்டியன்கள் அல்லது கம்பளத்தான்கள் என்று கூறப்படுபவர்கள் நாடோடிகளாக அலைந்து திரிந்து வாழ்கின்றனர். இவர்களே திருநெல்வேலி மாவட்டத்தில் காட்டுத் தொட்டியன்கள் என்று கூறப்படுகின்றனர்' என்கிறார். 1891 குடிமதிப்பில் ஸ்டூவர்ட் இவர் களைத் தொட்டியன் அல்லது கம்பளத்தார்கள் என்று பதிவு செய்துள்ளார். 1901இல் திருச்சி மாவட்டக் குடிமதிப்பை எழுதும்

குடுகுடுப்பை நாயக்கர் ✦ 181

போது ஹெமிங்வே இம்மக்களைக் குடுகுடுப்பைத் தொட்டியன்கள் என்று பதிவு செய்துள்ளார். இவ்வாறு 1891 முதல் ஒவ்வொரு குடிமதிப்பிலும் இடத்திற்கிடம் இவர்களின் பெயர்கள் வெவ்வேறு வகைகளில் பதிவு செய்யப்பட்டுள்ளன. மேலும் கம்பளத்து நாயக்கர்கள் அனைவரும் தங்களுக்குள் கம்பளத்தின் பெயரை முன்வைத்தே வேறுபடுத்திக் கொள்கின்றனர். ஆதலின், மேற்கூறிய பெயர்கள் யாவும் பிற சமூகத்தார் இவர்களை அடையாளப்படுத்த ஏற்பட்டவை.

இனப்பரப்பு

குடுகுடுப்பை நாயக்கர்கள் கன்னியாகுமரி மாவட்டம் தவிர தமிழ்நாடு முழுவதும் எல்லா மாவட்டங்களிலும் பரவிக் காணப் படுகின்றனர். கன்னியாகுமரியிலும்கூட பின்னாளில் பரவியதாகக் கூறுகின்றனர். தமிழகம் முழுவதும் பரவி வாழும் இவர்களிடம் திருச்சிராப்பள்ளி, தஞ்சாவூர் மாவட்டங்களில் மேற்கொள்ளப்பட்ட களப்பணி அடிப்படையில் இக்கட்டுரை அமைகிறது. திருச்சி மாவட்டத்தில் மணப்பாறை வட்டத்திலுள்ள சமுத்திரம் கிராமமே குடுகுடுப்பை நாயக்கர்களின் பெரிய கிராமமாகும். இங்கு 2001இல் 104 குடும்பங்கள் இருந்தன. சமுத்திரத்திற்கடுத்து நடராசபுரம் (லால்குடி வட்டம்), அரங்கூர் (முசிறி வட்டம்), சர்க்கார்பாளையம் (திருச்சி வட்டம்), காரைப்பாக்கம் (அரியலூர் வட்டம்), சிலகால் (உடையார்பாளையம் வட்டம்) போன்ற கிராமங்களில் அதிகம் உள்ளனர். தஞ்சை மாவட்டத்தில் பாபநாசத் திற்கு அருகில் கோபுராஜபுரம், மேலும் கிழக்கே சென்றால் மல்லியம் போன்ற கிராமங்களில் ஓரளவு மிகுதியான எண்ணிக்கை யில் உள்ளனர். குடுகுடுப்பை நாயக்கரின் குடித்தொகை குறித்துத் தெளிவான புள்ளிவிவரம் கிடைக்கவில்லை. அம்மக்களின் கணக்குப்படி தமிழகம் முழுவதும் இச்சமூகத்தார் இன்று 40,000-50,000 பேர் இருக்கலாம் என மதிப்பிடுகின்றனர்.

தோற்றத் தொன்மம்

குடுகுடுப்பை நாயக்கர்களின் தோற்றத் தொன்மம் (origin myth) அவர்களின் புலப்பெயர்வுக் கதையோடு (migration tale) தொடர் புடையதாக உள்ளது. ராஜராலு டில்லி பாச்சாயி ஆட்சியில், குதிரைப் படைக்குச் சர்தார் (தலைவர்) பதவி வகித்துவந்த பெரிகொண்டம நாயக்கர் மைத்துனராகிய சின்னப்ப நாயக்கரின் வீட்டருகே மன்னன்

பாரம்பரிய உடையில் குடுகுடுப்பைக்காரர்

பாச்சாயி வந்தபோது நாயக்கரின் அழகிய மகளைக் கண்டு மயங்கி அப்பெண்ணை மணக்க விரும்பினான். வேற்று இனத்தாருக்குப் பெண் கொடுக்க விரும்பாத நாயக்கர்கள் இரவோடு இரவாகப் புலம்பெயர்ந்து இறுதியில் தமிழகம் நோக்கி வந்தனர். வரும்போது ஆற்றில் வெள்ளம் ஓடிக்கொண்டிருந்தது. வெள்ளம் வடிவதற்காகக்

காத்திருந்த போது அதில் ஒரு பிரிவினர் (இன்றைய குடுகுடுப்பை நாயக்கர்) தூங்கிவிட்டனர். பிற எட்டு கம்பளத்தாரும் பெருமாளை வழிபட ஆற்றங்கரையிலிருந்த பொங்கு மரம் வளைந்து பாலம் அமைக்க ஆற்றைக் கடந்துவிட்டனர். ஆழ்ந்த நித்திரை கொண்டிருந்தவர்களைச் சிவபெருமான் 'நித்ரவார்' (தூங்கிய வர்கள்) எனப் பெயரிட்டு, நடுஇரவிலும் தூங்காமல் குடுகுடுப்பை அடித்துக் குறிசொல்லிப் பிழைக்குமாறு பணித்துவிட்டார். மேலும் குடுகுடுப்பை அடிக்கத் தன் உடுக்கையையும் இவர்களுக்குக் கொடுத்தார் என்பர் (பக்தவத்சல பாரதி 1994). தாங்கள் தூங்கி விட்டதாலேயே இந்நிலைக்குத் தாழ்ந்து போனோம் என்கின்றனர்.

இன்றும் குடுகுடுப்பை நாயக்கர்களிடம் வழக்கிலுள்ள இந்த பழமரபுக் கதையைத் தர்ஸ்டன் தம் *தென்னிந்தியச் சாதிகளும் பழங்குடிகளும்* (1909) நூல்வரிசையில் குறிப்பிடுகிறார். ஆனால் அவர் பதிவு செய்துள்ள (1909 VII:187) இன்னொரு பழமரபுக் கதைப்படி தொட்டியன்களில் இரு பிரிவினர் உண்டு. அவர்களில் ஒரு பிரிவினர் முஸ்லிம் மன்னனுக்குத் தங்கள் பெண்ணைக் கொடுத்து உறவாகிவிட்டார்கள். இன்னொரு பிரிவினர் பெண் கொடுக்க மறுத்துவிட்டனர். அக்காலத்தில் பெண்ணைக் கொடுத்து உறவாகிவிட்டதால் திருச்சி போன்ற மாவட்டங்களில் இன்றுங்கூட தொட்டியன்களும் முஸ்லிம்களும் உறவாடிக் கொள்வதைப் பார்க்க முடிகிறது என்பார் தர்ஸ்டன்.

திருச்சி மாவட்டம் முழுவதும் களப்பணி செய்தபோது இவ்வாறான தரவுகள் ஏதும் கிடைக்கப் பெறவில்லை. முஸ்லிம் வீட்டில் ஒரு குடுப்பை நாயக்கர் யாசகம் செய்வதை மற்றொருவர் பார்த்துவிட்டால் அது பஞ்சாயத்துக்குக் கொண்டுவரப்பட்டு தண்டம் கட்டும்படியான குற்றத்திற்கு உரியதாகிவிடும். முஸ்லிம் களிடம் குடுகுடுப்பை நாயக்கர்கள் யாசகம் செய்யக் கூடாது என்பதே இவர்கள் காலங்காலமாகக் கடைப்பிடிக்கும் கடுமை யான விதியாகும்.

கம்பளத்து நாயக்கர்கள் (ஒன்பது கம்பளத்தார்) ஆந்திரத்தி லிருந்து 14 ஆம் நூற்றாண்டில் தமிழகத்திற்குப் புலம்பெயர்ந்து உள்ளனர். 14ஆம் நூற்றாண்டில் தொடங்கிய இப்புலப் பெயர்வு அடுத்தடுத்துப் பல கட்டங்களாக நிகழ்ந்து 16 ஆம் நூற்றாண்டுவரை தொடர்ந்துள்ளது. நாயக்கர் ஆட்சிக் காலத்தில் கட்டபொம்மனைச் சார்ந்த கம்பளத்தாரும் (ஏக்ரவார் எனக்கூடிய ராஜகம்பளம்)

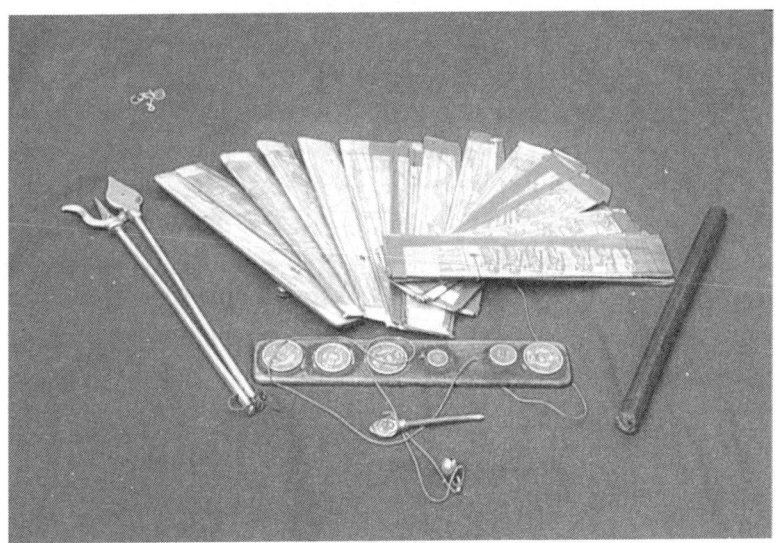

சுவடி கொண்டு வருவதுரைத்தல்

இன்னும் சில கம்பளத்தாரும் பாளையக்காரர்களாகவும் படை வீரர்களாகவும் இருந்துள்ளனர். ஆனால் நித்ரவார் கம்பளத்தைச் சேர்ந்த குடுகுடுப்பை நாயக்கர்கள் தாங்கள் பாளயக்காரர்களாக இருந்தனர் என்று கூறிக்கொள்வதில்லை; அவ்வாறு அவர்கள் இருந்ததுமில்லை.

குடுகுடுப்பை நாயக்கர்கள் தமிழகத்திற்குப் புலம்பெயர்ந்த காலந்தொட்டே நாடோடி வாழ்க்கை மேற்கொண்டு வருகின்றனர். நாயக்கர் ஆட்சிக் காலத்தில் இவர்கள் அனைவரும் ஆந்திராவின் வெவ்வேறு பகுதிகளிலிருந்து பல தொகுப்புகளாகப் பல்வேறு வழிகளில் இங்கு வந்து சேர்ந்தனர். ஒன்பது கம்பளத்தாரின் உட்பிரிவினர்களின் புலப்பெயர்வுகளையும் தொடர்புடைய பல நிகழ்வுகளையும் மெக்கன்சி தம் சுவடிகளில் பதிவு செய்துள்ளார்.

குடுகுடுப்பை நாயக்கர்கள் ஆதியில் உத்திரப் பிரதேசத்தில் இருந்ததாகவும் அங்குத் 'தச்சர்கள்' என அழைக்கப்பட்டதாகவும், பின்னர் ஆந்திரத்திற்குப் புலம்பெயர்ந்த போது அங்குப் 'பூசலவார்' என அழைக்கப்பட்டதாகவும், அதன் பின்னர் கம்பிலியிலிருந்து வந்தவர்கள் 'கம்பிலியர்' எனவும், பின்னர் 'கம்பளத்தார்' என்றும், இதன் பின்னர் கம்பளத்து நாயக்கர்கள் எனவும் அழைக்கப்பட்டதாக ஒரு கருத்து உள்ளது.

மொழி, சமூகத் தகுதி

குடுகுடுப்பை நாயக்கர்களின் தாய்மொழி தெலுங்கு எனினும் இன்று யாருக்கும் எழுதப் படிக்கத் தெரியாது. பேச்சுவடிவிலேயே தாய்மொழி பேணப்படுகிறது. இவர்களின் தெலுங்கு 16ஆம் நூற்றாண்டிற்குரிய தெலுங்கென்றும், இதனை இன்றைய ஆந்திர மக்கள் மிக எளிமையாகப் புரிந்துகொள்ள முடியாது என்றும் மொழியியலார் கூறுவர். இவர்களைப் பொறுத்தவரையில் தாய்மொழி தமிழ் எண்ணுமளவிற்குத் தமிழோடு ஐக்கியமாகி உள்ளனர். இன்று கல்விக்கூடங்களுக்குச் செல்லும் மாணவர்கள் சான்றிதழ்களில் தாய்மொழி தமிழ் என்று எழுதுமளவிற்குத் தமிழை வாழ்க்கைக்கான மொழியாக ஏற்றுக்கொண்டுள்ளனர். மிகச் சிலர் அண்டைய மாநில மொழிகளான மலையாளத்தையும் கன்னடத்தையும் அறிந்துள்ளனர். மிகக் குறைவானவர்கள் சமுத்திரத்தில் உள்ள 659 பேரில் 6 பேர் மட்டும் இந்தி ஓரளவு பேசுவதற்குத் தெரிந்து வைத்துள்ளனர். ஒருவருக்கு எத்தனை மொழிகள் தெரியுமோ அந்த அளவிற்கு அம்மொழிப் பகுதிகளில் சுற்றித் திரிந்து தொழில் செய்து பிழைக்க முடியும்.

தமிழகத்தில் குடுகுடுப்பை நாயக்கர்கள், தொட்டிய நாயக்கர்கள் என வகைப்படுத்தப்பட்டு குற்ற மரபினர் பட்டியலிலிருந்து நீக்கப்பட்ட சமூகமாக (denotified community) வரையறை செய்யப் பட்டுள்ளனர். இவர்களின் சமூக, கல்வி, பொருளாதார பிழைப் பாதார, வாழ்க்கை முறை ஆகியவற்றைக் கணக்கில் கொண்டும், பிற மானிடவியல் சார்ந்த அளவுகோல்களைக் கருத்தில் கொண்டும் அணுகும்போது காட்டுநாயக்கர் என்று தங்களை அழைத்துக் கொள்ளும் குடுகுடுப்பை நாயக்கர்களை அட்டவணைப் பழங் குடியாக (scheduled tribe) அங்கீகரிக்கலாம்.

சமூகப் பிரிவுகள்

குடுகுடுப்பை நாயக்கர்கள் கம்பளத்து நாயக்கர் என்னும் பெருஞ் சாதியின்கண் ஒருங்கிணையக்கூடிய ஒரு கிளைச் சாதியாகும் (subcaste). சாதியச் சமூகத்தோடு முழுமையாக இணையாததால் இவர்கள் கம்பளத்தாரின் துணைச் சமூகம் (sub-community) என்று கூறலாம். இச்சமூகத்தார் அவர்களுக்குள்ளேயே திருமணம் செய்து கொள்ளவேண்டும் என்னும் விதியைப் பின்பற்றுவதால் இவர்கள் சமூகம் (நித்ரவார் கம்பளம்) ஓர் அகமணப் பிரிவாக உள்ளது.

அகமணப் பிரிவாக உள்ள குடுகுடுப்பை நாயக்கர் சமூகத்தில் அண்ணன்-தம்பி, மாமன்-மச்சான் அடிப்படையில் பாகுபடும் பின்வரும் 18 புறமணக் குழுக்கள் உள்ளன. ஒவ்வொரு குழுவும் இரத்த வழியில் தொடர்புடையவர்கள். இதனால் அண்ணன் -தம்பி உறவுமுறை பாராட்டுபவர்கள். அவர்களுக்குள் திருமணம் செய்து கொள்ள முடியாது. மாமன்-மச்சான்முறை உடைய வேறொரு குழுவைச் சேர்ந்தவரைத் தேர்ந்தெடுத்துத் திருமணம் செய்து கொள்ளவேண்டும் என்பதால் ஒவ்வொரு குழுவும் ஒரு புறமணக் குழுவாக (exogamous group) அமைகிறது. இப்புறமணக் குழுக்கள் 'இண்டி பேரு' (குடும்பப் பெயர்) என்னும் பெயருடன் அழைக்கப் படுகின்றன. பின்வரும் 18 இண்டி பேரு புறமணக் குழுக்களில் இரத்தவழியில் தொடர்புடைய (அண்ணன்-தம்பி உறவுடைய) குழுக்கள் அனைத்தும் ஒரு தொகுதியாகவும் இந்தக் குழுவினருக்கு மாமன்-மச்சான் உறவுடைய புறமணக் குழுக்கள் பிறிதொரு தொகுதியாகவும் அட்டவணைப்படுத்தப்பட்டுள்ளன.

அட்டவணை 1இல் உள்ள அனைவரும் அதாவது காவிட்டி முதல் காலிவாலு வரை உள்ள 10 குழுவினரும் அண்ணன் - தம்பி உறவுடையவர்கள். இவர்களுக்குள் திருமணம் நடைபெறாது. இவர்கள் இன்னொரு தொகுதியான பாசிம் முதல் ஒலிபிட்டி வரையுள்ள எட்டு புறமணக் குழுக்களில் எவர் ஒருவரையும் மணந்துகொள்ளலாம். அதுபோல பாசிம் முதல் ஒலிபிட்டி வரையுள்ள எட்டு இண்டி பேருகளைச் சேர்ந்தவர்களும் அண்ணன்-தம்பிமுறை உள்ளவர்கள். இதனால் இவர்கள் அனைவரும் காவிட்டி முதல் காலிவாலு வரை முறை உறவுடைய இண்டி களைச் சேர்ந்தவரைத் திருமணம் செய்துகொள்வர்.

இப்புறமணக் குழுக்களின் பெயர்கள் யாவும் புலப் பெயர்வுச் சமூகத்திற்கான பொருண்மைகளை வெளிப்படுத்துகின்றன. முழுக்க முழுக்க இயற்கையைச் சார்ந்த குலக்குறிப் பெயர்களாக இல்லாமல் இருப்பதே இவ்வகையான பொருள்கோடலுக்கு இடமளிக்கிறது. ஒவ்வொரு புறமணக் குழுவும் தந்தை வழிக் குடிவழியில் (patrilineal descent) அமைவதால் பெண்கள் திருமண மானதும் கணவன் குடும்பத்து இண்டிப் பெயரை ஏற்றுக்கொள்வர்.

நாடோடிச் சமூகங்கள் உள்ளிட்ட பல சமூகங்களில் கால ஓட்டத்தில் சமூகம் பிரிதலும் (fission) இணைதலும் (fusion) புதிய குழுக்கள் உருவாகுதலும் நிகழ்கின்றன. சமூகத்தின் அசை

அட்டவணை 1

இண்டிபேரு (புறமணக் குழுக்கள்) I	இண்டிபேரு (புறமணக் குழுக்கள்) II
1. காவிட்டி (பொதியை இரு பக்கத்திலும் தொங்கவிட்டுச் செல்லும் கோல்) 2. மாட்டுங்கு (ஓர் ஊரின் பெயர்) 3. நாயுடு (தலைவர்) 4. கோல (அம்பு) 5. ஒக்கம் 6. சீரலவாலு (புடவைக் காரர்கள்) 7. சிந்தமாங்க்கு (புளியமரம்) 8. பொதிலி (பிரகாசம் மாவட்டத்திலுள்ள ஒரு நகரத்தின் பெயர்) 9. தண்ணீரோலு (தண்ணீர் மக்கள்) 10. காலிவாலு (காற் மக்கள்)	1. பாசிம் (உடற்கட்டான வர்கள்) 2. கொரிவி (எரியும் மரம்/ பந்தம்) 3. பில்லி (பூனை) 4. முனகலோலு (முருங்கை மரத்தார்) 5. பயண்டபாலா (தங்கக் கொடி) 6. பண்டி (மாட்டுவண்டி) 7. பசலிட்டி (ஒரு வகைப் பறவை) 8. ஒலிபிட்டி (ஒரு வகைப் பறவை)

வியக்கத்தில் நிகழும் இப்போக்குகள் அச்சமூக உருவாக்கத்தின் உள்ளார்ந்த அமைப்பியல்புகளை ஒழுங்கமைப்பதாகவும் கட்டுமானம் செய்வதாகவும் அமையும். குடுகுடுப்பை நாயக்கர் களிடம் 1975க்கு முன்னர் ஒலிபிட்டி எனக்கூடிய இண்டிபேரு மேற்கூறிய இரண்டு தொகுதிகளைச் சேர்ந்த அனைவருக்கும் அதாவது 17 இண்டி பேருவினருக்கும் முறை உள்ளவர்களாக இருந்துவந்தனர். யாரை வேண்டுமானாலும் திருமணம் செய்து கொள்ளலாம் என்ற நிலையில் இருந்தனர். இதனால் இவர்கள் தாசி வீடு (தாசி இண்டி) என்றழைக்கப்பட்டனர். மற்றவர்களைவிட

தாழ்ந்தவர்களாகவும் கருதப்பட்டனர். பின்னர் காலப்போக்கில் பாசிம் தொடங்கி பசலிட்டி வரையுள்ள இண்டி பேரு தொகுதி யினருடன் தங்களை அண்ணன்- தம்பி உறவாகக்கொண்டு வருகின்றனர். இதனால் தாசி வீடு என்னும் சுட்டுகை மறையைத் தொடங்கியுள்ளது.

குடுகுடுப்பை நாயக்கர் சமூகத்தில் புதிய குழுக்கள் உருவாகு வதும் இக்குழுக்கள் சமூகக் கட்டுமானத்தில் ஐக்கியப்படுத்திக் கொள்ளுவதும் கவனத்திற்குரியதாகும். இவர்களிடம் வேற்றுச் சாதியருடன் திருமணம் செய்துகொள்ளுதல், முறை இல்லாதவர் களைத் திருமணம் செய்துகொள்ளுதல், வேற்றுச் சமயத்தாருடன் ஓடிப்போய் திருமணம் செய்துகொள்ளுதல் போன்ற யாவும் கடுமையான குற்றத்திற்குரியவையாகும். இவ்வாறான நிகழ்வுகள் ஏற்படுமானால் உடனடியாகத் தம்பதியினரைப் பிரித்து இச்சமூகத் திற்குரியவரை மட்டும் புனிதப்படுத்தி சமூகத்திற்குள் ஏற்றுக் கொள்ளும் முயற்சி மேற்கொள்ளப்படும். இம்முயற்சி வெற்றி பெறாதபோது அதிக அளவு தண்டனையாகச் சமூகத்திலிருந்து ஒதுக்கிவிடுதல் நிகழும். இவர்கள் வழி வருபவர்கள் புதிய பெயரில் அழைக்கப்படுவர். இவ்வாறான முறையற்ற கலப்புத் திருமணங் களால் இரண்டு குழுக்கள் உருவாயின. துப்பாக்கி, நெடுகிண்டி வாலு (குடிவழியின் மரபினைத் தகர்த்தவர்கள் என்று பொருள்) ஆகிய இரு இண்டி பேருவைச் சேர்ந்தவர்கள் திருச்சி வட்டாரத்தில் இல்லையாயினும் குடுகுடுப்பை நாயக்கர்கள் இக்குழுவினரை நன்கு தெரிந்து வைத்துள்ளனர்.

சமுத்திரத்தைச் சேர்ந்தவர்களிடம் ஒரு தலைமுறைக்குமுன் ஒரு கலப்பு மணம் ஏற்பட்டது. காவிட்டி இண்டி பேருவைச் சேர்ந்த பெண் ஒருத்தி குயவர் சாதியைச் சேர்ந்த பையனைக் காதலித்தாள். பிறகு ஓடிப் போய் இருவரும் திருமணம் செய்து கொண்டனர். திருமணத்திற்குப் பின் குயவர் தனது தொழிலை விட்டுவிட்டு குடுகுடுப்பை அடிக்கும் தொழிலைக்கற்றுக்கொண்டு காலப்போக்கில் குடுகுடுப்பை நாயக்கர் சமூகத்தாராகவே மாறிவிட்டார். 30 வருடங்களுக்குப் பின் இத்தம்பதியினர் இறந்த பிறகு அவர்களின் மக்கள் தங்களை மீண்டும் சமூகத்திற்குள் சேர்த்துக்கொள்ளுமாறு பஞ்சாயத்தில் வேண்டுகோள் விடுக்க பஞ்சாயத்தும் ஏற்றுக்கொண்டது. அன்று முதல் மீண்டும் அவர்கள் காவிட்டி இண்டியில் சேர்ந்துகொண்டனர்.

குடுகுடுப்பை நாயக்கர் சமூகமானது தன் சமூகத் தூய்மையைக் காத்துக்கொள்வதில் கடுமையான முறையைக் கையாளுகிறது. தஞ்சை மாவட்டத்தில் கோபுராஜபுரத்தில் இச்சமூகப் பெண் வன்னியர் ஒருவரைக் காதலித்து ஓடிப்போய் திருமணம் செய்து கொண்டார். சமூகவழக்கப்படி பெரியவர்கள் அப்பெண்ணை மணவிலக்கு செய்து மீண்டும் வந்துவிடும்படி வலியுறுத்தி வந்தனர். அவளும் இதற்குப் பணிந்து மணவிலக்கு செய்துவிட்டாள். இருப்பினும் இண்டி பேர் அன்று முதல் 'கொத்த' (புதிய) என்ற முன்னொட்டுடன் அழைக்கப்பட்டது.

ஓர் ஆண் பிற சாதிப் பெண்ணை மணந்துகொண்டு சமூகத்தின் வற்புறுத்தலின் பேரில் மணவிலக்கு செய்துகொண்டால் அவன் மீண்டும் உடனடியாகப் புனிதச் சடங்குக்கு உட்பட்டு தன் சொந்த இண்டி பேருடன் அடையாளப்படுத்திக்கொண்டு வாழலாம். ஆனால் ஒரு பெண் பிறசாதி ஆணை மணந்து சமூகத்தின் வற்புறுத்தலின் பேரில் மணவிலக்கு செய்துகொண்டாலுங்கூட அவள் 'கொத்த' என்ற முன்னொட்டுடன் கூடிய இண்டி பேரைக் கொண்டவளாகவே வாழமுடியும். இவளுடைய மறைவுக்குப் பின் இவளுடைய மக்கள் மீண்டும் பஞ்சாயத்தில் அனுமதி பெற்று சமூகத்தாருடன் இணைந்து பழைய இண்டி பேருவைப் பெற முடியும். ஒரு தலைமுறை கழிந்த பின்னரே இது சாத்தியப்படுகிறது.

தொழில்

குடுகுடுப்பை நாயக்கர்களுக்கு முதன்மைத் தொழில் நடு இரவில் குடுகுடுப்பை அடித்துக் குறி கூறுதலும், பகலில் கைரேகை பார்த்தலும், சுவடி மூலம் வருவதுரைத்தலும், சடங்கு வழி தோஷம் தீர்த்தலும், பகல்வேஷம் போட்டு யாசித்தலும் ஆகும். வேட்டை யாடுதல், மீன்பிடித்தல், பழைய துணிகளைச் சேகரித்து விற்றல், யாசித்தல் துணைத் தொழில்களாகும்.

குடுகுடுப்பை அடித்தல் (தக்க கொட்டேதி)

ஒவ்வொரு ஆண்டும் அறுவடைப் பருவமாகிய தை, மாசி, பங்குனி ஆகிய மூன்று மாதங்களில் குடுகுடுப்பை நாயக்கர்கள் தங்களின் உரிமைக் கிராமங்களில் இரவில் குடுகுடுப்பை அடித்து மறுநாள் காலையில் நெல் / தானியங்கள் வசூல் செய்வர். ஒவ்வொரு குடும்பமும் தங்களின் உரிமைக் கிராமங்களில் கூடாரம் அமைத்து

இவ்வசூலை மேற்கொள்ளுவர். இந்த உரிமைக் கிராமங்கள் மரபுவழியில் வருவதாகும். சில குடும்பங்களுக்கு இவ்வகைக் கிராமங்களின் எண்ணிக்கை 50-60 வரையிலும், சிலருக்கு 15-20தாகவும் உள்ளன. சில குடும்பங்களில் வாரிசு இல்லா நிலையில் உறவினருக்கு எழுதி வைப்பர். இக்கட்டான சூழ்நிலை உருவாகும் போது உரிமைக் கிராமங்களை மற்றவருக்கு அடமானம் வைக்கவோ விற்கவோ முற்படுவர். 100 குடும்பங்கள் உள்ள ஒரு கிராமத்தை ஏறக்குறைய ரூ 100க்கு விற்பர். அவ்வாறு மற்றவருக்கு அடமானம் வைக்கும் போதும் விற்கும் போதும் வாங்கும் நபரை உரிமைக் கிராமங்களுக்கு அழைத்துச் சென்று இனிமேல் இவர்தான் குடுகுடுப்பை அடிக்க வருவார் எனக் கூறி அறிமுகம் செய்து வைப்பர்.

உரிமைக் கிராமங்களில் இரவில் குடுகுடுப்பை அடிக்கக் கிளம்பும் போது நல்ல சகுனம் கிடைத்தால் மட்டுமே கிளம்புவர். உரிமைக் கிராமங்களுக்கு வெளியில் தோப்பு, கோயில் அல்லது பொதுவிடங்களின் ஓரத்தில் கூடாரம் அமைக்க, மற்ற ஏற்பாடு களைச் செய்ய 2-3 நாள்கள் எடுத்துக்கொள்வர். ஏற்கனவே அடுப்பு கூட்டியிருக்கும் இடத்தை மாற்றுவர். அங்குள்ள கற்களை நீர்தெளித்து சற்று இடம் மாற்றி அடுப்பு வைப்பர். இவ்வாறு ஒரு முகாமை அமைக்கும் போது பல நம்பிக்கைகளை வெளிப்படுத்து கின்றனர் (விரிவுக்குக் காண்க: பக்தவத்சல பாரதி 1994). குடுகுடுப்பை அடிக்கக் கிளம்பும் நேரம் நடு இரவாகும். முதலில் இடுகாட்டிற்குச் சென்று நடுஇரவு 12 மணி வாக்கில் ஜக்கம்மாவை யும் பிற தெய்வங்களையும் அழைத்து அருள் பெற்றபின் கிராமத்தின் எல்லையில் நின்று குடுகுடுப்பை அடித்துத் தன் வருகையைத் தெரிவிப்பார். பொதுவாக ஓர் ஆண் மட்டுமே குறிசொல்லக் கிளம்புவார். இரவு 12.30-1 மணி வாக்கில் குறிசொல்ல ஆரம்பிக்கும் நபர் ஒவ்வொரு வீடாகச் சென்று குடுகுடுப்பை அடித்துக் குறி சொல்லுவார். விடியற்காலை 3 மணியோடு குறிசொல்வதை நிறுத்திக் கொள்வார். அதற்குமேல் சொன்னால் குறி பலிக்காது என நம்புகின்றனர்.

ஒவ்வொரு வீட்டின் முன்பு நின்றுகொண்டு அக்குடும்பத்தின் கடந்தகாலம், நிகழ்காலம், வருங்காலம் அனைத்தையும் சொல்லுவார். குடும்பத்தார் கண் விழித்துக்கொண்டு சன்னலை லேசாகத் திறந்து கொண்டோ கதவுக்கருகில் வந்து நின்று கொண்டோ உற்றுக்

கேட்பர். ஓர் இரவில் 10-15 வீடுகள்வரை குறிசொல்வதுண்டு. ஒரு வீட்டைப் பற்றிக் குறிசொல்லுதல் என்பது ஏனோதானோ என்றில்லாமல் சில தர்க்க நெறிகளைப் பின்பற்றுகின்றனர். காலங் காலமாக இவ்வூர்களில் சுற்றுவதால் ஒவ்வொரு குடும்பத்தைப் பற்றியும் பெருமளவு தெரிந்து வைத்திருப்பர். மேலும் குடுகுடுப்பை அடித்துக்கொண்டு அருள்வாக்குச் சொல்லத் துவங்கும்போது வீட்டை உற்று நோக்குவார். வீட்டுக்கருகில் உள்ள மாட்டுக் கொட்டையைக் கவனிப்பார். வைக்கோல் போர் எவ்வளவு உள்ளது எனக் கவனிப்பார். உழவுமாடு எவ்வளவு உள்ளது, வண்டி உள்ளதா, புதுவண்டியாக மாற்றப்பட்டிருக்கிறதா, வீட்டைச்சுற்றி செடி, கொடி, மரங்கள் எப்படியுள்ளன என்றெல்லாம் கணித்து அதற்கேற்ப பொதுப் பலன்களையும், ஆர்வமூட்டும் செய்தி களையும், வருங்காலத்தைப்பற்றி ஊகத் தன்மையிலான சில செய்திகளையும் கூறுவார். இவை தவிர அருள் நிலையில் நின்று சில தகவல்களையும் கூறுவார். இறுதியில் ஜக்கம்மா அருள் பாலிப்பாள் என்று வாக்குக்கூறி அடுத்த வீட்டிற்குச் செல்வார். இவ்வாறு ஓர் இரவில் ஓரிரு தெருக்களில் உள்ள 10-15 வீடு களுக்குக் குறிசொல்லிவிட்டு விடியற்காலை 3 மணிக்குள் தன் கூடாரத்திற்குத் திரும்பிவிடுவார்.

மறுநாள் காலை ஆண், பெண் இருபாலாரும் சேர்ந்து இரவு குடுகுடுப்பை அடித்த வீடுகளுக்குச் செல்வர். அவர்கள் தங்கள் வீட்டில் அறுவடை செய்த நெல் அல்லது தானியங்களை ஒரு படி அளவிற்குக் கொடுப்பர். சிலர் குறைந்த அளவு பணமும் தருவர். இதன் பின்னர் இரவு குறிசொன்ன போது அவர்களுக்கு ஏற்பட்ட ஐயங்களைத் தீர்க்கும் மூலமாக அல்லது பொதுவான குடும்ப நடப்புகளை எடுத்துக் கூறி பலன் கேட்பர். அதற்குக் குடுகுடுப்பை நாயக்கர்கள் கைரேகை பார்த்து மேலும் விளக்கங் காணலாம் என்றும், அல்லது சுவடி பார்த்துப் பலன் அறியலாம் என்றும் கூறுவர். இதற்கு அக்குடும்பத்தார் பெரும்பாலும் இசைவர். கைரேகை பார்க்கும்போதும் (செய்ராசி சூசேதி), சுவடி பார்க்கும் போதும் அவர்களுக்குத் தீய ஆவிகளின் தாக்குதல் அல்லது தோஷம் பிடித்துள்ளமை இருக்கிறது எனக் கண்டறிந்தால் அதனை நீக்கவேண்டும் என்பர். அதனை நீக்க விழைந்தால் தாங்களே அதனையும் செய்வதாகக் கூறுவர் (காண்க: தோஷம் தீர்த்தல் உட்தலைப்பு).

கைரேகை பார்த்தல் (செய்ராசி சூசேதி)

ஆண், பெண் இருபாலருமே கைரேகை பார்த்தல், சுவடி பார்த்தல், தோஷம் தீர்த்தல் மூன்றையும் செய்வர். ஆண் பெண்களுக்குக் கைரேகை பார்க்கும் போதும், பெண்கள் ஆண்களுக்குப் பார்க்கும் போதும், ஒரு சிறு குச்சியைக்கொண்டு ரேகைகளைக் காண்பித்து விளக்குவார்கள். கைரேகை பார்ப்பதற்குப் பொதுவாக ரூ. 2 முதல் ரூ. 5 வரை கேட்பார்கள். இவற்றில் பாதியாவது கிடைக்கும். கைரேகை பார்ப்பதை முதியவர்களிடமிருந்து 7-9 வயதிலேயே இருபாலரும் கற்றுக்கொள்கின்றனர். பேச்சுக் கலையில் இவர்கள் சிறந்தவர்கள். தாங்கள் கூறும் வருவதுரைத் தலை நம்பும்படியாகப் பேசுவதில் வல்லவர்கள். உரிமைக் கிராமங்களில் மேற்கொள்ளும் வசூல் மூலம் ஏறக்குறைய 5 முதல் 10 மூட்டை நெல் சம்பாதிப்பர். உரிமைக் கிராமங்களின் எண்ணிக்கைத் தொழிலில் ஈடுபடும் நபர்களின் எண்ணிக்கையைப் பொறுத்து வசூலின் அளவும் வேறுபடுகிறது.

சுவடி பார்த்தல் (சுவடி சூசேதி)

ஆண், பெண் இருபாலாரும் சுவடியைக்கொண்டு வருவதுரைக் கின்றனர். சுவடி என்பது பதப்படுத்தப்பட்ட பனை ஓலைகளில் படங்கள் வரையப்பட்டுள்ள ஒரு கட்டாகும். இராமாயண, மகாபாரத நிகழ்வுகள், கடவுள் படங்கள், நாட்டார் சாமிகள், மேரி, நாகூர் ஆண்டவர் போன்றவர்களின் படங்களைக் கரும்பச்சைச் சாறு கொண்டு ஆணியால் வரைந்து அவ்வோலைகளை ஒரு பக்கத்தில் துளையிட்டு கயிற்றினால் இணைத்து இருபக்கத்திலும் கட்டை வைத்துக் கட்டப்பட்டதாகும். சுவடி மூலம் தனக்கான பலனை அறிய விரும்புவர் ஒரு பக்கத்தில் தொங்கும் நூலினை ஏதாவது ஒரு ஓலைக்குள் சொருகவேண்டும். அந்த இடத்தைப் பிரிக்கும்போது மேல்பக்கம் ஒரு படமும் கீழ்ப்பக்கம் ஒரு படமும் காணப்படும். பெரும்பாலும் பின்வரும் 32 படங்கள் கொண்ட 16 ஓலைகள் இச்சுவடியில் கட்டப்பட்டிருக்கும். அவை பின்வருமாறு:

1. சிவன் - பார்வதி
2. நாகூர் ஆண்டவர் - அவருடைய தர்கா
3. சர்ப்பம் - சந்திர / சூரிய கிரகணம் தீண்டுதல்
4. மாதா - ஏசுநாதர்
5. கருப்பன் - கருப்பன் வாகனமான குதிரை

6. மதுரைவீரன் - பொம்மி
7. ஆஞ்சநேயர் - இராமர்
8. ஐந்து தலைப்பாம்பு - அரங்கநாதர்
9. இராவணன் - இராமர் (போர்)
10. சீதை - இராவணன் (சிறையெடுத்தல்)
11. இராமர் - லட்சுமணன் - அனுமன் (பட்டாபிஷேகம்)
12. இராவணன் கோட்டை - ஆஞ்சநேயர் (கோட்டையை அழித்தல்)
13. அரிச்சந்திரன் - சந்திரமதி (சுடுகாடு)
14. கிருஷ்ணன் - காளியம்மாள்
15. சுடுகாடு காளியம்மன் - முனீஸ்வரன்
16. மதுரை பாண்டி - மகாமுனி

மேற்கூறிய இப்படங்களை இணைத்து அத்தனி மனிதரின் பலன்களையும் அவருடைய குடும்பத்திற்கான பலன்களையும் விளக்கிப் பொருள் கூறும் நிலையில் இவர்களின் விவரிப்பு அமையும் (ஒவ்வொரு படத்தையும் கொண்டு நாயக்கர்கள் கூறும் பொருள் விளக்கத்தினை அறிய காண்க பக்தவத்சல பாரதி (1994)). கைரேகை பார்க்கும்போதும், சுவடி பார்க்கும்போதும் அந்நபரைத் தீய ஆவிகள் பற்றியிருந்தாலோ தோஷம் ஏற்பட்டிருந்தாலோ ஒரு சடங்கு மூலம் அத்தோஷத்தை நீக்கப் பரிந்துரை செய்வர். பாதிக்கப்பட்டவர் ஒப்புக்கொண்டால் அச்சடங்கினையும் செய்துவிடுவர்.

தோஷம் தீர்த்தல் (தோஷம் தீசேதி)

குடுகுடுப்பை நாயக்கர்கள் தொழிலுக்கு வரும்போது மக்கள் தங்கள் எதிர்காலத்தைக் கைரேகை அல்லது சுவடி மூலம் அறிவர். அப்போது அந்நபருக்கு தோஷம் உள்ளது என வருவதுரைப்பவர் கண்டறிந்தால் அதனை நீக்குதல் நல்லது எனக் கூறுவார். பாதிக்கப் பட்டவர் விருப்பம் தெரிவித்தால் தோஷம் தீர்க்கும் சடங்கைச் செய்வர். பொதுவாகத் தீய ஆவிகள் பிடித்திருந்து பாதிப்பு ஏற்பட்டிருந்தால் பாதிக்கப்பட்ட நபரை மீண்டும் நல்ல நிலைக்குக் கொண்டுவர தோஷம் தீசேதி சடங்கினைச் செய்வர். ஆவியால் பாதிக்கப்பட்ட நபரை அவருடைய வீட்டின் தலைவாயிலுக்கு வெளியே கிழக்கு நோக்கி உட்கார வைத்து அவரைச் சுற்றி ஒரு வட்டத்தைச் சடங்கு மருத்துவர் (குடுகுடுப்பை நாயக்கர்) வரைவார். உப்பு, மிளகாய், விபூதி ஆகியவற்றை வட்டத்திற்குள் உள்ள

பாதிக்கப்பட்டவரிடம் கொடுத்து அவற்றை வலது கையில் வைத்துக்கொள்ளுமாறு செய்துவிட்டு சடங்கு மருத்துவர் அவரது இனத் தெய்வமான ஜக்கம்மாவையும் பிற இஷ்டத் தெய்வங்களையும் வேண்டி பாதிப்பை ஏற்படுத்திய ஆவியைக் கண்டறிவார். கண்டறிதல் சில சமயங்களில் எளிமையாகவும் சில சமயங்களில் கடினமாகவும் அமையும். இனங்காணுதல் கடினமாகும் போது தெய்வத்தோடு தொடர்புகொள்ளும் முறையில் சில மாற்றங்களைச் செய்துகொள்வார் (விளக்கத்திற்குக் காண்க பக்தவத்சல பாரதி 1994). இவ்வாறு கண்டறிந்தபின் அந்த ஆவியோடு தொடர்பு கொண்டு பாதிக்கப்பட்ட உடலிலிருந்து விடுபடுவதற்கு அது கொண்டுள்ள விருப்பங்களையும் எண்ணங்களையும் அறிந்து அதனை நிறை வேற்றுவதாக உறுதிகூறுவார்.

இதனையடுத்துப் பாதிக்கப்பட்டோரின் வலக்கையிலுள்ள பொருள்களை மூன்றுமுறை வலமிருந்து இடமாகவும், பின்னர் இடமிருந்து வலமாகவும் சுற்றச்சொல்லி அவற்றை வட்டத்திற்கு வெளியே நீருள்ள செம்பில் (பாத்திரம்) போடச் செய்வார். அவ்வாறு போட்டபின் அதனைச் சடங்கு மருத்துவர் பெற்று பாதிக்கப்பட்டவரின் பங்காளி உறவினரிடம் கொடுத்து நாற்சந்தியில் எறியச் சொல்வார். இது நிகழ்ந்து கொண்டிருக்கும் போதே மீண்டும் ஜக்கம்மாவையும் பிற இஷ்ட தெய்வங்களையும் வேண்டுவார். மருத்துவப் பலன்களைக்கொண்ட மந்திர உச்சாடனங்களைச் சொல்லி பாதிக்கப்பட்டவரின் முகத்திலும் தலையிலும் படுமாறு விபூதியைப் பூசி, நெற்றியில் பொட்டிட்டு, கற்பூரத்தை ஏற்றி மூன்றுமுறை வலமிருந்து இடமாகவும், இடமிருந்து வலமாகவும் காட்டுவார். இச்சடங்கியல் மருத்துவத்தோடு வட்டத்திற்குள் அடைபட்டவரை வலதுகால் வைத்து வெளியே வரச்சொல்லி அனைத்து ஆடைகளையும் கழற்றுமாறு கூறி அவற்றைப் பெற்றுக்கொள்வார். இதோடு சடங்கின் முதல் பகுதி முடிவடைகிறது.

சடங்கின் முதல் பகுதி நிகழ்ந்த அன்றே அதன் இரண்டாம் பகுதி நிகழ்த்தப்படுகிறது. 'வீடு' (குடியிருப்பு) என்னும் களத்தில் முதல் பகுதி நிகழ்த்தப்பட்ட நிலையில் அதற்கு எதிர் இணையான 'காடு' (சுடுகாடு) என்னும் களத்தில் இரண்டாம் பகுதி நிகழ்த்தப் படுகிறது.

சுடுகாட்டிற்குச் செல்லும் சடங்கு மருத்துவர் அங்கும் ஒரு வட்டத்தை வரைந்து அதனைச் சுற்றி எட்டுத் திசைகளையும் கட்டுப்படுத்தும் வகையில் எருக்குக் கிளைகளை நட்டு அவற்றில் கருப்பு நூலைக் கட்டுவார். வட்டத்திற்குள் ஒரு பாவனை மனித உருவத்தை மண்ணால் அமைக்கிறார். உருவத்தின் தலை எமதர்மன் வாழும் திசையான தெற்கு நோக்கி இருக்குமாறு வைக்கப்படுகிறது. இவ்வுருவத்திற்கருகில் வத்தி, அவுல், பொறிக்கடலை, வாழைப் பழம் வைத்து நான்கு எலுமிச்சம் பழத்தை எட்டுத் துண்டுகளாக வெட்டி அதில் குங்குமத்தைத் தடவி ஜக்கம்மாவையும் பிற இஷ்ட தெய்வங்களையும் வேண்டிக்கொண்டு, ஒவ்வொரு எலுமிச்சைத் துண்டையும் பிழிந்து (இது இரத்தத்தின் குறியீடு) ஒவ்வொரு திசையிலும் வீசுவார். ஆவிகளின் வேட்கையை இது நிறைவு செய்கிறது. இதனையடுத்து தேங்காய் உடைத்து கற்பூரம் ஏற்றி இறுதியாக அப்பாவனை பொம்மையை உருச் சிதைத்துக் கலைத்துவிடுவார்.

சுடுகாட்டில் சடங்கினைச் செய்து முடித்தபின் சடங்கியல் மருத்துவர் சில பரிகார முறைகளைச் செய்யுமாறு பாதிக்கப் பட்டோருக்குக் கூறுவார் (விரிவுக்குக் காண்க: பக்தவத்சல பாரதி 1994, 1998). இந்த இரண்டாம் நிலை சடங்கோடு தோஷம் தீர்த்தல் சடங்கு முடிவுக்கு வருகிறது.

பகட்டி வேஷம் (பகல்வேடம்)

மேற்கூறிய குடுகுடுப்பை அடித்தல், சுவடி பார்த்தல், தோஷம் தீர்த்தல் ஆகியவை மூலம் வருமானம் குறையும் போது குடுகுடுப்பை நாயக்கர்கள் முருகர், கிருஷ்ணர், ஆஞ்சநேயர், ராமர் போன்ற தெய்வங்களின் வடிவில் வேடம் போட்டுக்கொண்டு வீடுவீடாகச் சென்று சாமிப்பாட்டுப் பாடி தெய்வங்கள் பெயரால் அருள் வாக்கு உரைப்பர். இறுதியில் யாசகம் கேட்பர். தெய்வங்களாக உருமாறி பகல்வேடம் நிகழ்த்தும் போது மக்களிடம் இயல் பாகவே கருணை உணர்வும் ஈகை உணர்வும் மேலெழுகின்றன. தானியங்கள், பணம், உணவு பெறுகின்றனர். இந்த நிலையில் வருவதுரைத்தல் என்னும் தொழிலுக்குள் மாறுபட்ட தகவமைப்பு களைக் கொண்ட கலப்பு வாழ்வாதாரமுறை இவர்களிடம் காணப்படுகிறது. பகல்வேடம் என்பது சாப்பாட்டுக்கு வழி யில்லாமல் போகக்கூடிய இக்கட்டான கட்டத்தில் அதனை

எதிர்கொள்வதற்கு ஏற்படுத்திக் கொண்ட ஒரு மாற்று வாய்ப்பாக அமைந்துள்ளது.

துணைத் தொழில்கள்

குறி சொல்லுதல், கைரேகை பார்த்தல், சுவடி வழி வருவதுரைத்தல், பகல்வேடம் போடுதல், தோஷம் தீர்த்தல் ஆகியவற்றின் மூலம் தங்கள் வாழ்வாதாரத்தைத் தேடினாலும் இவற்றுடன் மூன்று முதன்மையான துணைத் தொழில்களையும் செய்கின்றனர்.

மேற்கூறிய முதன்மைத் தொழிலைச் செய்யும் வேளையில் இறுதியாக மக்களிடம் பழையத் துணிகள் இருந்தால் கொடுத்துத வுங்கள் எனக் கேட்பர். வருவதுரைத்தலின் மூலம் மனநிறைவு அடைந்தவர்கள் ஏதாவது ஒரு துணியைத் தரத் தயங்குவதில்லை. இவ்வாறு சேகரிக்கும் துணிகளைத் துவைத்துப் பெட்டி போட்டு தங்களின் தேவைக்குச் சிலவற்றை எடுத்துக்கொண்டு மற்றதை அடித்தளமக்களிடமும் வாரச்சந்தைகளில் துணி வியாபாரி களிடமும் விற்றுவிடுவர். இதன்மூலம் ஓரளவு வருமானத்தை ஈட்டுகின்றனர். இவர்கள் அணியும் ஆடைகள் பெரும்பாலும் ஆதரவுச் சமூகத் தாரிடம் பெறும் பழைய துணிகளே.

வேட்டையும் மீன்பிடித்தலும் இவர்களுடைய கூடுதல் துணைத் தொழில்கள். ஊர்சுற்றும் காலங்களில் நேரம் கிடைக்கும் போதும் மாமிச உணவு உண்ண வேண்டும் என்ற ஆசை ஏற்படும் போதும் முகாமிலுள்ள ஆண்கள் கூட்டமாகச் சென்று வேட்டை யாடுவர். முயல், கீரிப்பிள்ளை, காட்டுப்பூனை, காட்டுப்பன்றி, வயல் எலி (வெள்ளை எலி), காடை, கவுதாரி, உடும்பு போன்ற விலங்குகளைப் பெரிதும் விரும்பி வேட்டையாடுகின்றனர். இதற்கென சிறிய வலைகளும், கண்ணிகளும், பிற பொருள்களும் செல்லுமிடங்களுக்கு எடுத்துச் செல்கின்றனர். மீன் பிடித்தலில் இருபாலாரும் ஈடுபடுகின்றனர். குளம், ஏரி, ஆறு, கால்வாய் போன்ற இடங்களில் தூண்டில் கொண்டும், வலை போட்டும், துணியைப் பரப்பியும் மீன் பிடிக்கின்றனர்.

ஊர்சுற்றும் காலத்தில் எப்போதெல்லாம் வருவாய் குறைகிறதோ, பிற ஆதாரங்கள் இல்லையோ அப்போதெல்லாம் பட்டினியைத் தவிர்ப்பதற்காகத் தீண்டத்தக்க சமூகத்தாரிடம் பிச்சை எடுக் கின்றனர். இதற்குப் பெண்கள் மட்டுமே செல் கின்றனர். இன்றைய தலைமுறையினர் பிச்சை எடுத்தலை விரும்பவில்லை என்றாலும்

வேறு ஆதாரங்கள் கிடைக்காத போது தங்கள் பெண்கள் உணவு பெறச் செல்லும்போது தடுக்க இயலாதவர்களாகவே உள்ளனர். இந்நிலையில் குடுகுடுப்பை நாயக்கர்களிடம் மேற்கூறிய மூன்று வகையான துணைமை ஆதாரங்களும் இவர்களின் பிழைப்பிற்கு மிக இன்றியமையாதவையாக உள்ளன.

திருமணம்

குடுகுடுப்பை நாயக்கர்களின் திருமண முறையில் வரையறுக்கப் பட்ட விதிமுறைகளும் தவிர்க்கவேண்டிய தடைகளும் (prescriptions and prohibitions) உள்ளன. குடுகுடுப்பை நாயக்கர் சமூகம் ஓர் அகமணச் சமூகமாகும். இதனால் ஒவ்வொருவரும் இச்சமூகத் திற்குள் மட்டுமே திருமணம் செய்துகொள்ள வேண்டுமென்ற விதி கடைப்பிடிக்கப்படுகிறது. எனினும் இந்த அகமணச் சமூகத்திற்குள் இண்டிபேரு (வீட்டுப்பெயர்) என்று சொல்லக்கூடிய இரத்தவழிக் குழுக்கள் இருப்பதால் ஓர் இண்டிப் பேருவைச் சேர்ந்தவர்கள் தங்களுக்கு முறை உறவுள்ள வேறொரு இண்டிபேருவைச் சேர்ந்த நபரைத் தேர்வு செய்து மணந்துகொள்வதால் ஒவ்வொரு இண்டி பேருவும் ஒரு புறமணக் குழுவாகச் (exogamous group) செயல் படுகிறது. இவையாவும் இவர்களுக்கான வரையறுக்கப்பட்ட விதிமுறைகளாகும். ஓர் இண்டிபேருவைச் சேர்ந்தவர்கள் அனைவரும் இரத்த உறவுடையவர் (பாலிவாலு = பங்காளி) என்பதால் இவர்களைத் திருமணம் செய்துகொள்ளக்கூடாது என்பது இச்சமூகத்தார் விதிக்கும் ஒரு தடையாகும். இவர்களுக்குள் உறவு ஏற்பட்டால் அது தகாப்புணர்ச்சியாகக் (incest) கருதப்படும். இவர்களிடம் உள்ள 18 புறமணக் குழுக்களில் அண்ணன்-தம்பி முறையுள்ள (வரச) இண்டிபேருகள் எவை மாமன்-மச்சான் முறையுள்ள இண்டி பேருகள் எவை என வரையறுக்கப்பட்டுள்ளன.

குடுகுடுப்பை நாயக்கர்களிடம் திருமணத்தின் போது விரும்பத் தக்க உறவு நிலைகள் உள்ளன. தாய்மாமன் பெண்ணை மணப்பது முதல் விருப்பமாகவும், தந்தையின் சகோதரி (அத்தை) மகளை மணப்பது அடுத்த விருப்பமாகவும், அக்கா மகளை மணப்பது மூன்றாம் விருப்பமாகவும் உள்ளது. தாய்மாமன் மகள், அத்தை மகள் ஆகிய இருவழிகளிலும் மணக்கும் இருவழி உறவுத் திருமண முறை (bilateral cross -cousin marriage) உள்ள சமூகமாக இவர்களின் சமூகம் உள்ளது.

குடுகுடுப்பை நாயக்கர்களிடம் ஒரு குடும்பத்தைச் சேர்ந்த சகோதரர்கள் இருவர் வேறொரு குடும்பத்தைச் சேர்ந்த சகோதரிகள் இருவரைத் திருமணம் செய்யும் முறையும் (sibling - set marriage) காணப்படுகிறது. தமக்கைப் பரிமாற்றமுறையும் (sister exchange) இவர்களிடம் காணப்படுகிறது. இக்குடும்பத்தைச் சேர்ந்த மண மகன்கள் தத்தம் தங்கைகளைத் திருமணத்தின் வாயிலாகப் பரிமாறிக் கொள்ளும் முறையிது. மேற்கூறிய இரண்டு வகையான மண முறைகள் பரிசப் பணத்தைக் கட்டுவதிலிருந்து விடுபடுவதற் காகவும், கொண்டு கொடுத்து உறவின் முறையை வாழையடி வாழையாக வளர்த்துக் கொள்ளவும் விரும்பும் சூழலில் அமையும் திருமண முறையாகும்.

இச்சமூகத்தாரிடம் கிராம அகமணம் (village endogamy) வலுவான, மிகவும் விரும்பக்கூடிய முறையாகும். சமுத்திரத்தில் கணக்கில் எடுத்துக்கொண்ட 220 திருமணங்களில் 99 திருமணங்களில் மணமக்கள் இருவரும் ஒரே கிராமத்தைச் சேர்ந்தவர்களாவர் (வட இந்தியாவில் கிராம அகமணம் தடைசெய்யப்பட்ட ஒன்றாகும்). 62 திருமணங்களில் மணத்துணைகள் 10 கி.மீட்டர் தூரத்திற்குள் தேர்ந்தெடுக்கப்பட்டுள்ளன. சுருங்கியத் திருமண வட்டாரத்தைக் கொண்ட திருமணமுறை திராவிட திருமண முறைக்குரியதாக உள்ளது (சொத்தைக் குடும்பத்திற்குள் வைத்திருக்கும் நீர்ப்பாசன வேளாண் நாகரிகத்தில் தோன்றிய திருமண முறையிது). நாடோடிகளாக இருந்தாலும் குடுகுடுப்பை நாயக்கர்களிடம் குறைந்த தூரத்தில் மணத்துணையைத் தேடும் முறை காணப்படுகிறது. இச்சமூகத்தில் அதிக அளவில் நிகழும் உடன்போக்குத் திருமணம் (பாரிபோயேதி) இதற்கொரு காரண மாகும். சமுத்திரத்தில் கணக்கிலெடுத்துக்கொண்ட 220 திருமணங் களில் 154 திருமணங்கள் (70%) உடன்போக்கால் நிகழ்ந்த திருமணங்களாகும்.

குடுகுடுப்பை நாயக்கர்களிடம் பெற்றோர்கள் ஏற்பாடு செய்து நிகழ்த்தும் திருமணங்கள் 'சம்பந்தம் திருமணம்' எனப்படும். பொருத்தமான பெண்ணைப் பார்த்து சமூகத்தின் கூடகாடு, பெத்தகாப்பு, உறவின்முறை முன்னிலையில் நிச்சயதார்த்தம் (ஈகோல்) செய்யப்படும். நிச்சயதார்த்தத்தின் போது 'ஓலி காசு' எனக்கூடிய மணப்பெண் பணம் ரூ. 42. 50யை மணமகன்வீட்டார் மணமகள் வீட்டாருக்குத் தரவேண்டும். சம்பந்தம் பேசும்

குடும்பங்கள் நெருங்கிய உறவுள்ளவர்கள் என்றால் ஓலி காசுவை சிறிது சிறிதாக திருமணம் முடிந்த பின்னருங்கூட தரலாம். சில வேளையில் ஒப்புக்காக ஒரு வராகம் (ரூ. 4.00) மட்டும் தந்து திருமணத்தை முடித்துவிடுவதுண்டு. நிச்சயதார்த்தம் செய்து கொண்ட பின் மணமகள் 'பாதி' மனைவி' என்னும் தகுதியை அடைகிறாள். மணமகன் பாதி தலைக்கட்டாகக் கருதப்படுவான். ஊரில் நடக்கும் பொது நிகழ்ச்சிகளுக்கு இவரிடமிருந்தும் வசூல் செய்வர். நிச்சயதார்த்தம் செய்த பெண் பாதி மனைவி ஆகிவிட்ட தால் திருமணம் நடைபெறும்வரை அவளுடைய மருத்துவச் செலவையுங்கூட மணமகன் வீட்டார் ஏற்கவேண்டும்.

1970களுக்கு முன் வரை திருமணம் ஐந்து நாள்கள் நடை பெறும். இப்போதெல்லாம் மூன்று நாள்களாகக் குறைந்துள்ளது. தாலி கட்டுதல் திருமணத்தில் முக்கிய சடங்காகும். உடன்போக்குத் திருமணத்தில் விரும்பிய மணமக்கள் ஓடிப்போய் ஓரிரவு வெளியே தங்கிவிட்டாலே அவர்களைச் சேர்த்து வைக்க வேண்டும். அவர்கள் திரும்பிய பின் அவர்களை ஊரார் முன்னிலையில் கூடகாடு என்னும் சமூகத்தின் தலைவர் அவர்களைப் பார்த்து கணவன் மனைவியாக வாழப் போகிறீர்களா? என்றும் பிரியாமல் வாழ்வீர்களா? என்றும் கேட்பார். அவர்கள் முழுமனதுடன் ஒப்புதல் கூறும்போது மண மக்களைக் குளித்துவரச் சொல்லி, கிழக்கு முகமாக அமர்த்தி தீர்த்தம் (துளசி நீர்) கொடுத்து, கருப்பு பாசி மணியை (நல்ல பூசலு) மண மகளின் கழுத்தில் கட்டச் சொல்வார். இவ்வாறான உடன் போக்கு மணத்திலும் மணமகன் வீட்டார் ஓலி காசு 42.50யை மணமகள் வீட்டாருக்குத் தரவேண்டும்.

குடுகுடுப்பை நாயக்கர் சமூகத்தில் மனைவி இறக்கும்போது அவளின் தங்கையை மணந்துகொள்ளும் மைத்துனி மணமும் (sororate), கணவன் இறக்கும்போது கணவனின் தம்பியை மணக்கும் மதனி மணமும் (levirate) இங்கொன்றும் அங்கொன்றுமாக அருகிக் காணப்படுகின்றன. இவர்களிடம் உடன்போக்கு மிக அதிகமான அளவில் காணப்படும் அளவுக்கு மணவிலக்கும் எளிதாகும். பஞ்சாயத்தில் முறையிட்டு மணவிலக்கு பெறலாம். மண விலக்கினை மணமகன் முன்மொழிந்தால் ஓலிகாசுவைத் திருப்பித் தரவேண்டும். மணமகள் முன்மொழிந்தால் திருமணச் செலவில் ஒருபகுதியைத் (இதனைப் பஞ்சாயத்தார் நிர்ணயிப்பர்) திருப்பித் தரவேண்டும். இரண்டாம், மூன்றாம், நான்காம் முறையாக

ஒரு பெண் திருமணம் செய்யும்போது மணமகன் வீட்டார் கொடுக்க வேண்டிய ஓலிகாசு (பரிசப் பணம்) குறைந்துகொண்டே வரும் நான்காம் திருமணத்தின் போது ஒரு வரகாம் (ரூ. 4.00) மட்டும் கொடுத்தால் போதுமானது.

சமுத்திரம் கிராமத்தைச் சேர்ந்த குடுகுடுப்பை நாயக்கர்களிடம் ஆய்வுசெய்தபோது கணக்கிலெடுத்துக்கொண்ட 220 திருமணங் களில் 32 திருமணங்கள் (14.54%) மறுமணங்களாக (remarriages) இருந்தன. இச்சமூகத்தாரிடம் திருமணத்திற்குப் பின் மணகமன் தன் மனைவியுடன் குடும்பத்தாருடன் தொழில் செய்ய செல்ல வேண்டும். இது 'பூண்டகாபு' எனப்படும். அவனுடைய தகுதியை அறியும் காலமாக (probation period) இது அமைகிறது. பழங் காலத்தில் (1950, 60கள் வரை) ஓராண்டுவரை பூண்ட காபு நீண்டிருந்தது. ஆனால் இப்போது ஓரிரு மாதங்கள் முதல் ஆறு மாதம் வரை எனச் சுருங்கிவிட்டது. அசலில் திருமணம் செய்யும் போது இதன் காலம் நீளும். உறவுக்குள் நடக்கும்போது குறையும்.

பஞ்சாயத்து

திருச்சி மாவட்டத்து குடுகுடுப்பை நாயக்கர் பஞ்சாயத்திற்குத் தலைவராக இருப்பவர் 'குரு' எனப்படுபவர். இவர் ஒரு பிராமணர். சமுத்திரம் கிராமத்திலிருந்து ஏறக்குறைய 275 கிலோ மீட்டர் தூரத்திலுள்ள சின்ன காஞ்சிபுரம் இந்த குருவுடைய ஊராகும். நான்கைந்து ஆண்டிற்கு ஒருமுறை குருவை அழைத்துப் பஞ்சாயத்து (பஞ்சாயம்) நடத்துவர். ஊர்சுற்றுமிடங்களில் சண்டை சச்சரவுகள் ஏற்பட்டால் அங்குள்ள காபுக்கள் கூடி முடிவு காண்பர். முடியாத வழக்குகள் பின்னர் விசாரிக்கப்படும். அப்போதும் தீரவில்லை என்றால் மற்ற ஊர்ப் பஞ்சாயத்துக்குச் செல்வர். அங்கும் தீரவில்லை என்றால் இறுதியில் குரு தலைமையில் கூடும் பஞ்சாயத்தில் தீர்ப்பு வழங்கப்படும்.

குருவுக்கு அடுத்த தலைமை குல பெத்த (குலத்தலைவர்) ஆகும். இவருக்கடுத்து கொண்டிகாடு, இவருக்குக் கீழ் கூடகாடு, அடுத்து பெத்த காபு, இவருக்கடுத்து பொதுமக்கள்தான். இவர்கள் 'காபு' என்று அழைக்கப்படுவர். குலபெத்த முதல் பெத்த காபுவரை அனைவருமே குடுகுடுப்பை நாயக்கர்தாம். இவர்கள் ஒவ்வொரு வருக்கும் தனித்தனியான பங்கு பணி உண்டு. பஞ்சாயத்து தவிர திருமணம், பிற சமூகச் சடங்குகளில் இவர்களுக்கென்ற

பணிகளும் பங்கேற்பும் முக்கியமானதாகும் (காண்க: பக்தவத்சல பாரதி 1996). பொதுமக்கள் அனைவரும் காபுக்கள் எனப்படுவர். காபுக்களிடம் தகவல் சொல்ல ஓடும் பிள்ளை செல்வார். தஞ்சை மாவட்டத்தில் சில பத்தாண்டுகளுக்கு முன்பே பிராமண குருவை விடுத்து குல பெத்தவைக் கொண்டு பஞ்சாயத்து நடத்தும் முறையைத் தொடங்கி விட்டனர்.

குடுகுடுப்பை நாயக்கர் சமூகத்தில் அன்றாட வாழ்வியல் நெறி முறைகள் (norms) முதற்கொண்டு மரபுவழி பின்பற்றக்கூடிய சட்டங்கள் (customary laws) வரை இவர்களிடம் மிகுந்த சமூகக் கட்டுப்பாட்டை நிலை நிறுத்துகின்றன. தமிழகக் கிராமங்களில் மரபுவழிப்பட்ட பஞ்சாயத்துமுறை நிலைநாட்டும் சமூக ஒழுங்கை விட குடுகுடுப்பை நாயக்கர்களின் சமூகக் கட்டுப்பாடு மிக உறுதியானது; வலுவானது ஆகும்.

ஒருவர் தவறு செய்கிறார் என்றால் அவர் உடனேயே அருகில் இருப்பவரிடம் அவர் செய்த தவறை எடுத்துக்கூறி ஒரு சிறு துரும்பைக் கொடுப்பார். குற்றம் கூறுபவரின் கூற்றைக் கேட்டபின் அத்துரும்பை முறித்துப் போடுவார். இது ‘முறிகட்டுதல்’ அல்லது ‘துரும்புகட்டுதல்’ (புள்ளகட்டேதி) எனப்படும். அத்தருணம் முதல் குற்றத்தைக் கேட்டவர் ‘முருதாரி’ எனப்படுவார். பின்னர் ஓரிரு நாள்களில் செல்லும் இடத்தில் இருக்கக்கூடிய ஆண்களை வைத்துப் பஞ்சாயத்துப் பேசி தீர்வு காணப்படும். குற்றத் தொகையைப் பஞ்சாயத்து பேசிய அனைவரும் (காபுக்கள்) சமமாகப் பகிர்ந்து கொள்ளுவர். குற்றம் சுமத்தப்பட்டு தீர்ப்பு வராத நிலையில் உள்ளவர்கள் பஞ்சாயத்தில் இடம்பெற்றால் பங்குத்தொகையில் 25 காசுகள் குறைத்துக் கொடுக்கப்படும்.

இச்சமூகத்தில் குற்றமிழைத்தவர் ‘மயில்’ எனப்படுவர். மயில் நிலை அடைந்தால் தண்டம் கட்டி சமூகத்திற்குள் மீண்டும் சேர்த்துக் கொள்ளும் வரை அவருடன் எவரும் பேசவோ பழகவோ கூடாது. தள்ளி வைக்கவேண்டும். மயில் பட்டம் கொடுத்து ஒதுக்கி வைக்கப்படுவதற்கான சில முக்கிய காரணங்கள் வருமாறு:

1. தாழ்த்தப்பட்ட சாதியினரிடமும் முஸ்லிம்களிடமும் உணவு பெறுதல்.
2. மயிலாக அறிவிக்கப்பட்டவருடன் பழகுதல்.
3. இன்னொரு குடும்பத்தாரின் பாயில் (படுக்கையில்) படுத்தல்.

4. பிறன்மனை நயத்தல்.
5. தங்கியிருக்கும் கூடாரத்திற்கு / முகாமிற்குப்பெண்கள் இரவு உணவுக்குள் திரும்பாமலிருந்ததல் அல்லது ஓர் இரவை முகாமிற்குள் வராமல் கழித்து விடுதல்.
6. தகராறின் போது செருப்பால் அடித்துவிடுதல்.
7. பஞ்சாயத்து கூறும் இறுதிக் கெடுவுக்குள் தண்டம் கட்டாமல் இருத்தல்.

மயில் பட்டம் பெறுபவர் பஞ்சாயத்தில் கலந்துகொள்ள முடியாது. சமூகத்திலிருந்தே ஒதுக்கி வைக்கப்படுவார். இவர்களிடம் ஒதுக்கி வைத்தல் (excommunication) அதிகபட்ச தண்டனை ஆகும்.

இவர்களிடம் செய்த குற்றத்திற்கு தண்டத்தொகை விதிப்பது ஒருபுறமிருப்பினும் பஞ்சாயத்து நடக்கும்போது நெறிமுறை களை மீறி பேசுவதற்குக் கூட தண்டம் விதிக்கப்படுகிறது. இது சமூக ஒழுங்கைக் கட்டிக் காப்பதற்குப் பெரிதும் உதவுகின்றது. முறி கட்டியது முதல் வழக்குக்கு உட்பட்டவர்களின் பேச்சு உன்னிப் பாகக் கவனிக்கப்படும். சண்டையின் போது வழக்காளிகள் பின்வரும் தவறுகளைச் செய்யக்கூடாது. அவ்வாறு செய்தால் தண்டனை பின்வருமாறு அமையும்:

பஞ்சாயத்து மூலம் சமூகத்தில் ஒழுங்கும் கட்டுப்பாடும் நிலை நிறுத்தப்படுகிறது. இது முதன்மையாக நடைபெற்றாலும் மக்களின் சமய நம்பிக்கை வாயிலாகவும் சண்டை சச்சரவுகள் தீர்க்கப் படுகின்றன. கோயிலின் முன் சென்று கற்பூரம் அணைத்து சத்தியம் செய்தல், குழந்தையைத் தரையில் கிடத்தி ‘நான் கூறுவது உண்மை’ எனத் தாண்டுதல், தாய் / பிள்ளை மேல் சத்தியம் செய்தல் போன்ற இன்னும் பிற வகைகளில் சண்டை சச்சரவுகள் தீர்க்கப்படுகின்றன.

சமூகத்தில் ஒழுங்கை நிலைநாட்டுவதில் கிசுகிசுத்தல் (gossip) ஓர் இன்றியமையாத கருவியாகப் பல பழமைச் சமூகங்களில் காணப்படுகிறது. குடுகுடுப்பை நாயக்கர்களிடமும் கிசுகிசுத்தல் குற்றமிழைப்பவருக்கு ஒரு சமூக நெருக்கடியை உருவாக்குகிறது.

மேலும் அவமானப்படுத்துதல் வழியும் சமூக ஒழுங்கு காக்கப் படுகிறது. இவர்களிடம் அன்றாட வாழ்வில் கடன் பெறுவதும் அதனைக் குறிப்பிட்ட காலத்தில் திருப்பிக் கொடுப்பதும் தவிர்க்க முடியாதது. குறிப்பிட்ட காலத்திற்குப் பின்னர் பலமுறை கேட்டும்

கடனைத் திருப்பித் தராதவரை இழிவுபடுத்தி வாங்க முற்படுவர். முதல் கட்டமாக, கடன் கொடுத்தவர் கடன் வாங்கியவரின் செருப்பின் மீது பலர் முன்னிலையில் தண்ணீரை ஊற்றுவார். இது தலை முழுகுதல் என்னும் பொருளை உணர்த்துவதாகும்.

தவறான செயல்கள்	தண்டம் ரூ.
1. சண்டையானது வாய்த் தகராறாக மாறினால்	6. 00
சண்டையின் போது எக்காரணம் கொண்டும் தகாத வார்த்தைகளைப் பயன்படுத்தக் கூடாது; தகாத பொருள் களைக் கையில் எடுத்துச் சண்டை போடக் கூடாது. பின்வரும் சொற்களை/பொருள்களைப் பயன்படுத் தினால் கொடுக்கப்படும் தண்டம் வருமாறு:	
அ. செருப்பு என்னும் சொல்லைப் பயன்படுத்தினால்	12. 00
ஆ. செருப்பைக் கையில் எடுத்துக்கொண்டு மிரட்டினால்/ அடித்தால்	24. 00
இ. துடைப்பம் என்னும் சொல்லைப் பயன்படுத்தினால்	6. 00
ஈ. துடைப்பத்தைக் கையில் எடுத்துக்கொண்டால்	12. 00
உ. அரிவாள் போன்றவற்றைக் கையில் எடுத்தால்	12. 00
ஊ. கொடுவா/கத்தி போன்ற பெரிய இரும்பு ஆயுதத் தைப் பயன்படுத்த முனைந்தால்	24. 00
எ. தோல் பொருள்களைக் (பெல்ட், சாட்டை) கையில் எடுத்து மிரட்டினால்	24. 00
ஏ. கட்டையால் அடிக்க முயலுதல் அல்லது எதிரியை அடித்து உதைக்க முயலுதல்	24. 00

கொடுத்த கடனைத் தலைமுழுக வேண்டுமா என வினவுவதாக இது அமைகிறது. எனவே இது அச்சமூகத்தில் அவமானத்திற்கு உரியதாகும். இதன் பின்னரும் கடனைத் திருப்பித் தரவில்லை என்றால் அடுத்து கடுமையான அவமானத்தை ஏற்படுத்துவார். செருப்பு ஒன்றினை சிலர் முன்னிலையில் ஒரு மரத்தில் ஆணி அடித்துத் தொங்க விடுவார். செருப்பு தீட்டினை ஏற்படுத்தும் ஒரு பொருள். இவ்வாறு செய்த பின்னும் கடன் திரும்பி வரவில்லை என்றால் அவரைப் பஞ்சாயத்தில் சேர்க்கமாட்டார்கள். அதனால்

வசூலாகும் தொகையில் பங்கு பெறும் வாய்ப்பினை இழப்பார். இதன் பின்னரும் கடன் திரும்பவில்லை என்றால் கருப்பு நாய் ஒன்றினைக் காதறுத்து அவர் வீட்டின்முன் கட்டி வைக்கப்படும். இச்சமூகத்தாருக்கு வேட்டையிலும் நாடோடி வாழ்விலும் உற்றதுணையாக இருப்பது நாய் மட்டுமே. உயிருக்கு உயிரான விலங்கொன்றைத் துன்புறுத்துவது இறுதி அவமானமாகும். இதன் பின்னரும் தரவில்லை என்றால் பஞ்சாயத்து அவரை மயிலாக்கி சமூகத்திலிருந்து ஒதுக்கி வைக்கும்.

குடுகுடுப்பை நாயக்கர் சமூகத்தில் பஞ்சாயத்து பல வகையான தண்டனைகளை விதித்தாலும் தண்டனைக்குப் பின் குற்றம் செய்தவரை உடனே சமூகத்தில் ஓர் உறுப்பினராகச் சேர்த்துக் கொள்ளும் நடைமுறையை மேற்கொள்கிறது. வழக்குக்குள்ளான இருதரப்பினரையும் ராசி செய்து சுமூக உறவை ஏற்படுத்துதல் பழமைச் சமூகங்களில் காணப்படும் ஒரு சிறந்த பண்பாகும். வெற்றிலை பாக்கு கொடுத்து ராசியாதல், கள் / சாராயம் கொடுத்து ராசியாதல், டீ குடித்து ராசியாதல் போன்ற பல நடைமுறைகள் இவர்களிடம் உள்ளன.

சமயம்

இவர்களின் முதன்மைத் தெய்வம் ஜக்கம்மா ஆகும். இந்தத் தெய்வத்தின் ஆற்றலைக்கொண்டே நடு இரவில் ஜாம கோடங்கி யாகக் குடுகுடுப்பை அடித்துக் குறி சொல்கின்றனர். ஜக்கம்மாவின் வாக்குப் பொய்க்காது என்பது ஊர், பட்டிகளில் உள்ள மக்களின் நம்பிக்கையாகும்.

ஜக்கம்மா தீப்பாய்ந்த அம்மனாகும் (deified deity). ஒரு பத்தினிப் பெண்ணுக்கு இறைவன் அருளால் ஆவாரம் செடி அருகே குழந்தை கிடைக்க, குடும்பத்தார் அக்குழந்தை எப்படி வந்தது எனச் சந்தேகித்து பத்தினிப் பெண்ணைப் பல சோதனைகளுக்கு உட்படுத்தி அவளுடைய பத்தினித் தன்மையை நிரூபிக்கச் செய்தனர். அப்பெண்ணும் நிரூபித்தாள்.

தெய்வ அருளால் ஆவாரம் செடியருகே கிடந்த குழந்தை சிறுவயதில் ஒரு கிழவனைத் திருமணம் செய்துகொண்டு வாழ்க்கைப் பட்டது. ஒரு நாள் வீட்டுக்குத் தூரமாகிவிடவே 5 முறை குளித்து விட்டு சமைத்துச் சாப்பாடு கொண்டுசெல்ல நேரமாகிவிட்டது. ஆடு மேய்த்துக்கொண்டிருந்த வயதான கணவன் தாமதமாக வந்த

அவளது கற்பின் மீது சந்தேகப்பட்டான். உண்மையைப் பலமுறை கூறியும் ஏற்கவில்லை. ஊராரிடம் முறையிட அவர்கள் அவளைப் பல சோதனைகளுக்கு உட்படுத்தினர். இறுதியில் தீயில் பாய்ந்து தன் பத்தினி நிலையை நிரூபிக்க நேர்ந்தது.

எர்ரகொல்லவார் உதவியுடன் நெருப்பை மூட்டிக் கொண்டாள். வண்ணானிடமிருந்து துவைத்த புடவை ஒன்றை வாங்கி வருமாறு சொன்னாள். புடவை கொடுத்தவரை சீலவார் (துணி கொடுத்தவர்) என்றும் அவரைப் பாதுகாக்குமாறும் கேட்டுக் கொண்டு, பிற 9 கம்பளத்தாருக்கும் துணை இருப்பேன் என்று கூறி தீயில் பாய்ந்தாள். தீயில் கருகாமல் வெளியே வந்து அருளாசி கூறிவிட்டு மேலுலகம் சென்றுவிட்டாள். அன்றிலிருந்து ஜக்கம்மா இவர் களுக்குத் தெய்வமாகிவிட்டது. தெய்வமாகிவிட்ட ஜக்கம்மாவை உருவம் ஏதுமில்லாமல் வழிபடுகின்றனர். புலம்பெயர்ந்து வந்த போது வலசக் கூடையில் புடவை ஒன்றை ஜக்கம்மாவாக எண்ணி எடுத்துவந்தனர். இன்றும் ஒவ்வொரு வீட்டிலும் வலசக் கூடைக்குள் புடவை வைத்திருக்கின்றனர். இதனைச் 'சாமி கூடை' எனக் குறிப் பிடுவர். இதனைப் புனிதமாக, பத்திரமாக வைத்திருக்கின்றனர்.

இவர்கள் கோடையில் 2 மாதங்கள் அவரவர் குடியிருப்புகளில் தங்கிவிட்டு மீண்டும் வெளியே தொழிலுக்குக் கிளம்பும் தருவாயில் அதாவது ஆனியில் ஜக்கம்மாவை அவரவர் வீட்டில் விமரிசையாக வழிபடுகின்றனர்.

ஜக்கம்மா தவிர இவர்கள் மாரியம்மனை வழிபடுகின்றனர். சமுத்திரத்தில் இச்சமூகத்தார் அனைவரும் சேர்ந்து மாரியம்மனுக்கு ஒரு கோயில் கட்டியுள்ளனர். ஜக்கம்மா வழிபாட்டிற்கு மறுநாள் இதற்குத் திருவிழா செய்கின்றனர். முன்னோர் வழிபாடும் இவர் களிடம் உள்ளது. ஆடி 18 ஆம் நாள் முன்னோர்களுக்குப் பிடித்த உணவு வகைகளையும், பீடி, சுருட்டுகள், சாராயம் வைத்துப் படைக்கின்றனர். ஆண்களுக்கு வேட்டியும் பெண்களுக்குச் சிவப்புப் புடவையையும் வைத்துப் படைக்கின்றனர்.

சமூக மாற்றம்

குடுகுடுப்பை நாயக்கர்கள் நாடோடி வாழ்க்கையை நாடாறு மாதம் காடாறு மாதம் எனவும், இவ்வாழ்க்கை கடினமானது என்றும் கூறுவர். இத்தகு வாழ்க்கை முறையைக் கைவிட்டால் அவர்கள் முன் இருக்கக்கூடியது விவசாயக் கூலி வேலையாகும். கூலி வேலையைக்

குடுகுடுப்பை நாயக்கர்கள் விரும்புவதில்லை. அது கடினமான உடலுழைப்பு சார்ந்தது மட்டுமில்லாமல் ஆண்டு முழுவதும் தொடர்ந்து இந்த வேலை கிடைப்பதில்லை என்பதாலும் இதனை இவர்கள் விரும்பவில்லை.

இவர்கள் செய்து வரும் நாடோடி வாழ்வின் மூலம் பணம், தானியங்கள், உணவு, உடை அனைத்தும் கிடைக்கின்றன. இவற்றைப் பெறுவதற்கு மிகுந்த உடலுழைப்பு செய்ய வேண்டிய தில்லை என எண்ணுகின்றனர். மேலும் குடுகுடுப்பை அடிக்கும் தொழில் இறைவனால் கொடுக்கப்பட்டது என எண்ணுகின்றனர். இவர்கள் இரவில் குறி சொல்லுதல், பகலில் கைரேகை பார்த்தல், சுவடி மூலம் வருவதுரைத்தல், பகல்வேஷம் போடுதல், தோஷம் தீர்த்தல் ஆகிய ஐந்து வகையான தொழில் முறையைக்கொண்டு இருப்பதால் வாழ்வாதாரம் நன்றாக இருப்பதாகவும் எண்ணு கின்றனர். இந்து சமயத்தாரும் இவர்களுக்கான ஆதரவுச் சமூகத்தாராக இருந்து ஆதரித்து வருகின்றனர். இதனால் மாற்றுத் தொழிலைப் பற்றிச் சிந்திக்காமல் ஆண்டாண்டுக் காலமாக இத்தொழிலையே செய்து வருகின்றனர்.

விடுதலைக்குப்பின் இந்திய அரசு பல்வேறு சமூகங்களின் முன்னேற்றத்திற்குத் தாராளமாகச் சலுகைகளையும் வசதிகளையும் ஏற்படுத்தித் தருகிறது. மதிய உணவுடன் தொடக்கக் கல்வி என்பது அனைவருக்குமே ஒரு வரப்பிரசாதமாகும். இலவசக் கல்வித் திட்டம் இம்மக்களை ஓரளவே கவர்ந்துள்ளது. நாடோடி வாழ்க்கை முறையில் தாய்மார்கள் ஊர் சுற்ற வேண்டியிருப்பதால் குழந்தை களைப் பள்ளிக்கு அனுப்ப இயலவில்லை. எனினும் மிகக் குறைந்த எண்ணிக்கையினர் ஓரளவு கல்வியறிவு பெற்றுவருகின்றனர். இதன்வழி குலத்தொழிலை விடுத்து மாற்றுத் தொழில்களையும் ஏற்கத் தொடங்கியுள்ளனர்.

சிலர் நாடோடி வாழ்வை ஒட்டிய பிற தொழில்களைச் செய்ய ஆர்வம் காட்டுகின்றனர். ஊர்ஊராகச் சென்று அலுமினிய, பிளாஸ்டிக் பாத்திரங்கள் விற்கவும், குடை பழுதுபார்க்கவும் விரும்புகின்றனர். சிலர் இதில் ஏற்கனவே ஈடுபடத் தொடங்கி யுள்ளனர். பழைய துணிகளை வாங்கிக்கொண்டு வெங்காயம், மரவள்ளிக்கிழங்கு விற்பதிலும் சிலர் ஆர்வங்காட்டுகின்றனர். இவ்வாறு ஈடுபடுவோரின் எண்ணிக்கை மிகக் குறைவாகும். பெரும்பான்மையானவர்கள் குடுகுடுப்பைத் தொழிலிலேயே

ஆர்வங்காட்டுகின்றனர். ஒவ்வொரு வட்டாரத்திலும் விரல் விட்டு எண்ணக்கூடியவர்கள் உயர்கல்வி பெற்று நவீன தொழில்களை ஏற்று வருகின்றனர். களப்பணி செய்த சமுத்திரம் கிராமத்தில் ஒருவர் வழக்குரைஞராகவும் ஒருவர் ஆசிரியர் பயிற்சியும், ஒருவர் அங்கன்வாடி கவனிப்பவராகவும் உள்ளனர். இவர்களைப் பார்த்து மற்றவர்கள் மாறும் சூழல் இன்னும் ஆழமாக வேரூன்ற வில்லை என்றே கூறலாம்.

உசாத்துணை

பக்தவத்சல பாரதி. 2000. *நாட்டார் வாழ்வில் நாடோடிகள் மருத்துவம். தன்னனானே (தஞ்சை நாட்டுப்புறவியல்) 214-25.*

___. 2015. *பாணர் இனவரைவியல். புத்தாநத்தம்: அடையாளம்.*

Bharathi, Bhakthavatsala. S. 1994. *Study of a Nomadic Community in Tamil Nadu: Kambalattu Nayakkar.* Doctoral Dissertation, University of Mysore, Mysore.

___.1992. Nomadism and Indigenous Civilization: Some Conceptual Problems. *PILC Journal of Dravidic Studies* 2,1:73-86.

___. 1998. Ritual Healing: Metamedical Discourse and Discursive Practices of a South Indian Nomadic Subcaste. *South Indian Folklorist* 2: 23-43.

9
குறவர்

மணி கோ. பன்னீர்செல்வம்

இன்றைய தமிழ்ச் சூழலில் குறவர் என்றால் இருவேறுபட்ட சமூகங்களை அடையாளப்படுத்தும் நிலை உள்ளது. ஒருவர் இம்மண்ணிற்கே உரிய பூர்வக்குடியான குறவர், மற்றொருவர் நரிக்குறவர்.

வட இந்தியாவின் ஆரவல்லி மலைத் தொடர், மேவார், குஜராத் முதலிய பகுதிகளிலிருந்து புலம்பெயர்ந்து கி.பி. ஆறு அல்லது ஏழாம் நூற்றாண்டில் தமிழகம் வந்து குடியேறியதாகக் கருதப்படும் நரிக்குறவர்கள் இன்றும் தமிழகம் முழுவதும் பரவி நாடோடிகளாக வாழ்ந்து வருகின்றனர். வெகுமக்கள் ஊடகமான இதழ்கள், கலை இலக்கிய வடிவங்களான திரைப்படம், சிறுகதை, நாடகம், தெருக்கூத்து போன்றவை நரிக்குறவர்களின் வாழ்க்கை முறையை அதிக அளவு பிரதிபலிப்பதாலும் மக்கள் அன்றாடம் சந்திக்கின்ற சமூகமென்பதாலும் நரிக்குறவர்களின் மாறுபட்ட வாழ்க்கைமுறை தமிழக மக்களை மிகுதியாகக் கவர்ந்துள்ளது. இதனால் இவர்களைப் போல் வேடமிட்டு ஆடிப்பாடி நடிக்கும் பழக்கம் குறவன் - குறத்தி நடனமாக வளர்ந்துள்ளது. இச்சூழலில் குறவர்கள் என்றாலே நரிக்குறவர்கள்தான் என்று ஒரு கருத்து நிலவுகிறது.

நரிக்குறவரல்லாத ஒரு முக்கியப் பழங்குடி உண்டெனில், அது பண்டைய தமிழ்த் திணைப் பாகுபாட்டிற்குரிய குறிஞ்சி நில மக்களான குறவர் பழங்குடியேயாகும். குறிஞ்சி நில மக்கள் 'குறவர்' என்றழைக்கப்பட்டனர். குறவர் என்ற சொல் குன்றவர், குன்றில் வாழ்பவர் என்றே பொருள்படும். பழந்தமிழிலக்கியங்கள் இக்குறவர்களின் வாழ்க்கை முறையைப் பதிவு செய்துள்ளன.

பழந்தமிழிலக்கியங்களில் குறவர்கள்

ஐவகைத் திணைகளில் குறிஞ்சி மலைகளில் வாழ்ந்த குறவர்கள் புற்களால் குடில்கள் அமைத்து வசித்தனர் (ஐங். 252). தினை விதைத்து அறுவடை செய்து அதை உணவாக உண்டுவந்தனர் என்பதைப் 'பெரும்புனக் குறவன்' என்கிற குறுந்தொகைப் பாடல் (82) தெரிவிக்கிறது.

ஓட்டு இயல் பிழையா வயநாய் பிற்பட, வேட்டம் போகிய குறவன் காட்ட என்கிற அகப்பாடல் (182) குறவர் வேட்டைத் தொழிலில் ஈடுபட்டதை உணர்த்துகிறது. தழைகளை ஆடையாக குறத்திகளும் (ஐங். 256) மரவுரியை ஆடையாகக் குறவர்களும் அணிந்திருந்தனர் (நற். 64). மலையிலுள்ள தெய்வங்களுக்குக் குறவர் வேங்கை மலர்வைத்து, பலியிட்டு, கள் படையலிட்டு, திணைக்கதிர்களைச் சமைத்து வைத்து வழிபட்டனர்(ஐங். 259). குறிசொல்லுதல் மலை வாழ்நரான குறத்தியர் மரபாக இருந்ததைக் குறவஞ்சி இலக்கியங்கள் மூலம் அறிய முடிகிறது. வள்ளி குறவர் களின் குலமகள் எனச் சிலப்பதிகாரம் கூறுகிறது. குறவர் குலத்தில் மலைநாட்டு அரசனாக ஏறைக்கோன் இருந்து வந்ததைப் புறப்பாடல் (157) சொல்கிறது. சங்க காலப் பெண்பாற் புலவரில் 'குறமகள் இளவெயினியார்' என்கிற குறவரினப் பெண் ஒருவர் இருந்ததையும் (புறம். 157) உணர முடிகிறது. மேற்கூறிய இச்செய்தி களிலிருந்து குறவர்கள்

1. மலை வாழ்நராக வசித்து வந்ததையும்
2. தினை விதைத்து மலைவேளாண் செய்ததையும்
3. வேட்டைத் தொழில் செய்து வந்ததையும்
4. மலையுறைத் தெய்வங்களை வழிபட்டதையும்
5. குறப்பெண்கள் குறி சொல்லியதையும்
6. வள்ளி குறவரின் குலமகளாக இருந்ததையும்
7. மலைநாட்டு அரசனாக குறவரினத்தவர்கள் இருந்ததையும்
8. சங்க காலத்தில் குறவரினப் பெண் ஒருவர் புலவராக இருந்து வந்ததையும் அறிய முடிகிறது.

தோற்றத் தொன்மம்

மழைவாழ்நரான குறவர்கள் காலப்போக்கில் சிதறி பல்வேறு பிரிவு மக்களாகச் சுட்டப்பட்டு வாழ்ந்துவருகின்றனர். இச்சூழலில் கூடைமுறம் கட்டும் குறவர்களிடத்தில் வழக்கில் உள்ள குறவர்

குறித்த வாய்மொழிக் கதையொன்று பின்வருமாறு: ஒரு நாள் பார்வதி குறவர் வீதியில் பிச்சை எடுக்கப் போனாள். குறவர்கள் தங்கத் தூணில் சாய்ந்துகொண்டு வெள்ளித் தூணை உதைத்துக் கொண்டு 'பிச்சையுமில்லை ஒன்றுமில்லை' என்று சொல்லி விட்டனர். ஏமாற்றமடைந்த பார்வதி பரமசிவனிடத்தில் போய் குறவரிடத்தில் பிச்சை கேட்கப் போனேன். தங்கத் தூணில் சாய்ந்து கொண்டு வெள்ளித் தூணை உதைத்துக்கொண்டு பிச்சை போட மறுத்துவிட்டனர் என்று கூறினாள். சிவபெருமான் தன் திருவோட்டினை எடுத்துக்கொண்டு மீண்டும் குறவர்களிடத்தில் பிச்சைகேட்கச் சென்றார். அப்போது அங்குக் கட்டியிருந்த நாயைக் குறவர்கள் அவிழ்த்துவிட அது சிவபெருமானைக் கடித்துக் குதறிவிட்டது. உடனே சிவன் தன் திருவோட்டினைக் கீழே போட்டுவிட்டு கொல்லன் அருவா, கொசவன் ஓடு, வேலி முள்ளுனு தெருத் தெருவா எங்கே போனாலும், சாகும் நிலையில் உள்ள நாய்கூட வள்வள்னு குரைக்க வேண்டும் என்று சாபமிட்டதால் இந்த சாதிக்கு வந்தோம் நாங்கள். ஆனால் எங்கள் பட்டம் வேடுவர் குலம்; வேடுவர்னா மலைவாசி குறவர் என்று குறவர்கள் கூறுகின்றனர்.

குறவர்கள் தங்களை வேடுவர் (வேடர், வேட்டுவர், வேடுவர்) என்றே அழைத்துக் கொள்கின்றனர். இங்கு வேடுவர் என்பது குறவரின் வேட்டைத் தொழிலைக்கொண்டே குறிப்பிடப்படுகிறது. குறவர்கள் தங்களை 'நம்பிராசன் கூட்டம்', 'வள்ளி மக்கா' என்றும் அழைத்துக் கொள்கின்றனர். இச்செய்தி நாட்டார் வள்ளிக் கதையை நினைவூட்டுகிறது. தமிழிலக்கியங்களும் வள்ளியைக் குறவர் குலத்தோடு தொடர்புபடுத்திப் பேசுகின்றன. பண்டைய வேட்டைமுற் சமுதாயத்தில் காய், கனி, வேர், கிழங்கு, இலை முதலியன உணவாகக் கொள்ளப்பட்டன. குறிஞ்சி நிலத்தில் உணவு சேகரித்து வாழ்வோருக்கு வள்ளிக்கிழங்கு உணவாக அமைந்தது. உணவுக்கு ஆதாரமான வள்ளிக்கிழங்கு பின்னாளில் வள்ளித் தெய்வ மாகக் குறவரால் கொண்டாடப்பட்டது. ஏராளமாகக் கிடைத்த மரவள்ளிக்கிழங்கை உணவுச் சேகரிப்போர் செழிப்பிற்கு அறிகுறி யாக அதனையே குலக்குறியாகக் கொண்டிருக்கலாம். காலப் போக்கில் வள்ளிக்கிழங்கு வள்ளித் தெய்வமாக மாற்ற மடைந்து (சுப்பிரமணியன் 1987: 55).

இனக்குழுச் சமூகத்தினர் உணவு உற்பத்தியின் அடையாளமாக வள்ளிக்கிழங்கு விளைவதைத் தாய்த் தெய்வமாக, செழிப்பின்

அடையாளமாகக் கருதினர். வள்ளல், வள்ளியன், வள்ளன்மை என்று வருகின்ற சொற்கள்கூட கொடை என்ற பொருளையே தருகின்றன. வள்ளி என்பதனை ஒரு வழிபாட்டு முறைமையாகவும், கூத்து வகைகளில் ஒன்றாகவும் தமிழிலக்கியங்கள் குறிப்பிட்டுள்ளன (பரமசிவன் 2000: 52). முருகு புணர்ந்து இயன்ற வள்ளி போல் (நற். 82) என்ற பாடல் முருகன் வள்ளியும் உடன்போக்கு மேற் கொண்டதைச் சுட்டுகிறது. இச்செய்தி காலப்பழமையானதாக இருப்பதால் அப்பாடல் சமூக வழக்கில் இருந்த ஒரு தொன்மை எனலாம்.

'முருகு மெய்ப்பட்ட புலைத்தி' என்ற சங்கப்பாடல் புலைத்தி மீது முருகு தெய்வமாக இறங்கினார் என்கிறது. இங்கு முருகன் தெய்வமாக இறங்கினார் என்கிற கருத்து பழங்காலக் குறவர் அல்லது நன்செய் பயிர்த் தொழிலை மேற்கொண்ட ஆரம்ப காலக் கடவுட் கருத்தாகும் (வானமாமலை 462). 'முருகு' முருகனாக வளர்ச்சியுற்ற போது வள்ளி முருகனுக்கு மனைவியாக்கப்பட்டாள். சிலப்பதிகாரமே முதன் முதலில் 'வள்ளி'யைக் குறமகள் என்று தெளிவாகக் குறிப்பிட்டு அவ்வள்ளியைக் குறவர்கள் தன் குல மகளாகக் கொண்டாடுவதை அறியமுடிகிறது (பரமசிவன் 2000: 52).

குமரி மாவட்டத்தில் உள்ள முருகன் ஆலயங்களில் சிறப்பு மிக்கது வேளிமலைக் குமார கோயில் ஆகும். நாகர்கோயிலிலிருந்து திருவனந்தபுரம் செல்கிற வழியிலுள்ளது இக்கோயில். குமார கோயில் அமைந்துள்ள வேளிமலை முருகனுக்கும் வள்ளிக் குறத் திக்கும் காதல் வேள்வி நடந்த மலை என்பதால் வேள்விமலை என்ற பெயரைப் பெற்றதாகவும் பின்னர் வேளி மலையாக ஆயிற்று என்றும் கூறுவர். மலையாள நாட்டு மக்கள், குறிப்பாக நம்பூதிரி சாதியினத் திருமணத்தை வேளி என்றுதான் கூறுவதாக எசு.பத்மநாபன் கூறுகிறார் (1999: 131). எனவே முருகனுக்கும் வள்ளிக்குறத்திக்கும் காதல் திருமணம் இங்கு நடந்ததால் வேளி மலை ஆயிற்று என்று கூறுவது இங்குப் பொருத்தமாக உள்ளது. 'நாஞ்சில் நாட்டு வேள்விமலையம்மே' என்கிற குற்றாலக் குறவஞ்சி பாடல் வரியும் இங்குக் குறிப்பிடத்தக்கது.

ஆண்டிற்கொருமுறை குமாரக் கோயிலில் பங்குனிமாதம் அனுஷ நட்சத்திரத்தில் 'வள்ளி முருகன்' திருக்கல்யாண திருவிழா நடைபெற்று வருகிறது. இத்திருவிழாவே குமாரக் கோயிலின்

கூடைகட்டும் குறவர் பெண்கள்

சிறப்பு மிக்க திருவிழாவாகும். வள்ளித் திருமணம் இத்தலத்தில் நிகழ்ந்ததற்கான வரலாற்றுச் சான்றுகள் உள்ளன. அது மட்டுமன்றி திருக்கல்யாண உற்சவத்தில் பின்பற்றப்படும் சம்பிரதாயங்கள் அதை மேலும் உறுதிப்படுத்துகின்றன எனக்கருதலாம். கோயிலில் இருந்து 2 கி.மீ மலையின் மேல் வள்ளி ஒளிந்த குகை, கல்யாண மண்டபம், வள்ளிதேவி குளித்த சுனை, வள்ளிக் கிழவன் சோலை போன்ற வனச்சோலைகள் இன்றும் உள்ளன. இச்சோலைகள் முருகப் பெருமானுக்கு வள்ளி திருமணத்திற்காகச் சீதனமாகத் தரப்பட்டதாகச் சொல்லப்படுகிறது.

வள்ளிதேவி நீராடிய சுனை அருகே உள்ள பாறையில் விநாயகர், வேலவர், வள்ளிதேவியின் புடைப்புச் சிற்பங்கள் உள்ளன. வள்ளி முருகன் திருக்கல்யாண நாளில் பக்தர்கள் வள்ளிதேவி சுனைக்குச் சென்று தொழுது சுனையில் நீராடுவர். இச்சுனையில் வள்ளி தேவி நீராடிய மஞ்சள் காணக்கிடக்கிறது என்பது மக்கள் நம்பிக்கை.

திருக்கல்யாண விழா அன்று காலை 5.30 மணிக்கெல்லாம் குமாரக் கோயில் வேளிமலைச்சாரலில் இருக்கும் கல்யாண மண்டபத்திற்கு முருகனையும் வள்ளியையும் பல்லக்கில் எடுத்துச் செல்வர். காலை 10 மணியளவில் குமாரக் கோயில் இருக்கும் குறவர் மடத்தில் 'கஞ்சி தர்மம்' நடைபெறும். இது வேள்விமலையில் வாழும் குறவர்களால் நடத்தப்படுகிறது.

'குறவன் சித்தனார்' முன்னேற்றச் சங்கச் செயலாளர் இக்கஞ்சி தர்மம் விழாவைத் தொடங்கி வைப்பார். பொதுமக்கள் அனைவரும் இக்கஞ்சியை வாங்கி உண்பர். மதியம் 3.00 மணிக்குக் குறவர்கள் அனைவரும் வேடம் புனைந்து கொள்கின்றனர். நம்பிராசன், விநாயகன், வள்ளித்தோழி, வள்ளியின் அண்ணன்மார் என அவ்வேடங்கள் அமைந்துள்ளன. வேடங்களுக்கான பொருள்கள், வேடப்புனைவு என எல்லாச் செயல்பாடுகளையும் குறவரே செய்து கொள்கின்றனர்.

முருகனும் வள்ளியும் கல்யாண மண்டபத்தில் ஜோடிக்கப்பட்டு பல்லக்கில் எடுத்து வர வேடமணிந்த குறவர்கள் பெண் எடுத்தால் மாமன் மச்சான் இல்லையென்றால் அண்ணன் தம்பி உறவு என்றும் அதன் முன்னே சண்டையிடுவர். அந்நாளிலே முருகன் மலைமீது எழுந்தருளி வள்ளியை அழைத்துவர வில், அம்பு ஏந்திய குறவர்கள் தடுத்து நிறுத்தி போர்புரியும் காட்சியே இது. மலைப் பாதை வழி நெடுகிலும் இப்போர் நிகழ்த்தப்பட்டு இறுதியில் கோயிலின் பின்புற வாசலில் நிறைவுறும். குறவர்கள் முருகப் பெருமானிடம் தோல்வியடைந்து சரணடைவர். வள்ளிக் குறத்தியின் விருப்பப்படி தோல்வியுற்ற குறவரை எழுப்பிவிடுவர். இப்போர் நிகழ்வே 'குறவர் படுகளம்' எனப்படுகிறது. நாஞ்சில் நாட்டுக் குறவர் இனத்தவரே இப்போர் நிகழ்வை நடத்துகிறார்கள். அப்போது குறவரின் தலைவருக்குப் 'பரிவட்டம்' கட்டப்படுகிறது. தேவஸ்தானத்தில் 'படிதரம்' தரப்படுகிறது. இரவு 7.30 மணியளவில் குமாரக் கோயிலில் முருகனுக்கும் வள்ளிக்கும் திருக்கல்யாண விழா நடைபெறுகிறது. பிறகு குறவர்கள் பொதுமக்களுக்குத் தினையும் தேனும் வழங்குகின்றனர்.

வேடுவர் குலத்தலைவன் நம்பிராசன் அவனது மகன்கள் எழுவரும் வேட்டைக்குப் போகின்றனர். அப்போது மான் ஈன்ற குழந்தையொன்று வள்ளிக்கிழங்கு எடுத்த குழியில் கிடந்தது. அதை எடுத்த வேடுவர் அக்குழந்தைக்கு வள்ளிக்கிழங்கு எடுத்த குழியில் கிடந்ததால் வள்ளி என்று பெயரிட்டு வளர்த்து வருகின்றனர். வள்ளி வளர்ந்து பெரியவளானதும் தன் குல வழக்கப்படி தினைப்புனம் காவல் காக்க செல்கிறாள். தினைப்புனம் காவல் இருப்பதை நாரதர் வந்து பார்த்துவிட்டு முருகனிடம் சொல்ல கிழவர் வேடத்தில் முருகன் வள்ளியைத் தினைபுனத்தில் சந்திக்கிறார். முருகனுக்கும் வள்ளிக்கும் இடையே விவாதம் நடக்கிறது. அந்நேரத்தில்

அண்ணன்மார்கள் அவ்விடத்திற்கு வர முருகன் வேங்கை மரமாக மாறுகிறார். தினைப்புனத்தில் புதியதாக முளைத்திருக்கிற வேங்கையைப் பார்த்தவள்ளியின் அண்ணன்மார்கள் அதை வெட்டுகின்றனர். கல்லாக மாறிவிடுகின்றனர். பிறகு வள்ளிக் குறத்தியின் வேண்டுகோளுக்கு இணங்கி முருகன் அண்ணன்மார் களை எழுப்புகிறார். வள்ளிக் கதையும் நாட்டார் பாடல்களும் பிரதிபலிக்கும் இக்கதையே 'குறவர் படுகள'மாகக் குறவர்களால் நடத்தப்படுகிறது.

தரவுக் களம்

சங்க இலக்கியச் சான்றுகள் கொண்ட குறவர்கள் இன்று தமிழகத்தின் பல பகுதிகளிலும் வாழ்ந்து வருகின்றனர். தஞ்சை, திண்டுக்கல், நாகர்கோயில் மாவட்டங்களிலும் சந்தித்து உரையாடிய குறவர் களின் தரவுகளே இக்கட்டுரைக்கு அடிப்படை. குறவர்கள் கிராமக் கட்டமைப்புக்குள்ளே ஒரு சாதியினராக அங்கீகரிக்கப்படவில்லை. ஒரு ஊருக்கும் மற்றொரு ஊருக்கும் நடுவில் குறவரின் குடி யிருப்புகள் அமையப்பெற்றுள்ளன. நகரப் பகுதிகளில் தங்களின் மூங்கில் பொருள்களை விற்பனை செய்ய சாலை ஓரங்களில் குறவர் குடிசைகள் காணப்படுகின்றன. நிலை யான குடியிருப்புகளல்லாத நிலையில் புறம்போக்கு இடங்களிலும் ஓடை ஏரிக்கரை ஓரங் களிலும் குறவர் குடியிருப்புகள் உள்ளன. திண்டுக்கல் மாவட்டத்தில் நத்தம் சாலையில் குறவர்களின் வீடுகள் பெருமளவில் உள்ளன. இவ்விடத்திற்கு 'நம்பிக்கோட்டை' எனக் குறவர்கள் பெயரிட்டு உள்ளனர். குறவரின் குலமகளான வள்ளியின் தந்தை நம்பிராசன் என்கிற அடிப்படையில் இப்பெயர் வைக்கப்பட்டதாகக் குறவர்கள் கூறுகின்றனர்.

திண்டுக்கல் புதுப்பட்டியிலுள்ள அரசின் காலனி வீடுகளிலும், வேடசந்தூர் என்னும் ஊரில் அமெரிக்க மிஷனரியான 'காசா' வால் எம்.ஜி.ஆர் ஆட்சிக் காலத்தில் கட்டித் தந்த வீடுகளிலும் குறவர்கள் வசித்து வருகின்றனர்.

குறவர் பிரிவுகள்

பண்டைய தமிழிலக்கியங்கள் பதிவு செய்துள்ள இக்குறவர்களின் வழித்தோன்றல்களான குறவர்கள் இன்றும் தமிழகத்தில் வாழ்ந்து வருகின்றனர். இக்குறவர்களை அரசு பல நிலைகளில் இனங்

கண்டு பிரித்து வைத்துள்ளது:

1. மலைக்குறவன் (மலையின மக்கள்), 2. குறவன், சித்தனார் (பிற்படுத்தப்பட்ட வகுப்பினர்), 3. கொறச்சா, 4. ஆத்தூர் கீழ்நாடு குறவர் (சேலம், தென்னாற்காடு, இராமநாதபுரம், விருதுநகர் மாவட்டங்கள்), 5. ஆத்தூர் மேல்நாடு குறவர் (சேலம் மாவட்டம்), 6. சி.கே.குறவர் (தென்னாற்காடு மாவட்டம்), 7. சங்கயம்படி கொறவாஸ் (வடஆற்காடு, திருவண்ணாமலை மாவட்டம்), 8. டப்பகுறவர் (சேலம் மாவட்டம்) 9. டொங்கயு ஆர் கொறச்சா, 10. டப்பிக் குறவர் (தஞ்சாவூர், நாகப்பட்டினம், திருச்சி, வட ஆற்காடு, திருவண்ணாமலை, 11. டப்பை கொறச்சாஸ் (திருச்சி புதுக்கோட்டை), 12. கந்தர்வ கோட்டைக் குறவர் (தஞ்சாவூர், நாகப்பட்டினம், திருச்சி, புதுக்கோட்டை), 13. ஈஞ்சிக்குறவர் (தஞ்சாவூர், நாகப்பட்டினம், திருச்சி, புதுக்கோட்டை), 14. குறவர் (செஞ்சி, இராமநாதபுரம், புதுக்கோட்டை, தஞ்சாவூர், நாகப்பட்டினம், திருச்சி, திருநெல்வேலி, சிதம்பரம், சென்னை, மதுரை, திண்டுக்கல், நீலகிரி மாவட்டங்கள்), 15. களிஞ்சி டப்பி குறவர் (தஞ்சை, நாகப்பட்டினம், புதுக்கோட்டை), 16. கள்ளக் குறவர் (தஞ்சை, நாகப்பட்டினம், திருச்சி, புதுக்கோட்டை), 17. முண்டாக்குறவர், 18. பொன்னைக் குறவர் (வட ஆற்காடு, திருவண்ணாமலை மாவட்டங்கள்), 19. சேலம் மேல்நாடு குறவர் (மதுரை, திண்டுக்கல், கோயமுத்தூர், புதுக்கோட்டை, திருச்சி மாவட்டங்கள்), 20. சாரங்கப் பள்ளிக் குறவர், 21. தளிக் குறவர் (சேலம் மாவட்டம்), 22. தோகமலைக் குறவர் அல்லது கேப்மாறிக் குறவர், (திருச்சி, புதுக்கோட்டை), 23. உப்புக் குறவர் அல்லது செட்டிப்பள்ளி குறவர் (புதுக்கோட்டை, மதுரை, தஞ்சை, நாகப்பட்டினம், திண்டுக்கல், செங்கற்பட்டு, திருவண்ணாமலை மாவட்டங்கள்,), 24. வயல்பாத் அல்லது நவல்பட் குறச்சா, 25. வதுவார்பட்டிக் குறவர் (மதுரை, திண்டுக்கல், இராமநாதபுரம், திருநெல்வேலி, திருச்சி, புதுக்கோட்டை மாவட்டங்கள்), 26. வேட்டக் குறவர் (சேலம் மாவட்டம்), 27. ஆந்தைக் குறவர், 28. ஊர்க்குறவர், 29. குடிக் குறவர், 30. பூனை குத்திக் குறவர், 31. பன்றிக் குறவர் போன்ற பிரிவினரைக் கண்காணிக்கப்பட்டோர் பட்டியலிலும் அரசு பிரித்து வைத்துள்ளது. இப்பிரிவுகளில் வரும் பெரும்பாலான குறவரினப் பெயர்கள் குறவர் வாழுமிடம், செய்யும் தொழில், ஊர் முதலியவற்றை அடிப்படையாகக் கொண்டுள்ளதை அறிய முடிகிறது.

வண்ணமும் வடிவமும் கொண்ட கூடைகள்

அரசு பிரிவுகளைத் தொடர்ந்து குறவர்களாலும், பிற மக்களாலும் சுட்டப்படுகிற குறவரின் பிரிவுகள் பல உள்ளன. திருவாங்கூர் கொச்சி நாட்டின் மலைப் பிரதேசப் பகுதிகளில் குறவர்கள் 1. குன்னக் குறவர், 2. பூங்குறவர், 3. காக்காக் குறவர், 4. பாண்டிக் குறவர் என நான்கு முக்கிய கிளைகளாகச் சிதறி பல்வேறு இடங் களில் வசித்துவருவதை அறிய முடிகிறது (எட்கர் தர்ஸ்டன் 1993: 153).

ஆந்திர நாட்டில் வாழும் தெலுங்கு குறவரான, 'எருக்குலவாரு' மக்கள் தமிழகத்திலும் ஆந்திரப் பகுதிகளிலும் பல பிரிவுகளாக வாழ்ந்து வருகின்றனர். 1. மூச்சுக்குறு, 2. ஓரங்குறு, 3. நாடு திரிகிற குறு, 4. குஞ்சுக்குறு என அவர்கள் அழைக்கப்படுகின்றனர் (சீனிவாச வர்மா 1972-5-9). 1. உப்புக் குறவர், 2. கறிவேப்பிலைக் குறவர், 3. கேப்மாரிக் குறவர், 4. பச்சைக்குத்திக் குறவர், 5.குஞ்சுக் குறவர், 6. காதுகுத்திக்குறவர், 7. கூடைமுறம் கட்டும் குறவர், 8. பஞ்சாரம் கட்டிக் குறவர், 9. அம்மிகொத்திக் குறவர், 10. பச்சை மலைக் குறவர், 11. அழகர் மலைக் குறவர், 12. பவழமலைக் குறவர் என குறவரின மக்களைச் சுட்டுவதையும் பார்க்க முடிகிறது (சீனிவாச வர்மா 1972: 1). மேலும் 1 காட்டுக்குறவர், 6.பன்றி மேய்க்கும் குறவர் எனப் பல நிலைகளில் குறவர் வாழ்ந்து வருகின்றனர். உப்புக்குறவர்களை 'உப்புச்செட்டி' என்றும் அம்மிக் கொத்திக்

குறவர்களைக் 'கல்குறவர்' என்றும், கயிறு திரிக்கும் குறவரைக் 'கயித்துக்குறவன்' என்றும் மக்கள் அழைப்பதைக் காண முடிகிறது.

குலப் பிரிவுகள்

குறவர்கள் குல அடிப்படையிலேய உறவைத் தீர்மானித்துக் கொள்கின்றனர். குறவர்களின் குலங்கள் மாவட்டத்திற்கு மாவட்டம் வேறுபடுகிறது. 1. சாத்தப்பாடி, 2. மானிப்பாடி. 3. காவிடியன், 4. மேலுத்தன் என்கிற நான்கு குலங்கள் குறவரிடையே காணப் படுகின்றன. இவை முதன்மைக் குலங்கள் எனப்படுகின்றன. சாத்தப்பாடிக்குலத்தைச சேர்ந்தவர்களும், மானிப்பாடிக்குலத்தைச் சேர்ந்தவர்களும் மாமன் மச்சான் உறவுடையவர்கள். பூர்வீகமாகவே வழிவழியாக இவ்விரு குலத்தைச் சேர்ந்தவர்களும் மாமன் மச்சான்கள். காவிடியன் குலத்தாரைக் 'கொண்டால் மாமன் - மச்சான், கொள்ளாவிடில் அண்ணன்-தம்பி' என்கின்றனர். மேலுத்தன் குலத்தவர்கள் சாத்தப்பாடி, மானிப்பாடி, காவடியன் குலத்தவருக்கு மாமன் மச்சான் உறவுடையவர்கள். மேலுத்தன். குலத்தவர் குறவரின் நான்கு குலத்திலும் உறவுடையவர். இக்குலத் தவரைக் குறவர் இழிவாக நினைப்பர். சாத்தப்பாடிக் குலத்தவரும் மானிப்பாடிக் குலத்தவரும் பூர்வீக மாமன்-மச்சான உறவுடையவ ராகவும் இவ்விரு குலத்தவரும் காவடியன் குலத்தில் பெண் எடுக்கும் கட்டுப்பாடும் இருந்து வந்தது. ஆனால் இப்போது 'தன் குலம் போக மற்ற குலத்தில் பெண் எடுக்கலாம்' என்று குறவர் கூறுகின்றனர்.

இந்நான்கு வகைக் குலங்களைக் குறித்துப் பின்வரும் வாய் மொழிக் கதையொன்று வழக்கில் உள்ளது. கூடைமுடைய குச்சி வெட்ட நான்கு பேர் ஒரு ஆற்றின் கரையோரம் நின்று கொண்டு இருந்தனர். அப்போது பார்ப்பதற்கு அழகான கைவேலைப் பாடுடைய ஒரு பெட்டி அவர்களை நோக்கி மிதந்து வந்து கொண்டிருந்தது. அவர்கள் அதை எடுத்துத் திறந்து பார்த்தனர். அதற்குள் மரத்திலான அழகான முருகன் சிலை யொன்று இருந்தது. உடனே அந்த நால்வரும் கூடி அதற்கு விழா எடுக்க விரும்பினர். அப்போது ஒருவன் அச்சிலையின் மேனியைக் கழுவினான். அவன் மேலுத்தன். ஒருவன் அலங்காரம் செய்து சிலைக்குப் பூ சாத்தினான். அவன் சாத்தப்பாடி ஆனான். காவடி எடுத்து ஒருவன் ஆடினான். அவன் காவடியன் ஆனான். ஒருவன் மணியடித்துப் பூஜை

செய்தான். அவன் மானிப்பாடி ஆனான். குறவர் அனைவரிடமும் இவ்வாய்மொழிக் கதை வழக்கில் உள்ளது.

மேலுத்தன் சாத்தப்பாடி, மானிப்பாடி, காவிடியன் என்கிற இந்த முதன்மைக் குலங்களில் பல பிரிவுகள் காணப்படுகின்றன. அவை வருமாறு:

மேலுத்தன்: குஞ்சா, நலபாய, நலகொண்டா, தேவர் கொண்டா மக்கா

சாத்தப்பாடி: புடுகு, கோடலு, கலா, அல்லா, பூரி, கும்பா, புலி, பாலி, கீர்த்தி, ஆண்டி மக்கா

மானிப்பாடி: பாண்டி, ஊட்டி, கலா, ஜன்கா, காலாட்டி, பொன்னராசு

காவிடியன்: மசினா, சிவிரி, குங்கா, பகரி, வீரா, சித்தா, ஊவீரல். முங்கா, செஞ்சுலு, எருகா, ஜனர்தா கிருகா மக்கா.

இப்பிரிவுகளில் வரும் பெயர்கள் மூன்று நான்கு தாத்தாமார்களின் பட்டப்பெயர்கள் ஆகும் என்கின்றனர் குறவர்கள்.

தொழில்

குறவரின் குலத்தொழிலாகக் கூடைமுடைதல் இருந்து வருவதைக் காணலாம். இத்தொழில் பரம்பரை பரம்பரையாக இம்மக்களே செய்துவருகின்றனர். கைவினை என்றாலே அதன் முதன்மை பண்புக்கூறு மரபுவழி செய்து வருவதாகும். நாட்டார் கைவினை யான குறவரின் கூடைமுடைதல் மரபுவழிக் கலையே ஆகும். தஞ்சைவாழ் குறவர்கள் மூங்கில்களைக்கொண்டே கூடைமுடி கின்றனர்.

கூடை முடைதலுக்கான மூங்கில்களைக் குறவர்கள் தஞ்சாவூரி லிருந்து கும்பகோணம் போகிற வழியிலுள்ள ஊர்களான திருவையாறு, கணபதி அக்ரகாரம், வயலூரிலிருந்து பட்டுக் கோட்டை போகிற வழியிலுள்ள சூரக்கோட்டை, ஒரத்தநாடு பகுதிகளிலிருந்தும் தஞ்சையைச் சுற்றியுள்ள நாஞ்சிக்கோட்டை, மருங்குளம், வெட்டிக்காடு போன்ற இடங்களிலிருந்தும் வெட்டி வருகின்றனர்.

குறவர்கள் மூங்கில் வெட்டுவதற்கு நான்கைந்து பேராகச் செல்கின்றனர். விடியற் காலையிலேயே மூங்கில் வெட்டுவதற்குச் சென்றுவிடுகின்றனர். மூங்கில் வெட்டும் தொழில் தெரிந்த

குறவர்களையே அழைத்துச் சென்று மூங்கில் வெட்டுகின்றனர். குறவரினத்தில் பெண், ஆண் இருவருமே செல்வர். ஒரே இடத்தில் அடர்த்தியாகக் குவியலாக வளர்ந்து இருக்கும் மூங்கில்களைக் 'குத்து' என்று குறவர் குறிப்பிடுவர். மூங்கில் குத்தை மூன்றாயிரம், நான்காயிரம் என விலை பேசுவர். நான்கு ஐந்து பேராகச் சென்று மூங்கில் குத்தின் முள்ளை அகற்றுவர். இம்மூங்கில் முள் வீட்டைச் சுற்றி வேலி அடைக்கும் 'படல்' என்பதாகப் பயன்படுகிறது. மூங்கில் முள்ளை வெட்ட குறவரினப் பெண்களே ஈடுபடுத்தப் படுகின்றனர். பெண்கள் மூங்கில் முள்ளை வெட்டிக் கட்டுக்களாகக் கட்டிக்கொடுத்தால் ஒரு கட்டு ரூ. 3 என்பதாகக் கூலியைப் பெற்றுக் கொள்வர். ஆண்கள் மட்டும் மூங்கில் வெட்டி ஒரு ஆணுக்கு ரூ. 150 வரை பெற்றுவிடுவர். மூங்கில் குத்தில் வெட்டுவதற்குக் குறவர்கள் சென்றதும் முதலில் மூங்கில் குத்திற்கு 'முகூர்த்தம்' செய்வர். அதாவது தேங்காய் உடைத்து, சூடம் கொளுத்தி, பொரி கடலை வைத்துச் சாமி கும்பிடுவர். சில நேரம் எலுமிச்சைக் காவு கொடுப்பர். கோழி அறுத்து காவு கொடுப்பதுமுண்டு.

மொத்தமாக மூங்கில்கள் வெட்டப்பட்டு, லாரி, வண்டிகளில் ஏற்றி வரப்படுகிறது. மூங்கில் வெட்டுவதற்கான செலவு, வண்டி வாடகை முதலானவற்றைக் குறவர்கள் அனைவரும் பகிர்ந்து கொள்வர். பத்து 'கழி' என்பதாக இருப்பின் இருவரே செல்வர். கணவன் மனைவி இருவருமேகூட மூங்கில் வெட்டுவதற்குச் செல்வதுமுண்டு. ஏனெனில் சம்பளம் கொடுத்துப் பிறரை அழைத்துப் போகும் செலவு மிச்சப்படுத்தலாமே என்று. வெட்டி வந்த மூங்கிலை உடைக்கின்றனர். நெளிவான மூங்கிலைத் தீ பற்றவைத்து அதன் வெப்பத்தில் காட்டி ஏதாவது ஒரு இடுக்கில் வைத்து வளைத்து நெளிவு எடுப்பர்.

மூங்கிலை உடைத்து இரண்டாக ஆக்குவர். அதைச் சிறிய நீள்வடிவில் கிழிப்பர். இதைச் 'சும்பு' என்பர். 'ஈக்கி' என்றும் குறவர்கள் கூறுவதுண்டு. மூங்கில் உடைத்து கம்பாகக் கிழிக்கும் போது ஏற்படும் செத்தையை அடுப்பு எரிப்பர். மூங்கில் உடைத்து வேலையைச் செய்யத் தொடங்கும் முன் அரிவாளைத் தொட்டு வணங்கி மனத்தால் தமது குல தெய்வத்தை வேண்டி வேலையைத் தொடங்குவர். வெட்டி வந்த பச்சை மூங்கிலே கூடை முடைய இலகுவாக இருக்கும். மூங்கில் காய்ந்துவிடாமல் இருக்க சும்புக்கு நீரைத் தெளித்துக்கொண்டே இருப்பர்.

மூங்கிலைக்கொண்டு பஞ்சாரம், செடிக்கூண்டு, காய்கறிக் கூடை, தட்டி, விதைப்பெட்டி, தானியக்கூடை, காய்த்தட்டு, முளைப்பாரிக்கூடை, கல்யாணக் கூடை எனப் பலவகையான கூடைகள், தட்டுகள் செய்யப்படுகின்றன. பட்டையான நீண்ட மூங்கிலைக் குறுக்கு நெடுக்காக வைப்பர். இது 'கால்மட்டை' எனப்படும். அதன் ஒரு மட்டையிலிருந்து ஈக்கியை வைத்து முதல் சுற்று சுற்றுவது இதற்கு 'அடிச்சுற்று' என்று பெயர். அடியைச் சுற்றிய பின் இரண்டு ஈக்கியால் சடைப்பின்னலைப் போல சுற்றியபடி கூடைமேல் நோக்கி விரியும். கூடையின் நடுவே 'கட்டு' வைக்கப்படும். கூடையின் வாப்பாட்டிலும் (வாய்ப்பகுதி) 'கட்டு' சுற்றப்படும். அடிச்சுற்றி கூடையை மேல்நோக்கி சுற்றிவரும் போது கால்மட்டை மூன்றின் இடுக்கிலும் ஒவ்வொரு ஈக்கியை வரிசையாக வைத்து சடைப்பின்னலால் மூன்று நான்கு சுற்று சுற்றுவர். இதையே கட்டு என்பர். எல்லாக் கூடைகளுக்கும் பொதுவான அமைப்பாக அடிச்சுற்று, கட்டு, வாய்ப்பகுதி (வாய்ப்பாடு) மூன்றும் உள்ளன. ஆனால் தட்டி (தடுக்கு)யின் பின்னல் முறைவேறு. நான்கு மூலையிலும் 'முலக்குச்சி' அடிக்கவும் இது தட்டு நகராமல் இருக்க உதவும். நான்கு மூலையின் இரண்டு பகுதியிலும் நீண்ட மூங்கில் பட்டைகளை வைத்து விடுவர். ஒரு பக்க மூங்கிலிலிருந்து மற்றொரு பகுதி எதிர் மூங்கிலை நோக்கி இரண்டு பட்டையான மூங்கிலை வைத்து அதன் உள்ளே கால் மட்டையை வைத்துப் பின்னுவர்.

குறவர் மூங்கிலைக்கொண்டு செய்யப்படும் பொருள்கள் பெரும்பாலும் விவசாய வீட்டுப் பயன்பாட்டிற்கென்றே செய்யப் படுகிறது. குறவர்கள் செய்யும் பொருள்கள் 'கூவி விற்றல்' முறையில் விற்பனை செய்யப்படுகின்றன. மொத்தமாகக் கூடை களை வாங்கியும் குறவர்களில் சிலர் விற்கின்றனர். கடைகளிலும் மொத்தமாக கொண்டுபோய் போடப்படுகிறது. பெரும்பாலும் கூடைகள் ஐம்பது ரூபாய்க்கு மிகாமல் உள்ளன. இவர்கள் உற்பத்திப் பொருள்களை விற்பனை செய்கையில் சொன்ன விலைக்கு எவரும் வாங்குவதில்லை. விலை 'பேரம்' பேசியே வாங்குகின்றனர். கூடைமுடையும் தொழிலில் ஆண் பெண் இருவருமே ஈடுபடுகின்றனர். பாகுபாடு என்பது இல்லை. இருவரும் சேர்ந்து கூடை பின்னினால்தான் வருவாய் ஈட்ட முடியும்.

திருமணம்

குறவரினத்தில் ஒரு பெண்ணை மணக்கிற உரிமையில் தாய்மாமன் மகனுக்கு முதலிடம்; அத்தை மகனுக்கு இண்டாவது உரிமை; ஒன்றுவிட்ட மாமன் மகன்களுக்கு அடுத்தடுத்த உரிமை. தாய்மாமன் வீட்டிற்குத் தெரியாமல் பெண்ணை வேறொரு இடத்தில் திருமணம் செய்து கொடுக்க முடியாது. தாய்மாமன் வீட்டில் மாப்பிள்ளை இல்லை என்றாலும் இருந்தாலும் பெண்ணை வேறு இடத்தில் மணம் செய்துவிக்க 'தேசக் கழித்தல்' என்கிற சடங்கைச் செய்ய வேண்டும். இங்குத் தேசக் கழித்தல் என்றால் தாய்மான் உரிமையை விட்டுக் கொடுத்தல் என்பதாகும்.

தாய்மாமன் வீட்டில் மாப்பிள்ளை இல்லையெனில் பெண் வீட்டார் (தங்கை அல்லது அக்காள் வீடு) வேறொரு இடத்திலிருந்து மாப்பிள்ளை வருகிறது. உன் வீட்டிலும் என் மகளுக்குத் தோதான மாப்பிள்ளை இல்ல அண்ணே நீ உன் தேசையை விட்டுக் கொடு என்று தாய்மாமனுக்கு வேட்டித் துணிமணி எடுத்துக் கொடுத்து சாராயம் வாங்கித் தந்து ஒரு தட்டில் வெற்றிலைப் பாக்கோடு 101கால் பணம் வைத்துக் கொடுப்பார். இதுவே 'தேசக் கழித்தல்' எனப்படும்.

தேசக்கழித்த பின்னரே வேறு இடத்தில் பெண்ணைத் திருமணம் செய்து கொடுக்கலாம். தாய்மாமன் தேசையை விட்டுக்கொடுத்திருந்தாலும், அப்பெண்ணின் திருமணத்தின் முன்நின்று திருமணத்தை நடத்தும் உரிமையும் உண்டு. குறவர் ஒரு இடத்தில் பெண் இருக்கிறது எனத் தெரிந்தால் ஏழு பேர், ஒன்பது பேர் என ஒற்றைப் படையில் செல்வர். மாப்பிள்ளையின் தாய்மாமனும் கூடவே செல்வார். பூ, பழங்கள், வெற்றிலைப் பாக்கோடு பெண்வீடு செல்வர். பெண்ணைத் தாய்தான் முதலில் பார்ப்பார். மாப்பிள்ளை பெண்ணை நேரடியாகப் பார்க்கிற வழக்கமும் உண்டு. மாப்பிள்ளைக்குப் பெண்ணைப் பிடித்துவிட்டால், பூ, பழங்கள், வெற்றிலைப் பாக்குத் தட்டை பெண்வீட்டாரிடம் தந்துவிடுவர். மாப்பிள்ளை வீட்டார் தந்த தட்டில் உள்ள பூவை மணமகள் தலையில் வைத்துக் கொள்வாள். இவ்வழக்கத்தைப் 'பூ வைத்தல்' என்று குறவர் குறிப்பிடுகின்றனர். மாப்பிள்ளைவீட்டாரும் பெண்வீட்டாரும் பால் வாங்கி வந்து அதை நிச்சயதார்த்த (உறுதி) அடையாளமாக இரு வீட்டாரும் மாற்றிக்கொள்வர். உப்புக் குறவர்கள் வெல்லத்தைக் கரைத்து அந்த வெல்லப்பாகை மாப்பிள்ளைவீட்டாரும் பெண்

வீட்டாரும் மாற்றிக்கொண்டு 'பாவு உனக்கு, பொண்ணு எனக்கு' என உறுதி செய்வர். இதைப் 'பாவு மாற்றல்' என்று உப்புக் குறவர் குறிப்பிடுகின்றனர். கள் என்கிற மதுவைக்கூட மாற்றிக் கொண்டதும் வழக்கத்தில் பல காலம் இருந்துவந்தது.

மண வயதினை எட்டிய ஓர் இளைஞனின் தந்தை அந்த வட்டாரத்தைச் சேர்ந்த பெரியவர்கள் சிலரை உடன் அழைத்துக் கொண்டு பெண் தேடிச் செல்வான். அவர்கள் பெண் கேட்டுச் செல்லும் குடும்பத்தார் பெண் தர ஒப்புக் கொள்வார்களேயானால் சாதித் தலைவனுக்கு ஆள் அனுப்பி வரவழைத்து எல்லோருமாகக் கள்ளுக் கடைக்குச் செல்வர். அங்கு மணமகனின் தந்தை ஒரு மொந்தையில் கள்ளினை நிரப்பி அதனை மணமகளின் தந்தை யிடம் கொடுத்து நான் இதனை உனக்கு எதற்காகக் கொடுக் கின்றேன் தெரியுமா? எனக் கேட்பான். அதற்கு அவன் நான் உனக்கு என் மகளைத் தருவதாக வாக்குத் தந்துள்ளேன். அவள் நல்லபடியாக வாழட்டும் எனக்கூறி அதனைக் குடிப்பான். பிறகு மொந்தை மறுபடியும் நிரப்பப்பட்டுச் சாதித் தலைவனிடம் தரப்படும். அவன் அதனை வாங்கிக்கொண்டு, 'நான் எதற்காக இதனைக் குடிக்க வேண்டும்?' எனக் கேட்பான். அதற்கு அவன் நான் என் மகளை மகனுக்குத் தரப்போகின்றேன். அவன் நல்லபடியாக வாழட்டும் என்று 'குடி' எனக் கூறுவான். அங்குக் கூடியுள்ள அனைவரும் தகுதி வரிசைப்படி குடித்து முடிக்கும் வரை இது போலக் கேள்விகளும் பதில்களும் நிகழ்ந்தபடி இருக்கும் *(தர்ஸ்டன் 1993: 21-22)* இவ்வாறு ஒரு பெண் நிச்சயம் செய்யப் பட்டால் 'அந்தப் பொண்ணு மேல கள்ளு குடிச்சிருக்கு' என்றும் குறவர் குறிப்பிட்டு வந்ததுண்டு. இது எளிய அளவில் நடக்கும் நிச்சயதார்த்தம் ஆகும். பெரியளவில் நடப்பதும் உண்டு.

ஒரு நல்ல நாளில் மாப்பிள்ளைவீட்டார் ஒரு தட்டில் வெற்றிலை பாக்கு, ஒரு தட்டில் கல்கண்டு, ஒரு தட்டில் பேரிச்சம்பழம், ஒரு தட்டில் வாழைப்பழம், ஒரு தட்டில் திராட்சை, சேலை, மஞ்சள், குங்குமம், பொட்டு, வளையல், சீப்பு, சோப்பு, கண்ணாடியோடு மணமகள் வீட்டிற்குப் போவர். பெண்ணின் தாய்மாமன் அவர்களின் உறவினர்கள் மாப்பிள்ளைவீட்டார், அவரின் தாய்மாமன் உறவினர்கள் அனைவரும் மணமகள்வீட்டில் ஒன்றாகக் கூடி இருப்பர். மாப்பிள்ளைவீட்டார் கொண்டுவந்த சீர் அனைத்தும் அனைவரும் கூடியிருக்கும் இடத்தில் வைக்கப்பட்டிருக்கும். மாலையில் நல்ல நேரத்தில் நிச்சயதார்த்தம் நடைபெறும்.

மாப்பிள்ளைவீட்டார், மணமகள்வீட்டார் கூடியிருக்கும் சபையில் மாப்பிள்ளைவீட்டார் சார்பில் குறவரில் தலைவர் ஒருவர் இன்னார் மகளைப் பொண்ணு கேட்கிறோம் என்பார். மணமகள் வீட்டார் சார்பில் மணமகளின் தாத்தா மாப்பிள்ளைவீட்டாரைப் பார்த்து மாப்பிள்ளையின் தாய்மாமன் வீட்டில் பெண் இருக்கிறதா என்பார். தனது வீட்டில் பெண் இல்லை என்றும் தங்கள் மகளைப் பெண் தரலாம் எனக் கூறுவார். மாப்பிள்ளைவீட்டார் சார்பில் ஒருவர் பெண்வீட்டாரைப் பார்த்து பெண்ணின் தாய்மாமன் வீட்டில் மாப்பிள்ளை இருக்கிறதா என்பார். பெண்ணின் தாய்மாமன் தனது வீட்டில் மாப்பிள்ளை இல்லை; நீங்கள் பெண்ணைக் கட்டிக் கொள்ளலாம் என்பார். இரு வீட்டாரும் சீர்தட்டை மாற்றிக் கொள்வர். மாப்பிள்ளைவீட்டார் கொண்டுவந்த சேலையை அணிந்துகொண்டு விழுந்து வணங்கி அனைவரின் முன்வந்து நிற்பாள். மணமகள் வீட்டாரின் செலவில் விருந்து நடைபெறும்.

நிச்சயதார்த்தம் முடிந்த பிறகு ஒரு சில மாதங்களில் திருமணம் நடைபெறும். சித்திரை ஆடிமாதம் போக அனைத்து மாதங்களிலும் திருமணம் நடைபெறும். திருமணத்திற்கு முதல் நாள் இரவு ‘பரிசம்’ நடைபெறும். பரிச சேலை, ஜாக்கெட், பவுடர், சீப்பு, வளையல் போன்றவற்றோடு பெண்வீட்டிற்குச் சென்று குறவர் அனைவரும் கூடுவர். வெற்றிலைப்பாக்கு, பழத்தட்டு, 101 கால் ரூபாய் வைத்துப் பரிச சேலையும் கொடுப்பர். பரிசசேலையைப் பெண் அணிந்து கொள்வாள். பரிசப் பணத்தில் பாதியைத் தாய்மாமன் வாங்கிக் கொள்வார். இது ‘கள்ளூறவு பணம்’ என்பார்.

மாப்பிள்ளை ஊரில் திருமணம் என்றால் முதல் நாள் இரவு பெண்ணை அழைக்க மாப்பிள்ளைவீட்டார் மணப்பெண் ஊருக்கு வந்து மணப்பெண் அவர்களின் உறவினர்கள் அனைவரையும் அழைத்துக்கொண்டு மணமகன் வீட்டிற்கு வருவார்கள்.

மணப்பெண்ணை அழைத்துக்கொண்டு வரும்போது மாப் பிள்ளைவீட்டார் ஊரில் ஒரு எல்லையில் பெண்வீட்டாரை உட்காரவைப்பர். பெண்ணின் அண்ணன், தம்பிகள், உறவினர்களை அமரவைத்து இலையில் சோறுபோட்டுச் சாப்பிட விடுவர். ஒரு குடத்தில் தண்ணீர் கொண்டுவந்து மாப்பிள்ளைவீட்டாருக்குக் குடிக்கத் தருவர். பிறகு கைபிடித்து தூக்கிவிட்டு அழைத்துப் போவர். இதை ‘எதிர்முடா சோறு’ என்று குறவர் குறிப்பிடு கின்றனர்.

குறவர்கள் தாலிகட்டியே திருமணம் செய்கின்றனர். மஞ்சளில் நனைத்த நூல் கயிற்றில் 'பொட்டு' ஒன்றைக் கட்டி அதை மணமகன் மணமகள் கழுத்தில் கட்டுகிறார். இத்தாலி குறித்து ஒரு வாய் மொழிக்கதை உண்டு. குறவர்கள் திருமண ஏற்பாடு செய்கின்றனர். அப்போது ஆசாரியிடம் போய் திருமணத் தாலி செய்ய சொல்கின்றனர். திருமண நாள் வந்துவிடுகிறது. முகூர்த்த நேரம் நெருங்கி விட்டது. தாலி கொண்டுவரவேண்டிய ஆசாரி வரவில்லை. ஏனெனில் தாலி எடுத்து வரும்போது ஆற்றின் குறுக்கே வெள்ளம் வந்துவிட்டதால் ஆசாரி வரதாமதமாகிவிட்டது. உடனே குறவர்கள் ஓடிப்போய் 'பொட்டு' ஒன்றை வாங்கிவந்து தாலி எனக்கட்டினர். இக்கதையைப் போன்றே 'கொறமர்' என்கிற குறவர்களிடையே தாலிக்குப் பதிலாகக் கறுப்புப் பாசி மணிமாலை கட்டும் வழக்கத் திற்குக் காரணமான கதை ஒன்று உள்ளது.

முன்னொரு காலத்தில் மணமகன் ஒருவன் தாலியினைக் கொண்டுவர மறந்துவிட்டான். அவனிடம் அதற்கான பொன்னினை ஒரு பொற்கொல்லனிடமிருந்து பெற்று வரும்படி கூறினார்கள். அதனைக் கொண்டுவரச் சென்ற அந்த இளைஞனுக்கு அவர்கள் நெடு நேரம் காத்திருந்தும் அவன் திரும்பி வந்தானில்லை. அப்போதிருந்து பாசிமணி மாலையே தாலிக்குப் பதிலாகப் பயன்பட்டு வருகிறது. மற்றொரு கதை வழக்குப்படி தாலியினைத் தயாரித்து ஆற்றங்கரையில் வைத்துவிட்டுப் பின்னர்ச் சென்று பார்த்தபோது அது காணவில்லை என்றும் வேறொரு தாலி கொண்டு வரச் சென்றவன் திரும்ப வரவில்லை என்றும் கூறப்படுகிறது (தர்ஸ்டன் 1993: 31-32).

மணவிலக்கு

திருமணம் செய்துகொண்ட பின் திருமண வாழ்வில் பிரச்சினை வந்தால் குறவரோ குறத்தியரோ திருமண உறவை முறித்துக் கொள்ளலாம். இதனைத் 'தீத்துடுறது' என்று குறவர் குறிப்பிடு கின்றனர். 'முறி வைக்கிறது' என்றும் கூறுகின்றனர். குறவரில் கணவன் மனைவிக்குள் பிரச்சினை வந்ததும் குறவர் பெரியவர் களிடம் சொல்வர். பொது இடத்தில்கூடிப் பஞ்சாயத்து பேசுவர். பொது இடங்களில் கூடிப் பேசுவதைப் 'பொது மாலில் பேசுதல்' என்பர் குறவர். பிரச்சினைக்குரிய கணவன், மனைவி, உறவினர் அனைவரும் கூடுவர். பஞ்சாயத்து கூட்ட ஆள் அனுப்புவர். அந்த

ஆளுக்குக் 'கோட்டான்' என்று பெயர். பஞ்சாயத்து பேசுபவர்களுக்கு இரு தரப்பாரும் செலவு செய்யவேண்டும். இதற்குப் 'படி கட்டுவது' என்று பெயர். இப் படிப்பணத்தைப் பஞ்சாயத்தார் அனைவரும் கள், சாராயம் வாங்கிக் குடிப்பர்.

கணவன் மனைவிக்குள் பிரச்சினை வந்து பஞ்சாயத்துப் பேசி இரு வீட்டாரும் செய்த சீர்வரிசைகளைத் திரும்ப அவரவர் பெற்றுக்கொள்வர். மணமகன் வீட்டார் பரிசத்தொகையைத் திரும்ப வாங்கிவிடுவர். கணவன், மனைவிக்கு எந்தவித உறவுமில்லை என எழுதி வாங்கிவிடுவர். ஒரு குச்சியை எடுத்து இரண்டாக முறித்துப் போட்டுவிடுவர். இதற்குத் 'தொயரமுறி' என்று பெயர். மணமகள் கழுத்தில் உள்ள தாலியையும் மணமகன்வீட்டார் வாங்கிவிடுவர். இவ்வாறு பல திருமணங்களைக் குறவர் புரிந்துள்ளனர். பல மனைவியர் திருமண முறையைக் குறவர் இன்றும் கடைப் பிடிக்கின்றனர். இப்பல மனைவியர் முறையைக் குறவரிடையே வழங்கிவரும் பழமொழி ஒன்று 'கொறவன் தாலி உறியில்' என்கிறது. உறி என்பது மிக முக்கிய உணவுப் பொருள்களைப் பாதுகாத்து வைக்கும் ஒரு வகைத் தூக்கு. கிராமப்புற அடுப்பங் கரையில் சங்கிலியால் செய்யப்பட்ட இத்தூக்கினைக் காண முடியும். இத்தூக்கில் பொருள்களை எறும்பு ஏறாமல் பாதுகாப்பது மிகக் கடினம். அதுபோல குறவரின் தாலிகட்டிய திருமண வாழ்வு நிலையில்லாதது என்கிறது இப்பழமொழி.

வழிபாடு, பலியிடல்

மதுரை வீரன், மாரியம்மன், காளியம்மன், பாப்பாத்தி, வீரநாகு, முத்தையா, ஊர்களசாமி போன்ற தெய்வங்களைக் குலதெய்வங்களாகக் குறவர்கள் வழிபட்டு வருகின்றனர். மதுரை வீரனுக்குப் பன்றி பலியிட்டு வழிபடுவதே மிகவும் விசேஷமான வழிபாடாகும். காது குத்துதல், பிறந்த குழந்தைகளுக்கு முதல் மொட்டை அடித்தல், நேர்த்திக் கடன் எதுவாக இருப்பினும் 'பன்றி பலியிடல்' குறவரின் வழிபாட்டில் மிக முக்கிய அம்சமாகும்.

குறவர்கள் பன்றி வளர்ப்பைத் தொழிலாகக் கொண்டவர்கள். குடும்பம் நன்றாக வாழவும், பன்றி பெருகவும் மதுரைவீரனை நினைத்து ஆண் பன்றி ஒன்றை மதுரை வீரனுக்கு நேர்ந்துவிடுவர். ஆண் பன்றியைச் 'சலவாங்குட்டி' என்பர் குறவர். மதுரை வீரனுக்கு நேர்ந்துவிடும் பன்றி முழு கருநிறமான பன்றியாக இருக்க

வேண்டும். வெள்ளைப் புள்ளியேதும் அப்பன்றிக்கு இருக்கக் கூடாது.

சாமிக்கு நேர்ந்து விடும் பன்றியைக் குறவர் தொழுவத்தில் அடைத்துப் போடுவதில்லை. இரண்டு மூன்று வருடம் வரைகூட சாமிக்கு நேர்ந்த பன்றி வளரும். மதுரைவீரன் கிடாய் பிற சாதியாரின் தோட்டத்தில் போய் நாசம் செய்தாலும் அவர்கள் அதை அடிப்பது இல்லை. நேர்த்திக் கடனுக்கு வேண்டிக் கொண்ட நாளில் குறவர்கள் அனைவரும் கூடி வழிபாட்டுப் பொருள்களை வாங்கிக்கொண்டு ஒரு வண்டியில் பன்றியை ஏற்றிக்கொண்டு தங்களின் குலதெய்வ மான மதுரைவீரன் கோயிலுக்கு வருவர்.

முதலில் குறவர் அனைவரும் மதுரைவீரன் கோயில் முன் பொங்கல் வைக்கின்றனர். பொங்கல் பொங்கி வந்ததும் அனை வரும் குலவையிடுகின்றனர். மதுரைவீரன் முன்பு வாழை இலை விரித்து, பொங்கல் வைத்து, வாழைப்பழம் வைத்து, தேங்காய் உடைத்து சாமி கும்பிடுவர். மதுரை வீரனை வழிபாடு செய்யும் போது குறவர் பூசாரி வாயில் துணியைக் கட்டிக்கொள்ள வேண்டும். மதுரை வீரனுக்கு எதிரில் உள்ள பாப்பாத்தியம்மனுக்கும் பூசை செய்வர். பச்சை அரிசிமாவு, அதில் சில வேப்பிலை இலைகள், வாழைப்பழம் வைத்து, தேங்காய் உடைத்து பாப்பாத்தி அம்மனுக்குத் திரைக்கட்டி பூசை செய்வர். மதுரை வீரனுக்குப் பின்புறம் உள்ள அமராவதிக்கும் பூசை செய்வர். இருந்தும், மதுரை வீரனுக்குப் பன்றி பலியிடுவதே வழிபாட்டில் மிக முக்கிய நிகழ்வு என்று குறவர்கள் கருதுகின்றனர்.

மதுரைவீரனுக்கு முன்பு ஒரு பெரிய பள்ளம் தோண்டப் படுகிறது. அதன் குறுக்கே ஒரு கட்டையை வைக்கின்றனர். சாமிக்கு நேர்ந்த பன்றியைக் குளிப்பாட்டி குங்குமம் தடவிவிடுகின்றனர். மதுரை வீரனுக்கு முன் பன்றியை நிறுத்துகின்றனர். மஞ்சள் கலந்த நீரை அப்பன்றியின் மீது ஊற்றி பன்றியைப் பள்ளத்தை நோக்கி அழைக்கின்றனர்.

குறவர் ஒருவர் பன்றியைப் போல சத்தமிட்டபடியே பன்றியை அழைக்கிறார். கூடியிருக்கும் குறவர்கூட்டத்தை ஒழுங்குபடுத்து கிறார். பன்றி பள்ளத்தை நோக்கி வருகிறது. குறவர் அனைவரும் பெருத்த ஆரவாரம் செய்கின்றனர். பன்றியை வெட்டும் பூசாரி தனக்குரிய ஆடைகளை அணிந்துகொள்கிறார். சாமிவந்து ஆடி

அனைவருக்கும் அருள்வாக்கு சொல்கிறார். பன்றியைப் பள்ளத்தின் குறுக்கே போடப்பட்டுள்ள கட்டையில் வைத்து வெட்டுகிறார். பன்றியை வெட்டும்போது அனைவரும் பெருங் கூச்சலிட்டு மண்ணை வாரி நாலாப்பக்கமும் எரிகின்றனர். குங்குமம் நனைத்த எலுமிச்சைகளையும் எறிவர். பன்றியை வெட்டியதும் சாமியாடிய படியே மதுரைவீரன் முன் வந்து அரிவாளை நட்டு வைக்கிறார். பன்றியை வெட்டியதும் அப்பன்றியின் ஈரல் மதுரைவீரனுக்குப் படைக்கப்படுகிறது. வெட்டப்பட்ட பன்றியை அனைவரும் அன்றே சமைத்து உண்கின்றனர். எஞ்சிய உணவை வீட்டிற்கு எடுத்துச் செல்லாது அங்கேயே குழி தோண்டி மூடிவிடுகின்றனர்.

சமூக மாற்றம்

கூடைமுடையும் தொழிலில் வருமானம் இல்லாததால் பலரும் ஓட்டுநர், சாணைப் பிடித்தல், ஸ்டவ் பழுது பார்த்தல் போன்ற தொழிலுக்கு மாறி வருகின்றனர். ஓய்வு நேரத்தில் கூடை முடைகின்றனர். கூடைமுடைவதால் யாரும் தங்களை மதிப்பதில்லை எனவும், தங்கள் சாதியை இழிவாகக் கருதுவதாகவும் கூறுகின்றனர். வாழ்க்கைக்கும் இத்தொழில் அவ்வளவாக உதவவில்லை என்கின்றனர்.

கூடைமுடைதலைத் தங்கள் குழந்தைகளுக்குக் கற்றுத் தருவதில்லை. கல்வி கற்க பள்ளிக்கு அனுப்பத் தொடங்கிவிட்டனர் . கூடை முடைதலில் ஆண்டு வருமானம் என்பது மிகக் குறைவு ஆகும். இவர்கள் வாழ்க்கையை ஓட்டுவதற்கு இது மிக சொற்பமான வருவாயே. வறிய நிலையில் உள்ள குறவர்கள், அவர்களின் குழந்தைகள் பள்ளிக்குச் சென்று படிக்கவும் கூடைமுடைதலை விடாது செய்து வருகின்றனர். இத்தொழில் செய்வோர் கூடை முடைதலைத் தவிர்த்து பிற கைத்தொழிலை நாடாமல் வேறு வேலைக்கே செல்கின்றனர். குறவர்கள் இப்போது ஏணி விற்பனையில் அதிகம் ஈடுபடுகின்றனர் . ஏணிகள் தயாரிக்க கல்மூங்கில் பயன்படுத்துகின்றனர். ஏணிகளைத் தயாரித்து மொத்தமாக லாரிகளில் தஞ்சையிலிருந்து ஏற்றிக்கொண்டு போய் திருச்சி, கோவை, சேலம் போன்ற பகுதிகளில் விற்கின்றனர். ஏணியில் ஓரளவு லாபம் வருகிறது. ஒருவாரம் வெளியூர் போய் வந்தால் ஏணி விற்பனையில் ரூ. 2000 வருவாய் ஈட்டலாம் என்பதால் ஏணி விற்பனையில் இப்போது இவர்கள் ஈடுபடுகின்றனர்.

உத்திரவாதமான வேலையின்மையால் திண்டுக்கல் வாழ் குறவர்கள் சென்னை, திருச்சி, தஞ்சை போன்ற ஊர்களுக்குச் சென்று தென்னை விளக்குமார் விற்று மாதம் ஒரு முறை மட்டுமே தங்கள் குடியிருப்புகளுக்குத் திரும்புகின்றனர். திண்டுக்கல் மாவட்டத் திற்குள்ளேயே சுற்றியுள்ள மலைகளுக்குச் சென்று மலைக்குச்சிகளை வெட்டிவந்து கூடை முடைந்து விற்கின்றனர்.

இந்நிலையில் சொந்த வீடுகள் இல்லாத குறவர்கள் வீட்டு மனைப் பட்டா அரசிடம் கேட்டும், தங்களுக்கு 'மலைக்குறவர்' சான்றிதழ் வழங்கக் கோரியும், கூடை முடையும் பாரம்பரியத் தொழிலுக்கு மலைப்பகுதிகளில் கச்சாப் பொருளை எடுக்க அனுமதி வழங்கவும் குறவன் என்று அழைப்பது சமூகத்தில் ஒரு இழிசொல் லாகவே வழங்கி வருவதால் மலையும் மலை சார்ந்த குறிஞ்சி நிலப்பகுதியில் வாழ்ந்த இச்சமூகத்தாரைக் 'குறிஞ்சியர்' என்று அழைக்கவேண்டுமென்றும், காவல்துறைப் பதிவேடுகளில் 'குறவன்ஸ் குற்றவாளி' (Kuravans offence) என்று இருப்பதைத் திருத்த வலியுறுத்தியும் பத்திரிகை, சினிமா, நாடகம் போன்றவற்றில் குறவன் - குறத்தியரை இழிவாகச் சித்திரிப்பதைத் தடைசெய்யக் கோரியும், அறுபடை முருகன் கோயில்களான பழனி கோயில் உள்ளிட்ட குறவர் பழங்குடி மக்களுக்குப் பாத்தியப்பட்ட நிலங் களைத் தரக்கோரியும் போராடி வருகின்றனர். தங்களின் தொழில் நுணுக்கத் திறமைகள் கண்டறியப்பட்டு அவை மேம்படுத்தப் படவேண்டும் என்பதும், இவர்களது மரபுத் தொழில்சார்ந்த தொழிற் சாலைகளில் இவர்களுக்கு வேலை வாய்ப்பு முன்னுரிமை வழங்கப்பட வேண்டும் என்பதும் குறவர்கள் அரசிடம் எதிர் பார்க்கும் உடனடித் தேவைகள்.

உசாத்துணை

சுப்பிரமணியன், கா. 1987. *சங்க காலச் சமுதாயம்.* சென்னை: என்.சி.பி.எச்.

தர்ஸ்டன், எட்கர், கே. ரங்காச்சாரி (தமிழில் க. ரத்னம் 1993 (1909) *தென் னிந்தியக் குலங்களும் குடிகளும்,* தஞ்சாவூர்: தமிழ்ப் பல்கலைக் கழகம்.

___. 2001 (1907). *தென்னிந்திய மானிட இனஇயல்.* சிதம்பரம்: மெய்யப்பன் தமிழாய்வகம்.

பத்மநாபன், எசு. 1999. *முருக வழிபாடு: ஓர் ஆய்வு. களம் (நாட்டுப் புறவியல் ஆய்வுகள்) நூலிலுள்ள கட்டுரை,* பதிப்பாசிரியர் சி. சுந்தரேசன், இன்னும் பலர். தஞ்சாவூர்: நாட்டுப்புறவியல் ஆய்வாளர் மன்றம்.

பரமசிவன், தொ. *2000*. வள்ளி, புதுவிசை (*சிற்றிதழ்*).

பன்னீர்செல்வம், மணி கோ. *2009*. *குறவர் பழங்குடி: இனவரைவியல் ஆய்வு*. புதுச்சேரி: வல்லினம்.

வானமாமலை, நா. *1970*. *முருக வணக்கம்: இருபண்பாடுகளின் இயல்பே*. ஆராய்ச்சி *1, 4*.

10

நரிக்குறவர்

கரசூர் பத்மபாரதி

நரிக்குறவர்கள் வட இந்தியாவின் ஆரவல்லி மலைத்தொடர், மேவார், குஜராத் ஆகிய பகுதிகளிலிருந்து தமிழகத்தில் குடியேறியவர்கள். கி.பி 6-7ஆம் நூற்றாண்டுகளில் புலம் பெயர்ந்திருக்கக் கூடும். வட இந்தியாவில் முகமதியர் ஆட்சிக்காலத்தில் இஸ்லாத்தை ஏற்க மறுத்து அங்கிருந்து தென்னகம் நோக்கிப் புலம் பெயர்ந்தனர் என்பது ஒரு கருத்து (சீனிவாச வர்மா 1973: 8). முகலாயப் படையெடுப்பின் போது உடன் வந்தோராகவும் இருக்கக்கூடும் என்பது மற்றொரு கருத்து (மேலது: 9). மராட்டிய வீரன் சிவாஜி தோற்றபோது முகமதியர்கள் ஆட்சியின் கீழ் வாழ விரும்பாமல் வெளியேறியவர்கள் என்பது இன்னொரு கருத்தாகும்.

இன்று நரிக்குறவர் சமூகத்தில் குஜராத்தி, மேவாடோ, டாபி, சேளியோ, ஜோகன் ஆகிய ஐந்து பெரும் பிரிவினர்கள் உள்ளனர். இவர்களின் குஜராத்தி பிரிவினர் குஜராத் பகுதிகளிலிருந்தும், மேவாடோ பிரிவினர் மேவார் பகுதியிலிருந்தும் புலம்பெயர்ந்து பல இடங்களில் தங்கி இறுதியாகத் தமிழகத்தில் குடியேறினர். டாபி, சேளியோ, ஜோகன் ஆகிய மூன்று பிரிவினர்களும் குஜராத்தி, மேவாடோ ஆகிய இருபெரும் பிரிவினரிடமிருந்து பிரிந்தவர்கள். இன்று டாபியும் சேளியோவினரும் மேவாடோவினரோடு அடையாளப்படுத்திக்கொள்கின்றனர். ஜோகன் குஜராத்தியோடு அடையாளப்படுத்திக் கொள்கின்றனர்.

இனப்பெயர்

நரிக்குறவர்கள் குறித்து தர்ஸ்டன் கூறுவது வருமாறு: குருவிக்காரர் மராத்தி பேசும் பறவைகள் பிடிப்போரும் பிச்சையெடுப்போரும்

ஆவர். இவர்கள் நரியினை வேட்டையாடி அதன் தோலால் பை செய்வதோடு, அதன் இறைச்சியையும் உண்கின்றனர். இதனால் ஜங்கால் சாதி எனவும் காட்டு மராத்தி எனவும் அழைக்கப்படுவர். எனினும் இவர்கள் தங்களை வாக்ரி அல்லது வாக்ரிவாலா எனக் கூறிக்கொள்வர். 'எத்து மறிக்கே வேட்ட காண்டுலு' எனவும் இவர்கள் வழங்கப்படுகின்றனர். எருதுகளின் மறைவில் நின்று வேட்டையாடுபவர்கள் என்பது இதன்பொருள். பறவைகளை அகப்படுத்த இவர்கள் எருதுகளின் மறைவில் நின்று பறவைகளின் குரலொலி போலவே குரல் கொடுப்பர் (தர்ஸ்டன் IV: 224).

தமிழகத்தின் பூர்வ நாடோடிகளில் ஒருவர் குறவர். கிட்டதட்ட இங்கு ஏறக்குறைய 40 வகையான குறவர்கள் உள்ளனர். தமிழகத் திற்கு வந்து நரியினை வேட்டையாடி அதன் இறைச்சியை உண்டதாலும் நரித்தோல், நரிப்பல், நகம், வால், நரிக்கொம்பு முதலியவற்றை விற்றதாலும் 'நரிக்குறவர்' என்று தொழில் அடிப்படையில் வழங்கப்பட்ட பெயராகும்.

மராத்தி மாநிலத்தைச் சேர்ந்த சத்திரபதி சிவாஜியின் வம்சத்தி லிருந்து வந்தவர்கள் என்கின்றனர் நரிக்குறவர்கள். சிவாஜி புலியை வேட்டையாடி புலியின் நகத்தை மறைமுகமாக வைத்துத் தன் எதிரிகளைப் போரிட்டு வென்றார். 'வாக்' என்றால் மராட்டி மொழியில் 'புலி' என்றும் 'வாக்ரி' என்றால் புலியினத்தவர்கள் என்றும் அழைக்கப்படுவதாக நரிக்குறவர்கள் கூறுகின்றனர்.

நரிக்குறவர்கள் தங்களை 'வாக்ரி' என்று அழைத்துக் கொள்ள இதுவே காரணமாய் இருக்கலாம். அதாவது ஆரம்ப காலத்தில் ஒரு அரசனுக்கும் மற்றொரு அரசனுக்கும் போர் நடந்தால் தோற்றுப் போகின்ற அரசனுடைய நாட்டில் உள்ள அனைத்தும் வெற்றி பெற்ற அரசனுக்குச் சொந்தம். அவ்வகையில் சிவாஜியின் படைவீரர்களாய் இருந்த இவர்கள் தோற்றுப் போய்விடவே கொத்தடிமைகளாய் வாழ விருப்பமில்லாமல் ஆடைகளைக் கழற்றிவிட்டு இலைகளை அணிந்து காட்டுக்குள் ஓடிய கூட்டம் தான் இந்த நாடோடிக் கூட்டம். அன்று முதல் இன்றுவரை யாருக்கும் அடிமையாகும் எண்ணமில்லாமல் மிகச் சுதந்திரமாக வாழ்ந்து வருவதாகக் கூறுகின்றனர்.

மொகலாயர்களுக்குப் பயந்து காட்டுப் பகுதியிலும் மலைப் பகுதியிலும் வாழ்க்கையை மேற்கொண்டதால் பறவைகளையும் விலங்குகளையும் வேட்டையாடவும் அதன் பல்வேறுபட்ட

ஒலிகளை அறிந்து அவற்றைப் போன்றே கத்தவும் கற்றுக் கொண்டனர். கூட்டத்துக்குள் தனியாக யாரேனும் மாட்டிக் கொண்டால் தங்கள் கூட்டத்துக்கு அதனைத் தெரிவிக்க விசில், கூக்குரல் போன்ற சைகை ஒலிகளைப் பயன்படுத்தினர்.

கூட்டமாகவே செல்லும் பழக்கமுடைய இவர்கள் தனித்துச் சென்றால் பாதைகளில் பூக்களையும் இலைகளையும் இறைத்துச் சென்றனர். இறைக்கப்பட்டவை பூக்கள் என்றால் பெண்கள் என்றும், இலைகள் என்றால் ஆண்கள் என்றும் வேறுபடுத்தி அறிந்துகொள்ள இக்குறியீட்டு முறையினை வைத்திருந்தனர். வெள்ளையர்களின் வருகைக்குப் பின்பு மீண்டும் நாட்டு வாழ்க்கையை மேற்கொண்டு வந்தனர். கரடி, சிங்கம், புலி ஆகியவற்றை வேட்டையாடும் முறையால் நரிக்குறவர்களை வெள்ளையர்களுக்கு மிகவும் பிடித்துப் போய்விடவே வில், அம்பு போன்ற கருவிகளை வேட்டைக்குப் பயன்படுத்தி வந்தவர் களுக்குத் துப்பாக்கி கொடுக்கப்பட்டு அதற்கு உரிமமும் கொடுக்கப் பட்டது. வெள்ளையர்கள் இவர்களின் அறிவுக் கூர்மையைப் பயன்படுத்தி எதிரிப் படைகளைத் தாக்கினர். வடக்கே முகலாயர் களுக்குப் பயந்து சிறிது சிறிதாகப் புலம்பெயர்ந்து தெற்கே வந்து குடியமர்ந்தனர்.

தமிழகத்தில் திருநெல்வேலியில் நரிநாயக்கர் என்றும் புதுக்கோட்டையில் பெரிசு, ஆதி என்றும் நாகப்பட்டினத்தில் நரிதொம்பன் என்றும் கன்னியாகுமரியில் முராட்டியன், ராட்டியன் என்றும், தஞ்சாவூரில் மராட்டியன் என்றும், திருச்சி, சேலம், தென்னார்க்காடு ஆகிய மாவட்டங்களில் நரிக்குறவர், நரிக்குறவக் கூட்டம் என்றும் செங்கல்பட்டு, வடஆற்காடு பகுதிகளில் குருவிக் காரன், குருவிக்காரக் கூட்டம், குருவிக்காரச் சாதி என்றும் அழைக்கப்படுகின்றனர்.

பெயர் மாறுபாடுகள்

தமிழகத்தில் இவர்கள் குருவிக்காரன், குருவிக்கார சாதி, குறவன், குளுவன், நரிக்குறவன், நரிக்குறவக் கூட்டம், நரிக்குறவ சாதி என்றும், புதுவையில் நரிக்குறவன் என்றும், ஆந்திராவில் நக்கலா, நக்கல வாண்டுலு, பிள்ளை குத்து அம்மு எனவும், கல்கத்தாவில் சிங்களன் என்றும், ராஜஸ்தானில் வாக்ரி, பாக்டி, சிங்கலா என்றும் கேரளத்தில் குருவிக்காரர் என்றும், கர்நாடகத்தில் ஹக்கிபிக்கி

என்றும், மகாராட்டிரத்தில் பார்தா பார்த்தீலோவர் என்றும், குஜராத்திலும், மத்திய பிரதேசத்திலும் வாக்ரி என்றும், டில்லி, உத்திரபிரதேசம் ஓரிசா ஆகிய மாநிலங்களில் அக்கிபிக்கி என்றும் இந்துஸ்தானியில் பரக்கு, மீர்சிக்காரி என்றும் அழைக்கப் படுகின்றனர்.

தமிழகத்தில் இவர்கள் செய்யும் தொழில் அடிப்படையில் பிற சமூகத்தினர் இவர்களை 'நரிக்குறவர்கள்' என்கின்றனர். குஜராத் மாநிலத்திலிருந்து தமிழ்நாட்டுக்கு வந்தவர்கள் என்பதால் 'வாக்ரிவெல்ஜாத்' என்று கூறிக்கொள்கின்றனர். 'வாக்ரி' என்றால் குஜராத் மொழியில் 'குருவி' என்றும் பொருள்படும். 'வாக்ரி வெல்ஜாத்' என்றால் 'குருவிக்காரச் சாதி' எனப்படும். 'வாக்ரி வாளோ' என்றால் 'குருவிக்காரன்' எனப்படும். 'வாக்ரி வெல்வாடோ' என்றால் 'குருவிக்காரக் கூட்டம்' எனப்படும். இவர்கள் தங்கள் சமூகத்து ஆணை 'வாக்ரி' என்றும் பெண்ணை 'பைக்கோ' என்றும் அழைக்கின்றனர். ஆண் குழந்தைகளைச் 'சொக்ரு' என்றும் பெண் குழந்தைகளைச் 'சொக்ரி என்றும் அழைக்கின்றனர்.

நரிக்குறவர் மொழி வாக்ரி போலி ஆகும். இது இந்தோ-ஆரிய மொழிக் குடும்பத்தைச் சேர்ந்தது. தமிழ் பேசுவோருக்கு அம்மொழி ஒரு புரியாத மொழியாக உள்ளது. இந்தி, உருது பேசுவோரும் குஜராத்தி மொழி பேசுவோரும் ஓரளவு புரிந்து கொள்ளலாம் (சீனிவாச வர்மா 1973: 72-73). நரிக்குறவ மொழிக்கு இலக்கணமும் அகராதியும் எழுதியவர்களில் கிப்ட்சிரோமணி, சீனிவாச வர்மா இருவரும் குறிப்பிடத்தக்கவர்கள்.

தோற்றத் தொன்மம்

இவர்களின் தோற்றத் தொன்மம் (origin myth) வாய்மொழி வரலாறாக இன்றும் அழைக்கப்படுகிறது. ஓர் ஊரில் மூன்று சகோதரர்கள் வாழ்ந்து வந்தனர். இவர்கள் ஒருநாள் ஆடுகளை மேய்த்துக்கொண்டிருந்த பொழுது தாகத்தின் மிகுதியால் நீர்தேடி அலைந்தனர். முதலில் கடைசி தம்பி நீர் அருந்த சென்ற பொழுது ஒரு பெண் ஆற்றில் குளித்துக்கொண்டிருப்பதை மறைந்து நின்று பார்த்தும் ரசித்தான். பிறகு இரண்டாம் தம்பி வரவே அவனும் அவ்வாறே செய்தான். மூத்தவன் கடைசியாக நீர் அருந்துவதற்கு வந்தபொழுது தாகத்தின் மிகுதியால் சகோதரர்கள் இருவரையும் தேடாமல் நீர் அள்ளிக் குடித்தான். நீரில் ஏதோ மிதக்கவே அதனைப்

கைவைத்தியம் செய்யும் நரிக்குறவர்

பாசியென நீக்கினான். இருப்பினும் நீர் குடிக்கும் பொழுது கைவிரல்களிடையே அது மாட்டிக்கொள்ளவே அதனை நீக்க

முயன்றான். அப்பொழுது ஆற்றுக்குள் மூழ்கி எழுந்த ஒரு பெண்ணின் உருவம் என் தலை முடியை இழுக்கின்றாயே! வலிக்கின்றது என்று கூறியது.

இக்குரல் வெகு தூரத்திலிருந்து ஒலித்தது. சிரித்துக்கொண்டே சொன்னான். 'என் விரல்களிலே மாட்டியிருப்பது பாசிதான். நீ அந்தக் கரையில் குளிக்கின்றாய். நான் இந்தக் கரையில் நீர் குடிக்கிறேன். எப்படி உன் கூந்தல் என் விரல்களில் சிக்கிக் கொள்ளும்?' என்று வினவ அப்பெண்ணுக்குக் கோபம் வந்தது. உன் விரல்களில் மாட்டியிருக்கும் முடியை சிக்கெடுத்து நீளமாக வைத்துப்பார். அது என்னை வந்து தொடும் என்றது. மூத்த சகோதரனும் அவ்வாறு செய்தான். தன் விரல்களில் சிக்கியிருந்தது அந்த பெண்ணின் கூந்தல்தான் என அறிந்ததும் தாயே! மன்னித்துக் கொள்! நான் தாகத்தின் மிகுதியால் கவனிக்கவில்லை என்றான்.

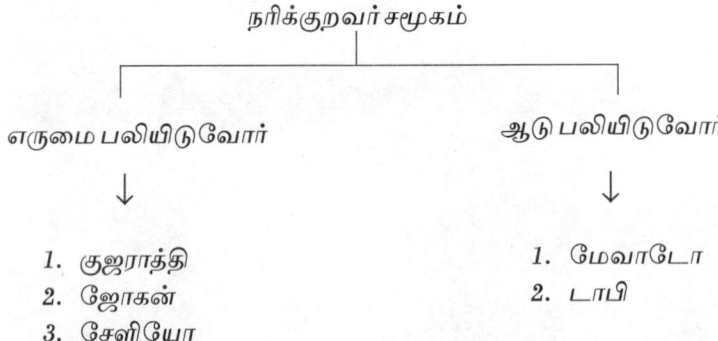

நரிக்குறவர் சமூகம்

எருமை பலியிடுவோர் ↓

1. குஜராத்தி
2. ஜோகன்
3. சேளியோ

ஆடு பலியிடுவோர் ↓

1. மேவாடோ
2. டாபி

மேலும் அவள் கோபித்தவளாய் 'என் பெயர் சீதாதேவி நான் இந்த வனத்தில் வசிக்கிறேன். நான் குளிப்பதை உன் இரண்டு சகோதரர்களும் மரத்தின் பின் மறைந்து நின்று ரசித்தனர் என்று சுட்டிவிட்டு முதலில் பார்த்து ரசித்த கடைசி சகோதரனுக்குச்சாபம் கொடுத்தாள். நீ 'குடுகுடுப்பைக்காரனாய் வீடுவீடாய் சென்று குடுகுடுப்பை அடித்துப் பிச்சையெடுத்து அலைந்து திரிவாயாக என்றும், பிறகு பார்த்து ரசித்த இரண்டாம் சகோதரனுக்கு நீ 'லம்பாடியாய் தெருதெருவாய்ச் சென்று இரத்தம் கசியும்வரை உடலில் சாட்டையடித்துப் பிச்சையெடுத்து அலைந்து திரிவா யாக' என்றும் சாபம் கொடுத்தாள்.

'மூத்த சகோதரனே! இதைப் போன்ற கேவலமான சகோதரர் களை வளர்த்து விட்ட உனக்கு ஒரு பந்தயம் வைக்கிறேன் இதில்

நரிக்குறவரின் புறத்தோற்றம்

நீ வெற்றி பெற்றால் உண்டு. இல்லையேல் நீயும் சபிக்கப்படுவாய்' என்று கூறி தன் தலையிலிருந்து நான்கு முடிகளைப் பிடுங்கித் தன்

கவண் கொண்டு சிறுவிலங்குகளை அடித்தல்

கை வளையல்களால் கண்ணி போன்று குறுக்கும் நெடுக்குமாக செய்து ஆடுகள் வரும் பாதையில் வைத்தாள். இந்த வளையத்தில் 'நல்ல ஆடு சிக்குமா? நொண்டி ஆடு சிக்குமா?' என்று வினவ சற்று யோசித்து நல்ல ஆடு சிக்கினால் வெளியே வந்துவிடும். நொண்டி ஆடு சிக்கினால் வர இயலாது என்ற கணிப்பில் நொண்டி ஆடு என்றான். இருவரும் காத்திருந்தனர். ஆடுகள் அந்தப் பாதையில் வந்தன. நல்ல ஆடு ஒன்று வளையத்தில் சிக்கிக்கொண்டது. உடனே சீதை நீ 'நரிக்குறவனாய் காடுகாடாய் அலைந்து திரிந்து வேட்டை யாடிப் பிச்சையெடுத்துத் திரிவாயாக' என்று சாபம் கொடுத்தாள். நீங்கள் மூவரும் ஒருத்தரை ஒருத்தர் பிரிந்து தனித்தனியாக அலைய வேண்டும் என்று சபித்தாள்.

நான் சொல்லும் தொழிலை மேற்கொள்ளாவிட்டால் இறந்து போவீர்கள் என்றாள். இந்த சாபத்தின் அடிப்படையில் இன்றும் நரிக்குறவர்கள் வேட்டையாட கண்ணியைப் பயன்படுத்து கின்றனர். இதனால்தான் நரிக்குறவர்களும், குடுகுடுப்பைக் காரர்களும், லம்பாடியும் ஓரிடத்தில் நிலையின்றி இருக்கிறார்கள் எனக் கூறுகின்றனர்.

மேற்கூறிய மூன்று இனங்களின் தோற்றத்திற்கான தொன்மம் இராமாயணத்தோடு தொடர்புப்படுத்தப்பட்டு இருப்பது தெரிய

ஊசி, பாசி விற்கும் சிறுமி

வருகிறது. இதனை தர்ஸ்டன் வேறு ஒரு வடிவில் கூறுகிறார். முன்னொரு காலத்தில் இவர்களின் முன்னோர்களுள் மூன்று உடன்பிறந்தவர்கள் இருந்ததாகவும், அவர்களுள் ஒருவன் மலைப் பகுதிகளுக்கு ஓடிப்போய் கள்ளக்குறவரோடு சேர்ந்துகொண்ட வனாகத் தகுதியில் தாழ்ந்துவிட்டான் என ஒரு கதை வழங்கு கின்றது. அவன் சந்ததியினரே இன்று 'தொம்பர்' என அழைக்கப் படுகின்றனர். அம்மூவருள் இரண்டாவது உடன்பிறந்தவன்

நரிக்குறவர் ✦ 239

சந்ததியினர் 'லம்பாடியர்' மூன்றாமவனோடு உடன்பிறந்தவன் சந்ததியினர் 'குருவிக்காரர்'.

இம்மூன்று சந்ததியினரும் இவ்வாறு தாழ்ந்த பிரிவினரானதற்குக் காரணமாகக் கூறப்படும் கதை வருமாறு: இவர்கள் அலைந்து திரிந்துகொண்டிருந்த சமயத்தில் சீதையினை எதிர்ப்பட்டவர்களாக அவள் அழகினைப் பற்றிக் கேலியாகப் பேசியவர்களாய்ச் சிரித்தனர். இதனால் கோபமுற்ற சீதை 'மாலிதோ சிக்கார் நைதோ பிக்கார்' எனச் சாபமிட்டாள். பறவைகளைக் கண்டாள் வேட்டைக் காரர் இல்லையானால் பிச்சைக்காரர்? என்பது இச்சாப மொழியின் பொருளாகும். இக்கதையே மற்றொரு விதமாகவும் வழங்கி வருகின்றது. பல ஆண்டுகளுக்கு முன் ராஜபுதனத்தில் இரண்டு உடன் பிறந்தவர்கள் வாழ்ந்துவந்தனர். அவர்களுள் மூத்தவன் அறிவிலி. இளையவன் அறிவாளி. ஒருநாள் அவர்கள் ஒரு நீர் நிலையினை ஒட்டித் தங்கள் எருதினை ஓட்டிச்சென்று கொண்டிருக்கையில், அங்கு குளித்துக் கொண்டிருந்த சீதையை எதிர்பாராது கண்டனர். இளையவன் உடனே எருதுக்குப்பின் மறைந்து கொண்டான். அறிவிலியான மூத்தவன் எருதின் மறைவில் தன்னை மறைத்துக் கொள்ளவில்லை. எனவே, இவ்விருவரையும் அந்த தெய்வமகள் கண்டுகொண்டு அதனால் மனவருத்தம் அடைந்தவளாக இவர்களைத் தென்னிந்தியாவிற்குச் சென்று சேரும்படி சாபம் இட்டாள். மூத்தவனைப் பொதி எருதுகளைக் கொண்டு பொருட்களைச் சுமந்து சென்று பிழைக்கும்படியும் இளையவனைக் கண்ணிகளை வைத்துப் பறவைகளைப் பிடித்துப் பிழைக்கும்படியும் சாபமிட்டதோடு இளையவன் அவ்வாறு கண்ணிகள் அமைக்க, தன் கையிடுக்கிலிருந்து இரண்டு முடிகளையும் பிடுங்கிக் கொடுத்து உதவினாள். இதன் காரணமாக வாக்ரிவாலாக்கள் தங்கள் கையிடுக்கினை மழித்துக்கொள்ளும் பழக்கத்தினை மேற்கொள்வதில்லை (தர்ஸ்டன் 1909 VI: 224-25).

நரிக்குறவர் சமூகத்தில் குஜராத்தி, மேவாடோ, டாபி, சேளியோ, ஜோகன் ஆகிய ஐந்து பிரிவுகள் உள்ளன. இந்த ஐந்து பெரும் பிரிவுகளுக்குள் மேலும் சில உட்பிரிவுகள் உள்ளன. இவை ஒவ்வொன்றுக்கும் ஒவ்வொரு கதை சொல்லப்படுகின்றன (காண்க: பத்மபாரதி 2003).

1. குஜராத்தி: ஜிம்ளோ, கோவிந்த், ராமு, பான்வார், மாணிக்கியோ
2. மேவாடோ: ஏட்டோ, டாக்கியோ, ஹீரோ, நவால், நாமோ

3. டாபி: டாட்டோ, மணியோ, மக்ரோ
4. சேளியோ: வீதியோ
5. ஜோகன்: சக்கூர், ஜம்பல், ஜோகன்

மேலே கூறப்பட்ட ஐந்து பெரும் பிரிவுகளில் குஜராத்திப் பிரிவினர் (வெஹ்ளி) காளிதேவியை வணங்குகின்றனர். இவர்கள் எருமைக் கடாவைப் பலியிடுபவர்கள். மேவாடோ பிரிவினர் (நொவ்க் கோடு) ஈஸ்வரி / மீனாட்சியை வணங்குகின்றனர்; ஆட்டுக் கடா பலியிடுகின்றனர். டாபி (துகாவ்) துர்க்கையை வணங்கு பவர்கள். இவர்களும் ஆட்டுக்கடாவைப் பலியிடுகின்றனர். சேளியோ (சேளு) மாரியம்மனை வணங்குகின்றளர். இவர்களும் ஆட்டுக் கடாவைப் பலியிடுகின்றனர். ஜோகன் (வெஹ்ளி) காளியை வணங்கி எருமையைப் பலியிடுகின்றனர்.

நரிக்குறவர்களிடம் எத்தனையோ பெயர்களில் சிறுசிறு உட்பிரிவுகள் அழைக்கப்பட்டாலும் குஜராத்தி, மேவாடோ, டாபி, சேளியோ, ஜோகன் ஆகிய ஐந்து தலைமைப் பிரிவுகளே உள்ளன. இதில் குஜராத்தியும், மேவாடோவும் அதிக எண்ணிக்கையில் இருக்கின்றனர். டாபி பிரிவினர் குறைந்த எண்ணிக்கையினர். அதனால் இவர்கள் 'குலாம்டி' என அழைக்கப்படுகின்றனர். 'குலாம்படி' என்றால் அடிமைகள் என்பது பொருள்.

திருமணம்

ஒரே குலதெய்வத்தை வணங்கும் நரிக்குறவர்கள் பங்காளிகள் (காக்கா) இவர்களுடன் சம்பந்தம் வைத்துக்கொள்வதில்லை. முதல் பிரிவைச் சேர்ந்த குஜராத்திகளும் ஐந்தாம் பிரிவைச் சேர்ந்த ஜோகன் வாலோவும் அண்ணன்-தம்பிமுறையினர். இருவரும் ஒரே குல தெய்வமான காளியை வணங்குபவர்கள். எனவே இவர்களுக்குள் திருமணம் நடைபெறுவதில்லை.

குஜராத் பிரிவினர் சமூகத்தில் உயர்ந்த இடத்தைப் பெற்றிருப் பதால் ஜோகன் பிரிவினர் 'குலாடி' என்ற பெயரில் அடிமைகளாகக் கருதப்படுகின்றனர். இதனால் குஜராத்தி முதல் இடத்தினர் அண்ணன் என்றும் கடைசி இடத்தினர் ஜோகன் தம்பி என்றும் அழைத்துக் கொள்கின்றனர்.

குஜராத்திப் பிரிவில் இருக்கும் விதவையை மட்டும் ஜோகன் பிரிவினர் திருமணம் செய்துகொள்ளலாம். ஆனால் ஜோகன்

பிரிவினருடன் குஜராத்திகள் சம்பந்தம் வைத்துக்கொள்வதில்லை. அவர்களின் விதவைகளை மணப்பதும் இல்லை. ஜோகன் பிரிவில் இருக்கும் திருமணம் ஆகாத ஒருவன் பிற பிரிவிலிருக்கும் மணமாகாத பெண்ணைக் காட்டிலும் குஜராத்திப் பிரிவினரின் விதவையை மணப்பதையே பெரிதும் விரும்புகிறான். அதுபோல குஜராத்திப் பிரிவில் இருக்கும் மணமான ஓர் ஆடவன் ஜோகன் பிரிவிலிருக்கும் விதவையையோ, கன்னிப் பெண்ணையோ மணப்பதில்லை.

பெண் வீட்டாரும் மாப்பிள்ளை வீட்டாரும் ஒரே கூட்டத்தைச் சேர்ந்தவர்களானாலும் வெவ்வேறு குலதெய்வங்களை வணங்கு பவர்களாக இருக்கவேண்டும். அத்தைப் பெண், தாய் மாமன் பெண், அக்கா பெண் எல்லாம் முறைப் பெண்களாகக் கருதப்படுகின்றனர். அக்கா பெண்ணை முன்பு மணமுடிக்கும் வழக்கமில்லை. ஆனால் தற்போது மாற்றம் அடைந்துள்ளது.

மணவாழ்க்கையில் ஈடுபடுவது ஆணுக்கும் பெண்ணுக்கும் 14-15 வயதிலிருந்தே தொடங்கிவிடுகிறது. 14-15 வயதுக்கும் குறைவாக இருப்பவர்களுக்குத் திருமணம் முடித்தாலும் பெண் வயதிற்கு வந்த பிறகே இல்வாழ்க்கையில் ஈடுபட அனுமதி வழங்கப்படுகிறது. இப்பொழுது 20 வயதுவரைகூட ஆடவர் களில் சிலர் திருமணம் செய்துகொள்வதில்லை. காரணம் ஒவ்வொரு ஆடவனும் தன் திருமணத்தைத் தானே சம்பாதித்துப் பணம் சேமித்து நடத்திக் கொள்ள வேண்டும் என்பதாலாகும். பெண்களுக்கு 16வயதுக்கு உள்ளேயே பெரும்பாலும் திருமணம் நடந்து விடுகிறது. இதனாலேயே 20வது வயதிலேயே 2-3 குழந்தைகளுக்குத் தாயாகி விடுகிறாள்.

நரிக்குறவர்களிடம் பெரும்பாலும் பெற்றோர்கள் நிச்சயிக்கும் திருமணமே நடத்தப்படுகிறது. பெற்றோர் பார்த்து சமூகத்தார் முன்னிலையில் நடத்தப்படும் திருமணம் 'ஹ்வியா' எனப்படும்.

காதல் மணம் (*தர்லிநாசிக்கோ*) செய்துகொண்டால் கூட்டத் தினரால் விலக்கி வைக்கப்படுகின்றனர். காதல் மணம் முடித்தவர் களைக் கூட்டம் பெருங்குற்றம் செய்தவர்களாகக் கருதி தெய்வச் சடங்குகளில் பூசை நடத்தவோ, வழிபாட்டு நிலைகளில் பங்கு பெறவோ அனுமதி மறுக்கின்றது. மீண்டும் கூட்டத்தில் சேர விரும்பினால் பூசைகள் செய்தும் குரு தெய்வாளோ (பூசாரி)

மூலம் ஹவாளி (ரொட்டி) பெற்று அனைவருக்கும் விருந்து வைக்க வேண்டும். இருப்பினும் காத்தேலோ, 'சீத்தேலேர்' என்ற பெயரில் காதல் மணம் முடித்தவர்களை மிகக் கேவலமாக நரிக்குறவர் சமூகம் பேசுகிறது.

ஓடிப்போய்த் திருமணம் செய்துகொண்டாலும் ஆண்வீட்டார் பரிசத்தைப் பெண்வீட்டாருக்குக் கொடுத்துவிட வேண்டும். இல்லையெனில் பஞ்சாயத்தார் ஆண்வீட்டாரிடம் வாங்கிப் பெண் வீட்டாரிடம் கொடுப்பர்.

திருமண வகைகள்

இவர்களிடம் பின்வரும் திருமணங்கள் வழக்கில் உள்ளன.

குழந்தைத் திருமணம் (அட்டானி ஹ்வியா)

இவ்வகை மணம் இப்பொழுது பரவலாகக் காணப்படவில்லை என்றாலும் சில இடங்களில் நடைமுறையில் உள்ளது. பரிசத் தொகையைக் கொடுக்கமுடியாத நிலையில் சொந்தக்காரர்கள் தங்கள் குழந்தைகளுக்குத் திருமணம் செய்துவைக்கின்றனர்.

இத்திருமணம் சொந்தம்விட்டுப் போகாமல் இருக்கவும் பரிசத் தொகையைத் தவிர்க்கவும் நடைபெறுகிறது. பெண்ணை விட ஆண் 5வயதாவது அதிகம் இருக்கவேண்டும். முறையாக நடத்தப் படும் திருமணத்தைப் போன்றே இதிலும் சடங்கு சம்பிரதாயங்கள் உண்டு. குந்தைத் திருமணத்தைப் பொறுத்தமட்டும் திருமணச் செலவுகள் ஆணைச் சேர்ந்த பெற்றோர்களையே சேருகின்றன.

மறுமணம் (பாட்கரானு)

பின்வரும் நிலைகளில் மறுமணம் நடக்கிறது:

1. ஒரு பெண் தன் கணவனை இழந்து விதவை நிலையில் இருக்கும் போது மறுமணம் செய்து கொள்ளலாம்.
2. ஒருவன் தன் மனைவியை இழந்த நிலையில் தனித்து வாழாமல் மறுமணம் செய்துகொள்ளலாம்.
3. ஒருத்தி தன் கணவனுடன் மணமுறிவு பெற்றுக்கொண்ட பின்பும், ஒருவன் தன் மனைவியுடன் மணமுறிவு பெற்றுக் கொண்ட பின்பும் மறுமணம் செய்துகொள்ளலாம்.
4. ஒருவன் தன் மனைவிக்குக் குழந்தைபேறு இல்லாதபோது மறுமணம் செய்துகொள்ளலாம்.

மறுமணத்தின் மூலம் ஒன்றுக்கும் மேற்பட்ட திருமணங்களைச் செய்துகொள்ளும் குறத்தியைப் 'பாடுகுறி' என்றும் குறவனைப் 'பாடுகுறோ' என்றும் அழைக்கின்றனர்.

சமூகத்தில் பாடுகுறோ, பாடுகுறி என்றால் மிகக் கேவலமாகக் கருதும் நிலை உள்ளது. ஒருவன் எத்தனை பெண்களை வேண்டுமானாலும் மணம் செய்துகொள்ளலாம். ஒருத்தி எத்தனை ஆண்களை வேண்டுமானாலும் மணந்துகொள்ளலாம். ஆனால் முறைப்படி மணவிலக்குப் பெற்றுக்கொண்டு மறுமணம் செய்துகொள்ள வேண்டும்.

மதனி மணம், மைத்துனி மணம்

நரிக்குறவர்களில் சிலர் மட்டுமே அண்ணன் மனைவியை மறுமணம் (levirate) செய்துகொள்கின்றனர். ஆனால் தம்பி மனைவியை (வவ்) மணப்பதில்லை. குழந்தை பெற்றெடுக்கும் நேரத்தில்தன் மனைவி இறந்துவிட்டால் அல்லது வேறு சூழல்களில் இறந்துவிட்டால் மனைவியின் தங்கையை (தேவராணியை / கொழுந்தியாள்) மறுமணம் செய்துகொள்ளலாம். இந்த வகையில் மைத்துனி மணமும் (sororate) இவர்களிடம் காணப்படுகிறது.

வாழைக்கன்று மணம் (கேளாவந்தினு)

வாழைக்கன்று மணம் என்பது மாப்பிள்ளை பெண்ணைக் காட்டிலும் சிறியவனாகவும், மணமாகாதவனாகவும் இருந்து, ஏற்கனவே மணம் முடிக்கப்பட்டு விதவையாகவோ மணவிலக்கு பெற்ற நிலையிலோ இருக்கும் பாடுகுறி பெண்ணைத் திருமணம் செய்துகொள்வதைக் குறிக்கும். இவ்வகை மணம் கேளாவந்தினு ஹ்வியா எனச் சுட்டுகின்றனர். இது இப்போதும் நடைபெறுகிறது. முதலில் வாழைக்கன்றுக்குத் 'தாலி' (காளிபோத்) கட்டி அதனை வெட்டிவிட்ட பின்பு மாப்பிள்ளை முதல் மனைவியை மணந்து பின்பு தாரம் இழந்தவனாகிறான். அதாவது பாடுகுறோ என்ற நிலைக்கு வருகிறான். இரண்டாவதாகப் பாடுகுறி பெண்ணுக்குக் கருப்புமணிதாலி கட்டி மனைவியாக்கிக்கொள்கிறான். இப்பொழுது பாடுகுறோ என்ற நிலையில் வேறொரு பாடுகுறியைத் திருமணம் செய்துகொள்ளும் தகுதியை அடைகிறான். கேளாவந்தினு முறையில் திருமணம் செய்துகொண்ட குறவன் எதற்கும் தகுதியற்றவனாக ஒதுக்கப்படுகிறான்.

குழந்தையுடன் தங்கலுக்குக் கிளம்பும் வாக்ரி பெண்

நல்ல மணப்பெண்ணுக்கான தகுதிகள்

1. சாமி மூட்டை (தராங்கு வைத்திருக்கும் குறவனின் மகள் என்ற பெருமை).
2. தாய் (பாடுகுறி பெயர் பெறாமல்) நல்ல பண்புள்ளவள் என்ற பெருமை

3. தந்தை நல்ல பண்புள்ளவர் (பாடுகுறோ பெயர் பெறாமல்) என்ற பெருமை
4. நன்கு அழகுள்ளவள் என்ற பெருமை
5. மணி தயாரிக்கும் திறமை
6. தயாரித்த பாசி மணிகளை விற்றுப் பணம் சம்பாதிக்கும் திறமை
7. சமூகத்தில் எந்தவிதக் கெட்டப் பெயரும் இல்லாமல் இருத்தல்
8. குடும்பத்தைப் பேணி காக்கும் திறமை
9. பெண் பாடுகுறி என்ற பெயர் எடுக்காமை
10. நல்ல பிற தகுதிகளும் பண்புகளும்

நல்ல மாப்பிள்ளைக்கான தகுதிகள்

1. சாமி மூட்டை (தராங்கு) வைத்திருக்கும் பெருமை
2. நன்கு வேட்டையாடும் திறமை
3. துப்பாக்கியைப் பயன்படுத்தும் திறமை
4. பாடுகுறோ, பாடுகுறி என்ற பெயரில்லாத தாய், தந்தை
5. மாப்பிள்ளை பாடுகுறோவாய் இல்லாமை
6. ஹவாளி என்ற ரொட்டி பெறும் தகுதி
7. குடுமி வைத்திருத்தல்
8. பெண் பாவாடையால் அடிவாங்காமை, பிற ஆடவனின் கோவணத்தால் அடிவாங்காமை போன்ற கெட்டப்பெயர் எடுக்காமை
9. உடல் வளம் கொண்டிருத்தல்
10. குடும்பத்தை நன்கு காப்பாற்றும் திறமை. இவை போன்ற இன்ன பிற தகுதிகள் மாப்பிள்ளையிடம் எதிர்பார்த்து மாப்பிள்ளை கேட்கின்றனர்.

பரிசம் (ஹகாவனு)

நரிக்குறவர் சமூகத்தில் நிச்சயதார்த்தத்தன்று மாப்பிள்ளை வீட்டார் பெண்ணுக்குப் பரிசம் கொடுக்கின்றனர். இதனைச் சொப்பியஹ் என்பர். வசதியுள்ளவர்கள் புத்தாடை வாங்கி அதனுடன் வெற்றிலை பாக்கும் பணமும் வசதிக்கு ஏற்றாற் போல வைத்துப் பஞ்சாயத்தார் முன் கொடுக்க பெண்வீட்டார் அதனைப் பெற்றுக்கொள்வர். இதுவே பரிசமாகும்.

திருமணத்துக்குப் பின் தம்பதியர் தங்குமிடம்: மணம்முடித்த இளம் தம்பதியினர் ஒரு வருடம் வரை ஆண் வீட்டில் பாதி நாள்களும், பெண் வீட்டில் பாதிநாள்களும் இருத்தல் வேண்டும். பிறகு விருப்பப்பட்டால் வேறு ஒரு தனிக் குடிசையைப் போட்டுக் கொண்டு குடும்பம் நடத்தலாம். இல்லையெனில் ஆண்வீட்டாருடன் கலந்து கூட்டுக் குடும்ப வாழ்க்கையினை மேற்கொள்ளலாம். ஒரு பெண் மணம் முடித்தபின் தன் கணவன் வீட்டில்தான் பெரும்பாலும் தங்குவாள்.

தொழில்

நரிக்குறவர்களின் நாடோடிப் பொருளாதாரம் ஒருவித கலப்புப் பொருளாதார முறையைக் கொண்டது. இவர்களின் முக்கியத் தொழில்கள்:

1. வேட்டையாடுதல், தேனெடுத்தல்
2. பச்சைக் குத்துதல்
3. நாட்டு வெடிமருந்து தயாரித்தல்
4. மூலிகை வைத்தியம் பார்த்தல்
5. துப்பாக்கி, உண்டிக்கோல், கோணி ஊசி, ஊசி பாசிமணிகள் முதலான பொருள்களைத் தயாரித்து விற்பனை செய்தல்
6. பொருள்களை வாங்கி விற்பனை செய்தல்

இத்தொழில்கள் மூலம் பொருள் ஈட்டினாலும் ஆண்களுக்கு வேட்டையாடுதலே இன்றும் முதன்மைத் தொழிலாக உள்ளது. மற்றவை துணைத் தொழில்களே.

ஆண்கள் துப்பாக்கி, கண்ணி, கவிட்டாவில், வலை, உண்டிக்கல், குத்தீட்டி, நாட்டு வெடி ஆகியவற்றால் பறவைகளையும், விலங்கு களையும் வேட்டையாடி விற்கின்றனர். பறவைகள் முட்டை யிட்டுக் குஞ்சு பொரிக்கும் காலத்தில் வேட்டையாடுவதில்லை. இதற்கு ஒரு காரணம் உண்டு. மார்கழி மாதம் பறவைகள் முட்டை யிட்டு, தை மாதம் அறுவடைக்குப் பிறகு குஞ்சு பொறித்துவிடும். தாயும் தந்தையும் குஞ்சுகளுக்கு இரை கொண்டுவந்து கொடுக்கும் என்பதாலும் தாயையும் குஞ்சுகளையும் கொல்லக்கூடாது என்பதாலும் இந்த மாதங்களில் வேட்டையாடுவதில்லை.

தை மாதம் முதல் ஆடி வரை இரவு நேரத்தில் வேட்டையாடு கின்றனர். துப்பாக்கியால் சிறிய, பெரிய பறவைகள், நரி, காட்டுப்

பன்றி, முயல், காட்டுப்பூனை, புனுகுப் பூனை, மரநாய் முதலிய வற்றையும் கண்ணியால் கவுதாரி, காடை வக்கா, அரிக்குருவி, காணாங்கோழி, காட்டுப்புறா, பறவைகள் ஆகியவற்றையும் வேட்டையாடுகின்றனர். வலை மூலம் நரி, முயல், காட்டுப்பூனை, காட்டுப் பன்றி, சிறிய விலங்குகள் ஆகியவற்றையும் நாட்டு வெடியால் நரி, காட்டுப் பன்றி, காட்டுப் பூனை முதலியவற்றையும் வேட்டையாடுகின்றனர். விளைந்த பயிர்களை நரிகள் நஷ்டப் படுத்துவதால் விவசாயிகள் நரிக்குறவர்களைக்கொண்டு நரி களைத் தந்திரமாகப் பிடிக்கின்றனர்.

ஆட்டுக்கொழுப்பை 15 ரூபாய்க்கு வாங்கி வந்து சூடேற்றினால் நன்கு உருகிய நிலையில் மாறும். இதனுடன் நீர் கலந்தால் கெட்டி யாகிவிடும். வெண்ணெய் மாதிரி மாறிவிடும். 4/5 கூழாங்கற் களால் நூலால் கட்டி வெடிமருந்து செய்து அதன் மீது ஆட்டுக் கொழுப்பைத் தடவி வைத்துவிடுவர். ஆட்டுக் கொழுப்பின் வாடையை நரி மோப்பம் பிடித்துக்கொண்டு வந்து அதனைக் கடிக்க தலை வெடித்துச் சிதறிவிடும். கொக்கு, நீர்வாத்து, குயில், கானாங் கோழி, செம்பூத்து, நாரை முதலிய பறவைகள் கிடைக்கின்றன. இவர்கள் துப்பாக்கியை அரசின் அனுமதி பெற்று பயன்படுத்து கின்றனர். பல நரிக்குறவர்கள் தனிக் கொட்டகைக் கட்டி அதில் மூலிகை மருந்துகளைக் கட்டித் தொங்கவிட்டு மருத்துவம் பார்க்கின்றனர்.

பெண்கள் சென்னை, தில்லி, மும்பை, ரேணிகுண்டா, ஆக்ரா போன்ற நகரங்களுக்குச் சென்று மணி, இன்னபிற கச்சாப்பொருள் களை வாங்கிவந்து பாசி, மணி கட்டி விற்கின்றனர். இரயில் பயணத்தில் வரும்பொழுது பயணச்சீட்டு வாங்கிவந்தால் இலாபம் கிடைக்காது என்றும், சில நேரங்களில் சீட்டு இல்லாமல் வருவதால் மாட்டிக் கொள்வதுமுண்டு என்றும் ஒத்துக்கொள்கின்றனர்.

மணி தயாரிக்க இரண்டுமணி நேரம் செலவிட்டு ரூ. 2.00க்கு மட்டுமே விற்க முடிகிறது. ஆணைக்காட்டிலும் பெண்கள் குறைந்த வருமானத்தை ஈட்டுகின்றனர் என்று கூற முடியாது. பெண்கள் ஊர்ஊராய், தெருத் தெருவாய், வீடுவீடாய்ச் சென்று மணி, சீப்பு, ஊசி, ஊக்கு இன்னபிற பொருள்களை விற்றுவருகின்றனர். பேருந்து நிலையம், கோவில் திருவிழா, மாநாடு, பள்ளி, கல்லூரி, கடைத் தெரு ஆகிய இடங்களில் விற்கின்றனர். பெண்கள் பின்வரும் தொழில்களில் ஈடுபடுகின்றனர்:

1. மணி கோத்து விற்றல்
2. பொதுவிடங்களில் பொருள்களை விற்றல்
3. இடுமுடி கட்டி விற்றல்
4. குறி சொல்லுதல்
5. பச்சைக் குத்துதல்

பெண்கள் மேற்கூறிய தொழில்களை மேற்கொண்டாலும், மணிகட்டி விற்பதே அவர்களுக்கு முதன்மைத் தொழிலாகும்.

கடைகளில் அவசியமான பொருள்களை வாங்கி விற்கின்றனர். மணிபர்ஸ், சீப்பு வகைகள், மணிவகைகள், சைடு குச்சு, கொண்டைக் குச்சு, பலூன், அண்ணா கயிறு, சாமிபடத்துடன் கறுப்புக்கயிறு, பேண்டு, பவுடர், ரப்பர் பேண்டு, புணல், பாண்சி, கிளினிங் பிரஷ், பொம்மை வகைகள், பிளாஸ்டிக்கம்மல், முகம் பார்க்கும் கண்ணாடி, குழந்தைகள் கண்ணில் அணிந்துகொள்ளும் பிளாஸ்டிக் கண்ணாடி, பச்சைக்கற்பூரம், மை, நகப்பூச்சு, உதட்டுப் பூச்சு, குங்குமம், காதுபட்டன், காபி பில்டர், இன்னபிற பொருள்களை வாங்கிப் பொதுவிடங்களிலும் தெருக்களிலும் விற்கின்றனர். ரூபாய்க்குப் 10 பைசா முதலிய 15 பைசா வரை வட்டிக்கு வாங்கி பலர் இந்தத் தொழிலில் ஈடுபடுகின்றனர்.

குழந்தைகள் தொழிலில் ஈடுபடும் முறை

பேருந்து நிலையம், திரையரங்கம் போன்ற பொதுவிடங்களில் சளி ஒழுகும் மூக்குடனும், பசியுடன் இருக்கும் முகத்துடனும் பார்க்கவே அருவருப்பாகவும் அதே சமயம் பாவமாய் உள்ள பல குழந்தைகள் பிச்சை எடுக்கின்றனர். மேலும் மணி, ஊக்கு, சைடுகுச்சி போன்றவற்றை ஒவ்வொரு நபராய், ஒவ்வொரு பேருந்தாய் ஏறி இறங்கி வாங்கிக்கொள்ளும்படி கெஞ்சுகின்றனர். சில சிறார்கள் குழந்தையொன்றை இடுப்பில் தூக்கி வைத்துக் கொண்டு அம்மா பசி, அய்யா பசியென்று கையேந்தியும், காலில் விழுந்தும் பிச்சையெடுக்கின்றனர். வயிறு காலியாய் இருந்தாலும், கையில் வைத்துள்ள பொருள்களை விற்கும் தோரணையில் சுறுசுறுப்பாகவே உழைக்கின்றனர். அப்பொழுதுதான் கால் வயிறு அரைவயிறாவது சாப்பிட முடியும் எனக் கூறுகின்றனர்.

சமயம்

இவர்களுக்கென்று கோவில்கள் கிடையாது என்றாலும்

தெய்வத்தைத் 'தெய்' என்று சொல்லாலும் கோவிலைக் 'குடி' என்ற சொல்லாலும் அழைக்கின்றனர். 'தராங்குடு' என்று சொல்லப் படுகின்ற சாமி மூட்டைக்குள் வெள்ளியால் செய்யப்பட்ட சாமி உருவங்களை வைத்து வீட்டுக்குள்ளேயே வணங்குகின்றனர். இந்தச் சாமி மூட்டை வழிபடும் பொழுதும், சடங்குகள் செய்யும் பொழுதும் மட்டுமே திறக்கப்படுகின்றது. மற்ற நேரங்களில் திறந்து பூசை காட்டவோ வெளியே எடுத்துப் பார்க்கவோ பயப்படுகின்றனர்.

தராங்குடு (சாமி மூட்டை)

ஒவ்வொரு நரிக்குறவக் குடும்பத்தார்க்கும் சாமிமூட்டை ஒன்று இருக்கிறது. இது 'சாமி சொத்து' எனப்படும். இதில் தாம்பாளத் தட்டு, தூபக்கால், வாணல், வெள்ளியால் செய்யப்பட்ட சாமி உருவங்கள், கருஞ்சிவப்பு நிறத்தில் முக்கோண வடிவில் அமைந்த பை போன்ற துணிகள், இரத்தம் தோய்ந்த சாமிப் பாவாடைகள், சலங்கைகள், பழைய துணிகள் போன்றவை இருக்கின்றன. இதனை ஒவ்வொரு நிகழ்ச்சியின் போதும் வெளியே எடுத்து வைத்து வணங்கு கின்றனர். நிகழ்ச்சி முடிந்தவுடன் மூட்டையாகக் கட்டிவைக் கின்றனர். இதனைப் பெண்கள் தொடுதல் கூடாது. தொடுதல் பாவம் என நம்பப்படுகிறது. இதனை வெள்ளைத் துணியால் மூட்டையாகக்கட்டி ஆட்டுத் தோலால் போர்த்தி வைத்திருக்கின்றனர்.

சாமி சிலை பற்றிய வர்ணனை

நரிக்குறவர்கள் தெய்வங்களை வெள்ளியால் செய்து வழிபடு கின்றனர். காளியை வணங்குபவர்கள் கறுப்புத்துணியையும் மாரி யம்மனை வணங்குபவர்கள் சிவப்புத் துணியையும் பிம்பர்க்னாதேவ் என்ற ஐயனாரப்பனை வணங்குபவர்கள் வெள்ளைத் துணியையும் ஆடையாக சாமிக்கு உடுத்துகின்றனர். ஒவ்வொரு சாமி உருவமும் சில்வர் டப்பாவிற்குள் பருத்திபஞ்சு வைத்து மூடிவைத்திருக் கின்றனர். ஒவ்வொரு உருவமும் இரண்டு கைகளை உடையதாக இருக்கிறது. வலது கை பூ ஏந்திய வண்ணமும் இடதுகை உடுக்கை ஏந்திய வண்ணமுமாக இருக்கின்றது.

குரு தெய்வாளோ (பூசாரி)

மிகப் பழமையான தெய்வச்சிலைகளையும் தெய்வம் தொடர்பான

பழைய பொருள்கள் அனைத்தையும் வைத்திருந்து எந்தவிதக் குற்றமும் புரியாதவராக இருப்பவரே பூசாரியாகும். பூசையின் போது முக்கியப் பங்கு வகிப்பவர் என்பதால் கிட்டதட்ட தெய்வங் களுக்குத் தரக்கூடிய மரியாதையைப் பூசாரிக்கும் வழங்குகின்றனர். சில இடங்களில் இவர் பஞ்சாயத்துத் தலைவராகவும் இருக் கின்றார். இவருடைய பண்புகள் வருமாறு: குற்றம் புரிந்தவர்களைத் தண்டனை அனுபவித்த பின்பு தூய்மையாக்கி ஹவாளியை வாங்க வழிசெய்பவர்; தலைமுறை தலைமுறையாக சாமி மூட்டைக்கு எவ்வித பங்கமும் ஏற்படாதவண்ணம் பாதுகாத்து வருவார்; குறைந்தபட்சம் 25-30 தலைமுறையாவது சாமி மூட்டையை வைத்திருக்க வேண்டும். ஆரம்ப காலத் தோற்றத்தையும் 25 தலை முறையினர் பெயர்களையும் மனப்பாடத்தில் வைத்திருக்க வேண்டும். யார் வழி வந்தவர்கள்? எத்தனை குழந்தைகள்? எத்தனை மனைவி? ஆகிய எல்லாவிதமான செய்திகளையும் நரிக்குறவப் பாரம்பரியம் முழுவதும் தெரிந்து வைத்திருக்கவேண்டும். முக்கியமாகக் குடுமி வளர்த்து அதற்கு எந்த பங்கமும் இல்லாமல் இருத்தல் வேண்டும்.

ஆண் தெய்வங்கள்

1. தாதாஜி (சிவ)
2. குணேஹ் ஆக்பால் (பிள்ளையார்)
3. தத்தீஸ்கோடு (பெருமாள்)
4. பிம்பர்க்னாதேவ் (ஐயனாரப்பன்)
5. பாலாஜி (வீரன்)

குலதெய்வங்கள்

1. வெஹ்னி (காளி)
2. துகாவ் (துர்க்கை)
3. நொவ்க்கோடு (ஈஸ்வரி/மீனாட்சி)
4. சேளியோ (மாரியம்மன்)

பிற தேவதைகள்

1. ஹக்கத்
2. மஹமாயி
3. பஜாரி
4. பாஹ்டுதன் பாவுத்தளி

5. வாகாய்
6. பவானி அகாகுடி
7. சாந்திடி
8. லோதாபணிஜாரி

தாதாஜியை அனைவரும் முதற்கடவுளாகவும் பெரிய கடவுளாக வும் எண்ணுகின்றனர். அவர் உலகத்தையும், உலகத்திலுள்ள எல்லாவற்றையும் படைத்தவர் என்பதால் முதல் பூஜை அவருக்கு உரியது. அடுத்து இரண்டாவது குலதெய்வங்களுக்கு உரியது. மூன்றாவது நிலை மற்ற தெய்வங்களுக்கு உரியது.

தாதாஜி (சிவன்), தத்திஸ்கோடு (பெருமாள்), பிம்பர்க்னாதேவ் (ஐயனாரப்பன்,) குணேஹ் ஆக்பால் (பிள்ளயார்) போன்ற தெய்வங்களை வணங்குவதை வைத்துப் பார்த்தால் நரிக்குறவர்கள் இந்து மதத்தினைப் பின்பற்றுபவர்களாகவே இருக்கின்றனர். காளியை வெஹ்ளி என்ற பெயராலும், துர்க்கையைத் 'துவாவ்' என்கிற பெயராலும் மாரியம்மனைச் 'சேளு' என்ற பெயராலும் நரிக்குறவர்கள் பெண் தெய்வங்களை வணங்குகின்றனர்.

வ. எண்	சமூகப் பிரிவு	குல தெய்வம்	குரு	பலியிடப்படும் விலங்கு
1.	குஜராத்தி	வெஹ்ளி (காளி)	மேதியா	எருமைக்கடா
2.	டாபி	துகாவ் (துர்க்கை)	டாடேர்	ஆட்டுக்கடா
3.	மேவாடோ	நொவ்க்கோடு	தினாராவ்	ஆட்டுக்கடா
4.	சேளியோ	சேளு(மாரியம்மன்)	ஜத்ரூஜரம்	ஆட்டுக்கடா
5.	ஜோகன்	ஜோகன் (காளி)	பம்வார்	எருமைக்கடா

பஞ்சாயத்து முறை

நரிக்குறவச் சமூகத்தில் கட்டுப்பாடுமிக்க பஞ்சாயத்துமுறை உள்ளது. இது பல மரபுவழிப்பட்ட சட்டதிட்டங்களைஉள்ளடக்கிய தாகும். இந்தச் சமூகத்தை இயக்கும் முழுபொறுப்பு பஞ்சாயத் திடமே உள்ளது.

இவர்களிடம் சிக்கல்கள் ஏற்பட்டால் முன்பெல்லாம் காவல் நிலையங்களுக்குச் செல்வதில்லை. இப்பொழுது பெரிய அளவில் பிரச்சினைகள் ஏற்பட்டுத் தீரவில்லை என்றால் காவல் நிலையத்தை நாடுகின்றனர். ஆனால் எவ்வளவு பெரிய பிரச்சினை என்றாலும்

முடிந்தவரை பஞ்சாயத்தாரே பேசித் தீர்க்க முயலுவர். முடியாத போது காவல் நிலையம் செல்கின்றனர்.

சமூக மாற்றம்

பொதுவாக நரிக்குறவர்களுக்குக் கல்வியறிவு இல்லாததால் அரசின் வளர்ச்சித் திட்டங்கள், உலக நடப்பு, நாட்டு நடப்பு என்று எதைப் பற்றியும் தெரியாதவர்களாய் உள்ளனர்.

நரிக்குறவர்கள் தங்கள் குழந்தைகளை நீண்ட தூரத்தில் இருக்கும் கல்விக்கூடங்களுக்கோ வேற்றுச் சமூகத்தாரின் குழந்தைகள் படிக்கும் கல்விக்கூடங்களுக்கோ அனுப்ப மறுக்கின்றனர். காரணம் பெண்களை விபச்சாரி, பிச்சைக்காரி, குறத்தி, நாடோடி என்றும் ஆண்களைக் குறவன், குருவி, பிச்சைக் காரன் என்றும் சக மாணவர்கள் கூறி அவமானப்படுத்துவதால் நரிக்குறவக் குழந்தைகள் பள்ளிக்குச் செல்ல மறுக்கின்றனர். இப்போது நிலைமை மாறிவிட்டது. இந்நிலையில் மாறும் சூழலுக்கு ஏற்ப தங்களையும் மாற்றிக்கொள்ள வேண்டி முதிய நரிக்குறவர்கள் வழிவகுத்தல் வேண்டும். பிற சமூகத்தார் எள்ளி நகையாடும் பழக்கத்தையும் கைவிட வேண்டும்.

உசாத்துணை

சீனிவாச வர்மா, கோ. 1978. *நரிக்குறவப் பழங்குடிமக்கள்.* அண்ணாமலை நகர்: அனைத்திந்தியத் தமிழ் மொழியியற் கழகம்.

பத்மாவதி, கு. (பத்மபாரதி) 1999. *நரிக்குறவர்களின் சடங்குகள்: ஓர் ஆய்வு.* புதுவைப் பல்கலைக்கழக முதுகலைச் செயல்முறைத் தமிழ்ப் பட்டத் திற்காக அளிக்கப்பெற்ற ஆய்வேடு.

____. *2004. நரிக்குறவர்: இனவரைவியல்.* சென்னை: தமிழினி.

Bharathi, Bhakthavatsala, *et al.* 2009. *Vagri Material Culture*. Chennai: National Folklore Support Centre.

11

வேட்டைக்காரர்

த. நடராஜன்

புதுச்சேரி ஒன்றியத்தில் இருளர், மலைக்குறவன், காட்டுநாயக்கர், எருக்குலர், குறுமன் ஆகிய பழங்குடிகள் வாழ்ந்து வருவது இனங் காணப்பட்டு இவர்களைப் பழங்குடிகளாக அங்கீகரிக்க வேண்டும் என்று புதுவை அரசு மைய அரசுக்குப் பரிந்துரை செய்துள்ளது. இவர்களில் இருளர் மட்டும் அங்கீகாரம் பெறும் நிலை உருவாகி வருகிறது. புதுவையில் வாழும் பழங்குடிகளில் இருளர்கள் குறிப்பிடத் தகுந்தவர்கள். இவர்கள் வில்லி, வேட்டைக்காரர் ஆகிய இரண்டு பிரிவினராகப் பாகுபடுகின்றனர். இக்கட்டுரை அரை நாடோடி வாழ்க்கையிலிருந்து விடுபட்டுவரும் வேட்டைக் காரர் சமூகத்தின் இனவரைவியலைப் பதிவு செய்கிறது.

சமூகத்தின் பெயர்

தமிழகத்தில் இருளர்கள் நீலகிரி இருளர்கள் என்றும் சமவெளி இருளர்கள் என்றும் இரு வகைப்படுவர். இச்சமவெளி இருளர்கள் வட தமிழகத்திலும் புதுவையிலும் பரவிக் காணப்படுகின்றனர். இருளர்களின் பிரிவுகளுள் ஒன்று வேட்டைக்காரர் ஆகும். காட்டுக் காரன், வேட்டைக்காரர் ஆகிய இரண்டு பெயர்களும் இவர்களைக் குறிக்கும் பெயர்களாகும். வேட்டைக்காரர் சமூகத்தினரும், மற்ற சமூகத்தினரும் மேற்கண்ட பெயர்களைக் கொண்டே அழைக்கின்றனர். கால ஓட்டத்தில் இச்சமூகத்தினர் தங்களை இருளர் என்றே அறிமுகப்படுத்திக்கொள்கின்றனர். கள ஆய்வின் பொழுது தகவலாளிகள் அனைவரும் தங்களை வேட்டைக்காரர், வில்லியர் என அறிமுகப்படுத்திக் கொள்ளாமல் 'இருளர்' என்றே தெரிவித்தனர்.

இதற்குக் காரணம் தமிழகத்தில் இருளர்கள் வரையறை செய்யப் பெற்றுள்ள ஒரு பழங்குடியாகும். அது மட்டுமல்லாமல் சாதிப்

பட்டியல் குறித்த அரசாணையில் வேட்டைக்காரர் என்ற பெயர் குறிப்பிடப்படாமையாலும் களப்பகுதிகளில் உள்ளவர்கள் தங்களை இருளர் என்றே கூறிக்கொள்கின்றனர். தனித்த அடையாளம் தேவையில்லை என்பதாலும் இருளர் என்றே தெரிவிக்கின்றனர். கேலிக்காவும், கிண்டலுக்காகவும் பேசும் மற்ற சமூகத்தினர் இவர்களைக் காட்டுப்பசங்க, காட்டுப்பூச்சி, வில்லிப்பசங்க என்று மறைமுகமாக அழைப்பதுமுண்டு.

தமிழகத்தின் வடாற்காடு, தென்னாற்காடு, புதுவைப் பகுதிகளில் பரவிக்கிடக்கும் இச்சமூகத்தினர் வாழும் சூழல், வட்டாரம் ஆகியவற்றைப் பொறுத்து தங்களை வெவ்வேறாக அழைத்துக் கொள்கின்றனர். செஞ்சி ஒட்டிய மலைப்பகுதிகளில் வாழும் வேட்டைக்காரர்கள் மலைவேட்டைக்காரர், மலை இருளர் எனவும், திண்டிவனம், மரக்காணம் ஒன்றியப் பகுதிகளில் வாழும் வேட்டைக்காரர்கள் வில்லியர், வேட்டைக்காரர் எனவும், புதுவை வடக்குப் பகுதிகளில் வில்லியர், வேட்டைக்காரர் என்றும் புதுவையின் மேற்கு, தெற்கு, கடலூர் மாவட்டம் ஆகிய பகுதிகளில் வேட்டைக்காரர், இருளர் என்றும் அழைத்துக் கொள்கின்றனர். இது குறித்துத் தகவலாளர்கள் குறிப்பிடும் போது 'இடத்திற்கிடம் பெயர் வேறுபட்டிருந்தாலும் எல்லோரும் ஒரே பழங்குடியினர் என்றும் இவ்விடங்களில் வாழும் எல்லோரும் எங்க சொந்தக் காரங்க' என்றும் கூறுகின்றனர். ஆதலின், இவர்கள் வாழும் வட்டாரத்தைப் பொறுத்துப் பெயர்கள் மாறுபட்டுள்ளன.

இனப்பரப்பு

தமிழகத்தின் பல்வேறு பகுதிகளில் பரவிக்கிடக்கும் வேட்டைக்காரன்கள் குறிப்பாகச் செஞ்சி, திருவண்ணாமலை, திண்டிவனம், மரக்காணம், விழுப்புரம், கடலூர், பண்ருட்டி, புதுச்சேரி ஆகிய பகுதிகளில் எண்ணிக்கையில் கூடுதலாக உள்ளனர். இந்தக் கட்டுரைக்கான தரவுக்களம் புதுச்சேரிப் பகுதியைச் சார்ந்தது.

புதுவையில் நகர்ப் பகுதிகளைத் தவிர்த்த கிராமப் பகுதிகளில் வேட்டைக்காரச் சமூகத்தார் பரவி வாழகின்றனர். குறிப்பாகக் காலாப்பட்டு, செட்டிப்பட்டு, மண்ணாடிப்பட்டு, புராணிசிங்கு பாளையம், பாகூர், வில்லியனூர், திருக்கனூர், காட்டேரிக்குப்பம் ஆகிய பகுதிகளில் பரவி வாழ்ந்து வருகின்றனர்.

பெயர்க்காரணம்

வேட்டைக்கார பழங்குடியினரை இருளர் என்று எட்கர் தர்ஸ்டன் குறிப்பிடுகின்றார். இவர்கள் 'இருள்' என்னும் மரத்திலிருந்து தோன்றியவர்கள் என்பதால் இப்பெயர் ஏற்பட்டது என்பது ஒரு கருத்து. இச்சமூகத்தின் தோற்றம் குறித்து மெக்கன்சி குறிப்பிடும் போது ஒரு முனிவரின் வழித்தோன்றலாக வந்த இவர்கள் முனிவரின் சாபத்தால் காடுகளில் வசித்தனர் என்றும் இவர்களைக் கமலி இருளர்களாகிய வேட்டைக்காரர்கள் என்கின்றார்.

வேட்டைக்காரர், வில்லி ஆகிய பெயர்களுக்கான காரணங்கள் பின்வருமாறு கூறப்படுகின்றன:

1. காட்டுப் பகுதிகளில் வசித்து வேட்டையாடி உண்டு வாழ்க்கை நடத்தப்படுவதால் காட்டுக்காரர், வேட்டைக்காரர் என்ற பெயர் ஏற்பட்டது என்பது ஒரு கருத்து.
2. வில் தொழில் செய்வதால் வில்லியர் என்று அழைக்கப் பட்டிருக்கலாம் என்பது மற்றொரு கருத்து.

புலப்பெயர்வு

வேட்டைக்காரர் விலங்குகளை வேட்டையாடுவதற்குச் சாதகமாக விலங்குகள் தங்கி வாழும் பகுதிகளில் தொடக்க காலங்களில் வாழ்ந்தனர். இது பெரும்பாலும் காட்டுப் பகுதிகளாகவே இருந்தது. பின்பு, வாழ்க்கைத் தேவைக்காகவும் பற்றாக்குறையைச் சரிசெய்வதற்காகவும் இயற்கை மாற்றங் களாலும் பல்வேறு இடங்களில் பரவத் தொடங்கினர். புதுச்சேரியில் வாழும் பெரும்பாலான வேட்டைக்காரர்கள் தமிழகத்தின் வடக்கிலிருந்தே இடம்பெயர்ந்துள்ளனர். பெரும்பாலோனார், திண்டிவனம், மரக்காணம், விழுப்புரம் ஆகிய மாவட்டங்களைப் பூர்வீகமாகக் கொண்டவர்கள். இவர்களுள் ஒரு சிலர் பத்து பதினைந்து ஆண்டு களுக்கு முன்புதான் நிலையான குடியிருப்பை அமைக்க முற்பட்டுள்ளனர். அதற்கு முன்புவரை நிலையான வீடோ, இருப்பிடமோ இல்லாமல் இருந்துவந்துள்ளனர்.

இடப்பெயர்வுக்கான காரணங்கள்

வேட்டைக்கார பழங்குடிகளிடம் இடப்பெயர்வு காலங்கால மாக நிகழும் ஒன்றாகும். இவ்விடப்பெயர்வு அச்சமூகத்தாராலும்

வேட்டைக்காரர்களின் கன்னிமார் வழிபாடு

பிறச் சமுதாயத்தவர்களாலும் நிகழ்ந்துவந்துள்ளது.

1. வாழ்க்கைத் தேவைக்காக வளமான இடத்தைத் தேடுதல் காரணமாகவும், நிலையான குடியிருப்பு இல்லாததாலும், சமூகத்தாருடன் ஏற்பட்ட மோதல் காரணமாகவும், கணவனை இழந்த நிலையில் பிள்ளைகளைப் பேண வேண்டும் என்ற

கட்டாயத்திற்காகவும், கூட்டம் அதிகமான நிலையில் முரண் களைத் தவிர்ப்பதற்காகவும், தொழிற் காரணமாகவும் வேட்டைக் காரன்கள் இடம் பெயர்ந்துள்ளனர்.

2. இரண்டாவதாகப் பிற சமுதாய மக்களாலும் இடப்பெயர்வு நிகழ்ந்து வந்துள்ளது. வேட்டைக்காரர்களை குற்றப்பரம்பரை யாகவே பிற சமூக மக்கள் எண்ணினர். இவர்கள் திருடர்கள், இரவில் பொருள்களைக் களவாடுபவர்கள் என்ற எண்ணம் மக்களிடம் உள்ளதால் இவர்களைத் தங்கள் கிராமங்களில் குடியிருக்க அனுமதிப்பதில்லை.

3. ஊருக்கு ஒதுக்குப்புறமான கோயில் நிலம், புறம்போக்கு ஆகிய இடங்களில் குடியிருப்புகளை அமைத்திருந்தாலும், பிற சமூகத்தினர் நிலத்தை அபகரிக்க வேண்டும் என்ற எண்ணத்தால் அவர்களை மிரட்டுவதும் பொய் வழக்குகள் திணித்து விரட்டுவதுமாக இருந்துள்ளனர்.

4. வேட்டைக்காரர்கள் கூட்டமாக வாழும் நிலையில் போதையின் காரணமாகத் தமக்குள் அடிக்கடிப் பூசல்களையும் மோதல் களையும் ஏற்படுத்திக்கொள்வர். இந்நிகழ்வுகளை விரும்பாத பிறசமூகத்தார் மறுநாள் அங்குக் குடியிருக்க விடுவதில்லை.

இதுபோன்ற காரணங்களால் வேட்டைக்காரர்களின் இடப்பெயர்வு தொடர்ந்து நிகழ்ந்துள்ளது. மேலும் காவலர்கள் மேற்கொள்ளும் பொய் வழக்குகளுக்கும் வேறு சிலர் மேற்கொள்ளும் பாலியல் வன்முறைகளுக்கும் அஞ்சி புலம் பெயர்தலும் உண்டு.

வாழிடம்

இம்மக்களின் வாழிடங்கள் பெரும்பாலும் ஊரின் ஒதுக்குப் புறத்திலும், கேயில்மண், புறம்போக்கு ஆகிய தோப்புத்துரவு களிலும் காணப்படுகின்றன. சிறிய குடிசைகளில் வாழும் இவர்கள் நில உடைமையாளர்களின் பம்புசெட்டுகளின் அருகில் குடிசை அமைத்தும், ஒரு சிலர் பழத்தோப்புகளில் குடிசைகளை அமைத்தும் வாழ்கின்றனர். குடிசையானது பனை ஓலைகளாலும் கருப்பந் தோகைகளாலும் வேயப்பட்டுள்ளன. இக்குடிசைகள் ஒரே அறையைக் கொண்டதாகவும் மரக்கட்டைகளைக் கொண்டும் கட்டப்பட்டுள்ளன. குடிசையானது சுற்றுச் சுவரின்றி தரை சாணத் தால் மெழுகப்பட்டு காணப்படுகின்றன. ஒரே வாயிலைக் கொண்டும்

அவ்வாயில் படல், சாக்குத்துணி ஆகியவற்றால் மூடப்பட்டும் காணப்படுகின்றன.

குடிசைகளின் உள்ளே துணி மூட்டைகளைக் கட்டித் தொங்க விட்டும் கத்தி, கடப்பாரை, குத்துக்கருவிகள், பிற பயன்பாட்டுச் சாமான்கள் ஆகியவை குடிசைகளின் மேல் செருகிய நிலையிலும் காணப்படுகின்றன. அடுப்பானது வீட்டின் முன்பகுதியில் காணப் படுவதோடு சமைப்பதற்கு மண்பாண்டங்களையும், அலுமினியப் பாத்திரங்களையும் பயன்படுத்துகின்றனர். பொழுதோடு உண்டு, உறங்கும் பழக்கத்தைக்கொண்ட இவர்கள் தென்னந்தடுக்கு, கோரைப்பாய், கோணி ஆகியவற்றைக்கொண்டு உறங்குவதை வழக்க மாகக் கொண்டுள்ளனர். பெரும்பாலான குடிசைகள் தோப்புகளுக் குள்ளும், ஒதுக்குப் புறங்களிலும் காணப்படுவதால் மின்வசதியின்றி வாழ்கின்றனர். சமையலுக்கான சாமான்களை (அரிசி, பருப்பு, தூள், எண்ணெய் போன்ற) அன்றாடம் கடைகளில் வாங்கி சமைப்பவர் களாகவும் இரவில் மிஞ்சிய உணவில் தண்ணீர் ஊற்றிவைத்து காலையில் பழையது உண்ணும் வழக்கத்தையும் கொண்டுள்ளனர்.

இன அடையாளக் கூறுகள்

வேட்டைக்காரர்களுக்குத் தாய்மொழி தமிழ் ஆகும். இது கிளை மொழியே. இவர்கள் சொற்களை இழுத்துப் பேசக்கூடியவர்கள். நகர் சார்ந்த மக்களிடம் பேச்சு ஓரளவு செம்மைப்பட்டதாகவும், கிராமச் சூழலில் உச்சரிப்பு மாறுபட்டதாகவும் உள்ளது. ஆடை அணிகலன்களை நோக்கும் பொழுது ஆண்கள் பெரும்பாலும் வேட்டி, லுங்கி, சட்டை, துண்டு ஆகியவற்றை அணிகின்றனர். சாதாரண நிலையில் மடித்துக்கட்டப்பட்ட லுங்கியுடனும் துண்டால் கட்டப்பட்ட தலைப்பாகையுடனும் காணப்படுவர். பெண்கள் புடவை உடுத்துகின்றனர். இருபாலரும் அழுக்கான, நிறம் மங்கிய, கறைகள் படிந்த துணிகளை உடுத்துகின்றனர். உயர் சாதிப் பெண்கள் உடுத்திய பழைய ஆடைகளைப் பெற்றுக் கொண்டும், பணம் சேர்த்துப் புதிய ஆடைகள் வாங்குவதும் உண்டு. பெண்கள் கைகளில் கண்ணாடி, பிளாஸ்டிக் வளையல்களையும் கழுத்தில் கருப்பு மணி மாலைகளையும் அணிவதுண்டு. ஆண்களில் சிலர் மந்திரிக்கப்பட்ட தாயத்துகளையும், கடிகாரத்தினையும் அணிந்திருப்பர். சிலர் கைகளிலும் உடல்பகுதிகளிலும் பச்சைக் குத்திக்கொண்டுள்ளனர்.

இச்சமூகம் சார்ந்த ஆண், பெண் இருவருமே கறுத்த உருவத்தைப் பெற்றிருப்பர். உடல் அழுக்கான தோற்றத்துடனும் தலைமுடி சுருட்டைத் தன்மையுடனும் செம்பட்டைத் தோற்றத்துடனும் காணப்படும். கை கால்கள் குட்டையாகவும் மெல்லிய உடல் வாகும் கொண்டிருப்பர். நாகரிக வளர்ச்சியில் பின்தங்கிய நிலையைப் பெற்ற இச்சமூகத்தினர் கல்வி, பொருளாதார நிலையில் பின்தங்கி காணப்படுகின்றனர். அரசாங்க உதவிகளைப் பெற இயலாத நிலையில் உள்ளனர். இவர்கள் புதுச்சேரியில் வேட்டைக்காரர் என்ற பழங்குடி அங்கீகாரம் கிடைத்துப் பொருளாதாரம், கல்வி, பணி ஆகிய நிலைகளில் பயன்பெற விரும்புகின்றனர்.

அகமணச் சமூகமாக வாழும் இச்சமூகத்தினர் பல புறமணக் குழுக்களாகப் பிரிந்து அண்ணன் - தம்பி, மாமன்-மச்சான்முறை அடிப்படையில் திருமணம் செய்துகொள்கின்றனர். மேலும், வேட்டைக்காரர்கள் குறிப்பிடும் பொழுது வேட்டைக்காரர் எனும் பெயருடைய இன்னொரு சமூகம் உண்டு. அவர்கள் கூடை முடைபவர்கள். இவர்களை மலைக்குறவர் என்பர். இவ்விரு சமூகத்திற்குள் எவ்வித ஒட்டும் உறவும் காணப்பெறவில்லை.

தொழில்

வேட்டைக்காரர்களின் பொருளாதாரம் இங்குள்ள சூழ்நிலைக் கேற்ப கலப்புத்தன்மை கொண்டதாக (complex economy) உள்ளது. அதற்கேற்ப புதுச்சேரியின் வடக்குப் பகுதி குறும்புதர்காடுகளும் முந்திரிக்காடுகளும் நிறைந்த பகுதியாகும். தெற்குப் பகுதி முழுவதும் வயல் நிலங்களையும் மேற்கு, மத்தியப் பகுதி இவ்விரு பகுதிகளைக் கொண்டதாகவும் உள்ளன. எலி, பாம்பு, உடும்பு, முயல், அணில், ஈசல் ஆகியவற்றைப் பிடிப்பதையே முக்கியத் தொழிலாகக்கொண்டுள்ளனர். வேட்டையாடுதல், உணவு சேகரித்தல் முதன்மைத் தொழில் ஆகும். வேட்டை விலங்குகளை உண்டும் மிஞ்சியதை உயர்சாதியினர்க்கு விற்றும் வாழ்க்கை நடத்து கின்றனர். வேட்டைத் தொழிலுக்குப் புறப்படுவதற்கு முன்பு குலதெய்வத் திடம் சேர்ந்து வழிபட்டுச் செல்கின்றனர். ஆனால் எவ்வித முன்மாதிரிச் சடங்குகளையும் இவர்கள் மேற்கொள்வதில்லை.

எலி பிடித்தல்

வேட்டைக்காரர்களின் முக்கிய உணவுகளில் கொல்லி எலி

(கொல்லை எலி) ஒன்றாகும். எலிகளை விற்பதுமுண்டு. வளைக்குள் நீர் ஊற்றியும் புகை செலுத்தியும், மண்வெட்டியால் தோண்டியும் பிடிக்கின்றனர். அவர்கள் அனைத்து எலிவளைகளையும் தோண்டுவது கிடையாது. எலிகளின் காலடித் தடம், வளையின் வெளியே தள்ளப்பட்ட மண்ணின் அளவு, புதிய வளை ஆகிய வற்றைக் கூர்ந்து கவனித்த பின்பே பிடிக்க முயலுவர். எலி பிடிக்க இருவர் அல்லது மூவர் செல்வது வழக்கம். தேர்ந்தெடுக்கப் பட்ட வளையைத் தோண்டுவதற்கு முன்னர் எலி அமைத்துள்ள 'மோட்டான்' வளைகளைக் கல்வைத்து அடைப்பர். ஆழமான வளை, கட்டாந் தரையில் உள்ள ஆகியவற்றில் புகை செலுத்திப் பிடிப்பர்.

ஆழம் குறைவான ஈரமானப் பகுதிகளில் நீர் செலுத்தியும் தோண்டியும் பிடிப்பர். சாணார் பள்ளாவின் அடி ஓரத்தில் ஓட்டை இட்டு அப்பள்ளாவில் எரியும் புளியம்பட்டை, வேப்பம்பட்டை, ஆகியவற்றை இட்டு நெற்பதர்களையும் காய்ந்த புல், பூண்டு களையும் பள்ளாவிற்குள் திணிப்பர். பள்ளாவின் வாய்ப்பாகம் வரை புல் பூண்டுகளால் திணிக்கப் பட்டிருக்கும். இப்பள்ளாவினை 'ஊத்தாமனை' என்றழைப்பர். பள்ளாவில் இடப்பட்ட ஓட்டையின் வழியே வாய்கொண்டு ஊதினால் புகை வெளிவரும். இத்தகையப் பள்ளாவை முக்கிய எலிவளையின் வாய் அருகே பள்ளாவின் வாய்ப் பகுதியை மூடி வாயினால் ஊதுவர். அதனால் ஏற்படும் புகையானது வளைக்குள் சென்று எலிக்கு மூச்சுத்திணறலை ஏற்படுத்தும். இவ்வாறு மயங்கிய நிலையில் வெளிவரும் எலிகளைப் பிடிக்கும் வழக்கத்தைக் கொண்டுள்ளனர். வளையில் புகை செலுத்தி, நீர் ஊற்றிப் பிடிக்கும் போது ஒரு மோட்டான் வளையை மட்டும் விட்டு கண்காணிப்பதையும் மேற்கொள்கின்றனர். அதன் வழியாக வெளிவரும் எலிகளை அடித்தும் துரத்திச் சென்றும் 'சில்லா கோலால்' குத்தியும் பிடிப்பர். வயல்வெளி ஓரங்களில் உள்ள எலிகளைத் தோண்டும் போது அதில் தானியங்களும் கிடைப்பது உண்டு.

அணில் பிடித்தல்

அணில் வேட்டையாடும் பொழுது இருமுறைகளைக் கையாளு கின்றனர். மூன்று அல்லது நான்கு பேர் நீண்ட மெல்லிய கொம்பு களைக்கொண்டு துரத்தி அடித்துப் பிடிப்பது ஒருமுறை. மற்றொன்று

'அணிப்புள்ள கண்ணி' என்றழைக்கப்படும் ஒரு வகை வலையைப் பயன்படுத்திப் பிடிப்பர். இம்முறை சிறுவர்கள், பெண்கள் பயன்படுத்தும் முறையாகும்.

பாம்பு பிடித்தல்

தொடக்கத்தில் வேட்டைக்காரர்கள் பாம்பு பிடித்தலை முக்கியத் தொழிலாகக் கொண்டிருந்தனர். நல்ல பாம்பு, விரியன், கட்டு வீரியன், சாரை, கருவழாம் பாம்பு ஆகியவற்றைப் பிடிப்பது வழக்கம். ஓடி வளையினுள் புகுந்த பாம்புகளையும் தோண்டி பிடிப்பர். வளையினுள் பாம்பு உள்ளதா இல்லையா என்பதை அறிய வலைக்குள் மெல்லிய நீண்ட குச்சியை உள்ளே செலுத்துவர். அவ்வாறு செலுத்தும் போது உள்ளே இருக்கும் பாம்பானது அக்குச்சியைக் கடிக்க குச்சி ஆட ஆரம்பிக்கும். இதை உணர்ந்து வலையைத் தோண்டுவர். தோண்டும் பொழுது வெளிவரும் பாம்பை 'Y' வடிவில் உள்ள கவ்வைக்கொண்டு கழுத்துப் பகுதியை இறுக்கி அழுத்திக்கொண்டு பின்னர் கைகளால் பாம்பின் தலைப் பகுதியைப் பிடித்துக்கொள்வர். இவ்வாறு பிடிக்கும் முன் சிலர் பச்சிலை மருந்தை உட்கொண்டு இருப்பர். துணிச்சலான சிலர் எவ்வித மருந்தின்றியும் பிடிப்பர். பிடித்த பாம்புகளின் தோலை உரித்து உப்புத் தடவி பதப்படுத்தி விற்று வந்தனர்.

அரசாங்கம் பாம்புகளைப் பிடிக்கத் தடை விதித்த பின்பு பாம்புகளின் தோல்களை உரிப்பதில்லை. இக்காலத்தில் வீட்டிலோ மக்கள் புழங்கும் இடங்களிலோ பாம்பு இருந்தால் பிறர் கேட்டுக் கொண்டதற்கிணங்க அவற்றைப் பிடிக்கின்றனர். அவ்வாறு பிடித்த பாம்புகளின் பல்லைப் பிடுங்கிய நிலையில் சிலரிடம் வேடிக்கை காட்டிப் பணம் வசூல் செய்வதும் பின்பு அவற்றைக் கொன்று எறிவதுமாக உள்ளனர்.

ஈசல் பிடித்தல்

புற்றில் உள்ள ஈசலைப் பிடிப்பதில் வித்தியாசமான முறையைக் கையாளுகின்றனர். ஈசல் பிடித்தல் ஆடி, ஆவணி, புரட்டாசி மாதங்களில் இரவில் மட்டுமே நிகழும். ஈசல் உள்ள புற்றைத் தேர்ந்தெடுத்து, பின்பு காடாதிரி போட்ட காவிளக்கு, காய வைத்துப் பதப்படுத்தித் தூளாக்கிய கொஞ்சித் தழை, நாட்டோடு, ஈசக் கொட்டை ஆகியவற்றை எடுத்துச் சென்று புற்றின் அருகில்

அமர்வர். புற்றின் மேல் தூளாக்கிய கொஞ்சித் தழையைத் தூவி பின்பு புற்றின் மையத்தில் காவிளக்கை (மண்ணெண்ணெய் விளக்கு) ஏற்றி வைப்பர். நாட்டு ஓட்டில் கட்ட ஈசக் கொட்டையை அரைத்துப் புற்றின் மீது தூவியவுடன் உள்ளிருக்கும் ஈசல் வாசனைக்காக வெளிக்கிளம்பும். அவை விளக்கைச்சுற்றி அலையும் போது அவற்றைப் பிடிப்பர். இவ்வாறு பிடிக்கும்போது ஈசலை உண்ண பாம்புகளும் வேறு பல விஷப்பூச்சிகளும் வருவதுண்டு. சிலர் புற்றில் வெளிவரும் மஞ்சள்நிற பால் ஈசலை உயிரோடு உண்பதையும் வழக்கமாகக் கொண்டுள்ளனர்.

வேட்டைக்காரர்கள் மேற்குறிப்பிட்ட முதன்மைத் தொழில்கள் மட்டுமின்றி பல துணைத் தொழில்களையும் மேற்கொண்டுள்ளனர். வேளாண் வேலைகளான அண்டை வெட்டுதல், நீர் பாய்ச்சுதல், காவல் காத்தல், நாற்று நடுதல், களை பறித்தல், அறுவடை செய்தல் போன்ற செயல்களைச் செய்யும் கூலி ஆட்களாகப் பணி புரிகின்றனர். மட்டிபிடித்தல், இல்லி நண்டுபிடித்தல், நார் எடுத்தல், தப்பு பயிர் பொறுக்குதல், சூடு பொறுக்குதல், நில உடைமையாளர்களின் பம்பு செட்டில் குடியிருந்துகொண்டு அவரது உடைமைகளைப் பாதுகாத்தல் போன்ற துணைத் தொழில்களையும் மேற்கொண்டுள்ளனர்.

மட்டி பிடித்தல்

மட்டி என்பது கடற்கரையோரத்திலும் ஆற்றங்கரையிலும் சேற்றில் வாழும் மெல்லுடலி. இதன் உடல் மேலும் கீழும் கிளிஞ்சல் ஓட்டினாலும் இடையில் புழு போன்ற தோற்றத்துடன் காணப் படும். மட்டியைக் கைகளால் தோண்டி எடுத்துச் சேகரிப்பர். அவற்றை வேக வைத்து ஓடுகளை நீக்கிப் புழுப் போன்ற பகுதிகளை உண்பர். நீக்கப்பட்ட கிளிஞ்சல்களை வியாபாரிகளிடம் விற்றுவிடுகின்றனர். இத்தொழிலைக் கடற்கரைப் பகுதிகளான காலாப்பட்டு, பிள்ளைச் சாவடி, கனகசெட்டிக் குளம் போன்ற பகுதிகளைச் சார்ந்தவர்களும், பூரணாங்குப்பம், அரியாங்குப்பம் சுற்றியுள்ள ஆற்றங்கரை சார்ந்த வேட்டைக்காரர்களும் மேற்கொள்கின்றனர்.

நாரெடுத்தல்

முள் கற்றாழை என்ற ஒரு வகைத் தாவரத்தின் நுனிப் பகுதியை உடைத்து அவற்றை நன்கு நசுக்கி, அவற்றில் உள்ள சாறு, சக்கை

பச்சையம் ஆகியவற்றை நீக்கி வெயிலில் காய வைப்பர். காய வைத்த கற்றாழை நாரானது வெண்மையாகவும், மென்மையாகவும், அழகாகவும் இருக்கும். இவை கயிறு திரிக்கவும் கைவினைப் பொருள்கள் செய்யவும் பயன்படுகின்றன. இத்தொழிலைக் கற்றாழை வளரக்கூடிய பகுதிகளில் உள்ளவர்கள் செய்கின்றனர்.

தப்பு பயிர் பொறுக்குதல்

அறுவடை முடித்த பின்னால் நிலத்தில் மண்டிய வேர்க் கடலையை களைவெட்டிகொண்டு நிலத்தைக் கிளறி சேகரிக்கும் தொழிலை மேற்கொள்கின்றனர். அறுவடை முடிந்த கம்பு, சோளம், கொள்ளையில் உள்ள எஞ்சிய கதிர்களைப் பொறுக்கும் தொழிலை மேற்கொள்கின்றனர். இதனை 'சீட்டை பொறுக்குதல்' என்பர். நெல் வயலில் சிந்திய நெற்களையும் நெற்கதிர்களையும் பொறுக்குவதும் உண்டு. இதற்குச் 'சூடு பொறுக்குதல்' என்பதாகும்.

முந்திரிக் கொட்டைப் பொறுக்குதல்

புதுவையின் வடபகுதி முந்திரிக் காடுகள் நிறைந்ததாகும். நில உடைமையாளர்கள் முந்திரிக்கொட்டைகளை அறுவடை செய்தபின் கடைசி நேரத்தில் யார் வேண்டுமானாலும் எஞ்சியதைப் பறித்துக் கொள்ளலாம் என்று விட்டுவிடுவர். இதனைத் 'தோப்புவிடுதல்' என்பர். இந்த நேரத்தில் வேட்டைக்காரர்கள் ஒரு துண்டை இடுப்பில் பை போல் மடக்கிக் கட்டிக்கொண்டு இரண்டடி நீளமுள்ள குச்சியைக் கையில் கொண்டு முந்திரித் தோட்டத்தில் உள்ள சருகுகளைக் கிண்டி (சீய்த்து) மறைந்து கிடக்கும் கொட்டைகளைப் பொறுக்குவர். இச்செயலைச் 'சரவடித்தல்' என்பர். இவற்றிலிருந்து பெறப்பட்ட கொட்டைகளை விற்பதும் மரத்தில் உள்ள முற்றிய பச்சை முந்திரிக் கொட்டைகளைத் தோண்டி அதனுள் உள்ள பயிறுகளை எடுத்து விற்பதுமுண்டு.

மேற்கூறிய தொழில்களை ஆண், பெண் இருபாலாரும் செய்கின்றனர். வேட்டையாடுதல், பாம்பு பிடித்தல், தூண்டில் மூலம் மீன் பிடித்தல் ஆகியவை ஆண்கள் செய்யக்கூடியவை. கூலி வேலைகளில் ஆண்கள் மட்டும் தனித்துப் பணிபுரிகின்றனர். வேட்டையாடிய பொருள்களை விற்பது, உணவு சமைத்தல், சில கூலி வேலைகளைப் பெண்கள் தனித்து மேற்கொள்கின்றனர். பிற தொழில்களில் ஆண், பெண் இருவரும் சேர்ந்தே பணி

புரிகின்றனர். எலி, அணில், கீரி, முயல், நண்டு, மட்டி ஆகிய வற்றைப் பிடிக்கும் போது துணைக்காகவும் சேகரித்த பொருள் களைப் பாதுகாக்கவும் சிறுவர்களைப் பயன்படுத்துகின்றனர். மேலும் தானியங்களைக் காயவைக்கும் களங்களைக் காத்தல், பறவைகளை ஓட்டுதல், சிறு குழந்தைகளைப் பார்த்துக் கொள்ளுதல் ஆகியவை சிறுவர்களின் பங்காகும்.

வேலைப்பகிர்வோடும், குடும்பத்தின் ஒத்திசைவோடும் மேற்கொள்ளும் இவர்களின் தொழில்கள் பெரும்பாலும் பருவக் காலத்திற்கேற்ப மாறிக் காணப்படுகின்றன. வேட்டைத் தொழில்கள் பெரும்பாலும் எக்காலத்திலும் மேற்கொள்வதாகும். இருப்பினும் ஈசல்பிடிக்கும் தொழிலானது ஆடி, ஆவணி, புரட்டாசி மாதங்களும் மட்டி, இல்லி பிடித்தல் ஆறு வற்றும் காலங்களான பங்குனி, சித்திரை, வைகாசி மாதங்களிலும், தப்பு முந்திரிக்கொட்டை பொறுக்குதல் வைகாசி, ஐப்பசி மாதங்களிலும் மேற்கொள் கின்றனர். நார் எடுத்தலானது கற்றாழையின் அளவைப் பொறுத்தும், வெயிற் காலத்தைப் பொறுத்துமே அமையும். மேலும் வேளாண் பணிகளுக்கு ஏற்பவும் இவை மாறுபடுகின்றன.

வேட்டைக்காரர்கள் பொருளாதார நிலையிலும் மிகவும் பின்தங்கியவர்கள். வேட்டைத் தொழில் மூலம் வருமானம் அதிகம் கிடைப்பதில்லை. இத்தொழில் பல நாள்களில் உணவுக்கே பேதாத நிலையில் அமையும். இவர்கள் வேட்டையாடி வரும் விலங்குகளை அதிக விலைகொடுத்து வாங்குவதில்லை. இதனால் பலர் வேட்டைத் தொழிலை விடுத்து கூலிவேலைக்குச் செல்கின்றனர். ஒரு நாள் முழுவதும் கூலி வேலை செய்தால் ஆண்களுக்கு 70 ரூபாயும், பெண்களுக்கு 40 ரூபாயும் கிடைக்கின்றன.

இந்தக் கூலி வேலையும் தொடர்ந்து கிடைப்பதில்லை. அதனால் இவர்களது வாழ்க்கை பசியும் பட்டினியுமாக நகர்கிறது. எப்பொழுதாவது யார் வீட்டிலாவது பாம்பு புகுந்துகொண்டால் அதை அடித்துப் பிடிக்க ரூபாய் 50 முதல் 100 வரை பெறுகின்றனர். இந்நிகழ்வு எப்பொழுதாவது நிகழ்வதாகும். மேலும் பணம் கையில் இருந்தால் கள், சாராயம் குடித்து செலவு செய்துவிடும் மனப் பான்மையும் கொண்டவர்கள். மேலும் சிலர் பணப்பற்றாக்குறை ஏற்படும் நாள்களில் அணிகலன்கள் ஏதாவதிருந்தால் அடகு வைப்பதும் அதிக வட்டிக்கு ரூபாய் 200, 300 வாங்குவதும் கொடுப்பதுமாக வாழ்க்கையை நடத்துகின்றனர். தகவலாளி

குறிப்பிடும்பொழுது 'எல்லா நாளையும் இராமா கோவிந்தான்னு தள்ளிக்கின்னு இருக்கோம். இருந்தா சாப்பிடுவோம். இல்லன்னா அப்படியே கிடக்க வேண்டியதுதான்' என்றார்.

மருத்துவம்

வேட்டைக்காரர்களில் சிலர் வைத்தியம் பார்ப்பதைத் துணைத் தொழிலாக மேற்கொள்கின்றனர். விஷப்பூச்சிக்கடிகளுக்கு மட்டுமே வைத்தியம் பார்க்கும் இவர்கள் புதுவையில் புராணசிங்கு பாளையத்திலும், செட்டிப்பட்டிலும் உள்ளனர். இவர்கள் நாய்க்கடி, பாம்புக்கடி, தேள்கடி, நட்டுவாக்கலி கடி, சலங்கைப் பூரான்கடி, வண்டுக்கடி ஆகியவற்றிற்கு மருத்துவம் பார்ப்பர். மருந்திற்குப் பயன்படும் மூலிகைகளையும் பொருள்களையும் தெரிந்து வைத்துள்ளனரே தவிர அதற்குரிய எல்லாப் பெயர் களையும் தெரியாதவர்களாக உள்ளனர். இதனால் கள ஆய்வின் போது அவர்கள் பயன்படுத்தும் மருந்தின் பெயரை அறிய முடிய வில்லை. இம்மருத்துவம் குறித்துத் தகவலாளிகள் குறிப்பிடும் பொழுது எந்தப் பாம்புக் கடியாக இருந்தாலும் விஷப்பூச்சிக் கடியாக இருந்தாலும் குணப்படுத்த முடியும் என்கின்றனர்.

நாய்கடிக்குத் தூய நல்லெண்ணெய், ஆய்வாழத்தழை ஆகிய வற்றைப் பயன்படுத்துகின்றனர். நூறு மில்லி நல்லெண்ணெய் யுடன் ஆய்வாழத் தழையைப் பொரித்து எண்ணெயையும் பொரித்த தழையையும் உண்ணச் செய்கின்றனர். பின்பு, நாய் கடித்த இடத்தில் சாணத்தைத் தடவி வெள்ளை சாட்டான் செடியின் வேரைப் பறித்து நசுக்கி எண்ணெயைத் தொட்டு சாணம் தடவப்பட்ட இடத்தில் தடவுவர். இவ்வாறு செய்வதால் விஷம் ஏறாமல் இருக்கும் எனவும், ஏறிய நஞ்சானது காயத்தின் வழியே வெளியேறி விடும் என்கின்றனர். அதுமட்டுமல்லாமல் நாய்கடித்த உடன் 100 மில்லி நல்லெண்ணெயைக் குடித்துவிட்டால் நஞ்சு பரவாது என்றும் 3 அல்லது 4 ஆண்டுகள் கழித்துகூட மருந்து சாப்பிடலாம் என்கின்றனர்.

பாம்புக்கடியில் நல்ல பாம்புக் கடி, சுருட்டைக் கடி, கட்டு விரியன் கடி, கருவழாம் பாம்புக் கடி ஆகியவை குறிப்பிடத் தக்கதாகும். நல்ல பாம்புக் கடிக்குக் கெரடங் கிழங்கு, சிறியா நங்கை, எட்டிமரப்பட்டை அல்லது பச்சிலை ஆகியவற்றை உலர்த்தி, காயவைத்துப் பொடியாக்கி உச்சிகரண்டி அளவு அல்லது

ஒரு கடி அளவு வகையில் கொடுப்பர். இம்மருந்தின் அளவு நாடித்துடிப்புக்கு ஏற்ற வகையில் கொடுக்கின்றனர். நாடித்துடிப்பு மிக மோசமான நிலையில் இருந்தால் 3 அல்லது 4 கடி அளவு மருந்தை இடைவெளிவிட்டுத்தருவர்.

இம்பாம்புக்கடியில் கருவழாம் பாம்புக்கடியே மிக முக்கிய மானதாகக் கருதப்படுகிறது. இப்பாம்பு கடித்தால் உடனடியாக இறந்து விடுவர் எனவும் சரியான மருந்தைச் சரியான சமயத்தில் தந்தால் மட்டுமே காப்பாற்ற முடியும் என்கின்றனர். கருவழாம் பாம்பு கடித்த இடத்திற்கு மேல் கம்பிலி கயிறு கொண்டு இறுகக் கட்டுவர். வயதான பனைமரத்தின் அடியில் இருக்கும் ஒரு வகையான வேரைத் தூளாக்கிக் கொடுப்பர். நஞ்சு ஏறாம லிருக்க தலையில் தண்ணீரை ஊற்றிக்கொண்டு இருப்பர். அடுத்து கடிபட்ட இடத்தில் கீறி நஞ்சு கலந்த இரத்தத்தினை வெளியேற்றுவர். பின்பு அவ்விடத்தில் பச்சிலை மூலிகை, குப்பமேனி இலைச்சாறு, சுண்ணாம்பு இவற்றைக் கலந்து அரைத்துப் பூசுவர். இவ்வாறு செய்யும் போது உடலில் உள்ள நஞ்சு படிப்படியாக வெளியேறும் என்கின்றனர். இன்னொருமுறை நல்லபாம்புகடிக்குக் கையாளப்பட்ட மருத்துவ முறையையும் கையாளுகின்றனர். இப்பாம்பின் உடல்கட்டுகளாக அமைந்து இருக்கும். அக்கட்டுகளுக்கு ஏற்ப மருந்தின் கடியளவு மாறி அமையும். கட்டுகளின் எண்ணிக்கைக்கு ஏற்பத் தண்ணீர் குடத்தை ஊற்றுவதையும் மேற்கொள்கின்றனர். இது குறித்துத் தகவலாளிகள் குறிப்பிடும் போது இதுநாள்வரை பாம்புக்கடி என வந்து அனைவரும் நலமுடனே திரும்பியுள்ளனர். மோசமான நிலையில் உள்ளவர்களையும் காப்பாற்றியுள்ளோம் என்கின்றனர்.

வண்டுக்கடியில் மிகவும் மோசமானது ‘செதாவண்டுக்கடி’ ஆகும். அக்கடிக்குச் செஞ்சி மலையில் உள்ள செதாக்கட்ட என்ற கட்டையை எடுத்து வந்து பதப்படுத்தி பச்சிலையுடன் தூளாக்கிக் கொள்வர். செஞ்சி அடுத்துள்ள சென்னாளூர் என்ற மலையில் கிடைக்கும் செதாக்கட்டைத் தூளுடன் குளிசாமான் பனை வெல்லத்தை வறுத்து இடித்து அனைத்தையும் ஒன்றாக்கிச் சிறுசிறு உருண்டையாகப் பங்கிட்டுக்கொண்டு வண்டுக்கடியின் தன்மைக் கேற்ப உருண்டை வழங்கப்படும். 5 நாள் முதல் 7 நாள் வரை இதனை உள்ளுக்குள் கொடுக்க விரைவில் குணமாகும் என்கின்றனர்.

இம்மாதிரியான விஷக்கடிகளுக்கு மருந்து சாப்பிடும் போது பத்தியம் கடைப்பிடித்தல் மிக முக்கியமானதாகும். இப்பத்தியத் தினை 'உப்பில்லாத பத்தியம்', 'இச்சாப் பத்தியம்' என இரு வகையாகப் பகுக்கின்றனர். மருந்து உண்ட முதல் இரண்டு நாட்களுக்கு உப்பு, புளி, காரம் இவற்றைக் கொஞ்சம்கூட கலந்து கொள்ளாமல் பச்சரிசி கஞ்சியை மட்டும் குடிக்கவேண்டும். மூன்றாம், நான்காம் நாள், அரை உப்பு, அரை புளி, அரை காரம் கொண்ட உணவுகளை உண்பது இச்சாப் பத்தியம் என்கின்றனர். பத்தியத்தை முடித்துக் கொள்வதற்குப் பொரிக்குழம்பு வைத்து அதில் முருங்கைக்காய், அவரைக்காய் ஆகியவற்றைச் சேர்த்து உண்ணவேண்டும் என்பது பத்தியம் முடிக்கும் முறையாகும்.

திருமணம்

இச்சமூக மக்களின் திருமண முறையில் பெற்றோர்கள் திருமணத்தை முன்னின்று ஏற்பாடு செய்தலும், ஓடிப்போதலும் விரும்பியவர்களுடன் இணைந்து உறவுகொள்ளும் முறையும் காணப்படுகின்றன. பெற்றோர் முன்னின்று நிகழ்த்தும் திருமண முறையைத் தவிர்த்து மற்ற இருமுறைகளில் சடங்குகளோ, தாலி கட்டும் வழக்கமோ காணப்படுவதில்லை. தொழில் காரணமாகவும், கூடும் இடங்களில் சந்திக்கும்பொழுதும், பெண் இருக்கும் இடங்களில் அல்லது ஊர்களில் ஆண் சென்றிருக்கும் பொழுது ஆண், பெண் இருவரின் மனமும் ஒத்துப் போகும் நிலையில் கூடிவாழ முற்படுகின்றனர். ஆனால் பொருளாதாரம், பண்பாட்டு நிலையில் வளர்ந்துள்ள குடும்பங்களின் திருமணமுறை நிச்சயிக்கப்பட்டு நடத்தப்படுகிறது.

திருமணத்திற்குரிய ஆண், பெண் வயது வரம்பு ஏதும் கடைப்பிடிப்பதில்லை. பெண்ணைப் பொறுத்தவரையில் பூப்பெய்திய சில மாத, வருடங்களில் திருமணத்திற்குத் தயார்படுத்துகின்றனர். ஆணைப் பொறுத்தவரை இருபது வயதிற்குள்ளாகவே மணம் முடித்துக் கொள்கின்றனர்.

இவர்களிடம் அக்கா மகளைத் திருமணம் செய்துகொள்ளும் வழக்கம் இல்லை. இது குறித்து தகவலாளி குறிப்பிடும்போது 'அக்காவின் மகளைத் திருமணம் செய்துகொண்டால் திருமணத்திற்குப் பின்பு கோபத்தில் பெண்ணின் தாயோடு தொடர்புபடுத்தும் வசைச் சொற்களைப் பேசும் பொழுது தன் அக்காவைக் குறிக்கும் என்பதால் இவ்வகையான மணமுறையை விரும்புவதில்லை'

என்றார். இதனால் தாய்மாமன் மகளையும் தந்தையின் சகோதரி மகளையும் பெரும்பாலும் திருமணம் செய்து கொள்கின்றனர்.

இம்மாதிரியான உறவு முறைகளில் மணப்பெண் இல்லாத நிலையில் இரண்டாம் கால், மூன்றாம் கால் சொந்தத்திலும் அல்லது வேறு ஊர்களிலும் பெண் தேடிச்சென்று மணம் முடிப்பர். பெற்றோர் முன்னின்று நடத்தும் திருமண முறையில் பெண் வீடு பார்த்தல், மாப்பிள்ளை வீடு பார்த்தல், கை நனைத்தல், நிச்சய தாம்பூலம் மாற்றுதல், திருமணநாள் குறித்தல், திருமணம் செய்வித்தல் ஆகியவை நிகழ்த்தப்படுகின்றன. பெண் வீடு பார்க்கச் செல்லும் போது மணமகனுடன் ஒற்றைப் படையில் செல்வர். பெண் பார்த்துப் பிடித்துவிட்டால் மாப்பிள்ளை வீடு பார்க்கச் செல்வர்.

இவ்வாறு செல்லும் போது ஒரு தாம்பூலத் தட்டில் வெற்றிலைப் பாக்கு, தேங்காய், வாழைப்பழம், பூ ஆகியவற்றை எடுத்துச் செல்வது வழக்கம். மணமகன், மணமகள் இரு வீட்டாருக்கும் சம்பந்தம் பிடித்துவிட்டால் கை நனைத்து நிச்சயதார்த்த நாளை முடிவு செய்வர். கை நனைத்தல் என்பது உணவு உண்ணுதல் என்பதாகும். இது இரு வீட்டின் சம்மதத்திற்குப் பின்பே நிகழும். பெண், மாப்பிள்ளை பிடிக்காத நிலையில் கை நனைப்பதில்லை. பெரும்பான்மையோர் வறுமையில் உள்ளதால் கைத் தாம்பூலம் என்ற முறையில் தாம்பூலம் மட்டும் மாற்றிக்கொள்வர். கைத்தாம்பூலம் என்பது வீட்டிலேயே எளிமையாகப் பரிசம் போடுவதாகும்.

இந்நிகழ்வில் பரிசப் பணம், முலைக்காசுப் பணம், பரிசப் புடவை, பொன் நகை ஆகியவற்றைத் தாம்பூலத் தட்டில் ஊரார் முன்னிலையில் இருவீட்டுப் பெற்றோர்களும் மாற்றிக் கொள்வர். இது தாய்மாமன் முன்னிலையில் நிகழும். பரிசப் பணமானது மணமகன் வீட்டாரின் பொருளாதாரத்தைப் பொறுத்து அமையும். அதாவது 101, 501, 1001, தங்கநகைகள் ஆகியவற்றையும் பரிசத் தாம்பூலத்தோடு வழங்குதலும் உண்டு. அன்றே திருமண நாள் குறிக்கப்பட்டுத் திருமணத்தை வீட்டிலும், கோயில்களிலும் நடத்துகின்றனர். மிகவும் வறுமையில் உள்ளவர்கள் நடுவீட்டில் (பூசை அறையில்) பெரியவர்கள் தாலி எடுத்துத்தர நல்ல நாளில் திருமணம் நடத்துகின்றனர்.

இச்சமூகத்தார் வரதட்சணை பெறுவதில்லை. வரதட்சணை குறித்து தகவலாளி குறிப்பிடும்போது ‘நாங்களே இல்லாதவங்க; அவங்களும் இல்லாதவங்க. அவுங்ககிட்ட இத, இத குடுன்னு

கேப்பது முறையா?' என்கிறார். முறைப்படி நடக்கும் திருமணங் களில் பெண் வீட்டார் காதணி, மூக்கணி வேறு சில அணிகலன்கள் ஆகியவற்றை வரதட்சணை என்ற பெயரில் தராமல் பெண்ணுக்காக வழங்குகின்றனர். சீர் பொருளாக அவர்களால் முடிந்த தட்டுமுட்டுச் சாமான்களைக் கொடுக்கின்றனர்.

மேற்கண்ட திருமண முறையின்றி பல்மண முறையைக் கொண்டவர்களாகவும் விளங்குகின்றனர். மனைவி இறந்து போகும் பட்சத்திலும் அல்லது வேறொருவனோடு ஓடிப் போகும் பட்சத்திலும் அல்லது மண முறிவு ஏற்படும் நிலையிலும் அல்லது ஆணின் விருப்பத்திற்கு இணங்கவும், வேறு பெண்ணுடன் மணமும் சேர்ந்து கொள்ளுதலும் உண்டு. இதே போன்று சில பெண்கள் பல ஆண்களுடன் சேர்ந்து வாழும் போக்கையும் காண முடிகின்றது. இங்கு தன் மனைவி இறந்துபட்ட நிலையில் அவன் தங்கையை மணக்கும் மைத்துனி மணமுறையும் காணப்படுகின்றது. மேலும் திருமணம் ஆன பெண் வேறொரு ஆணுடன் சேர்நது வாழும் நிலையில் மீண்டும் அப்பெண்ணை அக்குடும்பத்தில் மன்னித்து ஏற்பதில்லை. இது குறித்து தகவலாளி குறிப்பிடும் பொழுது இந்த மாதிரியான எண்ணங்கொண்டு போனவள் மீண்டும் மன்னித்து சேர்த்தால் மீண்டும் அப்படி செய்யமாட்டான்னு எப்படி சொல்ல முடியும். அதனால் மீறி போனவளை மீண்டும் ஏற்பதில்லை என்கிறார்.

மணவிலக்கு

திருமணம் செய்துகொண்ட ஆண், பெண் இருவரின் திருமண வாழ்வில் சிக்கல் நேரும் பொழுது திருமண உறவை முறித்துக் கொள்கின்றனர். இதனைச் 'சிக்கறுத்தல்' அல்லது 'பிரித்து வைத்தல்' அல்லது 'அறுத்துடறது' எனக் குறிப்பிடுவர். திருமண வாழ்வில் பெண் வேறொருவருடன் சேர்ந்து வாழ முற்படும் போதும், ஆண், பெண் இருவரின் நடத்தையில் சந்தேகம் ஏற்படும் போதும், இருவரும் சேர்ந்து வாழ விரும்பாதபொழுதும் அவரவரே சிக்கறுத்துக் கொள்வதுண்டு.

சிலர் ஊர் பெரியவர்களிடம் முறையிட்டு முறைப்படி சிக்கறுத்துக் கொள்வதும் உண்டு. சிக்கறுத்தல் நிகழ்வில் பஞ்சாயத்தார் பேசி இருவீட்டாரும் சீர்வரிசை செய்திருந்தால் திரும்ப அவரவர் பெற்றுக்கொள்வர். அவர்களுக்குப் பிள்ளைகள் இருக்கும் பட்சத்தில் அவர்களையும் பங்கிட்டுக் கொள்வது முண்டு. பின்பு ஆண் பெண்

இருவருக்குள்ளும் எவ்வித ஒட்டும் உறவுமில்லை என எழுதி வாங்கிக்கொண்டு ஒரு குச்சியை எடுத்து இரண்டாக முறித்துப் போட்டுவிடுவர். இதன் பின்பு கணவன், மனைவி தாம் விரும்பிய பிறருடன் வாழ முற்படுவதுண்டு. இவ்வாறு பிரிந்து சென்ற மனைவி மனம் மாறி மீண்டும் இணைந்து வாழவேண்டும் என்ற பட்சத்தில் சிலர் ஏற்பதும் உண்டு.

பஞ்சாயத்து

வேட்டைக்காரர்கள் புதுச்சேரியின் பல்வேறு இடங்களில் பரவி வாழ்ந்தாலும் கூட்டமாக, குழுவாக வாழும் போக்குக் காணப்பட வில்லை. புராணசிங்குபாளையம், காட்டேரிக்குப்பம், பாகூர் போன்ற கிராமங்களில் மட்டும் குழுவாக வாழ்கின்றனர். இதனால் பெரும்பான்மையான கிராமங்களில் மரபுவழி பஞ்சாயத்துமுறை காணப்படவில்லை. பஞ்சாயத்துமுறையைப் பெற்றுத்தராத இச்சமூக மக்கள் அவ்வூர் உயர்சாதி மக்கள் ஏற்படுத்தி வைத்துள்ள பஞ்சாயத்துமுறைக்குக் கட்டுப்பட்டவர்களாகக் காணப்படு கின்றனர். பெருங்குழுவாக வாழும் ஊர்களில் பஞ்சாயத்துமுறை காணப்படுகிறது. இதற்குத் தலைவராக உள்ள ஒருவர் வயதிலும், அனுபவத்திலும், பொருளாதாரத்திலும் உயர்ந்தவராகக் காணப்படு கின்றார். இவரைப் பஞ்சாயத்துக்காரர், தலைவர், நாட்டாண்மைக்காரர் போன்ற பெயர்களால் அழைக்கின்றனர். அச்சமூகத்தில் குற்றம் நிகழாவண்ணம் காப்பதும், குற்றம் நிகழ்ந்தால் தண்டிக்கும் பொறுப்பும், சமூகக் கட்டமைப்பு குலையாமல் பாதுகாப்பதும், நடைமுறைகளையும் மரபை மீறாமல் காத்தலும் இவருடைய கடமைகள் ஆகும். இந்தக் கடமைகளிலிருந்து விலகும்பட்சத்தில் அந்தக் குழு மக்களால் சுட்டிக்காட்டப்படுவதும் உண்டு.

சமூக நடைமுறையில் நாம் எவற்றையெல்லாம் குற்றங்களாகக் கருதுகிறோமோ அவற்றை எல்லாம் இவர்களும் குற்றங்களாகக் கருதுகின்றனர். திருடுதல், போதையில் சண்டைபோடுதல், பிறர் மனைவியோடு தவறான முறையில் உறவுகொள்ளல், பெண்கள் பிற ஆண்களுடனும் பிற சாதி ஆண்களுடனும் சோரம் போதல், பிற சாதி, தம் சாதி ஆண்களுடன் ஓடிப் போதல் ஆகியவை முக்கிய குற்றங்களாகும். இவ்வகைக் குற்றங்களுக்கு அபராதம் கட்டுதல், மன்னிப்பு கேட்டல், சமூகத்திலிருந்து விலக்கிவைத்தல் ஓடிப் போனவருடன் திருமணம் செய்துவைத்தல் ஆகிய தண்டனைகள் வழங்கப்படுகின்றன. இச்சமூகப் பெண்கள் பிற ஆண்களுடன்

சோரம் போனாலோ பிற ஆண்களுடன் ஓடிப்போனாலோ சமூகத்திலிருந்து விலக்கிவைக்கும் முறை கையாளப்படுகிறது. இவ்வகை தண்டனை பெற்றவர்கள் மனம் திருந்தி செய்த தவறுக்கு மன்னிப்பு கோரும் நிலையிலும், சமூகக் கட்டுப்பாடுகளுக்கு உட்பட்டு நடந்து கொள்கிறேன் என உறுதி அளித்த பின்பும் தம் சமூகத்திற்குள் மீண்டும் ஏற்றுக் கொள்கின்றனர்.

இப்பஞ்சாயத்து கோயிலின் முன் உள்ள மரத்தடியில் அல்லது அனைவரும் அமர்ந்து பேசக்கூடிய இடங்களில் நிகழ்கின்றது. ஊர் பொது காரியம், முக்கிய செய்திகளைப் பரிமாறிக்கொள்ள பஞ்சாயத்துக்காரர் முன்னிலையில் பஞ்சாயத்து கூட்டப்பெறும். குற்றத்தால் பாதிக்கப்பட்டவர்கள் பஞ்சாயத்தைக் கூட்டுவதுண்டு (ரூ.25 தாம்பூலம் வைத்து). இவர்கள் செய்தியை முழுமையாக அறிந்து அதற்கு ஏற்ப நடைமுறைகளைக் கையாளுகின்றனர்.

பஞ்சாயத்தைத் தொடங்குவதற்கு முன் கன்னியம்மன் கோயிலில் கற்பூரம் ஏற்றி வழிபட்ட பின்பு விசாரிக்கத் தொடங்குகின்றனர். செய்த குற்றங்களுக்கு ஏற்ப நடுநிலையோடு தண்டனை வழங்கப் படும். பஞ்சாயத்திற்குக் கட்டுப்படாத நிலையில் காவல் நிலையத்தை நாடுவதையும் மேற்கொள்கின்றனர். இம்மாதிரியான நடைமுறை களில் பங்கேற்பதுமின்றி, பூப்புச்சடங்கு, பரிசம் போடுதல், திருமணம், இறப்பு ஆகிய நிகழ்வுகளிலும் முன்னின்று நிகழ்த்துவதையும் வழக்கமாகக் கொண்டுள்ளனர்.

சமயம்

இச்சமூகத்தினர் தமக்கென தனித்த கடவுளையும் வழிபாட்டு முறைகளையும் கொண்டுள்ளனர். இவர்களிடத்தே இனத் தெய்வ மாகக் கன்னிமார் வழிபாடு காணப்படுகிறது. அதிலும் குறிப்பாக இளைய கன்னியை மட்டும் முதன்மை தெய்வமாக வழிபடு கின்றனர். கன்னி தெய்வம் குறித்த தொன்மக்கதை இம்மக்களிடத்தே கிடைக்கப்பெறவில்லை. ஆனால் ஏழு கன்னிமார் குறித்து வழங்கும் கதைப்படி இவ்வெழுவரும் வானகத்தில் கன்னிகளாக இருந்து கடலில் குளிக்க வந்தனர் என்றும் இக்கதையைக் குட்டி ஆண்டவ ருடன் ஒப்பிட்டும் கூறியுள்ளார். தகவலாளி குறிப்பிடும் போது இவ்வேழு கன்னிமார்களும் தாலிப்பனை மரத்திலிருந்து வெடித்து வந்தவர்கள் எனவும் அம்மரத்திலேயே உறையக் கூடியவர்கள் என்றும் குறிப்பிடுகிறார். அதுமட்டுமல்லாமல்

ஐயனாரப்பன் கோயிலின் முன்பகுதியில் இத்தெய்வங்கள் காணப்படுகின்றன.

இளைய கன்னி குறித்த கருத்துகள் தகவலாளிகளிடம் இரு வேறு வகையில் காணப்படுகின்றன. இளைய கன்னியானவள் ஏழு கன்னிகளில் இளையவள் என்றும் வெட்டாதுட்டியாக எடுப்பவள் என்ற கருத்தும் காணப்படுகின்றன. மற்றொன்று இளைய கன்னியான இவள் மிகவும் சாந்த சொரூபி என்றும் மற்ற ஆறு பேர் மனித உடலை 6 கூறாகப் பங்கிட்டுக்கொள்ள ஏழாவதாக இருக்கக்கூடிய இளைய கன்னியே மனித உடலைக் கூறு போடாமல் வாழ்க்கை ஜென்மம் தருபவள் என்கின்றனர். இவ்விரு கருத்துகளும் ஆய்வுக்குரிய கருத்துகளாகும்.

இத்தெய்வம் வெட்டா துட்டியாக இருப்பின் கோயில் வாசல் வடக்கு நோக்கி அமைந்திருக்கவேண்டும். ஆனால் கோயில் வாசல் கிழக்கு நோக்கி அமைந்துள்ளது. அதாவது இந்து மரபில் துடியான தெய்வங்களான செல்லி, காளி, நீலி, சூலி, அங்காளம்மன், வாழுமுனி ஆகியவற்றின் ஆலயங்கள் வடக்கை நோக்கியே காணப் படுகின்றன. மேலும் இத்தெய்வ வழிபாட்டில் உயிர்ப் பலியிடுதல் என்ற மரபும் காணப்படவில்லை. இத்தெய்வமானவள் சாந்த தன்மை கொண்டவளாகவும் அருள் பாலிக்கக் கூடியவளாகவும் இருக்கிறாள்.

இம்மக்களில் சிலர் கன்னியை மட்டுமின்றி மாரியம்மனையும் குலதெய்வமாக வழிபடுகின்றனர். மண்ணாடிப்பட்டு என்ற கிராமத்தில் மட்டும் மாரியம்மன் உருவைக் குலதெய்வமாக எண்ணி வழிபடுகிற வழக்கம் காணப்படுகின்றது. பெயர் உருவம் வேறு பட்டிருந்தாலும் நிகழ்த்தக்கூடிய வழிபாட்டுச் சடங்குகள் பெரும்பாலும் ஒத்தே காணப்படுகின்றன. மேலும் திருவிழா, இறப்புச் சடங்கு ஆகிய நிகழ்வுகளில் பூசை போடும் முறையைக் கொண்டுள்ளனர். இவர்களிடம் நாமம் போடும் வழக்கம் இல்லை. இவ்வகை தெய்வத்தை நேர்ந்துகொண்ட வேண்டுதலுக்கு இணங்கவும் வழிபட்டுவருகின்றனர்.

புதுவையில் செட்டிப்பட்டு, மண்ணாடிப்பட்டு, காட்டேரிக் குப்பம், புராணசிங்குபாளையம், பாகூர் ஆகிய ஊர்களில் மட்டும் கன்னிமார் கோயில்கள் காணப்படுகின்றன. இக்கோயில்களும் அம்மக்கள் வாழ்கின்ற வாழிடத்தின் அருகிலேயே காணப் படுகின்றன. இதனைக் ‘கோயில் வீடு’ என்றழைப்பர். இது அளவில்

சிறிய குடிசையாகக் காணப்படுகிறது. வாயில் கிழக்கு நோக்கியும் கோயிலினுள் ஏழுகல் ஒரே நேராக நட்டு வைக்கப்பட்டுள்ளன. மையப் பீடத்தில் மரக்கட்டையால் செய்யப்பட்ட இளைய கன்னியின் சிலை உள்ளது. உடல் முழுவதும் சிவப்பு நிறத்தாலும் கையில் வளையல், சாட்டை ஆகியவற்றைக் கொண்டுள்ளது. அச்சிலையின் அருகில் வண்ணம் தீட்டப்பட்ட 'கரகப்பல்லா' காணப்படுகின்றது. கரகப்பல்லா என்பது திருவிழா நாள் களில் கரகம் செய்யப் பயன்படும் பானையாகும். பல்லாவின் வெளிப் புறத்தில் சூலம், நாகம், கன்னியின் முகம் போன்ற சிறு உருவங்கள் பொறிக்கப்பட்டும், வரைந்தும் காணப்படுகின்றன. தெய்வத்திற்கு அணிவிக்கின்ற ஆபரணங்கள், துணிமணிகள் ஆகியவை அவ்வீட்டினுள்ளே பாதுகாக்கப்பட்டு வருகின்றன.

இச்சிலையை எதிர்நோக்கியபடி ஒரு கல் அல்லது சூலம் சொறுகப்பட்டுள்ளது. இதனை 'முன்னடியான்' அல்லது 'நெல கன்னி' என அழைக்கின்றனர். செட்டிப்பட்டில் உள்ள சிலையின் தோற்றம் குறித்து தகவலாளி குறிப்பிடும் பொழுது 'நெலாவருஷம் காத்தடிச்சு ஊர் முழுக்க மண்ணவாரி கொட்டிச்சி. எனது முன்னோர் இந்த அம்மாவைப் புடிச்சிக்கினு பாதுகாப்பா இருந்தாரு. காத்து அதிகமாக அடிக்கவே கூரையும் தூக்கின்னு போயிடுச்சு. அப்ப அந்த அம்மா நீ பொழைச்சிக்கன்னு அனுப்பிட்டாங்க. அவுரு நவுந்து வந்து ரெட்டி ஊட்டு வாசல்ல வந்து ஊந்துட்டாரு. ரெட்டி வீட்டு அம்மா அவுருக்குச் சுடுதண்ணி போட்டு போர்வை குடுத்துப் படுக்க வச்சிட்டாங்க. காத்து ஓய்ஞ்சி வெடிகாத்தால போய்ப் பார்த்தா அம்மா கைவிரல் மட்டும் தெரியுது. அதை எடுத்தாந்து சரிபண்ணி வழிபட்டுக்கின்னு வந்தாங்க' என்றார். பிற மூன்று சிலையின் தோற்றம் குறித்துக் குறிப்பிடும் பொழுது பிரார்த்தனைக்காகவும் வழிபாட்டிற்காகவும் தற்காலத்தில் தேற்குணத்திலிருந்து செய்து எடுத்துவந்தது என்றனர். இச்சிலை களுக்குச் செவ்வாய், வெள்ளி ஆகிய நாள்களில் கோயிலைச் சுத்தம் செய்து, மஞ்சள், குங்குமம், வேப்பில பொருத்தி, பூ, பழம், தேங்காய் படையலிட்டு வழிபடுகின்றனர். வாரத்தின் மற்ற நாள்களின் மாலையில் விளக்கேற்றுவதை மரபாகக்கொண்டு உள்ளனர்.

இக்கோயிலின் பூசாரிகள் 'கனிகேட்டல்' நிகழ்த்துகின்றனர். கனிகேட்டல் என்பது குறிகேட்டல் ஆகும். நோய்வாய்ப்பட்டவர் களுக்குப் பேய், பிசாசு, சூனியம், காலம், நேரம் போன்றவற்றால்

ஏற்பட்ட பாதிப்புகளை வெறியாட்டின் மூலம் கூறுவர். இந்த மக்களிடத்தே இத்தெய்வம் குறித்த பல்வேறு நம்பிக்கைகள் காணப்படுகின்றன.

கன்னியானவள் மிகவும் வெட்டா துட்டியானவள் என்றும் கோயிலினுள் போகும் போது தீட்டுப்படாமல் இருக்க வேண்டும்; இல்லையெனில் உடனடியாகத் தண்டிக்கும் தன்மை பெற்றவள் என்றும் இத்தெய்வங்கள் உருமநேரம் நேரத்தில் ஐயனாரப்பனுடன் 'சாரி போட்டுக்'கொண்டு குதிரையில் வேட்டையாடச் செல்லுவர் என்றும் கடலில் முழுக்குப் போட்டுச் செல்லுவர் என்றும் நம்பு கின்றனர். அவ்வாறு அவர்கள் புறப்படும் பொழுது மஞ்சள், திருநீறு, மல்லிகை, சவ்வாது, வத்தி ஆகிய வாசனை எழும்பும் எனவும் அவர்கள் புறப்படும் நேரத்தில் எதிரில் அகப்பட்டுக் கொண்டால் எதிர்ப்பட்டவர்களை எடுத்துக்கொள்வார்கள் என்றும் நம்புகின்றனர். மேலும், வேட்டைக்கு, கடலில் முழுக்கு போடப் போகும் போது அகப்பட்டால் உயிர் பிழைப்பர். ஆனால் திரும்பி வரும்போது அடிக்கும் மூக்கரகாத்தில் (சுழல் காற்றில்) அகப் பட்டால் நிச்சயம் இறப்பர் என்றும் நம்புகின்றனர். அவ்வாறு அகப்பட்டவர்களைக் கன்னிக்கோயிலின் முன்பு வழிபட்டுச் சாமியாடி மன்னிக்கச் செய்வர். தன்னைவிட்டு நீங்க சில சடங்கு களையும் மேற்கொள்கின்றனர்.

கன்னிமார் வரும்பாதையில் குறுக்கு வரிசையாக ஏழு வெத்திலை, ஏழு பாக்கு வைத்து ஒவ்வொரு வெத்திலை பாக்கின் மீதும் 1,3 அல்லது 5 போன்ற ஏதாவது பைசாவை வைத்து ஏழு தென்னையில் பானகம் (வெல்லம் கரைத்த நீர்) ஊற்றி வைத்து கற்பூரம் ஏற்றிவிட்டு வணங்கித் திரும்பிப் பார்க்காமல் வீடு வந்து சேரவேண்டும். இச்சடங்கைக் கன்னி கழியாத ஆண்மகன் நடத்த வேண்டும். இவ்வாறு செய்துவிட்டு வீடு திரும்பும்போது பல்வேறு இடையூறுகள் வரும். அதைமீறி வரவேண்டும். திரும்பிப் பார்த்து விட்டால் மீண்டும் அவனைத் தொடரும் என்றும் நம்புகின்றனர். மேலும் கன்னியானவள் வேட்டைக்குச் செல்லும் பொழுது முன்னின்று நடத்தக்கூடியவள், ஆபத்திலிருந்து காத்துத் துணை நிற்பவள் எனவும் நம்புகின்றனர்.

விழாக்கள்

இவ்வின மக்கள் ஆண்டிற்கு ஒருமுறை கன்னியம்மன்

தெய்வத்திற்கு விழா எடுக்கும் வழக்கத்தினை மேற்கொள்கின்றனர். இந்நிகழ்வு ஒவ்வோர் ஆண்டும் சித்திரை அல்லது வைகாசியில் நடைபெறுகின்றது. வறட்சி, பஞ்சம், பற்றாக்குறைக் காலங்களில் திருவிழா நடத்தப்படுவதில்லை. இத்திருவிழாவைச் சிலைக்குச் சொந்தக்காரரே நடத்துவர். இவ்விழா பொருளாதாரத்தைப் பொறுத்து 3 முதல் 7 நாள்கள்வரை நடத்தப்படுகின்றது. இத்திருவிழாவில் அவ்வூரில் உள்ளவர்கள் மட்டுமின்றி பல்வேறு இடங்களில் பரவியுள்ள அனைத்து உறவினர்களும் கலந்து கொள்கின்றனர். விழாவிற்கு வரும் அனைத்து உறவினர் செலவுகளையும் சிலை உரிமையாளரே ஏற்பது வழக்கம். மூன்று நாள் விழா நடத்த குறைந்தது ரூ. 6,000க்கு மேல் ஆகும் என்கின்றனர்.

இத்திருவிழாவில் பல்வேறு வகையான நிகழ்வுக் கூறுகள் காணப்படுகின்றன. கனி கேட்டல், கொடி கட்டுதல், காப்பு கட்டுதல், கரகம் எடுத்தல், கூழு ஊற்றுதல், முத்துடைத்தல், அமுதம் எடுத்தல், கும்பம் கொட்டுதல், ஊர் மிதித்துவருதல், காப்பு அவிழ்த்தல் ஆகியன முக்கியத்துவம் வாய்ந்தவையாகும்.

திருவிழா தொடங்கிய ஒரு வாரத்திற்குமுன் கன்னியம்மன் கோயிலில் கனிகேட்டல் நிகழ்வு நடக்கும். ஒரு செவ்வாய் தினத்தில் பூசை செய்து தப்படித்து பூசாரியிடம் குறி கேட்பர். பூசாரியின் மேல் அருள் வந்து திருவிழா நடத்த உத்தரவு தந்த பின்பே திருவிழா தொடங்கும் நாளைக் குறிப்பர். நாள் குறித்த விழா ஓலை (பத்திரிகை) உறவினர்களுக்கும் சம்பந்தி முறையினருக்கும் அனுப்பப்படும்.

தொடக்கநாள் முன்பு பெரியபாட்டி என்ற தெய்வத்திற்குப் படையலிட்டு வழிபட்டு உத்தரவு பெறுவர். இத்தெய்வத்திற்கு உயிர்ப்பலி (கோழி, ஆடு) தருவதுண்டு. மறுநாள் காலையில் ஊரின் எல்லையில் உள்ள எல்லையம்மன் கோயிலுக்குச் சென்று கரகம் எடுப்பர். கோயிலில் உள்ள கரகத்துடன் மேலும் இரண்டு கரகங்கள் சோடிப்பர். கரகப்பானையில் குளம் அல்லது ஆற்றுநீரை எடுத்து வந்து அதனுள் ரூ. 1.25 (ஒன்னேகால் ரூபாய்) இடுவர். இதற்கு ‘உயிர்ப்பு தருதல்’ எனப்படும். பின்பு கரகம் சோடித்துக் கன்னியை வர்ணித்து வழிபட்டு தப்பு மேளத்துடன் கரகத்தைச் சுமந்துவருவர். இவர்கள் கரகம் எடுத்தலில் பம்பை உடுக்கையைப் பயன்படுத்துவதில்லை. அதேபோல் இவர்களின் வழிபாட்டில் பெண்கள் கரகம் சுமத்தல் குறிப்பிடத்தக்கதாகும்.

கரகம் எடுத்தல் நிகழ்வின் போதே காப்பு கட்டுதல் நிகழ்த்தப் படுகின்றது. மஞ்சளும் மாவிலையும் கட்டிய நூலை வலது கைகளில் பூசாரியின் மூலம் கட்டிக்கொள்வர். இக்காப்பினைக் கட்டிக் கொண்டவர்கள் கவிச்சை (மாமிசம்) உண்ணக்கூடாது. பாய் மிதிக்கக் கூடாது. எச்சில் இலை, பாத்திரம் தொடக்கூடாது. முறையான பெண்களுடனும், ஆதி திராவிடர்களுடனும் பேசக் கூடாது. ஒருவேளை உணவும் மற்ற இருவேளைகளில் பழம், பால் மட்டுமே உண்டு கோயிலில் உறங்கவேண்டும் என்ற கட்டுப் பாட்டைக் கொண்டுள்ளனர். இவ்வாறு எடுக்கப்பட்ட கரகமானது ஊர் மிதித்துவந்து கோயில் வீட்டைச் சேரும். இக்கரகம் தாழ்த்தப்பட்டவரின் வீதிவழி எடுத்துவரப்படுவதில்லை என்பது குறிப்பிடத்தக்கது. கோயில் வந்து சேர்ந்தபின், கோயிலின் வாயிலில் கொடி கட்டுவர். அன்று மதியம் புதுப் பானையில் புளிக்க வைத்து ஆக்கிய கூழைப் புதுப்பானையில் எடுத்து வருவர். பானையின் வெளிப் புறத்தில் மஞ்சள் பூசி பொட்டிட்டு வேப்பிலை கட்டி கூழைப் படையலிட்டு அனைவரும் அருந்துவர்.

அன்று மாலை அலங்கரிக்கப்பட்ட சிலையின் முன்பு சிலை உரிமையாளரின் சம்பந்திகளும், முக்கிய உறவினர்களும், தாய் வீட்டு சீதனம் வைத்துப் படைப்பர். இதில் தேங்காய், பச்சரிசி, பொட்டு, பூ, எலுமிச்சை பழம், வளையல், துணிமணி, ரிப்பன் ஆகியவை இருக்கும். இதனைத் தட்டுவரிசை என்றும் கூறுவர். தட்டு வரிசை தந்தவருக்கு அவர் ஊரில் விழா நடத்தும் பொழுது வாங்கியவர் தட்டுவரிசை வைப்பது வழக்கமாகும்.

அடுத்து இவர்களது வழிபாட்டில் முத்துடைத்தல் முக்கிய மானதாகும். இந்நிகழ்வில் அண்ணன் தங்கை முறையுள்ளவர் மட்டுமே பங்கு பெறுவர். ஈச்சங்கசங்கால் செய்த புதுக் கூடையில் மூன்று அல்லது ஐந்து மரக்கால் அளவு நெல்லை இடுவர். உடல் தூய்மையுடனும், மனத்தூய்மையுடனும் இருக்கும் அண்ணன் தங்கை உறவுள்ளவர்கள் வாயைத் துணியால் கட்டிக்கொண்டு ஈரத்துணியோடு உலக்கையால் மாறிமாறி இடிப்பர். இவ்வாறு இடிக்கும்போது பேசாமல் இருக்க வேண்டும். பின்பு அரிசி தனியாகவும், உமியைத் தனியாகவும் பிரிப்பர். இந்நிகழ்வை முத்துடைத்தல் என்பர். இந்நிகழ்வு கொடிமரம் ஏற்றுவதற்கு முன்பு நடைபெறும். அன்றுமாலை அமுதெடுத்தல் நிகழ்வு நடை பெறுகிறது. நேர்ந்துகொண்டவர்கள் பொங்கிவரும் பொங்கல்

பானையினுள் கையைவிட்டு அள்ளுதலே அமுதெடுத்தல் எனப்படும்.

சில ஊர்களில் ஏழு பானைகளை ஒன்றன் மீது ஒன்றாக அடுக்கி ஏழாவது பானையில் பொங்கி வரும் பொங்கலில் கையை விட்டுத் துழாவுவர். சில ஊர்களில் ஒரு பானையில் மட்டும் பொங்கலிட்டு அமுதெடுக்கின்றனர். இதில் மூன்று வகையாக அமுதெடுக் கின்றனர். விரல் நுனிபடும்படி அமுதெடுத்தல், விரல் முழுமையும் படும்படி அமுதெடுத்தல் உள்ளங்கை முழுதும் படும்படி அமுதெடுத்தல் ஆகிய வழக்கங்கள் காணப்படுகின்றன. இம்மாதிரியான அமுதெடுப்பவர்கள் பக்தியுடன் இருந்தால் மட்டுமே சூடுதாங்க முடியும் என்றும், சரியான முறையில் விரதம் பின்பற்றவில்லை என்றால் கை வெந்துபோகும் என்ற நம்பிக்கையும் இம்மக்களிடத்தே காணப்படுகிறது.

அன்று மாலை முதல் கன்னியம்மனின் உருவச்சிலையைத் தலையில் தூக்கிக்கொண்டு தாய்க் கிராமம் (கோயில் உள்ள கிராமம்) முதல் சுற்று வட்டாரத்தில் உள்ள ஊர்களுக்கு ஊர்வலமாகச் சென்றுவருவர். இதற்கு 'ஊர் மிதித்தல்' எனப்படும். இத்தகைய ஊர் வலத்தில் ஆண்கள் பறை மூலம் கொட்டடிக்க (பறை ஓசை) பெண்கள் குழுவாகப் பாடி ஆடுவர். இப்பாடலில் கன்னி தெய்வத்தின் மகிமை, அழகு, அருள் பாலிக்கும் விதம் ஆகியவை பாடுபொருளாக அமையும்.

இவ்வாறு வீடுவீடாகச் சென்று பணம், தானியம் வசூலிப்பர். அவ்வாறு வசூலிக்கும் பொழுது தாம்பூலத் தட்டில் கொண்டு வந்த திருநீற்றைக் குடியானவர்களுக்கு வழங்குவர். அச்சமயத்தில் யாருக்காவது பேய் பிடித்திருந்தால் கன்னியம்மன் கையில் உள்ள சாட்டையைக் கொண்டு அடிப்பர். மேலும் சாட்டை வைத் திருப்பவர் ஓ...ய் என்ற சத்தத்துடன் அடிப்பது மட்டுமல்லாமல் ஊர்வலம் செல்லும் போது பறையர் இனத்தைச் சார்ந்தவர் சிலையின் அருகில் வந்தால் பறைவாடை அடிக்கிறது எனக் கூறி அவரைச் சாட்டையால் அடிப்பதுண்டு. இதனால் இந்த ஊர்வலம் நடக்கும் பொழுது பறையர் அருகில் வருதல் இல்லை. இந்த ஊர்வலமும் பறையர்க் குடியிருப்புகளுக்குச் செல்வதுமில்லை. இதுகுறித்து தகவலாளி குறிப்பிடும்பொழுது 'பறையர் மாட்டிறைச்சி உண்ணக்கூடியவர்கள், தீட்டுப்பட்டவர்கள், இச்சாமிக்கு ஆகாது. அதனால் நாங்க போறதில்லை' எனக் கூறுகின்றனர்.

இவ்வாறு ஊர் மிதித்துவந்த சிலையானது இறுதியாகக் கோயிலை வந்தடைகிறது. அன்று இரவு சாமிக்குக் கவிச்சை படையல் இடுகின்றனர். கருவாடு, கறி, மீன், உருண்டை கலந்த சாதத்தினைத் தெய்வத்திற்குப் படையல் இட்டு உண்டு மகிழ் கின்றனர். ஊர் மிதித்தல் நிகழ்வில் பங்குபெறும் ஆட்டம், பாட்டுப் பாடுபவர்களைப் பணம் கொடுத்து அழைத்து வருவர் என்பது குறிப்பிடத்தக்கது.

சமூக மாற்றம்

தமது தனி அடையாளங்களைப் பல்வேறு வகையில் பெற்றுள்ள இச்சமூகத்தார் பிற உயர்சாதி குடிமக்களைப் போன்றே வாழ விரும்புகின்றனர். மரத்தின் அடியிலும், தோப்பு துரவுகளிலும் வீடின்றி வாழ்ந்த இவர்கள் ஒதுக்குப்புறத்திலாவது நிலையான வீடமைத்து வாழவேண்டும் என்கின்றனர். பல்வேறு காரணங் களால் நிலையான வாழிடத்தைக் கொண்டிராத இம்மக்கள் கடந்த பத்து பதினைந்து ஆண்டுகளாக நிலையான குடியிருப்பை அமைத்துக்கொள்ள போராடி வந்துள்ளதை அறியமுடிகிறது.

இதன் விளைவாக, அரசாங்கமும் ஒரு சில ஊர்களில் உள்ளவர் களுக்கு மனைப்பட்டா வழங்கியுள்ளதையும் ஆய்வில் காண முடிகிறது. பல்வேறு தொழில் காரணங்களுக்காக வெவ்வேறு இடங்களுக்குச் சென்றிருந்தாலும் இருப்பிடம் நோக்கிவரும் வழக்கத்தை மேற்கொண்டுள்ளனர். பெரும்பாலானோர் சூழல் சார்ந்த தொழிலை மேற்கொண்டு நிலையாகத் தங்கும் முறையை ஏற்படுத்திக் கொண்டு வாழ விழைந்துள்ளனர். பொருளாதாரத்தை மேம்படுத்த ஆடு, மாடு, வளர்த்தலில் ஈடுபாடுகாட்டி வருகின்றனர்.

இம்மக்களிடத்தே நிலையாகத் தங்கும் போக்கு ஏற்பட்டதன் விளைவாக பொருளாதாரத்திலும் கல்வி சார்ந்த தொழிலிலும் வளர்ச்சி அடையத் தொடங்கியுள்ளனர். சிலர் மரபுசார்ந்த தொழில் களையும் பழக்க வழக்கங்களையும் மறந்து தற்கால கலாச்சாரத்திற்கு ஏற்ப வாழ முற்பட்டுள்ளனர். படிப்பு வாசனை அறியாதிருந்த இவர்கள் தங்கள் சந்ததியினர் கல்விகற்றுப் பயன்பெறவேண்டும் என்பதற்காக தம் பிள்ளைகளைப் பள்ளிகளுக்கு அனுப்ப முன் வருகின்றனர். மேலும் ஒருவனுக்கு ஒருத்தி, சண்டை சச்சரவு இல்லாத குடும்பமாக வாழவும் தலைப்பட்டுள்ளதை அறிய முடிகிறது. நிலையான பண வருவாய் வரக்கூடிய தொழிற்சாலை

களில் வேலை செய்யவும் வேறு சில சுய தொழில்புரியவும் ஆர்வம் கொண்டுள்ள இவர்கள் தாங்கள் மற்றவர்களுக்கு அடிமைப் பட்டவர்கள் அல்லர் என்றும், தாமும் மனிதர்களே அவர்களுக்கு உள்ள உணர்வும் உரிமையும் எங்களுக்குமுண்டு என்பதைச் சரியான நேரங்களில் வெளிப்படுத்தி வருகின்றனர். கல்வி வளர்ச்சிக்கு உதவக்கூடிய சாதிச் சான்றிதழைப் பெற அரசிடம் தம் இன அடையாளங்களை நேரடியாகவும் மறைமுகமாகவும் அரசுக்கு வெளிப்படுத்தி வருகின்றனர். அரசு அதிகாரிகள் இவர்களுக்கு உதவ வேண்டியது அவசியமாகும்.

வில்லியர், வேட்டைக்காரர் என்பவை சமூகத்தில் ஒரு தரம் தாழ்ந்த சொல்லாக வழங்கிவருவதால், இச்சமூகத்தார் இருளர் என்றழைப்பதை விரும்பக்கூடியவர்களாகவும் குற்றப் பரம்பரை யினர் எனக்கூறித் தங்களைத் துன்புறுத்தும் எதேச்சதிகாரப் போக்கை அறவே வெறுக்கக் கூடியவர்களாகவும் காணப்படுகிறார்கள். இருளர் பழங்குடி நலச்சங்கம் எனும் அமைப்பில் அனைவரும் கட்டாய உறுப்பினராக விளங்கி தமக்குரிய சாதி அடையாளத்தைப் பெற போராடிவருகின்றனர். ஆதிதிராவிடர் மக்களின் வளர்ச்சிக்கும் பாதுகாப்புக்கும் துணை புரியும் இவ்வரசாங்கம் அம்மக்களைக் காட்டிலும் எல்லா நிலைகளிலும் பின்தங்கியுள்ள தம் இனத்திற்குப் பாடுபட முன்வராதது ஏன் என்ற வினா தகவலாளர் மத்தியில் காணப்படுகின்றது. எனவே அரசாங்கம் மேற்கொள்ளும் நடவடிக்கைகளைப் பொறுத்தே இச்சமூக மக்களின் வாழ்வும் பொருளாதார நிலையும் அமையும் எனலாம். கடந்த காலத்தில் அரை நாடோடி வாழ்க்கை மேற்கொண்டிருந்த இவர்கள் இன்று நிலையான வாழ்வை மேற்கொள்ளத் தொடங்கியுள்ளனர். நாடோடியத்தின் மிச்ச சொச்சமே இவர்களிடம் காணப்படுகிறது.

12

சாட்டையடிக்காரர்

இ. முத்தையா

தமிழகத்தில் தெலுங்கு மொழியைத் தாய்மொழியாகக் கொண்டுள்ள சமூகத்தவர்களில் சுயதுன்பத்திற்குள்ளாகிப் பிறரிடம் இரக்க உணர்வைத் தூண்டி, பொருளீட்டி வாழும் சமூகத்தார் 'சாட்டையடிக்காரர்' என அழைக்கப்படுகின்றனர். பூப்புப் பருவம் கடந்த பெண்ணொருத்தி உறுமி (தெலுங்கு மொழியில் 'ஈரணம்') என்ற இசைக் கருவியை இசைக்க, ஆண்களுள் 10 வயதுச் சிறுவன் முதல் முதியவர் வரை ஒருவரோ இருவரோ காலில் கட்டிய சலங்கைகளின் இசையுடன் சாட்டையால் உடம்பில் அடித்துக்கொண்டு ஆடி யாசகம் செய்வதால் இவர்கள் சாட்டையடிக்காரர் என அழைக்கப்படுகின்றனர்.

சமூகப் பெயர்

தமிழகத்தின் தென்மாவட்டங்களில் சாட்டையடிக்காரர், சாட்டையடிக்கார நாயக்கர் எனத் தமிழ் மக்களால் அழைக்கப்படும் இவர்கள் தமிழகத்தின் வடமாவட்டங்களிலும் பிற பகுதிகளிலும் உறுமிக்கார நாயக்கன் என்றும் கூறப்படுவர். தெலுங்கில் இவர்கள் 'உறுமுலுவார்' என்று அழைக்கப்படுவர். மீன்பிடிக்கும் தொழிலையும் செய்வதால் 'செம்படவர்' என்றும் 'மீன் படையாச்சி' என்றும் அடையாளப் படுத்திக்கொள்கின்றனர்.

இன்றைய சாதியச் சமூகச் சூழலில் சாதிப் பெயர் என்ற அடையாளம் வேண்டி பல்வேறு போராட்டங்களை நடத்தியும் பயன் கிடைக்காத நிலையில் சோர்ந்த மனத்துடன் அலைந்து கொண்டிருக்கின்றனர். நிரந்தரமாக ஓரிடத்தில் தங்கி வாழ்ந்தால்

தான் சாதிச் சான்றிதழ் கிடைக்கும் என்ற அரசு விதிமுறையை அறிந்து வேறு பல நாடோடிக் குழுக்களையும் (பூம்பூம் மாட்டுக்காரர்) சேர்த்துக்கொண்டு போராடித் தமிழக அரசின் நிதி உதவியால் மதுரைக்கு அருகிலுள்ள சக்கிமங்கலம் (லட்சுமி நகர்) என்ற கிராமத்தில் கட்டப்பட்டுள்ள 15 வீடுகளில் குடியிருக்கின்றனர். சாதி அடையாளத்துடன் கல்வி கற்று ஏதேனும் ஓர் அலுவலகப் பணியை மேற்கொண்டு வாழ்க்கை நடத்துவதற்கு விரும்பும் இவர்கள் பெரும்பாலோர் இன்றும் பொதுத் திறந்த வெளிக் குழுக்களாகவே வாழ்ந்துவருகின்றனர்.

சமூக வெளி

இவர்களுடைய அனைத்துப் பண்பாட்டு வெளிப்பாடுகளும் திறந்த வெளி சார்ந்தவையாகவே உள்ளன. திறந்த வெளியில் உறுமி இசைக்கேற்ப ஆடிப் பொருளீட்டுவது, காட்டு வெளிகளில் விலங்குகள், பறவைகளை வலைவிரித்து வேட்டையாடித் தங்கள் தேவைக்கு அதிகமாகக் கிடைப்பதை விலைக்கு விற்பது, கண்மாய் நீரில் வலைவீசி மீன்பிடித்து விற்பது, திறந்த வெளியில் பருவப் பயணச்சடங்குகள் (rites of passage), மாரியம்மன் தெய்வ வழிபாட்டுச் சடங்குகள் ஆகியவற்றை நடத்துவது, திறந்த வெளியில் உண்ணுவது உறங்குவது என அனைத்து நடவடிக்கைகளும் திறந்தவெளி சார்ந்தவையாகவே உள்ளன.

தொழில்

சாட்டையடிக்காரர் என்ற பெயர் வழங்குவதற்குக் காரணியாக விளங்கும் சாட்டை இவர்களுடைய தொழிலுக்கான பொருள்களில் முக்கியமானதாகும். ஆண்களால் மட்டுமே பயன்படுத்தப்படும் இது கற்றாழை நார்களைப் பயன்படுத்தி உருவாக்கப்படுகிறது. பத்து வயதுச் சிறுவனாக இருக்கும்போதே சாட்டையைப் பயன்படுத்துவதற்கானப் பயிற்சி அளிக்கப்படுகிறது. உடம்பில் அடிபடாமல் அதே நேரத்தில் உரத்து அடிப்பது போன்ற உணர்வைப் பார்வையாளர்களிடம் ஏற்படுத்தும் வகையில் சாட்டையை வீசும் முறையைப் பெரியவர்கள் சிறுவர்களுக்குக் கற்றுத் தருகிறார்கள்.

இதுபோன்றே உறுமி இசைக்கும் முறையைப் பெண்களுக்குச் சிறு வயதிலிருந்தே கற்றுத் தருகிறார்கள். இந்த இசைக் கருவி இவர்களுடைய வாழ்க்கையோடு மிக நெருங்கிய தொடர்புடையது.

பழைய காலத்தில் உறுமியின் சட்டகம் மண்ணால் செய்யப்பட்டு இதன் இரு வாய்களும் ஆட்டுத் தோலால் மூடப்பட்டதாகச் சொல்லப்படுகிறது. இப்போது, தயாரிக்கப்பட்ட உறுமிகளை வாங்கிப் பயன்படுத்திக் கொள்கிறார்கள்.

சாட்டையடிக்காரர் குழுவில் 10 வயதுக்கு மேற்பட்ட அனைத்து ஆண்களின் இடது கையிலும் கத்தியால் கீறப்பட்டு உருவாக்கப் பட்ட புண்ணின் வடு காணப்படும். இக்குழுவைச் சேர்ந்த ஓர் ஆண் வலது கையில் பிடித்திருக்கும் நீளமான சாட்டையால் தன்னைத் தானே அடித்துக்கொண்டே இடது கையின் முழங்கையில் அல்லது முன்கையில் கத்தியால் கீறப்பட்ட புண்ணிலிருந்து வடியும் இரத்தத்தைக் காட்டியவாறே உறுமி இசைக்கேற்ப ஆடிப் பிறருடைய அனுதாபத்தைப் பெற்றுப் பொருளீட்டுவர். முழங்கை யைக் கத்தியால் கீறி இரத்தம் சிந்தாமல் உறுமி இசைக்கேற்ற ஆட்டத்தின் மூலமாக மட்டும் பிறரைத் தங்கள் பக்கம் ஈர்க்க இயலாது என்ற வலுவான எண்ணம் இவர்களிடம் காணப்படுகிறது. இதனால்தான் இன்றைய நிலையில் இந்தக் குழுவைச் சேர்ந்த இளைஞர்கள் பிறரின் அனுதாபத்தைப் பெறுவதற்குச் சாட்டைக்குப் பதிலாகக் கத்தியால் உடம்பின் பல பகுதிகளில் கீறி இரத்தம் சிந்திக்கொண்டே ஆடுகின்றனர்.

உணவுத் தேவையை நிறைவு செய்வதற்கான செயல்முறை களின் ஊடாகவே இத்தகைய பதற்றத்துடன் கூடிய கலை வெளிப் பாடு உருவாகின்றது. இவர்கள் உணவு உற்பத்திச் செயலிலோ, வேறு பொருள் உற்பத்திச் செயலிலோ ஈடுபடாததால் உயிரியல் தேவைகளுள் ஒன்றான உணவுத் தேவையை நிறைவு செய்வதற் கான நடவடிக்கைகளில் அச்சமும் பதற்றமும் தொற்றிக்கொள் கின்றன. வேட்டையின் போது உணவு கிடைக்கும் என்பது நிச்சயமில்லை. எனவே உணவுத் தேவையை எப்படியாவது நிறைவு செய்தாக வேண்டும் என்ற பயத்திலும் பதற்றத்திலுமே அவர்கள் தங்கள் உடம்பில் கத்தியால் கீறிக் கொள்ளுதல், சாட்டையால் அடித்துக் கொள்ளுதல் போன்ற சுய துன்பமுறைகளைப் பயன் படுத்துகின்றனர்.

இக்கருத்து சாட்டையடிக்காரர் குழுவைச் சேர்ந்த கண்ணையன், எல்லப்ப (லட்சுமி நகர் சாட்டையடிக்காரர் சமூகத்தின் தலைவர்) ஆகியோரிடம் பேசியதன் விளைவாகப் பெறப்பட்டது. அவர் களோடு பேசிக்கொண்டிருந்த போது 'சாட்டையடி ஆட்டத்தைத்

தவிர வேற என்ன தொழில் தெரியும்? வேட்டைக்குப் போவோம். போற நேரமெல்லாம் வேட்டை கிடைக்குமா? வயித்தப் பார்க்கணுமே' என்று அடிக்கடி சொல்லிக் கொண்டிருந்தார்கள். மேலும் 'நீங்க சாட்டையடிக்காம உடம்புல கத்தியால கீறி இரத்தம் சிந்தாம உறுமியடிச்சு ஆடி காசு சம்பாதிக்கலாமே; இப்படி கையில கீறி புண்ணாக்கி வேதனைப்படணுமா' என்ற கேள்வியை அவர்களிடம் கேட்டபோது 'சாட்டையடிக்காம இரத்தம் ஊத்துன கைய காட்டாம ஆடினா யாரும் காசு போடமாட்டாங்க. மத்தவங்க எங்களைப் பார்த்து அய்யோ பாவம்னு நினைக்கனும். அப்போது தான் காசு போட மனசு வரும்' என்று பதில் சொன்னார்கள். இந்தப் பேச்சிலிருந்து சாட்டையடிக்காரர்களின் உணவுத் தேவை தொடர்பான பயத்தையும் பதற்றத்தையும் உணர்ந்துகொள்ள முடிந்தது. நகரங்களின் கடைத் தெருக்களிலும் பேருந்து நிலையத்திற்கு அருகிலும் பொதுமக்கள் கூடுமிடங்களிலும் கிராமங்களின் முச்சந்தியிலும் சாட்டையடியாட்டம் நிகழ்த்தி யாசகம் கேட்பர். நகர்ப்புறங்களில் சுற்றுவதையே பெரிதும் விரும்புகின்றனர். நகரத்தில் சாட்டையடியாட்டம் முடிந்த பிறகு குழுமியிருக்கும் மக்கள் போடக்கூடிய சில்லறைக் காசுகளைப் பொறுக்கி அதன் மூலம் பிழைப்பு நடத்துகின்றனர்.

திருமணம்

இக்குழுவினரின் திருமண அமைப்பு, உறவு முறைகள், பழக்க வழக்கங்கள் ஆகியவை மூடிய நிலையில் உள்ளன. இது தொடர் பாகச் சாட்டையடிக்காரர் குழுவின் தலைவராகக் கருதப்படும் மேற்கூறிய லட்சுமி நகரிலுள்ள எல்லப்ப என்பவரின் தம்பி கண்ணையன் என்பவர் சொன்ன கருத்துகள் இங்குக் கவனத்தில் கொள்ளத்தக்கன.

சாட்டையடிக்காரர் கூட்டத்தில் உள்ள ஓர் ஆணோ பெண்ணோ முறையே வேறு கூட்டத்தை / சாதியைச் சேர்ந்த பெண்ணையோ ஆணையோ திருமணம் செய்துகொள்ள நேரிட்டால் அவர்கள் அக்கூட்டத்திலிருந்து வெளியேற்றப்படுவர் என்ற கருத்தும், ஒரு பெண் சிறுமியாக இருக்கும்போதே அவள் எந்த ஆணுக்கு மனைவியாகப் போகிறாள் என்பது உறுதி செய்யப்படுகிறது என்ற கருத்தும், திருமணம் உறுதி செய்யப்பட்ட பிறகு பெண்வீட்டார் அக்கூட்டத்தில் உள்ள பிறமுறைப் பையன்களுக்குப் பெண்

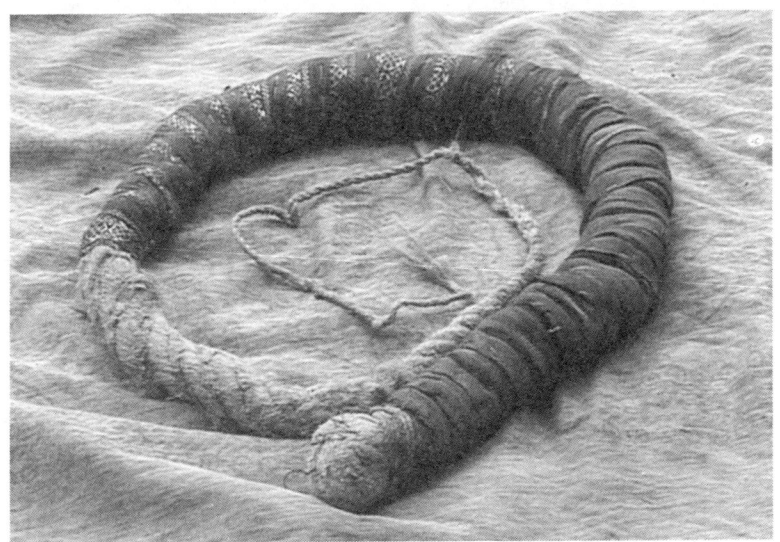

சாட்டைக்காரர்களின் பாரம்பரிய சாட்டை

கொடுக்க ஒத்துக் கொள்ளவோ பிற ஆண்கள் அப்பெண்ணைத் திருமணம் செய்ய முன்வரவோ மாட்டார்கள் என்ற கருத்தும், உறுமி இசைக்கேற்ப ஆடுவதற்குப் பெண்கள் அனுமதிக்கப்படுவதில்லை என்ற கருத்தும் அக்குழுவின் மூடிய அமைப்பை உணர்த்துகின்றன.

இவ்வாறு அவர்களுடைய புற வாழ்க்கையும் அக வாழ்க்கையும் எதிர்நிலையில் அமைந்துள்ளதை உணர முடிகிறது. அவர்களுடைய புறவாழ்க்கை திறந்தவெளி சார்ந்ததாக பாதுகாப்பற்றதாக இருப்பதால் அவர்களுடைய அக வாழ்க்கையை மூடிய அமைப்புடையதாக, இறுக்கமானதாக, பாதுகாப்பானதாக அமைத்துக்கொண்டார்களோ என எண்ணத் தோன்றுகிறது.

சடங்குகள்

சாட்டையடிக்காரர்களின் வாழ்வியல் சடங்குகளும் வழிபாட்டுச் சடங்குகளும் விரிவான ஆய்வுக்குரியவை. குழந்தை பெற்றெடுத்த தாயைப் பிரித்து வைத்தல், பூப்படைந்த பெண்ணைப் பிரித்து வைத்தல், மாதவிலக்கு நாள்களில் பெண்ணை விலக்கிவைத்தல், அந்நாள்களில் உறுமி (இசைக்கருவி) அப்பெண்ணிடமிருந்து பிரித்து வைத்தல், இழவுச் சூழலில் அக்குடும்பத்தாரைப் பிரித்து வைத்தல் ஆகிய பிரிப்புச் சடங்குகளும், பிரித்தவர்களை மீண்டும்

இணைப்பதற்கான சடங்குகளும், குழந்தை பிறந்தவுடன் அதனைச் சமூகத்தில் உறுப்பினராக இணைத்தல் தொடர்பான அறிமுகச் சடங்குகளும் (initiation rites), மாரியம்மன் வழிபாட்டுச் சடங்கு களும் இந்தக் குழுவினரின் வாழ்க்கையைப் பயணிக்க வைக்கின்றன.

பூப்புச்சடங்கு, திருமணச் சடங்கு, இறப்புச் சடங்கு ஆகிய வற்றில் இவர்களுடைய இசைக்கருவியான உறுமியின் பங்கு குறிப்பிடத்தக்கது. இவற்றுள் முதல் இரு சடங்குகளில் உறுமி இசையோடு சாட்டையடி ஆட்டமும் நிகழ்த்தப்படுகிறது. சாட்டை யடிக்காரர் தங்களுடைய இயல்பான வாழ்க்கைத் தளத்திலிருந்து மீவியல் (liminal) தளத்திற்கும், அதிலிருந்து மீண்டும் இயல்புத் தளத்திற்கும் மாறிமாறிப் பயணம் செய்வதற்குச் சடங்குகள் படகுகள் போன்று பயன்படுத்தப்படுகின்றன.

இவர்களுடைய இயல்பு வாழ்வு நடவடிக்கைகளுக்கும் மீவியல் வாழ்க்கை நடவடிக்கைகளுக்கும் வேறுபாடுகள் காணப் படுகின்றன. சான்றாக, திருமணச் சடங்கு வெளியில் இயல்பு வாழ்க்கையின் கட்டுப்பாடுகளும் விதிமுறைகளும் மீறப்படும் முறையைக் குறிப்பிடலாம். வழக்கமான திறந்த வெளியிலிருந்து நீங்கி மாரியம்மன் கோயில் இருக்கும் இடத்தில் திருமணச் சடங்குவெளி உருவாக்கப்படுகிறது. இக்கூட்டத்தார் அனைவரும் அந்த வெளியில் கூடி உணவு சமைத்து உண்ட பிறகு கள், சாராயம் போன்ற மது வகைகளைத் தாராளமாகக் குடித்து உறுமி இசைக்கேற்பப் பல மணி நேரம் ஆடிக் களிப்பர். அப்படிப்பட்ட களிப்பாட்டம் இரண்டு நாள்கள் தொடரும். இச்சூழலில் ஆண், பெண், முதியவர், இளையவர் என்ற இயல்பு வாழ்க்கைக்குரிய வேறுபாடுகள் மறைந்துவிடும். இயல்பு வாழ்க்கை நெருக்கடி யிலிருந்து மீள்வதற்கு இத்தகைய மீவியல் வெளி நிகழ்வுகள் தேவைப்படுகின்றன.

மேலும் பூப்புப் பருவத்திற்கு முன்பே ஒரு பெண்ணின் திருமணம் (அத்தை மகள், மாமன் மகள், அக்கா மகள், மைத்துனர் மகள் ஆகியோரையே திருமணம் செய்துகொள்வர்) நிச்சயம் செய்யப் பட்டிருந்தாலும் இயல்பு வாழ்க்கையில் அவள் தனக்குரிய ஆடவனோடு பழகவோ, சேர்ந்து வாழவோ இயலாது. இயல்பு வாழ்க்கைக்குரிய இப்படிப்பட்ட கட்டுப்பாடு திருமணச் சடங்கு என்ற மீவியல் நிகழ்வின் மூலம் நீக்கப்படுகிறது. இவ்வாறு சாட்டையடிக்காரர் கூட்டத்தினர் சடங்குகள் மூலம் இயல்பு

சாட்டையடித்தபின் மார்பில் இரத்தம் வழிகிறது

வாழ்க்கைத் தளத்திலிருந்து மீவியல் தளத்திற்கும் மீவியல் தளத்திலிருந்து இயல்புத் தளத்திற்கும் மாறிமாறிப் பயணம் செய்கின்றனர்.

சமயம்

இவர்களுடைய பூர்வீகத் தெய்வம் எல்லப்ப என்று சொல்லப் படுகிறது. ஆந்திர தேசத்தில் உள்ள கோபண்ணபேட்டை என்ற ஊரில் இத்தெய்வத்தை வழிபட்டு வந்ததாகவும், இக்குழுவில் பிறக்கும் முதல் குழந்தைக்குத் தெய்வத்தின் பெயர் இடப்பட்ட தாகவும், இப்போதும் அவ்வாறு பெயரிடும் வழக்கம் தொடர்வ தாகவும் சொல்கிறார்கள். இத்தெய்வத்தை வழிபட்டவர்கள் ஆந்திர தேசத்தில் ஏற்பட்ட பஞ்சத்தின் காரணமாக இடம்பெயர்ந்து தமிழ்நாட்டிற்கு வந்ததாகவும் அவ்வாறு வந்தபோது எல்லப்ப தெய்வத்தைக் கோபண்ணபேட்டையிலேயே விட்டுவிட்டதாகவும் சொல்கிறார்கள். தமிழ்நாட்டுப் பகுதிகளில் ஒரு குறிப்பிட்ட இடத்தில் தங்கி வாழ்வதற்கான வாய்ப்பு கிடைக்காது என்பதை அறிந்தே எல்லப்ப தெய்வத்தைத் தாங்கள் எடுத்து வரவில்லை என்கிறார்கள்.

தமிழ்நாட்டின் பெரும்பாலான பகுதிகளில் மக்களின் வழிபாட்டு மரபில் காணப்படும் மாரியம்மன் தெய்வத்தை நீண்ட காலத்திற்குப் பின்னர் இவர்கள் தங்களுடைய குலதெய்வமாக ஏற்றுக்கொண்டு வழிபட்டு வருகிறார்கள். இப்போது இவர்கள் தங்களுடைய பெண் குழந்தைகளுக்கு மாரியம்மா எனப் பெயரிடுவது அதிகரித்து வருகிறது.

ஆண்டுக்கு ஒருமுறை சிவகங்கை மாவட்டத்தைச் சேர்ந்த மானாமாதுரையிலிருந்து ஏறக்குறைய 12 கிலோ மீட்டர் தூரத்தில் உள்ள தாயமங்கலம் மாரியம்மன் கோயிலுக்குச் சென்று அக்கினிச் சட்டி செலுத்தும் நேர்த்திக் கடனைச் செய்துவருகிறார்கள். இக்கோயிலோடு விருதுநகர் மாவட்டத்திலுள்ள இருக்கன்குடி மாரியம்மன் கோயில், தேனி மாவட்டத்திலுள்ள வீரபாண்டி கௌரி மாரியம்மன் கோவில் ஆகியவற்றிற்கும் சென்று வழிபடுகிறார்கள்.

இவர்களுடைய வழிபாட்டில் உறுமி இசையும் சாட்டையடி ஆட்டமும் முக்கிய இடத்தைப் பெறுகின்றன. அண்மைக் கால மாக இவர்களுக்காக தமிழக அரசு அளித்துள்ள லட்சுமி நகர் (சக்கிமங்கலம்) குடியிருப்பில் சிறிய மாரியம்மன் கோயிலை அமைத்து வழிபட்டு வருகிறார்கள்.

இவ்வாறு கோயிலுக்குச் சென்று வழிபடும் பழக்கம் தொடங்கு வதற்கு முன்னர் இக்குழுவினர் எந்தெந்த ஊர்களில் சென்று

தங்குகிறார்களோ அங்கெல்லாம் 'மாரியாத்தா பெட்டி' என்ற சாமிப் பெட்டியை எடுத்துச் சென்று வழிபட்டதாகச் சொல்லப்படுகிறது. இச்சாமிப்பெட்டியை ஊரின் நடுப்பகுதியில் வைத்து அதைச் சுற்றி உறுமி இசைக்கேற்ப சாட்டையடி ஆட்டத்தை ஆடி வழிபட்டதாகச் சொல்லப்படுகிறது. இத்தகைய வழிபாட்டுச் சடங்கின் போது ஊர் மக்கள் இவர்களுக்குத் தானியமோ பணமோ வழங்குவார் களாம்.

சாட்டையடிக்காரர் கூட்டத்தாரின் சடங்குகள் அனைத்திலும் உறுமி இசை பயன்படுத்தப்படுகிறது. உறுமி இசைக்க ஆண் களுக்கும் தெரியும் என்றாலும் சாட்டையடி ஆட்டத்தின் போது பெண்களே உறுமி இசைக்கிறார்கள். இவர்கள் உறுமி இசையை ஐந்து வகைகளாகப் பிரித்து ஒவ்வொன்றும் எந்தெந்தச் சூழலில் பயன்படுத்தப்படுகிறது என்பதை விளக்குகிறார்கள். ஆடசாலு என்ற இசைவடிவம் புருசாலு என்றும் அழைக்கப்படுகிறது. அதாவது ஆடிக் கொண்டே பாடுவதற்காக இசைக்கப்படும் உறுமி இசையை ஆடசாலு என அழைக்கின்றனர். டிவ்வுகுடப்பு, பாலகாட்லு, அப்பியவலப்பிண்டி ஆகிய உறுமி இசை வடிவங் களுக்கு அவர்கள் தந்த விளக்கத்தைப் புரிந்துகொள்ள இயல வில்லை. பாசங்கோசம் என்ற இசை வடிவம் 'லாகமாடுதல்' என்ற ஆட்டத்திற்கு உரியதாகக் கூறப்படுகிறது. லாகமாடுதல் என்பது அரிசி நிரப்பப்பட்ட சுளகை உச்சந்தலையில் வைத்து அது கீழே விழாமல் ஆடுகின்ற ஆட்டம். இந்த ஆட்டத்திற்கேற்ற உறுமி இசையைப் பாசங்கோசம் என அழைக்கிறார்கள்.

புழங்கு பொருள்கள்

இவர்களுடைய பொருள்சார் பண்பாட்டு மரபு கவனத்தில் கொள்ளத் தக்கது. மண் பண்டபாத்திரங்களைத் தொடக்கத்தில் பயன்படுத்தி வந்தவர்கள் இன்றைய நிலையில் ஈயப் பாத்திரங்கள், பிளாஸ்டிக் பாத்திரங்கள் ஆகியவற்றைப் பயன்படுத்தி வருகிறார்கள். இவர்களின் புழங்கு பொருள்களில் மிக முக்கியமானது சாட்டை யாகும். இதனைக் கற்றாழை நார்களைக்கொண்டு செய்கிறார்கள்.

இவர்களின் புழங்கு பொருள்களில் குறிப்பிடத்தக்கன பறவை வலை, மீன் வலை, சாட்டை, உறுமி ஆகியனவாகும். வலைகள் வலுவான நூலால் பின்னப்படுகின்றன. ஆண்களே வலைகளைப் பின்னுகின்றனர். பெண்கள் தொழிலுக்குச் சென்றுவந்த பிறகு

சமையல் பணிகளைச் செய்கின்றனர். மழைக் காலங்களில் குளங்களுக்குச் சென்று வலைகளைப் பயன்படுத்தி மீன்பிடித்துத் தங்களின் தேவைக்குப் போக மிஞ்சிய மீன்களை விற்றுவிடு கிறார்கள். இதனால்தான் இவர்கள் தங்களைச் செம்படவர் என்றும் மீன்படையாச்சி என்றும் அடையாளப்படுத்திக் கொள் கின்றனர். மேலும் இவர்கள் தங்களுடைய உணவுத் தேவைக் காகக் கண்ணி வலைவிரித்துப் பறவைகளையும் சிறு விலங்கு களையும் வேட்டையாடுகின்றனர்.

சமூக மாற்றம்

சாட்டையடிக்காரர்களின் நாடோடி வாழ்வானது மாற்றத்தை நோக்கி நகர்ந்துகொண்டிருக்கிறது. ஓரிடம் நிலையாகத் தங்கி சாதிச் சான்றிதழ் பெற வேண்டும் என்ற விழைவு மேலோங்கி யுள்ளது. அரசின் சலுகைகளை அடையவேண்டும் என்ற எதிர் பார்ப்பால் இவ்விழைவு இவர்களிடம் காணப்படுகிறது. அரசு தங்களுக்குப் பெருமளவு உதவ வேண்டும் என எண்ணுகின்றனர். உடலை வருத்தித் தொழில் செய்யும் முறையைக் காலங்காலமாகச் செய்து வருவதால் வேறு தொழிலில் ஈடுபட எங்களுக்கு உடனடி யாக வழியில்லை என்கின்றனர். குலத்தொழிலை விடுத்துப் புதிய தொழிலை மேற்கொள்வதற்கான சமூக, பண்பாட்டு மாற்றம் இவர்களிடம் இன்னும் தன்வயப்படவில்லை. கல்வியறிவும் குழந்தைகளைப் பள்ளிக்கு அனுப்ப வேண்டும் என்ற எண்ணமும் வளரவில்லை என்றே கூறலாம். மிகச்சிலர் தொடக்கக்கல்வி பயின்றுள்ளனர். குலத் தொழிலை விடுத்துப் பிற தொழில்களில் ஈடுபடும் ஆர்வம் ஒரு புறமிருந்தாலும் அதற்கான கல்வி, சமூக, பொருளாதார மாற்றங்களைத் தன்வயப்படுத்திக்கொள்ள வில்லை. ஆதலின் சமூக மாற்றம் மிகவும் குறைவாகவே உள்ளது எனலாம்.

ஆராய வேண்டியவை

சாட்டையடிக்காரர் பற்றி மேலே தரப்பட்டுள்ள தகவல்களும் விளக்கங்களும் மிகச்சுருக்கமானவை. இக்கூட்டத்தாரின் சடங்குகள், உறவுமுறைகள், வாய்மொழி வழக்காறுகள், புழங்கு பொருள்கள் பற்றிய கருத்துருவாக்கங்கள், திறந்தவெளி வாழ்க்கை அனுபவங்கள், உலகநோக்கு போன்றவை பற்றி விரிவாக ஆய்வு செய்யப் படவேண்டும். உறுமி என்ற இசைக் கருவி தெலுங்கு மொழி

பேசுகின்ற மக்களின் வாழ்க்கையில் முக்கிய இடத்தைப் பெறுவதற்கான காரணங்களை ஒப்பீட்டு நோக்கில் ஆய்வு செய்தல் வேண்டும்.

மதுரை மாவட்டத்தில் உள்ள சாட்டையடிக்காரர் கூட்டத்தைச் சேர்ந்தவர்கள் வெவ்வேறு பகுதிகளில் சுற்றித் திரிந்தாலும் ஒவ்வொரு மாதமும் கடைசி வாரத்தில் ஒரு நாள் லட்சுமி நகரில் (சக்கிமங்கலம்) கூடித் தங்களுக்கு இடையிலுள்ள பிரச்சினைகளை அவர்களுடைய தலைவரான எல்லப்பரின் முன்னிலையில் பேசித் தீர்த்துக்கொள்கிறார்கள். திருமணம், வழிபாட்டுச் சடங்கு ஆகியவற்றிற்கு நாள் குறித்தல், சீட்டுப் பணம் வசூலித்தல் போன்ற செயல்களும் அன்று நடைபெறுகின்றன. இதைப் போன்ற நிலை தமிழ்நாட்டின் பிற பகுதிகளில் வாழ்கின்ற சாட்டையடிக்காரர் கூட்டத்தாரிடம் எவ்வாறுள்ளது என்பதை அறிய வேண்டும்.

உசாத்துணை

இரவிகுமார், கு. 2010. சாட்டையடிக்காரர்களின் இனவரைவியல். பண்பாட்டுக் கருத்தாடல்கள் நூலிலுள்ள கட்டுரை, பக். 38-49, பதி. மா. சின்னப்பொண்ணி, இன்னும் சிலர். மதுரை: ஆய்வாளர் மன்றம், நாட்டுப்புறவியல்துறை, மதுரைக் காமராசர் பல்கலைக்கழகம்.

பக்தவத்சல பாரதி. 2015. பாணர் இனவரைவியல். புத்தாநத்தம்: அடையாளம்.

13

சாதிப்பிள்ளை

ச. விஷ்ணுதாசன்

தமிழகத்தில் வன்னியர்களின் வரலாற்றையும் புகழையும் சொல்லிக் கொண்டும், அவர்களின் வாழ்வியல் சடங்குகளில் பங்கெடுத்துக் கொண்டும் வாழும் நாடோடிகளே சாதிப்பிள்ளைகள். இவர்கள் ஆண்டுதோறும் வன்னியர்கள் வாழும் பகுதிகளுக்குச் சென்று தங்கள் பிழைப்புக்குத் தேவையான நெல், தானியங்கள், பணம், பிற பொருள்களைப் பெற்றுக்கொள்ளலாம் என எழுதி வைக்கப் பட்ட செப்புப் பட்டயத்தின்படி வன்னியர் வீடுகளுக்குச் சென்று வரும்படி பெற்று வாழ்கின்றனர். வன்னிய ஆடவனுக்கும் தெலுங்குச் சாதிப் பெண்ணுக்கும் பிறந்த இவர்களை, வன்னியர்கள் முதலில் சாதி விலக்குச் செய்து சொத்துரிமைகளை மறுத்து, அதன் பின்னர் தேர்த்திருவிழாவின் போது வன்னியரின் மானத்தைக் காப்பாற்றியதால் தம் பிள்ளைகளாக ஏற்றுக்கொண்டு 'சாதிப் பிள்ளை' என அழைத்துவருகின்றனர்.

சமூகத்தின் பெயர்

சாதிப்பிள்ளைகள் வன்னியர்களின் பிள்ளைகளாகக் கருதப் படுகின்றனர் (காண்க: தோற்றத் தொன்மம்). தமிழகத்தில் சாதிப் பிள்ளைகள் வன்னியர்களைத் தங்கள் காப்பாளர்களாக, ஆண்டை களாகக் கொண்டு அவர்கள் வீடுகளுக்கு ஆண்டு தோறும் சென்று நெல், தானியங்கள், பணம், துணிமணிகள் ஆகியவற்றை இனாமாகப் பெறுகின்றனர். வன்னியர்களுக்குச் சாதிப்பிள்ளைகள் போல் பிற சாதிகளுக்கும் தனித்தனியான குடிப்பிள்ளைகள் உண்டு. 'இவர்கள் வேளாண் முதலிய சாதியாருக்கு ஏவல் செய்து அவரவர் சாதியின் உயர்வைத் தெரிவிப்போர். வேளாண் மக்களுக்குப் பணி செய்வோர். கோமட்டிகளுக்கு மைலாரி, பேரி செட்டிகளுக்கு

வீரமுஷ்டி, பள்ளிகளுக்கு நோக்கர் முதலியோர்' என அபிதான சிந்தாமணி சாதிப்பிள்ளைகளைப் பற்றிக் குறிப்பிடுகின்றது (அபிதான சிந்தாமணி: ப. 617). தவிரவும் ரெட்டியாருக்கு பட்டு ராசா, இஸ்லாமியருக்குப் பக்கீர், பறையருக்குப் பறத்தொம்பன், யாதவருக்கு எடக்கூத்தாடி, சக்கிலியருக்குப் பொம்ம நாயுடு, முதலியாருக்குக் கக்கிலவன் என ஒவ்வொரு சாதியாருக்கும் சாதிப் பிள்ளைகள் இருப்பதை அறிய முடிகிறது.

மேற்குறித்த சாதிப்பிள்ளைகளுள் வன்னியர்களுக்கான சாதிப் பிள்ளைகள் நோக்கர், சாதிப்பிள்ளைகள் என இரு பிரிவினராக அழைக்கப்படுகின்றனர். சாதிப்பிள்ளை என்ற பொதுப்பெயரை இச்சமூகத்துக்குரிய சிறப்புப் பெயராகக்கொண்டிருப்பது குறிப்பிடத் தக்கதாகும். இக்கட்டுரை வன்னியர்களுக்கான சாதிப் பிள்ளை களை இனவரைவியல் அடிப்படையில் விளக்குகிறது.

வன்னியர்களுக்கான சாதிப்பிள்ளைகள் நோக்கர்கள், சாதிப் பிள்ளைகள் என அழைக்கப்படுகிறார்கள். கடலூர் வட்டாரப் பகுதிகளில் வாழும் இவர்கள் திருமணம் போன்ற சடங்குகளில் அழைப்பிதழ்களில் தங்களது பெயருக்குப் பின்னால் 'சாதிப் பிள்ளை' எனும் பெயரைச் சுருக்கி பிள்ளை என அச்சிட்டிருக் கிறார்கள். வன்னியர்கள் இவர்களைச் சாதிப்பிள்ளை, நோக்கர், குடிப்பிள்ளை, முன்னோடும் பிள்ளை, ஒண்டிப்பிலி (ஒண்டிப் புலி) என அழைக்கின்றனர். கடலூர், சேலம், தருமபுரி, தஞ்சாவூர் மாவட்டப் பகுதிகளில் இவர்கள் 'சாதிப்பிள்ளை' என்றும் காஞ்சிபுரம், செங்கல்பட்டு, சென்னைப் பகுதிகளில் 'நோக்கர்' என்றும் அழைக்கப்படுகிறார்கள்.

இனப் பரப்பு

வன்னியர்கள் பெரும்பான்மையாக வாழும் வட தமிழகம் முழுவதும் இவர்கள் பரவி வாழ்கின்றனர். இவர்களிடம் கட்டுரையாளர் உரையாடியபோது, 'வன்னியன் எங்கெங்கல்லாம் இருப்பானோ அங்கெல்லாம் சாதிப்பிள்ளை இருப்பான்' எனக் கூறினர். அதோடு வன்னியர் வாழுமிடங்களாகக் கீழ்வரும் வாய்மொழிப் பாடலையும் அவர்கள் கூறுகின்றனர்.

பாலநதி வடகரையில் ருத்ரவன்னியன்
பரவிவரும் பெண்ணை மட்டும் கிருஷ்ணவன்னியன்
ஆளமுடன் காளியாஸ்திரி அக்னிவன்னியன்

கிள்ளைக்குக் கீழ்புறம் சம்பு வன்னியன்
சீலமுடன் காவேரி கோடி எந்த மட்டும்
இருக்கோ வீரவன்னியன்

இப்பாடலானது குற்றாலம் அகழ் வைப்பகத்தில் உள்ள செப்புப் பட்டயத்திலுள்ள பாடலின் மருவிய வழக்காகக் கொள்ளலாம் (இரத்தினப் புகழேந்தி 2001: 13).

குறிப்பாக, சென்னை, காஞ்சிபுரம், சேலம், வேலூர், தருமபுரி, திருவண்ணாமலை, திருச்சி, பெரம்பலூர், திண்டுக்கல், தஞ்சாவூர், நாகப்பட்டினம், கடலூர், விழுப்புரம் ஆகிய மாவட்டங்களில் வன்னியர் வாழும் பகுதிகளில் இவர்கள் காணப்படுகின்றனர். இவர்களது மக்கள்தொகை தமிழகத்தில் ஏறக்குறைய 10,000 பேர் வரை இருக்கக்கூடும் என்று கூறுகிறார்கள்.

கட்டுரைக்கான களம் கடலூர் மாவட்டத்தை மையமாகக் கொண்டதாகும். தம்பிப்பேட்டை, கொஞ்சிக்குப்பம், சீராங்குப்பம், சாத்திப்பட்டு, வீரசிங்கன்குப்பம், சேமக்கோட்டை, பேய்கா நத்தம், மாமங்கலம் முதலிய ஊர்களில் உள்ள சாதிப்பிள்ளைகளிடம் சேகரிக்கப்பட்ட தரவுகளையும், இரத்தினப் புகழேந்தி எழுதிய *வன்னிய சாதிப்பிள்ளைகள்* (2001) என்ற நூலில் உள்ள வன்னிய சாதிப் பிள்ளைகளின் வாய்மொழி வரலாறு என்னும் கட்டுரையையும் அடிப்படையாகக் கொண்டது.

தோற்றத் தொன்மம்

வன்னிய சாதிப்பிள்ளைகளின் தோற்றத் தொன்மம் வன்னிய புராணத்தோடு தொடர்புடையதாகும். இவர்களிடையே வழங்கும் தோற்றத் தொன்மம் சில மாற்றங்களுடன் காணப்பட்டாலும் பொதுத்தன்மையில் ஒன்றிணைவதாகும். இவர்களின் வரலாறு பற்றி அறியப்படும் கருத்துகள் வருமாறு:

வாதாபி எனும் அசுரன் தேவர்களைச் சிறைப்பிடித்து துன்புறுத்தியதால் அவனை அழிப்பதற்கு சிவன் ஒரு மகனை உற்பத்தி செய்வதற்காக சம்பு முனிவரை அழைத்து வேள்வியைச் செய்தார். வேள்வியின் வெப்பத்தால் சிவனுக்கு வியர்வை தோன்றியது. அந்த வியர்வையைக் கையால் அள்ளி வேள்வியில் முனிவர் போட்டார். அதிலிருந்து வீரவன்னியன் குதிரையோடு உதித்தான். அவனுக்கும் இந்திரனின் மகள் மந்திரமாலைக்கும் திருமணம்

தொழிலுக்குச் செல்லும் சாதிப்பிள்ளைகள்

செய்துவிக்கப்பட்டது. அவர்களுக்கு நான்கு பிள்ளைகள் பிறந்தனர். அவர்கள்தான் அக்னி வன்னியன், கிருஷ்ண வன்னியன், பிரம்ம வன்னியன், சம்பு வன்னியன்.

மேற்குறிப்பிட்ட நான்கு வன்னியர்களில் அக்னி வன்னியன் தெலுங்கு பேசும் நாய்க்கப் பெண்ணைச் சேர்த்துக்கொண்டான். சேர்ந்த வயிற்றுப் பிள்ளைகள் (வைப்பாட்டி மக்கள்) என்பதால் இவர்களுக்குச் சொத்தில் பங்கு தரவில்லை. சொத்தில் பங்கு கிடைக்காத இவன் கொச்சி மலையாளம் போயி மாந்த்ரிகம் கற்றுக்கொண்டு ஊமை ராஜாவிடம் மந்திரியாக இருந்தான். அங்கேயே ஒரு பெண்ணைத் திருமணம் செய்துகொண்டு வாழத் தொடங்கினான். அதன்பின் அவள் நிறைமாத கர்ப்பிணியாக இருந்துவந்தாள்.

இத்தருணத்தில் காஞ்சிபுரம் காமாட்சியம்மனுக்கு வன்னியர், முதலியார், ஆரிய வைசியர், தேவேந்திரப் பள்ளர் எல்லோரும் சேர்ந்து தேரோட்டம் நடத்தினர். இதில் வன்னியர்கள் தேரோட்டம் நடத்தும் பொழுது அவர்களின் எல்லையான 18 வீதியைத் தாண்டி தேர் சேணியர்கள் வாழும் வீதிக்குச் சென்ற பொழுது சேணியன் சிம்மபுலி அனுமந்தன் தனது மந்திர சக்தியால் தேரை நிறுத்தி விடுகிறான்.

வன்னியர்கள் எல்லோரும் சேர்ந்து தேரை இழுத்துப் பார்க்க தேர் நகரவே இல்ல. யானைகளைக் கட்டித் தேரை இழுத்தனர்; என்ன செய்தும் தேர் நகரவே இல்லை. சேணியர்கள் தேர் தங்கள் தெருவில் நின்றுவிட்டதால் அவர்களுக்குத் தொந்தரவாக இருக்கிறதென்று முறையிட்டனர். அப்போது ஒரு சின்ன பெண்ணுக்குச் சாமி வந்து, 'ஓங்க இனத்துல ஒருத்தன் கொச்சி மலையாள தேசத்துல இருக்கான்; அவன் மந்த்ர, தந்த்ரமெல்லாம் கத்துருக்கான்; அவன அழச்சிக் கிட்டு வந்தீங்கன்னா, அவனால தான் இந்தத் தேர ஓட்ட முடியும்'ன்னு சொல்ல, கொச்சி மலையாளம் போயி ஊமராஜாவின் மந்திரியான ஒண்டுபுலி அனுமந்தனை அழைத்து வருகின்றனர்.

அவன் புலியின் வாயைக் கட்டி, அதன் மேல் தன் நிறை மாதமாக இருக்கும் மனைவியை ஏற்றிக்கொண்டு வருகிறான். வந்து பார்த்தால் தேர் சக்கரங்கள் பூதங்களால் கட்டு போட்டிருப்பதை அறிந்தான். இவன் எல்லா வகையான மந்திரங்களையும் செய்து பார்த்தான். ஒன்றும் முடியவில்லை. என்ன செய்வதென்று அறியாமல் படுத்துத் தூங்கிவிட்டான். அப்போது காமாட்சியம்மன் கனவில் வந்து பூதங்களை ஓட்ட வேண்டுமானால் நிறைமாத கர்ப்பிணியை (தலைச்சன் பிள்ளைக்காரி) பலியிட்டால்தான் தேரை நகர்த்த முடியும் என்று கூற, இதனை யார் ஒத்துக்கொள்வார்கள் என்று யோசித்தான்.

பிறகு, தன் மனைவியையே பலி கொடுக்கிறேன் என்று முடிவு செய்து தன் மனைவியிடம் கேட்கிறான். அவளும் ஒத்துக்கொண்டு ஒரு நிபந்தனையைக் கூறுகிறாள். 'நிறைமாத கர்ப்பிணியைப் பலிகொடுக்க நான் சம்மதிக்கிறேன். ஆனால் பலிகொடுத்தபின் என்னை நடுவீட்டுத் தெய்வமாக (காமாட்சியம்மனாக) விளக்கு ஏற்றிவைத்து வணங்க வேண்டும்' என்று கேட்டாள். எல்லோரும் சரி என்று ஒத்துக்கொண்டனர். வன்னியர்களுக்குக் காமாட்சி அம்மன் விளக்கைக் கொடுத்ததே நாங்கதான். அதனாலதான் ஒவ்வொரு வீட்டிலும் காமாட்சியம்மன் விளக்கு சீர்வரிசையாகக் கட்டாயம் கொடுப்பார்கள் என்கின்றனர் சாதிப்பிள்ளைகள்.

அதன்பின் அவளைக் காவு (பலி) கொடுத்தான். பலி கொடுத்த வுடன் பூதங்கள் எல்லாம் விலகி ஓடிவிட்டன. அந்தத் தேரை அவன் ஒருவனே இழுந்து வந்து சேர்த்தான். வன்னியர்கள் எல்லோருமாக எங்கள் மானத்தைக் காப்பாற்றிய உனக்கு எது வேண்டுமோ அதைக் கேள்; நாங்கள் தருகிறோம் என்று கூறினார்கள். எனக்கு

எதுவும் வேண்டாம்; என்னை உங்கள் சாதியில் ஒருவனாக ஏற்றுக் கொள்ள வேண்டும் எனக் கூறினான்.

அன்றிலிருந்து வன்னியர்கள் இவன் நமது 'சாதிப்பிள்ளை' என ஏற்றுக்கொண்டு, வன்னியர்கள் எங்கெல்லாம் வாழ்கிறார்களோ அங்கெல்லாம் சென்று வரும்படி (வசூல்) வாங்கிக்கொள்ளலாம் என்று அறிவித்தார்கள். சாதிப்பிள்ளை வரும்போது படி அரிசி, கால் வராகன் பணம், வேட்டி, துண்டு எல்லாம் கொடுக்க வேண்டும் என்றும் கூறினார்கள். இதன்படியே பட்டயமும் எழுதிக் கொடுத்தனர். அன்றிலிருந்து அவர்கள் கொடுத்த 32 விருதுகளுடன் அவர்களுடைய 18 பட்டங்களையும் சேவித்து வருவதாகக் கூறுகிறார்கள். பட்டயச் செய்தியையும் 18 பட்டங்கள், 32 விருதுகளின் விவரங்களையும் பின்வரும் பகுதியில் பார்க்கலாம்.

பட்டயம்

சருவதாரி வருடம் வைகாசி மாதம் யங சுக்குரவாரம் (இவ்விடத்தில் அ ஞ த ங ஷ என உள்ளது) செல்லநின்ற சகல குண சம்பன்னறான அகண்டிதலட்சுமி பிரசன்னறான அண்டினவரை ஆதரிக்க வல்ல வரான குருபூசை மறவாதவறான காமாட்சியம்மன் அருளுடைய வரான வாடாத மாலையுடையவறான வெத்தி மநசு சிவ மநசு வன்னத் தடுக்கு யுடையவறான பத்து சனபோசகறான வீரகண்டா மணி வீரவெண்டயம் உடையவறான சிங்கக்கொடி ஆளிக்கொடி ஆண்புலிக்கொடி அனுமதக்கொடி கெருடக்கொடி பூச்சக்கர கொடி அக்கினிக் குதிரை வேட்டுப்பாவாடை வெண் சாமறம் உடைய வரான காஞ்சிபுர தளத்தில் பெரிய சோழனார் சின்னசோழனார் பெரிய நல்ல பண்டாரத்தார் சின்ன நல்ல பண்டாரத்தார் உடையார்பாளையம் பிச்சிவரத்து பண்டாரத்தார் அவர்களைச் சேர்ந்த மேற்படி சாதியார் சேர்ந்து காஞ்சிபுர தளத்தில் அவர்கள் சமூகத்தில் காமாட்சியம்மனுக்கு ரதம் உண்டு பண்ணி நாலு வீதியும் ரதப் பிரதட்சணம் வரும்போது சேணிய சிம்பப்புலி எங்குரவன் அந்தத் தேரை மந்திரத்தினால் அந்தத் தேரையிழுக்க வோட்டாமல் நிறுத்தினான்யிவன் வலங்கை யானவன் யிடங்கை பாணத்தார் தேரை நிரித்தின படியால்யிதற்கு கொச்சி மலையாளத்திலிருக்குர யிடங்கை சிம்ப அனுமந்தனை அழைப்பித்து தேரை ஓட்ட வேணு மென்று யோசித்து அவனுக்கு காயிதம் யெழிதி அனுப்பிவித்து அவரை வரவழைத்து யிந்த சங்கதிகளைச் சொன்னார்கள். அவன் அதற்கு அஞ்சனம் போட்டு பார்வையிட்டு சொல்லுகிறேனென்று

சொன்னான் அப்படிக்கி செய்யென்று சொன்னார்கள் அவன் பார்வையிட்டு யஉத. பூதப் பிசாசுகளையேவல் செய்து தேரை நிறுத்தியிருக்குறானென்று சொன்னான் அதற்குயென்ன செய்குர தென்று கேட்டார்கள். அதற்கு நரபொலி கொடுத்தால் தேறை யிழுக்கலாமென்று சொன்னான். அதற்கு அவர்கள் ஆனை குதிரை ஓட்டையிதுகள் காவு குடுக்குறோம் நரபொலி எப்படித் கொடுக்குர தென்று சொன்னார்கள். நீங்கள் யிதற்காக ஆயாசப்பட வேண்டாம் யென் பெண்சாதி ஆசை சித்தம்மாளை வெட்டி பொலிக்கொடுத்து தேரையிழுக்குறேனென்று சொல்லி அப்படியே பொலி குடுத்து யஉத. பூதப்பிசாசுகளை விடுதல் செய்து யஉத. ஆனையிழுக்குர தேறை யிருப்புச் சங்கிலி போட்டு தானொருவன் தன்னுடைய மூக்கனாலே நாலுவீதியும் யிழுத்து வந்து நிலையிலே விட்டு யிடங்கை பாணத்தாருக்கு சரணாத்திரி செய்துகொண்டான். அப்போது அவர்களுக்கு சந்தோஷம் வந்து நம்முடைய தலை போகுரத்தை நம்முடைய சாதிப்பிள்ளை தன்னுடைய தலையைக் குடுத்து திருப்பினபடியால் யிவனுக்கு யென்ன குடுத்தாலும் நிலை நிற்காதே சந்திராள் சூரியாள் உள்ளவறைக்கும் சாதன கற்பனமா செப்புப்பட்டயம் செய்து கொடுத்தார்கள். அது யென்ன மென்றால் யிடங்கை பாணத்தார்கள் வன்னிய சாதியர் தலைக்கட்டு. க.றாவீ.வ.ம் முக்குருணி அரிசியும் குடுக்க வேண்டியது மனோ விசுவபிற்மா ஆசாரி நகாசிந்தாமணி காவேரி கறைகண்டவர் முடக்கு மாணிக்கத்தை முச்சரட்டால் கோத்தவர் காஞ்சி நகர் அயோத்தியா நகர் அகண்ட காவேரி நகர் கெருடக் கொடியுடைய நகரத்தார் செங்குந்தியார் மஞ்ச பாவாடை யுடையவர் தேவேந்திர பள்ளன் வெள்ளைகொடை வெள்ளை வெண்சாமரமுடையவர் விருந்தகோசிங்கி பூதக் கொடியுடையவர் யிவர்களுக்கெல்லாம் தலைக்கட்டு க.றா.வீ.வ.ம். முக்குருணி அரிசியும் குடுக்க வேண்டியது யிதுகள் குடுத்து ஊருக்கு ஆடும் பண்ணியும் குடுக்க வேண்டியது யிந்தப் பிரகாரம் யிடங்கைப் பாணத்தார் ஆகாசவாணி பூமிதேவி சாட்சியாக கொடுத்துயிருக்குறோம் யிந்த பட்டயமும் ய.வு. விருதம்கொண்டு வரப்பட்ட சாதிப்பிள்ளைக்கி தடையில் லாமல் குடுக்க வேண்டியது. அப்படிக்கி குடாமல் யாதா மொருவர் தடைசெய்தவர்கள் கெங்கைக்கறையிலே காறாம் பசுவை கொண்ண தோஷத்தில் போவார்கள் பிறாமணனை கொண்ண தோஷத்தில் போவார்கள் உடையார்பாளையம் பண்டாரத்தார் திருமுகம். உ.

குறிப்பு: இதற்கும் கீழ் 4 1/2 வரிகள் உள்ளன. அவை படிக்கத்

தெளிவில்லாமல் உள்ளதனால் புரியும்படி உள்ளவை மட்டும் இங்கு குறிப்பிடப்பட்டுள்ளன:

தலைக்கட்டு ஒண்ணுக்கு...
மருதடையில்லாமல்...
கலியாணத்துக்கு, சாவுக்கு ஒரு மாடு குடுக்கவும்.

மேலும் இப்பட்டயத்தில் காமாட்சி அம்மன் படமும், வன்னியர் குதிரை மீதமர்ந்திருக்கும் படமும் கோட்டுருவங்களாக வரையப் பட்டுள்ள (இரத்தினப் புகழேந்தி 2001: 19 - 20).

பட்டயத்தில் குறிப்பிட்டுள்ள தமிழ் ஆண்டைக் கொண்டும் இப்பட்டயம் உடையார்பாளையம் ஜமீனின் 14, 15வது வாரிசு களான சின்ன நல்லபண்டாரத்தார், பெரிய நல்ல பண்டாரத்தார் ஆகியோரைக் குறிப்பிட்டுள்ளதால் இவர்களின் ஆட்சிக் காலத் தையும் இடங்கை வலங்கைப் பூசல்கள் நிகழ்ந்த காலத்தையும் தரவுகளாகக் கொண்டும் பட்டயம் எழுதப்பட்ட காலம் 1708ஆம் ஆண்டாக இருக்கலாம் என்பார் இரத்தினப் புகழேந்தி (2001: 21-22). இப்பட்டயம் எழுதப்பட்ட சருவதாரி ஆண்டில் வேற இரு பட்டயங் களும் கிடைத்துள்ளன. இவற்றுள் ஒன்று காஞ்சிபுரம் மாவட்டம் சதுரங்கப்பட்டினத்துக்கு அருகில் உள்ள நல்லூர் நாட்டாரிடம் குடும்பச் சொத்தாக உள்ளதும், இரண்டாவது ஈரோடு மாவட்டம், காஞ்சிக்கோயில் ஒண்டிப் புலியிடமிருந்து பெற்றதுமாகும். இப்பட்டயங்களில் அனைத்துச்சாதியாரும் சேர்ந்து ஒன்டிப் புலிக்கு சாசனமாக எழுதிக் கொடுத்ததை அறிய முடிகிறது (நடன. காசி நாதன் 2001: 314-36).

பட்டங்கள்

காலிங்கராயர், சோழங்கராயர், கச்சிராயர், மழவராயர், வாண்டையார், சீப்பிலியார், கடந்தையார், தேவர், மூப்பனார், படையாச்சி, படைவீரன், படையாண்டவர், நயினார், கொண்டியார், சின்னையா தேவர், பெரியய்யா தேவர், பிலிகுத்தும் சோழனார், உடையார் முதலியன 18 பட்டங்கள்.

விருதுகள்

இவர்கள் 32 விருதுகள் பெற்றனர். அவை: அன்மதக் கொடி, கெருடக்கொடி, சிங்கக்கொடி, பிலிக்கொடி, யாளிக் கொடி, மச்சக்கொடி, மகரதோரணம், அறுகால் பீடம், இருகால் சிலம்பு,

முத்துக்கொடை, பாத கலிஞ்சி, தவளைச் சங்கு, இடது கால் வீர வெண்டயம், வலது கால் சாமர்த்திய வெண்டயம், பாங்கா, கரணை, நகாரு, பேரிகை, வெள்ளை யானை (தேவேந்திரன் கொடுத்தது), கொன்ற மாலை, சாம்பிராணிக் கலசம், பகல் தீவட்டி, மகுடி, புல்லாங்குழல், அக்னிக்குதிரை, வெங்கலத் தடி, வீரகண்டா மணி, கத்தி, கேடயம் (இரண்டு விருதுகளை மக்களால் நினைவுபடுத்திக் கூற இயலவில்லை).

சமூகப் பிரிவுகள்

வன்னிய சாதிப்பிள்ளைகள் 'சாதிப்பிள்ளை', 'நோக்கர்' என்னும் இரு பிரிவுகளாக உள்ளனர். இவர்களின் இப்பாகுபாடு வன்னிய புராணத்தோடு தொடர்புடையது. இந்திரனின் மகள் மந்திர மாலைக்கும், சிவனது யாகத்திலிருந்து தோன்றிய வீரவன்னி யனுக்கும் பிறந்த நால்வருள் அக்னி வன்னியன் வழி வந்தவர்கள் சாதிப்பிள்ளைகள்; சம்பு வன்னியன் வழி வந்தவர்கள் நோக்கர்கள் என்று சாதிப்பிள்ளைகள் கூறுகின்றனர். இந்த இரு பிரிவினருக் குள்ளும் கொள்வினை, கொடுப்பினை இல்லாமல் இருந்தது. இப்போது அந்த முறை மாறி பெண்கொடுத்துப் பெண் எடுத்துள்ள தாகக் கூறுகிறார்கள்.

இன அடையாளக் கூறுகள்

சாதிப்பிள்ளைகளின் தோற்றம் இரு இனக் கலப்பால் உருவானது. இவர்களது தாய்மொழியைப் பற்றிக் கேட்ட போது 'நாங்க ரெண்டு மொழி பேசுவோம். தகப்பன் மொழி தமிழ்; தாய்மொழி தெலுங்கு. எங்க சாதி வன்னிய சாதிதான். வெளியில போவும் போது நாங்க தமிழ்தான் பேசுவோம். எங்களுக்குள்ள பேசும் போது தெலுங்குல பேசுவோம். ஏன்னா எங்க தாயோட மொழி தெலுங்கு இல்லீங்களா' என்கின்றனர்.

இவர்கள் தொழிலுக்குப் புறப்படும்போது தனித்தன்மையான உடைகளை அணிந்துகொள்கின்றனர். மற்ற காலங்களில் இடுப்பில் வேட்டியும் தோளில் துண்டும், பெண்கள் புடவையும் ஜாக்கெட்டும் அணிந்துகொள்கின்றனர். அணிகலன்கள் பொதுவாக வன்னியர்கள் அணிகலன்கள்தாம். முன்பெல்லாம் ஆண்கள் காதுகளில் கடுக்கன் அணிவதுண்டு. இப்போது நாகரிகத்தால் ஆண்கள் காதுகளில் கடுக்கன் அணிவதில்லை. பெண்கள் தோடு, மூக்குத்தி, காலில்

கெட்டிக் கொலுசு, கொலுசு, மெட்டி முதலான நகைகளை அணி கின்றனர். பொட்டுத் தாலி, ராமத்தாலி என்னும் இரண்டு வகைத் தாலிகளை அணிகின்றனர்.

சாதிப்பிள்ளைக்ள் பெரும்பாலும் மாநிறத்தோடும் கருமை நிறத்தோடும் காணப்படுகின்றனர். அடர்ந்த புருவமும், நீள்வட்ட முக அமைப்பும் கொண்டவர்கள். நன்கு வளர்ந்த பெரிய மீசை, நீண்ட தலைமயிரைக் கொண்டவர்களாக உள்ளனர். அரசின் சாதிப் பட்டியலில் இவர்களின் பெயர் (சாதிப்பிள்ளை) இடம்பெற வில்லை. நோக்கர் என்னும் பெயர் இடம்பெற்றுள்ளது. பல நூற்றாண்டுகளாக நாடோடி வாழ்க்கை நடத்தியதால் குழந்தை களைப் பள்ளிக்கு அனுப்பாமல் இருந்தனர். இப்போது சிலர் அரசுப் பணிகளிலும் ஆசிரியராகவும் பணியாற்றுகின்றனர். இப்போது குழந்தைகள் வன்னியர் சமூக அடையாளத்தோடு மிகவும் பிற்படுத்தப்பட்டோர் பிரிவினராகப் பள்ளியில் சேர்க்கப் பட்டுள்ளனர்.

தொழில்

இவர்களின் முதன்மையான தொழில் வன்னியர் சமூகத்தவர், எழுதிக் கொடுத்த செப்புப் பட்டயத்தில் உள்ளபடி வன்னியர்களின் வீடுகளுக்குச் சென்று வரி வசூல் செய்வதாகும். அடுத்து அவர்களது வாழ்க்கைச் சடங்குகளில் பங்கெடுப்பது; மந்திர தந்திரங்களைச் செய்வதாகும். வன்னியர்களின் வாழ்க்கைச் சடங்கில் பங்கெடுப் பதால் 'படையாட்சிக்கு முன்னோடும் பிள்ளை' என்று அழைக்கப் படுகின்றனர்.

துணைத் தொழிலாகப் பித்தளைப் பாத்திரங்களுக்கு ஈயம் பூசுவதைச் செய்து வருகிறார்கள். 'எங்களுக்குத் தொழிலே படையாச்சிங்க எங்கெல்லாம் வாழறாங்களோ அவுங்ககிட்ட வரி வசூல் பண்ணிச் சாப்படறதுதான். அவுங்க காரியங்களில் பங்கெடுத்துகிர்றதுதான்; ஈயம் பூசறது பின்னால கண்ணார ஆசாரிங்கக் கிட்ட கத்துக்கிட்டோம்' என்கின்றனர். மேலும் அவர்கள் கூறும்போது, 'காலம் மாற மாற வரும்படி இல்லாத நேரத்துல எங்க வவுத்துப் பொழப்புக்காக ஈயம் பூசற தொழில கத்துக்கிட்டோம். அப்புறம் இப்ப பித்தள சாமான் அத்துப் போனதால எவர்சில்வர் பிளாஸ்டிக்குன்னு வந்து போச்சி; அதனால் ஊர்ல எல்லாரும் செய்யற வேலைய செய்ய ஆரம்பிச்சிட்டோம்'

எனக் கூறுகின்றனர். இப்போது மழைக் காலத்தில் குடைகளைச் சீர் செய்கின்ற தொழிலையும் செய்து வருகின்றனர்.

வரி வசூலிக்கச் செல்லும் போது கொடுக்கற நெல் முதலிய வற்றை வாங்குவதற்காகப் பெண்கள் உடன் வருவார்கள். ஈயம் பூசும் தொழிலைச் செய்யும் போது வீடுவீடாகச் சென்று சாமான் களை வாங்கி வருவது, பிறகு அவற்றை வீடுகளுக்குச் சென்று கொடுத்துவிட்டு அவற்றுக்கான கூலியை வாங்குவது, ஈயம் பூசும்போது 'துருத்தி ஊதுவது' (காற்றடிக்கும் பை) முதலான வேலைகளைச் செய்வார்கள்.

குழந்தைகளின் முக்கியமான வேலை குதிரை, மாடுகளுக்குப் புல் கொண்டுவருவதும், ஈயம் பூசும் தொழிலை மேற்கொள்ளும் போது பெண்களோடு சேர்ந்து வீடுகளுக்குச் சென்று சாமான் களை எடுத்து வருவதற்கு உதவிபுரிவதும் ஆகும்.

தொழில் மேற்கொள்ளும் முறை

இவர்கள் தங்களுக்குள் வன்னியர்கள் வாழும் ஊர்களை ஒவ்வொரு வருக்கும் இத்தனை ஊர்கள் என்று பிரித்துக் கொள்கிறார்கள். அர்ச்சுனன் என்பவர் 'எங்க தாத்தாக்கிட்ட முந்நூறு ஊர் இருந்தது. அவுரு சாவும் போது மூனு மகன்களுக்கும் தலைக்கு நூறு ஊருன்னு பிரிச்சிக் கொடுத்தாரு. எங்க அப்பா வோட நூறு ஊர்ல ஒன்ன மட்டும் பொதுவா வெச்சுட்டு ஆளுக்கு முப்பத்தி மூனு ஊருன்னு நாங்க பிரிச்சிக்கிட்டோம்' என்று கூறுகிறார். இவர்களுக்குச் சொத்து என்பது ஊர்களின் எண்ணிக்கையை வைத்தே கணக் கிடப்படுகிறது.

இவர்கள் தொழிலுக்குச் செல்லும் முன்பாகவும் செல்லும் போதும் சகுனம் பார்க்கின்றனர். தொழிலுக்குப் புறப்படுவதற்கு முன் வேப்பிலையை அல்லது பூக்களைப் போட்டுப் பார்த்து சகுனமறிந்து செல்வது இவர்களது வழக்கம்.

வேப்பிலையைக் கொத்தாக உருவி ஒரு பிடியைக் கொண்டு வந்து அவற்றை இரண்டிரண்டாகப் பிரிப்பார்கள். அவற்றுள் இறுதி இலை ஒற்றையாக வந்தால் நல்ல சகுனமாகவும் இரட்டை இலைகளாக அமைந்தால் அவற்றைக் கெட்ட சகுனமாகவும் கொள்வார்கள். பூக்களில் இரு நிறப் பூக்களைத் தரையில் போட்டு, சிறு குழந்தைகளை எடுக்கச் சொல்லி அவற்றுள் செல்லலாம்

ஈயம் பூசும் குடும்பத்தார்

என எண்ணிப் போட்ட பூவைக் குழந்தை எடுத்தால் நல்ல சகுனமாகவும், செல்ல வேண்டாம் என எண்ணிப்போட்ட பூவை எடுத்தால் கெட்ட சகுனமாகவும் கொள்வார்கள். இதை மூன்று முறைச் செய்வார்கள். மூன்றில் இரண்டு முறை வந்தால் நல்ல சகுனம், ஒருமுறை வந்தால் கெட்ட சகுனம் எனக் கொள்வர். இந்த சகுனம் கிடைக்காவிட்டால் ஊர்ப்பயணம் தள்ளிப் போடப்படும்.

தொழிலுக்குப் புறப்பட்டுப் போகும் போது சகுனம் பார்ப்பதும் உண்டு. வீட்டை விட்டுப் புறப்படும் தருணத்தில் யாராவது ஒற்றைத் தும்மல் தும்மினால் நீர் அருந்திவிட்டுப் புறப்படுவதும் நேரத்தைத் தள்ளிப்போடுவதும் உண்டு. செல்லும் வழியில் எதிரில் வரும் சகுனத் தடைகளும் உண்டு.

1. ஒற்றைப் பார்ப்பான் எதிரில் வருவது.
2. தோளில் மண்வெட்டியோடு தொழிலாளி வருவது.
3. வாணி செட்டி எண்ணையோடு வருவது.
4. வண்ணான் வெளுத்த துணியோடு வருவது.
5. அறுத்த (விதவை) பெண்கள் எதிரில் வருவது.
6. இரண்டு எருமைகள் / மாடுகள் எதிரில் வருவது.

வழியில் குறுக்கீடு செய்யும் தடைகளும் உண்டு. தெக்கே (இடம்) இருந்து வடக்கே (வலம்) பூனை, காடை, வாலி, மீன்கொத்திப்

சாதிப்பிள்ளை ✦ 303

பறவை, நாரை முதலியன போனால் அவற்றைக் காரியத் தடையாகக் கருதுகிறார்கள்.

பொதுவான தடைகள்

சட்டி உடைக்கக் கூடாது. சட்டியில் வீறல் இருந்தால் போகக் கூடாது. வானம் லேசானத் தூறலுடன் இருந்தால் அல்லது மானம் மந்தாரமா (மேகமூட்டமாக) இருந்தால் போகக் கூடாது.

ஊர்களில் வசூல் முடிவதற்கு ஆறு மாதங்கள்கூட ஆகலாம். இதனால் அவர்களுக்குத் தேவையான பொருள்களை மூட்டை களாகக் கட்டிச் செல்கிறார்கள். இவற்றை 'ஈயம் பூசற மூட்டை (சீச மூட்டை), சட்டிப்பானை மூட்டை, துணி மூட்டை' என தனித்தனியாகக் கட்டிக்கொள்வார்கள்.

மூட்டைகளோடு ஆடு, மாடு, கோழி, வேட்டை நாய் முதலான வற்றைக் கையோடு கொண்டு செல்வார்கள். இவற்றோடு அவர்கள் செல்வதற்குத் தொடக்கத்தில் குதிரை வண்டிகளைப் பயன்படுத்தினார்கள். வண்டிக்குப் 'பொட்டி' வண்டி (கூட்டு வண்டி) என அழைக்கிறார்கள். பிறகு மாட்டுவண்டிகளைப் பயன்படுத்தினார்கள். இப்போது பேருந்துகளில் செல்கிறார்கள்.

தொடக்க காலத்தில் இவர்கள் குதிரை வளர்ப்பதை வழக்க மாகக் கொண்டிருந்தனர். குதிரை வளர்ப்பு என்பது, வன்னியன் தோன்றும் போதே குதிரையோடு தோன்றியதற்கு அடையாளமாகக் குதிரையைத் தங்களின் உடைமைகளில் ஒன்றாகக் கருதுகின்றனர். இப்போது இவர்களிடம் குதிரை வளர்க்கும் பழக்கம் இல்லை.

இவர்கள் சென்று ஓர் ஊரில் தங்குகிறார்கள். தங்கும் ஊரில் வீடு, அல்லது கொட்டகை, கோயில் முதலிய இடங்களில்தான் தங்குவோம்; பள்ளிக்கூடம் மரத்தடியில் தங்கமாட்டோம் எனக் கூறுகிறார்கள். ஊரில் சென்று தங்கியவர்கள் காலையில் தங்களுக்கான ஆடை, ஆபரணங்களோடு ஒப்பனை செய்து கொண்டு வசூலுக்குச் செல்கின்றனர்.

வன்னியர்களுக்கு முன்னோடும் பிள்ளையாகக் கருதப்படும் இவர்கள் முழுக்கால்சட்டையும் மேல்சட்டையும் அதன்மேல் கருப்பு நிறக் கோட்டு, தலையில் பட்டு அங்கவஸ்திரத்தாலான பெரிய தலைப்பாகை, கழுத்தில் பட்டைக்கறை போட்ட நீளமான துண்டு ஆகியவற்றை அணிந்துகொள்கின்றனர். நெற்றியில் திருநீற்றுப்

பட்டை, கீழே பிறை வடிவில் சந்தனமும் அதில் பொட்டும், சந்தனமும் குங்குமமும் கலந்த பெரிய வட்ட வடிவிலான பொட்டும் கண்களின் கடைப் பகுதியில் வெள்ளை, சிவப்பு பொட்டும் அணிந்திருக்கின்றனர். இவற்றோடு வன்னியர்கள் தங்களது மானத்தைக் காப்பாற்றியதற்காக அளித்த 32 விருதுகளோடு வசூலுக்குச் செல்கின்றார்கள்.

இவர்கள் அணிகின்ற ஆடைகள் யாவும் வன்னியர்களின் வீட்டில் வசூலுக்குச் செல்லும்போது அவர்களால் கொடுக்கப் பட்டவையே. தங்களுக்கென்று பெரும்பாலும் ஆடைகளைக் கடைகளுக்குச் சென்று காசு கொடுத்து வாங்குவது கிடையாது.

இவற்றைத் தவிர தோள் மீது ஆண், பெண் ஆகிய குட்டிச் சாத்தான்களைப் போட்டுக்கொண்டு, கையில் மந்திர தந்திரங் களுக்கான பை ஒன்றையும் வைத்திருக்கின்றனர். குட்டிச் சாத்தான் என்பது செப்புத் தகடு, கால் பவுன், தலைச்சன்பிள்ளை பல்லு, எலும்பு ஆகியவற்றைக்கொண்டு கருப்புத் துணியால் மூடி உருவாக்கப்பட்டது. பெண் குட்டிச்சாத்தானின் தலையில் குழந்தையின் மயிரைக் கொண்டு தலைமுடிமயிர் விரித்துத் தொங்கவிடப்பட்டுள்ளது. மேலே கூறப்பட்ட உடைமைகளோடு தெரு வீதியின் கோடியில் நின்று வாங்காவை ஊதி வெண்டயத்தை வேகமாகச்சுழற்றித் தாங்கள் வசூலுக்கு வருவதற்கான அறிவிப்பைச் செய்வார்கள். ஒவ்வொரு ஊரிலும் முதல் வரி ஒரு குறிப்பிட்ட குடும்பத்தில் வாங்குவது என்பதை இவர்கள் முறையாக வைத்திருக் கிறார்கள். முதல்நாளில் முதல் வ்சூலன்று மட்டுமே கொடி, வாங்கா, வெண்டயம் ஆகியவற்றோடு செல்வது வழக்கம். மற்ற நாள்களில் உடை, ஒப்பனையோடு மட்டும் சென்று வசூல் செய்கின்றனர். இது பரம்பரையாகப் பின்பற்றப்படும் வழக்க மாகும். இம்முறைப்படி முதல் வரிவாங்கும் வீட்டிற்குச் சென்று பின்வரும் பாடலைப் பாடுவார்கள்:

சிவனுடை வேர்வையில் பிறந்து
தீயனார் தன்னிலே வந்து மருமலை
மாலையோடும் மகாமுடி சிரசில் மின்ன
கவனமா தேவர் பூவை
ரெண்டு கையினால் எடுத்துத் தூவ
அரம்பையர் கவரி வீச ஆலத்தி ஏந்தி நிக்க
நவமணி புஜங்களாட நற்பணி துடுக்கானென்று

விருதுகள் முப்பத்திரண்டு விளங்கவே மாரில் பூனூல்
தழைத்ததுபோல் வீர வன்னியன்
புஜமெலாம் வில்லாய்த் தோன
புரவிமேல் வருகின்றாரே

என்ற பாடலைப் பாடிவிட்டு வீரவன்னியர் வரலாற்றைக் கூறுகின்றனர். கூறி முடித்த பிறகு மந்திர வித்தைகளைச் செய்து காட்டுகின்றனர். அப்போது குட்டிச் சாத்தானை எடுத்து முன்நிறுத்தி வைத்துவிட்டு, கையிலிருந்து பாம்பு, தவளை போன்றவற்றை வரவழைக்கும் தந்திரங்களைச் செய்து காட்டுகின்றனர். பிறகு வைக்கோலைக் கிள்ளி மந்திரம் செய்து மற்றவர் கையில் கொடுக்க வைக்கோல் துண்டு தாழம்பூ வாடை வருவது, மண்ணை அள்ளி மற்றவர் கையில் கொடுக்கும்போது திருநீறாக மாறுவது முதலான வித்தைகளைச் செய்து காண்பிக்கின்றனர். வித்தைகளைச் செய்கின்றபோது பின்வரும் பாடலைப் பாடுகின்றனர்:

வான்னா வரனும்…
போன்னா போவனும்…
அடிச்ச அடியில
புடிச்ச புடியில
மொள்ள ஓடியா…
முண்ட கன்னி ஓடியா…
ஆ…திகதிகதிகதிக…

வித்தைகளைச் செய்து முடித்தபின்பு வரும்படியைக் கேட்டு வாங்குகிறார்கள். வரும்படி பெற்ற பிறகு பின்வரும் பாடலைப் பாடுகின்றனர்:

மகசம்பத்து மாசம் பத்து மகசம்பத்து
தன சம்பத்து தனசம்பத்து தனசம்பத்து…
ஆடு வெளங்கி மாடு வெளங்கி
எங்க ஆயாளும் எங்க அப்பாவும்
காடு வெளங்கி வீடு வெளங்கனும்
எங்க அப்பனோட பிள்ளைகளும்
முழுங்கிபோல சுத்தியும் மூச்சி அழியாமலும்
சேது செனத்தாரும் உள்ளிட்ட
ஒறமொறையும் அவங்க
பிலிக்கொடி முதுகுல வெளங்கி - அவுங்க
அதிகாரம் வெளங்கி, செங்கோலு வெளங்கி

படி வெளங்கி, குடி வெளங்கி - அவுங்க
மாங்கிலியம் வெளங்கி
வன்னிய சம்போகம் வெளங்கி,
ஒரு குடிக்கு ஆயிரம் குடியாவனும்
மலைபோல வந்தாலும்
பனிபோல நீங்கனும்
சின்னஞ்சிறுசுமா வளந்தேறி
குடியா இருக்கனும்டா
கோய்ந்தா... கோய்ந்தா... (கோவிந்தா! கோவிந்தா!)

என்று பாடி முடித்த பிறகு வாங்கனது வட்டி, இருக்கிறது மொதலு எனக் கூறிவிட்டுச் செல்வதை வழக்கமாகக் கொண்டுள்ளனர். இதுவரையில் தாங்கள் வாங்கியது வட்டி மட்டுமே, இனிவரும் தலைமுறையிலும் வீட்டிலுள்ள ஆண் வாரிசுகள் தங்களுக்கு முதலாக இருந்து சம்பாதித்துக் கொடுக்க வேண்டும் என்பதையும் குறிப்பிடுவதற்காக இவ்வாறு கூறிவிட்டுச் செல்கின்றனர்.

வரும்படிக்காகச் செல்கின்ற காலகட்டங்கள், புரட்டாசி முதல் கார்த்திகை வரையிலான காலம், மார்கழி முதல் ஆனி வரையிலான காலம் எனப் பாகுபடுகின்றன. முதற்கட்டம் மானாவாரி சாகுபடிப் பருவமானதால் கம்பு, கேழ்வரகு, சாமை, தினை, வரகு முதலியன வரும்படியாகக் கிடைக்கும். இரண்டாம் கட்டத்தில் நெல் கிடைக்கும். வரும்படியில் பணமும் உண்டு. தொடக்க காலத்தில் 1 முதல் 7 வராகன் வரை பணம் பெற்று வந்தனர்.

இவர்களுக்கென்று எழுதப்பட்டிருக்கும் பட்டயத்தில் கால் வராகன் பணமும் முக்குருணி அரிசியும் கொடுக்க வேண்டும் என்று போட்டிருப்பதாகக் கூறுகிறார்கள். இதைத் தவிர ஆடும் பன்றியும் கொடுக்கவேண்டும் என எழுதப்பட்டுள்ளது. இப்போது 5-10 ரூபாய் வரை தலைக்கட்டுக்குக் கொடுப்பதாகவும் தானியங்கள் 1-5 படி வரை கொடுக்கின்றனர் என்கின்றனர். 16 ஊர்களைச் சொத்தாகக் கொண்டிருக்கும் வீரசிங்கன்குப்பம் சாதிப்பிள்ளையின் மனைவி ஆவல் வசந்தம்மா என்பவர் தங்களுக்கு ஆண்டுக்கொரு முறை 4-5 மூட்டை நெல் கிடைப்பதாகக் கூறுகிறார்.

தொழில் நெறிமுறைகள்

தாங்கள் வன்னியர் சமூகத்தில் வரும்படி பெறும் வழக்கத்திற்குச் சில முறைகளை மேற்கொள்கின்றனர்:

1. ஒவ்வொரு ஊரிலும் குறிப்பிட்ட ஒரு குடும்பத்தில் முதல் வரும்படியைப் பெறுவது.

2. வன்னியர் வீட்டைத் தவிர வேறு வீடுகளில் உணவு, தண்ணீர் முதலியன பெறுவதோ, பொருள்களை வாங்குவதோ கிடையாது.

3. வன்னியர் சாதியைச் சேர்ந்த ஆண் வேறு சாதிப் பெண்ணைத் திருமணம் செய்துகொண்டால் அவர்களிடம் வரும்படி பெறலாம். ஆனால் வன்னியச் சாதிப் பெண் வேறுசாதி ஆணோடு திருமணம் செய்துகொண்டால் அந்த வீட்டில் வரும்படியோ அந்த வீட்டோடு உறவு வைத்துக் கொள்வதோ கிடையாது.

வன்னியர் சடங்குகளில் பங்கெடுத்தல்

வன்னியர் தங்கள் வீடுகளில் நிகழும் திருமணம், இறப்பு போன்ற சடங்குகளின்போது சாதிப்பிள்ளைகளை அழைப்பது மரபு. அப்போது முன்புகூறிய 32 விருதுகளோடு வன்னியர்களின் சடங்கு ஊர்வலத்தில் முன் செல்வார்கள். ஊர்வலத்தில் சிலம்பம் என்று சொல்லப்படுகின்ற கம்பு சண்டை விளையாட்டையும் இவர்கள் நிகழ்த்துவர். இச்சடங்குகளுக்கு இவர்களை அழைப்பதால் சடங்கு நிகழ்ச்சி முடிந்தபின் அதற்குத் தனியே வரும்படி கொடுத்து அனுப்புவார்கள்.

திருமணத்தில் பங்குகொள்ளும்போது முகூர்த்த வேட்டி (பட்டங்கி வேட்டி), பட்டுத்துண்டு, பட்டுச் சட்டை, 1 படி அரிசி, வராகன் பணம் ஆகியவற்றைக் கொடுக்க வேண்டும். இப்போது சாதாரண வேட்டி, துண்டு, சட்டை இவற்றோடு ரூபாய் 51 அல்லது ரூ. 101 கொடுக்கிறார்கள்.

இறப்புச் சடங்கின் போது முன்பு 2 வராகன் பணம் பெற்றனர். இப்போது ரூபாய் 500, 600, 700, 1000 வரை பெறுகின்றனர். கருமாதிச் (கரும காரியம்) சடங்கில் 2 வராகன் பணம், படியரிசி, காய்கனி வைத்துக் கொடுப்பது முந்தைய வழக்கமாகும். பொருளாதாரத்தில் வசதியான வன்னியர்களே இதுபோன்ற நிகழ்ச்சிகளுக்குச் சாதிப் பிள்ளைகளை அழைக்கின்றனர்.

'ஆது பாது இல்லாதவர்கள் இறந்துவிட்டால் கொள்ளி வைப்பது நாங்கள்தான்' என்று வன்னியர்களிடத்தில் உள்ள தங்கள்

உரிமையைப் பெருமையுடன் கூறுவர். இறுதிச் சடங்கின் போது, மூத்த பிள்ளைக் கொள்ளியாக இவர்கள் கொள்ளி வைத்த பின்னரே சொந்த மகனே கொள்ளி வைக்கமுடியும் என்ற மரபும் உள்ளது.

துணைத் தொழில்

ஊர் வசூல் இல்லாத காலகட்டத்தில் தங்களின் வயிற்றுப் பிழைப் புக்காக பித்தளைப் பாத்திரங்களுக்கு ஈயம் பூசும் வேலையைச் செய்கின்றனர். வரி வசூலித்த பிறகு மற்றைய நேரங்களில் ஈயம் பூசுகின்றனர். இத்தொழில் தங்களுக்கு விதிக்கப்பட்ட, பரம்பரைத் தொழில் அல்ல என்றும் தங்கள் சமூகப் பெருக்கத்தால் பிழைப்புக் காகக் கன்னார ஆசாரியிடம் கற்றுக்கொண்ட தொழில் என்றும் கூறுகின்றனர்.

ஈயம் பூசும் மூட்டைக்கு 'சீசமூட்டை' என்று பெயர். ஈயம் பூசத் தேவையான பொருள்கள் அனைத்தும் இம்மூட்டையில் இருக்கும். இத்தொழிலுக்குத் தேவையான பொருள்கள் பின்வருமாறு:

துருத்தித்தோல், கடப்பாறை 1, கரவா 1, கத்திரிக்கோல் 1, சின்ன கத்தி 1, பெரிய கத்தி 1, மரமடக்கி 1, வளக்கொறடு 1, பல் மடக்கி 1, சொரண்டு உளி 1, சாமான் எழைக்கும் உளி 1, ஒடுக்கு தட்டும் சாமான் 1, அரம் 1, இவற்றோடு ரிவிட் ஆணி, பித்தளைப் பொடி, வெங்காரம் ஈயம், மெழுகு, நமச்சாரம் (சல்ஃபர்) ஆகியவற்றை மூட்டையில் எடுத்து வருவர்.

இத்தொழிலில் ஈயம் பூசும் பொருள்களின் அளவுக்குத் தக்கவாறு பணம் வாங்குவர். அண்டா பெரியது ரூபாய் 120-150 வரை, குவளை ரூ.200, பித்தளைக் குடம் ரூ.50-75 வரை, பித்தளை பெரிய சொம்பு ரூ.20-25, பித்தளை தாம்பாலத்தட்டு ரூ. 120. இதற்காக வாங்கப்படும் பொருள்களின் விலை வெள்ளீயம் 1 கிலோ, ரூ. 750, காரீயம் 1 கிலோ ரூ. 40, நமச்சாரம் 1 லிட்டர் ரூ. 75. குறைவான பாத்திரங்களுக்கு மட்டும் மேற்கூறிய பொருள்களைக் கொண்டு ஈயம் பூசமுடியும். எனவே, வருமானமும் அதிக அளவில் கிடைக்காது எனக் கூறுகின்றனர். இப்போது எவர்சில்வர் பிளாஸ்டிக் பாத்திரங்களின் வரவால் இந்தத் தொழிலும் சரிப்பட்டு வரவில்லை என்கின்றனர்.

பெண்களுக்கான வேலைப் பகிர்வு

பெரும்பாலும் எல்லா சாதிப்பிள்ளைகளும், இருமனைவியரைக் கொண்டுள்ளனர். ஒரு மனைவி வீட்டில் இருப்பதற்கும், ஒரு

மனைவி தொழிலுக்குச் செல்வதற்கும். சில சமயம் ஈயம் பூசும் தொழிலுக்குச் செல்லும்போது இரு மனைவியருடன் சென்றனர். இவர்கள் ஆண்களுக்குத் துணையாட்களாகவே இருக்கின்றனர். வசூலுக்குச் செல்லும் போது வசூலாகும் நெல் முதலான பொருள்களை எடுத்துக்கொண்டு வருவார்கள்.

துணைத் தொழிலான ஈயம் பூசும் தொழிலில் இவர்கள் பங்கு பின்வருமாறு அமைகிறது:

1. வீடுவீடாகச் சென்று பாத்திரங்களை வாங்கி வருவது. பாத்திரங்களை வாங்கச் செல்லும் போது ஈயம் பூசுவதற்கான கூலியை ஆண்கள் நிர்ணயித்திருப்பார்கள். அந்த விலைக்குப் பேசிப் பாத்திரங்களை வாங்கி வருவார்கள். அந்த விலைக்குப் பேசி வாங்கி வராமல் குறைவாகப் பேசி எடுத்துவந்தால் ஆணின் கோபத்துக்குள்ளாவர்.
2. வாங்கிவரும் பாத்திரங்களுக்கு ஈயம் பூசும் போது துருத்தி ஊதும் வேலை பெண்ணினுடையது.
3. ஈயம் பூசியபின் பொருள்களை உரியவர்களிடத்தில் ஒப்படைக்கும் போது பெரும்பாலும் பெண்களே ஒப்படைப்பார்கள். சில நேரங்களில் ஆண்கள் செய்வார்.

தங்குமிடங்களிலும் வசிப்பிடங்களிலும் பாடம் அடிக்கும் வேலையையும் பெண்கள் செய்கின்றனர். காய்ச்சல், குழந்தைகளுக்கு மாந்தம் முதலியவற்றுக்குப் பாடம் செய்கிறார்கள். பாடம் அடித்தல், 1. வேப்பிலை பாடம், 2. விபூதி பாடம் / முந்தானைப் பாடம் என இருவகைப்படுகிறது.

வேப்பிலை பாடம் பெரியவர்களுக்கும் சிறியவர்களுக்கும் அடிக்கப்படும். இது வெளியில் சென்றுவரும் பொழுது 'காத்து கருப்பு அண்டுச்சினா, காய்ச்சல் வந்துச்சினா ஒரு கொத்து வேப்பிலைய ஒடிச்சாந்து, ஆண்டவன மனசில வேண்டிக்கிட்டு, தாம்பாலத்துல விபூதி கொட்டி கற்பூரம் ஏத்திட்டு 108 தடவ ஏறுமுகமா மந்தரம் சொல்லிக்கிட்டே செய்யறது' என வேப்பிலை பாடத்துக்கு வரையறை கொடுக்கின்றனர்.

விபூதி பாடம் என்பது விபூதியைக் கொண்டு மந்திரிப்பது. முந்தானைப் பாடம் என்பது வேட்டியின் முனைப் பகுதிகளில் காசு கட்டி மந்திரிப்பது.

சாதிப்பிள்ளைகள் திருஷ்டிகழித்தல், பேயோட்டுதல் முதலியவற்றிலும் ஈடுபடுகிறார்கள். இதுபோன்ற வேலைகளில் ஈடுபடும் பெண்கள் 'பூ மாறனவங்க' அதாவது மாசம் குளிக்காமல் இருப்பவர்கள். இந்தத் தொழிலில் ஈடுபடுவதால் பெரிய வருவாய் என்பதெல்லாம் இல்லை என்று கூறுகின்றனர்.

குழந்தைகள் பெரும்பாலும் பள்ளிக்குச் செல்வது கிடையாது. தாங்கள் வளர்க்கும் ஆடு, மாடு, குதிரை இவைகளுக்குப் புல் கொண்டுவருவது, அவற்றை மேய்ப்பது முதலிய வேலைகளைச் செய்வார்கள். அவ்வப்போது துருத்தி ஊதுதல், தாயுடன் சென்று பாத்திரங்ளை வாங்கி வருதல் ஆகியவற்றைச் செய்து வருகிறார்கள்.

இவர்களுக்குச் சொத்து என்பது தாங்கள் பிரித்து வைத்துக் கொண்டுள்ள உரிமைக் கிராமங்களே ஆகும். வளமான ஊர்களைக் கொண்டவர்களுக்கு வருவாய் அதிகமாகவும் வறுமையான ஊர்களைக் கொண்டவர்களுக்கு வருவாய் குறைவாகவும் இருக்கும். வரும்படிக்குச் செல்லும் ஊர்களிலும், வசதியுடையவர்கள் மட்டுமே பொருள்களைக் கொடுப்பவர்களாக உள்ளனர். ஊரில் உள்ளவர்கள் இலவசமாக கொடுக்கின்ற ஆடைகளையே இவர்கள் உடுத்திக்கொள்வர். இப்போது சிலர் நிலம் சொந்தமாக வைத்துக் கொண்டு வேளாண்மை செய்யக் கூடியவர்களாகவும் உள்ளனர். குறைந்தளவு நிலங்களை உடையவர்கள் மற்றவர்களிடம் குத்தகைக்கு விட்டு ஊர்வசூலுக்குச் செல்பவர்களாக இருக்கின்றனர். மிகச் சிலர் மட்டும் கல்வி பெற்று அரசுப் பணிகளில் பணி புரிகின்றனர். பெரும்பாலானவர்கள் ஊர்ஊராகச் சென்று பிழைப்பை மேற்கொள்ளக் கூடியவர்களாகவே உள்ளனர். பெரும்பாலும் அறுவடைக் காலங்களில் இவர்களுக்கு வருவாய் கிடைக்கக் கூடியதாக உள்ளது.

இக்காலத்தில் ஏற்பட்டுள்ள வேளாண் சமூக தொழில்நுட்ப மாறுதல்களால் கிராமங்களில் இவர்களுக்கு அதிக வரவேற்பு இல்லை. எனவே இவர்களுக்குக் கிடைக்கவேண்டிய வருவாயும் கிடைப்பதில்லை. ஈயம் பூசும் தொழிலும் பித்தளை சாமான்களும் புழக்கத்திலிருந்து மாறிவிட்டதால், அவர்கள் தங்கியுள்ள ஊர்களில் என்னென்ன வேலைகளைச் செய்ய முடியுமோ அந்த வேலைகளைச் செய்கிறார்கள். பெண்களும் விவசாயக் கூலி வேலைகளுக்குச் செல்கிறார்கள்.

திருமணம்

சாதிப்பிள்ளைகளின் திருமணம் அகமண முறையாகும். பெரும் பாலும் பெற்றோர்கள் ஏற்பாடு செய்யும் மணமுறையே மிகுதி. ஓடிப்போய் திருமணம் செய்துகொள்வது என்பதும், பிற சாதியாரிடத்துத் திருமணம் செய்துகொள்வதென்பதும் விலக்காகக் கருதப்படுகிறது. அப்படி நடந்தால் அவர்கள் விலக்கிவைக்கப் படுவர் என்பதை 'அடுப்புல நெருப்பு எடுக்கக்கூடாது. ஒரு கெணத்துல தண்ணி எடுக்கக் கூடாது' என விலக்கி வைக்கிறார்கள்.

இவர்கள் பெண் எடுக்கின்ற முறைகளில் அத்தை மகள் மாமன் மகள் என இருவருள் அத்தை மகளை மணப்பதை முதல் விருப்ப மாகக் கொண்டுள்ளனர். திருமணத்திற்கு மணமகன்வீட்டாரே முதலில் பெண்வீட்டாரிடம் பெண் கேட்க வேண்டும். பெண் வீட்டார் சம்மதித்தவுடன் 'தொனை பந்தங்களுடன்' அதாவது உடன் பங்காளிகளுடன் (இவர்களை ஓடம் பங்காளிங்க ஒரு பாவாடையில் ஒக்கார்வறவங்க என்ற இரத்த உறவுமுறையைச் சுட்டுகின்றனர்) ஊர்ப் பெரியவர்களை அழைத்துக் கொண்டு ஒரு நல்ல நாளில் பரிசம் போடுவர். பரிசப் பணமாக முன்பு 3 வராகன் முதல் 20 வராகன் கொடுப்பார்கள்.

20 வராகனும் பின்வருமாறு பாகுபடுகிறது: பரியம் அன்று 1 வராகன், இது முலைப்பால் கூலியாகக் கருதப்படும். திருமணத் தன்று 4 வராகனும் பின்னர் மீதி 'வழி' என்று போய்வரக் கொடுப்பார்கள். அதோடு மாப்பிள்ளை வீட்டார் தாலியும் கூரைப் புடவையும் எடுத்து வைப்பார்கள். கூறைப்புடவை வெள்ளை, சிவப்பு நிறக் கோடு போட்டது. இது வசதிக்குத் தக்கவாறு ரூ. 100 முதல் 200 வரை இருக்கும். திருமணம் பெரும்பாலும் கோயில் களில் நடைபெறும்.

சாதிப்பிள்ளைகளின் திருமணம் இருதார மணமுறையாகும். ஒருதார மணமுறை என்பது அருகியே காணப்படுகிறது. இரு மனைவியரை மணந்துகொள்வது குறித்து இவர்களிடம் கேட்ட போது தொழிலுக்குப் போவும்போது நாங்க திரும்பிவர ஆறுமாசம் ஆவும். அது வரைக்கும் ஊட்ல இருக்கறதுக்கு ஒரு பொம்பளையும் எங்க கூடமாட ஒத்தாசைக்கு வேலை செய்ய ஒரு பொம்பளையும் வேணுன்னு நாங்க ரெண்டு பொண்டாட்டிய கட்டிக்குவோம். அதுவுமில்லாம ஒரு பொம்பள வீட்ல இருந்தாத்தான் ஒரு கல்யாணம் சாவுன்னா படயாச்சிங்க எங்கள வந்து தேடும்போது

நாங்க எங்க போயிருக்கம்னு சொல்ல முடியும்' எனக் கூறினர். இந்த இரு மனைவியருள் மூத்த மனைவியே குடும்ப நிர்வாகப் பொறுப்புக்கு உரியவர். இளைய மனைவியை வெளியில் செல்லும் போது அழைத்துச் செல்வர். இப்போது ஐயரை வைத்துத் திருமணச்சடங்கு செய்யும் முறையும் தொடங்கியுள்ளது.

அண்ணன் இறந்து போகும்போது அண்ணன் மனைவியைத் தம்பி திருமணம் செய்துகொள்வதுண்டு. இரு மனைவியரும் நெருங்கிய அதாவது சகோதரிகளாகவோ இவ்வுறவு அற்றவர் களாகவோ இருப்பார்கள். இரண்டாவது திருமணமுறை 'நடுவீட்டுக் கல்யாணம்' எனப்படுகிறது. நடுவீட்டுத் திருமணம் என்பது பெரியவர்கள் நாலுபேரை அழைத்து வீட்டிற்குள்ளேயே தாலி கட்டுவதாகும். தாலி அறுத்துவிட்ட விதவைப் பெண்ணுக்கு மறுதாலி கட்டும் முறையை 'அறதாலி கட்டுதல்' (அறுத்த பெண் மீண்டும் மணம் செய்துகொள்ளுதல்) எனப்படும்.

இவர்களிடையே பெரும்பாலும் மணமுறிவு என்பது இருக்காது எனக் கூறுகின்றனர். அதுவும் 'கொழந்த குட்டி பொறந்ததுக்கு அப்புறம் பெரும்பாலும் பிரிய மாட்டாங்க. அந்த மாதிரி நெலம வந்துச்சின்னா எங்க ஆளுங்க பிரிய உட மாட்டாங்க' எனக் கூறுகின்றனர்.

சீதனமாக (வரதட்சணையாக) ஊர்களைக் கொடுக்கும் பழக்கம் இவர்களிடம் காணப்படுகிறது. இக்காலத்தில் நகை, பணம் கொடுத்துத் திருமணம் நடப்பதாகக் கூறுகிறார்கள். இவர்கள் திருமணத்திற்காக தற்காலத்தில் சற்று வசதியானவர்கள் ரூ. 85,000 வரை செலவு செய்வதாகவும் வசதியற்றவர்கள் ரூ. 2,000க்குள் திருமணத்தை முடிப்பதாகவும் கூறுகிறார்கள்.

பஞ்சாயத்து

சாதிப்பிள்ளைகளின் பஞ்சாயத்து முறையில் குறைந்தது 10 பேர் இடம்பெறுவர். இதில் தலைவர் ஒருவரும் மற்றவர்கள் பொதுவான ஞாயத்தை எடுத்துரைப்பவர்களாகவும் இருக்கின்றனர்.

யார் தவறு செய்தார்களோ அவர் பஞ்சாயத்தை இந்த ஊரில் பஞ்சாயத்து வைத்துக்கொள்ளலாம் என்று கேட்பார். அப்போது பஞ்சாயத்துக்காரர்களை அவர் அந்த ஊருக்கு அழைத்துவர வேண்டும். அழைத்து வரும் செலவு முழுக்க பஞ்சாயத்து வேண்டும்

என்று கேட்டுக் கொண்டவருடையதாகும். பிறகு எதிராளி வேறொரு ஊரை நியமிப்பார். அதற்கு செலவு அவருடையதாகும்.

மேற்கூறிய பஞ்சாயத்தில சரிப்பட்டு வரவில்லை என்றால் ஊரில் உள்ள வன்னிய சாதியாரிடத்தில் முறையிடுவார்கள். அவர்கள் அழைத்துப் பேசுவார்கள். இதில் சில முடிவுக்கு வரும். இந்த இரு முறைகளாலும் தீர்க்க முடியாத சிக்கல்கள் சும்மாடு பஞ்சாயத்துமுறை பொங்கல் பஞ்சாயத்துமுறை என்று இரு முறைகளால் தீர்த்து வைக்கப்படும்.

சும்மாடு பஞ்சாயத்து

குற்றம் சாட்டுபவர் சும்மாடு (தலையில் குடம் முதலியன எடுத்துச் செல்வதற்காகத் துணியை வட்ட வடிவில் சுற்றி வைக்கப்படும் சுமைதாங்கி) கோலி தரையில் வைத்து அதன்மீது மோதிரமோ பணமோ வைத்துவிட்டு இவன் குற்றம் செய்துள்ளான் எனக் குற்றச்சாட்டை வைப்பர். பஞ்சாயத்துக்காரர்கள் முன்னிலையில் இது நிகழும். (இவ்வாறு வைத்துவிட்டால் எட்டு நாள்களானாலும் அது அப்படியே இருக்கும். பஞ்சாயத்துத் தீர்வுக்கு வந்தால்தான் அதை எடுப்பார்கள்.)

குற்றம் சாட்டப்பட்டவரும், குற்றம் சாட்டியவரும் ஒருவர் கையை ஒருவர் பிடித்துக்கொள்வர். இருவரும் பிடித்து கைகளைத் தட்டுவர். குற்றம் நிரூபிக்கப்படும்வரை இருவரிடமும் பணத்தை வாங்கிக்கொண்டு கடைக்குச் சென்று சாப்பிடுவார்கள். பிறகு வந்து முறிகொடுப்பார்கள். முறி என்பது வைக்கோலைக் கிள்ளிக் கொடுத்தல். பஞ்சாயத்துதாரர் இருவரிடமும் ரூ. 2000 பணம் வாங்கிக்கொள்வர். இப்படியே பணம் கரைவதால் குற்றம் செய்தவன் குற்றத்தை ஏற்றுக்கொள்ளுவான். ஏற்றுக்கொண்ட பிறகு முறியைக் கிள்ளிப்போட்டுவிட்டு சமாதானமாகிவிடுவர்.

பொங்கல் பஞ்சாயத்து

பொதுவான பஞ்சாயத்து முறையில் தீர்க்க முடியாத பிரச்சினை களைப் பொங்கல் வைத்து அதன் மூலமாகப் பிரச்சினைகளை முடிவுக்குக் கொண்டு வருகின்றனர் சாதிப்பிள்ளைகள்.

இம்முறையில் ஜாமின் ஆட்கள் இரு தரப்பினரும் வாதி, பிரதிவாதியிடம் இருந்து பணம் வசூல் பண்ணி பொங்கலிடுவதற்குத்

தேவையான பொருள்களைக் கோயிலுக்குக் கொண்டு வருகின்றனர். இரு தரப்பினரின் பொங்கலிடும் பொருள்களும் சம அளவில் இருக்கவேண்டும். அதனால் எருமூட்டை (ராட்டி), பானை, நீர், அரிசி ஆகியவற்றை சம அளவாக தராசு தட்டில் வைத்து இரு பங்கையும் ஜாமின் ஆட்கள் எடை போடுவார்கள். இரு அடுப்புகளையும் கோயிலுக்கு முன்பாகக் கூட்டி இறுதியாக நெருப்பை சம அளவு உள்ளதாக எடைபோட்டு இரு அடுப்பு களிலும் போடுவர். வழக்கைப் பொங்கலிட்டுத் தீர்த்துக்கொள்வது என முடிவெடுத்த வாதி, பிரதிவாதி அன்று விரதமிருந்து குளித்து விட்டு வரவேண்டும். அவர்கள் பொங்கல் பானையை வைக்கும் போது 'நான் செய்யவில்லை' என்று கூறிக்கொண்டே வைக்க வேண்டும். பொங்கல் பானையை வைத்த பிறகு அனைவரும் தொலைவில் சென்றுவிடவேண்டும்.

மேற்கூறிய செயல்களுக்குப் பின்னர் யாருடைய பானை முதலில் பொங்கி வருகிறது என்று பார்த்துக்கொண்டே இருப்பர். முதலில் பொங்கிவரும் பானைக்குரியவர் உடனடியாகச் சென்று எதிராளியின் பானையைத் தள்ளிவிடுவார். அதன் பிறகு பொங்காத பானைக் குரியவருக்கு அபராதம் விதிக்கப்படும். இருவரையும் சமாதானப் படுத்தி அனுப்புவர்.

பெண் பிரச்சினை, திருட்டு முதலான குற்றங்களுக்கு ரூபாய் பத்தாயிரம்வரை தண்டம் விதிக்கப்படுகிறது. கடன் வாங்கி ஏமாற்றினால் அதற்கு அபராதம் விதிக்கப்படும். அபராதத் தொகையைப் பஞ்சாயத்தில் உள்ளவர்கள் பிரித்துக் கொள்வார்கள்.

சமயம்

இவர்கள் காளி, வீரன், காமாட்சியம்மன் ஆகிய தெய்வங்களை வழிபடுகின்றனர். வீரன் குலதெய்வமாகும். ஆடி, தை மாதங்களில் இவர்கள் வீரனுக்குப் பொங்கலிட்டுப் படைக்கின்றனர். ஆடு, கோழி, பன்றி முதலியவற்றைத் தெய்வங்களுக்குப் பலியிட்டு வணங்குகின்றனர். இப்படையலுக்கு 'முப்பூசைப் படையல்' என்று பெயர். சாராயம், சுருட்டு, கொழுக்கட்டை, சர்க்கரைப் பொங்கல் இவர்களது படையல் பொருள்களாகும். இவர்களது குலதெய்வம் 'வீரன்' எனக்கூறுகின்றனர். வீரன் கோயில் தங்களது வசிப்பிடத்தை ஒட்டியே அமைகின்றது. பெரும்பாலும் கோயில் என்பது திறந்த வெளிக் கோயிலாக உள்ளது. இக்கோயில் படைக்கும் பொழுது

சாதிப்பிள்ளை ❋ 315

மட்டும் உருவாகின்றது. கடலூர் வட்டாரத்தில் தம்பிப்பேட்டை என்னும் கிராமத்தில் ஐந்து குடும்பத்தினர் வாழுகின்றனர். இங்குக் காளியும் வீரனும் இணைந்த கோயிலை இப்போது உருவாக்கி யுள்ளனர்.

சமூக மாற்றம்

சாதிப்பிள்ளைகளின் வாழ்விடம் என்பது நிலையானதாக இல்லை. வன்னியர்களின் வசிப்பிடங்களில் புறம்போக்கு நிலங்களில்தான் இவர்கள் மண்சுவரானலான வீடுகளைக் கட்டிக் கொண்டு வாழ்ந்து வருகிறார்கள். பெரும்பாலான சாதிப் பிள்ளைகள் ஒரு கிராமத் திலிருந்து இன்னொரு கிராமத்திற்கு இடம்பெயர்ந்து வாழ்பவர் களாக இருக்கின்றனர். இப்போது சிலர் சொந்த மனைப் பிரிவும் நிலமும் வைத்துக்கொண்டு நிலையாகத் தங்கும் வாழ்வியலைக் கொண்டுள்ளார்கள்.

இவர்களில் சிலர் தங்களைத் தனி இனம் என ஏற்றுக் கொள் வதில்லை. தாங்கள் வன்னியர்களின் பிரதிகள் என்பதை முழுமை யாக ஏற்றுக்கொள்கிறார்கள். தெலுங்கு மொழி பேசுபவராக இருந்தாலும் அப்பா அம்மா என்று உறவோடு அழைத்து வன்னிய சாதி மக்களின் பண்பாட்டு அடையாளங்களை முழுமையாக ஏற்றுக்கொண்டு வாழ்பவர்கள். தங்களை நாடோடிச் சமூகம் என அழைப்பதை இழிவானதாகவும் பல ஊர்களைத் தமக்குச் சொத்தாக கொண்டிருக்கும் இவர்கள் நாடோடி இனம் இல்லை எனத் தம் இழிவினைப் போக்கும் எண்ணம் உடையவர்களாகவும் உள்ளனர்.

பல நூற்றாண்டுகளாக கல்வியில் நாட்டமில்லாத சமூகத் தினராக சாதிப்பிள்ளைகள் இருந்து வருகின்றனர். இவர்களின் சாதிப் பெயர்கூட சாதிப்பட்டியலில் பதிவாகாமல் இருப்பது குறிப்பிடத் தக்கதாகும். இப்போது மிகவும் பிற்படுத்தப்பட்டோர் என்ற அங்கீகாரத்தோடு பள்ளியில் பயின்றுவருகின்றனர்.

பொருளாதார நிலையிலும் சமூக நிலையிலும் நாடோடி வாழ்க்கைத் தன்மையை இன்றும் இவர்களிடம் காணலாம். இச்சமூகத்தைச் சார்ந்த இளைஞர்கள் தொடக்கக்கல்வி படித்தவர் களாக உள்ளனர். இச்சமூகத்தைச் சார்ந்த ஒருவர் போலீஸ் (காவல் துறை) வேலைக்குத் தேர்வு செய்து அனுப்பும் நிலையில்

இவருடைய பெற்றோர் தனது ஒரே வாரிசு தங்கள் குடும்பத்தின் சொத்தையும் (உரிமைக் கிராமங்கள்) பாரம்பரியத் தொழிலையும் இழந்து விடாமலிருக்க கிடைத்த போலீஸ் வேலை வேண்டாமென மறுத்துள்ளனர். இப்போது இவர் பரம்பரைத் தொழிலைச் செய்து வருகிறார். எனினும் சமூக மாற்றத்திற்கு ஏற்ப இன்று இளைஞர்கள் நாடோடி வாழ்விலிருந்து விடுபட்டுப் புதிய தொழிலை ஏற்க விரும்புகின்றனர்.

உசாத்துணை

இரத்தின புகழேந்தி. 2001. *வன்னிய சாதிப்பிள்ளைகளின் வாய்மொழி வரலாறு. நாட்டுப் புறவியல் ஆய்வுக் கட்டுரைகள் என்னும் நூலிலுள்ள கட்டுரை).* சென்னை: அண்ணல் வெளியீடு.

காசிநாதன், நடன. 2001. *வன்னியர்.* சென்னை: தென்றல் நிலையம்.

சாமுண்டீஸ்வரி, இரா., 1989. *வன்னியர் வரலாறு,* சென்னை: ஆசிரியர் சொந்தமாக வெளியிட்டுள்ளார். (6/5 வாட்டர் டேங்க் காலனி, கோட்டூர்புரம், சென்னை - 600 085).

சிங்காரவேலு முதலியார். 1981. *அபிதான சிந்தாமணி.* புதுடில்லி: ஏஷியன் எஜுகேஷனல் சர்வீசஸ்.

14

லம்பாடி

தி. கோவிந்தன்

லம்பாடிகள் தமிழகத்தின் வடக்கு, வடகிழக்கு, வடமேற்குப் பகுதியில் வாழ்கின்றனர். முகமதியர் ஆட்சிக்காலத்தில் போரும் பஞ்சமும் ஏற்பட்டபோது ராஜஸ்தானிலிருந்து புலம்பெயர்ந்து தமிழகம் வந்த இவர்கள் இன்று சேலம், கிருஷ்ணகிரி, தர்மபுரி, திருவண்ணாமலை ஆகிய மாவட்டங்களில் மலையோரங்களில் அதிகமாக வாழ்ந்து வருகின்றனர். கடந்த காலத்தில் வணிக நாடோடிகளாகவும் ஆங்கிலேயர் காலத்தில் படைக்கலன்கள் ஏற்றிச் சென்ற நாடோடிகளாகவும் பிறகு உப்பு, பிற பொருள்கள் விற்கும் நாடோடிகளாகவும் இருந்த இவர்கள் இன்று ஓரிடம் தங்கி வாழ்பவராக உள்ளனர்.

தமிழகத்தில் தருமபுரி, வேலூர், ஈரோடு, சேலம் ஆகிய பகுதிகளில் மலைகளை ஒட்டிய பகுதியில் லம்பாடிகளின் குடியிருப்புகள் அமைந்துள்ளன என்றாலும், மக்கள் பரப்பில் பெரும்பாலான லம்பாடிகள் தருமபுரி மாவட்டதில் வாழ்பவர்களே. லம்பாடிகள் வாழும் தண்டாக்கள் (குடியிருப்புகள்) பல தருமபுரி மாவட்டத்திலேயே உள்ளன. இக்கட்டுரை தமிழக லம்பாடிகளை, குறிப்பாகத் தருமபுரி லம்பாடிகளைத் தரவுக்களமாகக் கொண்டது.

இன வரலாறு

பொது வழக்கில் லம்பாடிகள் என்று குறிப்பிட்டு அழைத்தாலும் லம்பாடிகள் தங்களைப் 'பஞ்ஜாரா' என்று அழைப்பதே சரியானது என்று கருதுகின்றனர். ஆய்வாளர் எச். எம். இல்யாத் தசகுமார சரிதத்தில் பஞ்ஜாரா என்னும் சொல் வழங்குவதைக் குறிப்பிட்டு

இச்சொல் வணிகர்களின் பொதுப் பெயராக உள்ள வாணிஜ்ய என்னும் சொல்லின் திரிபு என்றும் கி.மு. 4ஆம் நூற்றாண்டு முதல் கி.பி.12ஆம் நூற்றாண்டுவரை வணிகர்களைக் குறிக்க வழங்கிய தென்றும் கூறுகிறார்.

மும்பை அகழ்வாய்வு, தொல்பொருள் துறையினரிடமிருந்து பெறப்பட்ட 'லமணமார்க்கம்' என்னும் வரைபடம் லமணர் உலகெங்கும் வணிகம் செய்தமையைத் தெரிவிக்கிறது. இந்த வரைபடம் தாலமி போன்ற பயணிகளின் குறிப்புகள், புத்த ஜாதகக் கதைகள், சாதவாஹனர், குஷானர் கல்வெட்டுகள் ஆகியவற்றைக் கொண்டு அமைக்கப்பட்டது. வரலாற்றறிஞர் டி.டி.கோசாம்பி கி.மு. ஆறாம் நூற்றாண்டிற்கு முன்னர் பல வணிகக் குழுக்கள் இந்தியாவில் இருந்தன என்றும் புத்த மடாலயங்கள் செல்வாக்குப் பெற்றிருந்த போது இம்மடாலயங்கள் இந்த வணிகக் குழுக் களுக்கு உதவி செய்தன என்றும், புத்தமடங்களின் வீழ்ச்சிக்குப்பின் இந்த வணிகக் குழுக்கள் பஞ்ஜாரா, லமணா எனப் பிரிந்து தாழ்ந்தன என்றும் கருதுகிறார். எவ்வாறாயினும் லம்பாடிகள் வணிகர் என்பதிலும் உப்பு வணிகர் என்பதிலும் எவர்க்கும் கருத்து வேறுபாடு இல்லை.

பெயர்க் காரணம்

லம்பாடிகளைக் குறிக்க 27 பெயர்கள் வழக்கில் உள்ளன. அவற்றுள் 6 பெயர்கள் பஞ்ஜாரா என்ற சொல்லோடு தொடர்புடையன. 8 பெயர்கள் 'லமண' என்பதோடு தொடர்புடையன. குவேர், பலாடியா, ககாஷ்யா போன்ற 12 பெயர்கள் மாடு அல்லது வண்டி என்பதோடு தொடர்புடையவை. வளையல் என்னும் பொருள் தரும் காங்கி என்பது ஒன்று; வெண்மை எனப் பொருள்படும் பெயர். சேரர் என்பதொன்று, உப்பு வணிகர்களாக விளங்கிய வணிக இனத்தவர். தம் நாட்டைச் சேர்ந்த பகுதியில் கிடைத்த உப்பை மற்ற இடங்களுக்குச் சென்று விற்று அங்குக் கிடைக்கும் தானியத்தைப் பண்டமாற்றாகக் கொண்டு தம் நாட்டில் விற்றனர். இம்மக்கள் வணிகத்திற்கு மாடுகளையும் வண்டிகளையும் பயன்படுத்தினர். ஆகவே வண்டி, மாடு ஆகிய சொற்களைக் குறிக்கும் பெயர்கள் வழக்கிற்கு வந்தன. வணிகக் குழுவில் இருந்த பெண்கள் வளையலும் விற்றனர். வெண்மையான உப்பை விற்றதால் வெள்ளை என்னும் பொருள் தரும் பெயர் ஏற்பட்டது.

தோற்றத் தொன்மம்

லம்பாடிகள் தங்களைச் சுக்ரீவன் மரபினர் என்று கூறிக்கொள் கின்றனர். சுக்ரீவன் வழிவந்த மோலா, மோடா என்னும் சகோதரர் களில் மோலாவின் நேர் வம்சத்தினர் என்றும் கலப்பு வம்சத்தினர் என்றும் தத்துப்பிள்ளைகள் என்றும் கருதுவோர் உண்டு. ஆயினும், சுக்ரீவன் மரபினர் என்பதில் எந்தக் கருத்துவேறுபாடும் இல்லை. மேலும் மோபோ, மோடா, பூக்கியா, மூடு பூக்கியா இவர்கள் லம்பாடிகளின் முன்னோர் என்றும் கருதப்படுகிறார்கள். பூக்கி என்பது பாட்டனுக்குப் பாட்டனைக் குறிப்பதோர் வழக்குச் சொல்லாகிய பூட்டன், பூட்டி என்பதன் திரிபாதல் கூடும்.

மூட்டுப் பூக்கியாவைப் பற்றிய கதையொன்று உண்டு. தோல்வி யுற்றிருந்த லம்பாடிகளைக் காப்பாற்ற வயதான பெண்ணொருத்தி யின் கருவில் தோன்றி அவள் தலைவழியாக ஒரு குழந்தை பிறந்தது. அந்தக் குழந்தை எதிரிகளின் பந்து மட்டையை எடுக்க அது தங்கமாக மாறியது. பந்தை எடுக்க அது வெள்ளியாக மாறியது. குழந்தை அந்தப் பந்தை அடித்த அளவில் அது தூள்தூளாயிற்று. இந்தத் தெய்வக் குழந்தையைத் தாம்பாளத்தில் இட்டுக் கால்களில் நீரை வார்க்கக் குழந்தை மாயமாயிற்று என்பதே கதை. இதனால் பூக்கியா, மூடு பூக்கியா என்பவர்கள் லம்பாடி இனத்தவரின் மிக ஆதிக்காலத்தவர் என்றும் பேராற்றல் படைத்தவர் என்றும் அந்த மக்களால் போற்றப்படுபவர் என்றும் அறிகிறோம். மூட்டு பூக்கியா என்னும் தெய்வமும் லம்பாடிகளின் மூதாதை என்று தெளியலாம்.

சமூகப் பிரிவுகள்

லம்பாடிகளிடையே இருவகைப் பிரிவுகள் உள்ளன. தபிசரத் அல்லது தேசவத், காந்திலி, லவாடியா போன்றவர்கள் ஒருவகையினர். தோவத், கேதாவத் போன்றவர் மற்ற வகையினர். இவ்விரு வகையினரும் தம்முள் மணஉறவு உடையவர். தேசவத் மற்றொரு தேசவத்தோடு அல்லது கந்திலியோடு மணம் செய்து கொள்வ தில்லை. இதுபோலவே தோவத், கேதாவத் பிரிவினரும் தம்முள் மணம் செய்து கொள்வதில்லை. இவ்வாறு லம்பாடிகள் தங்கள் மண உறவைப் பாதுகாத்துக்கொள்கின்றனர்.

லம்பாடிகள், பஞ்சாரா, லமணா போன்ற பெயர்களால் அழைக்கப் படுகின்றனர். கோர், மதுரா, ஜோகி, மாக்ஸி என்பன லம்பாடிகளின் குழுக்களின் பெயர்கள். இந்தப் பிரிவு, மணம் செய்து கொள்வதற்குத்

பாரம்பரிய தோற்றத்துடன் லம்பாடிப் பெண்

தடையாக இருப்பதில்லை. ஒரு மதுரா மற்றொரு மதுராவுடனோ அல்லது கோர் ஜோகியுடனோ மணம் செய்துகொள்கின்றனர். இதனால் 'கோர்' முதலான பிரிவுகள் இடத்தின், தொழிலின்

அடிப்படையில் தோன்றியவை என்றும் தேசவத் முதலானவை உறவு அடிப்படையில் பாகுபடுத்தப்பட்டவை என்றும் தெளியலாம். லம்பாடிகள் மற்ற இனத்தவரொடு மணஉறவு கொள்வதில்லை. மணஉறவு கொண்டவர் இனத்தைவிட்டு விலக்கப் பெறுவர்.

தாயகம்

லம்பாடிகள் மொழியில் மராட்டி, குஜராத்தி, மார்வாரிச் சொற்கள் மிகுதியாக வழங்கப் பெறுகின்றன. ஆகவே இம்மொழி பேசும் பகுதிகளில் ஒன்றே லம்பாடிகளின் தாயகமாய் இருத்தல் வேண்டும் என்று ஆய்வாளர் கருதுவர். மேற்குக் கடற்கரைப் பகுதியில் உப்பு விளைநிலங்கள் இருந்தமை பற்றிக் கோசாம்பி அகழ்வாய்வுக் குறிப்பில் சுட்டிக்காட்டியுள்ளார். தமிழ் இலக்கியம் 'லம்பாடிகளை' கல் நாட்டவர் என்று சிறப்பித்துக் கூறுகிறது. மேற்குக் கடற்கரைப் பகுதியில் உப்பு விளைவிக்கப் பெற்ற கல்நாட்டுப் பகுதியே உப்புவணிகராகிய லம்பாடிகள் தாயகம் என்று தெளியலாம். இந்தக் கல்நாட்டுப் பகுதி குஜராத்தி, மராத்தி மொழி பேசும் பகுதி களுக்கு அருகில் இருந்திருத்தல் வேண்டும் என்று ஆய்வாளர்கள் கருதுகின்றனர்.

மொழி

லம்பாடிகள் பேச்சு மொழி 'கார்போலி' என்பது. இது இன்னும் எழுத்து வடிவம் பெறாமல் பேச்சு வழக்கில் மட்டும் உள்ள மொழி. இந்த மொழியை 'லிங்கோ' மொழி என்று மொழிநூலார் வகைப் படுத்துவர். இதனால் லம்பாடிகளை யேலிங் கோக்கள் என அழைக்கலாம் என்றும் மொழிநூலார் கருதுகின்றனர். கார்போலி என்பதில் உள்ள 'கார்' என்னும் சொல் 'வெண்மை', 'உப்பு' எனப் பொருள் தரும் கார்(gaur) என்பதன் திரிபாகவோ மாடு கன்றுகளைக் குறிக்கும் 'காவ்' (gav) என்பதன் திரிபாகவோ இருக்கமுடியும். வெண்மை, உப்பு, வெண்ணிறத்தாலாகிய கௌரி, கௌரி வழிபாட்டினர் என்பதனால் 'கார்' என்பது வெண்மை என்பதோடு மிகவும் நெருங்கிய உறவுடையதாக இருத்தலின், கார்போலி என வழங்கப்பட்டதாகக் கொள்ளலாம்.

தமிழக லம்பாடிகள்

தமிழகத்தின் சமதளப்பரப்பு நாடுகளில் தெற்குக்கடல் உப்பு

தண்ணீருக்கு அலையும் பெண்கள்

மிகுதியாக விற்கப்பட்டது. மேற்குக் கடற்கரைப் பகுதியிலிருந்து தமிழகம் வட எல்லை நீண்ட தொலைவில் இருப்பது. ஆகவே கீழ் நாட்டில் லம்பாடியர் உப்பு விற்க இயலவில்லை. மாறாகக் கருநாடாக, ஆந்திர எல்லையில் இருந்த மலை நிலப்பகுதிகளில் இவர்கள் உப்பு வியாபாரம் செய்திருந்தனர். இவ்வாறு கல்நாட்டில் உப்புவிற்ற வணிகர்கள், 'பெருங்கல் நாட்டு உமணர்' என்று புறநானூறு (புறம். *386: 10*) கூறுகிறது. உப்பு வணிகர் கூட்டமாகச் செல்லுவர்; வழியில் கற்களை வைத்துச் சமைப்பர்; உமட்டியர் வண்டி ஓட்டுவர். முடமான பகடுகளைப் பாதுகாவாது வழியில் விட்டுவிடுவர் என்று கூறும் சங்க இலக்கியம் உமணர் கூட்டம் ஊரெழுந்தது போலச் செல்வர் என்று குறிப்பிடுவதையும் கொண்டு உமணர் தமிழக எல்லையில் உப்பு வணிகம் செய்தவர் என்று தேறலாம். இந்தக் கல்நாட்டு உமணர் லமணர்களாகிய லம்பாடிகளே.

லமண் என்னும் சொல்லோடு கூவி விற்பவர் என்னும் பொருள் தரும் பாடி என்னும் சொல் சேர்ந்து லமணம் பாடியாயிற்று. இது லமணம் பாடன் - லம்பாடன்; லமணன் பாடி - லம்பாடி என்று மருவி வழங்கப்பட்டது. ஆண்பாற் பெயராகிய லம்பாடன் வழக்கு ஒழிய பெண்பாற் பெயர், நாளடைவில் லம்பாடி என்னும் பொதுப் பெயராயிற்று. லமன், லமனானி என்னும் வழக்கும் இருந்தது.

இதனால் லம்பாடிகள் உப்பு விற்ற வணிகக் குழுவினர் என்றும் சங்க காலம் முதலே இந்த வணிகக் குழுவினர்க்குத் தமிழக எல்லையில் வணிகத் தொடர்பு இருந்தது என்றும் முடிவு செய்யலாம்.

குடியிருப்பு

லம்பாடிகள் குடியிருப்பு 'தண்டா' என்று அழைக்கப்படுகிறது. இது 'தண்டலை' என்ற தமிழ்ச் சொல்லின் திரிபு வடிவமே. சீவக சிந்தாமணி வணிகத்தின் பொருட்டு வெளியூரிலிருந்து வருகின்றவர்கள், ஊரையடுத்த சோலைகளில் தங்கும் வழக்கத் தைத் தெரிவிக்கிறது. உப்பு வணிகர்களாகிய லம்பாடிகளும் இவ்வாறு ஊரின்புறத்தே உள்ள சோலைகளில் தங்கிப் பழக்கப் பட்டவர்கள். திப்பு சுல்தான் ஆட்சியின் கடைசிப் பகுதியிலும், ஆங்கிலேயர் ஆட்சியிலும் லம்பாடிகள் படிப்படியே தமது வணிகத் தொழிலை இழந்தனர். திப்புவின் ஆட்சியின் கடைசிப் பகுதியில் தொடர்போரினால் வணிகம் பாதிப்புற்றது. ஆங்கிலேயர், லம்பாடிகளை நம்பவில்லை. ஆங்கிலேய அரசும் இவர் களை நம்பவில்லை. ஆகவே இவர்கள் நகரங்களுக்கு வெகு தொலைவில் தங்களுக்கு அறிமுகமான பகுதியில் சென்று குடியேறினர். இவ்வாறு இருநூறு ஆண்டுகளுக்கு மேல் ஒதுங்கியே வாழ்ந்ததால் இவர்கள் தேக்கமுற்றனர்.

ஆடை அணிகலன்கள்

லம்பாடி ஆண்கள் தமிழர்களைப் போலவே சுற்றி வேட்டி உடுப்பர். அதனால் அவர்களைத் தனித்த உடையினால் இனங்காண முடியாது. ஆனால் லம்பாடிப் பெண்களின் 'பராவா' என்னும் பாவாடையும் ரவிக்கையும் இவர்களை இனங்காட்டி விடும். லம்பாடிப் பெண்கள் உள்பாவடை அணிவதில்லை. இவர்கள் உடுத்தும் 'பராவா' என்னும் பாவாடை பல நிறம் கொண்டது. என்றாலும் சிவப்பு நிறம் மிகுதியாக இருக்கும். இவர்கள் ரவிக்கை மார்புப் பகுதியை மட்டும் மறைக்கும்; முதுகை மறைக்காது. இரு விலாப்புறத்தில் உள்ள கயிற்றால் இழுத்து முதுகில் கட்டியிருப்பர். தந்தம், வெள்ளி, கடமான் கொம்புகளால் செய்யப்பட்ட டோப்பி, குக்ரி (காதணி), லால்லி, ஆச்வாஸ் (கழுத்தணி), விச்சுவா, சட்டிகி (காலணி), கஸ், கோலியா (கணுக்காலணி), நோக்கி, மோட்லா (முன்கையணி)

இன்று கூலிவேலை செய்யும் லம்பாடி ஆண்கள்

பலவகை வளையல் என 8-10 பவுண்டு உள்ள பலவகை அணி கலன்கள் அணிந்திருக்கும் லம்பாடி மகளிரைக் காணுதல் மிக எளிது.

இவர் தங்கள் ஆடைகளில் சோழிகள், பழைய காசுகள், கண்ணாடி முதலியவற்றைத் தைத்து உடுத்தியிருப்பர். இதனால் லம்பாடிகள் ஆடை தனித்தோற்றமுடையதாக இருக்கும். திருமணக் காலத்தில் 'பராவா' உடுத்துவதே வழக்கம். மிகுந்த கைவேலைப் பாடு காரணமாக இந்த ஆடை தயாரிப்பு குறைந்துவருகிறது. ஆகவே லம்பாடிகள் மற்ற நாட்டுப் பெண்களைப் போல உடை அணியத் தொடங்கியுள்ளனர். ஒரு பெண் தனக்குத் தேவையான உடுப்பை ஊசிகொண்டு தானே தயாரிப்பதால், தெய்வத்திடம் வேண்டும்போது எங்களுக்கு ஊசியும் நூலும் வேண்டாம்; சணல் மட்டும் கொண்டுவா என்று வேண்டுதல் செய்யும் அளவிற்குப் பராவா ஆடை தயாரிப்பது லம்பாடிப் பெண்களுக்குச் சிரமமானது.

தொழில்

லம்பாடிகள் தங்கள் உப்பு விற்கும் தொழிலை விட்டுவிட்டார்கள். தமிழக லம்பாடிகள் முற்றிலும் உழவுத் தொழிலைச் சார்ந்தவ ராயினர். தாங்கள் வாழும் வனப்பகுதியில் வனத் தொழிலாளராய்த் திரிபுற்றனர். உழவுத் தொழிலோ, வனத்துறைத் தொழில்களோ

கிடைக்காததால், கேரள மாநிலத்திற்கும் கருநாடக மாநிலத்திற்கும் மண்சுமப்பவராக, சாலைபோடுபவராக, கூலித் தொழிலாளியாக ஆண்கள் செல்கின்றனர். படிப்படியே பெண்களும் கூலித் தொழிலாளியாக மாறிவருகின்றனர்.

தமிழக லம்பாடிகளில் ஒருவர்கூடக் குறிப்பிடத்தக்க அளவில் பொருள் உற்பத்தியாளராகவோ பண்டமாற்றுச் செய்பவராகவோ இல்லை. முற்றிலும் படிப்பறிவு இல்லாதவரே பலர். விரல்விட்டு எண்ணக்கூடிய ஒருசிலர் அரசுப் பள்ளியில், அலுவலகத்தில் கடைநிலை ஊழியராய் உள்ளனர். மிகப் பெரிய வேலை என்றால் காவல்துறையில் உதவி ஆய்வாளராக, எழுத்தராக இருப்பவர்தாம். இப்பொழுது ஓரிருவர் பட்டப்படிப்பில் காலூன்றி உள்ளனர்.

லம்பாடி ஆண்களும் பெண்களும் வயலில் வேலை செய்வர். வலிமையான உடல்வாகு பெற்ற இவ்வின மக்கள், காவல் துறையில்கூட இடம்பெறவில்லை. ஆங்கிலேயர், லம்பாடிகளை எந்த அரசுத் துறையிலும் பணியில் அமர்த்தவில்லை. ஆங்கிலேயர் ஆட்சிக்காலத்தில் மிகுந்த தேக்கநிலை அடைந்த லம்பாடிகள் சுதந்திர இந்தியாவிலும் குறிப்பிடத்தக்க முன்னேற்றம் அடையவில்லை என்பது வேதனைதரும் செய்தியாகும். இன்று லம்பாடிகள் தோட்டங்களில் வேலை செய்யும் கூலிகளாகவும், வீடு கட்டும் தொழிலாளிகளாகவும் இன்னும் பிற மரபுசாரா தொழில்களிலும் ஈடுபட்டுப் பிழைத்து வருகின்றனர்.

உணவு

லம்பாடிகள் உணவு அரிசியும் கேழ்வரகும் ஆகும். அனைவரும் மாமிச உணவு உண்பவர்களே என்றாலும் எலி, எருமை, மாடு முதலியவற்றின் மாமிசத்தை உண்பதில்லை. காய்கறிகளில் ஏதும் விலக்கப்படுவதில்லை. ஒருகாலத்தில் கேழ்வரகு ரொட்டி இவர்கள் உணவில் பெரும்பங்கு வகித்தது. அனைவரும் மதுபானப் பிரியர்கள். எல்லா விழா நாள்களிலும் சாராயம் தண்ணீராக ஓடும். லம்பாடிகள் சிறுகுழந்தைகளுக்குக்கூடச் சாராயம் குடிக்கத் தரும் பாமரர்களிடத்தில் அண்மைக் காலமாகக் குழந்தைகளுக்கு மது ஊட்டும் பழக்கம் அற்றுப் போயிற்று.

சடங்குகள்

லம்பாடிகளின் குடும்பச் சடங்குகள் மகப்பேறு, திருமணம், சாவு

ஆகிய மூன்றுமாகும். பூப்பு, காது குத்தல், பெயரிடுதல் போன்ற பிற சடங்குகள் ஏதும் வழக்கில் இல்லை. மகப்பேறு பெரும்பாலும் மணமகள் வீட்டிலேயே நடைபெறும். மகப்பேற்றுக்கு முன் வளையல் அடுக்குதல் போன்ற எந்தச் சடங்கும் கிடையாது. எந்தச் சடங்கு நிமித்தமாகவும் கருவுற்ற பெண் தாய்வீடு செல்வ தில்லை. மகப்பேற்றுக்குச் சிலநாள்களுக்கு முன்னர் பெண் தாய் வீட்டிற்கு அழைத்து வரப்படுவாள். பெரும்பாலும் அவர்களே மகப்பேறு பார்த்துக்கொள்வர். மகப்பேறு நடந்த வீட்டில் 'வேகளப்பேர்' என்னும் ஒருவகைப் பாடலைப் பாடுவர். இந்தப் பாடல் 'துன்பமில்லை - துன்பமில்லை' என்று எடுத்துக்கூறும் பாடலாகும். இதனால் கருவுற்ற பெண் சுகமாகப் பிள்ளை பெற்றாள் என்று மற்றவர்க்குக் கூறுவதே இந்தப் பாடலின் கருத்தாம். இந்தப் பாடலைக் கேட்டுப் பிள்ளை பெற்றவள் துன்பமில்லாதிருப்பாள் என்பது இவர்கள் கருத்து.

மகப்பேறு கழிந்த மூன்றாம் நாள் பிள்ளை பெற்றவளை வீட்டுக்கு அழைக்கும் 'ஜலவா தோக்கர்' நடைபெறும். ஜலவா தோக்கர் என்பதற்குத் தண்ணீர் கொடுத்தல் என்பது பொருள். இவ்விழாவின் போது வீட்டில் சிறிய குழிபறித்து, கேழ்வரகு மாவு, சாணம், நெருப்பு ஆகியவற்றை வைத்து அருகில் மஞ்சள் தீற்றிய இரண்டு செம்பு நீரை வைப்பார்கள். மகப்பேறு பெற்றவள் அந்தச் செம்புகளை எடுத்துக்கொண்டு அரிசியைச் சிதறிக் கொண்டு வீட்டில் நுழைவாள். வேறு சடங்கு ஏதுமில்லை.

திருமணம்

மணமகன் வீட்டார், அடையாளப் பணமாக ரூ. 1/உம் வெற்றிலைப் பாக்கு, சர்க்கரையும் கொண்டு வந்து நிச்சயம் செய்வர். பிறகு மணமகள் வீட்டார் மணமகன் வீட்டிற்குச் செல்வர். அங்கு அவர்களுக்குக் கறியும் சோறும்கொண்டு விருந்திடுவர். இந்த விருந்து மும்முறை நிகழும். திருமணத்திற்கு முன் மணமகளை மணமகன் பார்க்க முடியாது. அவ்வாறு பார்க்க நேரிட்டால் மணப்பெண் தன் முகத்தைத் துணியால் மறைத்துக் கொள்வாள். திருமணத்திற்கு முகூர்த்தம் பார்ப்பதோ சடங்குகள் செய்வதோ அதற்கென புரோகிதர் முதலானோரைத் தேடுவதோ வழக்க மில்லை. இருசாரார்க்கும் வாய்ப்பான நாளில் திருமணம் நிச்சயம் செய்யப்படும்.

திருமணம் பெற்றோராலேயே நிச்சயிக்கப்படுகிறது. அத்தை மகன், மாமன் மகன் என்று எந்த உரிமையும் கொள்ளும் வழக்க மில்லை. ஒரே தண்டாவிலோ பக்கத்துத் தண்டாக்களிலிருந்தோ பெண் எடுப்பர். திருமணத்தில் மூன்று நிகழ்ச்சிகள் உள்ளன. ஒன்று நிச்சயதார்த்தம். இதனைப் 'பல்லோத்தியர் சகாய்' என்றழைப்பர். முன்னர் குழந்தைப் பருவத்தில்கூட நிச்சயதார்த்தம் நடந்தது. இப்பொழுது அவ்வாறில்லை. இரண்டாவது டாவ்லோ. இது மணமகள் தன் பிரிவின் வருத்தத்தைத் தெரிவித்துத் தனது தண்டாவிற்கு அனைத்து நலன்களையும் வழங்குமாறு வேண்டுவது. டாவ்லோப் பாடல் 'ஹியா, வதாவோ, மல்லாலா' என்ற மூன்று பகுப்புடையது. ஹியா மணமகள் துயரத்தை எடுத்துரைப்பது. வதாவோ பெற்றோர்களைப் பிரிந்து செல்வது பற்றிய புலம்பலும் தெய்வத்தை வேண்டுவதும் ஆகும். மூன்றாவதான மல்லாலா தான் நல்ல மனைவியாக இருப்பேன் என்று உறுதி எடுத்துக்கொள்ளும் பாங்கில் அமைவது. மணநாள் இரவு முழுவதும் மணமகளுக்கு மூத்த மகளிர் டாவ்லோ பயிற்றுவர். அடுத்தது தேஜு. மண முடிந்த பிறகு மணமக்களை எருதின் மேல் அழைத்துக்கொண்டு புறப்படுவார்கள். அப்பொழுது மணமகள் முதல் நாள் தான் கற்றுக்கொண்ட டாவ்லோவைப் பாடிக்கொண்டே சுற்றிச் சுற்றி வந்து ஆடுவாள். முதுபெரும் பெண்டிர்கள் அந்தக் குறிப்பிட்ட ஒருநாள் இரவில் அவளுக்கு எவ்வளவு கற்பித்திருக்கின்றனர் என்பது வியப்பூட்டும் செய்தியாகும்.

திருமணம் மணமகள் வீட்டில் நடைபெறும். மணமகன் வீட்டார் மணமகளின் தண்டாவின் எல்லையில் வந்து தங்கியிருப்பர். மணமகன் வீட்டிலிருந்து இருவர் சென்று மணமகளின் தண்டாவில் தலைவனுக்குத் (நாயக்கிற்கு) தாம் வந்த செய்தியைக் கூறுவர். இதற்கு 'ஜோடிபோதல்' என்று பெயர். நாயக் வீட்டிலிருந்து மணமகன் வீட்டார்க்கு உணவு கொண்டுவந்து தரப்படும். பின்னர்த் திருமணம் நிகழும்.

ஏழு சட்டிகளை ஒன்றன்மேல் ஒன்றாக நாற்புறமும் வைத்து எருக்கஞ்செடிகள் நட்டு எல்லைக் கோலி மணவறை அமைப்பர். சுரைக்காய், இரும்பு, பவளம் இவற்றைத் தக்ளியால் செய்த நூலால் கட்டி ஐந்து கங்கணம் தயாரிப்பர். இரண்டு உலக்கைகளை நட்டு இரு கங்கணத்தை அதில் கட்டுவர். மணமகனுக்கு ஒரு கங்கணம் மணமகளுக்கு ஒரு கங்கணம். மீதமொன்றை மணமகன்

நகரச் சூழலில் நவீன லம்பாடிப் பெண்

பையில் போட்டுவிடுவர். திருமணம் முடிந்து செல்லும் போது மணமகள் தண்டாவின் எல்லையில் மணமகன் பையில் போடப் பட்ட கங்கணத்தை அவிழ்த்து எறிந்துவிட்டுச் செல்வாள்.

திருமணம் இரவில் நடைபெறும். தாலிகட்டும் பழக்கமில்லை. மணமக்களைத் தனித்தனியே நீராட்டுவர். மணமகளின் உடன் பிறந்தவர் மாப்பிள்ளைக்கு மஞ்சள்பொட்டு வைத்துக் கங்கணம் கட்டுவர். மணமகள் உடையில் மஞ்சளால் ஸ்வஸ்திக் அடையாளம் இடுவர். தண்டாவில் உள்ள முதுபெரும் பெண்டிர் மணமகளுக்கு மஞ்சள்பூசி, மருதோன்றி இட்டுக் கங்கணம் கட்டுவர். இந்தச் சடங்கு முடிந்ததும் விருந்தினர் அனைவர்க்கும் 'கோட்டாப்பானம்' வழங்குவர். இந்தப் பானம், சுக்கு, பனைவெல்லம், கசகசாவில் தயாரிக்கப்படுகிறது.

இரவு முழுவதும் மணமகளுக்கு டாவ்லோ பயிற்றப்படும். மறுநாள் விருந்துக்குப் பின் மணமகன் மணமகளை அழைத்துக் கொண்டு தன் தண்டாவிற்குத் திரும்புவான்.

திருவிழா

லம்பாடிகளின் மிகப்பெரிய சமுதாயத் திருவிழா தீபாவளி மட்டுமே. வெளியூர் சென்றவர்கள் எல்லாம் திரும்பிவந்து

புத்தாடை அணிந்து தீபாவளி கொண்டாடுகின்றனர். தீபாவளிக்கு முதல் நாள் மூட்டு பூச்சியாவிற்குப் படையல் நடைபெறும். தீபாளியன்று பொங்கல் சமைத்து 'முன்னோரை' அழைத்து வழிபாடு செய்து நெருப்பில் பொங்கலைப் போட்டு வழிபடுவர். பொங்கலைத் தீயிலிடும்முன் வந்து கூடியுள்ள உற்றார் உறவினர் களிடம் பொங்கலைப் படைக்கலாமா? என வீட்டுத் தலைவன் கேட்பான். அவர்கள் 'படைப்பாயாக' என்று பதில் கூறுவர். படையல் முடிந்தவுடன் வீட்டுத் தலைவனுக்கு எல்லோரும் பொங்கல் ஊட்டுவர்.

பொங்கல் படைக்கலாமா எனக் கேட்கும் போது வீட்டுத் தலைவர் எல்லோரையும் முறையிட்டு அழைப்பது வழக்கம். 'தாத்தா, தாதி, பாடி, யாடி, தவாளி தவாளி தப்கார் தூக' என்று கேட்பர். இது தாத்தா, தாத்தி, பாட்டி தீபாவளி உபகாரம் தரட்டுமா என்னும் பொருளது. அவர்கள் தப்கார் தா (உபகாரத்தைத் தா) என்று கூறுவர். சித்திரை மாதம் தாங்கிடி வாலோ (புலியால் அடிபட்டு இறந்தவர்) படையல், ஆடிமாதம் மூடு பூக்கியா (முன்னோடி) படையல் நடைபெறுவதுண்டு.

வழிபாடு

லம்பாடிகள் சக்தி வழிபாட்டினர். இவர்கள் குடும்பத் தெய்வமாக விளங்குவது 'சாத்தி' என்னும் பெண்தெய்வம். ஒவ்வொரு குடும்பமும் பரம்பரை பரம்பரையாக இத்தெய்வத்தைக் கொண்டாடுகிறது. ஒரு குடும்பத்தில் உள்ள 'சாத்தி' அந்தக் குடும்பத்தின் மூத்தமகனுக்கே உரியது. கிட்டம்பட்டி தண்டாவில், கட்டுரையாளர் நேரில் பார்த்த 'சாத்தி' அமர்ந்த நிலையில் இருந்த வெள்ளிப் படிமம். குடும்பச்சாத்திக்குப் பொங்கல் படைப்பர். ஆடு கோழி ஏதும் பலியிடப்படுவதில்லை. சாத்தி பூஜை செய்ய நிறைந்த செலவு ஆகுமாதலால், அபூர்வமாகவே வீடுகளில் சாத்திபூஜை நடைபெறும். சாதாரண நாள்களில் குளித்துத் தூய்மையாக வழிபாடு செய்வர். வழிபடும் நேரம் தவிர மற்ற நேரங்களில் ஒரு பெட்டியில் வைத்துக் கட்டி வீட்டில் கூரையில் கட்டித் தொங்க விட்டிருப்பர்.

லம்பாடிகள் கொண்டாடும் சாத்திகளில் கங்காளி, சாத்திய பவானி, தொளஜா மத்ராள், கோனா (ஹுணா?) சாத்தி, ரம்யா சாத்தி, கேசி சக்தி ஆகிய ஏழும் பிரதானமானவை. மாரி அம்மனும் இவர்களால் வழிபடப் பெறுகிறாள். குளத்தூர்த் தண்டாவில்

திருட்டு மாரியம்மனைக் கொண்டாடுகின்றனர். பிடாரி அம்மனும் லம்பாடிகள் வழிபடும் சக்தியாக இருக்கிறாள். கங்காளி(காளி), மத்ராள் (பத்ரகாளி), வாக்ஜாய் - வாக் வஜ்ரா (சரஸ்வதி) இவர் களையும் வணங்குகின்றனர். வாக்ஜாய் என்னும் பெண்தெய்வத் திற்குப் பொங்கல் மட்டுமே படைப்பர். லம்பாடிகள் தம் முதல் முன்னோனாகிய மூட்டுப் பூக்கியாவை ஊர் எல்லையில் வழிபடுகின்றனர். இந்தத் தெய்வம் பழங்காலக் கற்கருவி போலத் தோன்றுகிறதேயன்றி வேறு உருவமேதும் இல்லை. ஊர் எல்லையில் மூட்டுப்பூக்கியா, பொடு முனியப்பன், மத்ராள் உள்ளனர். சமணக் லம்பாடிகளின் மற்றொரு தெய்வம். ஆடி மாதம் இந்தத் தெய்வங்களுக்கு ஆடு பலிகொடுப்பர். மூட்டுப் பூக்கியா விற்கு இரண்டும் மத்ராள், மாரியம்மன், பிடாரி அம்மன், சமணக், முனியப்பன் ஆகியோருக்கு ஐந்து ஆடுகள் பலியிடப் பெறும். மொத்தம் ஏழு ஆடுகள் பலியிடப்படும். சமணக்கைத் தவிர மற்ற தெய்வங்களுக்கு ஊர் எல்லையிலும் சமணக்கிற்கு ஊர் நடுவே நாயக் வீட்டின் முன்னும் பலியிடப்படுகிறது.

தீபாவளிக்கு முதல்நாள் மூட்டுப்பூக்கியாப் படையலின் போது பலியிடப்படும் ஆட்டு மாமிசத்தைப் பச்சையாகவே பங்கிட்டு உண்ணும் பழக்கம் காணப்படுகிறது. புலியால் தாக்கப்பட்டு இறந்தவர்களுக்குக் காட்டில் பலி பூசை நடைபெறும். இவ்வாறு இறந்தவர்களைத் 'தாங்கடிவாலோ' எனக் குறிப்பிடுகின்றனர். ஏதாவது ஒரு செவ்வாய்க்கிழமை பொங்கல் சமைத்து காட்டில் போய்த் தாங்கடிவாலோவிற்குப் படையல் செய்கின்றனர். அண்மைக்காலமாக லம்பாடிகள் தாங்கள் வாழும் பகுதியில் கொண்டாடப்படும் பெரிய பண்டிகைகளையும் கொண்டாடு கிறார்கள். ஹோலி, பொங்கல் போன்ற பண்டிகைகளைக் கொண்டாடும் போக்குக் காணப்படுகிறது.

லம்பாடிகள் தங்களை இந்துக்கள் என்றே கூறிக்கொள்கின்றனர். ஆனால், இவர்களிடம் எந்தப் பெரிய இந்து சமய வழிபாட்டுக் கூறுகளையும் காணமுடியவில்லை. வடநாட்டவரைப் போல், வணக்கம் கூறலாம் என்னும் சொல்லைப் பயன்படுத்துகின்றனர். 'சாக்தம்' செல்வாக்குப் பெற்றிருந்த காலத்தில் அதனைப் பின்பற்றிய மக்கள், இந்தியாவில் 'சாக்தம்' செல்வாக்கு இழந்து சைவ வைணவத்துடன் ஒன்றிய போதிலும் சாக்த வழிபாட்டு நிலையிலேயே லம்பாடிகள் இருப்பதாகக் கொள்ளலாம்.

லம்பாடிகளை இஸ்லாமிய, கிறிஸ்துவ சமயத்தவராக்கும் முயற்சிகள் ஏதும் வெற்றி பெறவில்லை. நூறு இருநூறு ஆண்டு களுக்குப் பின்னரும் இன்று மதமாற்றம் பெற்றுள்ள லம்பாடி களை விரல்விட்டு எண்ணிவிடலாம்.

பஞ்சாயத்து

ஒவ்வொரு தண்டாவும் ஒரு தலைவன் ஆளுகைக்கு உட்பட்டது. 'ராமநாயக்கன் தண்டா' எனத் தலைவன் பெயரால் சில தண்டாக்கள் உள்ளன. நாயக் சர்வாதிகாரம் பெற்ற தலைவனாக விளங்கினான். நாயக், கார்பாரி, டாவோ, கொத்துக்காரர், முப்பாட்டனார் என்ற ஐம்பெருங் குழுவே தண்டாவை ஆட்சி செய்தது. டாவோவும் நாயக்கும் பங்காளிகள் நாயக் போன்ற பதவி வழிவழியாக மூத்த மகனுக்கு உரியதாக வருவது. ஐம்பெருங்குழு குற்றங்களை விசாரித்து தண்டனை வழங்கும் அதிகாரமுடையது. கொலைத் தண்டனை, உறுப்புகளை அறுத்தல் போன்ற கடுமையான தண்டனைகள் வழங்கப்படுவதில்லை. 'தண்டா'வின் ஊர்ச்சபை அந்நியர் எவரையும் விசாரிப்பதில்லை. இரண்டு தண்டாக்களுக்கு மிடையேஉள்ளசச்சரவுகளை இரண்டு சபையும் சேர்ந்து விசாரிக்கும். பஞ்சாயத்து தடோ அல்லது மூட்டுப்பூக்கியா கோயிலில் நடைபெறும். கசையடி, அபராதம் போன்ற தண்டனைகள் வழங்கப் பட்டன.

குற்றம்சாட்டுபவன் ஊர்ச்சபையைக் கூட்டுமாறு வேண்டுவான். ஊர்ச்சபை கூடி குற்றத்தை விசாரித்து குற்றவாளிக்குத் தண்டனை வழங்கும். அவ்வாறு வழக்கு முடியும் வரை ஊர்ச் சபைக்கு உணவு முதலியன வழங்குவது குற்றவாளியின் பொறுப்பாகும். குற்றம் சாட்டியவன் குற்றத்தை நிரூபிக்க வேண்டும் என்பது போலன்றி குற்றம்சாட்டப் பட்டவன்தான் குற்றமற்றவன் என்று நிரூபிக்கும் படியாகச் சபை நடவடிக்கைகள் இருக்கும். ஊர்மக்களும் பஞ்சாயத்தின் போது உடனிருப்பர். பெரும்பாலும் சில்லறைத் திருட்டு, கடன் வாங்கியது தொடர்பாகவே வழக்குகள் இருக்கும். ஆதலின் உண்மையை ஊர்ச்சபை அறிவதில் அதிகம் சிக்கல் இருப்பதில்லை.

ஊர்ச்சபையே விவாகரத்து கொடுக்கும் அதிகாரமும் உடையது. ஒரு பெண் விவாகரத்துக் கோரிப் பெறமுடியும். விவாகரத்துப் பெற்றவள் தண்டாவில் உள்ள வேறு ஒரு ஆடவனோடு வாழ

முடியும். ஆனால் மறுமணம் செய்துகொள்ள முடியாது. எந்த அந்நியப் பெண்ணும் தண்டாவில் வந்து தங்கவும் அனுமதிப்பதில்லை.

சாவுச் சடங்கு

லம்பாடிகள் பிணத்தை எரித்துவிடுவார்கள். பச்சை மூங்கில் பாடைசெய்து அதில் ஒரு காசைக் கட்டி விடுவர். பிணத்திற்குப் பெண்ணாயின் செவ்வாடையும் ஆணாயின் வெள்ளாடையும் போர்த்துகின்றனர். ஊர் எல்லையில் பாடைமாற்றி, பாடையில் கட்டிய காசை அறுத்து எறிந்துவிடுவர். பிணத்தை எரிக்கும் போது ஒரு கோழிக் குஞ்சையும் கழுத்தைத் திருகி எரியும் பிணத்தில் இடுகின்றனர். மறுநாள் சுடுகாட்டுக்குப் போய் பச்சரிசி மாவால் ரொட்டிசெய்து காக்கைக்குப் போடுவர். திரும்பிவந்து அனைவருக்கும் 'கடா' வெட்டி விருந்து படைப்பர். இவ்வாறு இரண்டு நாள்களில் சாவுச்சடங்கு முடிந்துவிடுகிறது. மூத்தவனே கொள்ளி வைக்கின்றான். பெண்கள் சுடுகாட்டுக்குப் போவதில்லை.

வாழ்க்கைத் தத்துவம்

இவர்களின் வாழ்க்கைத் தத்துவம் வருமாறு:

ரூராவாரிக்கோ
ரோயே மூதாயே
மூயேன் மட்டி
ஜீவிதேன் பட்டி

'அழுவோரே கேளுங்கள்; அழுகையை நிறுத்துங்கள்; மரித்தவன் மண்ணோடு; வாழ்பவன் ரொட்டியோடு' என்று கூறித் தங்களைச் சமாதானம் செய்துகொள்ளத் தெரிந்தவர் லம்பாடிகள்.

லம்பாடிகளும் அரசும்

தமிழக லம்பாடிகள் பிற்படுத்தப்பட்டவர் என்று அரசு கூறுகிறது. இவர்களை அட்டவணைச் சாதியராக்க மேற்கொண்ட முயற்சிகள் ஏதும் பலனளிக்கவில்லை. மிகக் குறைந்த எண்ணிக்கை கொண்ட ஏழை மக்களை யார் சீண்டுவார்கள். எந்தத் தொண்டு நிறுவனமும் தமிழக லம்பாடிகளைத் தத்தெடுக்கவுமில்லை; தடங்காட்டவுமில்லை.

லம்பாடிகளில் தாடிஸ், தம்புரு என்று சொல்லப்படுபவர்கள் இஸ்லாமியர்களைப் போல ஹலால் செய்து உண்கின்றனர். தாடிஸ் தம்புரா வாசிப்பவர்கள். கல்யாணத் தரகராகவும் விளங்கினர். இவர்களில் சிலர் முஸ்லிம்களால் அடிமையாக்கப்பட்டனர். அதனால் அவர்களுக்கு ஹலால் செய்து உண்ணும் பழக்கம் ஏற்பட்டது. இவர்களோடு லம்பாடிகளுக்கு மணஉறவு ஏதுமில்லை. மூன்று தலைமுறைக்குப் பின்னர் தாடிஸ்களோடு மணவுறவு ஏற்பட்டது என்று ஒருசாரார் கருதுகின்றனர்.

லம்பாடிகளில் தொம்பக்கூத்து ஆடும் பழக்கமுடையவர் சிலர் இருந்தனர். அவர்கள் இஸ்லாமியக் கலாச்சாரத்தைத் தழுவினர் என்பர். ஆனால், இன்றைய லம்பாடிகள் யாரும் இஸ்லாமியக் கலாச்சாரத்தில் வாழ்பவர் என்று கூறமுடியவில்லை.

வளர்ச்சிப் போக்கில் தேக்கமுற்ற ஒரு சமூகம் தனது தேக்க நிலையை உதறிவிட்டு சமுதாய நீரோட்டத்தில் வந்து சேரா விட்டால் இவர்கள் வாழ்வு எத்தகைய அவலமுறும் என்பதற்குத் தமிழக லம்பாடிகள் நல்ல சான்றாகும். ஆனாலும் காலகதியில் தேங்கிப்போன இவர்கள் இப்போது மாற்றத்தை ஏற்றுக்கொள்ள முன்வருகின்றனர்.

உசாத்துணை

கோவிந்தன், தி. 1995. *தருமபுரி மாவட்டப் பழங்குடிகள்: மலையாளிகள், லம்பாடிகள், போயர்கள். தருமபுரி: ஸ்ரீ விவேகானந்தர் அறக்கட்டளை.*

சற்குணவதி, மு. 1995. *மண்ணில் வாழும் மலை மக்கள். அரக்கோணம்: தமிழ்க்கடல் பதிப்பகம் (கிடைக்குமிடம் : ஐந்திணைப் பதிப்பகம், சென்னை).*

Buchanan, Francis. 1988(1807). *A Journey from Madras through the Countries of Mysore, Canara and Malabar.* New Delhi: Asian Educational Services.

Thurston, Edgar & K. Rangachari. 1909. *Castes and Tribes of Southern India.* Madras: Government Press.

15

பண்டாரம்

இரத்தின. புகழேந்தி

பழங்காலத்தில் ஊர்ஊராகச் சென்று பல்வேறு வகையான தொழில்களைச் செய்து வந்த பண்டாரங்கள் இன்று வெகுவாகத் தங்கள் நாடோடி வாழ்வைக் குறைத்துக்கொண்டுள்ளனர்.

சமூகத்தின் பெயர்

பண்டாரம் என மற்ற சமூகத்தவர்களால் அழைக்கப்படும் இவர்கள் தங்களை வள்ளுவர் என்றும் வள்ளுவ நயினார் என்றும் கூறிக் கொள்கின்றனர். திருவள்ளுவர் வழி வந்தவர்களாகவும் குறிப்பிடு கின்றனர். தொழில்களடிப்படையில் இவர்களுக்கு வேறு பெயர் களும் உண்டு. சங்கூதி, ஜோசியன், அய்யர், பற அய்யர், வள்ளுவன் என வெவ்வேறு பெயர்களால் இவர்கள் குறிப்பிடப்படுகின்றனர்.

தரவுக்களம்

பண்டாரம் சாதியார் தமிழகத்தின் அனைத்து மாவட்டங்களிலும் வாழ்வதாகக் குறிப்பிடப்படுகின்றனர். சேலம், ஈரோடு, ஆத்தூர், பெத்தநாயக்கன்பாளையம், திருவண்ணாமலை போன்ற பகுதி களில் மிகுதியாகக் காணப்படுவதாகவும், அங்குள்ள வள்ளுவர்கள் சங்கம் அமைத்துச் செயல்படுவதாகவும் வாய்மொழி வழி அறிய முடிகிறது.

இக்கட்டுரைக்கான தரவுகள் கடலூர் மாவட்டம், விருத்தாச்சலம் வட்டம், கார்குடல், ஆதனூர், பூதாமூர், மருங்கூர், கீரனூர் ஆகிய பகுதிகளிலுள்ள வள்ளுவர் சமூகத்தவர்களிடையே கள ஆய்வு மேற்கொண்டு பெறப்பட்டவையாகும்.

தோற்றத் தொன்மம்

சமூகத்தின் தோற்றம் குறித்தத் தொன்மம் ஏதும் கள ஆய்வில் பெற இயலவில்லை என்றாலும், சங்கு ஊதுவதற்கான காரணம் ஒரு தொன்மம் மூலம் விளக்கப்படுகிறது. சங்கு ஊதுவதைச் 'சங்கநாதம்' என்று குறிப்பிடுகின்றனர். சங்கு மகாவிஷ்ணுவின் ஆயுதமாகும். முற்காலத்தில் பெரும் யுத்தம் ஒன்றில் இரத்த வெள்ளம் பெருக் கெடுத்தோட நாடே பீடை பிடித்திருந்ததாகவும் அதைக் கண்ட மகாவிஷ்ணு சங்கநாதம் முழக்க இந்த இரத்த மெல்லாம் தண்ணீராய் மாறி பீடை நீங்கியதாம். யுத்தம் நடந்தது மார்கழி மாதம். அதனால் தான் ஒவ்வொரு மார்கழி மாதமும் சங்கநாதம் எழுப்பிப் பீடையை நீக்கும் பணியைப் பண்டாரச் சமூகத்தவர் செய்து வருகின்றனராம்.

புலப்பெயர்வு

விருதாச்சலம் வட்டம் பூதாமூர் பகுதியில் உள்ள பண்டாரங்கள் சேலம் பகுதியிலிருந்து நான்கைந்து தலைமுறைகளுக்கு முன்பே இப்பகுதிக்கு வந்து குடியேறியதாகக் குறிப்பிடுகின்றனர். புலப் பெயர்வுக்கான காரணம் கண்டறிய இயலவில்லை.

சமூக அடையாளம்

இவர்களின் தாய்மொழி தமிழ். மற்றவர்களிடமும் தமிழே பேசுகின்றனர். ஆனால் இவர்களுக்குள் பேசும்போது பிற சமூக மக்களைக் குறிப்பிட குழுக்குறியைப் பயன்படுத்துகின்றனர். பிற சமூகத்தவரை பொக்கன், வாஞ்சி, மேங்காஞ்சி, நாவிந்தன் எனக் குறிப்பிடுகின்றனர். இவை முறையே பறையர், வன்னியர், பிற உயர்சாதியினர், சக்கிலியர் ஆகிய இனங்களைக் குறிப்பனவாகும்.

இவர்களின் உடையமைப்பு காலத்திற்கேற்ப மாற்றம் பெற்று வந்துள்ளது. முன்பு வேட்டி, துண்டு மட்டும் அணிந்திருந்த இவர்கள் இப்போது வேட்டி, சட்டை, துண்டு அணிகின்றனர். ஜோசியம் பார்ப்பவர்களெனில் வெள்ளை வேட்டி, வெள்ளைச் சட்டை அணிந்து நெற்றி நிறைய திருநீறு அணிவர். நெற்றி நிறைய திருநீறும் உடலில் பட்டையும் பூசுவது பண்டாரங்களின் தனித்த அடையாள மாகக் கூறலாம். இதுபோல் பட்டை பூசும் பிறரை, 'என்ன பண்டாரம் மாதிரி பட்ட போட்டிருக்கிறாய்' எனக் கேலி செய்வது வழக்கம். அரசியல் அமைப்புச் சட்டத்தின்வழி இச்சமூகம் பிற்படுத்தப்பட்ட சாதி என்றே அடையாளப்படுத்தப்படுகிறது.

இவர்கள் பறையர் என்பதை விடவும் வள்ளுவர் எனக் கூறிக் கொள்ளவே விரும்புகின்றனர். பறையர்களைவிட உயர்வானவர் களாகவே தங்களைக் கருதுகின்றனர். 'வெறும் பறங்கிறத வள்ளுவப் பறன்னு' என்னும் வழக்காறு இவர்களைப் பற்றிக் குறிப்பிடுகிறது.

சமூகப் பிரிவுகள்

வள்ளுவர் சமூகத்தில் ஒன்பது குலப்பிரிவுகள் உள்ளன. அவை யாவன: 1. திருமூலத் தேவர், 2. அம்பலத்தாடியார், 3. வள்ளிக்கநாதர் 4. ஆழ்வார், 5. தாதர், 6. தப்பு கொட்டி, 7. பூக்கட்டி, 8. பண்டாரம், 9. ஆண்டிப் பண்டாரம்.

இவற்றுள் அம்பலத்தாடியார் பிரிவினுள் மூன்று உட்பிரிவுகள் காணப்படுகின்றன. அவை: 1. கோர அம்பலத்தாடியார், 2. மச அம்பலத்தாடியார், 3. மோகூர் அம்பலத்தாடியார் என்பனவாகும். முன்பகுதியில் கண்ட ஒன்பது பிரிவுகளுள் திருமூலத் தேவர், அம்பலத்தாடியார், வள்ளிக்க நாதர் ஆகிய மூன்று பிரிவினர் உயர்வானவர்களாகக் கருதப்படுகின்றனர். இவர்களுள் அம்பலத் தாடியார், வள்ளிக்கநாதர் பிரிவினருக்கு மாமன்முறை உடை யவர்கள். எனவே பெண் எடுப்பது பெண் கொடுப்பது ஆகிய வழக்கங்கள் இவ்வரு பிரிவிற்குள் உண்டு. பிற பிரிவுகளிலிருந்து பெண் எடுக்கவோ பெண் கொடுக்கவோ இவர்கள் விரும்பு வ தில்லை.

அம்பலத்தாடியார் இல்லத் திருமணச் சடங்கு, சாவுச் சடங்கு களை வள்ளிக்க நாதரும் வள்ளிக்க நாதருக்கு, அம்பலத் தாடியாரும் செய்வது வழக்கிலுள்ளது. இவ்விரு பிரிவினரும் பெரும்பாலும் பூணூல் அணிகின்றனர். ஆவணி அவிட்டத்தின் போது பூணூல் மாற்றும் சடங்குகள் செய்கின்றனர்.

சங்கு ஊதுவதையும், புரோகிதம், ஜோசியம் பார்ப்பதையும் தொழிலாகக் கொண்டவர்கள் ஒரு வகையினராகக் கருதப்படு கின்றனர். வட்டார அடிப்படையில் இவர்களிடம் வேறுபாடுகள் காணப்படலாம். அதற்கான முழுமையான ஆதாரங்களை நிறுவ வேண்டுமெனில் இன்னும் பல மாவட்டங்களில் கள ஆய்வு மேற்கொள்ளப்பட வேண்டும்.

தொழில்

வள்ளுவர் சமூகத்தில், திருமூலத்தேவர், அம்பலத்தாடியார்,

வள்ளிக்க நாதர், ஆழ்வார், பண்டாரம், ஆண்டிப் பண்டாரம் ஆகியோரின் முதன்மைத் தொழில் சங்கு ஊதுதல், ஜோசியம் பார்த்தல், புரோகிதம் செய்தல் முதலியவை. இத்தகைய தொழில் களில் சங்கு ஊதுதல் முதன்மைத் தொழிலாக இன்று இல்லை.

சங்க நாதம்

மார்கழி மாதத்தில் இரவு சங்கூதுவர் . அனைத்துத் தெருக்களிலும் சங்கூதிப் பாடல்கள்பாடி வலம் வருவர். வலம்புரிச் சங்கையே ஊதுவதற்குப் பயன்படுத்துகின்றனர். சேகண்டி அல்லது சேமங்கலம் என்ற வெண்கலத்தாலான வட்டவடிவ கருவியைக் குச்சியால் தட்டி ஓசையெழுப்புவர். முதலில் பாடலைப்படி பிறகு சங்கு ஊதி அதன்பிறகு சேமங்கலம் தட்டுவது வழக்கம்.

திருப்புகழ், திருப்பாவை, திருவெம்பாவை ஆகிய பாடல் களோடு சில்லரைக் கட்டம் (இரத்தின நாயக்கர் ஆண்டு சன்ஸ் வெளியீடு) என்ற நூலிலுள்ள பாடல்களையும் பாடுகின்றனர். அதில் நடராசப் பத்து, பரமசிவன் தோத்திரம், அவனாசிப்பத்து, அருணாசலீசர் பதிகம், உண்ணா முலையம்மன் பதிகம், வேமனானந்த சுவாமி பதிகம், ஸ்ரீராமர் தோத்திரம், ஸ்ரீராமர் பதிகம், கருடப் பத்து, கஜேந்திர மோட்சக் கீர்த்தனை, திருநாமப் பதிகம், திருநீற்றுப் பதிகம், சுப்பிரமணியர் விருத்தம், ஆறுமுக சாமி விருத்தம், தணிகாசலம் பஞ்சரத்தினம், காமாட்சியம்மன் விருத்தம், வடிவுடையம்மன் விருத்தம், மீனாட்சியம்மன் பதிகம், துரோபதை யம்மன் விருத்தம், சூரிய நமஸ்காரப் பதிகம், அழுகணி சித்தர் பாடல், குதம்பைச் சித்தர் பாடல், சனிபகவான் தோத்திரம் ஆகிய பாடல்கள் அமைந்துள்ளன.

இவற்றைப் படிக்கத் தெரிந்தவர்கள் படித்து மனனம் செய்தும், படிக்கத் தெரியாதவர்கள் செவிவழியும் நினைவில் கொண்டும் பாடுவர். மார்கழி மாதத்தில் சங்கு ஊதுவதற்கான கிராமங்களைப் பண்டாரம் இனத்தவர்கள் ‘கிராமம் பார்த்தல்’ எனக் குறிப்பிடு கின்றனர். இதற்கு ஊதியமாக ஒவ்வொரு வீட்டிலிருந்தும் 3 படி முதல் 5 படி வரை நெல் கொடுப்பது வழக்கம். சாவுச்சடங்கில் சங்கு ஊதுவதற்கு ரூபாய் 50 முதல் 100 வரை ஊதியம் பெறுகின்றனர். கருமாதிச் சடங்கில் சங்கு ஊதினால் ஊதியத்தோடு வேட்டி, துண்டு அளிப்பது வழக்கம்.

பாரம்பரிய தோற்றத்தில் பண்டாரம்

புரோகிதம்

பறையர் மக்களுக்குத் திருமணம், திருமண நிச்சயம் (முகூர்த்த ஓலை எழுதுதல்), சாவுச் சடங்கு ஆகியவற்றை அய்யர் எனப்படும் வள்ளுவர் செய்கின்றனர். இவர்களைக் 'குருக்கள்' எனப் பறையர்கள் குறிப்பிடுகின்றனர். இறந்தவர்களுக்குத் திதி கொடுப்பதற்கும் வள்ளுவர்களையே அழைக்கின்றனர்.

புரோகிதம் முடித்து நான்கு வாசல் பாடல் என்ற பாடலைப் பாடுகின்றனர். கிழக்கு வாசல் தொடங்கி தெற்கு மேற்கு எனத் தொடர்ந்து வடக்கு வாசல் பாடலைப் பாடி முடிக்கின்றனர். வடக்கில்தான் சொர்க்க வாசல் அமைந்திருப்பதாக நம்புகின்றனர். இவ்வாறு பாடினால் இறந்தவர் சொர்க்கம்/மோட்சம் செல்வர் என்ற நம்பிக்கை நிலவுகிறது. திருமணத்திற்கு ரூ. 300, முகூர்த்த ஓலை எழுத ரூ 100, திதி மற்றும் சாவுச் சடங்குகளுக்கு ரூ. 50 ஊதியம் பெறுகின்றனர்.

தாதை ஊதுதல்

தாதன் எனப்படும் பண்டாரம் சாவுச் சடங்குகளில் தாதை என்னும் (காற்றொலி) இசைக் கருவியை ஊதுகின்றார். தாதன் பிரிவினர்கள் யாரும் இப்பகுதியில் இல்லை. திண்டிவனம் பகுதியில் உள்ளதாகக் களஆய்வில் அறியமுடிந்தது.

தப்படித்தல்

தப்பு என்னும் இசைக்கருவி (பறை)யைச் சாவுச் சடங்குகளுக்கு இசைப்பவர்களையே தப்புக்கொட்டி எனக் குறிப்பிடுகின்றனர். ஆனால் கள ஆய்வுக்குட்பட்ட பகுதியில் பறையர் இன மக்களே தப்படித்தலைச் செய்து வருகின்றனர். 'தப்புக்கொட்டி' வகைப் பண்டாரங்கள் எப்பகுதியில் உள்ளனர் என அறியமுடியவில்லை.

பூக்கட்டுதல்

கோயில்களின் முன்பு பூக்கட்டி விற்றல், பாடை, தேர், ஆகிய வற்றுக்கும் திருமண மணவறைக்கும் பூவால் அலங்கரித்தல் ஆகிய பணிகளைச் செய்பவர்கள் பூக்கட்டி அல்லது பூவாண்டி எனக்குறிப்பிடப்படுகின்றனர். இதனைப் பின்வரும் நாட்டுப்புறப் பாடல் மூலமும் அறியலாம்.

....
பூவாண்டிய கூப்பிடுங்க மயிலுக்குப்
பூவால பாடகட்ட குயிலுக்கு
...

மந்திரித்தல்/மாலை போடுதல்

பண்டாரத்தில் ஒரு பிரிவினர் சுருட்டை, மண்ணுறிப் பாம்பு,

பூரான் போன்ற விஷக்கடிகளுக்குப் புற்று மண்ணைக்கொண்டு மந்திரிப்பது வழக்கம். சிறியா நங்கை, பெரியா நங்கை போன்ற பச்சிலை வகைகளைக் கொண்டு மருத்துவம் பார்த்தல், மந்திர முடிச்சுகளடங்கிய வெள்ளைத் துணியைக் கயிறு போல் கையின் கெண்டைச்சதையில் கட்டிப் பத்தியமிருக்கச் சொல்வர். இதனையே 'மாலை போடுதல்' எனக் குறிப்பிடுகின்றனர்.

மாலை போட்டுக்கொள்ள வருபவர்கள் எவ்வளவு தொகை மனமுவந்து கொடுக்கின்றனரோ அதையே பெற்றுக்கொள்வது வழக்கம். குழந்தைகளுக்குப் பயத்தினால் வரும் சுரத்திற்கு வேப்பிலையைக் கொண்டு பாடம் அடிப்பதையும் பண்டாரம் இனத்தவர் செய்கின்றனர்.

சோதிடம் பார்த்தல்

பண்டாரத்தில் ஒரு பிரிவினர் சோதிடர்களாகவும் திகழ்கின்றனர். சோதிட அரிச்சுவடி, சோதிட கிரக சிந்தாமணி, சாதக அலங்காரம், சோதிட ஆசான் (மூலமும் உரையும்) விமேசர் உள்ளமுடை யவன், வீம கவி போன்ற நூல்களைச் சோதிடம் பார்க்கப் பயன்படுத்து கின்றனர். வெளியூர் சென்று சோதிடம் பார்த்தல், வீட்டிலேயே சோதிடம் பார்த்தல் என அவரவர் திறமைக்கேற்பத் தொழில் செய்கின்றனர். திறமையான சோதிடர் எனில் வீடுதேடி வருவர் என்பது ஒரு சிலரின் எண்ணம்.

சோதிடம் பார்ப்பதோடு சாதகம் எழுதிக் கொடுப்பதையும் செய்கின்றனர். ஒரு சிலர் இன்றும் பனை ஓலையில் சாதகம் எழுதிக்கொடுக்கின்றனர். பனை ஓலையைத் தேவையான அளவு வெட்டிப் பதப்படுத்தி எழுத்தாணி கொண்டு எழுதி, மஞ்சள் பூசி நூல்கொணடு கோர்த்துக் கட்டிக் கொடுப்பர். சாதகம் எழுத நூறு ரூபாய் வரையும், சோசியம் பார்க்க ரூ. 25 முதல் ரூ 75 வரையும் ஊதியம் பெறுகின்றனர்.

இவை தவிர, விவசாயக் கூலிகளாகவும் வேலை செய்கின்றனர். பலர் அரசுப் பணிகளிலும், உயர் பதவிகளிலும் உள்ளனர். சென்னை போன்ற பெருநகரங்களில் பண்டாரம் சமூகத்தவர் நீதிபதி போன்ற உயர் பதவிகளில் உள்ளதாகக் கள ஆய்வில் தெரியவந்தது. கல்வியறிவு, நவீன தொழிலில் ஈடுபடுவதால் மட்டுமன்றி காலங்காலமாகவே வள்ளுவர்களில் சிலர் பறையர் மக்களை வீட்டுக்குள்கூட அனுமதிப்பதில்லை.

திருமணம்

பெற்றோர் ஏற்பாடு செய்து நடத்தி வைக்கும் முறைதான் மிகுதியாக உள்ளது. காதல் திருமணங்கள் குறைவாகவே நடை பெறுகின்றன. முறை உறவு உள்ள பிரிவினரை மட்டும் தேர்ந்தெடுத்துத் திருமணம் செய்யும்முறை பின்பற்றப்படுகிறது. மாமன் மகள் அத்தை மகளையே அதிகம் திருமணம் செய்கின்றனர். அக்காள் மகளைத் திருமணம் செய்வது குறைவாகவே காணப் படுகிறது.

பரிசப்பணம் கொடுத்துத் திருமணம் செய்யும் வழக்கம் நீண்ட நாள்களுக்கு முன் வழக்கிலிருந்துள்ளது. இப்போது இவ்வழக்கம் இல்லை. ஆனால் பெண்வீட்டிலிருந்து வரதட்சணை பெறும் வழக்கம் அண்மைக் காலமாக உள்ளது. நகைகள் 5 பவுன் முதல் 20 பவுன்வரை அவரவர் வசதிக்கேற்ப கொடுக்கப்படுகின்றன. வீட்டு உபயோகப் பொருள்கள் திருமணச் சீராக வழங்கப்படும் வழக்கமும் உள்ளது.

மணவிலக்கு, மறுமணம் செய்தல் ஆகிய வழக்கங்களும் சிலரிடம் காணப்படுகின்றன. மணவிலக்கின் போது செலவுத் தொகையை மீளப்பெறும் வழக்கம் உள்ளது. பெண்வீட்டாருக்கு மணமகன்வீட்டார் இத்தொகையை வழங்குகின்றனர்.

பஞ்சாயத்து

இவர்களின் மரபுவழி பஞ்சாயத்து குருக்கள் தலைமையில் நடை பெறும். பெரும்பாலும் ஒழுங்கீனமான செயல்களில் ஈடுபடுபவர் களைப் பஞ்சாயத்து விசாரித்து உரிய தண்டனை கொடுக்கிறது. திருவிழா போன்ற பொது நிகழ்வுகளுக்கு ஒத்துழைப்பு வழங்காதவர் களையும் பஞ்சாயத்தின் முன்நிறுத்துகின்றனர்.

பஞ்சாயத்துக்குக் கட்டுப்படாதவர்களை ஒதுக்கிவைக்கும் வழக்கம் உள்ளது. பாலியல் குற்றங்கள் செய்பவர்கள், பொது நிகழ்வுகளுக்கு ஒத்துழைக்காமலிருப்பவர்கள் ஆகியோரையும் குற்றவாளிகளாகக் கருதி ஒதுக்கிவைக்கும் வழக்கம் நடை முறையில் உள்ளது. இவர்களிடம் யாரும் பேசக்கூடாது. கொள் வினை, கொடுப்பினை கூடாது. திருவிழாவில் சாமி ஊர்வலம் வந்தால் ஒதுக்கி வைக்கப்பட்டவர் வீட்டின் முன்பு நின்று தீப ஆராதனை காண்பிக்கக் கூடாது போன்றவை கடைப்பிடிக்கப் படுகின்றன.

முன்னேற்றம் இல்லாத பண்டாரம் வீடு

சமயம்

பெரும்பாலான பண்டாரங்களுக்குக் குலதெய்வமாக 'ஆனந்தாயி' என்ற தாய்த் தெய்வம் உள்ளது. ஒரு சிலருக்குப் 'பெரிய நாயகி' என்ற பெண் தெய்வம் உள்ளது. பண்டாரங்களின் குலதெய்வமாகத் தாய்த்தெய்வங்களே உள்ளன என்பதும் கள ஆய்வில் கண்டறிய முடிந்தது.

சமூக மாற்றம்

நீண்ட நாள்களுக்கு முன்பு பண்டாரங்கள் எண்ணிக்கையில் குறை வான அளவில் இருந்தபோது அவர்கள் தொழில் காரணமாகப் பல ஊர்களுக்குச் செல்ல வேண்டியநிலை இருந்துள்ளது. வீடு ஒரு ஊரில் இருந்தாலும் பல ஊர்களுக்குச் சென்று தொழில்புரிந்து வந்தனர். இப்போது பெரும்பாலும் நிலைத்து வாழ்கின்றனர். பல ஊர்களிலும் பண்டாரம் சமூகத்தவர் இருப்பதனால் வெளியூர் களுக்குச் சென்று தொழில் செய்ய வேண்டிய நிலை குறைவாகவே உள்ளது. மிகச் சிலர் சிறிய அளவில் இடம்பெயர்ந்து தொழில் செய்துவிட்டு திரும்புகின்றனர். ஆண்டிப் பண்டாரம் பிரிவினர் வெளியூர்களுக்குச் சென்று கோவில் படைப்பது, சங்கு ஊதுவது போன்ற பணிகளைச் செய்துவருகின்றனர். அந்த ஊர் ஒத்து வரவில்லை எனில், வேறு ஊர்களுக்குச் செல்கின்றனர். இளைய தலைமுறையினர் இவர்களின் குலத்தொழிலை விரும்பவில்லை. படித்து வேறு வேலைகளுக்குச் செல்லவே விரும்புகின்றனர்.

16

ஜோகி

தி. அங்காளம்மாள்

இம்மக்கள் கி.பி. 13-14 ஆம் நூற்றாண்டுகளில் ஆந்திரத்திலிருந்து தமிழகத்தில் குடியேறியவர்கள். இவர்கள் தமிழகத்திற்கு வந்தபின் தொழில் காரணமாகக் குழுகுழுவாக ஊர்ஊராகச் சென்றார்களாம். இதைக் கண்ட அக்கால மக்கள் இவர்களைக் குழுவன் (குழுவாகச் செல்பவர்கள்) என அழைத்தார்களாம்.

இன்று தமிழகம் முழுவதும் பரவலாக எல்லா மாவட்டங்களிலும் காணக்கூடியவர்களாக உள்ளனர். ஜோகிகள் இன்று பெரும்பாலும் பன்றி வளர்த்து வாழ்கின்றனர். பன்றி சாணத்தைச் சேகரித்து எருவாக்கி விற்பதும், ஊர், நகரப் பகுதிகளைச் சுத்தம் செய்யும் துப்புரவுப் பணியாளர்களாகவும் உள்ளனர். மேலும் பலர் அரை நாடோடி வாழ்க்கை நடத்துகின்றனர். ஓரிடத்தில் சிலகாலம் தங்கி வாழ்ந்தபின் தங்கள் பன்றிகளோடும் வீட்டுப் பொருள்களோடும் வேறு ஊர்களுக்குச் சென்று ஊருக்கு வெளியே பொறம்போக்கில் / சாலை ஓரங்களில் சிறு குடிசைகள் போட்டுப் பன்றி வளர்ப்பதில் ஈடுபடுகின்றனர். ஒரு வட்டாரத்திற்குள் தொடர்ந்து இடம்மாறிச் செல்பவர்களாக இவர்கள் இருந்தாலும் ஓரிடத்தில் தங்கும் காலத்தின் அளவு ஆறுமாதம் முதல் ஒரு மாதம் வரை என அமைகிறது. ஜோகிகளில் பலர் ஓரிடத்தில் நிலையாகத் தங்கி வாழ்ந்தும் வருகின்றனர்.

ஜோகிகள் பின்னாளில் பல மாவட்டங்களுக்கும் பரவி வாழத் தலைப்பட்டனர். அதனால் செய்யும் தொழிலில் சிறுசிறு மாறுபாடுகள் ஏற்பட்டன. இருந்தாலும் பன்றி வளர்ப்பது இவர்களின் முக்கியத் தொழிலாக இருந்துவருகிறது.

சமூகப் பெயர்

பின்னாளில் இவர்கள் தெருக்களில் போடப்படும் இலைகளில் கிடைக்கும் எச்சில் சோற்றைப் பொறுக்கித் தின்றதால் இவர்கள் 'எச்சில் குறவன்' என்றும் பன்றிகள் மேய்த்து வந்ததால் 'பன்றிக் குறவன்' என்றும் அழைக்கப்பட்டனர். இன்றும் இத்தொழிலில் ஈடுபடுவதால் இவ்வாறு அழைக்கப்படுகின்றனர். சில பகுதிகளில் இவர்களை 'ஒட்டன்' என்றும் அழைப்பார்கள். இவர்கள் நகரத்தின் தெருக்களையும் தெரு ஓரத்தில் காணப்படும் மலத்தையும் சுத்தம் செய்வதால் இவர்களைப் 'பீய்ஒட்டன்' என்றும் அழைக் கின்றனர். வடமாவட்டங்களில் இவர்கள் மிகுதியாகப் 'பன்னி யாண்டி' என்றே அழைக்கப்படுகின்றனர். துப்புரவுப் பணியில் ஈடுபடுவதால் சிலர் இவர்களைத் தோட்டி என்றும் அழைப்பர்.

ஜோகிகளுக்குத் தாய்மொழி தெலுங்கு. இம்மக்களின் பூர்வீகம் ஆந்திரம் என்றாலும் தமிழகத்திற்குக் குடியேறியதால் இவர்கள் தமிழையும் பேசுகின்றனர்.

குடியிருப்பு

ஊர்ஊராகச் செல்லும் பொழுது தங்குவதற்காக ஒரு குடிலையும் தம் தோளில் சுமந்து செல்வார்கள். இந்தக் குடில் பனை ஓலையால் செய்யப்படுகிறது. இதில் இருவர் மூவர் உட்காரலாம். இதில் படுத்துக் காலை நீட்ட முடியாது. இந்தக் குடிலைத் தம் தோளில் சுமந்து சென்று ஊரை அடைந்ததும் ஊருக்கு ஒதுக்குப்புறமான நீர் நிலைகள் உள்ள இடங்களில் அதாவது ஏரிக்கரை, ஓடைகள், குளக்கரை, கழிவுப் பொருள்களைக் கொட்டும் குப்பை மேடுகள் போன்ற இடங்களில் குடிசைகள் அமைத்துத் தங்குகின்றனர். மேலும் கிராமங்களில் ஒதுக்குப்புறத்தில் குடிசைகள் கட்டி வாழு கின்றனர். சில காலங்கள் கழித்து வேறு ஊர்களுக்குச் சென்று இதே போல குடிசைகள் கட்டி வாழ்வர்.

தொழில்

ஜோகிகள், பன்றி வளர்த்தல், பன்றிச் சாணம் சேகரித்தல், ஈச்சம் பாய் பின்னுதல், நாய்களுடன் வேட்டைக்குச் செல்லுதல், நகர்ப்புறங்களில் துப்புரவுத் தொழில் செய்தல், பிச்சையெடுத்தல் போன்ற முதன்மைத் தொழில்களைச் செய்து பிழைக்கின்றனர். சிலர் தெருக்கூத்து நாடகங்களும் நடத்திவந்துள்ளார்கள். பழங்காலந்

தொட்டே பிச்சையெடுத்துச் சாப்பிடுவது இவர்கள் வாடிக்கை. பிற சமூக மக்களின் இல்லங்களில் நடக்கும் திருமணம் சாவு போன்ற இடங்களில் வெளியே கிடக்கும் எச்சில் சோற்றைத் தின்பார்கள். மீதமுள்ள சோற்றை வீட்டிற்கு எடுத்துச் சென்று அதைப் பக்குவப் படுத்தி மறுநாள் சாப்பிடுவார்கள். அவர்கள் கொடுக்கும் கிழிந்த துணிகளை இவர்கள் ஆடைகளாக உடுத்திக் கொள்கிறார்கள்.

தமிழகத்திற்குக் குடிபெயர்ந்தபோது முதன்முதலாக வட ஆற்காடு, தென்ஆற்காடு, நீலகிரி, சேலம், கோவை, திருச்சி போன்ற மலைப் பகுதியிலுள்ள காடுகளில் வாழ்ந்துவந்தார்கள். அவர்கள் கிழங்கு, காய்கனி, தேன் ஆகியவற்றைச் சேகரித்தும் வேட்டை யாடியும் வாழ்க்கை நடத்தினார்கள். பின்னர் கிராமப்புறங்களுக்கு அருகிலுள்ள மலைப்பகுதியில் குடிசைகள் அமைத்து வாழத் தொடங்கினர். பிறகு நகர்ப்புறங்களுக்கு வரத் தொடங்கினர். நகர்ப்புறத்திற்கு வந்ததும் அவர்களுக்கு என்ன தொழில் செய்வதென்று தெரியாமல் நகரைச் சுத்தம் செய்யும் தொழிலில் ஈடுபட்டனர்.

இன்று ஜோகிகள் தமிழகத்தின் பெரும்பான்மையான பகுதி களில் வாழ்கின்றனர். முதன்முதல் இவர்கள் காட்டில் கிடைக்கும் காய், கனி, கிழங்கு வகைகளையும் பிராணிகளை வேட்டையாடி உண்டும், தேன் சேகரித்தும், ஈச்சம் இலைகளைத் தேர்வு செய்து கொண்டு பாய்களைப் பின்னி விற்றும் தம் வாழ்க்கையினை நடத்தி வந்துள்ளனர்.

தொடக்கத்தில் இவர்கள் தங்கள் வாழ்க்கையைக் காடோடி களாகவும் நாடோடிகளாகவும் மாற்றிக்கொண்டு அலைந்து திரிந்தார்கள். பிறகு பலர் நிலையான ஓர் இடத்தைத் தேர்வு செய்துகொண்டு வாழத் தொடங்கியுள்ளார்கள். இன்றும் பல பிரிவினர் அரை நாடோடி வாழ்வையும் மேற்கொண்டுள்ளனர்.

இவர்களின் முதன்மைத் தொழில் தம் வீட்டு வாசலில் சிறிய குடிசை போட்டுப் பன்றிகளை வளர்ப்பது, ஈச்சம் பாய்களைப் பின்னி விற்பது, பிச்சை எடுப்பது, வேட்டையாடுவது ஆகும். அத்துடன் பன்றிச் சாணத்தைச் சேகரித்து விற்பனை செய்கின்றனர். இது காலப்போக்கில் பெரிய தொழிலாகவே மாறிவிட்டது. பிறகு இவர்கள் தமிழ்நாட்டில் உள்ளாட்சி மன்றங்களில் துப்புரவுப் பணியில் ஈடுபட்டனர். சில பகுதிகளில் இவர்களுக்கு இதுவே முதன்மைத் தொழிலாக உள்ளது.

இச்சமூகத்தில் ஆண்களும் பெண்களும் வெவ்வேறான வேலைப் பகிர்வினைச் செய்கின்றனர். பெண்கள் பிச்சை எடுக்க ஆண்கள் பன்றிகளை மேய்ப்பர். பன்றிகளை மேய்த்து மாலையில் வீடு வரும் ஆண்கள் பன்றிகளைக் கிடையில் அடைத்துவிட்டு ஆணும் பெண்ணுமாக ஊருக்குள் பிச்சை எடுக்கச் செல்வார்கள். பெரியவர்கள் மட்டும் அல்லாமல் குழந்தைகளையும் இந்தத் தொழிலில் ஈடுபடுத்துகின்றார்கள். இவர்கள் சுற்றுவட்டாரக் கிராமங்களுக்குச் சென்று தானியங்கள் கேட்டு யாசகம் செய் கின்றனர்.

முற்காலத்தில் இவர்கள் வேட்டையாடுவதில் சிறந்தவர்களாக இருந்தனர். இன்றுங்கூட வேட்டையாடும் தொழிலைக் கை விடாமல் செய்து வருகின்றனர். விலங்குகளை வேட்டையாட அவர்கள் பயன்படுத்தும் 'பசைப்பெட்டி' மிகவும் குறிப்பிடத் தக்கது. இந்தப் பசைப்பெட்டி அரசமரப்பாலில் தயாரிக்கப் படுகிறது. மூங்கில் பத்தையின் நடுவில் இறந்து போன எலியைக் கட்டி அதன் இருமுனைகளிலும் அரசம் பால் பசையைத் தடவி குறிப்பிட்ட இடத்தில் வைத்துவிட்டு மறைவாக நிற்பார்கள். வானத்தில் பறக்கும் பருந்து கீழே எலிதான் கிடக்கின்றது என்று நினைத்துக்கொண்டு எலியைக் கொத்தும் அப்படி எலியைக் கொத்தும் பொழுது பருந்து அந்தப் பொறியில் மாட்டிக்கொள்ளும். உடனே அவர்கள் பருந்தை அடித்துப் பிடிப்பார்கள். இவர்கள் வேட்டையில் நாயைத்துணைக்கு அழைத்துச்செல்வர்.

இதே போன்று ஆமைகளைப் பிடிக்க குத்தூசியைப் பயன் படுத்துகிறார்கள். இறு எறிஈட்டி (harpoon) போன்று உள்ளது. இதை ஆற்றிலோ குளத்திலோ குத்திக்கொண்டே செல்வார்கள். அப்படிக் குத்திக்கொண்டுச் செல்லும்போது ஆமை இருந்தால் குத்தூசி இறங்காத இடத்தில் ஆமை இருப்பதாக எண்ணி வலையைப் போட்டு ஆமையைப் பிடிப்பார்கள். பூனை, எலி, முயல், பெருச்சாளி போன்ற விலங்குகளையும் வேட்டையாடுகின்றனர். ஏரி, குளம், ஓடைகளில் நண்டுகள், ஆமைகள் போன்றவற்றையும் பிடித்து உண்ணுகின்றனர்.

சமூகத்தின் உட்பிரிவுகள்

ஜோகிகள் இந்துச் சாதியாரைப் போன்று ஒரு அகமணச் சமூகமாக உள்ளனர். எனினும் இவர்களிடம் பரம்பரை, வகையறா என்பது

போன்ற குலப் பிரிவுகள் பல உள்ளன. இவை இண்டிப்பேரு (வீட்டுப் பெயர்கள்) என்று அழைக்கப்படுகின்றன. இந்த இண்டிப் பேரு அடிப்படையில்தான் திருமண உறவுகள் ஏற்பாடு செய்யப் படுகின்றன.

ஜோகிகளிடம் ஆறு இண்டிப்பேருகள் உள்ளன. அவை அறிவில்லார், கூண்டரவார், ஆயிட்டிவார் ஆகிய மூன்று பிரிவினர் களும் இரத்தத் தொடர்புகொண்டவர்கள். ஆகவே இவர்களுக்குள் திருமணம் செய்துகொள்வதில்லை. இந்த மூன்று இண்டிப்பேருவைச் சேர்ந்தவர்களும் சிராபுவார், கூளவார் ஆகிய இரண்டு இரத்த வழித் தொடர்புடைய இண்டிப்பேரு சார்ந்தவர்களை மட்டுமே திருமணம் செய்துகொள்வர். இறுதியாக உள்ள செருகூர்வார் வீட்டுப் பெயருடையவர்கள். இவர்கள் மற்ற ஐந்து வீட்டுப் பெயர் கொண்டவர்களைத் திருமணம் செய்து கொள்வார்கள்.

திருமணம்

பிற சமூகங்களில் நிச்சயதார்த்தம் வீடுகளிலோ மண்டபத்திலோ நடக்கும். இவர்களின் நிச்சயதார்த்தம் சில வேளையில் கள்ளுக் கடைகளில் நடக்கின்றது. வீட்டில் நடைபெறும் போது மணமகள் வீட்டில் பெரியவர்கள் பஞ்சாயத்துக்காரர்கள் முன்பு நிச்சயதார்த்தம் நடத்தப்படுகின்றது. பெண்ணுக்குப் பரிசப் பணமாக 10 ½ ரூபாய் அளிக்கப்படுகிறது. நிச்சயதார்த்தம் அன்றே திருமண நாளையும் குறித்துவிடுவார்கள். அன்றிலிருந்து மணப்பெண் வெளியில் செல்லக் கூடாது. திருமண நாளைக் கடிதமூலமோ நேரிலோ உறவினர்களுக்குத் தெரிவிப்பார்கள்.

இவர்களின் சமூகத்தில் ‘முகூர்த்தக்கால்’ நடும் வழக்கம் உண்டு. திருமணம் இரவு நேரத்தில்தான் நடைபெறும் மணமக்கள் வாழ்நாள் முழுவதும் மங்களகரமாக இருக்கவேண்டும் என்று அவர்களுக்கு மஞ்சள் நிற ஆடையை அணியச் செய்வார்கள். திருமணம் ஊர்ப் பெரியவர்கள், உறவினர்கள் முன் நடத்தப்படும்.

இவர்களின் தாலிக்கு ‘வட்டப் பொட்டு’ என்று பெயர். தெலுங்கு மொழி பேசும் இவர்கள் அனைவரும் இந்த வட்டப்பொட்டையே தாலியாகக் கட்டிக்கொள்வார்கள். திருமணம் முடிந்தவுடன் குலதெய்வக் கோவிலுக்குச் செல்வர். திருமணத்தின் மறுநாள் மஞ்சள் நீராட்டுவிழா என்ற சடங்கைச் செய்கின்றார்கள். இதைத் தொடர்ந்து சாந்தி முகூர்த்தம் நடத்தப்படுகின்றது. அக்காலத்தில்

இச்சமூகத்தில் பெரும்பாலும் குழந்தைத் திருமணம் இருந்தது. ஆனால் இப்பொழுது அந்நிலை மாறி வருகிறது.

இறப்பு

இறப்பவர்களைப் புதைப்பர். சாவுச் செய்தியைச் சுற்று வட்டாரத்தில் உள்ள உறவினர்களுக்கு அருந்ததியர்கள் மூலம் சொல்லி அனுப்புவார்கள். இறந்தவர் வாயில் வெற்றிலை பாக்கு திணித்து துணியைக் கொண்டு வாயைக் கட்டுவார்கள். நெற்றியில் காசை ஒட்டி வைப்பர். கோவிந்தா, கோவிந்தா என்று கூவிக் கொண்டு பாடையைத் தூக்கிச் செல்வர். வழி நெடுகிலும் கடுகு தெளித்துச் செல்வர். இறந்தவரின் ஆண்பிள்ளை மூன்றுமுறை கைமண்ணை அள்ளிப் போட்ட பின் சடலத்தைப் புதைத்து விடுவர். புதைக் குழியை அருந்ததியர்கள் எடுப்பர். பால் ஊற்றும் சடங்குக்குப் பின் கருமாந்திரமும் அதற்கு மறுநாள் தலைமுழுக் காட்டு நிகழ்வும் நடைபெறும். இதற்கு ஆகும் செலவை உற்றார் உறவினரிடமிருந்து வசூல் செய்து நடத்தப்படும்.

பஞ்சாயத்து

ஜோகி சமுதாயத்தில் சண்டைச் சச்சரவுகள் பஞ்சாயத்தால் தீர்க்கப்படுகின்றன. பஞ்சாயத்துத் தலைவராக நாட்டாண்மைக் காரரை நியமிக்கின்றனர். இவரைப் 'பட்டக்காரன்' என்பர். நாட்டாண்மைக்கு உதவியாளரை 'ஓடும்பிள்ளை' என்பர். இவர்கள் இருவரும் சமூகத்திற்கு வழிகாட்டியாகச் செயல்படுகின்றனர்.

ஊரிலுள்ளவர்கள் சண்டைபோட்டுக்கொண்டால் உடனே நாட்டாண்மைக்கு அறிவிக்கப்படும். அவர் ஓடும்பிள்ளையை அழைத்து இவர்களுக்கு இன்ன இடத்தில் பஞ்சாயத்து நடத்தப்படும் என்று சொல்வார். பஞ்சாயத்தில் வழக்கு விசாரிக்கப்பட்டு பிறகு தீர்ப்பு வழங்கப்படும். தீர்ப்பில் எவ்வளவு அபராதத் தொகை தீர்மானிக்கப்படுகிறதோ அதை உடனே பஞ்சாயத்தாரிடம் கட்டிவிடவேண்டும். தண்டம் வேண்டுகோளுக்கிணங்க சிறிது குறைக்கப்படும். பணம் கட்ட சிறிது காலம் வழங்கப்படும். தவணை முடிந்த பின் பணத்தைக் கட்டவில்லை என்றால் அவரைச் சமூகத் திலிருந்து நீக்கி விடுவார்கள். அதிலிருந்து உள்ளூர்க்காரர்கள் யாரும் அவரிடம் பேசமாட்டார்கள். வெளியூர்க்காரர்களும் அவரிடம் பேசக்கூடாது. அவர் எவ்விதச் சமூக நிகழ்ச்சிகளிலும் கலந்து கொள்ள அனுமதிக்கப்படமாட்டார்.

இவர்களுடைய பஞ்சாயத்து பெரும்பாலும் கள்ளுக்கடைகளை ஒட்டியே நடக்கும். பஞ்சாயத்துத் தீர்ப்பின்படி அபராதத் தொகையைச் செலுத்தாதவர்கள் சமூகத்தை மீறும் குற்றவாளிகள் எனப்படுவர். அபராதத் தொகையைச் செலுத்தியவுடன் நாட்டாண்மை அவர்களை மீண்டும் சமூகத்தோடு சேர்த்துக்கொள்வார். இச்செய்தி பக்கத்து ஊர்களுக்கும் சொல்லி அனுப்பப்படும். இச்செய்தியை ஓடும்பிள்ளை அனைவர்க்கும் சொல்வார். இதன் பிறகு இவர்கள் எல்லா சமூக நிகழ்ச்சிகளிலும் கலந்து கொள்வார்கள்.

இச்சமூகத்தைப் பொறுத்தவரை ஒதுக்கி வைப்பதுதான் பெரிய குற்றம் என்று இம்மக்கள் கூறுகின்றார்கள். நாட்டாண்மைக்காரர் இவர்களை மீண்டும் தம் சமூகத்தில் சேர்த்துக்கொள்ளும் பொழுது ஒரு சடங்கைச் செய்வார். இந்தச் சடங்கைச் செய்பவர் ஓடும் பிள்ளையாவார். குற்றவாளி தண்டம் அறிவித்து அவர் அதனைக் கட்டியபின் ஓடும்பிள்ளை விபூதியைக் கையில் எடுத்துக்கொண்டு 'உரே அத்தேசம், சாதியே அத்தேசம், ஜங்கமே அத்தேசம்' என்று மூன்று முறை கூறிவிட்டுத் தண்டம் கட்டியவருக்கு நெற்றியில் பூசுவார். அப்போது அங்குக் கூடியுள்ள ஆண்கள் துண்டினைத் தலையில் கட்டிக் கொள்வார்கள். இப்பழக்கம் ஆதிகாலத்திலிருந்து இன்றும் தொடர்ந்துவருகிறது என்று கூறுகின்றனர்.

வழக்கை விசாரிக்கும்போது உண்மையைக் கொண்டு வர பல சோதனைகளுக்கு இவர்கள் ஆளாகின்றனர். கோயில் முன் சத்தியம் செய்தல் முக்கியமானதாகும். வாதி, பிரதிவாதி ஒத்துக்கொண்டு கோயிலில் சத்தியம் செய்யும் நிகழ்ச்சி ஏற்பாடு செய்யப்படும். முதல் நாள் இரவே கோயிலுக்குச் சென்று வாதிகள் இருவரும் சேர்ந்து அனைவருக்கும் உணவு, கள், சாராயம் வாங்கித் தரவேண்டும்.

சத்தியம் செய்யும் நாளன்று கோயிலின் முன் பால் நிரப்பப்பட்ட பானை, எண்ணெய் நிரப்பப்பட்ட சட்டி, இரும்பு கடப்பாறை இவற்றுள் ஏதாவது ஒன்று காய்ச்சப்படும். சத்தியம் செய்பவர்கள் கொதிக்கும் பாலில் / எண்ணெயில் கையை விடுதல் அல்லது பழுக்கக் காய்ச்சிய கடப்பாறையைத் தூக்குதல் ஆகிய ஏதேனும் ஒன்றைச் செய்யவேண்டும். இதற்குப் பிறகு விளக்கெண்ணெய் தடவப்பட்டுள்ள வாழை இலையைக் கையின் மேல் கட்டி விடுவார்கள். இரவு முழுக்க அங்கேயே இருக்கவேண்டும். மறுநாள் காலை வாதி, பிரதிவாதி இருவர் கைகளில் சுற்றப்பட்டுள்ள வாழை இலைகளைக் கழட்டுவார்கள். எவருடைய கை வெந்திருக்கிறதோ

அவரே குற்றவாளி என முடிவுசெய்வர். இவ்வகையான சோதனை மற்ற விசாரணைகளில் உண்மை கிடைக்காதபோது மேற்கொள்ளப் படும் நடவடிக்கையாகும். இப்போது இம்முறை இல்லை.

சமயம்

அரை நாடோடிகளான ஜோகிகளுக்குக் குலதெய்வங்கள் காவல் தெய்வங்கள் உள்ளன. சக்கம்மா, மல்லம்மா, பொம்மக்கா போன்றவை குலதெய்வங்களாகவும், காளியம்மன், மாரியம்மன் போன்ற தெய்வங்கள் காவல் தெய்வங்களாகவும் உள்ளன.

காளியம்மனுக்கு வருடத்திற்கு ஒருமுறை பொங்கலிட்டுப் பன்றியைப் பலி கொடுப்பார்கள். பொங்கலிட நாள் குறித்ததி லிருந்து இம்மக்கள் பயபக்தியுடன் இருப்பர். பெண்கள் பக்தியுடன் விரதமிருந்து முளைப்பாரி வளர்ப்பார்கள்.

நள்ளிரவு நேரத்தில் ஆற்றங்கரை, குளக்கரையில் மாரியம்மன் கரகம் சோடித்து ஊரில் நுழையும்போது பன்றிக்குட்டியைக் காவு கொடுக்கின்றனர். பொங்கலிடும் போது பன்றியைக் காவு கொடுப்பார்கள். வெட்டி வைக்கப்பட்ட பன்றியின் வாய் திறந்து மூடும். அவ்வாறு வாயைத் திறந்து மூடினால் தம் கோரிக்கைகளை அம்மன் ஏற்றுக்கொண்டதாக நம்புகிறார்கள்.

கரகம் சோடிப்பவர்கள் பயபக்தி இல்லாமல் சோடித்தால் அம்மனின் கரகம் சரியாக அமையாது என்ற நம்பிக்கை இவர்களிடம் உண்டு. அவ்வாறு சரியாகச் சோடிக்காவிட்டால் அவர்களின் குடும்பம் சாமியின் கோபத்திற்கு ஆளாகிவிடும் என்று நம்பு கின்றனர். ஆண், பெண் இருவர் மேலும் சாமி வரும். அந்த நேரத்தில் இவர்கள் குறி சொல்வார்கள்.

மற்ற சமயத்தின் மேல் இவர்களுக்கு நம்பிக்கை ஏதும் கிடையாது. மற்ற தெய்வங்களை வணங்குவதும் இல்லை.

சமூக மாற்றம்

சில குடும்பங்கள் பரம்பரைத் தொழிலைவிட்டுத் தீக்குச்சிகளைத் தயாரிக்கும் தொழிலைக் கற்றுக்கொண்டு செய்து வருகின்றனர். காடுகளிலும் மலைகளிலும் வாழ்ந்த இச்சமூகத்தார் கல்வி அறிவு இல்லாத பாமரராய் நாகரிகம் அற்றவர்களாக வாழ்ந்து வந்தார்கள். பிற்காலத்தில் இவர்கள் காடுகளைவிட்டு ஊர்களுக்கு வந்து

வாழ்க்கையைத் தொடங்கினார்கள். இவர்களுக்கு வேலை கிடைக்காததால் பிச்சை எடுக்க ஆரம்பித்தார்கள். துப்புரவு உள்ளிட்ட பிற தாழ்வான தொழிலைச் செய்ய முன்வந்தார்கள்.

இவர்கள் செய்யும் தொழிலைவைத்து மற்றச் சமூகத்தவர்கள் இவர்களைக் குழுவன், எச்சக்குறவன், பன்னியாண்டி என்ற பெயரில் அழைத்தார்கள். 1960இல் இந்நிலை மாறியது. பள்ளிப் பதிவேடுகளில் மேலே குறிப்பிட்ட சாதிப் பெயர்களை அரசு மாற்றியமைத்து இப்போது ஜோகி எனச் சான்றிதழ் வழங்கப் படுகிறது. அரசின் வரையறைப்படி காஞ்சிபுரம், திருவள்ளூர், சென்னை, கடலூர், விழுப்புரம், வேலூர், திருவண்ணாமலை மாவட்டங்களில் குற்ற மரபினர் பட்டியலிலிருந்து நீக்கப்பட்ட சமூகம் (denotifide community) என்று சான்றிதழ் வழங்கப்படுகிறது. பிற மாவட்டங்களில் மிகவும் பிற்படுத்தப்பட்ட வகுப்பினர் (most backward class) என்று சான்றிதழ் வழங்கப்படுகிறது. இதனால் இவர்கள் மற்றச் சமூகத்தாரைப் பார்த்துச் சிலர் பள்ளிக்குச் செல்ல ஆரம்பித்தார்கள். ஆனால் உயர்கல்வி பெறும் நிலை இன்னும் அமையவில்லை.

இச்சமூக மக்களுக்கு அரசு இயன்ற உதவிகளைச் செய்து வருகின்றது. முன்பு போல் நாடோடிகளாக அலைந்து திரியாமல் ஓர் இடத்தைத் தேர்வு செய்து வீட்டைக் கட்டிக்கொண்டு வாழக் கற்றுக்கொண்டார்கள்.

17

குளுவர்

குளோரியா வீ. தாஸ்

தமிழ்நாட்டில் குளுவர் என அழைக்கப்படும் சமூகத்தார் பல குழுக்களைக் கொண்டவர்கள். இன்று ஒவ்வொரு குழுவினரும் சாதிகளைப் போன்று தனித்தனி அகமணச்(endogamous) சமூகமாகப் படிமலர்ச்சி பெற்றுவிட்டனர். இந்நிலையில் குளுவர் என்னும் சொல் உணர்த்தும் உட்பிரிவுகள், அவை தொடர்பான தொன்மங்கள், இத்தொன்மங்கள் உணர்த்தும் பொருண்மைகள் ஆகியன பற்றி இக்கட்டுரை விவாதிக்கிறது. அதனையடுத்து குளுவர் பிரிவு களில் ஒருவரான பன்றிக் குளுவர்களின் உட்பிரிவுகள், அவை தொடர்பான பழமரபுக் கதைகள், அவை உணர்த்தும் கருத்துகள், இவர்களின் வாழிடம், தொழில், திருமணம், சமயம், பழக்க வழக்கங்கள் பற்றி இக்கட்டுரை விளக்குகின்றது.

சமூகப் பெயர்

'குளுவர்' என்ற சொல்லின் பொருண்மையை பற்றியும் தோற்றம் பற்றியும் ஏ.என்.பெருமாள் *(1980) சின்ன மகிபன் குளுவ நாடகம்* என்ற நூலின் முன்னுரையில் விளக்குகிறார். குளுவர் என்பது 'குழுவர்' என்றிருக்க வேண்டும் என்ற கருத்தை வலியுறுத்துகிறார். 'குழு' என்பது கூட்டம், மந்தை, தொகுதி போன்ற பொருள் களைத் தருவதால், குழுகுழுவாகச் செல்பவர்கள், கூட்டமாக வாழ்கின்றவர்கள் குழுவன் என அழைப்பது பொருத்தமுடையது எனக் கருத இடமுள்ளது.

தமிழ்நாட்டில் திருநெல்வேலி, கன்னியாகுமரி ஆகிய மாவட்டங்களில் பன்றி மேய்போர், கூடை முடைவோர், குரங்கு வித்தை காட்டுவோர், பாம்புபிடிப்போர், நரிபிடிப்போர் ஆகியோரைக் குளுவர் என அழைக்கிறார்கள். இந்த ஆய்வுக்குரிய

களமான திருநெல்வேலி மாவட்டத்திலுள்ள வள்ளியூரிலும் குளுவர் என்பதே வழக்கில் உள்ளது. ஆனால், மதுரை, இராமநாதபுரம், காமராசர் மாவட்டங்களில் மேற்கூறப்பட்ட தொழில்களைச் செய்வோர் 'குறவர்' என அழைக்கப்படுகின்றனர். இதனை நோக்கும் பொழுது குளுவரும் குறவரும் ஒரே இனத்தவரா என்ற ஐயம் எழலாம். ஆனால் தமிழ் அகராதி குளுவனைக் குறவரின் பாங்கன் எனக் குறிப்பிடுகின்றது (Tamil Lexicon, Vo 11. 1982: 1043). தமிழ் இலக்கியங்களில் குறவனை விடக் குளுவன் தாழ்ந்தவனாகச் சித்திரிக்கப்படுகிறான் (குற்றா. குற. 79).

மேலும் பன்றி மேய்த்தல், கூடை முடைதல் போன்ற தொழில்களைச் செய்யும் குளுவர் தெலுங்கு மொழியைத் தாய்மொழியாகக் கொண்டுள்ளனர் என்பது குறிப்பிடத்தக்கது. ஆனால் குறவர்கள் தமிழகத்தின் பூர்வக்குடியினர் ஆவர். ஆதலின் குளுவர் எனப்படுவோரும் குறவர் எனப்படுவோரும் தனித் தனியான சமூகத்தார் என்பது தெளிவாகிறது. நரிக்குறவர் என்று அழைக்கப்படுகின்ற வாக்ரிபோலி மொழி பேசுவோர் குளுவர்களிடமிருந்து வேறுபட்டோராவர் என்பதும் இங்குக் குறிக்கத்தக்கது. இந்தச் சொல்லுக்கான பொருண்மையைப் பின்வரும் இரண்டு உள் தலைப்புகளில் மேலும் தெளிவுபடுத்திக் கொள்ளலாம்.

சமூகப் பிரிவுகள்

குளுவர்களிடையே ஒன்பது பிரிவுகள் உள்ளதைக் கள ஆய்வின் வழியாக அறிய முடிந்தது. அவை:

1. நித்திரவார், 2. பன்றிக் குளுவர், 3. இராமக் குளுவர் அல்லது குரங்காட்டிக் குளுவர், 4. பொட்டிக் குளுவர், 5. பாம்பாட்டிக் குளுவர், 6. நரிக்குளுவர், 7. கொண்டாரெட்டி, 8. பல்லவார், 9. பகடை.

இந்த ஒன்பது பிரிவுகளில் பன்றிக் குளுவர், குரங்காட்டிக் குளுவர், பொட்டிக் குளுவர், பாம்பாட்டிக் குளுவர், நரிக்குளுவர் ஆகிய ஐந்து பிரிவினர் ஆய்வுக் களமான வள்ளியூரில் வாழ்கின்றனர்.

திருநெல்வேலி மாவட்டத்தில் பன்றிக்குளுவர்கள் கல்லிடைக் குறிச்சி, பற்பதேரி, ஏர்வாடி, திருக்குறுங்குடி, வள்ளியூர், பணகுடி இராதாபுரம், ஆரல்வாய்மொழி போன்ற ஊர்களில் வாழ்ந்து வருகின்றனர்.

பன்றியைத் தூக்கும் குளுவர்

தோற்றத் தொன்மம்

குளுவர்கள் ஒன்பது பிரிவுகளாகப் பிரிந்தமைக்கு இம்மக்களால் பின்வரும் தொன்மங்கள் கூறப்படுகின்றன. இத்தொன்மங்கள் பரம்பரை பரம்பரையாகக் குளுவர்களால் வாய்மொழியாகக் கூறப்படுகின்றன. இத்தொன்மங்களை மக்கள் பெரிதும் நம்புகின்றனர்.

இருபத்தொரு தலைமுறைகளுக்கு முன்னர் இராமரும் இலட்சுமணரும் காட்டில் வேட்டைக்குப் போய்விட்டுக் களைப்பாக வரும் வழியில் ஒன்பது சகோதரர்கள் மாடு மேய்த்துக் கொண்டிருந்தனராம். தாகத்துடன் இருந்த இராமர் ஒன்பது சகோதரர்களில் ஒருவரிடம் தண்ணீர் கேட்டாராம். அச்சகோதரன் மாட்டுப்பாலைக் கறந்து குடிக்கக் கொடுத்தாராம். இதனால் மகிழ்ச்சியடைந்த இராமர் அச்சகோதரனைப் பார்த்து இந்த மாடுகளில் படுத்திருக்கின்ற மாடுகள் வேண்டுமா, நிற்கின்ற மாடுகள் வேண்டுமா? எனக் கேட்டாராம். அதற்கு அவன்

படுத்திருக்கின்ற மாடுகள்தான் வேண்டும் எனக் கேட்டானாம். படுத்திருந்த மாடுகள் இறந்த நிலையில் கிடக்கவே அவற்றை அப்புறப்படுத்திய தோடு உரித்து உண்ணவும் செய்தானாம். இவன் சக்கிலியன் அல்லது பகடை எனப்பட்டான்.

மற்ற சகோதரர்களிடம் இராமர் மூன்று சிரட்டைகளைக் கொண்டுவரச் சொன்னாராம். ஒரு சிரட்டையில் பூசணி விதை யையும், இரண்டாவது சிரட்டையில் சுரைக்காய் விதையையும், மூன்றாவது சிரட்டையில் வெண்டை விதையையும் ஊன்ற, அவற்றில் பூசணி விதை மட்டும் முளைத்ததாம். முளைத்த பூசணியைப் பாதுகாக்கும்படி அச்சகோதரர்களில் ஒருவனிடம் கூறினாராம். அவன் சரியாகப் பாதுகாக்காததால் ஒரு குரங்கு வந்து பூசணிச் செடியைப் பாழ்படுத்திவிட்டதாம். இதனால் சினங் கொண்ட இராமர் பூசணிச் செடியைக் கடித்துத் தின்ற குரங்கை வைத்தே பிழைத்துக்கொள் என்று கூறிவிட்டாராம். அதிலிருந்து அவன் இராமக்குளுவன் எனப்பட்டான்.

இராமர், இலட்சுமணன் வாழ்ந்த காட்டில் பாம்புகள் மிகுதியாகி மனிதர்களைக் கடித்துத் துன்புறுத்தி வந்தனவாம். இராமர் சிறியாநங்கை என்ற வேரை மீதமுள்ள சகோதரர்களில் ஒருவனுக்குக் கொடுத்துள்ள அவ்வேரைப் பயன்படுத்திப் பாம்புகளைப் பிடித்து மக்களைப் பாம்புக்கடியிலிருந்து காப்பாற்று என்றாராம். அன்றிலிருந்து அவன் பாம்பாட்டிக் குளுவன் எனப்பட்டான்.

இராமர் காட்டில் ஆண்டியாக அலைந்தபடியால் கையில் ஒரு குடுகுடுப்பை வைத்திருந்தாராம். அதை ஒரு சகோதரன் கையில் கொடுத்து ‘நீ முக்காலத்தையும் உணர்வாய்’ என்று வரங்கொடுத்து அனுப்பினாராம். அதிலிருந்து அவன் நித்திரவார் எனப்பட்டான்.

மீதமிருந்த சகோதரர்களில் ஒருவன் தான் செய்வதறியாது கண் கலங்கி நின்றானாம். அவனிடம் தன் கொண்டையிலிருந்த ஊசியை எடுத்துக் கொடுத்து அதனை விற்றுப் பிழைத்துக்கொள் என்றாராம். அவன் நரிக்குளுவன் எனப்பட்டான்.

இத்தொன்மமானது குளுவர்களின் ஒன்பது பிரிவுகளில் ஐந்து பிரிவுகள் தோன்றிய முறையை மட்டுமே குறிப்பிடுகின்றது. மற்ற பிரிவினர் தோன்றியமைக்கான தொன்மம் தகவலாளருக்குத் தெரியவில்லை. எவ்வாறாயினும் இத்தொன்மம் குளுவர் என்ற ஒரு சமூகம் எவ்வாறு பல பிரிவுகளாகப் பிரிந்தது என்பதை உணர்த்து

பன்றியைச் சுடும் குளுவர்

கிறது. பொதுவாகத் தொன்மங்கள் மக்கள் ஓரிடத்திலிருந்து மற்றோரிடத்திற்கு இடம் பெயர்ந்தமைக்கான காரணங்களைச் சமயத்தோடு தொடர்புபடுத்திச் சொல்லப்படுவது வழக்கமாகக் காணப்படுகின்றது. இத்தொன்மங்களில் காணப்படும் கடவுள் தொடர்பான நிகழ்ச்சிகளை நீக்கிவிட்டு நோக்கினால் அவை உணர்த்தும் உண்மை புலப்படும்.

மேற்கூறப்பட்ட தொன்மம் இராமாயணத்தில் இராமர் வனவாசம் சென்ற நிகழ்ச்சியோடு தொடர்புபடுத்தப்பட்டுள்ளது. இப்புராண நிகழ்ச்சியை நீக்கிவிட்டு நோக்கினால் குளுவர் என்ற ஒரே இனம் தொழிற்பிரிவினால் எவ்வாறு பல சமூகங்களாகப் பிரிந்தன என்பதை உணர்ந்துகொள்ளலாம். தொழில் அடிப்படையில் பிரிவதற்கு முன்னர் ‘குளுவர்’ என்ற ஒரே இனம் ஓரிடத்தில் வாழ்ந்திருக்கலாம். இயற்கை நிகழ்வுகளின் பாதிப்பினாலோ போர் போன்ற நிகழ்ச்சிகளினாலோ இக்குளுவர்களில் சிலர் வேறிடத் திற்கு இடம் பெயர்ந்திருக்கலாம். அவ்வாறு இடம் பெயர்ந்தவர்கள் இயற்கைச் சூழல்களுக்கேற்பவோ சமூகச் சூழலுக்கேற்பவோ வெவ்வேறு தொழில்களைச் செய்து வாழ்ந்திருக்கலாம். பின்னர் இவர்களுக்கிடையே போக்குவரத்துத் தொடர்போ, தகவல்

தொடர்போ இன்றித் தாங்கள் செய்கின்ற தொழில்களின் அடிப்படையில் தனித்தனிப் பிரிவுகளாக மாறியிருக்கலாம். இப்பிரிவு குறித்து முதல் பரம்பரையினர்படைத்துவிட்ட தொன்மம் பரம்பரை, பரம்பரையாகச் சொல்லப்பட்டுக் கடவுள் தொடர்பான புதிய நிகழ்ச்சிகள் சேர்க்கப்படுவதன் மூலமாக மாற்றம் பெற்று இருக்கலாம்.

குளுவர் என்னும் பொதுப் பெயர் பல நாடோடிகளை ஒன்றிணைக்கும் பொதுப் பெயராக இருந்துள்ளதா? அவ்வாறாயின் எப்போது இருந்தது? பின் எக்கட்டத்தில் தனித்தனி அகமணச் சமூகங்களாகப் பிரிந்தன? என்பவை ஆய்வுக் குரியவை. குறவர், குடுகுடுப்பைக்காரர், நரிக்குறவர், பாம்பாட்டிக்காரன், குரங்காட்டி, கொண்டா ரெட்டி போன்ற பிரிவினரெல்லாம் இன்று தனித்தனிச் சமூகங்களாக உள்ளன. இந்நிலையில் குளுவன் என்னும் சொல் தென் மாவட்டங்களில் பன்றி மேய்க்கும் குளுவரையே குறிக்கிறது. வட மாவட்டங்களில் குளுவர் என்னும் சமூகத்தார் இல்லை. வடமாவட்டங்களில் அதிகமாகப் பன்றி வளர்ப்போர் ஜோகி என்று அழைக்கப்படுகின்றனர். குளுவர், ஜோகி ஆகிய இவ்விரு பிரிவினரும் தொழில் அடிப்படையில் பெரிதும் ஒன்றுபட்டாலும் தொன்மம், சமூக உட்பிரிவுகள் நிலையில் மாறுபடுகின்றனர். பின்வரும் பகுதியில் பன்றிக் குளுவர் குறித்து அறியலாம்.

பன்றிக் குளுவர் தாங்கள் கட்டபொம்மனின் ஆட்சிக்குட்பட்ட இடங்களில் வாழ்ந்து வந்ததாகக் கூறுகின்றனர். கட்டபொம்மனுக்கு வரிகட்ட மறுத்த காரணத்தினால் ஊர்த்தலைவர்கள் பொங்கல் தினத்தன்று ஊர்பொது அடுப்புக்கல்லைப் பயன்படுத்த அனுமதிக்க வில்லையாம். இதனால் சினமடைந்த பன்றிக் குளுவர்கள் இரவோடு இரவாக ஊரைவிட்டு வெளியேறி வள்ளியூர் வந்து சேர்ந்தனராம். இக்கதை கற்பனை மிகுதியின்றி இயல்பாகக் கூறப்படுகிறது.

பின்வரும் பழமரபுக் கதையிலிருந்து பன்றிக் குளுவர்கள் தமிழ்நாட்டுக்கு வந்த வரலாற்றையும் ஓரளவு அனுமானிக்க முடிகிறது. மக்கள் ஓரிடத்திலிருந்து மற்றோரிடத்திற்குக் கால் நடைகளுக்கான மேய்ச்சல் நிலம் தேடியும், பஞ்சம், போர், சாதி முரண்பாடுகள், தொற்றுநோய், அரசியல் போராட்டங்கள் போன்ற காரணங்களாலும் இடம்பெயர்கின்றனர். பன்றிக் குளுவர்களைப் பொறுத்தவரையில் அரசியல் போராட்டங்களே அவர்களிடம் வாழிடப் பெயர்தலுக்குக் காரணம் என்பதைப் புரிந்துகொள்ளலாம்.

பன்றிக் குளுவர்களால் சொல்லப்படும் பழமரபுக் கதை (legend) வருமாறு: 'பன்றிக் குளுவர்களின் பூர்வீகம், ஆந்திர மாநிலத்திலுள்ள பல்லாரி என்ற ஊர். இவ்வூரில் இவர்கள் வாழ்ந்து வருகின்ற பொழுது முகமதிய அரசன் குளுவ இனத்திலுள்ள ஒரு பெண்ணை மணம் செய்ய விரும்பிப் பெண்கேட்டானாம். அரசனுக்குப் பயந்து பெண் தர ஒப்புக்கொண்டனராம். திருமணத்திற்கு முன்னர் குளுவர்களுக்கு நவாபு ஒரு பெரிய விருந்து கொடுத்தாராம். விருந்தின் போது இரண்டு குளுவப் பெரியவர்கள் அமர்ந்து சாப்பிட இடமில்லையாம். எனவே அருகில் கவிழ்த்து வைக்கப் பட்டிருந்த கூடையை நகர்த்திவிட்டு உட்கார முயன்றனராம். கூடையைத் தூக்கிப் பார்த்த பொழுது உள்ளே மாட்டுத் தலைகள் இருந்தனவாம். இதனால் சினம் கொண்ட இம்மக்கள் விருந்து சாப்பிட மறுத்து ஒரு நாயைப் பெண்போல அலங்கரித்து சேலை யால் போர்த்தி உட்கார வைத்துவிட்டு இரவோடு இரவாக மணப் பெண்ணையும் அழைத்துக்கொண்டு அரசன் பழி வாங்குவான் என்று அஞ்சி பல்லாரியைவிட்டு வெளியேறி விட்டனராம். இக்கதை அனைவராலும் கூறப்படுகிறது. தங்களது பூர்வீகம் ஆந்திரத்தில் உள்ள பல்லாரி என்பதை இம்மக்கள் வலியுறுத்திக் கூறுகின்றனர்.

மேற்கூறப்பட்ட வகையிலான பழமரபுக் கதை பல தெலுங்குச் சமூகத்தாரால் கூறப்படுகிறது. ஆகவே இவ்வகைப் பழமரபுக் கதையிலிருந்து முகமதியரின் படையெடுப்பால் தெலுங்கு மொழி பேசும் பல சமூகத்தவர்கள் தமிழ்நாட்டிற்கு இடம் பெயர்ந்தார்கள் என்பதை அறிந்துகொள்ள முடிகிறது. இவ்வாறு இடம்பெயர்ந்து தமிழ்நாட்டிற்கு வந்தவர்களில் பன்றிக் குளுவரும் அடங்குவர்.

இன அடையாளக் கூறுகள்

ஆந்திர நாட்டிலிருந்து வந்த நாயக்கர்களைப் போன்று பன்றிக் குளுவர்கள் உயரமானவர்கள் அன்று. உயரம் அதிகமில்லாத கரிய நிறமும், குட்டையான தோற்றமும் உடையவர்கள். ஆண்கள் முன்னும், பின்னும் தொங்கும் கௌபீகத்துடன் காணப்படு கின்றனர். இடுப்பைச் சுற்றி 'பக்கறை' என்னும் பல அறைகளைக் கொண்ட துணிப்பையைக் கட்டியிருப்பர். தலையில் சிவப்புத் துணியிலான உருமாவைக் கட்டியிருப்பர். பெரும்பாலானோர் மார்பு முழுவதும் பச்சை குத்தியுள்ளனர்.

பெண்கள் கழுத்தில் கருகமணியும், கைவிரல்களில் வெள்ளியாலும் ஈயத்தாலுமான மோதிரங்களை அணிந்திருப்பர். நீளமானக் கூந்தலை உடைய பெண்கள் சாய்வாகக் கொண்டை போட்டிருப்பர். கரண்டைக்கால் தெரிய சேலை கட்டியிருப்பர். நெற்றியிலும் கைகளிலும் பச்சைக் குத்தியிருப்பர். இன்றைய நிலையில் இளம் பெண்கள் பிறமக்களிடமிருந்து எவ்வித வேறுபாடுமின்றி சேலை, தாவணி, நாகரிக உடைகளை அணிகின்றனர். இளைஞர்களும் நாகரிக உடைகளையே விரும்பி அணிகின்றனர். வயது முதிர்ந்த ஆண்களில் பலர் சட்டை அணிவதில்லை. இப்பழக்கம் இன்று பெருமளவில் குறைந்துவிட்டதாக இம்மக்கள் கூறுகின்றனர்.

குடியிருப்பு

நாற்புறமும் மண் சுவர்களை எழுப்பிக் காட்டுக் கம்புகளாலும், பலவகைப் புற்களாலும் குடிசை வேய்ந்து இம்மக்கள் வாழ்ந்தனர். பிற்காலத்தில் தென்னை ஓலைகளினால் சிலர் குடிசை அமைக்கத் தொடங்கினர். இன்று அரசு, தனியார் நிறுவனங்களின் (கத்தோலிக்கத் திருச்சபை) பெருமுயற்சியால் இம்மக்களுக்குத் தொகுப்பு வீடுகள் கட்டிக் கொடுக்கப்பட்டுள்ளன. குடிசைகளில் பன்றிகளோடு பன்றிகளாய் வாழ்ந்த மக்கள் இன்று சுவர் எழுப்பப்பட்ட வீடுகளில் வாழ்கின்றனர்.

தொழில்

பன்றி மேய்த்தல், குரங்குவித்தை காட்டுதல், பாம்புகளைப் பிடித்துப் பழக்கி ஊர்ஊராகச் சென்று காட்டுதல், பிரம்புக் கூடைகள், பெட்டிகள் முடைதல் போன்ற தொழில்களையே இம்மக்கள் பரம்பரை பம்பரையாகச் செய்து வந்தனர். இன்று இத்தொழில் முழுவதுமாக மறைந்துவிட்டது என்று கூறுவதற்கிடமின்றி வெகு சிலர் மட்டுமே இத்தொழிலில் ஈடுபட்டுள்ளனர்.

இப்பொழுது ஆண், பெண் என்ற பாகுபாடின்றி அனைவரும் கடினமாக உழைக்கின்றனர். தினக் கூலிகளாக எல்லா வேலைகளையும் செய்கின்றனர். செங்கல் சூளை, கூலி வேலை, உணவுடுதிகளைத் தூய்மைப்படுத்துதல், வெள்ளையடித்தல், வயல் வேலை போன்ற பல வேலைகளை இம்மக்கள் செய்கின்றனர். ஆனாலும் அனைத்து வீடுகளிலும் இன்று பன்றிகள் பெருமளவில் வளர்க்கப் படுகின்றன. வயது முதிர்ந்த பெண்கள் பகல் வேளைகளில்

ஏழ்மைச் சூழலில் குளுவர் குடும்பம்

இவற்றிற்குத் தீனியிட்டுப் பாதுகாக்கின்றனர். அரசு தொகுப்பு வீடுகள் கட்டிக் கொடுத்துள்ள போதிலும் அவ்வீடுகளை இந்த மக்கள் தூய்மையாகப் பாதுகாக்கவில்லை. பன்றிகள் மக்களோடு மக்களாக உலாவருவதை இத்தெருக்களில் காணலாம். வெளியார் அத்தெருக்கள் வழியாகச் செல்ல அருவருக்கும் நிலையிலேயே இத்தெருக்களின் நடைபாதைகள் உள்ளன.

பெரும்பாலான வீடுகளில் தொலைக்காட்சிப் பெட்டிகள் உள்ளன. குளுவச் சமூகத்தைச் சார்ந்த சின்னான் என்பவர் அமைத்துள்ள குளிர்பானக் கடை இப்பகுதியில் பிற மக்களைக் கவர்ந்த பெரிய கடையாக உள்ளது. குளுவன் கடை சர்ப்பத்திற்குத் (பானம்) தனி வாடிக்கையாளர் கூட்டமே உள்ளதாக இப்பகுதி மக்கள் கூறுகின்றனர். இரு சக்கர வாகனங்களிலும், நான்கு சக்கர வாகனங்களிலும் மக்கள் வந்து குளிர்பானங்களை அருந்துவதும் வாங்கிச்செல்வதும் அன்றாட நடவடிக்கையாய் உள்ளதை இன்றும் காணமுடிகிறது. இக்கடை வைத்திருப்பவர் இம்மக்களில் பொருளாதார நிலையில் உயர்ந்தவராக உள்ளார். இவரது வீடு அவரது சொந்த முயற்சியால் கட்டப்பட்டதாகக் கூறினார்.

உணவு

வள்ளியூரிலும் அதனைச் சுற்றிலுமுள்ள பகுதிகளில் ஆடு, மாடுகள்

இறந்தால் இம்மக்களையே அழைக்கின்றனர். இவர்கள் இந்த மாமிசத்தை விரும்பி உண்கின்றனர். பருந்து உட்பட அனைத்துப் பறவைகளையும் கவண் கல்லினால் வீழ்த்தி அவற்றை உண் கின்றனர். நாகரிகம் வளர்ச்சியடைந்த இக்கால கட்டத்தில பிற மக்களைப் போல அனைத்து வகை உணவுகளையும் விரும்பி உண்கின்றனர். தோசை, இட்டிலி போன்ற சிற்றுண்டி வகை களையும் செய்வதாகக் கூறுகின்றனர்.

வழிபாடு

பன்றிக் குளுவர்கள் பெண் தெய்வங்களைத் தங்கள் குல தெய்வங் களாகக் கொண்டுள்ளனர். கோயில் திருவிழாக்கள் பிற கோயில் திருவிழாக்களைப் போல ஆடம்பரமாகக் கொண்டாடபடுகின்றன. அப்பகுதியில் நடைபெறுகின்ற அனைத்துத் திருவிழாக்களிலும் ஆர்வத்துடன் கலந்துகொள்கின்றனர். தெய்வங்களின் பெயர் களையே தங்கள் குழந்தைகளுக்கு வைக்கின்றனர். இராமர், சீதை, மீனாட்சி, இலட்சுமணன் போன்ற பெயர்கள் வீடுகள் தோறும் காணப்படுகின்றன. மற்ற சமூகங்களில் காணப்படுவது போன்று தெய்வம் பற்றிய பக்தி உணர்வுகளும் அது தொடர்பான நம்பிக்கை களும் மிகுதியாக உள்ளன. மந்திரங்களிலும் பில்லிசூனியங் களிலும் நம்பிக்கை வைத்துள்ளனர்.

திருமணம்

குளுவர்கள் காளியம்மன், மாரியம்மன், மீனாட்சி ஆகிய தெய்வங் களின் அடிப்படையில் மூன்று கிளைகளாகப் பிரிந்துள்ளனர். ஒவ்வொரு கிளையில் உள்ளோரும் அண்ணன் - தம்பி, அக்கா - தங்கை உறவுமுறையினராக விளங்குகின்றனர். இருப்பினும் இவர்கள் அப்பாவின் ஆண் உடன் பிறப்புகளான பெரியப்பா (பெத்தய்ய), சித்தப்பா (சின்னைய்ய) ஆகியோரின் குடும்பங்களில் திருமண உறவு கொள்வதில்லை. கிளைப்பிரிவுகள் மணஉறவு களைக் கட்டுப்படுத்துகின்றன.

அம்மாவுடைய உடன்பிறந்த சகோதரரின் மகளையும் மகனையும் திருமணம் செய்துகொள்கின்றனர். அதோடு ஒரு கிளையைச் சேர்ந்த ஆண் வேறு கிளையைச் சேர்ந்த எந்த ஒரு பெண்ணையும் திருமணம் செய்துகொள்ளும் பழக்கம் காணப்படுகிறது. உடன் பிறந்த சகோதரர்கள் அனைவரும் வேறு பெண்களைக் குழுவாக

மணம்புரியும் முறை குளுவர்களிடம் இல்லை. சகோதரர்களின் தனித்தனியே உடன்பிறந்த சகோதரி அல்லாத ஒரு பெண்ணையோ பல பெண்களையோ மணம் புரியும் முறையே காணப்படுகிறது. குளுவர் சமூகம் தந்தையுரிமைச் சமூகம் ஆகும். மேலும் ஒரு குளுவப் பெண்தன்னுடைய கணவனைப் பிடிக்க வில்லையெனில் மணமுறிவு செய்துவிட்டு இன்னொரு ஆணைக் கணவனாகக் கொண்டாலும் முந்திய கணவனுக்குப் பிறந்த குழந்தையை அவனிடமே விட்டுவிடும் வழக்கம் காணப்படுவதால் குழந்தைக்குத் தாயைவிட தந்தையே முக்கியமானவனாகக் காணப்படுவதாலும் இச்சமூகம் தந்தைவழிச் சமூகமாக விளங்குகிறது.

சமூக மாற்றம்

இன்று குளுவர் சமூகச் சிறுவர்களில் எண்பது விழுக்காட்டினர் (80%) தொடக்கக் கல்வி கற்கின்றனர். பன்றிக் குளுவர்களின் இருப்பிடத்திற்கு அருகில் அமைந்துள்ள கத்தோலிக்கத் திருச்சபை யினரின் பள்ளியில் இக்குழந்தைகளுக்கு இலவசக் கல்வி வழங்கப் படுகிறது. பள்ளிக்குக் குழந்தைகளை அனுப்புவதில் பெற்றோர்கள் ஆர்வம் காட்டுவதாக நிர்வாகத்தினர் கூறுகின்றனர். எனினும் சில குழந்தைகள் தங்கள் பரம்பரைத் தொழிலாகிய பன்றி மேய்த்தலில் ஈடுபடுவதையும் காணமுடிகிறது. மேல்நிலைக்கல்வி (+2) முடித்த நான்கு இளைஞர்களும் மூன்று பெண்களும் இவர்களிடையே உள்ளனர். இவர்களுக்கு அரசு வேலை கிடைக்குமென்ற நம்பிக்கை இருப்பது இவர்களின் பேச்சில் தெரியவந்தது.

இருபதாண்டுகளுக்கு முன்னர் வரை இம்மக்கள் நாடோடி வாழ்க்கையே நடத்தி வந்தனர். இப்பொழுதும் சில குடும்பத்தினர் பன்றிகளைப் பக்கத்து ஊர்களுக்குக் கொண்டு சென்று ஊருக்கு வெளியே கூடாரம் அமைத்துக் கொள்கின்றனர். இம்மக்கள் 1965ஐ ஒட்டியே வள்ளியூர் குளத்தின் கரையில் நிரந்தரமாகக் குடிசைகள் அமைத்துத் தங்கத் தொடங்கியதாகக் கூறுகின்றனர். குளத்தின் கரையை ஒட்டியப் பகுதிகள் அரசுக்குச் சொந்தமாக இருந்தமையால் காலப் போக்கில் அந்நிலம் இம்மக்களுக்கு சொந்தமாக்கப்பட்டது.

குளுவன் என்ற அடையாளத்தோடு ஊரின் ஒதுக்குப்புறத்தில் வாழ்ந்து வந்த இம்மக்கள் இன்று அனைத்துச் சாதி மக்களுடனும் கலந்து பழகுகின்றனர். திருமணம் போன்ற விழாக்களில் கலந்து

கொள்கின்றனர். இவர்களது திருமணங்களுக்கும் பிற மக்கள் வருவதாக மகிழ்ச்சியுடன் கூறுகின்றனர். கிறித்தவச்சமூகத்தினரிட மிருந்து மிகுந்த உதவிகளைப் பெற்றுவரும் இம்மக்கள் அனைவரும் இன்றுவரை இந்துக்களாகவே இருப்பது குறிப்பிடத்தக்கது. எனினும் கிறித்துவ அருட்தந்தையரிடமும், அருட்சகோதரி களிடமும் மிகுந்த அன்பும் மரியாதையும் கொண்டுள்ளனர். அனைத்துச்சிறப்பு நிகழ்ச்சிகளின் போது இவர்கள் அழைக்கப்பட்டு கௌரவப்படுத்துகின்றனர். இன்னும் சில ஆண்டுகளில் இம்மக்கள் தங்களது தாழ்வு நிலையினை மறந்து பிற சாதியினரைப் போல முன்னேற வேண்டும் என எண்ணுகின்றனர். இவர்களிடையே நாடோடிய வாழ்க்கை முறை மெல்லமெல்ல மறையத் தொடங்கும் அடையாளம் காணப்படுகிறது எனக்கூறலாம்.

உசாத்துணை

Tamil Lexicon. 1982 (Reprint). Madras: Univeristy of Madras.

18

இடையர்

மகரந்தன்

சங்ககாலம் தொட்டு இடையர் என அறியப்பட்டுவந்த ஆயர் குடியினர் இன்றைய சமகாலத்திலும் இடையர் என்னும் பெயரிலேயே தொடர்ந்து வருவது இத்தொல்சீர் சமூகத்தின் நிலைபேற்றினை எக்காரணியும் தடுத்து நிறுத்தவில்லை என அறியமுடிகிறது. இத்தொல்சீர் சமூகத்தார் இன்று ஆயர் குடியாக மட்டுமல்லாமல் ஒரு பகுதியினர் இன்றும் அரை நாடோடிகளாகத் தொடர்ந்து காணப்படுவது குறிப்பிடத்தக்கதாகும். தமிழகத்தின் தென் மாவட்டங்களைச் சேர்ந்த இராமநாதபுரம், சிவகங்கை, பரமக்குடி, முதுகுளத்தூர், கமுதி, சாயல்குடி, கடலாடி, இளையான்குடி, மானாமதுரை ஆகிய இடங்களிலிருந்து பண்ருட்டி, நெய்வேலி, பெரியாக்குறிச்சி, வடகுத்து, ஆ.குறவன்குப்பம், கத்தாழை போன்ற வடமாவட்டப் பகுதிகளுக்கு வந்து தங்கள் ஆட்டு மந்தைகளை மேய்த்தும், விவசாயிகளுக்குக் கிடை போட்டுப் பொருளீட்டியும் வளர்ந்த ஆடுகளை வியாபாரிகளுக்கு விற்றும் அரை நாடோடி வாழ்க்கை நடத்துகின்றனர். மேற்கூறிய வட மாவட்டப் பகுதிகளில் (பண்ருட்டி முதல் கத்தாழை வரை) வந்து தற்காலிகமாகத் தங்கிய இடையர்களைத் தரவுக் களமாகக் கொண்டு இக்கட்டுரை அமைகிறது.

சமூகத் தொன்மை

சங்க காலம் தொட்டே தமிழ்ச் சமூகத்தில் நாடோடி வாழ்க்கை முறை இருந்து வருவதை இலக்கியப் பனுவல்கள் பதிவு செய்து உள்ளன. தொல்லியல் தரவுகளோ நாடோடி வாழ்க்கைமுறை புதிய கற்காலத்திற்கு முன்னரே தோன்றிவிட்டது என்பதை முன்மொழிகின்றன. அதற்கடுத்த கால கட்டத்தில் ஏற்பட்ட

சமூக மாற்றங்களால் பல்வேறுபட்ட தன்மைகளைக் கொண்ட நாடோடிச் சமூகங்கள் பல உருவாகியுள்ளன. இவற்றில் ஆயர் வாழ்வுசாரா நாடோடிச்சமூகங்களே மிகுதி. எனினும் இடையர்கள் சங்க காலம் முதல் சமகாலம்வரை தொடர்ச்சி அறுபடாமல் காணப்படுவது குறிப்பிடத்தக்கதாகும். சங்ககாலம் தொட்டே நிலையான வாழ்க்கை முறையிலிருந்து வேறுபட்டு மேய்ச்சல் தொழிலுக்கேற்ப வெவ்வேறு இடங்களில் வாழும் தொல்சமூகப் பிரிவினராக இடையர் சமூகத்தைக் காணமுடிகிறது.

சமூகப் பெயர்

இன்று இவர்கள் 'இடையர்' எனப் பரவலாக அறியப்பட்டாலும் வட்டாரத்திற்கு வட்டாரம் மாறுபட்ட பெயர்களில் அழைக்கப் படுகின்றனர். பெரும்பாலும் கோனார், நைனார், நம்பியார் ஆகிய பெயர்களில் அழைக்கப்படுகின்றனர். இடையர்கள் வட மாவட்டங்களில் பல இடங்களில் கோனார் என்றும், பிள்ளை என்றும் அழைக்கப்படுகின்றனர். தென் மாவட்டங்களில் 'கோனார்' என்று பரவலாக அழைக்கப்பட்டாலும் சில இடங்களில் இவர்கள் 'மந்திரி' எனப்படுகின்றனர்.

தமிழ்நாட்டின் முக்கியமான தொல்லினப் பிரிவினரான இவர்கள் தொடக்ககாலத்தில் 'இடையர்' என்றே அழைக்கப்பட்டனர். பள்ளி, மூப்பர், கவுண்டர், படையாட்சி, நாயக்கர் என்று தனித்தனி இனக் குழுவாக அறியப்பட்டவர்கள் 'கால அரசியல்' மாற்றத்தினால் வன்னியர் என்ற பெரும் சாதியச் சமூகமாக ஒருங்கிணைந்ததைப் போல தமிழ்ச் சமூக வெளியில் இடையர், கோனார் என்று ஆயர் வாழ்க்கையை மேற்கொண்ட இனக்குழுக்கள் இந்தியப் பெரு வெளியில் ஆயர் வாழ்க்கையை மேற்கொண்ட 'யாதவர்' என்ற சமூகத்தோடு ஒருங்கிணைந்து நிற்பதைக் காணமுடிகிறது.

தங்களை 'யாதவர்' என்று அழைத்துக் கொள்வதைத் தகுதி உயர்வாகக் கருதிக்கொள்கின்றனர். 'மொதல்ல எடையர், கோனார்னு செல்வாங்க. இப்பெல்லாம் 'யாதவர்' தாங்க. எங்க போனாலும் நாங்களும் எங்கள யாதவர்னுதான் சொல்றோம்' என்று கூறுகின்றனர். 'முன்பு இடையர் சாதி, பறையர் சாதிக்கும் சற்றே மேம்பட்டதாகக் கருதப்பட்டு வந்தது. இடைச்சேரி பறையர்கள் வாழ்விடமான பறைச்சேரியை அடுத்தே ஒவ்வொரு ஊர்ப்புறத்திலும் இடம் பெற்றிருந்தது' என்கிற மதுரை மாவட்டக் கையேட்டின் குறிப்பு,

மேய்ச்சல் பூமியில் செம்மறி ஆடுகள்

இடையர்களின் மேல்நிலையாக்கக் கருத்தாக்கத்தோடு இங்கு ஒப்பிட்டு நோக்கத்தக்கதாகவே உள்ளது.

குறிஞ்சி, முல்லை, மருதம், நெய்தல், பாலை என்ற ஐந்திணை பாகுபாட்டில் இடையர்கள் முல்லை நிலஞ்சார்ந்த ஆடு மேய்க்கும் தமிழ்நாட்டிற்குரிய சாதியார் ஆவர். 'இடை' (நடு) என்ற தமிழ்ச் சொல்லில் இருந்து 'இடையர்' என்ற பெயர் வந்தது என்பார் தஞ்சை மாவட்டக் கையேட்டை உருவாக்கிய ரோ (1883). 'விவசாயிகள், வியாபாரிகள் என்ற இரு பிரிவினர்களுக்கு இடையே, நடுவே ஒரு தொடர்க் கண்ணியாக இடையர்கள் இருந்ததால் அவர்களுக்கு அப்பெயர் ஏற்பட்டது' என்று பூஜ்யர் போப் தஞ்சாவூர் பற்றிய தகவல் புத்தகத்தில் குறிப்பிட்டிருக்கிறார் (பிங்கலாண்டி 1890 ஆம் வருட சென்னைப் பதிப்பு, பக். 76).

மேற்கண்ட இந்த விளக்கம் கற்பனையோடு பட்டதாகக் கூறி, 'இவர்கள் இவ்வாறு அழைக்கப்பட்டதற்குக் காரணம், இவர்கள் மலைகளுக்கும், விளைநிலங்களுக்கும் இடைப்பட்ட மேய்ச்ச லுக்கு ஏற்ற காட்டுப் பகுதியில் முதலில் தங்கியிருக்க வேண்டும் (அதாவது குறிஞ்சி, முல்லை, மருதம், நெய்தல், பாலை என்னும் ஐவகை நிலங்களுள் இடைப்பட்ட நிலத்தில் முதலில் வாழ்ந்த வர்கள்) எனவே, அவர்கள் அவ்வாறு அழைக்கப்பட்டனர்' என்று மதுரை மாவட்டக் கையேட்டில் நெல்சன் குறிப்பிடுகிறார்.

இடையர்கள் தங்கள் பெயருக்குப்பின் கோனார் அல்லது கோன் (அரசன்) என்ற பட்டப் பெயரைச் சேர்த்துக்கொள்ளும் மரபினராகக் காணப்படுகின்றனர். 1891-ஆம் வருட மக்கள் தொகை கணிப்பு அறிக்கையில் பிள்ளை, கரையாளர் என்ற பட்டப் பெயர்களும் குறிப்பிடப்பட்டுள்ளன (எச்.ஏ.ஸ்டூவர்ட்) 1981ஆம் வருட ஜனகணிதி, சென்னை, பக். 289).

தோற்றத் தொன்மம்

ஒரு காலத்தில் கோனார்களே எல்லோரையும்விடத் தாழ்ந்தவர்களாக இருந்தனர். பள்ளர்களைக் காட்டிலும் தாழ்வான நிலை. சமூகத்தில் எவருமே இவர்களிடம் உணவு, நீர் பெறுவது கிடையாது. எவருடைய கவனத்திலும் இல்லாமல் தனிமைப் பட்டுக்கிடந்தனர். இம்மக்களின் பரிதாப நிலையை அறிந்த கிருஷ்ண பகவான் யாராவது ஒருவர் முன்வந்து இவர்களுக்கு முக்கியத்துவம் கொடுக்க வேண்டும் என எண்ணினார். அச்செயலை நானே செய்கிறேன் எனச் சொல்லி கோனார் வீட்டில் நுழைந்து தயிரும் வெண்ணெயும் சாப்பிட்டார். அன்றிலிருந்து எல்லோரும் கோனார்களிடம் நெருங்கிப் பழகினார்கள். இவர்களிடம் நீர், மோர், தயிர் வாங்கிப் பருகத் தொடங்கினார்கள் (ராபர்ட் டெலீஜ் 1993:542).

பெரியாழ்வாரின் பெரியாழ்வார் திருமொழியில்,

...கோவலக் குட்டர்க்கு

எனக்கூறி இடையர்கள் 'கோவலர்' எனப்பட்டனர் என்பதைப் பதிவு செய்துள்ளனர். ஆனால் நம்மாழ்வார் காலத்தில்

'...ஆயர் கொழுந்தே' எனவும்,
'ஆயர் கொழுந்தா' எனவும்,
'கோனாரை...' எனவும்,

வழங்கப்பட்டதை அறிய முடிகிறது. இன்றும் 'கோனார்' என்னும் வழக்கு ஏறக்குறைய 15 நூற்றாண்டுகளுக்கு மேல் அழியாமல் தொடர்ந்து வருகிறது. இன்று யாதவர் என்று அழைத்துக் கொள்வதை விரும்புகின்றனர்.

இன அடையாளக் கூறுகள்

'யாதவர்' என்று தங்களை அழைத்துக் கொள்வதைத் தகுதி உயர்வாகக் கருதினாலும் அவர்களைப் போல் இவர்கள் தெலுங்கு மொழி

குறுந்தொலைவில் வெள்ளாடு வளர்க்கும் இடையர்கள்

பேசுவதில்லை. இவர்களது தாய்மொழி பற்றி கேட்டபோது 'தாய்மொழி தமிழ்தாங்க. எங்களுக்குள்ள பேசும் போதும் சரி, மத்தவங்ககிட்ட பேசும் போதும் சரி தமிழ்லதாங்க பேசுவோம்' என்கின்றனர். இவர்கள் தங்களின் குலத் தொழிலான மேய்சல் தொழிலுக்குச் செல்லும்போது தனித்தன்மையான உடைகள் எதையும் அணிந்துகொள்வதில்லை. வழக்கமாக அணியும் ஆடை களான பழைய கைலி (லுங்கி) அல்லது பழைய வேட்டி சட்டை அணிந்து செல்கின்றனர். சந்தை விழா அல்லது சடங்கு போன்ற வற்றுக்குச் செல்லும் போது மட்டும் வெள்ளை வேட்டி, சட்டை, துண்டு அணிகின்றனர். பெண்கள் புடவையும் ஜாக்கெட்டும் அணிந்துகொள்கின்றனர். பனிக் காலத்தில் கருப்பு கம்பளி போர்த்திக்கொள்வது காதை மூடும் தலைப்பாகை கட்டிக் கொள்வது இவர்களின் வழக்கம்.

இடையர்கள் பெரும்பாலும் நடுத்தர உயரம் உடையவர் களாகவும் மாநிறத்தோடும் கருமை நிறத்தோடும் காணப்படு கின்றனர். திராவிட இனக்கூறுகள் அனைத்தும் இவர்களிடம் காணப்படுகின்றன. தமிழக அரசின் சாதிப்பட்டியலில் இவர்களின் பெயர் பிற்படுத்தப்பட்டோர் பட்டியலில் 'யாதவர்' சாதியுடன் சேர்த்தே குறிக்கப்பட்டுள்ளது. இடையர்களில் தெலுங்கு பேசும்

இனங்கள் (Vaduga Ayar or Vaduga Idayar or Golla and Asthanthra Golla) என்றும் தமிழக அரசின் சாதிப்பட்டியலில் குறிப்பிடப் பட்டுள்ளன).

ஆயர் வாழ்க்கை முறையை மேற்கொண்டதால் இவர்களில் பெரும்பான்மையோர் நடுநிலைப் பள்ளியைத் தாண்டாதவர்களாக உள்ளனர். 'நான் எட்டாவது வரைக்கும் தாங்க படிச்சேன். அதோ அவரு (எதிரில் இருந்த இன்னொரு நபரைச் சுட்டிக்காட்டுகிறார்) பத்தாவது வரைக்கும் படிச்சாரு. இப்போது புள்ளைங்கள படிக்க விடுறாங்க. காலம் மாறிடிச்சு இல்லீங்களா? நம்ம தொழிலையேவா நம்ம புள்ளைங்களும் பார்க்கறது? மேய்ச்சலுக்குச் 'சம்பள ஆள்' கிடைக்கலன்னா புள்ளைங்கள இந்தத் தொழிலுக்குக் கொண்டாந் திடுறாங்க' என்கிறார் தகவலாளி. படித்த சிலர், குவைத் போன்ற அரபு நாடுகளுக்குச் சென்று திரும்பியபின் மீண்டும் அங்குச் செல்வதற்கு இடைப்பட்ட காலத்தில் தங்கள் குலத் தொழிலையே மேற்கொள்கின்றனர். வேறு வேலைகளில் ஈடுபட விரும்புவ தில்லை. 'எங்களுக்கு வேற எந்தத் தொழிலும் தெரியாது. இதச் செஞ்சா மூணு வேளைக் கஞ்சி குடிக்கலாம்' என்கின்றனர்.

இனப் பரப்பு

சந்தித்தவர்களில் பெரும்பான்மையானவர்கள் இராமநாதபுரம் மாவட்டத்தில் பரமக்குடி, சிவகங்கை, முதுகுளத்தூர், கமுதி, சாயல்குடி, கடலாடி, இளையாங்குடி, மானாமதுரை போன்ற பகுதிகளிலிருந்து வந்தவர்களாக உள்ளனர். இராமநாதபுரம் மாவட்டத்தில் இருந்து வந்தவர்கள் திருவண்ணாமலை, உளுந்தூர் பேட்டை, சேலம் குறுக்கு ரோடு, கடலூர், திண்டிவனம் பகுதி களில் தங்கியுள்ளதாகத் தகவலாளிகள் கூறினர்.

தொழில்

இவர்களின் முதன்மையான தொழில் 'ஆடு மேய்த்தல்' ஆகும். முல்லை நிலஞ்சார்ந்த ஆடுமேய்க்கும் தமிழ்நாட்டிற்குரிய சாதியான இவர்களுள் சிலர் நில உடைமையாளர்களாகவும், சிலர் அரசுப் பணியாளர்களாகவும் உள்ளனர். பால்காரர், பயிரிடுவோர், தோட்டம் போடுவோர், வண்டி ஓட்டுவோர், கடை வைத்திருப் போர், காவலர், மருத்துவர், இரவலர் ஆகிய பல தொழில் புரிபவர்களாகவும் இவர்களில் பலர் உள்ளனர்.

பால் கரக்கும் இடையர்

சென்னை மாநிலக் கணக்கெடுப்பில் பால்காரர்களும், மாடு மேய்ப்பவர்களும் சமூகத்தில் ஓரளவு முக்கியமான இடம் வகிப்பதாகக் குறிக்கப்பட்டுள்ளது. என்றாலும் ஆடு மேய்த்தல் தொழிலை முதன்மையாகக் கொண்டவர்களுள் பலர் வேளாண் தொழிலோடு, வேளாண் தொழிலுக்கு உற்ற தோழனாக விளங்கும் கால்நடைத் தொழிலையும் துணைத்தொழிலாக மேற்கொண்டுள்ளனர்.

இவர்களது தொழில் 'மேய்த்தல்' என்பதால் பெரும்பாலும் விளைநிலங்கள் அதிகமாக உள்ள பகுதிகளை நோக்கியே இடம் பெயர்ந்து செல்கின்றனர். அறுவடை முடிந்த வயல்பகுதிகளில் பனை ஓலையால் வேய்ந்த சிறுசிறு தற்காலிகக் கூடுகளை அமைத்துத் தங்குகின்றனர். வயதுவந்த பெண்களும் வயதானவர்களும் இவர்களுடன் தங்குவதில்லை. தங்களது ஆடுகளைப் பராமரிக்க 'சம்பள ஆள்' வைத்துக் கொள்கின்றனர். சம்பள ஆட்களை வருடத்திற்கு இருபதாயிரம் அல்லது முப்பதாயிரம் என்று முன்பணம் கொடுத்து அமர்த்திக் கொள்கின்றனர். இவர்களுக்கு வேண்டிய சாப்பாடு, டீ செலவு போன்றவற்றை இவர்களே ஏற்றுக்கொள்கின்றனர். 'சம்பள ஆளா, சேரியாள், படையாச்சி என்று யாரை வேணும்னாலும் வெச்சிக்குவோம். மனசு நல்ல மனசா இருக்கனும்' என்று கூறுகின்றனர். சம்பள ஆள் கிடைக்கவில்லையென்றால் பிள்ளைகளைத் தங்களது தொழிலுக்குக்

கொண்டு வந்துவிடுகின்றனர். சம்பள ஆள் வேலைக்கு வராத காலங்களில் துணைவியரைத் தொழிலுக்குத் துணையாக வைத்துக் கொள்கின்றனர்.

அறுவடை செய்த வயல்வெளிகளில் 'கிடை' போடுவது இவர்களது முதன்மைத் தொழில். ஓர் இரவுக்கு நூறு ரூபாய் என்று எத்தனை இரவுகள் கிடை போடுகின்றனரோ, அத்தனை இரவு களுக்குக் கணக்கிட்டுப் பணம் பெறுகின்றனர். கிடைக்குக் குறைந்த பட்சம் நூறு ஆடுகளாவது இருக்கவேண்டும். இது குறித்துத் தகவலாளி கூறுகையில் 'ஒரு ராத்திரிக்கு நூறு ரூபாய்ன்னு பேசிக்கிட்டுப் போவோம். பத்து நாளைக்கு போடுவோம். அப்போ ஆயிரம் ரூபா கிடைக்கும். பழகிட்டா, இந்தாப்பா, ஆட்டுக்காரே 900 ரூபாய் வெச்சிக்கன்னு கொடுப்பாங்க. அதையும் வாங்கிக்கத் தான் வேணும், பகைக்கக் கூடாது. பகைச்சா நாளைக்கு அவங்கக் கிட்ட போய் பழக முடியாது. லாபமும் உண்டு; நஷ்டமும் உண்டு' என்கிறார்.

பெரும்பாலும் அறுவடைக் காலங்களான தை மாதம் முதல் ஆனி மாதம் வரையிலான ஆறு மாதகாலங்களுக்கு இந்தக் கிடை போடும் தொழிலை மேற்கொள்கின்றனர். கிடைபோடும் காலத்தில் கிடைக்கும் பணத்தின் சேமிப்பை அடுத்த ஆறு மாதங்களுக்கு வைத்துக்கொள்கின்றனர். அல்லது தங்களது ஆட்டுப்பட்டிகளில் இருந்து கிடைக்கும் புழுக்கைகளைச் சேமித்து உரமாக ஐந்நூறு, ஆயிரம் ரூபாய் என கிடைக்கும் விலைக்கு விற்று அதனைச் செலவிற்கு வைத்துக் கொள்கின்றனர். அல்லது பத்து நாள், ஒரு மாதம் தவணைக்கு ஆயிரம் இரண்டாயிரம் கடனாகப் பெற்று திருப்பித் தருகின்றனர். சில வேளைகளில் ஆடு 'கன்னு' போட்டதும் அதை வளர்த்து விற்றுக் கடனை அடைத்துவிடுகின்றனர்.

ஒவ்வொரு குடும்பத்தாரும் குறைந்தது நூறு முதல் ஐந்நூறு வரையிலான ஆடுகளை வைத்துள்ளனர். இந்த ஆடுகள் ஈனும் கன்றுக் குட்டிகளை வளர்த்து விற்பதன் மூலம் ஆண்டுக்கு ஏறக்குறைய இருபத்தைந்தாயிரம் வரை இலாபம் கிடைக்கும் என்கிறார்கள். இப்போது தங்களது ஆடுகளைப் பாதுகாக்க பிளாஸ்டிக் பைகளால் ஆன தற்காலிகக் கூடாரங்களை உருவாக்கி உள்ளனர். 'அப்போவெல்லாம் கெடை இல்லாதப்ப பட்டியச் சுத்தி படுத்திக்கிட்டு காவல் செய்வாங்க. ஒவ்வொருத்தரும் இரண்டு மணி நேரம் காவல் செய்யனும். அப்படியும் ஏமாத்திட்டு ஆடு

ஓடிடும். தேடி கண்டுபிடிச்சி ஆட்டை ஓட்டி வரனும். உன் பாராவுல தான ஆடு ஓடுச்சின்னு அந்தப் பாரவுல காவல் காத்தவனுக்கு அடி விழும்' என்று பழைய நினைவுகளைக் கூறினர்.

தொழில் நிமித்தமாக ஓரிடத்திலிருந்து மற்றோர் மேய்ச்சல் நிலத்திற்குப் பெயர்ந்து போகும் போது பொருள்கள், கூடுகளை ஏற்றிச் செல்ல இப்போது பயன்படுத்துவதுபோல லாரி போன்ற வாகனங்களை முன்னர் பயன்படுத்தியதில்லை. இப்போதுள்ளது போன்ற கூடுகளைத் தலையில் சுமந்தே சென்றுள்ளனர். அதுபோல இன்றும் ஆடுகளை கால்நடையாகவே ஓட்டிச் செல்கின்றனர்.

இடையர்களின் பொருளாதார நிலையினை நோக்கும் போது அவர்களிடம் பன்வயப்பட்டத் தகவமைப்புக் காணப்படுகிறது. பால், பால் பொருள்கள் தருதல், விவசாயிகளுக்குக் கிடை மடக்குதல் போன்ற நிலைகளில் மற்றவர்களுடன் ஆதரவாளர் - பயனடைவோர் உறவையும் (patron - client), மற்ற சாதியாருடன் நிலத்தை வாரம், குத்தகை எடுத்துப் பயிரிடும் நிலையில் நிலக்கிழார் - குத்தகைதாரர் (landlord-tenant) உறவையும், நிலக்கிழார்களிடம் கூலி வேலை செய்யும் நிலையில் உழுவார் - உழைப்போர் (cultivator-labourer) நிலையிலும் தங்களின் பொருளாதார தகவமைப்பை உருவாக்கியுள்ளனர். ஆடு மேய்த்தல் தொடங்கி சிறு விவசாயம், கூலி வேலை பார்த்தல், பிற தொழில்களில் ஈடுபடுதல், அரசு வேலைகளில் இருத்தல்வரை இவர்களிடம் இன்று கலப்புப் பொருளாதாரமுறை (mixed economy) வாழ்வு ஆதாரமாக உள்ளது.

சமூகப் பிரிவுகள்

இடையர் சாதியில் பல குலப்பிரிவுகள் உள்ளன. எனினும் இரண்டு பெரும் பிரிவுகளுக்குள் அடக்கலாம். அவற்றுள் ஒன்று நன்கு ஒழுங்குபடுத்தப்பட்டு வளர்ந்துள்ள பிரிவு. மற்றொன்று தொன்மையான இனத்துக்குரிய இன்றியமையாக் கூறுகளைத் தன்னகத்தே அழியாது தாங்கி நிற்கும் தொல்லினப் பிரிவு. முதற் பிரிவினைச் சேர்ந்தவர்கள் வைணவச் சமயத்தை மேற்கொண்டு இருப்பதோடு நாமம் தரித்தவர்களாகத் தங்களை யாதவர் எனக் கூறிக் கொள்கின்றனர்.

இரண்டாம் பிரிவினைச் சேர்ந்தவர்கள் ஊர்த்தேவதைகளை வணங்குவதோடு தாங்கள் யாதவ மரபில் வந்தவர்கள் எனப் பெருமை பேசிக்கொள்வதில்லை. இவர்கள் தங்கள் நெற்றியில்

பசுஞ்சாணத்தை நெருப்பிலிட்டு எரித்த சாம்பலைப் பூசிக்கொள் கின்ற ஒரே காரணத்தின் அடிப்படையில் மட்டும் சைவ நெறியைப் பின்பற்றுபவர்களாகக் கூறிக்கொள்கின்றனர் என இவர்களைப் பற்றி மதுரை மாவட்டக் கையேட்டில் நெல்சன் குறிப்பிடுகிறார்.

இடையர்களுக்குள் இருக்கும் பல பிரிவினர்களில் பின்வரும் பிரிவுகள் குறிப்பிடத்தக்கவை என எட்கர் தர்ஸ்டன் (1909) கூறுகிறார்: கல்கட்டி, பாசி பிரிவினர், பால், பெண்டுக்கு மெக்கி, சிவியன் அல்லது சிவாளன், சங்குகட்டி, சாம்பன், புதுநாட்டார் அல்லது புதுக்கா நாட்டார், பெருந்தாலி, சிறுதாலி, பஞ்சரம் அல்லது பஞ்சாரம் கட்டி, மணியக்காரர், கள்ள, சோழியர், ஆனைக்கொம்பு, கருத்த காடு, பெருமாள் மாட்டுக்காரன் ஆகியன. இந்தப் பிரிவுகளையே சஷியும் (1990: 37) முக்கியப் பிரிவுகளாகக் குறிப்பிட்டுள்ளார். கடலூர் மாவட்டத்திற்கு வந்துள்ள வர்கள் அப்புச்சி இடையர், சிவியார், இடையர், கல்லுகட்டி இடையர், தலப்பாகட்டி இடையர் ஆகிய பிரிவுகளைக் குறிப்பிடு கின்றனர்.

திருமணம்

இடையர்கள் சாதி அளவில் அகமணக் கட்டுப்பாட்டை வகுத்துக் கொண்டும் கோத்திரம் (கால்வழி) அளவில் புறமண நெறியைப் பின்பற்றியும் வருகின்றனர். ஒரு கோத்திரத்தைச் சேர்ந்த அனைவரும் இரத்த உறவுடையவர்கள் என்பதால் முறை உறவுடைய வேறொரு கோத்திரத்தாருடன் மணம் செய்துகொள்கின்றனர். பெரும்பாலான தமிழ்ச் சாதியாரைப் போன்றே இடையரும் தாய்மாமன் மகள் (MBD), அத்தைமகள் (FZD), அக்காள்மகள் (eZD) ஆகியோரை விரும்பத்தக்க மணத்துணையினராக ஏற்கின்றனர். சொந்தத்தின் வழிகொண்டு கொடுத்தலை மிகவும் விரும்புகின்றனர்.

மனைவி மலடாகும் போதோ இறக்கும் போதோ அவளின் இளைய சகோதரியை மணக்கும் மதனி மணம் (junior sororate) இவர்களிடம் உண்டு. இப்போது பெண்களுக்கு 16-22 வயதிலும் பையன்களுக்கு 20-25 வயதிலும் மணம் செய்கின்றனர். ஜாதகம்வழி பொருத்தம் பார்க்கின்றனர். இதன் பின்னர் நிச்சயதார்த்தம் நடக்கிறது. திருமணம் பெரும்பாலும் பெண்வீட்டில் நடை பெறுகிறது. திருமணம் முடிந்து முதலிரவுக்குப் பிறகு மணப் பெண்ணோடு தன் வீட்டிற்குத் திரும்புகிறான்.

பழங்காலத்தில் மணப்பெண் வீட்டாருக்குப் பரிசப் பணம் கொடுத்துத் திருமண ஒப்பந்தம் செய்து வந்தனர். இப்போது இம்முறை காணப்பட்டாலும் பெண்வீட்டார் மணமகன் வீட்டாருக்குப் பணம் கொடுக்கும் வரதட்சணைமுறை பரவி வருகிறது. வரதட்சணையாக மாப்பிள்ளை வீட்டாரின் தகுதிக் கேற்ப 50-100 ஆடுகளைக் கொடுக்கும் வழக்கமும் உள்ளது. இடையர்களிடம் இன்றும் ஒருதார மணமே (monogamy) பெரு வழக்காகும். தாலிகட்டுதல், திருமணத்தின் முக்கிய நிகழ்வு. தாலியின் இருபக்கத்திலும் 16 மணிகள் கோர்ப்பது வழக்கம்.

பழங்காலத்தில் 7 நாள்கள் திருமணம் நடந்தது. அது பின்னர் 5 நாள்கள், 3 நாட்கள் எனக் குறைந்து இப்போது ஒரே நாளில் கோயிலில் திருமணம் செய்வதுவரை குறைந்துள்ளது. இருநாள் திருமண நிகழ்வுகளே இன்று பெருவழக்காகும். திருமண வாழ்வில் தீராத சிக்கல்கள் ஏற்பட்டால் கணவன், மனைவி இருவருமே மணவிலக்கு கோரலாம். சாதிப் பஞ்சாயத்து கூடி மணவிலக்கையும், யார் யாருக்கு எவ்வளவு நஷ்ட ஈடு தரவேண்டும் என்பதையும் முடிவு செய்கிறது. மணமுறிவுக்குப் பின் பெரும்பாலும் ஆண்கள் மறுமணம் செய்கின்றனர்.

இடையர்களின் குடும்ப அமைப்பில் தனிக்குடும்ப முறையும் கூட்டு வகையிலான விரிந்த குடும்பமும் (extended family) பரவலாகக் காணப்படுகின்றன. இவர்களின் நாடோடி வாழ்வே இத்தகு குடும்பமுறை காணப்படுவதற்குக் காரணமாகும்.

சமயம்

இடையர்கள் வைணவர்கள். கிருஷ்ணபகவானைப் பல்வேறு பெயர்களால் வழிபடுகின்றனர். கிருஷ்ண பகவானே இவர்களின் இனத் தெய்வம் (சாதித் தெய்வம்). பெரும்பாலான இடையர் கிராமங்களில் கிருஷ்ணன் கோயில் கட்டியுள்ளனர்.

கோகுலாஷ்டமியன்று திருவிழா விமரிசையாக நடத்தி வழிபடு கின்றனர். திருவிழாவிற்கு மறுநாள் நடக்கும் உறியடி விழாவின் போது கிருஷ்ணரின் குழந்தை லீலைகளாகிய வெண்ணெய் திருடுதல், வெண்ணெய் தயிர் பானைகளை உடைத்தல் ஆகியவை உற்சாகமாக நடத்தப்படுகின்றன. இவர்களுக்குச் சனிக்கிழமை புனித நாளாகும்.

இடையர்களின் குலதெய்வங்களாகக் கறுப்பு, சந்தவெளியான், சந்தவெளியம்மன் உள்ளன. மிகச்சிலர் மதுரை கள்ளழகரையும் கும்பிடுகின்றனர். குலதெய்வத்தை வழிபடும்போது ஆடு பலியிடுவது வழக்கம். வெளியூர்களில் தங்கி ஆடு மேய்க்கும் காலத்தில் ஊருக்குச் சென்று குலதெய்வத்தை வழிபட முடியாத போது கிடை உள்ள இடத்திலேயே ஆடு பலியிட்டு வழிபடு கின்றனர்.

பஞ்சாயத்து

இடையர்களிடம் முன்பு பஞ்சாயத்து முறை இருந்திருக்கிறது. நாட்டாண்மைக்காரர் அனைத்துப் பிரச்சினைகளையும் தீர்த்து வைத்தார். அவருக்கு ஒரு கணக்கரும் தலையாரியும் உதவியாக இருந்துள்ளனர். இந்த மூவரும் தேர்தல் மூலம் நியமிக்கப்பட்டனர். திருவிழாவிற்குத் தலைக்கட்டின் பேரில் வசூல் செய்வதும் பிற நடவடிக்கைகளைக் கவனிப்பதும் நாட்டாண்மைக்காரரின் கடமையாகும். மணவிலக்குத் தொடர்பான எல்லா வழக்குகளும் இவரின் தலைமையிலேயே நடைபெற்றன. இப்போது பஞ்சாயத்து சங்கமாக மாறியுள்ளது. கிடைபோடும் இடங்களில் தங்கள் சாதியினருக்குள் ஏற்படும் சண்டைச் சச்சரவுகள் முதல் அனைத்துப் பிரச்சினைகளையும் தங்கள் சொந்த ஊரிலுள்ள சாதிச் சங்கத்தில் தெரிவித்துத் தீர்த்துக்கொள்கின்றனர். இவர்களிடம் சாதியிலிருந்து ஒதுக்கி வைக்கும் முறை இன்று இல்லை.

சமூக மாற்றம்

இடையர்களின் சாதிப்படிநிலையானது இடைநிலையில் இருந் தாலும் இவர்கள் மற்றவர்களுடன் சமூக உறவு பேணுகின்றனர். பிராமணர்களைத் தவிர மற்றவர்களிடம் சமைத்த உணவு முதல் தண்ணீர் வரை பெற்றுக்கொள்கின்றனர். பெரும்பாலான சாதியினர் இவர்களிடம் இவற்றைப் பெற்றுக்கொள்வதில் தயக்கம் காட்டு வதில்லை. பிராமணர்கள் பால், பால் பொருள்களைத் தயங்காமல் பெற்றுக்கொள்கின்றனர். பிராமணர்கள் சடங்கு சம்பிரதாயங் களை நடத்த வரும்போது சமைக்காதப் பொருள்களைப் பெற்றுச் செல்கின்றனர்.

இன்று இளைஞர்கள் கல்வியில் நாட்டம் செலுத்துகின்றனர். எனினும், அரை நாடோடி வாழ்வுக்கு உட்பட்டவர்களிடம்

வெளியூர்களில் அமைக்கும் கூடாரங்கள்

தொடக்க நிலைக்கடுத்து பள்ளிக்கு வராமலிருக்கும் போக்கே காணப்படுகிறது. பெண்குழந்தைகள் கல்வியில் பின்தங்கியே உள்ளனர். ஏழ்மையும் பெற்றோருக்கு ஆடு மேய்த்தலில் உதவியாக இருக்கவேண்டும் என்ற சூழலும் இதற்கு முக்கியக் காரணங்களாகும். பெண்கள் குடும்பக் கட்டுப்பாடு, நவீன மருத்துவம் நாடுதல் போன்றவற்றை ஏற்க முற்படுகின்றனர். குலத்தொழிலை விடுத்து நவீன வேலையில் ஈடுபடவேண்டும் என்ற ஆர்வம் இளைஞர்களிடம் காணப்படுகிறது.

உசாத்துணை

சஷி, எஸ்.எஸ். 1990. *இந்தியாவின் ஆயர் சமுதாயம்*. சென்னை: இன்ஸ்டிடியூட் ஆஃப் சவுத் இண்டியன் ஸ்டடீஸ்.

முத்துசாமி, அ. 1993. *சங்க இலக்கியத்தில் ஆயர்*. சென்னை: ராணி பதிப்பகம்.

Deliege, Robert. 1993. *The Myths of Origin of the Indian Untouchables. Man(N.S.)* 28: 533-49).

Row, Venkasami T. 1883. *A Manual of the District of Tanjore in Madras Presidency*. Madras: Lawrence Asylum Press.

Thurston, Edgar & K. Rangachari. 1909. *Castes and Tribes of Southern India* (Vol. II). Madras: Government Press.

19
பக்கீர்

அ. வசந்தா

தமிழகத்தில் வாழும் இஸ்லாமியர்கள் மரைக்காயர், லப்பை, ராவுத்தர், பட்டாணி முதலான பல பிரிவினர்களாகக் காணப் படுகின்றனர். இப்பிரிவினருக்குள் அடிப்படை ஒற்றுமைகளும் சில வேற்றுமைகளும் உள்ளன. இத்தகைய பிரிவினரைத் தவிர 'பக்கீர்' (Faqir) என்ற பிரிவினரும் வாழ்கின்றனர். பக்கீர்கள் ஊர்ஊராகச் சுற்றி வாழ்பவர்கள்.

பக்கீர்கள் தர்வேஷ் (Darvesh), பாபா (Baba), பாவா (Bava), சாய் (Sai), பீர் (Pir) எனப் பல பெயர்களில் அழைக்கப்படுவர். எனினும் பக்கீர் என்பதே பரவலான வழக்காகும். பக்கீர்களில் இருவேறு பிரிவினர்கள் உள்ளனர்:

1. ஆன்மிக வழியில் செல்லுபவர்கள்
2. பிச்சை எடுத்து வாழ்பவர்கள். இந்த இரண்டாம் பிரிவினர் மிஸ்கீன்கள் (Miskins) என்றும் அழைக்கப்படுகின்றனர்.

இவ்விரு பக்கீர்களும் பிற இஸ்லாமியர்களின் வாழ்க்கைமுறை களிலிருந்து முற்றிலும் வேறுபட்ட வாழ்க்கையைப் பின்பற்று பவர்கள். நாகூர், திருச்சி, ஏர்வாடி போன்ற ஊர்களில் வாழும் பக்கீர்களை நேரில் சந்தித்து உற்றுநோக்கலின் அடிப்படையிலும் பெறப்பட்ட தரவுகளை அடிப்படையாகக் கொண்டு இக்கட்டுரை அமைகிறது.

'பக்கர்' என்பதற்கு ஓர் இனத்தைக் குறிக்கும் சொல் என்றும், பக்கீர்கள் என்பதற்கு இஸ்லாமியப் பரதேசி, இஸ்லாமிய யாசகர், பிச்சைக்காரர் என்றும் தமிழ் அகராதிகளில் சுட்டப்பட்டுள்ளன.

'பக்ரு' என்ற அரபுச் சொல்லுக்கு வறுமை, தின்மை என்று பொருள். அதாவது, வாழ்க்கையில் எவ்வித வசதியும் இல்லாதவர்கள் என்பது இதன் பொருள்.

பக்கீர் ஊர் சுற்றித் திரிபவர்கள் என்பதால் பக்கீர் என்னும் சொல்லின் திரிபுகள் பிற மக்களிடமும் வழக்கில் உள்ளன. இதற்கு எடுத்துக்காட்டாக வெயிலில் அலைந்து திரிந்து வருபவர்களைப் பார்த்து 'பக்கி' மாதிரி சுற்றித் திரிகிறாயா? என்று கேட்பதைப் பார்க்க முடியும். 'பக்கி' என்பதைப் 'பக்கீர்' என்பதன் சுருக்கச் சொல்லாகவும் கொள்ளலாம்.

பக்கீர்கள் ஊர்ஊராகச் செல்லும் நாடோடிகளாக உள்ளனர். இவர்களின் அன்றாட வாழ்க்கையையும், ஊர்ஊராகச் செல்லுதலை யும் உற்று நோக்கிய மக்கள் வெயிலில் அலைந்து திரிபவர்களைப் பார்த்து மேற்கூறிய வாசகத்தை நடை முறையில் கொண்டு வந்திருக்கின்றனர். பக்கீர்களின் தோற்றத்தைக் கண்ணுற்ற மக்கள், யாரேனும் ஒருவர் அழுக்கான துணியை உடுத்தியிருந்தாலும் கலைந்த தலைமுடியைக் கொண்டிருந்தாலும் அவரைப் பார்த்து 'என்ன பக்கிரி மாதிரி இருக்கிறாய்?' என்று கேட்பதைக் காணலாம். இஸ்லாமியச் சமூகத்தில் பொருளாதார வசதியில் உயர்வானவர் களாகவும், தாழ்வானவர்களாகவும் தங்களை அடையாளப்படுத்திக் கொள்ள 'இருந்தாநவாபு, இல்லாட்டி பக்கீர்' என்று சொல்வதையும் காணலாம். பக்கீர் என்பவன், பொருளாதார வசதியற்றவன் என்பதைச் சுட்டிக் காட்டுவதாக இப்பழமொழி அமைந்துள்ளது.

ஆன்மிக வழியில் செல்லும் பக்கீர்கள்

இஸ்லாமியச் சமயக் கருத்துகளையும், இறைநேசர்களின் வாழ்க்கை வரலாறுகளையும் ஊர்ஊராகச் சென்று உபதேசம் செய்பவர்களும், ஆன்மிக வழியில் செல்லுபவர்களும் தமிழகத்தில் வாழ்ந்து வருகின்றனர். இவர்கள் பக்கீர்கள் (Faqirs) என்று அழைக்கப்படு கின்றனர். இஸ்லாமியர்கள் மிகுதியாக வாழும் ஊர்களில் இவர்கள் வாழ்ந்து வருகின்றனர். மிகவும் குறைந்த எண்ணிக்கை கொண்டவர் களாக உள்ளனர்.

பக்கீர்கள் பெரும் எண்ணிக்கையில் வாழ்ந்த காலகட்டம் கி.பி 11ஆம் நூற்றாண்டு எனக் கொள்ளலாம். இதற்குச் சான்றாக அமைவது திருச்சியில் அடக்கமாகியிருக்கும் நத்ஹர்வலி என்ற இறைநேசர் ஆவார். இவர் தமிழகத்திற்கு வந்த முதல் இறைநேசர் என்ற பெருமைக்குரியவர். இவர் தமக்குக் கீழே 900 சீடர்களைக் கொண்டிருந்தவர். இவரின் சீடர்கள் கலந்தர்கள் (Calander) என்றும் பக்கீர்கள் என்றும் அழைக்கப்பட்டனர். இவரைப் போன்று

கி.பி 16-ஆம் நூற்றாண்டில் வாழ்ந்த நாகூர் சாகுல் ஹமீது வலி என்ற இறைநேசரும் தமக்குக் கீழ் 400க்கும் மேற்பட்ட பக்கீர்களைச் சீடர்களாக வைத்திருந்தார். இப்பக்கீர்கள் சமயக் கருத்துகளைப் பரப்புவதற்கு ஊர்ஊராக அனுப்பப்பட்டனர்.

பக்கீர்கள் பற்றியும் அவர்கள் வாழ்ந்த காலகட்டத்தின் சமூக மற்றும் அரசியல் சூழல்கள் பற்றியும் குறிப்பிடும் ரிபாயி என்பவர் தமது நூலில் கீழ்வரும் கருத்தையும் குறிப்பிட்டுள்ளார்.

கி.பி. 17-18ஆம் நூற்றாண்டுகளில் போர்த்துக்கீசியர் எதிர்ப்பை முறியடிக்கவும், சுதந்திரக் கருத்துகளைப் பரப்புவதற்கும், இஸ்லாமியக் கருத்துகளை மக்களிடம் எடுத்துக் கூறுவதற்கும் பொருத்தமான நபர்கள் தேர்ந்தெடுக்கப்பட்டார்கள். அவர்களுக்கு இஸ்லாத்தின் அடிப்படை ஞானம் கற்றுக் கொடுக்கப்பட்டது. நாட்டு நடப்புகளும் அவர்களுக்கு விளக்கிச் சொல்லப்பட்டன. ஓரளவு அரசியல் தெளிவு பெற்றவர்களாகவும் அப்பிரச்சார கர்கள் இருந்தார்கள். இவர்கள் பக்கீர்கள் என அழைக்கப்பட்டனர் (1988: 214) என்று குறிப்பிடுகின்றார்.

வாழ்க்கையின் தேவையைக் கருதாது, சமயக் கருத்துகளைப் பரப்புவதை நோக்கமாகக் கொண்டு ஊர்ஊராகச் சென்றனர். தொடக்கத்தில் எந்தப் பலனையும் எதிர்பார்க்காத இவர்கள் காலப் போக்கில் தங்களின் வயிற்றுப் பசியைப் போக்கிக்கொள்ளப் பிறரின் உதவியை நாடலாயினர். இதனால் இவர்கள் 'யாசகர்கள்' என்ற அடைமொழிக்குள் சுட்டப்படவும் காரணமாயினர். இன்று இவர்கள் சமய நாடோடிகள் என்று சுட்டப்படுகின்றனர்.

இனப்பரப்பு

சமயக் கருத்துகளைப் பரப்புவதையே நோக்கமாகக்கொண்ட பக்கீர்கள் இஸ்லாமியர்கள் எங்கெல்லாம் மிகுதியாக வாழ்கின்றார் களோ அங்கெல்லாம் சென்று, தங்கியிருந்து சமயக் கருத்துகளைப் பரப்பி வந்துள்ளனர். தமிழகத்தில் பொட்டல்புதூர், திருநெல்வேலி, மேலப்பாளையம், நாகூர், திருச்சி, ஏர்வாடி, கீழக்கரை, பொதக்குடி, புதுக்கோட்டை, காரைக்கால், கூத்தாநல்லூர், தஞ்சாவூர், முத்துப் பேட்டை, கொடிக்கால் பாளையம், உத்தம பாளையம், ஆவூர், மேலும் இஸ்லாமியர்கள் வாழும் பிற ஊர்களில் ஒன்றுக்கும் மேற்பட்ட குடும்பங்களாக வாழ்ந்துவருகின்றனர்.

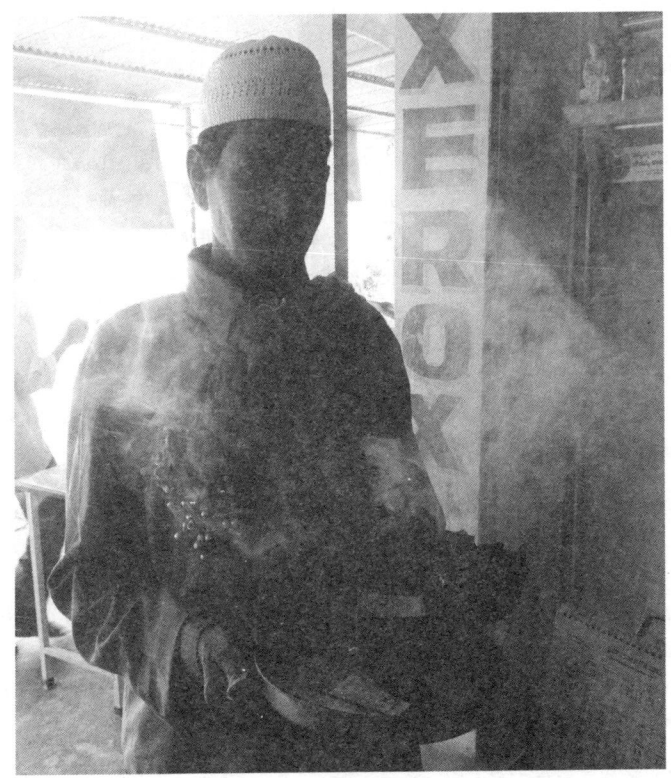

பாரம்பரிய உடையில் பக்கீர்

சமூகப் பிரிவுகள்

ஆன்மிக வழியில் செல்லும் பக்கீர்கள் பின்வரும் ஐந்து பிரிவின ராக உள்ளனர்:

1. பானுவா (Banuva)
2. மலங்கு பீர் (Malang Pir)
3 மண்டல் தாரி (Mandal Dari)
4. ஜலாலி (Jalali)
5. ரிஃபாயி (Rifayi)

இவ்வைந்து பிரிவினர்களும் ஜமா (Jama) என்ற பெயரில் தனித் தனியாக அழைக்கப்படுவர். பக்கீர் ஜமாவின் தலைவர் சற்குரு (Sarguru) என்று அழைக்கப்படுவார். சற்குருவிற்குக் கீழ் பல சீடர்கள் உள்ளனர். இந்த சீடர்கள் பல்வேறு பதவிகளில் இருந்து கொண்டு சமயப் பணிகளைச் செய்கின்றனர். இவர்கள் ஒவ்வொரு

ஊரிலும் உள்ள தர்காக்களுக்குச் சென்று சமயக் கருத்துகளைப் பரப்புவர். ஒவ்வொரு பக்கீர் ஜமாவைப் பற்றியும் சுருக்கமாகக் காணலாம்.

பானுவா: இந்த ஜமாவின் தலைமையிடம் ஆந்திர மாநிலத்தில் பெணு கொண்டா என்னும் ஊரில் உள்ளது. இந்த ஜமாவின் தலைவருக்குரிய பதவி இங்குதான் கொடுக்கப்படுகின்றது. இந்த ஜமாவினர் ஆண்டிற்கு ஒருமுறை அங்குச் செல்கின்றனர். திருமணமாகாத சன்னியாசிகளே இந்த ஜமாக் குழுவில் இருப்பர். இவர்கள் தமிழகத்திலும் ஆந்திராவிலும் உள்ள தர்காக் களுக்குச் (இறைநேசர்களின் அடக்கத்தலம்) செல்வர். இந்த ஜமாவினர் சுல்பிகர் என்ற இருமுனைகள் கொண்ட சிறகுச்சியைக் கையில் வைத்திருப்பர். குழுவாகச் செல்வர்.

மலங்கு பீர்: மலங்கு என்றால் ‘நீண்ட சடைமுடி’ என்று பொருள்; உயரியப் பதவியைக் குறிக்கும். இந்த ஜமாவில் திருமணமாகாத ஒருவரை ‘பீர்’ ஆகத் தேர்ந்தெடுப்பர். இவர் நீண்ட சடை முடியை வைத்திருப்பார். இவர் ‘பீர் ஜாதா’ என்று அழைக்கப்படுவார். இவர்களின் தலைமையிடம் தஞ்சாவூரில் உள்ளது. இவர்கள் தமிழகம், ஆந்திரா போன்ற மாநிலங்களில் உள்ள தர்காக்களுக்குச் செல்லக் கூடியவர்கள். ‘பாங்கர்’, ‘டாங்கா’ என்ற இசைக் கருவிகளை வைத்திருப்பர்; குழுவாகச் செல்வர்.

மண்டல்தாரி: இவர்கள் தமிழகத்தில் உள்ள தர்காக்களுக்கு மட்டும் செல்பவர்கள். திருமணம் செய்துகொண்டவர்கள். சற்குரு வாகவும் சீடர்களாகவும் இருக்கின்றனர். இவர்களும் குழுவாகச் செல்லக்கூடியவர்கள். பாங்கர், டாங்கா ஆகிய இசைக்கருவி களை வைத்திருக்கின்றனர்.

ஜலாலி: இவர்கள் தமிழகம் முதல் ஆந்திரா முழுவதற்கும் செல்லக் கூடியவர்கள். திருமணம் ஆகாதவர்கள் மட்டும் சற்குருக்களாக இருக்கின்றனர். ஆட்டுக் கொம்பால் செய்யப்பட்ட இசைக் கருவியை (கொம்பு) வைத்திருப்பர். குழுவாகச் செல்லக் கூடியவர்கள்.

ரிஃபாயி: இவர்கள் தமிழகம் மட்டுமன்றி கேரளப் பகுதிக்கும் பிற அண்மைப் பகுதிகளுக்கும் செல்வர். திருமணமானவர்கள் சற்குருக்களாக இருப்பர். மற்ற ஜமாக்களைப் போல் இவர்கள் குழுவாகச் செல்வது கிடையாது. தனித்துப் பல ஊர்களுக்கும்

செல்லக்கூடியவர்கள். 'தாகிரா' என்ற இசைக்கருவியை வைத் திருப்பர். இஸ்லாமியச் சமயக்கருத்துகளையும் இறைநேசர்களின் வாழ்க்கைச் சரித்திரங்களையும் (ரமலான் மாதம்) இரவு நேரத்தில் 'தப்ஸ்' (தாகிரா) அடித்துப் பாடல்கள் பாடி எழுப்பிவிடுவர். 'கிழமை ராவு' என்று சொல்லக்கூடிய இஸ்லாமியர்களின் முக்கியமான நாள்களான திங்கள் மற்றும் வெள்ளிக்கிழமைகளில் வீடுவீடாகச் சென்று பாடல்களைப் பாடி இஸ்லாமியர்கள் கொடுக்கின்ற சன்மானங்களைப் பெற்றுவருவர்.

ரிஃபாயிகள் மற்ற பக்கீர்களைவிடப் பாடல் பாடுபவர்களாக இஸ்லாமியச் சமூகத்தினரால் பெரிதும் அடையாளப்படுத்தப்படுகின்றனர். அந்த வகையில் இவர்களின் சமயம் சார்ந்த பாடல்கள் ஒரு காலக்கட்டத்தில் (சுமார் 50 வருடத்திற்கு முன்புவரை) நல்ல வரவேற்பைப் பெற்றிருந்தன. இப்போது பாடல் பாடும் சூழல்கள் மறைந்து வருகின்றன. ஆன்மிக வழியில் செல்லும் பக்கீர்களைச் சமூக மக்கள் பக்கீர், பக்கீர்ஷா, பாபா, பீர்நாதா, பீர்பாவா, தபீஸ் அடிப்பவர் என்ற பெயர்கள் சொல்லி அழைக்கின்றனர்.

வாழுமிடங்கள்

பக்கீர்கள் ஊர்ஊராகச் செல்பவர்களாயினும் அவர்களுக்கென வாழுமிடங்கள் உள்ளன. பக்கீர்கள் வாழும் இடங்களுக்குத் 'தைக்கா' என்று பெயர். பத்துக்கும் மேற்பட்ட பக்கீர் குடும்பங்கள் ஒரு தைக்காவில் உள்ளன. பிற இஸ்லாமியர்களின் வாழ்விடங்களை ஒட்டியே பக்கீர்களின் வாழ்விடங்களும் உள்ளன. மாடி வீடுகள், ஓட்டு வீடுகள், கூரை வீடுகள் என அவரவர்களின் வசதிக்கு ஏற்ப குடியிருப்புகளை அமைத்துள்ளனர். சில பக்கீர்களின் வீடுகளுக்கு அருகில் அவர்களுக்குரிய இடத்தில் முன்னோர்களின் சமாதிகள் உள்ளன. இறைநேசர்களின் சமாதிகள் கொண்ட புகைப்படங்களும், திருஷ்டிப் பரிகாரத்திற்குப் பயன்படுத்தக்கூடிய திருக்குர்ஆன் வசனங்களும் வீட்டின் முகப்பில் வைக்கப்பட்டுள்ளன.

தங்குமிடங்கள்

பக்கீர்கள் இரவில் தர்க்காவில் தங்குவர். அவர்கள் தங்கு மிடத்திற்குச் 'சவுர்கண்டி' என்று பெயர். தமிழகத்தில் புகழ்பெற்ற தர்காக்களில் இத்தகைய சவுர்கண்டிகள் உள்ளன. கூடுமிடத்திற்குச் 'சதர்வுக்' என்று பெயர்.

செல்லுமிடங்கள்

இஸ்லாமியர்கள் வாழும் ஊர்களுக்கெல்லாம் பக்கீர்கள் செல்வர். குறிப்பாகத் தமிழகம் முழுவதிலும் உள்ள தர்காக்களுக்கும் ஆந்திரம், கேரளம் ஆகிய மாநிலங்களில் உள்ள தர்காக்களுக்கும் இவர்கள் செல்வது வழக்கம். பெரும்பாலும் தர்காக்களில் ஆண்டிற்கு ஒருமுறை நடக்கின்ற உர்ஸ் (Urs), கந்தூரி (இறை நேசர்களின் நினைவு நாள்) போன்ற நாள்களில் செல்வர். அங்குப் பக்கீர்களிடம் இஸ்லாமியர்களும் பிற சமயத்தாரும் நம்பிக்கை சார்ந்த சில நேர்ச்சைகளைச் செய்வர்.

மொழி

பக்கீர்களின் தாய்மொழி உருது எனினும் இவர்கள் தமிழை நன்கு பேசவும் எழுதவும் தெரிந்தவர்கள். பக்கீர்கள் தங்களுக்குள் பேசிக்கொள்ளும்போது உருது மொழியிலும் பிற மக்களிடம் பேசும் போதும் சமயக் கருத்துகளை விளக்கும் போதும் தமிழில் பேசுவர். தமிழகத்தில் உருது பேசுபவர்கள் மிகக் குறைவானவர்களே. அதில் பக்கீர்களும் பட்டாணியப் பிரிவினரும் அடங்குவர். தவிர பிற இஸ்லாமியர்கள் சன்னிப் பிரிவைச் சேர்ந்தவர்கள் தாய்மொழியாகத் தமிழ் மொழியைப் பேசுபவர்கள் ஆவர்.

ஆடை அணிகலன்கள்

பக்கீர்கள் உடுத்தும் ஆடை பிற இஸ்லாமியர்களிடமிருந்து வேறு பட்டது. 'கையொலி' என்ற கீழ் ஆடையும் இறந்தவருக்குப் (இஸ்லாமியர்) போர்த்தப்படுகின்ற 'கபன்' என்ற தைக்கப்படாத வெள்ளாடையை மேலாடையாகவும் அணிந்திருப்பர். சில நேரங்களில் 'ஜிப்பா' அணிந்திருப்பர். தலையில் பல வண்ணத் (பச்சை, மஞ்சள், ஆரஞ்சு, வெள்ளை) 'தலைப்பாகை' அணிந்திருப்பர். தொழுகைக்குச்செல்லும் போது 'தொப்பி' அணிந்திருப்பர். பச்சை அல்லது வெள்ளை நிறத்தில் நீண்ட 'துண்டு' ஒன்றைக் கழுத்தில் முக்கோண வடிவில் மடித்துப் போட்டிருப்பர். நவரத்தினக் கற்கள் பதிக்கப்பட்ட வெள்ளி மோதிரங்களைப் பத்து விரல்களிலும் அணிந்திருப்பர். படிகக் கற்களாலான பெரிய மணிகளைக் கழுத்தில் அணிந்திருப்பர். இம்மணிகளைக் 'கண்டாமணிகள்' என்று சொல்வர். தாயத்துக் கயிறுகளைக் கை, இடுப்பு, கழுத்து போன்ற பகுதிகளில் அணிந்திருப்பர். பக்கீர்களின் தோளில் பை ஒன்று தொங்கும். இதை 'ஜோல்னா' பை என்று கூறுவர்.

பக்கீர்கள் சிறிய தாடியும், அகன்ற மார்பும் கொண்டவர்கள். இவர்களில் பெரும்பாலானவர்கள் மாநிறம் கொண்டவர்கள். ஒரு சிலர் கருமை நிறம் கொண்டவர்கள். சிவப்பு நிறம் கொண்டவர்கள் சிலரே. நீண்ட உயரமும் எடுப்பான நாசிகளையும் உடையவர்கள். நடுத்தரமான உடல்வாகைக் கொண்டவர்கள். பக்கீர்களின் ஆடை அணிகலன்களையும் அவர்களின் உருவத்தோற்றத்தையும் கீழ்வரும் பாடல் வரிகள் மூலம் அறியலாம்:

கையினில் இருந்தடியும்
அகல்பெருங் கிஸ்தியும்
அணிபல மணிகளும் சிரத்தின்
மிக நெடுந்தாசும் கையொலி உடையும்
மேனியை மறைத்துள கபனும்
திகழ் எழில் வயதும் உள பக்கீனு ஒருவர்

(மு.மு. இஸ்மாயில் 1984:395) இப்பாடல் வரியில் குறிப்பிடப் பட்டுள்ள 'கிஸ்தி' என்பது திருவோட்டைக் குறிக்கும் சொல்லாகும். ஒவ்வொரு பக்கீர் ஜமாவிலும் திருவோடு (கிஸ்தி) வைத்திருப்பர்.

சமூக உரிமைகள்

இந்திய அரசியல் அமைப்புச் சட்டத்தின் கீழ் சிறுபான்மை இனமாகிய இஸ்லாமியர்களுக்குரிய குடியுரிமை, ஓட்டுரிமை போன்ற அனைத்து வகையான சலுகைகளையும் பக்கீர்கள் பெற்றிருக்கின்றனர். இவர்கள் ஊர்ஊராகச் சுற்றித் திரிபவர்களாக இருப்பினும் வாழ்க்கையின் நலன் கருதி இத்தகைய உரிமைகளைப் பல்வேறு காலகட்டத்தில் பெற்றிருக்கின்றனர்.

சாதிய அடிப்படையில் பக்கீர்கள் பிற்பட்ட வகுப்பைச் சேர்ந்தவர் களின் பட்டியலுக்குள் வருகின்றனர். கல்வி, பிற சலுகைகள் பெறுபவர்களாக உள்ளனர்.

திருமணம்

தொடக்கக் காலத்தில் பக்கீர்கள் திருமணம் செய்து கொள்ளாமல் துறவிகளாக இருந்தனர். காலப்போக்கில் ஒவ்வொரு பக்கீர் ஜமாக்களின் நெறிமுறைகளுக்கு ஏற்ப இல்லற வாழ்க்கையையும் துறவற வாழ்க்கையையும் ஏற்று வாழ்பவர்களாக இருவேறு நிலைகளில் வாழ்ந்துவருகின்றனர். திருமண உறவுமுறைகளைப்

பக்கீர் பிரிவிற்குள் மட்டுமே வைத்துக்கொள்கின்றனர். எனவே பக்கீர்கள் பிரிவென்பது அகமண (endogamy) எல்லை கொண்டது. பிற இஸ்லாமியர்களிடம் இவர்கள் திருமண உறவுகளை வைத்துக் கொள்வதில்லை. ஆனால் பிற இஸ்லாமியர்களின் வாழ்வியல் சடங்குகளில் பக்கீர்கள் கலந்துகொள்கின்றனர்.

திருமணமான சற்குருக்களோ பக்கீர்களோ தர்காக்களில் தங்கும் போது பெண்களை அழைத்துச் செல்வதில்லை. ஆண்கள் மட்டுமே செல்வர். பெண்கள் குடும்பத்தையும் குழந்தையையும் கவனித்துக் கொள்பவர்களாக உள்ளனர்.

பொருளாதாரம்

பக்கீர்களுக்கென்று தனியே தொழில்கள் எதுவும் கிடையாது. சமயக் கருத்துகளைப் பரப்புவதையே முதன்மைத் தொழில்களாகக் கொண்டுள்ளனர். இவர்கள் நம்பிக்கை சார்ந்த சிலவற்றைச் செய்து வருகின்றனர். தாயத்து, தண்ணீர், செப்புத்தகடு, வெள்ளி மோதிரம், எலுமிச்சைப் பழம் போன்றவற்றை ஓதிக் கொடுக்கின்றனர். தர்காக்களிலிருந்து பக்கீர்களுக்குக் குறைந்த அளவில் மானியம் கொடுக்கப்படுகின்றது. மொஹரம், ரமலான் ஆகிய மாதங்களில் பக்கீர்களைத் தேடிவந்து இஸ்லாமியர்கள் 'ஜக்காத்' (தான தர்மம்) கொடுக்கின்றனர். இவற்றின் மூலம் பக்கீர்களுக்குக் குறைந்த அளவு வருமானம் கிடைக்கிறது. எனினும் இவ்வருமானம் இவர்களுக்குப் போதுமானதன்று. இதனால் பக்கீர்கள் பொருளா தாரத்தில் மிகவும் பின்தங்கியவர்களாகவே உள்ளனர். இதனைப் பின்வரும் செய்தி மூலம் அறியலாம்: 'பக்கீர் என்பவர் தன்னிடத்தில் யாதொரு சொத்து இல்லாமலும் யாதொரு தொழில் செய்யக் கூடாம லிருப்பவராம். அவரிடத்தில் ஒரு நாளுக்குப் போதுமான உணவும் முழு உடுப்பும் இருந்தால் அவன் பக்கீரல்ல' என்பது பொது வழக்கு. பொருளாதாரத்தில் வசதிபடைத்தவர்கள் பக்கீரல்லர் என்பதையும் எவ்வித வருமானமும் இல்லாமல் வாழ்பவர்களே பக்கீர் என்பதையும் இதன்வழி அறியலாம்.

சமய நம்பிக்கைகள்

பக்கீர்கள் ஏகத்துவக் கொள்கையை (இறைவன் ஒருவனே) ஏற்றுக் கொள்பவராயினும் இறைநேசர்களின் அடக்கத் தலங் களுக்குச் சென்று 'ஜஸ்தா' (தரிசனம்) செய்வதைக் கடமையாகக்

கொண்டவர்கள். இறை நேசர்களின் ஆன்மிகப் பலத்தில் நம்பிக்கை கொண்டவர்கள் மட்டுமே தர்காக்களுக்குச் செல்வர். ஆனால் பக்கீர்கள் வாழ்நாள் முழுவதும் தர்காக்களுக்குச் செல்வதை வழக்கமாகக் கொண்டுள்ளனர்.

பிற இஸ்லாமியர்களைப் போலவே பக்கீர்களும் ஐந்துவேளை தொழுகையை நிறைவேற்றுதல், நோன்பிருத்தல், வெள்ளிக்கிழமை களில் நடைபெறும் சிறப்புத் தொழுகையில் (ஜும்ஆ) கலந்து கொள்ளுதல் போன்ற வழிபாட்டு முறைகளையும் கடைப்பிடிக் கின்றனர். தங்கள் வீடுகளில் பாத்திஹா ஓதுதல், இஸ்லாமியப் பண்டிகைகளைக் கொண்டாடுதல் போன்ற சமயம் சார்ந்த விழாக் களையும் இவர்கள் பின்பற்றுகின்றனர்.

மிஸ்கீன்கள்

இஸ்லாமியச் சமூகத்தில் நாடோடிகளாகச் சுற்றித் திரிபவர்களையும் ஏழையாக இருப்பவர்களையும் 'மிஸ்கீன்கள்' (Miskins) என்று அழைப்பர். மிஸ்கீன் என்றால் 'கடைநிலை ஏழை' என்று பொருள்; யாசிப்பவர்கள் என்று பொருள். இவர்கள் பக்கீர்களைவிடத் தரம் தாழ்ந்தவர்கள். 'ஜக்காத்'தை வீடுவீடாகச் சென்று வசூலிப்பவர்கள். எவ்வித வருவாயும் இல்லாதவர்கள். இஸ்லாமியர்களின் சில பண்புநலன்களைத் (உடை) தவிர மிஸ்கீன்கள் முற்றிலும் வேறுபட்ட வாழ்க்கையைக் கொண்டவர்கள். பக்கீர்களின் குணநலன் களிலிருந்து முற்றிலும் வேறுபட்டவர்கள்.

மிஸ்கின்கள் தமிழகத்தில் பரவலாக இருப்பினும் மிகக் குறைந்த எண்ணிக்கையில் வாழ்பவர்களாக உள்ளனர். இவர்களுக்குச் சொந்தமான வீடுகள் இல்லை. எனினும் ஒரு சிலர் குடிசைகளிலும் வாடகை வீடுகளிலும் வசிக்கின்றனர். இவர்கள் அன்றாடம் பிச்சை எடுத்து வாழ்பவர்கள். இஸ்லாமியர்கள் மிகுதியாக வாழும் ஊர்களில் இவர்கள் இருப்பர். இவர்கள் ஒரே இடத்தில் நிலை யாகத் தங்குவது கிடையாது. பல்வேறு ஊர்களுக்கு மாறிமாறிச் செல்லக்கூடியவர்கள்.

ஓர் ஊருக்குள் செல்லும்போது குழுவாகச் செல்வர். அவ்வூரில் உள்ள தர்கா, பள்ளிவாசல் ஆகியவற்றில் உள்ள மரத்தடியில் தங்குவர். பின்னர் அங்கிருந்து யாசகம் கேட்கச் செல்வர். ஒரு தெருவிற்கு ஒருவர் என்ற அடிப்படையில் அவர்களுக்குள் பேசி முடித்துக்கொண்டு செல்வர்.

ஒருவர் சென்ற தெருவிற்குள் மற்றொருவர் உடனே செல்வதில்லை. ஒருவர் ஒரு தெருவில் வசூல் செய்தபின் மறுநாள் மற்றொருவர் அத்தெருவிற்குச் சென்று வசூல் செய்வார். காலையில் 8 மணிக்கு மேல் செல்லும் அவர்கள் மாலை 6 மணிக்குள் தங்களின் இருப்பிடத்திற்கு வந்துவிடுவர். அன்று வசூலிக்கும் சில்லறைகளையும் பிற பொருள்களையும் (அரிசி, சில்லறைக் காசுகள், பழைய துணிகள்) தனித்தனியாக வாங்கி ஜோல்னாப் பைக்குள் வைத்துக்கொள்வர். ரமலான் மாதத்தின் போது மிஸ்கீன்கள் ஒவ்வொரு ஊரிலும் அதிக எண்ணிக்கையில் திரிவதைப் பார்க்க முடியும்.

ஒவ்வொரு வீட்டிற்கும் செல்லும் போது 'அஸ்ஸலாமு அலைக்கும்' என்றும், பொருளைப் பெற்றபின் 'அல்லா உங்களுக்கு ரஹ்மத் செய்வானாக' என்றும் சொல்லிச் செல்வர். இவர்கள் உருது, தமிழ் இரண்டிலும் பேசுகின்றனர்.

மிஸ்கீன்கள் தோற்றத்தில் எளிமையாக இருப்பர். ஆண்கள் தாடி வைத்திருப்பர். பழைய கைலி உடுத்தியிருப்பர். பழைய சட்டை அணிந்திருப்பர். தலையில் குல்லா அணிந்திருப்பர். தோளில் பெரிய ஜோல்னா பையைத் தொங்க விட்டிருப்பர். காலணிகளை அணியமாட்டார்கள்.

பெண்கள் பழைய சேலைகளை உடுத்தியிருப்பர். சேலையின் முந்தானையால் தலையில் போடும் துப்பட்டியாகவும் பயன்படுத்துவர். துப்பட்டி அல்லது துப்பட்டா என்பது இஸ்லாமியப் பெண்கள் உடுத்தும் ஒரு ஆடை. இவ்வாடைகளில் பிறை நட்சத்திரம் போன்ற அச்சு வடிவங்கள் கொடுக்கப்பட்டிருக்கும்.

இவர்கள் உடுத்தும் ஆடைகள் பெரும்பலும் இஸ்லாமியர்களிடமிருந்து இரவல் பெற்றவையாகும். இவர்கள் உயர்ரக ஆடைகளையோ புத்தாடைகளையோ உடுத்துமளவிற்கு வசதி கிடையாது. திருமணமானப் பெண்கள் கழுத்தில் கருகமணி அணிந்துள்ளனர். காதில் கவரிங் தோடுகளை அணிந்திருக்கின்றனர். இவர்கள் வேறு வகையான விலையுயர்ந்த ஆபரணங்களையோ அலங்காரங்களையோ செய்துகொள்வதில்லை.

மிஸ்கீன்களில் பலர் தொழுவதில்லை. நோன்பும் இருப்பது இல்லை. வேறு எவ்வகையான விழாக்களையும் பண்டிகைகளையும் கொண்டாடுவதில்லை. இவர்கள் வெளியில் செல்லும்பொழுதும்

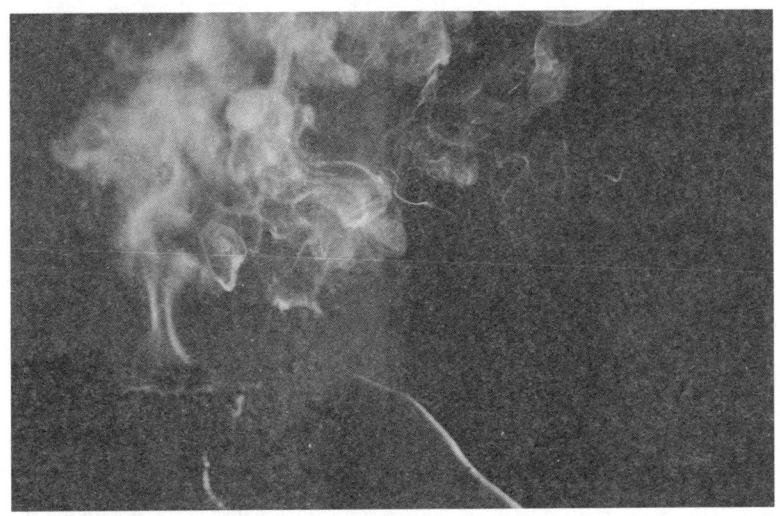
சாம்பிராணி புகை பரப்பும் பக்கீர்

உறங்கச் செல்லும்போதும் 'யா அல்லாஹ்', 'பிஸ்மில்லாஹ்', 'அஸ்ஸலாமு அலைக்கும்' போன்ற வாசகத்தைப் பலமுறை உச்சரிக்கின்றனர். வேறு எவ்வகையான வழிபாடுகளையும் இவர்கள் செய்வது கிடையாது. சமூகத்தில் இவர்களுக்கென அடிப்படை வசதிகள், உரிமைகள் எதுவுமில்லை. இவர்கள் நாடோடிகளாக வாழ்வதால் மிகவும் பின்தங்கியவர்களாக உள்ளனர்.

ஆன்மிகவழியில் செல்லும் பக்கீர்களும் மிஸ்கீன்களும் ஊர்ஊராகச் செல்லக்கூடியவர்கள். எனினும் முன்னவர் யாசகம் கேட்காத சமயப் பரப்பாளர்கள். மிஸ்கீன்கள் ஒவ்வொரு நாளும் யாசகம் பெறுபவர்கள். யாசகம் பெற்ற பொருள்களை வைத்தே வாழ்க்கையைக் கழிப்பவர்கள். இவர்களுக்குச் சேமிப்பு என்பதைப் பற்றி எவ்விதக் கவலையும் இல்லை. ஆன்மிக வழியில் செல்லும் பக்கீர்கள் சமயக் கருத்துகளைப் பரப்பும் வகையில் ஊர்ஊராகச் சென்றாலும் அவர்கள் நாடோடியத்துக்கே உரிய அனைத்துக் கூறுகளையும் கொண்ட நாடோடி என்று சுட்டிவிட முடியாது. காரணம் தொடக்கத்தில் வாழ்ந்த பக்கீர்கள் எவ்வித உறவுகளும் இல்லாமல் ஊர் சுற்றிக் கொண்டே இருந்தனர். விரும்பிய இடத்தில் தங்கினர். ஆனால் இப்போது உள்ள பக்கீர்கள் அவ்வாறு தொடர்ந்து ஊர் சுற்றிக்கொண்டே சென்றாலும் அவர்களுக்கென குடும்பம், வீடு, இருப்பிடம் அமைத்துக்கொண்டுள்ளனர். ஊர்சுற்றிச்

செல்லுமிடங்களில் தங்கும் வசதிகள், சமூக உரிமைகள் போன்ற வற்றைப் பெற்றுள்ளனர். ஆனால் இஸ்லாமியச் சமூகத்தில் தொடக்கக் காலத்திலிருந்து இன்றுவரை மிஸ்கீன்கள் எவ்வகை யான சமூக உரிமைகளும் இல்லாத நாடோடிகளாகவே இருந்து வருகின்றனர்.

உசாத்துணை

அப்துல் ரஹ்மான் ஸாகிபு. (ஆண்டு இல்லை). *கீமியாலெ ல ஆதத்து.* (முதல் தொகுதி) திருவல்லிக்கேணி: ஷாஹுல் ஹமீதிய்யா பிரஸ்.

அஜ்மல்கான், பீ.மு. 1985. *தமிழகத்தில் முஸ்லிம்கள்.* அரங்கக்குடி, மயிலாடுதுறை: முஸ்லிம் அசோசியேஷன்.

இஸ்மாயில், மு. மு. 1984. *இனிக்கும் இராஜநாயகம்.* சென்னை: உலகத் தமிழாராய்ச்சி நிறுவனம்.

கமால், எஸ்.எம். 2016. *தமிழகத்தில் முஸ்லிம்கள்.* புத்தாநத்தம்: அடையாளம்.

ரிபாயி, ஏ. கே. 1988. *தமிழகத்தில் இஸ்லாமியர் வரலாறு.* திருநெல்வேலி: மிலாத் கிராபிக்ஸ்.

Rizvi, Saiyid Alhar Abbas. 1978. *A History of Sufism in India* (2 Vols.). New Delhi: Munshiram Manoharlal Publishers Pvt. Ltd.

Waseem, M. 1995. *Muslim Festivals in India.* Madras: Oxford University Press.

20

கும்பார்

(ராஜஸ்தான் குயவர்)

துரை. அங்குசாமி

கும்பார்கள் (Kumbar) ராஜஸ்தான் குயவர்கள் ஆவர். கும்ஹார் (Kumhar) என்றும் பரவலாக அறியப்படுபவர்கள். பர்ஜாபத் (Parjapat) என்றும் கூறப்படுவர். இவர்களின் பெயரான கும்பார் / கும்ஹார் என்பவை கும்பஹார் (kumbhakar) என்னும் வட சொல்லின் மூலத்தைக் கொண்டவை. 'மண்பானை செய்பவர்கள்' என்பது பொருள். கும்பார்கள் ராஜஸ்தானிலிருந்து வெளி மாநிலங்களுக்குச் சென்று பிழைப்பு கருதி தம் குடும்பத்துடனோ சிறு குழுவுடனோ ஊர்ஊராகச் சென்று, தற்காலிக முகாம்களை அமைத்துப் பொம்மைகளைச் செய்து விற்பவர்கள். தமிழகத்தில் பெரும்பாலான நகரங்களின் புறப்பகுதியில் நெடுஞ்சாலைகளுக்குப் பக்கத்தில் நீண்ட கூடாரங்கள் அமைத்துப் பொம்மைகள் செய்து விற்பவர்கள். பழனி, கடலூர், செங்கல்பட்டு ஆகிய நகரங்களில் முகாமிட்டிருந்த கும்பார்களிடம் கள ஆய்வு மேற்கொண்டு அத்தரவுகளின் அடிப்படையில் இக்கட்டுரை அமைகிறது.

தோற்றத் தொன்மம்

பிரம்ம வைவர்த்த புராணத்தின்படி (Brahma Vaivartha Purana) கும்பார்கள் வைசியப் பெண்ணுக்கும் பிராமண ஆணுக்கும் பிறந்தவர்கள். பரசார சம்ஹித்தின்படி (Parasara Samhita) மலாக்கர் (Malakar) எனப்படும் தோட்டப்பயிரிடும் ஆணுக்கும் சமார் (Chamar) எனப்படும் சக்கிலி சாதிப் பெண்ணுக்கும் பிறந்தவர்கள். பரசார பதத்தியின்படி (Parasara Paddhati) திலி பெண்ணுக்கும் பட்டிகார் எனப்படும் நெசவாளருக்கும் கலப்பாகப் பிறந்தவர்கள் *(ரஸல் & ஹீராலால் 1975: 3)*.

பூர்வீகம்

கும்பார்களின் பூர்வீகம் குஜராத்தில் உள்ள பார்வார் (Bharvar) பகுதியில் உள்ள நரோலா (Narola) கிராமம் ஆகும். கடுமையான இயற்கைச் சீற்றத்தின் காரணமாக அபு மலையை (Mount Abu) ஒட்டிய தோலியா (Dholia) வழியாக இப்போதுள்ள ராஜஸ்தானிற்குக் குடிபெயர்ந்தார்கள். இன்று இவர்கள் ராஜஸ்தானில் ஜெய்பூர், உதய்பூர், சிட்டொர்கார், ஜோத்பூர், பிக்கானர், ஜெய்சால்மல், பர்மர் ஆகிய மாவட்டங்களில் பரவி வாழ்கின்றனர்.

இப்போது பிழைப்புக்காகப் பழனிக்கு வந்தவர்களின் சொந்த ஊர் ராஜஸ்தான் மாநிலத்தில் உள்ள ஜில்லாபாவி ஆகும். கடலூருக்கு வந்தவர்களின் பூர்வீகம் ராஜஸ்தானில் ஜோத்பூர் மாவட்டத்தில் பாலி வட்டத்தில் கிந்தாரா கிராமம் ஆகும்.

தாய்மொழி மேவாரி (Mewari) என்னும் கிளைமொழியாகும். இந்தி பேசுகின்றனர். கர்நாடகம், தமிழ்நாடு முதலிய மாநிலங்களுக்கு இவர்கள் தொழில் செய்ய வருவதால் இவர்கள் மலையாளம், கன்னடம், தமிழ் முதலிய மொழிகளை ஓரளவு தெரிந்து வைத்து உள்ளனர். சிலர் விலை பேச மட்டுமே தமிழைத் தெரிந்து வைத்துள்ளனர்.

இன அடையாளக் கூறுகள்

கும்பார் இன ஆண்கள் பஞ்சகட்சம் கட்டிய வேட்டியும், மேல் சட்டையும் அணிகின்றனர். நாற்பது வயதைக் கடந்த ஆண்கள் பெரும்பாலும் பெரிய மீசை வைத்திருக்கின்றனர். ஆண்களும் காது குத்திக்கொண்டு வெள்ளியிலான சிறிய காதணிகளை அணிகின்றனர். தலையில் தலைப்பாகைக் கட்டுகின்றனர். பெண்கள் இடப்புறமிருந்து வலப்புறமாக மாராப்பு போடுவர். மாராப்புக்குக் கீழ் பாவாடை ஜாக்கெட் அணிகின்றனர். பெண் முக்காடிட்டு முகத்தை மூடிக்கொண்டால் மணமானவர் என்று பொருள். மணமாகாதவர்கள் முக்காடு போடுவதில்லை. பெரும்பாலும் வெள்ளியால் ஆனவை. தங்க நகைகள் அணிந்தவரைக் காண்பது அரிது. திருமணமான பெண்கள் இரண்டு கால்களிலும் வெள்ளியால் செய்யப்பட்ட 'பக்கை' (பெரிய காப்பு) அணிந்துள்ளனர். கும்பார்ப் பிள்ளைகள் தமிழகச் சிறுவர்களைப் போன்று உடை அணிகின்றனர். இவர்களின் தலைகள் அழுக்காகவும் சீவாமலும் காணப்படும்.

கும்பார் உருவாக்கும் வெள்ளை பொம்மைகள்

சமூகப் பிரிவுகள்

கும்பார்களிடம் ஆறு கிளைப்பிரிவுகள் உள்ளன. அவை மத்தேரா, கும்மாவத், கேத்தேரி, மார்வாரா, திம்ரியா, மாவாளியா. இதில் மத்தேரா பிரிவு உயர்ந்ததாகும். கும்மாவத், கேத்தேரி, மார்வாரா, திம்ரியா, மாவாளியா ஆகியவை அதற்கடுத்துப் படிநிலை வரிசையில் வருபவை. ஒவ்வொரு பிரிவினரும் மண் வனையும் தொழிலில் சில வேறுபாடுகளைக் கொண்டுள்ளனர்.

தொழில்

கும்பார்கள் பூர்வீகத்தில் மண்வனையும் தொழிலையும் வேளாண் தொழிலையும் செய்துவந்ததாகக் கூறுகின்றனர். பின்னர் குடிக்கத் தண்ணீர் இல்லாததாலும், வறட்சியாலும் வேளாண் தொழிலி லிருந்து விடுபட்டு, ஊர்ஊராகச் சென்று பொம்மைகள் செய்து விற்றுப் பிழைக்கும் தொழிலைச் செய்து வருவதாகக் கூறுகின்றனர்.

கும்பார்கள் பெரும்பாலும் பொம்மை செய்யும் தொழிலை நெடுஞ்சாலைகளின் ஓரத்தில் நடத்துகின்றனர். காரணம் இவர்கள் தயாரிக்கும் பொம்மைகளை வாங்குவதில் நகர்ப்புற மக்கள் ஆர்வம் காட்டுவதேயாகும். இதனால் குறுஞ்சாலைகளை இவர்கள் தேர்ந்தெடுப்பதில்லை. நகரங்களில் வெளிப்புற எல்லையில்

அல்லது நகரம் முடியும் எல்லையில் அல்லது நெடுஞ்சாலைகளின் ஓரங்களில் தங்களின் தங்குமிடமான ‘டேரா’வை (கூடாரம்) அமைத்து வாழ்கின்றனர்.

பெரும்பாலும் ஓரிடத்தில் மூன்று மாதம் முதல் ஆறு மாதம் வரை தங்கித் தொழில் செய்கின்றனர். செங்கல்பட்டில் உள்ள கும்பார்கள் ராஜஸ்தானிலிருந்து கிளம்பி முதலில் திருப்பதியிலும் அடுத்து அரக்கோணத்திலும் இப்பொழுது செங்கல்பட்டிலும் உள்ளதாகக் கூறுகின்றனர். நெருங்கிய உறவினர்களோடு மட்டுமே தொழில் செய்ய வெளிமாநிலங்களுக்குக் கிளம்புகின்றனர். ஒரு குழுவில் குறைந்தது மூன்று குடும்பங்கள் இருக்கும். மீண்டும் ஹோலிப் பண்டிகையின் போது ராஜஸ்தான் செல்கின்றனர். ஹோலிப் பண்டிகைக்கு ராஜஸ்தான் செல்லும் போது தங்களுடைய உடைமை களை நம்பிக்கையானவர்களிடம் ஒப்படைத்துச் செல்கின்றனர்.

இன்னொரு குழுவினர் பழனி நகரில், திண்டுக்கல் நெடுஞ் சாலையில் திருநகர் அருகில் சாலையோரத்தில் ஏழு கூடாரங்களைப் பக்கம் பக்கமாக அமைத்திருந்தனர். ஒவ்வொரு கூடாரமும் 20 அடி 25 அடி என்ற அளவில் அமைந்திருந்தது.

ரெசின் (resin) என்னும் மாவிலிருந்து பொம்மைகள் செய்வது தான் இவர்களது தொழில். ரெசின் மாவை மூட்டைக் கணக்கில் வாணியம்பாடி / சேலம் ஆகிய இடங்களிலிருந்து வாங்கி அடுக்கி வைத்துள்ளனர். அதில் PVC Resin, DCW Limited, Sahupuram - 628 229, Tamilnadu என்னும் தயாரிப்பு நிறுவனத்தின் பெயர் மூட்டைகளின் மீது பொறிக்கப்பட்டிருந்தது. பிளாஸ்டர் ஆஃப் பாரிஸ் எனப்படும் இம்மாமாவை இவர்கள் ‘பிளாஷ்டி சிமெண்ட்’ என்கின்றனர். இந்த மாவைத் தேவையான விகிதாச்சாரப்படி கரைத்து, பிரத்யேக மாக வடிக்கப்பட்டுள்ள அச்சுவார்ப்புக் குழலுக்குள் ஊற்றிப் பின்னர் வெளியே எடுக்கும்போது அச்சிலுள்ள வடிவம் வார்ப்பு பொம்மை யாகக் கிடைக்கின்றது.

இவர்கள் பல வகையான பொம்மைகளைச் செய்வதையே முதன்மைத் தொழிலாகக் கொண்டுள்ளனர். எனினும், விநாயகர் சதுர்த்தியின் போது விநாயகர் சிலைகளையும் நவராத்திரியின் போது கொலு பொம்மைகளையும் மற்ற நேரங்களில் பிற பொம்மை களையும் செய்து விற்பனை செய்கின்றனர். இப்பொம்மைகள் அனைத்தும் வார்ப்பு அச்சுகளைக்கொண்டு வெள்ளைச் சிம்மால் (வெள்ளைச் சுண்ணாம்பு) செய்யப்படுகின்றன.

சாலையோரத்தில் விற்கப்படும் வண்ண பொம்மைகள்

இந்த அச்சுகள் லாரி/ பஸ் டியூபால் செய்யப்படுபவை. மேல் அச்சு தேங்காய் நாரையும் சிம்மையும் கொண்டு செய்யப்பட்ட தாகும். பொம்மை செய்வதற்கு டியூபாலான அச்சை நன்றாகக் கழுவி தேங்காய் நாறால் செய்யப்பட்ட அச்சுனுள் வைத்துரப்பரால் கட்டுவர். இதன் பின் பெரிய பாத்திரத்தில் சிம்மைத் தேவையான பதத்தில் கரைத்து அவ்வகையான அச்சுகளில் ஊற்றிக் குலுக்கு கின்றனர். குலுக்கியவுடன் அச்சுகளில் நிரப்பிய பிறகு எஞ்சிய வற்றைச் சுண்ணாம்பு உள்ள பாத்திரத்தில் ஊற்றி மற்றொரு அச்சில் ஊற்றுவர். இவ்வாறு ஒவ்வொரு அச்சிலும் இருமுறை ஊற்றி நான்கு மணி நேரம் காயவைப்பர். நன்றாகக் காய்ந்தபின் ரப்பரை அவிழ்த்து பொம்மைகளைப் பெரிய கோணிப்பைகளை விரித்து அதன்மேல் உலர்த்துவர். உலர்ந்த பிறகு, பொம்மையிலுள்ள ஓட்டை உடைசலைச் சரி செய்வர். இதன் பிறகு பொம்மைக்கு ஏற்ப வண்ணங்களைப் பூசுவர்.

முதலில் அனைத்து பொம்மைகளுக்கும் ஒரே நிற வண்ணத்தைப் பூசி உலர்த்துவர். பெரும்பாலும் பேப்பிகோல் (கத்திரிப்பூ வண்ணம்) வண்ணத்தைப் பூசுவர். இதன்பின் பெரிய பாண்டில் (இரும்புத்தட்டு) கரைத்து அதில் நனைத்து உலர்த்துவர். இதன் பின்னர் பொம்மைக்கேற்ற வண்ணத்தைப் பூசுவர். பெரும்பாலான பொம்மைகளுக்குக் காலோ (கருப்பு வண்ணம்) வண்ணத்தையே

விலை விவரம்	
பொம்மை	விலை (ரூபாயில்)
மயில்	70
மான்	50
வாத்து	40
யானை (சிறியது)	30 - 40
யானை (பெரியது)	125
மேலைநாட்டுப்பெண்	90
சரஸ்வதி	80
லட்சுமி	80
பிள்ளையார் (பல வரிசைகளில்)	30-90
செட்டியார்	140
ராதா	90
ராதை - கிருஷ்ணன்	75
முருகன்	60
மோனலிசா	150
பெண் உருவம்	120
கிருஷ்ணர்	60
திருவள்ளுவர்	90
வெங்கடாஜலபதி	40
கெஜலட்சுமி	30
காதல் புறாக்கள்	25
சிவன்	30
பூஞ்சாடிகள்	25
பெரிய பூஞ்சாடிகள்	250
குபேந்திரன்	75

பூசுவர். இவ்வண்ணம் தார், வார்னிஷ் ஆகியவற்றைக்கொண்டு இவர்களே தயார் செய்வதாகும்.

பொம்மைகளுக்குத் தகுந்தவாறு ராணிங் (ரோஸ்) வண்ணத்தை யும் பச்சை, ஆரஞ்சு வண்ணத்தையும் பூசுவர். அரிய வண்ண மாகத் தங்கமுலாம் போன்ற வண்ணத்தையும் பூசுகின்றனர்.

இவர்கள் மீரா, திருவள்ளூர், சரசுவதி, விநாயகர், சாய்பாபா, சேவல், மயில், செட்டியார், குபேரன், கிருஷ்ணன், குதிரை, யானை,

கிளியோபட்ரா போன்ற பல வகையான பொம்மைகளைச் செய்வர். ஒட்டகம், குதிரை, நாய், சிங்கம் ஆகியவற்றைச் செய்வதில்லை. இவர்கள் இவற்றை வணங்குவதால் இப்பொம்மைகளைச் செய்வ தில்லை என்கின்றனர். செய்த பொம்மைகளைக் கூடாரத்தின் எதிரே வைத்து விற்பர். நகரங்களின் வீதிகளில் மூன்று சக்கர சைக்கிளில் எடுத்துச் சென்று விற்பனை செய்வர். பொம்மைகளின் அளவைப் பொறுத்து ரூ. 10 முதல் 150 வரை விற்கின்றனர். பூசும் வண்ணத்தைப் பொறுத்தும் விலை வேறுபடுகிறது.

முன்பெல்லாம் பொம்மைகளின் விற்பனை மிகுதியாக இருந்தது என்றும் போதிய வருவாய் கிடைத்தது என்றும், இப்போது விற்பனை குறைந்துவிட்டது என்றும், நொண்டி ஜீவனம் நடத்து வதாகவும் நவராத்திரி காலங்களில் விற்பனை மிகுதியாக இருக்கும் என்றும் தெரிவித்தனர்.

இவர்களுக்கு என சொந்த ஊரில் குடில்கள் உள்ளன. வருடத்தில் இரண்டு மாதங்கள் மட்டும் சொந்த ஊரில் குடியிருப்பதாகவும் ஏனைய பத்து மாதங்களில் ஊர்ஊராகச் சென்று முகாம்கள் அமைத்துப் பொம்மைகள் செய்து பொருளீட்டி வாழ்க்கை நடத்துவதாகவும் கூறுகின்றனர்.

பழனியிலிருக்கும் குழுவினர் திருச்சியிலிருந்து பத்து நாள் களுக்கு முன்னர் இங்குப் புலம் பெயர்ந்ததாகவும் அடுத்தது எந்த ஊருக்குச் செல்வது என்பது பற்றி இன்னும் சிந்திக்கவில்லை என்றும் கூறினர். ஓர் ஊரைத் தேர்ந்தெடுத்து அங்குச் சென்றவுடன் தங்குவதற்குக் கூடாரம் அமைப்பதற்கு வசதியான ஒரு காலி இடத்தைத் தேர்ந் தெடுக்கின்றனர். அந்த இடத்திலுள்ள கல், முள் முதலியவற்றை அகற்றிச் சமப்படுத்தி அங்குக் கூடாரத்தை அமைக்கின்றனர். அவர்களுடைய பொருள்கள் அனைத்தையும் ஒரு லாரியில் ஏற்றி அதில் அவர்களும் பயணம் செய்து புதிய இடத்திற்குக்கொண்டு வருகின்றனர்.

உணவு

காலையிலும் இரவிலும் பருப்புத் துவையலுடன் கூடிய உலர்ந்த சப்பாத்தித்தான் இவர்களுடைய உணவாகும். அரிசி உணவு அறவே கிடையாது. சப்பாத்தியை எண்ணெய் ஊற்றாமல் தீயில் வாட்டிச் சாப்பிடுவதுதான் இவர்களுடைய வழக்கமாகும். நண்பகலில் உண்ணுவதில்லை. திருமண விருந்துகளின் போதும் உலர்

சப்பாத்தியும் பருப்பும்தான் விருந்தளிக்கப்படுகிறது. இனிப்பும் பிற பண்டங்களும் கூடுதலாக வைக்கப்படுகின்றன. தேநீர் மட்டும் அருந்தும் இவர்கள் காபி குடிப்பதில்லை.

குளியல்

இரண்டு, மூன்று நாள்களுக்கு ஒரு முறை அல்லது கடினமான சூழலில் நான்கைந்து நாள்களுக்கு ஒருமுறை குளிர்ந்த நீரால் தலையோடு குளிக்கும் பழக்கம் இவர்களிடம் உள்ளது. இவர்கள் கூடாரத்திற்கு அருகில் நீர்நிலைகள் இருப்பினும் அங்குச் சென்று குளிப்பதில்லை. அங்கிருந்து பாத்திரங்களில் தண்ணீர் கொண்டு வந்து கூடாரத்தின் அருகில் வைத்துக் குளிப்பர்.

திருமணம்

நெருங்கிய உறவுக்குள் திருமணம் நடப்பதில்லை. கும்பார்கள் அவர்கள் சமூகத்திற்குள் மட்டுமே மணக்கவேண்டும் என்ற விதி உள்ளதால் சாதிகளைப் போன்றே கும்பார்களும் அகமணமுறை கொண்டவர்கள்தாம். கும்பார்களுக்குள் உள்ள உட்பிரிவுகளில் முறை உறவு உள்ளவரை மணப்பதால் புறமணம் முழுமையாகப் பின்பற்றப்படுகிறது. வருடத்தில் 2 மாதங்கள் ஊரில் இருக்கும் போது திருமணச்சடங்குகளைச் செய்வர். மூத்தோர்களால் செய்யப் படுகின்ற மணம்தான் ஏற்புடைய மணமாகும். காதல்மணம் இல்லை.

முதலில் நிச்சயதார்த்தம் (ஷகாய்) முடிப்பர். பின்னர் திருமணம் நடைபெறும். திருமணத்தை 'ஷாதி' என்பர். திருமணம் பெண் வீட்டில் நடைபெறும். ஆண் பரிசத் தொகை தந்து பெண்ணை மணந்துகொள்ளவேண்டும். இத்தொகை ரூ 5,000 முதல் 50,000 வரை கொடுக்கப்படுகிறது. பரிசப் பணத்தைச் சிறிதுசிறிதாகக் கொடுக்கலாம். திருமணச் செலவு முழுவதும் மணமகன்வீட்டார் ஏற்கவேண்டும். புறமணக்குழுக்கள் இரண்டிடையே நடக்கும் கும்பார்களின் மணஉறவு மணமகன் தரும் பரிசப்பணம் மணப் பிணைப்பை உறுதியாக்குகின்றது.

மணநாளில் மணமக்கள் நல்லெண்ணெய்விட்டு, தலைக் குளித்து, புத்தாடைகள் அணிந்துகொண்டு, குங்குமப் பொட்டு கோடுபோல நெற்றியின் நடுவில் இட்டுக்கொண்டு மணமேடைக்கு வருவர். மணமகன் கையில் ஒரு வாள் வைத்திருப்பார். வாள்

வண்ணம் தீட்டும் பெண்கள், சிறுமிகள்

வைத்திருப்பதற்கான காரணம் தாங்கள் வீரவம்சத்தைச் சார்ந்தவர்கள் என்பதைப் புலப்படுத்துவதற்காக எனக் கூறுகின்றனர். பிராமணர்களைக்கொண்டு திருமணம் நடத்துகின்றனர். தாலி கட்டும் பழக்கம் இவர்களிடையே இல்லை. மணமகன் மணமகளுக்குத் தலையில் மயில் இறகிலான கிரீடம் சூட்டுவான். இது தாலி கட்டுவது போன்ற அடையாளமாகும். திருமணத்திற்குத் தாலியாக வெள்ளை நூலை மூன்றாக மடித்து மஞ்சள் பூசி பெண்ணின் கழுத்தில் கட்டுவர். இக்கயிறு நாளடைவில் அறுபட்டால் வேறு கயிறு அணிவதில்லை. மணமானவர் காலில் காப்பணிவர் என்பதால் காலிலுள்ள காப்பைப் பார்த்தே மணமானவரா இல்லையா என்பது தெரியவரும்.

இவர்கள் சாதாரண நாள்களில் உண்ணும் உலர் சப்பாத்தியும் பருப்புத் துவையலும் திருமண விருந்துகளிலும் வழங்கப்படுகின்றன. இனிப்பும் கூடுதல் பண்டங்களும் இடம்பெறுகின்றன. மணமானவர்களுக்கும் மணமாகாதவர்களுக்கும் இடையே வேறுபடுத்திக் காண்பது அவர்கள் தலையில் இடும் முக்காடு மட்டுமே. முக்காடு போட்டு முகத்தை மூடும் பழக்கம் மணமானவர்களிடம் மட்டுமே உண்டு.

மணமுறிவும் மறுமணமும் கும்பார்களின் வாழ்க்கைமுறையில் இடம்பெறுகின்றன. ஓர் ஆண் எத்தனை பெண்களை வேண்டு

மானாலும் மணந்துகொள்ளலாம். ஆனால் பெண் ஒருவனை மட்டுமே மணக்க இயலும். ஆண் பெண்ணிடமிருந்து விலக விரும்பினால் ஊர்க்கூட்டத்தில் ஒரு கையொப்பம் இட்டுவிட்டு விலகிக்கொள்ளலாம். பெண் விலக விரும்பினால் பரிசப் பொருளாக ஆண் தந்தது போன்று இரு மடங்குத் தொகையைத் திருப்பித் தந்தால்தான் மணமுறிவு அறிவிக்கப்படும். ஒரு ஆடவன் ஒரு பெண்ணை மட்டுமே முறையாகத் திருமணம் செய்து கொள்ள முடியும். திருமணம் செய்துகொண்ட ஆண் வேறு ஒரு பெண்ணை விரும்புகிறான் என்றால் சேர்த்துக்கொள்ளலாம்; திருமணம் செய்துகொள்ள முடியாது. ஆண்டுக்கொருமுறை ராஜஸ்தான் சென்று தங்கள் ஊர்களில் தங்கும்போது, திருமணம், மணவிலக்கு, மறுமணம் போன்றவற்றை ஏற்பாடு செய்கின்றனர். ஆண்டுக்கொரு முறை செல்ல இயலாத போதும் பிற அவசரச் சூழல்களிலும் உற்றார் உறவினர் முன்னிலையில் இவை நடை பெறுகின்றன.

மேற்கூறிய நிகழ்வுகள் மூலம் பஞ்சாயத்து முறை இவர்களுடைய நாடோடி வாழ்க்கையில் முக்கிய இடம்பெறுகிறது என்பதை அறிய முடிகின்றது. மணமுறிவுக்குப் பின்னர் மறுமணம் செய்து கொள்ள பெண்ணுக்கு அனுமதி கிடைக்கிறது. திருமணமான பெண்ணுக்குக் குழந்தை பிறக்காத சூழலில் மறுமணம் கண்டிப்பாகச் செய்யப் படுகிறது. ஆனால் மறுமணம் முதல்மணம் போல சடங்குகள் இல்லாமல் எளிமையாக நடைபெறும். மணமகனும் மணமகளும் ஒருவர் கையை ஒருவர் பற்றிக்கொள்வதோடு திருமணம் முடிந்து விடும். அந்தக் குடும்பத்தினர் தவிர பிறர் மறுமணத்தில் கலந்து கொள்வதில்லை. மறுமணம் எத்தனை தடவை வேண்டுமானாலும் நிகழலாம்.

தெய்வ வழிபாடு

இவர்களின் இஷ்டதெய்வம் துர்க்கை, காளி ஆகும். வருடத்தில் இரண்டு மாதங்கள் சொந்த ஊரில் இருக்கும்போது மட்டும் அந்தக் கோவிலுக்குச் சென்று வழிபடுவர். அக்கோயிலுக்கு ஆடு பலியிடும் வழக்கம் இவர்களிடையே உண்டு. நவராத்திரி நாள்களில் அவர்கள் எங்கு இருந்தாலும் தங்கியிருக்கின்ற கூடாரத்திலேயே ஒரு சிறிய இடத்தை ஒதுக்கி அதில் துர்க்கை, காளி சிலைகளை வைத்து வழிபாடு செய்வர். நவராத்திரி விழாவை நோர்தா என்பர். இவ்விழா

9 நாள் வரை நடைபெறுகிறது. 10 வது நாள் கிடா வெட்டி இதன் இரத்தத்தை துர்க்கைக்குக் கொடுத்துவிட்டு கறியை அங்கேயே சமைத்து உண்பர். இவர்களின் குலதெய்வம் குருவோன்னா. இவர்களின் குடும்பத் தெய்வங்கள் ராம்தேவ்ஜி, ஹனுமான்ஜி, ஆஷாபூரி, அம்பாமாதா ஆகியவை.

இறப்புச் சடங்கு

இறப்பு நிகழ்ந்தால் இறந்தவர்களின் தலையில் நெய் தடவி, அரப்பு வைத்து குளிப்பாட்டி மாலை அணிவித்து அருகில் உள்ள சுடுகாட்டில் எரித்துவிடுகின்றனர். இறப்புச் சடங்கின் போது நெய், அரப்பு வைத்துக் குளிப்பது தமிழ்நாட்டு மக்களிடம் காணப்படுகின்றது. கும்பார்களிடம் இவ்வழக்கம் இடம்பெறுவது குறிப்பிடத் தக்கதாகும்.

கல்வி

பெரும்பாலும் கல்லாமையே இக்குழுக்களிடம் நிலவுகிறது. கல்வி அறிவு பெறுவதில் இவர்களுக்கு நாட்டமில்லை. கல்வி பெற்று வேறு தொழில்களுக்குச் செல்பவர்கள் எண்ணிக்கை மிகக் குறைவு. இக்குழுக்களில் ஆண்கள் சிலரே ஆரம்பக் கல்வி வரை படித்திருக் கின்றனர். பெண்களுக்கு முழுக்க முழுக்க கல்வி மறுக்கப்படுகிறது.

ஊரில் இருக்கும் 2 மாத காலத்தில் தேர்தல் வந்தால் வாக்களிப்பர். வாக்களிப்பதற்காக ஊர்செல்லும் வழக்கமில்லை. அரசியலில் எவ்வித ஆர்வமும் இவர்கள் காட்டுவதில்லை. எதிர்காலத்தில் நாடோடி வாழ்க்கையை விட்டுவிட்டு நிலையான வாழிடத்தில் வாழ்வதற்கோ கல்வியறிவு பெற்று பிற துறைகட்குச் செல்லவோ இவர்களிடம் உடனடியாக அறிகுறிகள் தென்படவில்லை. தமிழ் நாட்டில் உள்ள கும்பார்களிடம் சமூக மாற்றத்தை அதிகம் காண முடியவில்லை. பிழைக்க வந்த இடத்தில் பொம்மை செய்யும் தொழிலை மட்டுமே சுறுசுறுப்பாகச் செய்கின்றனர். வேறு தொழில் களில் ஈடுபடுவதில்லை.

உசாத்துணை

Mandal, S.K. 1998. Kumhar / Kumbhar. In K.S. Singh (Gen. Editor) *People of India, Rajasthan* Vol XXXVIII Part II pp. 565 - 68. Mumbai: Popular Prakashan.

Russell, R.V. and Hiralal. 1916 (1975). *The Tribes and Castes of the Central*

Provinces of India. London: Mcmillian and Co, reprint 1975, New Delhi: Cosmo Publications.

Sherring, M.A. 1975 (1881). *The Tribes and Castes of Rajasthan.* New Delhi: Cosmo Publications.

21

தொட்டிய நாயக்கர்

த. லிங்கராஜ்

ஊர்ஊராகச் சென்று பித்தளை வெண்கல அலுமினியப் பாத்திரங் களுக்கு ஈயம் பூசியும், குப்பைக் கழிவுகளிலிருந்து இரும்பு, பாட்டில் போன்ற பொருட்களைச் சேகரித்தலும், முயல், கீரிப்பிள்ளை, அணில் போன்ற விலங்குகளையும், காடை, கௌதாரி போன்ற பறவைகளை வேட்டையாடியும், மீன்பிடித்ததும், யாசித்தும் வாழக்கூடிய நாடோடிச் சமூகத்தினரே காட்டுநாயக்கர்கள் எனக் கூறிக்கொள்ளும் தொட்டிய நாயக்கர்கள் ஆவர். இவர்களைக் குலுவர் என்று பிற சமூகத்தினர் அழைக்கின்றனர். ‘இந்து தொம்பர்’ என்று இவர்களுக்கு மாநில அரசு சாதிச்சான்று வழங்கியுள்ளது. முன்னர் இவர்கள் பன்றி வளர்ப்போராகவும் இருந்துள்ளனர்.

சமூகப்பெயர்

கள ஆய்வுக்கு எடுத்துக்கொண்ட தூத்துக்குடியில் வாழும் இந்தச் சமூகத்தினர் தங்களைக் காட்டுநாயக்கர் என்றும் தொட்டிய நாயக்கர் என்றும் அழைத்துக்கொள்கின்றனர். காட்டுநாயக்கர் எனத் தங்களுக்குச் சாதிச் சான்றிதழ் வழங்கக்கோரி போராடி வருகின்றனர். ஆனால், மாநில அரசால் இவர்களுக்குத் தொட்டிய நாயக்கர் எனச் சாதிச் சான்றிதழ் வழங்கப்பட்டுள்ளது. 2005ஆம் ஆண்டில் இருபத்தைந்து பேருக்கு அரசால் தொட்டிய நாயக்கர் எனச்சான்றளிக்கப்பட்டுள்ளது.

மேலும், பட்டா பத்திரங்களிலும் தொட்டியநாயக்கர் என்றே சான்றளிக்கப்பட்டுள்ளது. இச்சமூகத்தைச் சேர்ந்த கன்னியாகுமரி மாவட்டம், ஆரல்வாய்மொழியில் வசித்துவரும் ஒருவருக்கு ‘இந்து தொம்பர்’ என மாநில அரசால் சான்றளிக்கப்பட்டுள்ளது.

ஈயம் பூசும் பட்டறை

காட்டு நாயக்கர் என்ற சான்றிதழ் அட்டவணைப் பழங்குடிகளுக்கு வழங்கப்படுவதாகும். இவர்கள் சமவெளிகளில் வாழும் காட்டு நாயக்கர்களாக இருந்தும் சான்றிதழ் இவர்களுக்கு வழங்க மறுக்கப்படுகிறது. அதே வேளையில் சமவெளியில் வாழும் பிறர் 'காட்டு நாயக்கர்' என்று சான்றிதழ் பெற்றுள்ளனர். இவ்வாறு தங்களை அடையாளப்படுத்திக்கொள்வதன் மூலம் இம்மண்ணுக் குரிய ஒரு தொல் பழங்குடிப் பெயரை வேறு சில புலம்பெயர்ந்த சமூகத்தாரும் சூட்டிக்கொள்வதன் வாயிலாக அரசின் சலுகைகளை அடைகின்றனர்.

மொழி, சமூகத்தகுதி

தெலுங்கு மொழியே இச்சமூகத்தினரின் தாய் மொழியாகும். ஆனால், அம்மொழியில் எழுதவோ வாசிக்கவோ தெரியாது. கள ஆய்வுக்கு எடுத்துக்கொண்ட பகுதிகளிலுள்ளவர்கள் தெலுங்கு மொழியில் பேசுவதைக்கூட மறந்துவிட்டனர். இன்று, தமிழ் மொழியிலேயே பேசவும் எழுதவும் செய்கின்றனர். வீட்டிலும்

தமிழையே பேசுகின்றனர். பள்ளி செல்லும் மாணவர்கள் தங்களது தாய்மொழி தமிழ் என்றே குறிப்பிட்டுச் சான்றிதழ் பெறுகின்றனர். இவர்கள் பேசும் போது மிகச் சத்தமாகப் பேசுகின்றனர். தமிழகத்தில் முன்னர் இந்தச் சமூகத்தினர் குற்றப் பரம்பரை வகுப்பினர் பட்டியலில் (சீர்மரபினர்) வைக்கப்பட்டிருந்தனர். தற்போது, குற்றப் பரம்பரை பட்டியலிலிருந்து நீக்கப்பட்டு உள்ளனர்.

சமூகப் பிரிவுகள்

இச்சமூகத்தினர், தங்களுக்குள்ளே திருமணம் செய்துகொள்ள வேண்டும் எனும் விதியைப் பின்பற்றும் அகமணப் பிரிவாக உள்ளனர்.

அகமணப்பிரிவாகவுள்ள இச்சமூகத்தினரிடம், அண்ணன் - தம்பி, மாமன்-மச்சான் என்ற அடிப்படையில் பாகுபாடும் பின்வரும் புறமணக்குழுக்கள் உள்ளன. மேலும், இக்குழுக்கள் ஒவ்வொன்றும், தங்களுக்கென தனித்தனியாக பிழைப்புத் தொழிலையும் கொண்டுள்ளனர்.

புறமணக்குழு I	புறமணக்குழு II
நகார வேண்	கோல்நவன் (கோழி பிடிப்பவர்கள்)
ஏசாமு (பாம்பாட்டி)	சிரங்காஞ்சான்
	தவிலுபாச்சி
	ஏமாந்திரம்

மேற்குறிப்பிட்டுள்ள இப்பிரிவுகள் தவிர வேறுசில பிரிவு களும் இருந்துள்ளன. மேலும், இப்பிரிவுகள் ஒவ்வொன்றின் தோற்றம் குறித்தும் வாய்மொழி வழக்காறுகள் வழக்கில் உள்ளன. ஆனால் இன்றைய தலைமுறையினர் இவற்றை மறந்துவிட்டனர்.

இனி, இவர்களது வாழ்க்கை வட்டச் சடங்குகள் குறித்த சில செய்திகளைக் காண்போம்.

பிறப்புச் சடங்கு

இச்சமூத்தினரிடையே பிறந்த குழந்தைக்குச் சேனை (குழந்தையின்

நாவில் தடவும் முதல் உணவு) அக்குழந்தையின் மாமன், அத்தையால் கொடுக்கப்படுகிறது. பின்பு மூன்றாம் நாள் ஆண்குழந்தையென்றால் கருப்பசாமி, சுடலை போன்ற நாட்டார் தெய்வங்களில் பெயர்கள் அதிகமாகச் சூட்டப்பட்டது. பெண் குழந்தையென்றால் காளியம்மாள், மாரியம்மாள் போன்ற பெயர்கள் சூட்டப்பட்டன. சமூக மாற்றத்தினூடே இன்று, அஜித், அர்ஜுன், சூர்யா, விஜய் போன்ற சினிமா நடிகர்களின் பெயர்கள் அதிகமாகச் சூட்டப்படுகின்றன.

இச்சமூகத்தினரிடையே பிறந்த குழந்தையின் தொப்புள் கொடி பிறந்த மூன்றாம் நாள் அல்லது ஐந்தாம் நாள் அகற்றப்படுகிறது. பின்னர், அகற்றப்பட்ட தொப்புளை இவர்கள் செருப்பு தைக்கும் தொழிலாளியிடம் கொண்டுசென்று, அத்தொழிலாளியிடம் தோலினால் ஒரு சிறு பை செய்து அப்பைக்குள் தொப்புளை வைத்து இடுப்பில் அரைஞான் கயிறுடன் கட்டிக்கொள்கின்றனர்.

இச்சமூகத்தினர் பூப்புச்சடங்கை விமரிசையாகக் கொண்டாடுவ தில்லை. ஒரு சிலர் மட்டுமே (ஓரளவு பொருளாதாரம் கொண் டவர்கள்) இச்சடங்கை நிகழ்த்துகின்றனர்.

திருமணம்

மணமகன் வீட்டாரும், மணமகள் வீட்டாரும் கலந்து பேசி, ஒரு குறிப்பிட்ட நாளில் திருமணத்தை நிச்சயிக்கின்றனர். திருமண நிச்சயித்தின் போது, மணமகன் வீட்டார், மணமகள் வீட்டாருக்குப் பரிசப்பணமாக பத்தொன்பது வரான் கொடுக்கவேண்டும் எனத் தீர்மானிக்கப்படுகிறது. ஒரு வரான் என்பது மூன்று ரூபாய், 50 பைசா ஆகும். மொத்தம் 67 ரூபாய் மணமகன்வீட்டார் பரிசப்பணமாக மணமகள் வீட்டாருக்குக் கொடுக்க வேண்டும். அவ்வாறு, கொடுக்க இயலா நிலையெனில் தவணை முறையில் மணமகள் வீட்டாருக்கு வரான் செலுத்த வேண்டும். பின்னர், ஒரு குறிப்பிட்ட நாளில் மணமகள் வீட்டில் திருமணம் நடைபெறும்.

இச்சமூகத்தினரிடையே சகோதரியின் மகளை மணக்கும்முறை முதன்மையாகப் பெரிதும் விரும்பப்படுகிறது. இரண்டாவதாக தாய்மாமன் மகளை மணக்கும் மணமுறை பெரிதும் விரும்பப் படுகிறது. இதன்படி, இச்சமூகத்தினர்கள் இருவழி மணமுறையைக் கொண்டுள்ளனர். சித்திரை, ஆடி மாதங்களே திருமணத்தை நடத்த இவர்களின் விருப்பத்திற்குரிய மாதங்களாகும். திருமணத்தின்

போது திருமணப் பரிசமான 19 வரான் மணமகன் வீட்டாரால் மணமகள் வீட்டாருக்குக் கொடுக்கப்படுகிறது. பின்னர், பன்றி அடித்து அதன் தோலை உரித்தெடுத்து அத்தோலை சதுர வடிவில் அறுத்து நெருப்பில் வாட்டியெடுத்து மணமகனால் மணமகளின் தந்தைக்குக் கொடுக்கப்படுகிறது. பன்றித்தோலுடன் கள், சாராயம் போன்ற ஏதேனும் மணமகளின் தந்தைக்குக் கொடுக்கப்படும். இதன் பின்பே தாலி கட்டி நடைபெறும்.

சில தலைமுறைகளுக்கு முன்பு இச்சமூகத்தினரிடையே தாலி மஞ்சள் கயிறு நடைமுறையில் இல்லை. வட்டவடிவிலான பாசியால் சேர்க்கப்பட்ட பாசி மாலையே மணமகளின் கழுத்தில் கட்டப்பட்டது. இவர்களிடையே திருமணம் இரண்டு நாட்கள் நடைபெறும். முதல் நாள் தாலி கட்டும் சடங்கு நடைபெறும். இரண்டாம் நாள் அனைவருக்கும் விருந்தளிக்கப்படும். பின்னர், மணப்பெண்ணை மணமகனுடன் அனுப்பிவைப்பர்.

குழந்தைத் திருமணம் இச்சமூகத்தினரிடையே மிக அதிக அளவில் காணப்படுகிறது. 14 முதல் 17 வயதுக்குட்பட்ட பெண் குழந்தைகளுக்குத் திருமணம் செய்யப்படுகிறது. ஆண்களின் சராசரி திருமண வயது 18 ஆகக் காணப்படுகிறது. தங்களது வசிப்பிடத்திற்குள்ளே திருமணம் விரும்பப்படுகிறது.

இச்சமூகத்தினரிடையே, ஒரு குடும்பத்தைச் சேர்ந்த உடன் பிறந்தவர்கள் இன்னொரு குடும்பத்தைச் சேர்ந்த உடன்பிறந்த வர்களைத் திருமணம் செய்துகொள்ளும் முறையான உடன் பிறந்தோர் – உடன்பிறந்தோர் திருமணம் சிறிய அளவில் காணப் படுகிறது. இம்முறையில் ஒரே குடும்பத்தைச் சேர்ந்த சகோதரர்கள், இன்னொரு குடும்பத்தைச் சேர்ந்த சகோதரிகளையோ, ஒரு குடும்பத்தைச் சேர்ந்த சகோதரன் சகோதரி இன்னொரு குடும்பத்தைச் சேர்ந்த சகோதரன் சகோதரியையோ திருமணம் செய்துகொள்வது இயலும் என்றாலும், இது அரிதாகவே நடைபெறுகிறது. இவ்வகைத் திருமணமுறை இச்சமூகத்தினரால் ‘ஈட்டு சம்பந்தம்’ என அழைக்கப்படுகிறது.

மனைவியின் இறப்புக்குபின் அல்லது மனைவி குழந்தைப் பேறின்றி மலடாக இருக்கும் நிலையில், மனைவியின் சகோதரியை மணக்கும் மைத்துனி மணமும் இச்சமூகத்தினரிடம் காணப் படுகிறது. கள ஆய்வுக்கு எடுத்துக்கொண்ட தூத்துக்குடியில்

10 திருமணங்களில் ஒன்றாக இவ்வகை மணமுறை காணப்படுகிறது.

கைம்பெண்ணாகிவிட்ட அண்ணன் மனைவியைத் தம்பி திருமணம் செய்துகொள்ளும் திருமண முறையான மதனி மணமும் சிறிய அளவில் காணப்படுகிறது. மணமுறிவானது இச்சமூகத்தினர் இடையே மிக எளிய முறையில் நடைபெறுகிறது. கணவன், மனைவியரில் எவராகிலும் ஒருவர் மணமுறிவு கோரினால் பஞ்சாயத்து கூடி, இருதரப்பினர்களின் கருத்துகளைக் கேட்டறிந்து மணமுறிவு தீர்மானிக்கப்படுகிறது. இவ்வாறு மணமுறிவு ஏற்பட்டால் திருமணத்தின்போது பரிசமாகப் பெற்ற 19 வரானைத் திரும்பச்செலுத்தவேண்டும். மணமகன் மணவிலக்கு கோரினாலும் மணமகள் மணவிலக்கு கோரினாலும் வரான் தொகையை மணமகள் வீட்டாரே திரும்பச் செலுத்த வேண்டும் என்ற விதிமுறை இச்சமூகத்தினரால் கடைப்பிடிக்கப்பட்டு வருகிறது.

தேச கொடுத்தல்

மணப்பெண்ணிற்குப் பிறக்கும் முதல் பெண்குழந்தையை அப்பெண்ணின் தாய்வீட்டிற்குக் கொடுப்பது ‘தேச கொடுத்தல்’ எனும் வழக்கமாகும். இவ்வழக்கத்தின்படி, மணப்பெண்ணின் திருமண நிச்சயத்தின் போது, அம்மணப்பெண்ணிற்கும் பிறக்கும் முதல் பெண் குழந்தையை மணப்பெண்ணின் தாய்வீட்டிற்கு தேச கொடுக்கவேண்டும் எனப் பெரியோர்கள் முன்னிலையில் முடிவு செய்யப்படுகிறது. திருமணத்திற்குப்பின் முதல் பெண் குழந்தை பிறந்தவுடன் அக்குழந்தை அதன் தாய்மாமன் வீட்டிற்குக் கொடுக்கப்படுகிறது. இவ்வாறு ‘தேச கொடுப்பது ஒரு கட்டாய விதிமுறையாக இச்சமூகத்தினர்களால் கடைபிடிக்கப்படுகிறது. இவ்வாறு ‘தேச’ கொடுத்தபின் அத்தேசப் பெண்ணின் மீதான உரிமையும் அப்பெண்ணின் தாய்மாமன் குடும்பத்தாரையே சாரும்.

சிறு குழந்தையிலேயே தேச கொடுப்பதும் உண்டு, வயது வந்த பின்பு தேச கொடுப்பதும் உண்டு. தேச கொடுக்கும் இந்தச் செயல்பாடு ஒரு சடங்கின் மூலம் நடைபெறுகிறது. இச்சடங்கில் முதலில் தேசப்பெண்ணின் வீடடாருக்கு, அப்பெண்ணின் தாய் மாமன் வீட்டார் விருந்து அளிப்பர். பிறகு மாலை 6 மணியளவில் இச்சமூகத்தின் பெரியோர்கள், உறவினர்கள் முன்னிலையில் அத்தேசப்பெண்ணின் தாய் அத்தேசப்பெண்ணின் வலது கரத்தைப்

தொழிலுக்குக் கிளம்பும் ஈயப் பெட்டிக்காரர்

பிடித்து, தனது தாய், சகோதரன், தந்தை ஆகியோரிடம் இதோ உங்கள் 'தேச' பெற்றுக்கொள்ளுங்கள் எனக் கூறிக் கொடுப்பார். பிறகு தேசயைத் தாய்மாமன் வீட்டார் ஏற்றுக்கொண்டு தங்கள் இருப்பிடத்திற்கு அழைத்துசெல்வர்.

சமூக மாற்றத்தினூடே இச்சமூகத்தினரிடம் பணம் அறிமுகமாகிய பின் இதில் மாற்றம் உருவானது. தேச வேண்டாம் என மறுக்கப் படும்போது, அச்சமூக பெரியோர்களின் முன்னிலையில், பணம் தேச கொடுத்தலுக்கு மாற்றாகக் கொடுக்கப்படுகிறது. எனவே, தற்போது சில நேரங்களில் தேச வேண்டாம் என மறுக்கப்பட்டு பணம் நடைமுறைக்கு வரும்முன் கட்டாயமாக தேச கொடுக்கப்பட வேண்டும். இதில் எவ்வித விலக்கும் கிடையாது என்று இருந்திருக்கிறது. இத்தேச கொடுத்தலின் மூலம் தேசப் பெண்ணின் மீதான உரிமை மட்டுமல்லாமல், மற்ற உரிமையும் தாய்மாமன் வீட்டாரையே சாரும். தேசப் பெண்ணின் மீதான எந்த முடிவையும் பெண்ணின் தாயோ தந்தையோ தன்னிச்சையாக எடுக்க முடியாது. தேசப்பெண் தேசயாக தாய்மாமன் வீட்டாரிடம் கொடுக்கப்படாமல் இருந்தாலும் முன்னாளில் ஏற்படுத்தப்பட்ட ஒப்பந்தத்தின்

அடிப்படையில் தேசப்பெண்ணின் மீதான உரிமை முழுவதும் தாய்மாமன் வீட்டாரையே சாரும். பூப்புச்சடங்கு, திருமணம் தொடர்பானவற்றில் தாய்மாமன் வீட்டாரிடம் தெரிவித்து அவர்களின் அனுமதி பெற்றே நடத்திவைக்கப்படுகிறது.

இத்தேசப்பெண் பொதுவாக அவருடைய தாய்மாமனுக்குத் திருமணம் செய்து வைக்கப்படுவாள். இத்திருமணமே இந்தச் சமூகத்தினரிடம் நடைமுறையிலிருக்கும் முக்கிய முறையாகும். தேசப்பெண்ணின் திருமணம் தொடர்பாக அப்பெண்ணின் தாய், தந்தையிடம் திருமணம் தொடர்பாக தேச பெற்ற தாய்மாமன் வீட்டார் தெரிவிப்பார். பின்னர், தேசப் பெண்ணின் தாய், தந்தை அனுமதியுடன் அவர்களின் முன்னிலையில் திருமணம் நடத்தி வைக்கப்படுகிறது. இது ஒரு சம்பிரதாய நடவடிக்கை மட்டுமே. திருமணம் தொடர்பாகத் தேசப்பெண்ணின் தாய், தந்தை எதிர்ப்பு தெரிவித்தாலும் அது செல்லுபடியாகாது. 'தேச' பெற்றவர்களின் முடிவு எதுவோ அதுவே இறுதி முடிவாகும்.

சமூக மாற்றத்தினூடே, இன்று இச்சமூகப்பெண்கள் சிலர் கல்விகற்று, சில பணிகளில் ஈடுபட்டுவரும் நிலையில் இத்தேச முறையில் தாய்மாமனைத் திருமணம் செய்துகொள்ள பெண்கள் விரும்புவதில்லை. எனவே, இன்று இத் 'தேசமுறை' விமர்சனத் திற்கு உள்ளாக்கப்பட்டு வருகிறது. எனினும் இம்முறை ஒரு மரபார்ந்த வழக்கமாக இருப்பதால் ஆங்காங்கே கடைப் பிடிக்கப் பட்டு வருகிறது.

சமூகத்திற்குள் இணைத்தல்

சாதி மீறித் திருமணம் செய்தல் இச்சமூகத்தினரிடம் கடுமையான குற்றமாகக் கருதப்படுகிறது. அவ்வாறு சாதி மீறித் திருமணம் செய்தவர்களைப் பொதுவாகப் பிரித்துவிடுவர் அல்லது சில சமயங்களில் தங்கள் சாதியோடு இணைத்து விடுவர். இவ்வாறு வேற்றுச்சமூகத்தைச் சேர்ந்தவரை தங்களது சாதிக்குள் இணைத்துக் கொள்வது ஒரு புனிதச்சடங்கின் மூலமாக நிறைவேற்றப்படுகிறது.

சில ஆண்டுகளுக்கு முன் இச்சமூகத்தைச் சேர்ந்த பெண் ஒருவர் அருந்ததியர் சமூகத்தைச் சேர்ந்தவருடன் உடன்போக்குத் திருமணம் செய்துகொண்டார். இத்திருமணத்திற்கு அருந்ததியர் சமூகத்தினர் எதிர்ப்புத் தெரிவித்தனர். இதனால், இச்சமூகத்திற்குள் சேர்த்துக்கொள்ள தம்பதியர் வேண்டினர். இவ்வேண்டுகோளை

நகரமயத்தின் தாக்கம் பெற்ற குடும்பத்தார்

ஏற்றுக்கொண்டு, தங்களது சாதிக்குள் இணைத்துக்கொள்ள முடிவு செய்யப்பட்டது. பின்பு, சமூகப் பெரியோர் அனைவரின் முன்னிலையில் இத்தம்பதியரை சமூகத்திற்குள் இணைத்துக் கொள்வதற்கு, பெண்ணை அழைத்துச் சென்றதற்கு ரூ. 10,000 அபராதம், குறிப்பிட்ட தொகையைக் கோவிலுக்கு வரியாக செலுத்தவேண்டும் எனத் தீர்மானிக்கப்பட்டது. அபராதத் தொகையின் ஒரு பகுதி சம்பந்தப்பட்ட பெண்வீட்டாரிடம் கொடுக்கப்படுகிறது. மறுபகுதி பஞ்சாயத்தில் கலந்து கொண்டவர் களிடையே வெற்றிலை, பாக்கு, உணவு போன்றவற்றிற்காக செலவிடப்படுகிறது. பின்னர், சமூகத்திற்குள் இணைத்துக் கொள்ளும் சடங்கு தொடங்குகிறது.

சமூகத்திற்குள் இணைத்துக்கொள்ள முதலில் அனைவருக்கும் விருந்து படைக்கின்றனர். அதன்பிறகு தம்பதியரை கடலுக்கு அழைத்துச்செல்கின்றனர். நீராடிவிட்டுப் பின்தங்களது வசிப்பிடம்

வந்து, தாங்கள் வழிபடும் கோவில் சென்று, தம்பதியினர் இருவருக்கும் புதிய ஆடை அணிவித்து, இரு குடம் நீர் எடுத்து, தம்பதியினர் மீது ஊற்றி, பெண்ணின் கழுத்திலிருந்து ஏற்கனவே கட்டப்பட்ட தாலியை அகற்றி, மணமகனால் புதிய தாலிக்கயிறு கட்டப்படுகிறது. இச்சடங்கு முடிந்தபின் பெண்ணின் பெற்றோர்கள் 'மணமிட்ட, மண சாதிக்குள் சேத்துலக்கு தாமு' எனக்கூறி மண மக்களைத் தங்களுடன் இணைத்துக்கொள்கின்றனர். இவ்வாறு, சமூகத்திற்குள் இணைத்துக்கொண்ட பின்பு சாதி இணைப்புக்கு உள்ளானவரின் பெற்றோர் இவர்களின் வசிப்பிடம் வந்து உறவுமுறைக் கொண்டாடக்கூடாது என்ற விதிமுறை இந்தச் சமூகத்தினரால் பின்பற்றப்படுகிறது.

இறப்புச் சடங்கு

இச்சமூகத்தில் எவரேனுமொருவர் இறந்துவிட்டால் அனைவருக்கும் அது குறித்த தகவல் தெரிவிக்கப்படுகிறது. இறப்புக்கு வரும் அனைவருக்கும் சாராயம், கள் இறந்தவீட்டாரால் வழங்கப்படும். தற்போது டாஸ்மாக் மதுபானம் வழங்கப்படுகிறது. பின்னர், இறந்தவரை அவரின் தாய்மாமன் அல்லது சித்தப்பா முறை உடையோர் குளிப்பாட்டி, வெள்ளாடை அணிவித்து நேராக ஒரு நாற்காலியில் இருத்திவைப்பர். இறந்தவரை தூய்மைப்படுத்தும் போது தலைமயிரோ, தாடியோ மழிக்கப்படாது. இருந்தது போலவே இருக்கும் பின் மாமன் மைத்துனர்களால் பாடைக் கட்டப்பட்டு இறந்த பிணத்தைப் படுக்கவைத்து நான்கு புறமும் மாமன், மைத்துனர்களால் காக்கப்பட்டு இடுகாடு கொண்டு செல்லப்படும்.

இறந்தவரை தூக்கும்போது இடது தோள்பட்டை பிணத்தை நோக்கி இருக்குமாறு, வலதுபுறமாக மூன்றுமுறை சுற்றிவிட்டு பின்பு, ஏதேனும் முச்சந்தியில் வைத்து, மண்கலயத்தை உடைப்பர். அதன் பின்பு இடுகாட்டிற்குப் பிணத்தை எடுத்துச் செல்வர். இடுகாட்டிற்கு ஆண்கள் மட்டுமல்லாமல், பெண்கள், சிறுவர்கள், சிறுமிகள் என அனைவரும் செல்வார்கள். இதனால் 'வாழ்ந்தாலும் கூட்டம், இறந்தாலும் கூட்டம்' என்ற வழக்கு மொழி இந்த மக்களிடையே உள்ளது.

இறந்தவரை அடக்கம் செய்வதற்கு இடுகாடு அவசியமாகும். ஆனால் இச்சமூகத்தினருக்குச் சொந்தமான இடுகாடு இல்லை

யாதலால் கிராமங்களில் வைத்து எவரேனும் இறக்க நேரிட்டால், அந்நபரை அடக்கம் செய்வதற்குக் கிராமத்தலைவரின் அனுமதி பெற்று, அவரால் குறிப்பிடப்பட்டு, ஒதுக்கப்படும் இடத்தில் அடக்கம் செய்வர். கிராமத் தலைவரால் ஒதுக்கப்படும் இடுகாடு இந்து அருந்ததியர், பள்ளர் போன்ற சமூகத்தினருக்குரியதாகவே இருக்கும். ஆதிக்க சாதியினரின் (சாதி இந்துக்கள்) இடுகாட்டிலோ அவர்களது நிலத்திலோ அடக்கம் செய்ய அனுமதிக்கப்படு வதில்லை.

இடுகாட்டில் பாடையும் வலப்புறமாக புதை குழியை மூன்று முறை வலம் வந்துவிட்டு அடக்கம் செய்வர். சடலத்தின் மீது, இறந்தவரின் மகனாலும், மகளாலும் மனைவியாலும் பின் உறவினர்களாலும் மண் போடப்பட்டு பின்னர், அனைவரும் நீராடிய பின்பு, அனைவருக்குமோ இறந்தவரின் மாமன், மைத்துனர் களுக்கோ இறந்த வீட்டார் கட்டாயமாக சாராயமோ, கள்ளோ கொடுக்கவேண்டும் எனும் விதிமுறை இச்சமூகத்தினரிடம் உள்ளது.

அதன் பின், வீடு திரும்பி, இறந்தவர் இறந்த இடத்தில் ஏற்றி வைக்கப்பட்டிருக்கும் தீபத்தை இறந்தவரின் இரத்தவழி உறவினர்கள் ஒருவர் பின் ஒருவராக கூர்ந்து பார்த்துவிட்டு குவளையில் ஊற்றிவைக்கப்பட்டிருக்கும் பாலையும் அது போலவே கூர்ந்து பார்த்துவிட்டு, அப்பரலை விரலால் தொட்டு தலையிலோ நெற்றியிலோ வைப்பார்கள். இச்சடங்கு இறந்தவரின் இரத்த வழி உறவினர்களால் மட்டுமே பொதுவாகச் செய்யப் படுகிறது.

இறந்தவரின் இறந்த இடத்தில் ஏற்றி வைக்கப்பட்டிருக்கும் தீபமானது எத்திசையில் அவர் இறந்தாரோ அத்திசையிலேயே ஏற்றிவைக்கப்பட்டிருக்கும். ஆனால், கிராமப்புறங்களில் எவரேனும் இறந்தால், இறந்தவரை ஏதேனும் மரத்தின் கீழே ச்சாய்த்து வைப்பார்கள். அதனால் இறந்தவரை சாய்த்து வைத்த மரத்தின் கீழே விளக்கு ஏற்றிவைப்பார்கள். பின்னர், இறந்த மூன்றாம் நாள் இறந்தவரின் புதைகுழியின் காலடியில், இறந்தவர் எதை விரும்பி உண்பாரோ அவைகள் படையலாக வைக்கப்படும். இப்படையலில் ஆமையின் மாமிசத்தைக் கட்டாயமாக வைக்க வேண்டும் என்பது முக்கிய விதிமுறையாகும். ஏனெனில், ஆமை மாமிசமே இச்சமூகத்தினரின் பிரதான உணவாக முற்காலத்தில் இருந்துள்ளது. மேலும், காக்கை, பருந்து தவிர்த்து இதர

பறவைகளில் எதன் மாமிசம் கிடைக்கிறதோ அது படையலாக வைக்கப் படும்.

பிறகு, வீடு திரும்பி இறந்தவரின் இரத்த வழியினரால் ஆட்டின் இடுப்பு எலும்பு மூன்று வாங்கிவந்து அல்லது எங்கேனுமிருந்து எடுத்துவந்து இறந்தவரின் மாமா அல்லது மைத்துனரின் முதுகின் மீது வைத்துப்பிடிப்பர். அதனுடன் சிறிது அருகம்புல்லை அவ்வெலும்புகளுடன் சேர்த்து முதலில் கழுத்துப் பகுதியில் வைத்து 'திருச்சார' என்பர். அதற்கு அவரின் மைத்துனர்கள் 'திகுல' என்பார்கள். பிறகு இடுப்பின் மீது வைத்து 'திருச்சா' எனக் கேட்பர். அதற்கு அவர்கள் 'திகுல' என்பார்கள். பின்பு காலில் வைத்து, 'திருச்சா' எனக் கேட்பர். அதற்கு 'திகுருச்சி' எனப் பதிலளிப்பார்கள். பின்பு, மூன்று எலும்புகளையும் அருகம்புல்லையும் உடைத்தும் நொறுக்கியும் தலையின் மீது ஒரு தடவை சுற்றி கீழே போட்டு விடுவார்கள். இச்சடங்குடன் இச்சமூகத்தினரிடையே இறப்புச் சடங்கு முழுவதுமாக முடிவடையும்.

இவர்களிடையே இளம்வயதினரையும் இயற்கைக்குப் புறம் பான வகையில் இறந்தவர்களையும் எரிப்பார்கள். முதுமை எய்தியவர்களையும், திருமணமாகி வாரிசுகொண்டவர்களையும் புதைப்பார்கள். இரண்டு வயதிற்குட்பட்ட குழந்தை ஏதேனும் இறந்தால் தங்களது வசிப்பிடத்திலேயே குழிதோண்டிப் புதைத்து விடுவர். இவ்வாறு புதைப்பதன் மூலம் அக்குழந்தை தங்களுடனே இருந்து வருவதாக இச்சமூகத்தினர் நம்புகின்றனர்.

முதன்மைத் தொழில்கள்

ஈயம்பூசுதல், கட்டில் பின்னுதல் (கட்டுதல்), ஸ்டவ் பழுது பார்த்தல், குப்பைக்கழிவுகளிலிருந்து பொருட்களைச் சேகரித்தல், பழைய துணிகளைச் சேகரித்தல் முதலிய தொழில்களை இச்சமூகத் தினர் மேற்கொண்டு வருகின்றனர். மேலும், பாம்பு பிடித்தல், பாம்பை வைத்து வித்தை காட்டுதல், சவுரிமுடி விற்பனை செய்தல் முதலிய தொழில்கள் இவர்களால் கைவிடப்பட்ட தொழில் களாகும். எனினும் ஈயம்பூசுதலே இவர்களின் முதன்மைத் தொழிலாகும்.

இச்சமூகத்தினரின் முதன்மைத் தொழில் ஊர், ஊராகச் சென்று செம்பு, பித்தளைப் பொருட்களுக்கு ஈயம் பூசுவதாகும். பிளாஸ்டிக் புழக்கத்திற்கு வருவதற்கு முன்பு கிராமங்களில் செம்பு, பித்தளைப்

பொருட்கள் பயன்பாட்டில் இருந்தன. பித்தளைப் பானை, பித்தளைக் குடம், பித்தளை நெய்த்தவளை, குவளை, வாளி, செம்பிலான குவளை, குடம் போன்ற பாத்திரப் பொருட்களும் இவற்றுள் அடங்கும். பித்தளைப் பொருட்களில் உணவு அல்லது நீர் ஏதேனும் வைத்திருந்தால் அவை கெட்டுப் போய்விடும். எனவே உணவுப்பொருட்கள் கெடாமலிருக்க அப்பொருட்களின் உட்புற மாக ஈயம் பூசுவது அவசியமாகும். அவ்வாறில்லையெனில் அந்த உணவையோ, நீரையோ பயன்படுத்த இயலாது. எனவே, அப்பொருட்களுக்கு ஈயம் பூசுவது கிராமங்களில் அதிக அளவில் நடைமுறையில் இருந்தது. இக்காரணங்களுக்கான இவர்கள் ஈயம் பூசுவதற்கான கருவிகளையும் மூலப்பொருட்களையும் கொண்ட ஒரு பெட்டியுடன் ஏதேனும் கிராமத்திற்குக் குழந்தை களுடன் செல்வர். கிராமங்களில் மரத்தடியில் பட்டறையை அமைப்பார்கள்.

இவ்வாறு பட்டறை பெரும்பாலும் புளிய மரத்தின் கீழே அமைக்கப்படும். புளிய மரமே இவர்களின் விருப்பத்திற்கு உரிய மரமாகும். இவர்களின் வருகையை அறிந்த கிராமத்தினர்கள் தாங்க ளாகவே இவர்களிடம் சென்று பழுதடைந்த பித்தளை, செம்புப் பாத்திரங்களைக் கொடுப்பார்கள். சில நேரங்களில் தாங்களாகவே வீடுவீடாகச் சென்று பாத்திரங்களைச் சேகரித்துக்கொள்வார்கள். பித்தளைப் பாத்திரங்களில் உணவு, நீர் ஏதேனும் பயன்படுத்தும் போது அதில் ஏற்படும் இரசாயன மாற்றத்தின் காரணமாக அவ்வுணவுப் பொருள்கள் கெட்டுப்போகின்றன. எனவே, பித்தளைப் பொருட்களின் உட்புறமாக ஈயம் பூசுவது தவிர்க்க முடியாததாகும். இதில் பொங்கல் வைக்கப் பயன்படும் பானை அதிகமாக இடம் பெறும். சில சமயங்களில் பெண்கள் வீடுவீடாகச் சென்று பாத்திரங் களைப் பெற்றுவருவார்கள். இவ்வாறு, பாத்திரப் பொருட்களைப் பெற்றுக் கொண்டுவருவதும், பின்னர் அவற்றைப் பழுது நீக்கி, ஈயம் பூசி வீடுவீடாகக்கொண்டு சேர்ப்பதும் பெண்களின் வேலையாகும்.

பொதுவாக ஈயம் பூசும் பட்டறை ஒரு மரத்தடியில் அமைக்கப் படுகிறது. அப்பட்டறையானது, இரப்பராலும் குழலாலும் செய்யப்பட்ட துருத்தியுடனும், சிறிய அடுப்புடனும் அமைந் திருக்கும். முன்னர் துருத்தி தோலால் செய்யப்பட்டது. தற்பொழுது இரப்பரால் செய்யப்படுகிறது. பின்பு, அடுப்பில் கரி நிரப்பி துருத்தியால் சூடேற்றப்படும். இத்துருத்தி ஊதுவது பெண்களின்

பணியாகும். இதன் காரணமாகவே இம்மக்களிடம், எவரேனும் ஏதேனும் பேசினால் 'உன் துருத்திய மூடு' என்று கூறும் வழக்கம் உள்ளது. இவ்வழக்கம் கிராமப்புறங்களில் மற்ற சமூகத்தினரிடம் அதிகமாக காணப்படுகிறது. இத்துருத்தியானது மட்டை, இரப்பர், இரும்பு, ஆகியவற்றால் செய்யப்பட்டதாகும்.

பிறகு பெண் துருத்தி ஊத, ஆண் அடுப்பில் ஈயக்கம்பியை இலக்கிப் பாத்திரங்களுக்கு ஈயம் பூசும் பணியைச் செய்வார்கள். இவ்வாறு ஈயம் பூசுவதற்கும் ஓட்டை அடைப்பதற்கும் கருவிகளாக சுத்தியல், கத்திரி போன்றவை மூலப்பொருட்களாகும். மெழுகு, காவி, பிச்சுக்கட்டி தாரிலிருந்து தயாரிக்கப்படும் ஒரு பொருளையும் பயன்படுத்துகின்றனர். ஈயக்கம்பியில் நமச்சாரப்பொடி எனப்படும் பொருளைச் சேர்க்கும் போதே ஈயக்கம்பி திரவமாக உருகும்.

இவ்வகையான மூலப்பொருட்களை நகரங்களிலிருந்து பெறுகின்றனர். பித்தளையாலான பாத்திரங்களுக்கு இவர்களால் ஈயம் பூசப்படுகிறது. சில்வர் பொருள்களில் ஏற்படும் ஓட்டைகளை அடைக்க அவ்வோட்டையளவுக்குத் தகடு ஒன்றை வெட்டி எடுத்து, அவ்வோட்டையை அடைக்கின்றனர். இவ்வாறு ஓட்டை அடைக்கப் பயன்படும் தகடு இவர்களால் 'நாகத்தகடு' என அழைக்கப்படுகிறது. இந்த நாகத் தகடு பாத்திரங்களில் காணப்படும் ஓட்டையின் அளவிற்குக் கத்தரியால் வெட்டப்பட்டு, அவ்வோட்டை மீது வைத்து அடைக்கப்படும். பின்பு, அதன்மீது தார் தடவி அத்தாரின் மீது மெழுகு தடவி ஓட்டை முழுமையாக அடைக்கப்படும்.

இன்று சமூகமாற்றத்தின் காரணமாக கிராமங்களில் பித்தளை, செம்புப் பாத்திரங்களின் பயன்பாடு குறைந்துவிட்டதால், ஈயம் பூசும் தொழிலும் நலிவடைந்துவிட்டது. ஆங்காங்கே சில இடங்களில் மட்டுமே இத்தொழிலைச் செய்ய முடிகிறது.

துணைத்தொழில்கள்

இச்சமூகத்தினர் தங்களின் பிழைப்பாதாரமாக, பழைய துணிகளைச் சேகரித்தல், குப்பை பொறுக்குதல், ஸ்டவ் பழுது பார்த்தல், கட்டில் கட்டுதல் போன்ற துணைத்தொழில்களைச் செய்கின்றனர்.

குப்பை பொறுக்குதல்

ஊர் ஊராகவும், நகராட்சி, மாநகராட்சிக் குப்பைக்கிடங்குகளுக்கும் சென்று அக்குப்பைகளிலிருந்து பொருள்களைச் சேகரிப்பதை

இவர்கள் தங்களின் பிழைப்புத் தொழிலாகச் செய்கின்றனர். இவ்வாறு குப்பை பொறுக்க அதிகாலை செல்கின்றனர். குப்பைக் கழிவுகளிலிருந்து ரப்பர், பாட்டில், அட்டைகள், பாலிதின் பாக்கெட்டுகள், தேங்காய் சிரட்டை, பிளாஸ்டிக், இரும்பு முதலிய பல பொருள்களைச் சேகரிக்கின்றனர். இப்பணியில் பெண்களும் குழந்தைகளும் ஈடுபடுகின்றனர்.

குப்பைக் கழிவுகளிலிருந்து, கழிவுப்பொருள்களைக் குத்தி எடுப்பதற்காகத் தூண்டில் போன்று வளைந்து காணப்படும், அடிப்பாகம் கூர்மையுடைய, இரும்பிலான ஒருவகைக் கருவியைப் பயன்படுத்துகின்றனர். சேகரித்த கழிவுப்பொருள்களை ஏதேனும் இரும்புக்கடையில் (காயிலாங்கடை) விற்பனை செய்கின்றனர். இதன்மூலம் நாளொன்றுக்கு ரூ. 150 அல்லது 200 இவர்களுக்கு கிடைக்கிறது. இப்பணத்திலிருந்து கள், சாராயம் குடிப்பது போக, மீதிப் பணத்தை உணவுக்காகச் செலவிடுகின்றனர். இதன்மூலம் அன்றைய நாளைக் கழிக்கின்றனர்.

இவ்வாறு குப்பை பொறுக்குதலில் மிக அதிக இடர்ப்பாடு களையும், பிரச்சினைகளையும் உடல் உபாதைகளையும் சந்திக் கின்றனர். குப்பைக் கிடங்குகளில் கழிவுகளைச் சேகரிக்கும் போது, அங்கு கிடக்கும் பீங்கான், ஊசி, முள், ஆணி போன்றவை கை, கால்களில் குத்தியும், கிழித்தும் இவர்களுக்குக் காயத்தை ஏற்படுத்து கின்றது. மேலும் குப்பைகளை எரிக்கும் போது, அதிலிருந்து வெளியேறும் இரசாயன வாயுவைத் தொடர்ந்து சுவாசித்து வருவதால் இவர்களின் உடல்நலம் மிகவும் பாதிக்கப்பட்டுப் பல்வேறு தொற்று நோய்களுக்கு உள்ளாகின்றனர்.

பாம்பு பிடித்தல்

ஊர்ஊராகச் சென்று பாம்புகளைப் பிடித்து, அதன் தோலை உரித்து விற்பனை செய்யும் தொழில் முன்னர் இச்சமூகத்தினரால் மேற்கொள்ளப்பட்டு வந்தது. ஊர், ஊராகப் பாம்புகள் இருக்குமிடம் தேடிச் சென்று, மகுடி ஊதியும் இடுக்கி என்ற கருவிகொண்டும் முன்னர் பாம்புகளைப் பிடித்து வந்தனர். அவ்வாறு பிடிக்கப் பட்ட பாம்பின் தலைப்பாகத்தை மட்டும் துண்டித்துவிட்டு, அதன் தோல்பகுதியை நீளமாகக் கிழித்து, அதில் உப்புத்தடவி உளர வைப்பர். பின்பு அதனை விற்பனை செய்வர். தோலின் அளவிற்கு ஏற்ப அதன் விலை இருக்கும்.

இப்பாம்புகளில், சாரைப் பாம்பு, நல்லபாம்பு, மண்ணுளிப் பாம்பு போன்றவையும், இதர வகைப் பாம்புகளும் அடங்கும். பாம்பின் தோல் அதன் அளவைப் பொறுத்து முதல் தரமென்றும், இரண்டாம் தரமென்றும் பிரிக்கப்படும். 6 அங்குலம் நீளமுள்ள தோல் முதல்தரமாகவும் 5 அங்குலம் நீளமுள்ள தோல் இரண்டாம் தரமாகவும் வாங்குவோரால் வகைப்படுத்தப்படும். 5 அங்குலத்திற்குக் குறைவான தோல் விற்பனைக்குச் செல்லாததாகும். இவ்வாறு பாம்பு பிடித்து அதன் தோலை விற்பனை செய்வதன் மூலம் கிடைக்கும் பணத்தைக்கொண்டு இச்சமூகத்தினர் முன்னர் வாழ்ந்து வந்தனர். பாம்புகளைப் பிடிப்பது குற்றமாகும் எனச் சட்டம் நடைமுறைப்படுத்தப்பட்ட பிறகு இது கைவிடப்பட்டது. இன்று இச்சமூகத்தினரிடையே இத்தொழில் காணப்படவில்லை.

பாம்பு வித்தை காட்டுதல்

பாம்பைக்கொண்டு வித்தை காட்டிப் பழைப்பு நடத்துவது இச்சமூகத்தின் ஏசாமு எனப்படும் பிரிவினரால் முன்னர் மேற்கொள்ளப்பட்டது. இவர்கள் ஒரு நல்லபாம்பினை உயிருடன் பிடித்து, அதன் விஷப்பையைக் கத்தியால் கிழித்து எடுத்து விடுவர். பின்பு, அப்பாம்பிற்கு எவ்வித உணவும் கொடுக்காமல் பட்டினியாக அடைத்து வைப்பர். இவ்வாறு பாம்பிற்கு உணவு கொடுக்காமல் இருப்பது, அப்பாம்பைப் பழக்கப்படுத்துவதன் முதற்கட்டமாகும். ஏறக்குறைய 1 வாரகாலம் உணவு கொடுக்க மாட்டார்கள். பின்பு, பசியில் இருக்கும்போதே தங்களின் மகுடி ஊதும் தன்மைக்கேற்ப அதன் தலையை அசைக்குமாறு பழக்கப்படுத்துவார்கள். பின்னர் பாம்பிற்கு உணவு கொடுத்து மகுடி அசைப்பதற்கு ஏற்ப, பாம்பு அதன் தலையை அசைக்குமாறு தொடர்ந்து பயிற்சி கொடுப்பார்கள்.

பயிற்சிக்குப்பிறகு அப்பாம்புடன் ஏதேனும் கிராமத்திற்கோ நகரத்திற்கோ சென்று வித்தை காட்டுவார்கள். பாம்பாட்டியால் எவ்வாறு மகுடி அசைக்கப்படுகிறதோ அதேபோல் பாம்பு தன் தலையை அசைக்கும். இவ்வாறு, பாம்பு வித்தை காட்டுவதன் மூலம் கிடைக்கும் வருமானத்தைக் கொண்டு பிழைப்பு நடத்தி வந்துள்ளனர். இப்போது இந்தத் தொழிலைக் கைவிட்டுவிட்டனர்.

இச்சமூகத்தினரிடையே குற்றங்கள் வகைப்படுத்தப்பட்டு, அதற்கானத் தண்டனைகளும் வரையறுக்கப்பட்டுள்ளன. சமூகத்தால் செய்யக்கூடாது எனும் செயல்களை இவர்கள் 'சமூகக்கட்டு' என்று

அழைக்கின்றனர். இச்சமூகக்கட்டை மீறி நடப்பவர்களுக்குத் தண்டனை அளிப்பதன் மூலமாக சமூக ஒழுங்குமுறையைக் காக்கின்றனர். இச்சமூகத்தினரிடையே அதிகபட்சதண்டனையாகத் தற்பொழுது சமூகத்தை விட்டு ஒதுக்கி வைத்தல் இருக்கிறது.

ஒருவர் திருட்டுக்குற்றம் செய்திருந்தால் சமூகப்பெரியோர்களின் முன்னிலையில், திருடியவரையும், பாதிக்கப்பட்ட திருட்டு கொடுத்தவரையும் விசாரித்து திருடியது உறுதி செய்யப்பட்டால் ரூ. 5000 அபராதமும், திருட்டுப்பொருளின் மதிப்புக்கேற்ப தொகையும் பாதிக்கப்பட்டவருக்குத் திருடியவர் கொடுக்க வேண்டும் எனப் பஞ்சாயத்தில் தீர்மானிக்கப்படுகிறது. அபராதத் தொகையையும் செலுத்தத் தவறும் பட்சத்தில் அத்தொகையைச் செலுத்தும்வரை சமூகத்தைவிட்டு ஒதுக்கிவைத்தல் தண்டனை யாக வழங்கப்படுகிறது.

சில பத்தாண்டுகளுக்கு முன்பு சமூகத்திற்குள்ளே ஒருவர் திருடினால் அதற்குத் தண்டனையாக, துடைப்பம், செருப்பு முதலியவற்றை இச்சமூகப் பெண்களிடம் கொடுத்துத் திருடிய வரை அடிக்கவைப்பர். இத்தண்டனைக்குப் பின்பும், அவர் திருட்டில் ஈடுபட்டால் திருடியவரின் மீது சாணியைக் கரைத்து ஊற்றி, செருப்பால் அடிப்பார்கள். இந்தத் தண்டணையைப் பெற்றவர்கள் சமூக நிகழ்ச்சிகளில் பங்கு கொள்வதிலிருந்து ஒதுக்கி வைக்கப்படுவார்கள். சமூக மாற்றத்தின் காரணமாக இவ்வகைத் தண்டனைகள் கைவிடப்பட்டு, அபராதம் விதித்தல் மட்டும் இன்று இச்சமூகத்தினரிடையே தண்டனையாக நடை முறையில் உள்ளது.

ஆபாசமான வார்த்தைகளால் ஒருவரை அவதூறாகப் பேசினால், அவ்வாறு பேசியவருக்கு ரூ. 1001 அபராதமும், 5 தேங்காய்களும் தண்டனையாக விதிக்கப்படுகிறது. அவ்வாறு, தான் அவதூறாக, ஆபாசமான வார்த்தைகளில் பேசியதை ஒப்புக்கொண்டு, மனம் வருந்தி மன்னிப்புக்கோரினால் அபராதத்தொகை பாதியாகப் பஞ்சாயத்தால் குறைக்கப்படுகிறது.

ஒருவர் தாக்குதலில் ஈடுபட்டால், அவருக்கு மதனி, மைத்துனி உறவுமுறைகொண்ட பெண்களைக்கொண்டு அந்நபரை அடிக்க வைப்பது முன்னர் தண்டனையாக இருந்து வந்துள்ளது. இன்று இத்தண்டனை காணப்படவில்லை. இச்சமூகத்தினரிடையே

கடன் பெற்றவர் கடனை அடைக்க மறுத்தால் சமூகப் பெரியோர் களின் முன்னிலையில் (பஞ்சாயத்து) கடனாளியையும், அவரது குடும்பத்தினரையும் அழைத்து, அக்கடன் தொடர்பாக ஆலோசித்து பஞ்சாயத்தால் குறிப்பிட்ட காலக்கெடு கொடுத்துக் கடனாளிக்குக் கடனை அடைக்க அறிவுறுத்தப்படும். இக்காலத்துக்குப் பின்னரும் கடனைக்கட்டத் தவறினால் கடனை கட்டும் காலம் வரையிலும் அந்நபர் சமூக விலக்கு செய்யப்படுவார். ஒரு பெண்ணின் விருப்பத் திற்கு மாறாக அப்பெண்ணிடம் பாலியல் உறவுகொள்ள முயலு பவருக்கு ரூ. 2000 அபராதமாக விதிக்கப்படுகிறது. மீண்டும் இக்குற்றச்செயலில் ஈடுபட்டால் துடைப்பம், செருப்பு ஆகிய வற்றைப் பாதிக்கப்பட்ட பெண்ணிடம் கொடுத்துச் சாணிப்பால் ஊற்றி அடிக்கவைப்பர். இவ்வாறு, இச்சமூகத்தினரிடையே அவமானப்படுத்துதல், சமூக விலக்கு போன்றவை சமூகக் கட்டுபாட்டைக் காக்கும் முக்கியத் தண்டனைகளாகும். அவமானப் படுத்துதல், சமூக விலக்குக்கு உள்ளாக்குதல் போன்ற தண்டனை முறைகள், ஆதிகால இனக்குழுக் காலக்கட்டத்தைச் சேர்ந்த, இனக்குழுச் சமுதாயத்தைச் சேர்ந்த தன்மையுடையதாகும்.

நடோடி வாழ்வும் சிக்கல்களும்

ஊர்ஊராகச் சுற்றித்திரிந்து பிழைப்பு நடத்தும் நாடோடி வாழ்க்கை பொதுவாக மிகவும் சிக்கலான ஒன்றாகும். இவர்கள் வருடத்தின் பாதி நாட்கள் ஏதேனும் கிராமங்களிலும், மீதி நாட்கள் நகரங் களிலும் வசிக்கிறார்கள். தங்கள் தொழிலுக்குத் தேவையான மூலப்பொருட்களை நகரங்களிலிருந்தே பெறுவதால் நிரந்தரமான வசிப்பிடத்தை நகரத்திலேயே கொண்டுள்ளனர். கோடைக்காலங் களில் கிராமங்களுக்குச் சென்று பிழைப்பு நடத்துவார்கள். மழைக் காலங்களில் ஈயம் பூசும் தொழில் நடத்த இயலாத காரணத்தால் நகரங்களிலுள்ள தங்களின் வசிப்பிடத்திற்குத் திரும்புவார்கள்.

நகரங்களிலுள்ள இவர்களின் இருப்பிடம் மிகவும் சுகாதாரக் கேடான பகுதிகளாகும். மேலும், சொந்தநிலமோ இருப்பிடமோ இவர்களுக்குக் கிடையாது. வாடகை நிலத்திலேயும் ஏதேனும் சாலை அருகிலேயும் வசித்துவருகின்றனர். சில இடங்களில் தங்களின் இருப்பிடத்திற்கு மாதவாடகை செலுத்தி வருகின்றனர். மேலும் மழைக்காலங்களில் தொழில் நடத்த வாய்ப்பில்லாததால், வட்டிக்குக் கடன் பெற்று, கந்துவட்டிக்காரர்களால் மிகக் கடுமையான முறையில் சுரண்டப்படுகின்றனர்.

நாடோடி வாழ்வு காரணமாக இவர்களின் குழந்தைகள் கல்வி கற்க இயலாத நிலைக்குள்ளாகின்றனர். இவ்வாறு கல்வி மறுக்கப் பட்ட குழந்தைகள் தற்போது தங்களின் பெற்றோர்களுடன் குப்பைசேகரிக்கச் செல்கின்றனர். கள ஆய்வுக்கான சில பகுதிகளில் பிச்சை எடுத்தும் வாழ்க்கை நடத்துவதைக் காண முடிந்தது. மாநில அரசு இவர்களுக்குக் காட்டுநாயக்கர் எனச் சான்றளிக்காமல் தொட்டிய் நாயக்கர் எனச்சான்றளித்துள்ள காரணத்தினால், இவர்கள் அட்டவணைப் பழங்குடியினருக்கு அரசால் அளிக்கப்படும் சலுகைகளைப் பெற இயலாத நிலைக்குள்ளாகின்றனர்.

எங்கேனும், ஏதேனும் திருட்டு நடந்தால், காவல் துறையால் உண்மையான குற்றவாளியைக் கண்டுபிடிக்க இயலாதபொழுது இவர்களில் எவரையேனும் பிடித்து, மிரட்டி சிறையிலடைக் கின்றனர் என்கிறார்கள். சில நேரங்களில் எவரையேனும் பிடித்து வைத்துக் கொண்டு குறிப்பிட்ட தொகையைக் கேட்டு, மிரட்டி அவர்களிட மிருந்து பணம் பறிக்கும் செயலிலும் காவல்துறையினர் ஈடுபடுகின்றனர் என்கின்றனர். இவ்வாறு காவல் துறையாலும் இம்மக்கள் பாதிக்கப் படுகின்றனர்.

பின்னுரை

வேளாண்மை செய்ய நிலம் இல்லாமையாலும், உழுதல், களை யெடுத்தல், அறுவடை செய்தல் போன்ற வேளாண் தொழில்களில் பயிற்சி இல்லாமையாலும் இம்மக்கள் கிராமப்புறங்களில் நிலைத்து வாழ்ந்து தம் பொருளியல் தேவைகளை நிறைவு செய்துகொள்ள முடியவில்லை. ஈயம் பூசுதல், குப்பைகளில் இருந்து பொருட்களைச் சேகரித்தல், பாம்புவித்தைக் காட்டுதல் போன்ற தொழில்களை மேற்கொள்கின்றனர். இதன் காரணமாக ஓரிடத்தில் நிலைத்து வாழமுடியாமல், இடம்பெயர்ந்து அலைகின்றனர். அதே நேரத்தில் தங்களுடைய பூர்வீககிராமம் என்ற அடையாளத்தையும் கொண்டுள்ளனர். ஒரு சிலர் தமக்கென சொந்த வீடுகளையும் கொண்டுள்ளனர். இக்கிராமங்களிலுள்ள தெய்வங்களைத் தங்களின் குலதெய்வமாகக் கொண்டுள்ளனர். இந்தக் காரணங்களால் இடம் பெயர்ந்து வாழ்ந்தாலும், தாம் பிறந்த கிராமத்துடன் பிணைப்பைக் கொண்டுள்ளனர். இதனால் இவர்கள் இன்றும் ஓர் அரை நாடோடி வாழ்வு வாழ்கின்றனர். இவர்களை நிலைத்து வாழச்செய்வதும் கல்விவசதி தருவதும் இவர்களுக்கான முக்கிய நலத்திட்டமாக அமையும்.

உசாத்துணை

பக்தவத்சல பாரதி. 2003. *தமிழகத்தில் நாடோடிகள்: சங்ககாலம் முதல் சமகாலம் வரை*. புதுச்சேரி: வல்லினம்.

____. 2015. *பாணர் இனவரைவியல்.* புத்தாநத்தம்: அடையாளம்.

Misra, P.K. 1992. Peripatetics. In *Encyclopedia of World Cultures*, South Asia, Vol. 111, pp. 233-36. Boston: G. K. Hall & Company.

Thurston, E. & K. Rangachari, 1909. *Castes and Tribes of Southern India.* Madras: Govenment Press.

22

நாடோடிகளின் கூட்டுவாழ்க்கை

பெ. சுப்பிரமணியன்

ஒட்டன்சத்திரத்தில் வாழ்ந்து வரும் சில நாடோடிகளின் கூட்டு வாழ்க்கைமுறை, சமூக ஒருமைப்பாட்டுணர்வு, தொழில்முறை ஆகியன குறித்து இக்கட்டுரை அமைகின்றது.

ஒட்டன்சத்திரம் திண்டுக்கல்-பழனி நெடுஞ்சாலையில், பழனியிலிருந்து 30 கிலோமீட்டர் தொலைவிலும் திண்டுக்கல்லி லிருந்து 35 கிலோ மீட்டர் தொலைவிலும் பழனி, திண்டுக்கல் நகரங்களுக்கு நடுவில் அமைந்துள்ள வளர்ந்து வருகின்ற நகரம் ஆகும். இந்நகரம் சாலை, இரயில் போக்குவரத்துகளால் இணைக்கப் பட்டுள்ளது. ஒட்டன்சத்திரத்தைச் சுற்றிலும் கிராமங்கள் மிகுதி யாக உள்ளன.

இவ்வட்டார மக்களின் முக்கியத் தொழில் விவசாயமும் கால்நடை வளர்த்தலும் ஆகும். காய்கறிகள் இந்த வட்டாரத்தில் மிகுதியாக விளைகின்றன. ‘சந்தைப் பொருளாதாரம்’ இவ்வூரில் முதலிடம் வகிக்கின்றது. மிகவும் புகழ்பெற்ற காய்கறிச் சந்தை, தயிர்ச்சந்தை, ஆடு மாட்டுச்சந்தை முதலியன இவ்வூரில் சிறப்பாக நடைபெற்று வருகின்றன. ஒட்டன்சத்திரத்திற்கு மிக அருகிலுள்ள அத்திக்கோம்பையில் புகழ்பெற்ற ‘மாட்டுச்சந்தை’ ஆண்டுதோறும் கூடும்.

கிராமப்புறங்களில் விளைந்த காய்கறிகளை விவசாயிகள் வண்டிகளிலும் டெம்போக்களிலும் ஏற்றிக்கொண்டு ஒட்டன் சத்திரத்தில் விற்க வருவதை நாள்தோறும் பார்க்கலாம். பல மாநிலங்களுக்கு இங்கிருந்து காய்கறிகள் அனுப்பப்படுகின்றன.

இங்குள்ள வெண்ணெய்க் கடைகளில் வெண்ணெய் வாங்கு வதற்காக வட இந்திய வியாபாரிகள் வருகின்றனர். வெண்ணெயும்

தயிரும் பிற மாநிலங்களுக்குப் பெருமளவில் அனுப்பி வைக்கப் படுகின்றன. விவசாய விளைபொருள்களைச் சந்தையில் விற்றுப் பணம் பெறும் இடமாக ஒட்டன்சத்திரம் விளங்கிவருகின்றது. கிராமப்புற மக்களிடம் வாங்கும் சக்தி அதிகம் காணப்படுகின்றது. இவ்வட்டார மக்களிடம் வாங்கும் சக்தி அதிகம் காணப்படுவதால் பல்வேறு வகையான தொழில்களைச் செய்துவரும் நாடோடி இன மக்கள், கூட்டாக ஓரிடத்தில் கூடாரம் அமைத்துக்கொண்டு ஆறு மாதம், ஒரு வருடம் இங்கிருந்து கொண்டு தங்களுக்குத் தெரிந்த தொழிலைச் செய்து பிழைப்பு நடத்திவருகிறார்கள். இங்கு வியாபாரம், தொழில் மந்தம் ஆனதும் வேறு இடத்திற்குச் சென்று விடுகின்றனர்.

ஒட்டன்சத்திரம் ரயில் நிலையத்திற்கு அருகில் ஐயப்பன் கோவிலுக்கு எதிரில், திறந்த வெளியில் நாதடோடிகள் சிலர் கூட்டமாக வாழும் குடியிருப்புப் பகுதி உள்ளது. கள ஆய்வு செய்தபோது (நவம்பர் 2003) இங்கு 13 கூடாரங்கள் இருந்தன. முஸ்லிம் இனத்தைச் சார்ந்த பக்கீர், மராட்டிய இனத்தினர், குடுகுடுப்பை நாயக்கர் முதலிய சமூகங்களைச் சார்ந்த நாடோடிகள் இங்குக் கூட்டமாக வாழ்ந்துவந்தனர். இவர்களில் சிலர் வணிக நாடோடிகள், சிலர் குறி சொல்பவர்கள், சிலர் பின்னல் வேலை செய்பவர்கள். இன்னும் சிலர் வேறு தொழில் செய்பவர்கள்.

இங்கு நாடோடிக் குடும்பங்கள் கூட்டாக ஓரிடத்தில் கூடி வாழும் கூட்டு வாழ்க்கையைக் கள ஆய்வின் போது காண முடிந்தது. ஒவ்வொரு நாடோடி இனத்தவரும் மிக அருகிலேயே கூடாரத்தை அமைத்துக்கொண்டு வாழ்ந்து வருகின்றனர். நாடோடிகளின் வாழ்க்கை முறையில் இது குறிப்பிடத்தக்க சிறப்பம்சம் ஆகும்.

கண் கண்ணாடி விற்றல், பாம்பு வித்தை காட்டுதல், கைரேகை பார்த்தல், கிளி ஜோசியம் சொல்லுதல், பிளாஸ்டிக் வயர் பின்னல் தொழில், சாம்பிராணி புகைபோடுதல், பிளாஸ்டிக் பொருள்களை விற்றல் முதலிய தொழில்களை இவர்கள் இந்த வட்டாரத்தில் செய்துவருகின்றார்கள்.

இங்கு வாழும் நாடோடிகளின் வாழ்க்கை முறை, தொழில் ஆகியன குறித்து ஆராய்வதற்கு நானும் என்னிடம் பயிலும் இரு எம்.ஃபில் ஆய்வு மாணவர்களும் கூட்டமாகக் கள ஆய்வு மேற்கொண்டோம். நாடோடிகள் பகல் நேரத்தில் கூடாரத்தில்

நிகழ்த்துக் கலைகளை நம்பும் நாடோடிகள்

இருக்க மாட்டார்கள். எனவே அவர்கள் கூடாரத்திற்குத் திரும்பும் மாலை நேரத்திலும் சில ஆண்கள் கூடாரத்திற்கு திரும்பவில்லை. சில கூடாரங்களில் இரவு 8 மணி ஆகியும் ஆட்கள் வந்து சேரவில்லை.

ஷியா நாடோடிகளின் கூடாரம்

முஸ்லிம் இனத்தைச் சார்ந்த ஷியா பிரிவினர் இரண்டு கூடாரங் களில் வாழ்ந்துவந்தார்கள். இவர்கள் குடும்பத்தைச் சார்ந்த ஆண்கள் கண் கண்ணாடி வியாபாரம் செய்ய வெளியே சென்றுவிட்டதால், வயதான தாயாரும் அவரது மூன்று இளம் பெண்கள் மட்டுமே கூடாரத்தில் இருந்தார்கள்.

இவர்களது மூதாதையர்கள் ஈரானிலிருந்து இங்கு வந்து குடியேறியதாகவும் இப்போது பழனி, ஒட்டன்சத்திரம் முதலிய இரு ஊர்களிலும் மாறி மாறி குடிபெயர்ந்து கண் கண்ணாடி, கத்திரிக்கோல், பூட்டு முதலிய பொருள்களைத் தெருத்தெருவாகச் சென்று விற்றும், பேருந்து நிலையத்திற்குப் பக்கத்தில் கண் கண்ணாடி வைத்து விற்று வருவதாகத் தெரிவித்தனர். இவர்களது தாய்மொழி உருது என்று எங்களிடம் தெரிவித்தனர். குடும்பத் தலைவி ஆயிஷா, அவரது மகள் பானு நாங்கள் கேட்ட கேள்வி களுக்கு எந்தவிதத் தயக்கமும் இல்லாமல் தமிழிலேயே இயல்பாகப் பதில் சொன்னார்கள்.

நாங்கள் அவர்கள் கூடாரத்திற்குச் சென்றபோது வயதான தாயாரும், அவரது மூன்று மகள்களும் பாயில் உட்கார்ந்து பேசிக்கொண்டு இருந்தார்கள். எங்களைக் கண்டதும் எழுந்து வரவேற்றார்கள். சிறிய குழந்தைகள் கூடாரத்திற்கு அருகில் விளையாடிக் கொண்டிருந்தனர். குடும்பத் தலைவி ஆயிஷாவுக்குப் பத்துக் குழந்தைகள் உள்ளன எனக் கூறினார்கள்.

நானும் எனது மாணவர்களும் வயதான தாயாரிடமும் அவருடைய மகள் பானுவிடம் இயல்பான முறையில் பேசிக்கொண்டே தரவுகளைச் சேகரித்தோம். முதலில் நாங்கள் 15 நிமிடம் நின்று கொண்டே பேசிக்கொண்டிருந்தோம். பின்னர் நாங்கள் உட்காருவதற்காகக் கூடாரத்திற்கு உள்ளே இருந்த 'மடக்குக் கட்டில்' ஒன்றைக் கொண்டு வந்து கொடுத்தார்கள். பின்னர் கட்டிலில் உட்கார்ந்துகொண்டு கலந்துரையாடல் மூலம் செய்திகளைச் சேகரித்தோம்.

ஆய்வாளர்கள் தொடக்கத்தில் மக்களிடம் தங்களை ஐக்கியப்படுத்திக்கொள்ளும் காலத்தில் இன்றியமையா அடிப்படைச் செய்திகளைத் தொகுக்க இயலும் என்பர். குடியிருப்பின் ஒவ்வொரு கூறையும் உற்றுக் கவனித்தோம். குடியிருப்புகளின் அமைப்பு, குடியிருப்புகளின் எண்ணிக்கை, குடியிருப்பு எப்பிரிவினருடையது என்ற செய்திகளைக் கேட்டுத் தெரிந்து கொண்டோம். மிகவும் குறைவான புழங்கு பொருள்களையே இவர்கள் குடியிருப்பில் வைத்திருந்தனர்.

பழனியில் சில மாதங்கள் பேருந்து நிலையத்திற்கு அருகில் சாலை ஓரத்தில் கண்ணாடி விற்போம். பழனியில் வேறொரு இடத்தில் சில மாதங்கள் வியாபாரம் செய்வோம். அங்கு விற்பனை குறைந்ததும் ஒட்டன்சத்திரத்திற்குக் குடிபெயர்ந்துவிடுவோம். ஒட்டன்சத்திரத்தில் வியாபாரம் குறைந்ததும் மீண்டும் பழனிக்கு கண்ணாடி விற்பதற்குச் சென்றுவிடுவோம் என்று கூறினார்கள். இவர்கள் இடம் பெயர்ந்து வாழும் முறை ஒரு முறைப்படுத்தப்பட்ட சுழற்சி முறையில் அமைகிறது.

பானுவின் பெற்றோர்கள் பானுவைப் பழனியில் ஒரு பள்ளியில் பத்தாவது வகுப்பு வரை படிக்க வைத்தது பற்றித் தெரிவித்தார். தனக்கு இரு குழந்தைகள் உள்ளன. குழந்தைகளைப் படிக்க வைக்க எங்களுக்குப் பணவசதியில்லை. நான் கண்ணாடி விற்கச் செல்கின்ற போது என்னுடன் இந்த இரண்டு குழந்தைகளையும் அழைத்துக் கொண்டு சென்று விடுவேன் என்று தெரிவித்தார். ஒரு நாளைக்கு

கண்ணாடி நன்றாக விற்பனையாகும். சில நாள்களில் விற்பனை ஆகாது. எங்களுக்குச் சோறு ஆக்கி சாப்பிடும் அளவிற்குத்தான் வியாபாரம் நடைபெறுகின்றது. கண்ணாடி விற்காத நாள்களில் இங்குப் பக்கத்தில் உள்ள மளிகைக் கடையில் பொருள்களைக் கடன் வாங்கிக்கொள்கிறோம். பின்னர் பணம் வந்ததும், கடனைத் திருப்பிக் கொடுத்து விடுகின்றோம் என்று தெரிவித்தார்கள். நேற்று தான் நாங்கள் ரம்ஜான் நோன்பு கொண்டாடினோம் என்று கூறினார்கள்.

ஆண்கள் வியாபாரத்தின் பொருட்டு வெளியே சென்று விடுகின்றார்கள். நேரத்துடன் கூடாரத்திற்கு வருவதில்லை. அவர்கள் குறிப்பிட்ட நேரத்திற்கு வந்தால் இங்குள்ள மசூதிக்குத் தொழுகைக் குச் செல்வார்கள். இல்லையென்றால் வீட்டிலேயே தொழுகை நடத்துவார்கள் என்று தெரிவித்தார். பெண்கள் வீட்டிலேயே தொழுகை நடத்துவதாகக் கூறினார்கள்.

பெண்கள் சுரிதார் அணிந்து இருந்தார்கள். கைகளில் பிளாஸ்டிக் வளையல்கள் அணிந்திருந்தார்கள். திருமணமான பெண்கள் கழுத்தில் கருக மணிப்பாசி அணிந்துகொள்வார்கள். காலில் மிஞ்சி அணிந்து கொள்வார்கள் என்று தெரிவித்தனர்.

பெண்ணைத் திருமணம் செய்வதற்கு மாப்பிள்ளை வீட்டார் 5001 ரூபாய் பரிசப்பணம் தரவேண்டும். அந்தப் பரிசப் பணத்தை வாங்கி நாங்கள் பெண்ணுக்குத் தேவையான வீட்டு உபயோகப் பொருள்கள், துணிமணிகள் வாங்கிக் கொள்வோம் என்று தெரிவித்தனர்.

குடுகுடுப்பை நாயக்கர் கூடாரம்

ஷியா பிரிவு முஸ்லிம் கூடாரத்திற்கு இரண்டு கூடாரம் தள்ளி குடுகுடுப்பை நாயக்கர் சமூகத்தைச் சார்ந்தவர்களின் கூடாரம் இருந்தது. அவர்களின் பெண்கள் யாரும் அப்போது வீட்டில் இல்லை. இளைஞர்கள் மூன்று பேர் ஐயப்பன் மாலை அணிந்து இருந்தார்கள். இவர்கள் பூர்வீகம் பழனி வட்டாரம் பெருமாள் புதூர் என்று கூறினார்கள்.

எங்களுடைய முன்னோர்கள் இரவு நேரங்களில் கிராமப்புறங் களில் வீடுவீடாகச் சென்று கோடாங்கி அடித்துக் குறி சொல்லிப் பிழைப்பு நடத்திவந்தார்கள். நாங்கள் இவ்வாறு வாழ விரும்ப வில்லை. காலம் மாறுவதற்கேற்பத் தொழில் செய்து வாழ

வேண்டும் என்று நினைத்தோம். எங்களது பெற்றோர்களும், எங்களது குருநாதரும் கைரேகை பார்த்துக் குறிசொல்வதற்கும் முகத்தைப் பார்த்துக் குறி சொல்வதற்கும் சொல்லிக் கொடுத் துள்ளார்கள்.

அந்த அனுபவத்தை வைத்து நாங்கள் ஒட்டன்சத்திரம் வட்டாரத் திலுள்ள கிராமப்புறங்களுக்குச் சென்று கைரேகை பார்த்து ஒரு நாளைக்கு ஏறக்குறைய நூறு ரூபாய் வீதம் சம்பாதித்து வாழ்க்கை நடத்துகிறோம் எனத் தெரிவித்தனர். கைரேகை பற்றி எந்தப் புத்தகத்தையும் நாங்கள் படிக்கவில்லை என்றும் எங்களது தெய்வம் ஜக்கம்மா என்றும் பேட்டியின் போது தெரிவித்தனர். சின்ன வயதிலேயே எங்களுக்குத் திருமணம் நிச்சயம் செய்யப்பட்டு விடும். ஆடு வெட்டி, இரத்தபலி கொடுத்த பிறகே நாங்கள் தாலி கட்டுவோம் என்று தெரிவித்தனர். (இவர்கள் குறித்து அறிய 'குடுகுடுப்பை நாயக்கர்' என்னும் தலைப்பில் இடம்பெற்றுள்ள தனிக் கட்டுரையைக் காண்க.)

மராட்டியக் கூடாரம்

முஸ்லிம் இனத்தைச் சார்ந்த பானுவின் கூடாரத்திற்கு இரண்டு கூடாரம் தள்ளி மராட்டிய இனத்தைச் சார்ந்த மக்களின் கூடாரம் இருந்தது. அவருடன் அவருடைய இளம் மனைவியும் இக்கூடாரத்தில் இருந்தனர். இவர்களிடம் பேட்டி கண்டோம். இவர்கார், லாரி, பஸ் இவற்றில் உள்ள ஸ்டீயரிங்கிற்குப் பிளாஸ்டிக் வயர் பின்னித் தரும் தொழிலைச் செய்து வருவதாகத் தெரிவித்தார். நாங்களாக லாரி, பஸ் இருக்கும் இடங்களுக்குச் சென்று பிளாஸ்டிக் வயர் பின்னிக் கொடுக்கும் வேலை இருக்கிறதா என்று கேட்போம். ஒவ்வொரு ஸ்டீயரிங் பின்னுவதற்கு 60 ரூபாய் கேட்போம். தருவார்கள். இதைக்கொண்டு நாங்கள் வாழ்க்கை நடத்துகின்றோம். நான் இரண்டாவது வரைதான் படித்துள்ளேன். மராட்டிய மொழியும் இந்தியும் தெரியும். தமிழ் நன்றாகப் பேசுவேன். எழுதத் தெரியாது என்று தெரிவித்தார். தமிழ்நாட்டில் இவர்கள் பல ஆண்டுகளாகப் பல்வேறு இடங்களில் குடியமர்ந்து வாழ்ந்து வருவதால் தமிழில் நன்றாகப் பேசுகின்றனர்.

துர்க்கையை வழிபட்டு வருவதாக மராட்டிய இளைஞரும், அவரது மனைவியும் தெரிவித்தனர். மராட்டிய இளைஞர் விஜய் தனது அக்காவை, பக்கத்துக் கூடாரத்தில் உள்ள முஸ்லிம் இனத்தைச்

நவீன யுகத்தில் நாடோடியம்

சார்ந்த ஒருவருக்கு மணம் செய்து கொடுத்ததாகத் தெரிவித்தார். நாங்கள் இந்த ஊரில் இங்குக் கூடாரம் அமைத்துத் தொழில் செய்து வருகின்றோம். நாங்கள் பல பிரிவுகளைச் சார்ந்த நாடோடிகள் இங்கு கூட்டாகச் சேர்ந்து வாழ்ந்து வருகின்றோம். எங்களுக்குள் சாதி, இன வேறுபாடுகள் பார்ப்பதில்லை. சண்டை சச்சரவுகள் வருவதில்லை என்று தெரிவித்தார். நாடோடிகளுக்குள் உள்ள கலப்பு மணம் குறித்தும், அவர்களது சமூகக் கூட்டு வாழ்க்கை குறித்தும் கள ஆய்வின்போது அறிந்துகொள்ள முடிந்தது. பல இடங்களில் சுற்றித் திரிந்து மீண்டும் ஒட்டன்சத்திரத்திற்கே வந்து சேரும் பழக்கம் இவர்களிடம் காணப்படுகின்றது. விஜயின் அப்பா தெருத் தெருவாகச் சென்று கத்தி சாணை பிடிக்கும் தொழிலை மேற்கொண்டு வருவதாகத் தெரிவித்தார்.

பாம்பாட்டிகளின் கூடாரம்

பாம்பாட்டிகளின் கூடாரத்திற்குச் சென்று அவர்களைப் பேட்டி கண்டோம். அவர்கள் பாம்புகளைத் தெருவில் வைத்து வித்தை காட்டுபவர்கள் (பாம்பாட்டி). அதன் மூலம் கிடைக்கும் வருமானத்தை வைத்துப் பிழைப்பு நடத்துவதாகத் தெரிவித்தனர். அவர்களுடைய கூடாரத்தில் பாம்புக் கூடைகளை வைத்திருந்தனர். பாம்பு பிடிக்கும் தொழிலையும் மேற்கொண்டு வருவதாகத் தெரிவித்தனர். இவர்கள் பாம்பாட்டிகளாக இருந்தாலும் இந்து

மராட்டிய இனப் பெண்ணைத் திருமணம் செய்துகொண்டு ஒருவர் வாழ்ந்துவருகின்றார்.

கணவன் மனைவி போராட்ட உறவு

நாங்கள் முதல் கூடாரத்தில் பேட்டி மேற்கொண்ட போது நான்கு ஐந்து கூடாரங்கள் தள்ளி ஒரு கூடாரத்தில் கணவனுக்கும் மனைவிக்கும் இடையே சண்டை நடைபெற்றுக் கொண்டிருந்தது. கணவன், மனைவியை அடிப்பதற்காகக் காலில் உள்ள செருப்பைக் கையில் எடுத்துக்கொண்டார். உடனே மனைவியைச் செருப்பால் அடிக்கவில்லை. கொஞ்ச தூரம் செருப்பைக் கையிலே எடுத்துக் கொண்டு சென்று, செருப்பை மனிதக் கழிவில் தோய்த்து எடுத்துக் கொண்டு தனது மனைவியை அடிப்பதற்காக அவர் வந்தார். பக்கத்துக் கூடாரத்தில் இருந்த சில பெண்களும் ஆண்களும் அவரைத் தடுத்து நிறுத்தினார்கள்.

நாங்கள் குடுகுடுப்பை நாயக்கர் கூடாரத்தில் பேட்டி எடுத்துக் கொண்டிருக்கும் போது சண்டை போட்ட இளைஞர் தற்செயலாக அங்கு வந்து சேர்ந்தார். நாங்கள் அவரிடம் ஏன் மனைவியைச் செருப்பால் அடிக்கச் சென்றீர்கள் என்று கேட்டோம். என் பெயர் மார்புள்ளி. எனக்கு 23 வயது ஆகிறது. எனக்குக் கல்யாணமாகி ஒரு குழந்தை இருக்கிறது. கடைக்குச் சென்று சாம்பிராணிப் புகை போடும் தொழிலைச் செய்து வருகின்றேன். வேலூரில் இந்தத் தொழிலைச் செய்து வரும்போது எனது மனைவி என்னுடன் இருந்தாள்.

கோயம்புத்தூர், திண்டுக்கல், பழனி முதலிய நகரங்களில் கடைகளுக்குச் சாம்பிராணி போடுவதன் மூலம் நல்ல வருமானம் கிடைக்கும். எனது அம்மா, அப்பா தாராபுரத்தில் இந்தத் தொழிலைச் செய்து வருகின்றார்கள். நான் இப்போது தாராபுரத்தில் ஆயிரம் ரூபாய் கொடுத்துக் குடிசை ஒன்றை சொந்தமாக வாங்கி உள்ளேன். தாராபுரத்திற்கு வா என்று என் மனைவியைக் கூப்பிட்டேன். அவள் இந்த ஒரு வருடமாக வரமாட்டேன் என்று கூறுகின்றாள். மனைவி ஒரு பக்கம் கணவன் ஒரு பக்கம் எப்படி வாழ்வது. அதனால்தான் சண்டை போட்டேன் என்று கூறினார்.

தாராபுரம் போன்ற கிராமப்புறங்களுக்கு வரமாட்டேன் என்று மனைவி சொல்கிறாள். எங்கு வருமானம் வருகிறதோ அங்குதான் நான் குடியேறவேண்டும் என்று சொன்னேன். கேட்கமாட்டேன்

என்கிறாள். இது மட்டுமல்லாமல் அவளது அம்மாவிடம் பெரிய வெளக்குமாற்றை எடுத்து என்னை அடிக்கச் சொல்கிறாள் என்று மனைவியின் போக்கு பற்றி எங்களிடம் கூறினார் மார்புள்ளி. செருப்பை மனிதக் கழிவில் தோய்த்து அடிக்கும் வழக்கம் நாடோடிகளிடம் இருப்பதாக நாடோடிப் பெண்கள் பேட்டியின் போது தெரிவித்தனர்.

நகர்ப்புற வாழ்க்கையும் குடும்ப உறவும்

நகரமயமாக்கம் நாடோடி மக்களை எவ்வாறு பாதித்து வருகின்றது என்பதற்கு மேற்கூறிய குடும்பச் சண்டை எடுத்துக்காட்டாக அமைகின்றது. நகர்ப்புறங்களில் உள்ள பொழுதுபோக்கு உணவு முறை, நாகரிகம் முதலியன நாடோடி மக்களின் வாழ்க்கைப் போக்கை மாற்றிக்கொண்டு வருகின்றது. முஸ்லிம் இனத்தைச் சார்ந்த இளைஞன் மார்புள்ளி ஆயிரம் ரூபாய்க்கு ஒரு குடிசையை வாங்கி நிலையாகத் தங்கிவாழ (sedentarization) முயலும் போது அவனது மனைவி அவனோடு ஒத்துப் போகாதது, நகர்ப்புறங் களில் நாடோடி வாழ்க்கை வாழவே விரும்புகிறாள் என்பதைக் காட்டுகிறது.

நகர வாழ்க்கை பற்றி ஆராய்ந்தவர்கள் அதில் சில தூக்கலான அம்சங்கள் உள்ளன என்று பட்டியிலிட்டுள்ளனர். நகரச் சூழ்நிலை யில் பரம்பரையான சமுதாயக் கூட்டமைப்பு நெகிழ்ந்து கொடுக்கும் மாறுதலுக்கு உள்ளாகிறது. அதன் விதிமுறைகளும் கணிசமாக நெகிழ்ந்து விடுகின்றன. ஆகவே குடும்பம், உறவின்முறை, சாதி ஆகியவற்றின் வழக்கமான செயல்பாடுகளும் குறைந்து விடுகின்றன. மனிதர்களிடையே நிலவும் உறவு மேலோட்ட மாகவும் சம்பிரதாயமாகவும் உள்ளுணர்ச்சியற்றதுமாக ஆகி வருகிறது.

நகரங்களில் தனிநபர்களிடையிலும், குழுக்களிடையிலும் காணப்படுகின்ற நடவடிக்கைகள் அறிவின் அடிப்படையில் ஆதாயக் கணக்குப் பார்த்து மேற்கொள்ளப்படுகின்றன. சடங்கு வழிக் கடமைகளும் உறவினர்கள் குறித்த கடமைகளும் உறுதி யாகவும் முழுமையாகவும் செய்யப்படுவதில்லை. மேற்கூறிய கூற்றிலிருந்து நகர்ப்புறங்களில் குடும்ப உறவுப் பிடிப்பு என்பது நெகிழ்ந்துகொண்டு வருகின்றது என்பதை அறிய முடிகின்றது. மார்புள்ளியின் மனைவியையும், குடும்ப உறவை நகரிய

ஆக்கப் பின்னணியிலும் வைத்துப் பார்த்ததால் கிராமப்புறத்தில் குடியேற மறுக்கிறாள் என்பதை உய்த்துணர முடிகின்றது.

சமூக ஒருமைப்பாட்டுணர்வு

முஸ்லிம், இந்துசமயத்தைச் சேர்ந்த நாடோடிப் பிரிவினர்கள் இக்கூடாரங்களில் வாழ்ந்து வந்த போதிலும், ஒருவருக்கு ஒருவர் கொடுக்கல் வாங்கல் வைத்துக்கொள்கின்றனர். பரஸ்பரம் அன்புடன் பழகிக்கொள்கின்றனர். சண்டை போட்டாலும் பிரச்சினைகளை அவர்களே உட்கார்ந்து பேசித் தீர்த்துக் கொள்கின்றனர். இவர்களுக்குள் சமூகப் பொருளாதார ஏற்றத் தாழ்வுகள் இல்லை. நாடோடிகள் மத்தியில் சமூக ஒருமைப் பாட்டுணர்வு நிலவுவதை இக்குடியிருப்புப் பகுதியில் காண முடிந்தது. இவர்களிடம் இன்னும் முழுமையான நாடோடித் தன்மை உள்ளது என்பது குறிப்பிடத்தக்கதாகும்.

கூட்டு வாழ்விற்கான பின்புலம்

நாடோடிகள் சமூகத்தாலும், மொழியாலும், சமயத்தாலும், செய்யும் தொழில்களாலும் வேறுபட்டிருப்பினும் ஓரிடத்தில் பரஸ்பரம் ஒருங்கிணைந்து செயற்படும் கூட்டுவாழ்விற்கான பின்புலம் இந்தியச் சமூக மரபில் காலங்காலமாக நிலவி வருவதாகும் (சின்கா 1980).

குடிகளுக்கு ஊழியம் செய்து பரஸ்பரம் ஒருவர் மற்றவரைச் சார்ந்து வாழும் குடிஊழிய முறை (Jajmani system) சாதியச் சமூகத்தில் பன்னெடுங்காலம் நிலவி வந்த ஒன்றாகும். பணப் பொருளாதாரமற்ற, தொழிற் சமூகத்திற்கு முந்தைய பொருளாதார முறையாக வடிவம் பெற்றுவந்த இந்தச் சமூகமுறை தொழிற் சமூகமும், நவீன தொழில்களும், பணப் பொருளாதாரமும் அறிமுகமான பிறகு இந்தப் பரஸ்பரமுறை உருமாற்றம் பெறத் தொடங்கியது. எனினும் குடிஊழியமுறையைச் சார்ந்து நாடோடிகள் கிராமியச் சமூகத்தைப் பெரிதும் அண்டி வாழ்ந்து வந்துகொண்டிருக்கும் சூழலில் இந்தியக் கிராமங் களில் பன்னெடுங்காலம் நிலவிவந்த கூட்டு வாழ்க்கைமுறை இவர்களிடம் ஒரு தாக்கத்தை ஏற்படுத்தியுள்ளது எனக் கொள்ளலாம் (பேர்டு - டேவிட் 1997).

குடிஊழிய முறைக்கு முந்தைய அமைப்பாகப் பழங்குடி நிலையிலேயே கூட்டு வாழ்க்கைமுறை இந்தியச் சூழலில் தோன்றியுள்ளது. இதற்கு 'நீலகிரி கூட்டு வாழ்க்கை' (Nilgiri symbiosis) சிறந்த எடுத்துக்காட்டாகும். நீலகிரி மலைத்தொடரில் வாழும் தோடர்கள் ஆயர்குடியினர் கோத்தர்கள், மண், மரம், இரும்பு, தங்கம் ஆகிய நான்கு வகையான மூலப்பொருள்களைக் கொண்டு குயவர், தச்சர், கொல்லர், தட்டார் ஆகிய நான்கு தொழில்களையும் செய்யும் கைவினைக் கலைஞர்கள். மேலும் இவர்கள் இசைக் கலைஞர்களாகவும் உள்ளனர். குறும்பர்கள் வேட்டையாடி உணவு சேகரிப்பவர்கள்; மாந்தரீகர்கள். இருளர்கள் வேட்டையாடி உணவு சேகரிப்பவர்கள்; இடம்பெயரும் வேளாண்மையும் செய்துவந்தனர். இன்று கூலிகளாகவும் சில இடங்களில் வேளாண்மையும் செய்கின்றனர். படகர்கள் மலைப் பகுதிகளில் வேளாண்மை, காய்கறி பயிரிடுபவர்கள் (மகியாஸ் 1997).

இந்த ஐந்து குடிகளும் மலைகளில் வெவ்வேறு உயரத்தில் தங்கள் வாழ்வாதாரத்தைத் தேடும் முறையில் தகவமைந்துள்ளனர். மேலும் இந்த ஐந்து பழங்குடிகளுக்குள் பரஸ்பரம் குடிஊழிய முறை போன்ற ஒரு ஒத்துழைப்புமுறை காணப்படுகிறது (பக்தவத்சல பாரதி 2003). இதனால் நீலகிரி கூட்டுவாழ்க்கைச் சாதியத்திற்கு முந்தைய (pre-caste) ஓர் அமைப்பு என்று மானிட வியலர்கள் கூறுவர்.

உலகின் பிற பகுதிகளில் வெவ்வேறு வகையான கூட்டு வாழ்க்கை முறை காணப்பட்டாலும் தமிழ்ச் சூழலில் காணப்படும் நாடோடிகளின் கூட்டு வாழ்க்கையானது இம்மண்ணில் காணக் கூடிய மேற்கூறிய கூட்டுவாழ்க்கைமுறையின் பிரதிபலிப்பாகவே காணப்படுகிறது எனக் கூறலாம்.

உசாத்துணை

பக்தவத்சல பாரதி. 2003. *பண்பாட்டு மானிடவியல்* (மூன்றாம் பதிப்பு). சிதம்பரம் : மெய்யப்பன் பதிப்பகம்.

Bharathi, Bhakthavatsala S. 2000. 'The Nilgiri Tribal Heritage.' Paper presented in Indira Gandhi Memorial Seminar on *Tribal Heritage of South India*, held at Mangalore University, Mangalore, December 26- 29, 2000, organised by Indira Gandhi National Centre for the Arts, New Delhi.

Hockings (ed.) *Blue Mountains Revisited: Cultural Studies on the Nilgiri Hills,* pp. 1-22. Delhi: Oxford University Press.

Mahias, Marie-Claude. 1997. The Construction of the Niligiris as a Tribal Sanctury. In Paul Hockings (ed.) *Blue Mountains Revisited: Cultural Studies on the Nilgiri Hills,* pp. 316 - 44. Delhi: Oxford University Press.

Sinha, S. 1980. Tribes and Indian Civilization : A Perspective. *Man in India 60:* 1-15.

கட்டுரையாளர்கள்

முனைவர் தி. அங்காளம்மாள்
தலைவர், தமிழ்த்துறை
ஜோசப் கலை அறிவியல் கல்லூரி
திருநாவலூர் 607 204
விழுப்புரம் மாவட்டம்

முனைவர் துரை. அங்குசாமி
இணைப்பேராசிரியர்
அரசு கலைக் கல்லூரி
உடுமலைப்பேட்டை 642 126

பேரா. வே. குருமூர்த்தி
தலைவர் (ஓய்வு)
சமூகவியல் துறை
ராணி அண்ணா அரசு மகளிர் கல்லூரி
திருநெல்வேலி 627 008

பேரா. தி. கோவிந்தன்
ஓய்வுபெற்ற பேராசிரியர்
ஸ்ரீ விவேகானந்தா அறக்கட்டளை
எல்.ஆர். மாணிக்கம் தெரு
2வது சந்து பாரதிபுரம்
தர்மபுரி 636 705

முனைவர் தி. சி. சத்தியம்
பேருரையாளர் (ஓய்வு)
தமிழ்த்துறை
சி. கந்தசாமி நாயுடு மகளிர் கல்லூரி
கடலூர் 607 001

முனைவர் பெ. சுப்பிரமணியன்
இணைப் பேராசிரியர் (ஓய்வு)
அருள்மிகு பழனியாண்டவர் கலை
பண்பாட்டுக் கல்லூரி
பழனி 624 601

முனைவர் சோ. சேகர்
(கட்டுரையாசிரியர் கல்லூரியில் விரிவுரையாளராகப் பணியாற்றிக் கொண்டிருந்தபோது சாலை விபத்தில் அகால மரணமடைந்துவிட்டார்.)

முனைவர் ஆ. தனஞ்செயன்
தலைவர் (ஓய்வு)
நாட்டார் வழக்காற்றியல் துறை
தூய சவேரியார் கல்லூரி
பாளையங்கோட்டை 627 002

முனைவர் குளோரியா வீ. தாஸ்
கிறித்துவ இயல் துறை
மதுரை காமராசர் பல்கலைக் கழகம்
மதுரை 625 021

த. நடராஜன்
நாட்டுப்புறவியல் ஆய்வாளர்
புதுச்சேரி 605 107

முனைவர் பக்தவத்சல பாரதி
இயக்குநர்
புதுச்சேரி மொழியியல் பண்பாட்டு
ஆராய்ச்சி நிறுவனம்
புதுச்சேரி 605 008

முனைவர் கரசூர் பத்மபாரதி
43, பிள்ளையார் கோவில் தெரு
கடப்பேரிக்குப்பம் அஞ்சல்
கரசூர், புதுச்சேரி - 605 502

மணி கோ. பன்னீர்செல்வம்
துணைப் பேராசிரியர்
உலகத் தமிழாராய்ச்சி நிறுவனம்
சென்னை - 600 113

முனைவர் இரத்தின புகழேந்தி
மருங்கூர்
திருமுட்டம் வழி
விருத்தாசலம் வட்டம்
கடலூர் மாவட்டம் 608 703

முனைவர் அ.கா. பெருமாள்
தலைவர் (ஓய்வு)
தமிழ்த்துறை
அறிஞர் அண்ணா கல்லூரி
ஆரல்வாய்மொழி 629 301

மகரந்தன்
செய்தி விளம்பரத் துறை
புதுச்சேரி அரசு
புதுச்சேரி

முனைவர் இ. முத்தையா
தலைவர் (ஓய்வு)
நாட்டுப்புறவியல் துறை
மதுரைகாமராசர் பல்கலைக்கழகம்
மதுரை 625 021

முனைவர் ஓ. முத்தையா
பேராசிரியர்
தமிழியல் துறை
காந்திகிராம கிராமியப்
பல்கலைக்கழகம்
காந்தி கிராமம் 624 032

த. லிங்கராஜ்
சட்டக்கல்லூரி மாணவர்
தூத்துக்குடி

முனைவர் அ. வசந்தா
துணைப் பேராசிரியர்
வரலாற்றுத்துறை
அரசுக் கல்லூரி
திருவாரூர்

ச. விஷ்ணுதாசன்
துணைப் பேராசிரியர்
பெரியார் அரசு கலைக்கல்லூரி
கடலூர் 607 001

⚘